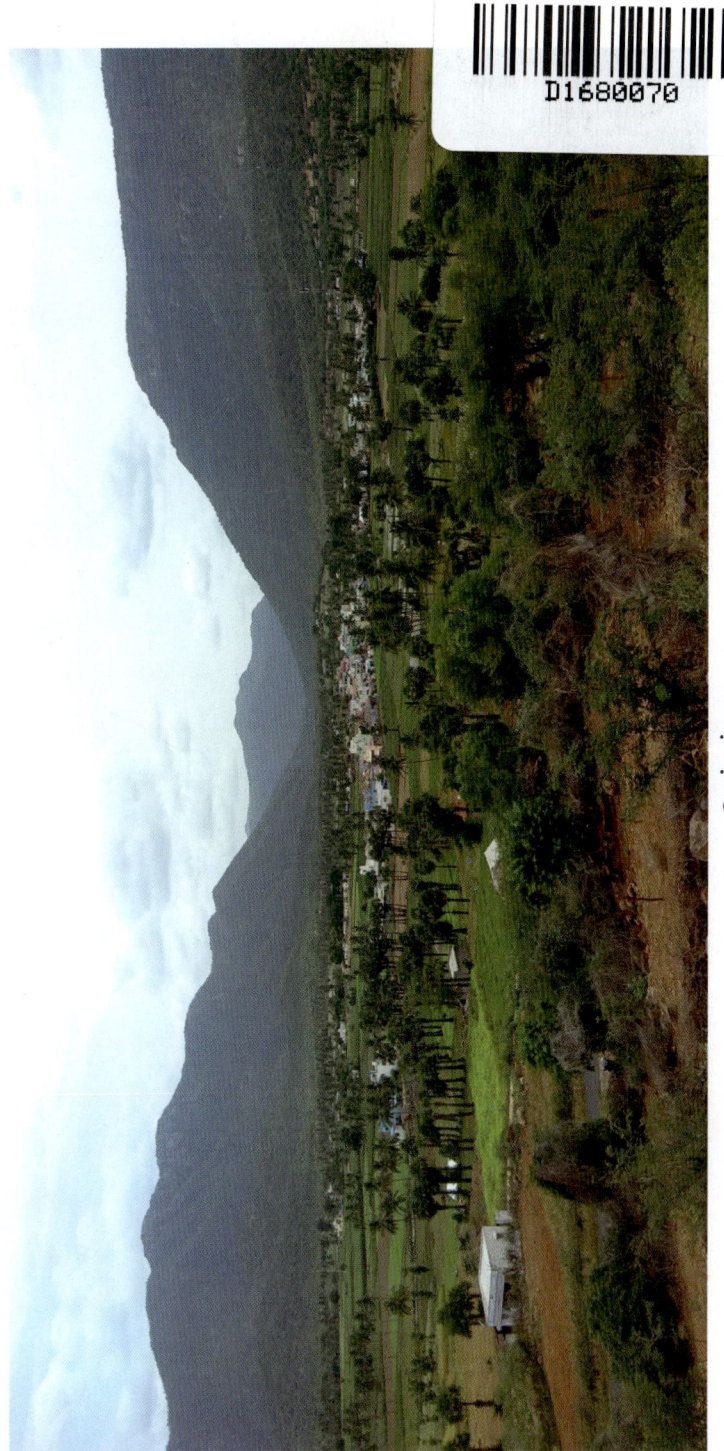

செங்கப்பாடி

செம்மந்தி மலை முதல் ஒகேனக்கல் வரை...

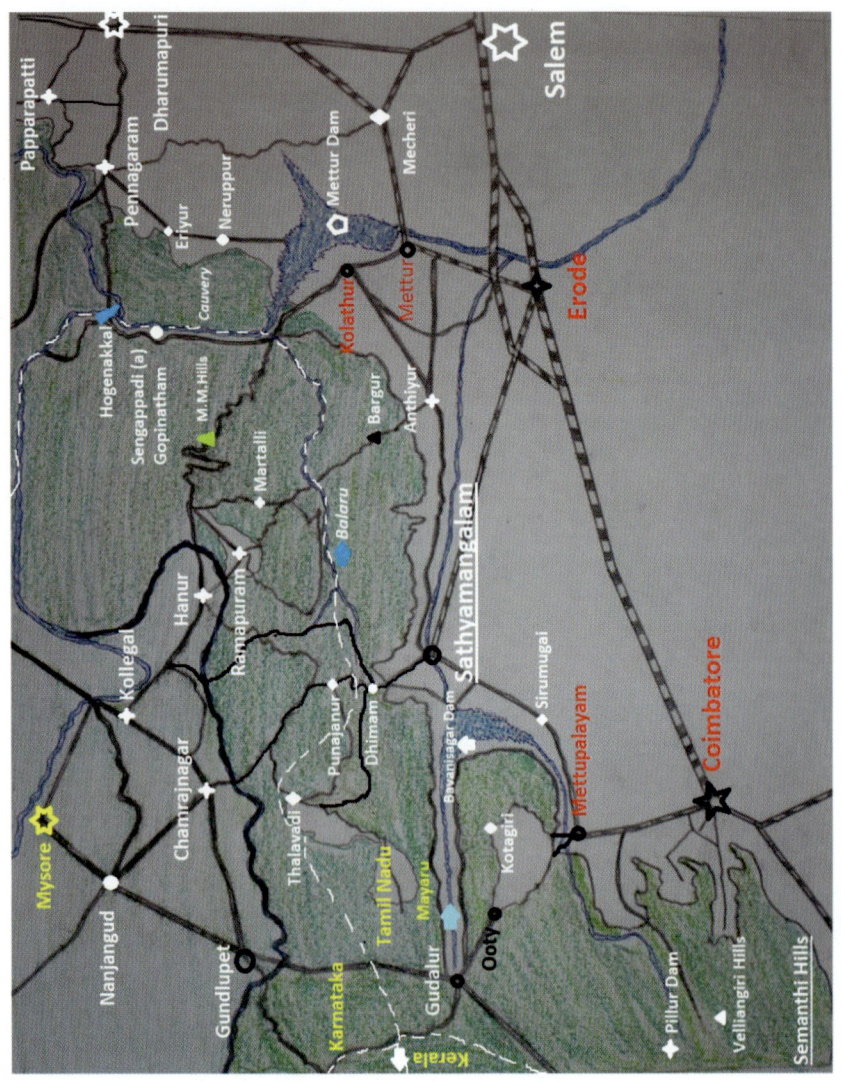

வீரப்பன் தம்பி அர்ஜுனன், வீரப்பன்

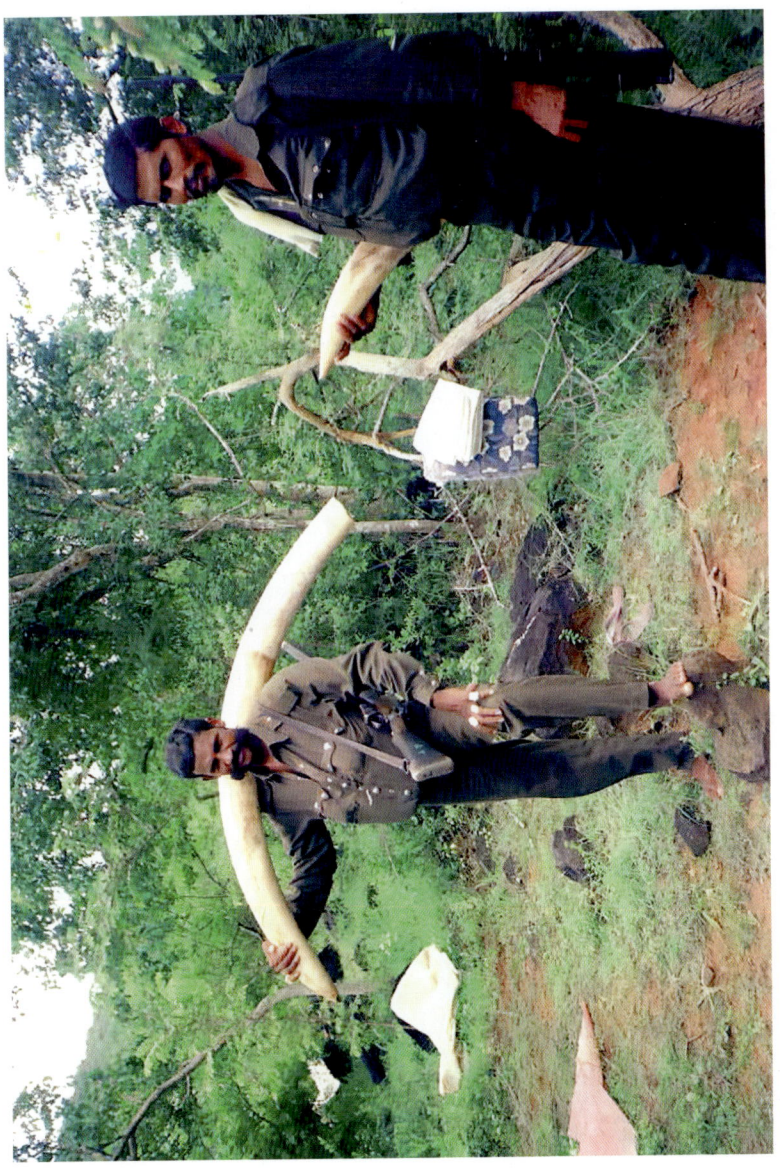

சேத்துக்குழி கோவிந்தன், சந்திர கவுடா.

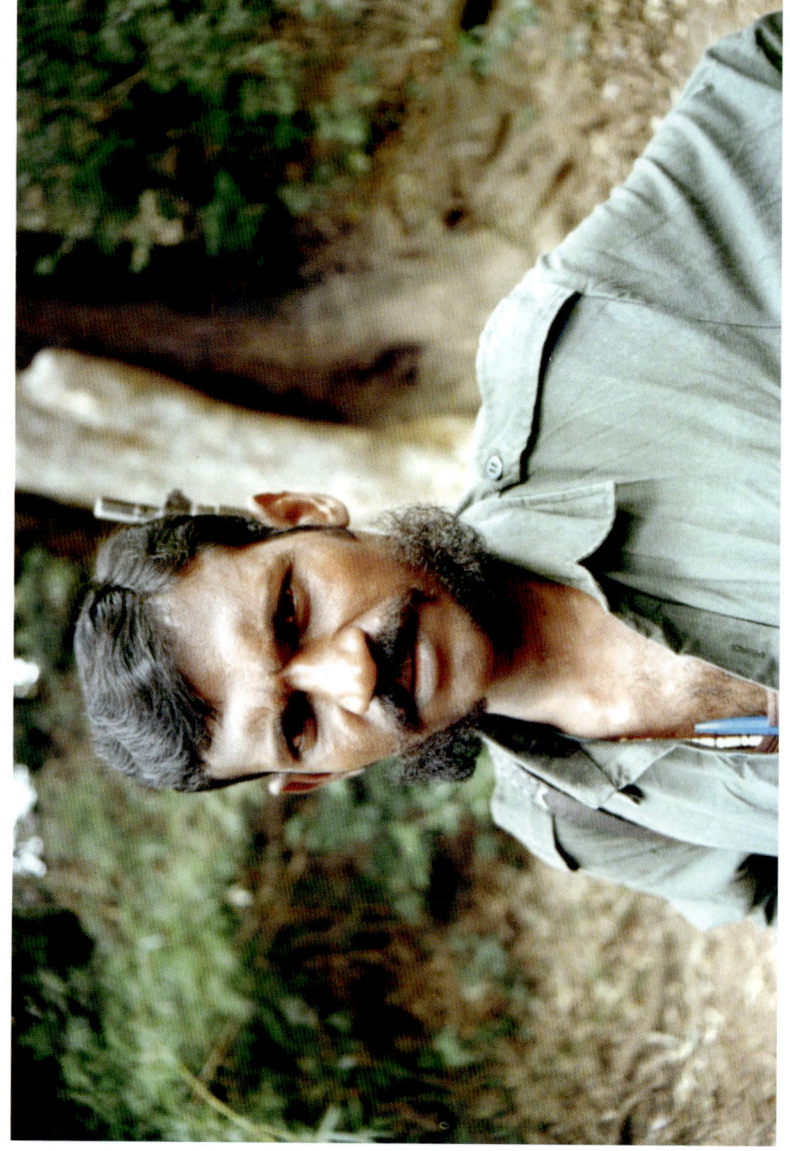

சேத்துக்குழி கோவிந்தன்

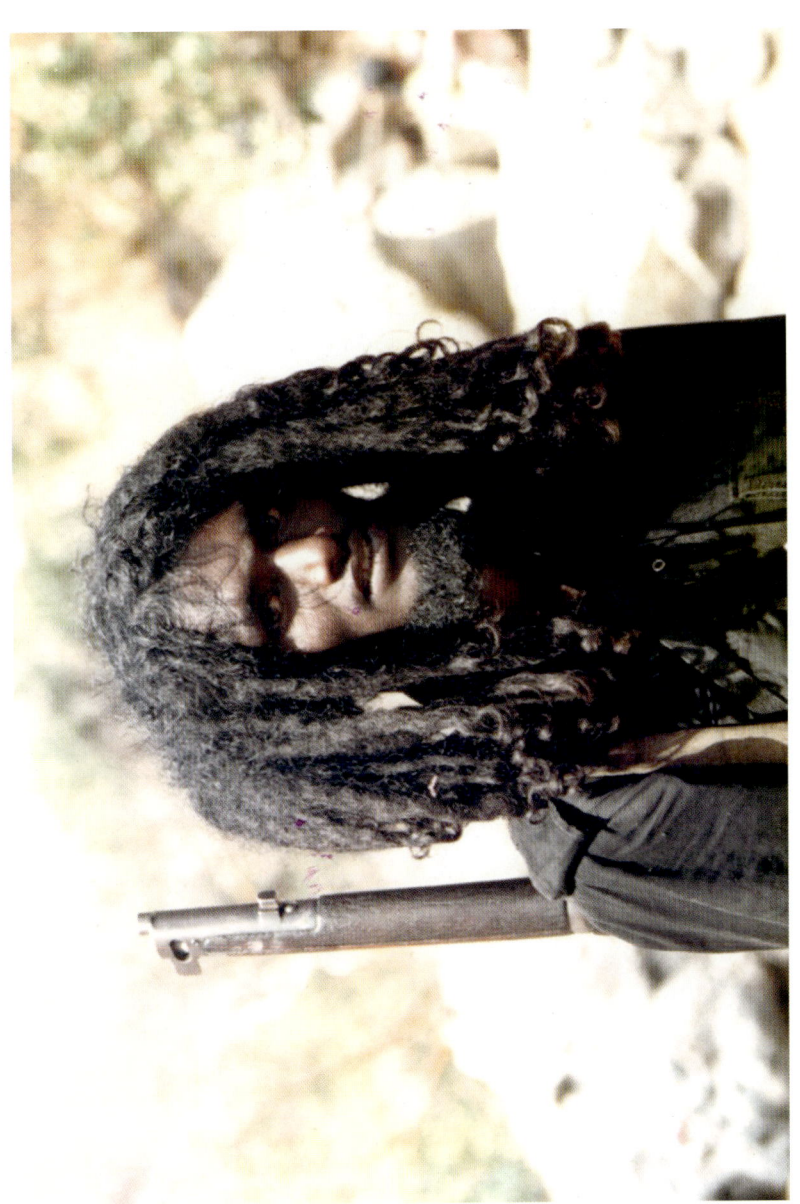

பேபி வீரப்பன்

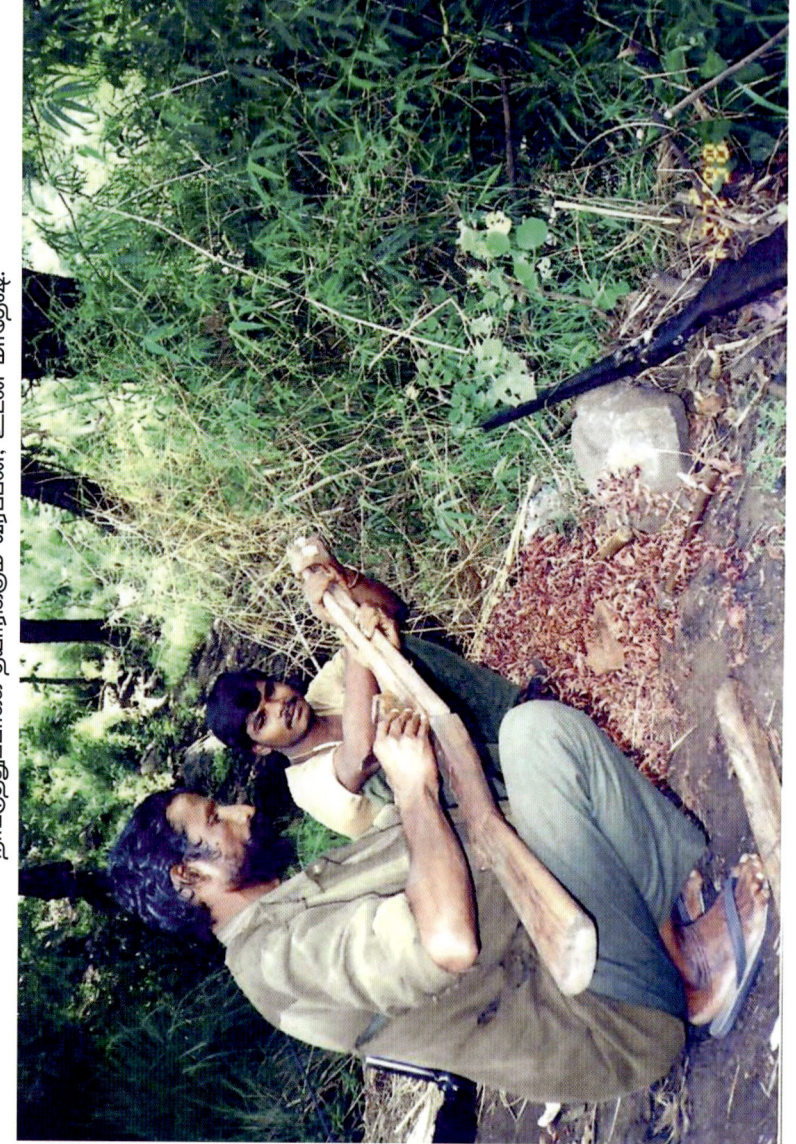

நாட்டுத்துப்பாக்கி தயாரிக்கும் வீரப்பன், உடன் மாதேஷ்.

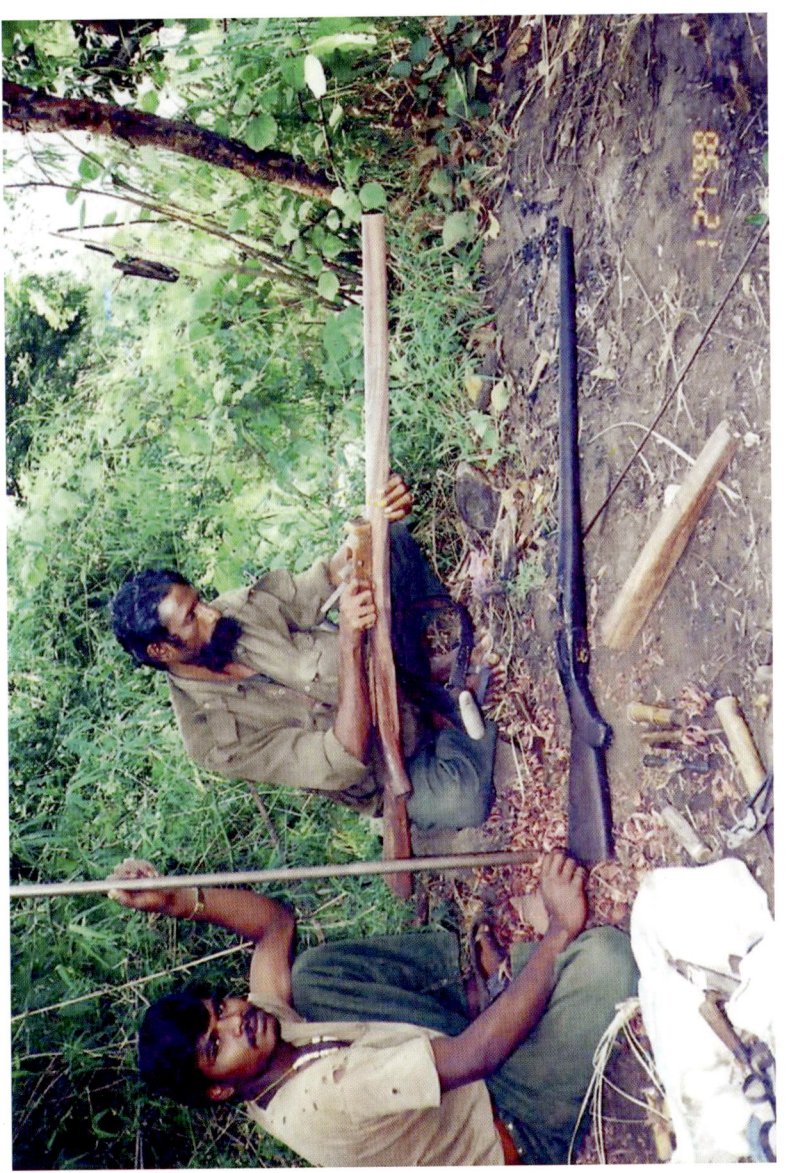

மாதேஷ், வீரப்பன்

எல்லாம் ஆண்டவன் விட்ட வழி

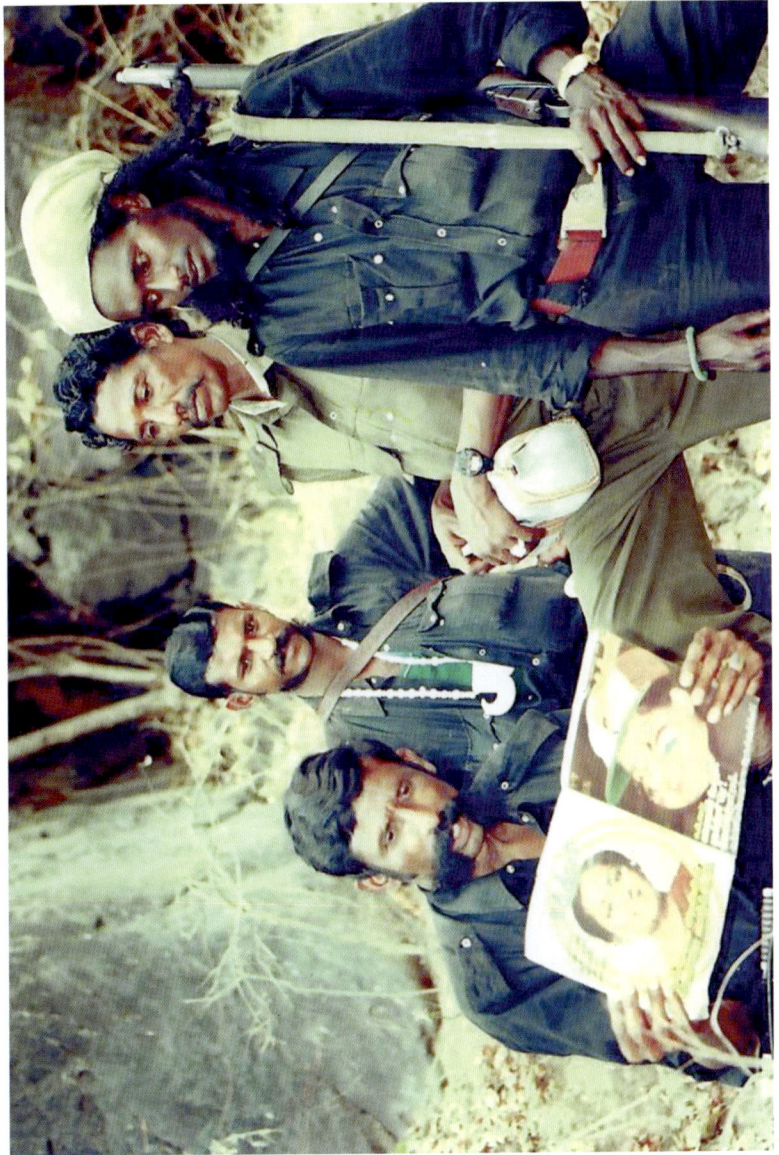

வீரப்பன், சேத்துக்குழி கோவிந்தன், துப்பாக்கி சித்தன், பேபிவீரப்பன்

பேபி வீரப்பன், வீரப்பன், சேத்துக்குழி கோவிந்தன்

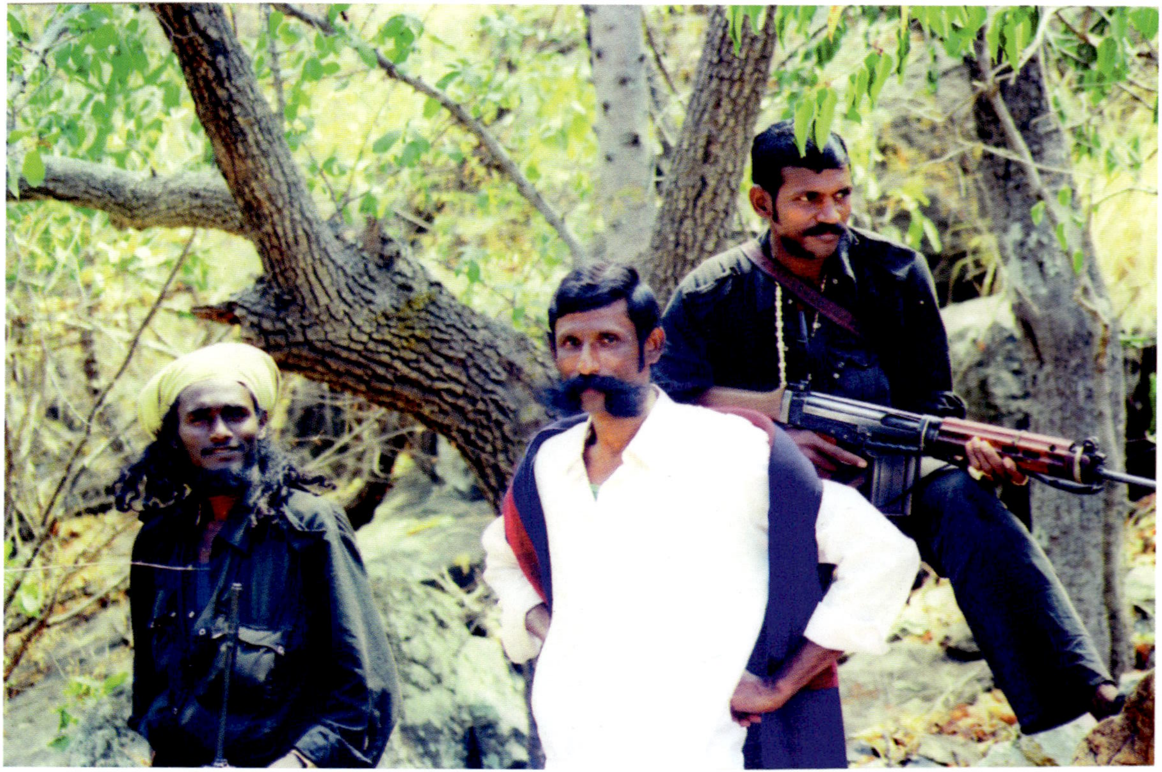

மேய்க்கான் ரங்கசாமி

சந்திர கவுடா

வீரப்பன்
வாழ்ந்ததும் வீழ்ந்ததும் 4

பெ.சிவசுப்ரமணியம்

நூல் தலைப்பு	: வீரப்பன் வாழ்ந்ததும் வீழ்ந்ததும்-4
ஆசிரியர்	: பெ.சிவசுப்ரமணியம்
மொழி	: தமிழ்
முதற்பதிப்பு	: மே 2021
இரண்டாம் பதிப்பு	: ஆகஸ்டு 2023
உரிமை	: சிவா மீடியா
தாளின் தன்மை	: 70 GSM
நூலின் அளவு	: 1/8
எழுத்தின் அளவு	: 12 புள்ளிகள்
பக்கங்கள்	: 456 + 36 வண்ணப்பக்கங்கள்
வடிவமைப்பு / அட்டை	: நிலா
வெளியீடு	: சிவா மீடியா, 489/A, தமிழ்நாடு வீட்டுவசதி வாரியம், அண்ணா நகர், ஆத்தூர்- 636102. சேலம் மாவட்டம்.
மின்னஞ்சல்	: shivamedia344@gmail.com
செல்பேசி	: 94434 27327
விலை	: ரூ.500 /=

VEERAPPAN VAALNTHATHUM VEELNTHATHUM - 4th Part
Authors : P.Sivasubramaniyam
Language:- Tamil | Frist Edition:- 2021 | Size:- 1/8 | Paper:-70 GSM|
Pages: 448+32 Colour Pages | Price : ₹ 500

ISBN : 978-81-954611-8-9

இந்நூல் காப்புரிமைச் சட்டத்தின்கீழ்ப் பதிவு செய்யப்பட்டது. இதிலிருந்து எந்த ஒரு பகுதியையும் மொழி மாற்றம், மறு பதிப்புச் செய்யவும் ஆசிரியரின் எழுத்துப்பூர்வ அனுமதி பெறவேண்டும். பக்கங்களை நகல் எடுத்து வெளியிடுவது, நூலின் உள்ளடக்கச் செய்திகள், புகைப்படங்களைக் காட்சி ஊடகங்களின் வாயிலாக வெளியிடுவது சட்டப்படி குற்றமாகும்.

என்னுரை...

18.10.2004 அன்று, தருமபுரி மாவட்டம் பச்சினம்பட்டி அருகே தமிழ்நாடு சிறப்பு அதிரடிப்படையால் வீரப்பன் சுட்டுக் கொல்லப் பட்டதாக அறிவிக்கப்பட்டது. மறுநாள் வீரப்பனை எப்படிப் பிடித்தோம் என்பதைப்பற்றி அப்படையின் தலைவரான போலீஸ் A.D.G.P. விஜயகுமார் செய்தியாளர்களிடம் ஒரு கதை சொன்னார். அவர் சொன்னது முழுக்க முழுக்க வடிகட்டிய பொய் என்பது மக்கள் அனைவருக்கும் தெரியும்.

அத்தோடு இன்னொரு கூடுதல் பொய்யாக, "வீரப்பன் சுட்டுக் கொல்லப்பட்டவுடன் நான் முதலமைச்சர் ஜெயலலிதாவைத் தொடர்பு கொண்டு இந்தச் செய்தியை சொன்னேன்." "நம்முடைய வீரர்களுக்கு எந்தப்பாதிப்பும் இல்லைதானே...?" என்று முதலமைச்சர் ஜெயலலிதா கேட்டதாகவும் கூறினார்.

இரண்டு நாள்களுக்குப் பிறகு, கொடைக் கானலில் தங்கி மண்ணின் மைந்தன் என்ற திரைப்படத்துக்கு வசனம் எழுதிக் கொண்டிருந்த முன்னாள் முதலமைச்சர் கருணாநிதியிடமே வீரப்பன் சுட்டுக் கொல்லப்பட்ட செய்தியை விஜயகுமார் முதலில் கூறியுள்ளார் என்பதும் தெரியவந்தது. இதைக் கருணாநிதியும் ஒப்புக் கொண்டார்.

காவல்துறையில் பணியாற்றும் எந்த ஓர் அதிகாரியும், ஒரு வேலையை வெற்றிகரமாக முடிக்கும்போது, அந்த வேலையை, தன்னிடம் ஒப்படைத்த உயர்அதிகாரியிடம்தான் முதலில் சொல்லுவர். அப்படியானால், A.D.G.P. ஆக இருந்த விஜயகுமார் இந்தச் செய்தியைத் தமிழக D.G.P-யிடம் சொல்லியிருக்க வேண்டும். விஜயகுமாருக்கும், முதலமைச்சராக இருந்த ஜெயலலிதாவுக்கும் நேரடியாகப் பேசும் வசதிகள் இருந்திருக்கும் எனில் அவர் முதலமைச்சரிடம் இதைச் சொல்லியிருக்கலாம். ஆனால், முன்னாள் முதலமைச்சரான கருணாநிதி அவர்களிடம் முதலில் கூறி, அவருடைய பாராட்டையும் பெற்றுள்ளார்.

வீரப்பனைச் சுட்டுக்கொல்ல, தான் போட்ட நாடகம் பற்றி, பின்னாளில் கலைஞர் எதுவும் பேசிவிடக் கூடாது, போலீசார் சொல்வது நம்பும்படியாக இல்லை என அவர் அறிக்கை எதுவும் விட்டுவிடக் கூடாது என்ற எண்ணத்திலேயே முதலில் எதிர்க்கட்சித் தலைவர் கருணாநிதியிடம் பேசியுள்ளார்.

வீரப்பன் சுட்டுக் கொல்லப்பட்ட நிகழ்வு என்பது ஒரு வரலாற்றுச் சாதனை. இந்தப் பணியில் ஈடுபட்ட ஒவ்வொருவருக்கும் இனம்காண முடியாத அளவிலான மகிழ்ச்சியும், பரபரப்பும் இருக்கும். அதன் தலைமைப் பொறுப்பிலிருந்த விஜயகுமாருக்கு மற்ற எல்லோருக்கும் இருப்பதைக் காட்டிலும் சற்றுக் கூடுதலாகவே இருக்கும்.

விஜயகுமார் கதையில் கூறியவாறு வீரப்பன் கொல்லப்பட்ட நிகழ்வு நடந்திருக்குமானால், தமிழ்நாட்டின் எதிர்க்கட்சித் தலைவராக இருக்கும் கருணாநிதியிடம் சொல்ல வேண்டும் என்ற எண்ணம் அவருக்கு வந்திருக்கவே சாத்தியமில்லை.

அதுவும் அவர் கட்சிக்காரர்கள், குடும்பத்தினர், நண்பர்கள் என எல்லோருடைய தொடர்பையும் விட்டுவிலகி, கருணாநிதி தனிமையில் அமர்ந்து வசனம் எழுதிக் கொண்டுள்ள நேரத்தில் அவருக்கு இந்தச் செய்தியை உடனே சொல்லியிருக்க முடியாது. இதற்காக விஜயகுமார் பலமணி நேரம் முயற்சி எடுத்திருக்க வேண்டும்.

"வீரப்பன் சுட்டுக் கொல்லப்பட்டவுடன், *7th Day* பள்ளிக் கட்டிடத்தின் மொட்டைமாடிக்குச் சென்றேன். அங்கிருந்துதான் எனக்கு செல்போன் தொடர்பு கிடைத்தது. வீரப்பன் சுட்டுக் கொல்லப்பட்ட செய்தியை முதலமைச்சருக்குச் சொன்னேன்" என அவருடைய நூலிலும் குறிப்பிட்டுள்ளார்.

அப்படியானால், வீரப்பன் வேறு எங்கோ ஓர் இடத்தில் சுட்டுக் கொல்லப்பட்டு, அவருடைய உடல் மட்டுமே அந்த ஆம்புலன்சில் வந்துள்ளது. அதனால்தான், வேறொரு இடத்தில் கொல்லப்பட்டு உடல் வரும்முன்னே முதலமைச்சராக இருந்த ஜெயலலிதாவுக்குத் தகவல் சொல்லும் முன்பாகவே, எதிர்க்கட்சி தலைவர் கருணாநிதிக்குத் தகவல் கூறியுள்ளார்.

இதுபோலவே, "விடுதலைப் புலி என்ற பெயரில் காட்டுக்குள் சென்றான், வீரப்பன் குழுவினருடன் நெருங்கிப் பழகினான். இதற்காக யாழ்ப்பாணத் தமிழர்கள் பேச்சுகளை எல்லாம் கற்றுக்கொண்டான். சத்தியமங்கலத்தில் உள்ள அதிரடிப்படையின் தலைமை அலுவலகத்தில் அவனுக்குப் பயிற்சி கொடுக்கப்பட்டது. அதிரடிப்படை பயிற்சி முகாமில் அவனுக்குத் துப்பாக்கி சுடுவதில் சிறப்பு பயிற்சி கொடுக்கப்பட்டது. நான் வைத்த தேர்வில் எல்லாம் அவன் வெற்றி பெற்றான். பிறகுதான், அவனைக் காட்டுக்குள் அனுப்பினேன். அவன்தான் வீரப்பனை ஆம்புலன்ஸ் வேனில் ஏற்றி, காட்டைவிட்டு வெளியே கூட்டிக்கொண்டு வந்தான்" என்று விஜயகுமார், எஸ்.ஐ. வெள்ளைத்துரை என்பவரைப் பற்றிச் சொன்னார்.

இந்த வெள்ளைத்துரை வீரப்பன் சுட்டுக் கொல்லப்பட்ட செய்தியை இரவு ஒன்பதரை மணிக்கே தன் மனைவியிடம் தெரிவித்துள்ளார். அவருடைய நேர்காணல் ஜூனியர் விகடன் வாரமிருமுறை இதழிலும் வெளியானது.

விஜயகுமார் சொன்ன கதையை யாருமே நம்பவில்லை. அதேநேரத்தில், உண்மையில் என்ன நடந்தது என்பதை யாராலுமே கண்டுபிடிக்கவும் முடியவில்லை. வீரப்பன் சுட்டுக் கொல்லப்பட்ட சில நாள்களுக்குப் பிறகு, குமுதம்

ரிப்போர்ட்டர் இதழின் செய்தியாளர் வை.கதிரவனைச் சந்தித்தேன்.

“வீரப்பன் கொல்லப்பட்டதாகச் சொல்லப்படுவதில் உண்மையில்லை. உண்மை அறியும் குழுவின் அறிக்கையிலும் ஏராளமான முரண்பாடுகள் உள்ளன. நீ எப்படிக் காட்டில் மறைந்திருந்த வீரப்பனை வெளியுலகத்துக்குக் கொண்டு வந்து காட்டினாயோ, அதுபோலவே வீரப்பன் கொல்லப்பட்டதில் நிறைந்துள்ள முடிச்சுகளையும் அவிழ்க்க வேண்டும்” என்று சொன்னார்.

அப்போதே, வீரப்பன் கொல்லப்பட்டதாகச் சொன்ன நேரத்தில் எடுத்த புகைப்படங்களை எல்லாம் சிடி*(CD)* யில் பதிவு செய்தும் கொடுத்தார். அந்த நேரத்தில் தமிழ்நாடு, கர்நாடகம் என இரு மாநில அதிரடிப்படையினர் என் மீதும் எட்டுப் பொய் வழக்குகளைப் போட்டிருந்தனர். 2011 ஆம் ஆண்டில்தான் நான் இந்த வழக்குகளில் இருந்து விடுதலை பெற்று வெளியே வர முடிந்தது.

அதன்பின்னர் வீரப்பன் வாழ்க்கை வரலாறு குறித்த தரவுகளைச் சேகரிக்கத் தொடங்கினேன். கடந்த மூன்று ஆண்டுகளாக இந்த வேலையில் முழுமையாக ஈடுபட்டேன். வீரப்பனுக்கு எதிரான நடவடிக்கைகளில் பல ஆண்டுகள் பணியாற்றிய காவல்துறை அதிகாரிகள் பலரையும் சந்தித்துப் பேசினேன். அவர்களுக்கெல்லாம் வீரப்பன் கொல்லப்பட்ட நேரத்தில் நடந்த எதுவுமே தெரியவில்லை.

வீரப்பனுக்கு எதிரான அந்த நடவடிக்கைத் தொடரில் ஒவ்வொரு கண்ணியும் திட்டமிட்டு வெட்டப்பட்டுள்ளன. இதனால்தான் காவல்துறையில் பணியாற்றிய பல அதிகாரிகளுக்கும்கூட அதைப்பற்றித் தெரியவில்லை. அந்த நுட்பமெல்லாம் மூத்த ஐ.பி.எஸ். அதிகாரியான விஜயகுமார் திட்டமிட்டு செய்த வேலையாக இருக்கும் என வியந்தேன்.

நான் கடந்த 25 ஆண்டுகளாகச் செய்தியாளராகப் பணியாற்றி வந்தவன். இதன் மூலம், ஒரு செய்தியை எங்கிருந்து விசாரிக்கவேண்டும், எப்படி விசாரணையைக் கொண்டுபோக வேண்டும் என்பதைப் பற்றித் தெரிந்திருந்தேன். போலீசாருக்குத் தேவையான அளவுக்கு

அதிகாரமும், பின்புலமும் உள்ளன. ஒரு செய்தியாளருக்கு இந்த இரண்டுமே இல்லை. ஆனால், போலீசாரைக் காட்டிலும் அதிகமான நண்பர்களையும், தொடர்புகளையும் கொண்டுள்ளேன். அந்தத் தொடர்புகளின் மூலமே நான் களம் இறங்கினேன்.

இந்த நேரத்தில்தான், விஜயகுமார் எழுதிய வீரப்பன் சேசிங் த பிரிகன்ட் என்ற நூலும் வெளியானது. இந்த நூலிலிருந்துதான் எனக்கு பல தரவுகளும் கிடைத்தன.

ADGP கே.விஜயகுமார் எழுதியது பொய் கதை என்பதை உறுதிப்படுத்தும் விதமாக, அப்போது STF கண்காணிப்பாளராக இருந்த செந்தாமரைக்கண்ணன் வேறொரு கதையை சொல்கிறார். இவர், 4.8.2023 அன்று வெளியான The Hund for Veerappan ஆவணப்படத்தில் பேசும்போது, "நான்தான் முகிலன் என்ற பெயரில் காட்டுக்குள் சென்றேன். ஈழத்தை சேர்ந்தவனாக நடித்து, வீரப்பனை ஏமாற்றி, இலங்கைக்கு அழைத்துச் செல்வதாகக்கூறி, காட்டைவிட்டு வெளியே அழைத்து வந்தேன்.

வீரப்பன் குழுவினர் வந்த ஆம்புலென்ஸ் வண்டியை தமிழ்நாடு அதிரடிப்படையினர், பச்சனம்பட்டி அருகே நிறுத்தியபோது, வேனுக்குள் இருந்த பிரகாசமான விளக்குகளை எரியவிட்டோம். நாம் சிக்கிக்கொண்டோம் என்பதை உணர்ந்த வீரப்பன், அந்த வேனின் ஜன்னல் வழியாக வெளியே எட்டிப்பார்த்தான்" என்கிறார்.

கே.விஜயகுமாரின் நூலில், "வீரப்பனை அழைத்து வந்த வேனுக்குள் வெள்ளைத்துரை ஒரு STUN GRENATE குண்டை போட்டான். பலத்த அதிர்வுடன் அந்தக் குண்டு வெடித்தது. அதன்பிறகு, உள்ளிருந்து யாரோ ஒருவர், திக்குத் தெரியாத நோக்கில் துப்பாகியால் சுட்டார்" என எழுதியிருக்கிறார்.

ஆனால், செந்தாமரைக்கண்ணன் வெள்ளைத்துரை அவசரமாக ஆம்புலென்சிலிருந்து கீழே இறங்கி வறும்போது, வேனுக்குள் போடவேண்டிய STUN GRENATE குண்டை கீழே போட்டதில், அந்தக் குண்டு வேனுக்கு கீழே போய் வெடித்து என்கிறார். வீரப்பன் குழுவினர் எதிர்தாக்குதல் நடத்தினர் என இவர் குறிப்பிடவேயில்லை.

வீரப்பன் கொல்லப்பட்டதாகச் சொல்லும் நிகழ்வின்போது முக்கியப் பொறுப்பிலிருந்த இந்த இருவரின் வாக்குமூலங்களுமே முற்றிலும் முரண்படுகிறது. இருவருமே பொய் பேசுகின்றனர் என்பதை தெளிவாக உணர்த்துகிறது.

கூடவே, "செத்தது வீரப்பன், கொன்றது தமிழ்நாடு *STF* என்பதை ஒத்துக் கொள்கிறீர்கள்தானே? அதுபோதும். இடையில் நீங்கள் என்ன வேண்டுமானாலும் சேர்த்துக் கொள்ளுங்கள்" என்கிறார் செந்தாமரைக்கண்ணன். இதையேதான் கே.விஜயகுமாரும், வேறுவிதமாக, "பலரும், பல விதமாக கருத்துச் சொல்லவார்கள். அவற்றிற்கெல்லாம் பதில் சொல்லிக் கொண்டிருக்க முடியாது" என ஒரு வலைத்தள நேர்காணலில் கூறியுள்ளார்.

வீரப்பன் குழுவினர் மீதான தாக்குதல் நடந்ததாக சொல்லப்படும் நேரத்தில், கே.விஜயகுமாரும், செந்தாமரைக் கண்ணனும் ஒரே இடத்தில்தான் நின்றுகொண்டு இருந்துள்ளனர் என கே.விஜயகுமார் எழுதியிருக்கிறார். அப்படியானால், இருவரும் வெவ்வேறு விதமான காட்சிகளைக் கண்டிருக்க முடியாது. இதிலிருந்தே ஆபரேஷன் கக்கூன் என்பது முழுமையான நடாகம் என்பதை உறுதிப்படுத்துகிறது.

வீரப்பன் எப்படி, எங்கே, யாரிடம் பிடிப்பட்டார். அவரைக் காட்டிக்கொடுத்தவர் யார்...? எப்படி காட்டிக்கொடுத்தனர்...? போலீசாரிடம் வீரப்பன் சிக்கிய இடம் எங்கே இருக்கிறது...? என்ற விவரங்களைத் தெரிந்துகொள்ள, "வீரப்பன் வாழ்ந்ததும் வீழ்ந்ததும்" நூல் தொடரின் நான்காம் தொகுதியில், நான் பயணம் செய்த பாதை வழியாகவே உங்களை அழைத்துச் செல்கிறேன்.

நன்றி.

பெ.சிவசுப்ரமணியம்

25.08.2023

உள்ளே...

1.	சத்தி டூ கோவை	11
2.	ஆயுதப் பயிற்சி	17
3.	காட்டிக் கொடுத்த ஐயப்பன்	24
4.	கரடி வந்திருக்கு	31
5.	நேருக்கு நேர்	39
6.	விலகியது விடுதலைப்படை	45
7.	கர்நாடக அரசுக்கு அதிர்ச்சி கொடுக்க முடிவு	53
8.	முன்னாள் அமைச்சர் வீட்டை நோக்கி...	60
9.	கொளத்தூர் மணியை விடுதலை செய்!	70
10.	13 கோடி பணமிருக்குது!	79
11.	நாகப்பா கொலை..?	89
12.	இஸ்லாமியத் தீவிரவாதிகள்	96
13.	விஷம் வைத்து கொல்லப்பட்டாரா வீரப்பன்...?	108
14.	காவிரி ஆற்றோரம் நான்கு உடல்கள்	116
15.	விஜயகுமாரின் குண்டு	129
16.	இமாம் அலி என்கவுன்டர்	140
17.	வீரப்பனிடம் இருந்த பேரச்சம் *(Phobia)!*	151
18.	கிழிந்துபோன பட்டுக்கூடு	161
19.	பாண்டிக்கண்ணன், செந்திலைத் தேடி...	168
20.	எஸ்.ஐ.துரைப்பாண்டியன்	179
21.	கர்நாடக போலீஸ் டி.ஐ.ஜி.கெம்பையாவை மிரட்டிய துரைப்பாண்டியன்	188
22.	மாற்றத்தை நோக்கி அதிரடிப்படை	196
23.	விஜயகுமாரின் நூலில் பாண்டிக்கண்ணன்	204
24.	சித்தாள் வேலை செய்த பாண்டிக்கண்ணன்	212
25.	புலவர் கலியபெருமாள் - வீரப்பன் சந்திப்பு	222
26.	வீரப்பன் சீக்கிரம் சாகவேண்டும்	238
27.	வாழ்வு முடிந்த இடம் நோக்கி	252

28.	கார்பெண்டர் கணேசன்	266
29.	அதிரடிப்படைக்குள் நடந்த கோஷ்டிச் சண்டை	275
30.	S.P.அசோக்குமார் மாற்றம்	286
31.	துரைப்பாண்டியன்-சம்பத்குமார் மோதல்	301
32.	துரைப்பாண்டியனுக்கு கிடைத்த வீரப்பன் தொடர்பு	310
33.	இளைஞர்களைக் கவர்ந்த துரைப்பாண்டியன்	320
34.	துரைப்பாண்டியை உளவு பார்த்த ஏ.டி.ஜி.பி.	331
35.	தோல்வியில் முடித்த விஜயகுமாரின் முயற்சி	339
36.	அதிரடிப்படையினர் வந்ததை அறிந்த வீரப்பன்	347
37.	வெள்ளைத்துரை வருகை	354
38.	வெறுங்கையுடன் திரும்பிய வெள்ளைத்துரை	361
39.	வழக்குரைஞர் ஹரிபாபு	372
40.	மாவோயிஸ்ட் விவேக்	380
41.	விபத்தில் சிக்கிய துரைப்பாண்டியன்	389
42.	கட்டிலில் துரைப்பாண்டியன்; காட்டில் ஆபரேஷன்	397
43.	பச்சினம்பட்டியில் நடந்தது என்ன...?	409
44.	வீரப்பன் வரலாற்றின் பின்னிணைப்பு...	420
45.	வீரப்பனின் வாழ்க்கை முறை தருமபுரியில்...	438 452

1
சத்தி டூ கோவை

வால்டர் தேவாரம் தலைமையில் வீரப்பன் தேடுதல் நடவடிக்கை

கன்னடத் திரைப்பட நடிகர் ராஜ்குமாரை விடுதலை செய்த வீரப்பன், அடுத்த சிலநாள்கள் பண்ணாரிக் காடுகளிலேயே தங்கியிருந்தார். இக்கடத்தல் விவகாரத்தை விசாரித்த உச்சநீதிமன்ற நீதியரசர்கள் எஸ்.பி.பரூச்சா, டி.பி.மொஹபத்ரா, ஒய்.கே.சவர்பால் அடங்கிய முதன்மை அமர்வு தமிழ்நாடு-கர்நாடக அரசுகளை வன்மையாகக் கண்டித்தன. "வீரப்பனைப் பிடிக்க இயலாத அரசுகள் ராஜினாமா செய்து விட்டுப்போகலாமே..." என்று காட்டமாகக் கூறினர். இது, இருமாநில அரசுகளுக்கும் மிகப்பெரிய தலைக்குனிவை ஏற்படுத்தியது.

பத்து ஆண்டுகளுக்கும் மேலாக இருமாநில அரசுகளுக்கும், காவல்துறைக்கும் தொடர்ந்து மிகப் பெரிய தலைவலியாக இருந்த வீரப்பனைப் பிடிக்க கர்நாடக தமிழ்நாடு அரசுகளும் தீவிர முயற்சிகள் மேற்கொண்டன. மத்திய உள்துறை

அமைச்சகமும் மாநில அரசுகளுக்குத் தேவையான உதவிகளைச் செய்ய முன்வந்தது. துணை ராணுவத்தையும், விமானத்தையும் அனுப்ப ஏற்பாடுகள் நடைபெற்றன.

இதெல்லாம் நடக்கும் என்பதை வீரப்பனும் உணர்ந்திருந்தார். ராஜ்குமார் வெளியே போனதும் தமிழ்நாடு, கர்நாடக அதிரடிப்படையின் தாக்குதல் தீவிரமாக இருக்கும் என நினைத்தார். அதனால், ஒரு குறிப்பிட்ட காலம் வரையிலும் அவர் வழக்கமாகப் பயணிக்கும் காட்டை விட்டு வேறு ஒரு புது இடத்துக்குப் போகலாம் என்ற முடிவுக்கு வந்தார். எனவே, இதுவரை போகாத கோவைக்கு மேற்கே கேரள மாநில எல்லையில் உள்ள பில்லூர் மலை, வெள்ளியங்கிரி மலையை ஒட்டிய காடுகளுக்குச் செல்லலாம் என்று மற்றவர்களிடம் கூறினார்.

"**வ**ழக்கமாக நீங்கள் இருந்து பழகிய காட்டுப்பகுதியாக இருந்தால் நமக்குத் தேவையான பொருள்களைத் தேவையான நேரத்தில் வாங்கிக்கொள்ளலாம். அவசர வேலைகளுக்காக தோழர்கள் வெளியூருக்குப் போக, வரவும் இந்தப் பகுதிதான் வசதியாக இருக்கும். இங்குள்ள வசதிகள் புது இடங்களில் நமக்குக் கிடைக்காது..." என்று மாறன் உள்ளிட்ட தமிழ்நாடு விடுதலைப்படையினர் வீரப்பனின் விருப்பத்துக்கு எதிர்ப்புத் தெரிவித்தனர்.

ராஜ்குமார் கடத்தலுக்கு முன்பு பணம் கையில் இல்லாத நேரத்தில், வீரப்பன் மற்ற தோழர்களுடன் சேர்ந்தே எல்லா முடிவுகளையும் எடுத்து வந்தார். அந்த நேரத்தில், அவர் கையில் அளவுக்கு அதிகமாகவே பணமிருந்தது. அதனால், எல்லா முடிவுகளையும் அவரே எடுத்தார். மற்றவர்களின் கருத்துகளுக்கு முக்கியத்துவம் கொடுக்கவில்லை.

அதேநேரத்தில், இன்னும் கொஞ்சநாள்கள் உயிர் வாழவேண்டும் என்ற ஆசையும் அவருக்கு வந்தது. காவல் துறையை எதிர்ப்பதைக் காட்டிலும், தப்பியோடி உயிர் பிழைக்கவேண்டும் என்ற எண்ணமே மேலோங்கியிருந்தது. அதனால்தான், வேறு காட்டுக்குப் போகவேண்டும் என்பதில் வீரப்பன் தீவிரமாக இருந்தார் என அவருடனிருந்த விடுதலைப் படையினர் தெரிவிக்கின்றனர்.

"முதலில் வீரப்பனுடன் சேர்ந்து அவருக்குப் பழக்கமில்லாத கோவை காட்டுப் பகுதிக்குப் போவோம். கொஞ்ச நாள்களுக்குப் பிறகு, அவரை அங்கிருந்து தெற்கில் நகர்த்திக் கொண்டுபோய் கொடைக்கானல் காட்டுப்பகுதியில் தங்க வைக்கலாம். அங்கே போனால் மட்டுமே வீரப்பன் நாம் சொல்வதைக் கேட்டு நடப்பார். இங்கேயே இருந்தால் நம் தோழர்கள் எல்லோரும் வீரப்பன் சொன்னபடியே நடந்து கொண்டிருக்க வேண்டியிருக்கும்" என்று தமிழ்நாடு மீட்புப் படையைச் சேர்ந்த கிருஷ்ணமூர்த்தி தோழர்களிடம் மாற்று வழி ஒன்றைச் சொன்னார்.

இதையடுத்து, எல்லோரும் பண்ணாரிக் காட்டிலிருந்து, கோவை மலைப்பகுதிக்கு இடம் மாறும் முடிவுக்கு தயாராகின்றனர். முன்னோட்டமாக மாறன் மட்டும் பேருந்து மூலம் மருதமலை, வெள்ளியங்கிரி மலை, தடாகம் காட்டுப் பகுதிகளுக்குப் போனார். அங்குள்ள காடுகளை மேலோட்டமாகப் பார்த்துவிட்டு வருகிறார். அந்தப் பகுதியிலும் தலைமறைவுக்கு ஏற்ற அடர்ந்த காடுகள் இருப்பதாகச் சொல்கிறார். இதையடுத்து வீரப்பன் அணியினர் சத்தியமங்கலம் காட்டிலிருந்து கோவை காட்டுக்குப் புறப்படத் தயாராயினர்.

1998இல் நடந்த குண்டுவெடிப்பு நிகழ்வுகளுக்குப் பிறகு கோவை நகருக்குள் இரவு நேரத்தில் வரும் வண்டிகளை போலீசார் சோதனை போடுவதை வழக்கமாகக் கொண்டிருந்தனர். "கோவைக்குள் நுழையும்போது போலீசார் சோதனை நடத்தினால் நமக்கு ஆபத்தாக முடியும். எப்போதுமே நம்முடைய எதிரிகளை (தமிழ்நாடு போலீசார்) குறைவாக எடை போடக்கூடாது. இங்கிருந்து இரண்டு வண்டிகளில் செல்வதுதான் நமக்குப் பாதுகாப்பானது" என்று விடுதலைப்படையினர் முடிவெடுத்தனர்.

"இருபது வருசமா ஆளுங்களைக் கூட்டிக்கிட்டு நானும், யானை வேட்டைக்கு காருல, லாரியில எல்லாம் போயிட்டு வந்திருக்கிறேன். எல்லோருமே ஒன்னாப் போவதுதான் நல்லது. ஏதாவது சிக்கல் வந்தாலும்கூட எல்லோரும் கலந்துபேசி முடிவெடுக்க வசதியாக இருக்கும். தனித்தனி

யாகப் போவது நல்லதில்லை. எல்லோருமே ஒன்னாவேப் போகலாம்" என்றார் வீரப்பன்.

இதைத் தோழர்கள் ஏற்கவில்லை. "ஆயிரம் ஆடுகளை அழைத்துக் கொண்டு ஒரு சிங்கம் போருக்குப் போனாலும், அந்த போரில் சிங்கம்தான் வெற்றிபெறும். அதே வேளையில் ஆயிரம் சிங்கங்களை அழைத்துக்கொண்டு ஓர் ஆடு தலைமை ஏற்றுப் போனால், போரில் ஆட்டின் அணி தோற்றுப்போகும். ஓர் அமைப்புக்குத் தலைமைதான் மிக முக்கியமானது." என்று ஒரு தோழர் கருத்துச் சொன்னார்.

"எப்படியோ ஒன்னு... இந்தக் காட்டை விட்டு சீக்கிரமா நாம வேற காட்டுக்குப் போகணும். அதுக்கு ஏதாவது ஒரு வழி சொல்லுங்க..." என்று முடிவைத் தோழர்கள் பக்கமே விட்டார் வீரப்பன்.

இதையடுத்து கடலூர் சென்ற இனியன் தங்களது இயக்கத் தோழர்கள் மூலம் அங்கிருந்து ஒரு கார், ஒரு டெம்போ ட்ராவலர் வேனை வாடகைக்கு எடுத்துக்கொண்டு வந்தார். அந்த வேன் சபரிமலைக்குப் போகும் ஐயப்ப பக்தர்கள் பயணம் செய்யும் வண்டியைப் போலவே மலர்களால் அலங்கரிக்கப்பட்டிருந்தது. பண்ணாரிக் காட்டிலிருந்த வீரப்பன் உள்ளிட்ட அனைவரும் கருப்பு வேட்டி, கருப்புத் துண்டுடன் வேனில் புறப்பட்டனர். சபரிமலைக்கு இருமுடி கட்டிய பக்தர்கள் போலவே மாறுவேடத்தில் இருந்தனர்.

வீரப்பனுக்கு அடையாளமாக இருக்கும் பெரிய மீசையை கொஞ்சம் நறுக்கி விடலாம் என்று ஆலப்பாக்கம் முருகேசன் சொன்னார். நீண்ட சிந்தனைக்குப் பிறகு முதலில் சரி என்று ஒப்புக்கொண்ட வீரப்பன் கடைசி நேரத்தில் "மீசையைக் குறைக்கவேண்டாம்; என்ன நடந்தாலும் சரி, நான் மீசையோடவே இருக்கிறேன்" என்று சொல்லி விட்டார். கிளம்பும் நேரத்தில், மீசையை மறைக்கும் ஒரு மங்கி குல்லாவை மட்டும் போட்டுக்கொண்டார்.

2000 டிசம்பர் மாதக் கடைசியில் பண்ணாரி அருகிலுள்ள புதுக்குய்யனூர் காட்டுப் பகுதியிலிருந்து இரண்டு வண்டிகளும் நள்ளிரவில் புறப்பட்டன. இரண்டு வண்டிகளிலுமே ஐயப்பன் பக்திப்பாடல்கள் ஒலித்தன.

முதலில் சென்ற அம்பாசிடர் காரில் இனியன் வழிகாட்டியாக இருந்தார். அவர் கையில் ராஜ்குமார் விடுதலையின்போது பெங்களூர் பானு & கோவினர் கொண்டுவந்து கொடுத்திருந்த KENWOOD வாக்கி டாக்கி இருந்தது. ஒரு கிலோமீட்டர் இடைவெளியில் இரண்டு வண்டிகளும் பண்ணாரிக் காட்டிலிருந்து கிளம்பின.

ஆலப்பாக்கம் முருகேசன்

முதல் வண்டியில் செல்லும் இனியன் சாலையில் உள்ள தடைகளைப் பற்றி இரண்டாவது வண்டியில் வரும் தோழர்களுக்கு எச்சரிக்கை கொடுத்துக்கொண்டே போனார். மற்றொரு வாக்கி - டாக்கி இரண்டாவதாகச் செல்லும் வேனிலிருந்த கிருஷ்ணமூர்த்தியின் கையிலிருந்தது. இரண்டாவது வண்டியின் கமாண்டராக இருந்தவர் ஆலப்பாக்கம் முருகேசன். இந்த வண்டியில் வீரப்பன், கோவிந்தன், சந்திரகவுடா, ஆலப்பாக்கம் முருகேசன், மாறன், அன்றில், செல்வம், தமிழ், முகிலன், கிருஷ்ணமூர்த்தி எனப் பத்துபேர் இருந்தனர்.

சத்தியமங்கலம் வழியாகப் புஞ்சை புளியம்பட்டியைக் கடந்து அன்னூருக்குப் போகும்வரை, இரு வண்டிகளும் எந்த பிரச்சனையும் இல்லாமல் சென்றன. அன்னூர் நகருக்குள் புகுந்து கோவை நோக்கிச் செல்லும்போது முதலில் அவினாசி பிரிவு வரும். ஆங்கில எழுத்தில் < போல வரும் இந்த இடத்தில் இடது பக்கச் சாலை அவினாசிக்குச் செல்லும். வலது பக்கம் செல்லும் சாலை கோவை நகருக்குப் போகும்.

அந்த இடத்திலிருந்து இருநூறு மீட்டர் தொலைவுக்குச் சென்றால் மீண்டும் ஒரு < பிரிவு வரும். இதில் இடது பக்கச் சாலை கோவைக்கும், வலது பக்கச் சாலை மேட்டுப் பாளையத்துக்கும் செல்லும். இந்த வழியில் புதிதாகச் செல்லும் எல்லோருக்குமே இந்த இடத்தில் குழப்பம் ஏற்படும்.

முதல் வண்டியில் வாக்கியுடன் சென்ற இனியன் கோவை

செல்லும் வழியை விட்டு, அவினாசி செல்லும் வழியில் சென்று விட்டார். பின்னால் சென்று கொண்டிருந்த வீரப்பன் உள்ளிட்டோர் சென்ற வண்டி நேராக, கோவை செல்லும் வழியில் போனது. பாதை மாறிப்போனது தெரியாத இனியன் தொடர்ந்து, "வழியில் தடையில்லை ஓவர்.." என்று சொல்லிக் கொண்டே போனார். அன்னூரில் இருந்து நான்கு கிலோமீட்டர் தொலைவுக்கு மேலே சென்றதும் இரண்டு வண்டிகளுக்குமான வாக்கியின் தொடர்பு, "டர்.. கொர்... டர்.. கொர்..." என்றது. சிறிது நேரத்துக்குப் பிறகு அந்த ஒலி முற்றிலும் நின்று விட்டது.

2001 காலகட்டத்தில் மாவட்டத் தலைநகரங்களில் மட்டுமே செல்போன் சேவை இருந்தது. முதல் வண்டியில் செல்லும் இனியன், இரண்டாம் வண்டியில் இருந்த மாறன் இருவரிடமும் செல்போன் இருந்தாலும் அதன்மூலம் அவர்களால் தொடர்புகொள்ள இயலவில்லை.

இனியன் கொஞ்சம் அழுத்தமான ஆள். இவரது மனதில் உள்ள செய்திகளை யாராலும் வெளிக்கொண்டு வரமுடியாது. (கியூ பிராஞ்சு போலீசார் எல்லாத்தையும் தட்டி வாங்கி விட்டனர்) இவர் மற்ற யாரையும் எளிதில் நம்பாதவர், எல்லோரையுமே சந்தேகக் கண்ணோடே பார்ப்பார். கடைசி வரை நாம் எங்கே போகிறோம், எதற்காகப் போகிறோம் என்ற விவரங்களை உடன் வருவோரிடம் சொல்லமாட்டார். அன்றும் அப்படிதான் சென்றுள்ளார்.

"எங்கே போகிறோம், எதற்குப் போகிறோம்" என்று தெரியாத வண்டியின் ஓட்டுநர் இனியனின் விருப்பத்துக்கு ஏற்றவாறு வண்டியை வளைத்து வளைத்து ஓட்டியுள்ளார். வண்டி அவினாசிக்குப் போன பின்னரே கோவைக்குப் போகும் வழியைத் தவற விட்டது தெரிந்தது.

இனியன் செய்த தவறு தமிழ்நாடு விடுதலைப்படை என்ற அமைப்பின் வீழ்ச்சிக்கு விதையானது!

***

2
ஆயுதப் பயிற்சி

வீரப்பன் தேடுதல் நடவடிக்கை

இரவு நேரக் கடைகள் எதுவுமில்லாமல் இருந்த கோவை நகருக்குள் சென்ற வீரப்பன் தலைமையிலானோர் வழி தெரியாமல் தடுமாறினர். விடியற்காலை ஐந்து மணிக்கு டீக் கடைகள் திறந்த பிறகு வெள்ளியங்கிரி மலைக்குப்போகும் வழியை விசாரித்துத் தெரிந்து கொண்டனர். அவசர அவசரமாகப் போனதில், விடிந்தும் விடியாத நேரத்தில் ஈஷா யோகா மையம் அருகிலிருந்த காட்டுப்பகுதியை அடைந்தனர்.

அங்கிருந்து காருண்யா நகரைக் கடந்து மலை மேலே ஏறிச் சென்றனர். பாறப்பட்டி என்ற கேரளா எல்லையில் உள்ள ஓர் ஊருக்கு அருகில் முகாமிட்டுத் தங்கினர். காட்டிலிருந்து வெளியே சென்றுவரும் வழியைக் கண்டுபிடித்தனர். அடுத்த இரண்டு நாள்களில் தேவையான உணவுப் பொருள்கள், துணிமணிகள், பேட்டரிகள் போன்றவற்றை வாங்கினர்.

காட்டிலிருந்த நீர்நிலைகளைக் கண்டறிந்து, உணவு, பாதுகாப்பு ஏற்பாடுகளைத் தயார் செய்துகொண்டனர். ஒரு வாரத்துக்குப் பிறகு அங்கு ஆயுதப் பயிற்சியைத் தொடங்கினர்.

2001-ஆம் ஆண்டு ஜனவரி மாதத்தில் வெள்ளியங்கிரி மலைக்காடுகளில் தோழர்கள் தீவிரமான ஆயுதப்பயிற்சி யிலும், உடற்பயிற்சியிலும் ஈடுபட்டனர். துப்பாக்கியைக் கையாளுவது, குறிபார்த்துச் சுடுவது, துப்பாக்கியில் ஏற்படும் சிறுசிறு பழுதுகளைச் சரி செய்வது, நாட்டுத் துப்பாக்கியில் மருந்து போட்டு லோடு செய்வது, மருந்துகளைக் கலக்கி வகைப்படுத்துவது எனப் பல்வகைப் பயிற்சிகளை வீரப்பன் கற்றுக் கொடுத்தார். ஆலப்பாக்கம் முருகேசன், தோழர் களுக்குத் தீவிரப் பொதுவுடைமை, ஆயுதப்போராட்டக் கோட்பாடுகள் குறித்த கருத்தியல் பயிலரங்கம் நடத்தினார்.

வழிதவறி அவினாசி சென்ற இனியனுக்கு அடுத்து எங்கே போவது என்று தெரியவில்லை. பாண்டிச்சேரியில் உள்ள தனக்கு நெருங்கிய நண்பரின் வீட்டுக்குச் சென்றார். காட்டிலிருந்து தொடர்பு வரட்டும் என்ற எண்ணத்தில் ஒரு வாரம் அங்கே காத்திருந்தார். பிறகு, தங்களின் தொடர்பாளரான பேராசிரியர் ஒருவரைச் சந்திக்க சிதம்பரம் அண்ணாமலை நகருக்குப் போனார்.

நடிகர் ராஜ்குமார் கடத்தலின்போது காட்டுக்குள்ளிருந்து வரும் தோழர்கள், வெளியில் உள்ள தமிழ்நாடு விடுதலைப்படையின் ஆதரவாளர்கள் யார், யாரைச் சந்திக்கின்றனர், உள்ளிருந்து வரும் பணமெல்லாம் யார், யாரிடம் கொடுத்து வைக்கப்படுகின்றன, அமைப்புக்குத் தேவையான பொருள்கள் யார் மூலம் காட்டுக்குப் போகின்றன என்பதை தஞ்சை டெல்டா போர்ஸ் போலீசாரும், கியூ பிராஞ்ச் ஆய்வாளர் இராஜேந்திரனும் தீவிரமாகக் கண்காணித்துக் கொண்டிருந்தனர்.

இந்த நேரத்தில், சிதம்பரம் அண்ணாமலை நகரில் இருந்த பேராசிரியர் ஒருவரே தமிழ்நாடு விடுதலைப் படையின் தொடர்பாளராக இருப்பது தெரிகிறது. உளவுப்பிரிவு போலீசார் அவருடைய வீட்டுத் தொலைபேசியை ஒட்டுக் கேட்டனர். வீட்டைச் சுற்றிலும் போலீசார் மாறுவேடத்தில்

இருந்து கண்காணித்தனர். இனியன் வெளியே வந்த ஒரு வாரத்திலேயே சிதம்பரம் அண்ணாமலைநகரில் வைத்து அவரை டெல்டா போர்ஸ் போலீசார் கைது செய்தனர்.

இனியன் வைத்திருந்த செல்போன் எண்ணைக் கொண்டே தமிழ்நாடு விடுதலைப் படையின் ஒட்டுமொத்த ஆதரவாளர் கூட்டத்தையும் அள்ளிக்கொண்டு சென்றனர். அடுத்து என்னிடம் ஆயிரம் ரூபாய் பணம் வாங்கிக்கொண்டு சென்னைக்குச் சென்ற செழியன் என்கிற அமிர்தலிங்கமும் சிக்கினார். இனியனிடம் முறைப்படி விசாரித்ததில், ராஜ்குமார் கடத்தல் முதல் வீரப்பன் சத்தியமங்கலம் காட்டிலிருந்து கோவை காட்டுப்பகுதிக்கு இடம்பெயர்ந்தது வரை அனைத்தையும் வாந்தி எடுத்து விட்டார்.

இனியன் பயன்படுத்திய செல்போன் எண்ணைக் கொண்டு, காட்டுக்குள் இருக்கும் தோழர்கள் வைத்திருக்கும் செல்போன் எண்ணைக் கண்டுபிடித்தனர். மாறன் பயன்படுத்திய பி.பி.எல் நிறுவனத்தில் செல்போன் எண்ணைக் கண்காணித்ததில், கோவையை அடுத்துள்ள மருதமலை, பாரதியார் பல்கலைக்கழகம், வடவள்ளி போன்ற இடங்களில் உள்ள தொலைத்தொடர்புக் கோபுரங்களின் இணைப்பில் அது அடிக்கடி இயங்கியதும் தெரியவந்தது.

இதையடுத்து, வீரப்பன் கோவையை ஒட்டியுள்ள மலைப்பகுதியில் தங்கியிருப்பது உறுதியானது. உடனடியாக அதிரடிப்படை ஐ.ஜி.பாலச்சந்தர், டி.ஐ.ஜி. சைலேந்திரபாபு தலைமையிலான இரண்டு போலீஸ் படையணிகள், வனத்துறையினரின் வழிகாட்டுதலுடன் வெள்ளியங்கிரி மலையைச் சுற்றி வளைத்தன. இரண்டு ஹெலிகாப்டர்கள் உதவியுடன் தேடுதல் வேட்டை நடத்த முடிவு செய்யப் பட்டது. இந்திய எல்லைக்காவல் படையின் ஐ.ஜி. கே.விஜயகுமார் தலைமையில் பத்து பட்டாலியன் வீரர்கள் கோவை விமான நிலையத்தில் வந்திறங்கினர்.

இருட்டுப்பள்ளம் பகுதியிலிருந்து ஐயப்பன், சுப்ரமணியம் என்ற இரண்டு அதிரடிப்படையின் உளவுப்பிரிவுக் காவலர்கள் மாறுவேடத்தில், நொய்யலாறு உற்பத்தியாகும் கேரள மாநில எல்லையிலுள்ள பாறப்பட்டி என்ற ஊருக்குச்

சென்றனர். அங்கிருந்த பழங்குடி மக்களிடம் விசாரித்ததில், வழுக்குப்பாறை என்ற இடத்தில் வீரப்பன் குழுவினர் தங்கியிருப்பதும் தெரியவந்தது. இதையடுத்து, அந்த இடத்தை நோக்கி அதிகாலை நேரம் அதிரடிப்படை தாக்குதலைத் தொடங்கியது.

எதிர்பாராத இந்தத் தாக்குதலில் நிலைகுலைந்த வீரப்பன் கைவசம் இருந்த உணவுப்பொருள்களை எல்லாம் போட்டுவிட்டு ஓட வேண்டியதாயிற்று. ஒன்றரைக் கோடி ரூபாய் பணத்தை மட்டும் தூக்கிக்கொண்டு தன்னுடைய குழுவினருடன் தெற்கில் உள்ள செம்மந்திமலைக் காடுகளை நோக்கிச் சென்றார்.

வீரப்பன் இருந்த இடத்தையும் போலீசாரால் கண்டுபிடிக்க முடியவில்லை. அவர் விட்டுச் சென்ற பொருள்களையும் எடுக்க முடியவில்லை. அங்கிருந்து வீரப்பன் குழுவினர் தப்பிச் சென்றதும் போலீசாருக்குத் தெரியவில்லை.

சேத்துக்குழி கோவிந்தனிடம் ஐம்பது லட்சமும், சந்திரகவுடாவிடம் எழுபத்து நான்கு லட்சமும், கிருஷ்ண மூர்த்தியிடம் முப்பது லட்சமும் இருந்தன. இதைத் தூக்கிக் கொண்டு போவதே கிருஷ்ணமூர்த்திக்கு பெரும் சுமையாக இருந்தது. அதனால், தன்னிடம் இருந்த முப்பது லட்சத்தில் 27 லட்சம் ரூபாயை வீரப்பனைத் தவிர மீதி ஒன்பது பேரிடமும் ஆளுக்கு மூன்று லட்சமாகப் பிரித்துக் கொடுத்தார்.

காவல்துறையில் பல பிரிவுகள் இருந்தாலும், ஒன்றுக்கு ஒன்று தொடர்பு இருக்காது. இன்டலிஜென்ஸ் விங் என்று சொல்லப்படும் உளவுப்பிரிவு போலீசார் மட்டுமே மற்ற எல்லாப் பிரிவு போலீசாரின் நடவடிக்கைகளையும் கண்காணித்து வருவர். ராஜ்குமார் கடத்தலுக்குமுன் இரண்டாண்டு காலமாக உளவுப்பிரிவு கண்காணிப்பாளராக இருந்தவர் தாமரைக்கண்ணன்.

நடிகர் ராஜ்குமார் கடத்தல், விடுதலையின்போது உளவுப்பிரிவு அதிகாரிகள் வீரப்பன், தமிழ்நாடு விடுதலைப் படை, தமிழ்நாடு மீட்புப்படை எனப் பல அமைப்புகளைப் பற்றியும் தீவிரமாக விசாரணை செய்து வந்தவர். அது பற்றிய நிறையச் செய்திகளைத் தன்வசம் வைத்திருந்தார்.

2001 ஜனவரியில், தாமரைக்கண்ணன் கோவை மாவட்டக் காவல்துறைக் கண்காணிப்பாளராக மாற்றலாகி வந்தார். அங்கிருந்தபடியே தனக்குக் கீழே வேலை செய்துகொண்டிருந்த கடலூர், தஞ்சை டெல்டா போர்ஸ் உளவுப்பிரிவு அதிகாரிகளுடன் அடிக்கடி பேசிக் கொண்டிருந்தார். அப்போது, இனியன், செழியன் என்ற இரண்டு தமிழ்நாடு விடுதலைப்படையினர் கைது செய்யப் பட்டதும், வீரப்பன் தன்னுடைய ஆள்களுடன் கோவையை அடுத்துள்ள வெள்ளியங்கிரி மலைப்பகுதிக்கு தப்பிச்சென்ற செய்தியும் அவருக்குத் தெரியவந்தது.

தன்னுடைய கட்டுப்பாட்டில் உள்ள கோவை புறநகர்ப் பகுதிக்கு வீரப்பன் வந்துள்ள செய்தியறிந்த தாமரைக்கண்ணன் உடனே மைக்கை எடுத்தார். கோவை மாவட்டத்தில் உள்ள காவல் நிலையங்களில் முன்பு எஸ்.டி.எப்-பில் வேலை பார்த்த காவலர், தலைமைக்காவலர், உதவி ஆய்வாளர், ஆய்வாளர் எல்லோரும் மறுநாள் இரவு எட்டு மணிக்கு மாவட்ட காவல்துறை அலுவலகத்தில் உள்ள கண்காணிப்பாளர் ஆய்வரங்கத்துக்கு வரவேண்டும் என்று உத்தரவிட்டார்.

மறுநாள் நடந்த அந்தக் கூட்டத்துக்கு வந்திருந்த பத்துப் பேரிடமும், அவர்கள் எஸ்.டி.எப்-பில் பணியாற்றியது, அதிலிருந்து எப்போது வெளியே வந்தனர், எதனால் வெளியே வந்தனர் என்ற விவரங்களைக் கேட்டுத் தெரிந்து கொண்டார்.

வீரப்பனைத் தேடிச் சென்றபோது பேருந்து விபத்தில் சிக்கி கால் ஒடிந்தவர், மாயாறு பாறையில் வழுக்கி விழுந்து கை ஒடிந்தவர், யானையைப் பார்த்து தப்பித்து ஓடி வரும்போது வழுக்கி விழுந்து மண்டை உடைந்தவர் எனப் பட்டியலில் இருந்த பலருக்கு வழிச்செலவுக்குப் பணத்தைக் கொடுத்துத் திருப்பி அனுப்பினார். முக்கியமான நான்கு பேரை மட்டும் இருக்கச் சொல்கிறார்.

பொள்ளாச்சி டவுன் உதவி ஆய்வாளராக இருந்த வின்சென்டை மட்டும் "நீ எதனால் எஸ்.டி.எப்-பில் இருந்து வெளியில் வந்தாய் என்பதை இன்னொரு முறை சொல்..." என்று கேட்டார்.

விறைப்பாக எழுந்து நின்று "சார்..." என்று சல்யூட் அடித்த

SI வின்செண்ட்

வின்செண்ட் "1997இல் எனக்கு முதல் போஸ்டிங் மசினகுடி ஸ்டேசன் சார். அங்கிருந்தப்பவே எஸ்.டி.எப்-பில் ஜாயின்ட் ஆப்ரேஷன் போயிருக்கிறேன். அடுத்து 1998இல் எஸ்.டி.எப்-பில் சேர்ந்தேன். ஐ.எஸ். விங்கில் அசோக்குமார் ஏ.டி.எஸ்.பிக்கு கீழே வேலை பார்த்தேன். ராஜ்குமார் கடத்தப்பட்டு தாளவாடிக் காட்டிலிருந்த போது, கெட்டவாடி பகுதியில் கேங் இருக்குதுன்னு தெரிஞ்சுது. நானும், எங்க டீம் ஹெட் கான்ஸ்டபில் சுப்பிரமணியும் காட்டுக்குள் போய், வீரப்பன் கேங்கை பார்த்துட்டு வந்தோம்.

அடுத்து ராமர்அணை பகுதியில் கேங் இருக்குதுன்னு தெரிஞ்சுது. அந்தப்பக்கம் நானும், சசிகுமார்னு ஒரு பி.சி.யும் எங்க சோர்ஸ் மூலமாப்போய் அந்த இடத்தையும் பார்த்தோம். கேங் அங்கேதான் இருந்துச்சு. ஆனால், கேங்மேல அட்டாக் பண்ண சீப் ஆபீசர்ஸ் அனுமதிக்கவில்லை.

அடுத்து, புதுப்பீர்க்கடவு பகுதிக்கு கேங் மூவாயிட்டுதுன்னு தெரிஞ்சுது. அங்கே போய் உள்ளூர் ட்ரைபல் ஆளுங்களை வச்சி, கேங் கண்ணிமார் ஓடையில் கேங் இருக்குதுன்னு கண்டுபுடிச்சேன். கடைசியா கேங் ராம்பயலூர் காட்டுக்கு போச்சு. அங்கேயும் என்னுடைய டீமோட போனேன். அரசுத் தூதுவர்கள் போன வழியை என்னோட டீம் பாலோ பண்ணிக்கிட்டு இருந்தாங்க. அந்தநேரத்தில், "வீரப்பனோடு அரசு தூதர்கள் நடத்திக் கொண்டிருக்கும் பேச்சுவார்த்தைக்கு உங்க டிபார்ட்மென்ட் ஆளுங்க தடையா இருக்காங்க..."ன்னு நக்கீரன் ஆசிரியர் கோபால், சி.எம்.கிட்டே புகார் செஞ்சுட்டார்.

அதனாலே, ஏ.டி.ஜி.பி.அலெக்சாண்டர் சார் எங்களையெல்லாம் எஸ்.டி.எப்பில் இருந்து டிரான்ஸ்பர் போட்டுட்டாருங்க சார். நான் இப்போது பொள்ளாச்சியில் L&O எஸ்.ஐ யாக இருக்கிறேன் சார்..." என்கிறார்.

கையைத் தட்டிக்கொண்டே எழுந்து வந்த தாமரைக்கண்ணன், வின்சென்டை கட்டிப்பிடித்து, முதுகில் தட்டிக் கொடுத்தார்.

*****

3
காட்டிக் கொடுத்த ஐயப்பன்

தமிழ்நாடு அதிரடிப்படை பயிற்சி நடுவம்

அந்தக் கூட்டத்தின் முடிவில் வின்சென்ட் உள்ளிட்ட நால்வரை மட்டும் தாமரைக்கண்ணன் தேர்வு செய்தார். அவர்களுக்குத் தனியாக வகுப்பெடுத்தார். "சத்தியமங்கலம் காட்டிலிருந்து வீரப்பன் கோயமுத்தூர் காட்டுப்பகுதிக்கு வந்துட்டான். இது உறுதியான, உண்மையான தகவல். வீரப்பனுக்கும் சரி, அவனைப் பிடிக்க இங்கே வரப்போகும் எஸ்.டி.எப். போர்ஸ்க்கும் இந்த மலைப் பகுதியைப் பற்றிய முழுமையான விவரங்கள் எதுவும் தெரியாது. அதை நாம யூஸ் பண்ணிக்கணும்.

அதனாலே, நீங்க நாலுபேரும் மலைப்பகுதியை ஒட்டி உள்ள இடங்களுக்கெல்லாம் போகணும். வீரப்பன் எந்தப்பக்கம் வருவான் என உங்களால் கணிக்கப்படும் இடங்களில் எல்லாம் ஒவ்வொரு இன்பார்மரை நீங்க தயார்

செய்யுங்க. நமக்கு விசுவாசமா இருப்பான்னு நீங்க நினைக்கும் ஆளுங்களுக்குத் தேவையான அளவுக்குப் பணத்தையும் குடுங்க. தொடர்ந்து அந்த ஆளை நீங்க தினமும் நேரில் சென்று சந்தித்து அந்தப்பகுதியில் உள்ள நிலவரத்தைத் தெரிந்து கொள்ளவேண்டும். எந்தக் காரணம் கொண்டும் ஒருமுறை போன வீட்டுக்கு நீங்க மறுமுறை போகக்கூடாது. அந்த ஆளை நீங்க தினமும் சந்திக்கணும். ஆனால், அவன் வீட்டில் சந்திப்பு இருக்கக்கூடாது. உங்களுடைய இன்பார்மர் கடைக்குப்போகும் வழியிலோ, மாடு, ஆடுகளை மேய்ச்சலுக்கு ஓட்டிக்கொண்டு போகும் வழியில்தான் சந்திக்கவேண்டும். நீங்க அந்த ஆளைச் சந்திக்கும் விவரம் அந்தப் பகுதியில் உள்ள மற்றவர்களுக்குத் தெரியக்கூடாது.

அந்த ஆள் உங்களின் நம்பிக்கைக்கு உரியவனான பின்னர், முதலில் உங்களுடைய செல்போன் நெம்பர், அதற்கடுத்து உள்ளூர் காவல் நிலைய எண், அந்தக் காவல் நிலைய உதவி ஆய்வாளர், ஆய்வாளரின் தொடர்பு எண்கள், கடைசியாக என்னுடைய செல்பேசி நெம்பரையும் எழுதிக் குடுத்துட்டு வாங்க. இந்த நம்பரை எல்லாம் குடுத்துட்டு வரும்போது நீங்க சந்தித்த ஆளின் பெயர், முழு முகவரியை வாங்கிக்கிட்டு வாங்க. தேவையானால் அந்த ஆளுக்கு நீங்களே ஒரு செல்போனும்கூட வாங்கிக் கொடுக்கலாம். நீங்க கொண்டுவந்து கொடுக்கும் விவரங்களை எல்லாம் சேர்த்து ஒரு பைல் போட்டுக் கவனிக்கப்போகிறேன். வீரப்பனைப் பிடிக்கவேண்டும் என்பது என்னுடைய வேலையில்லை. அது எஸ்.டி.எப். செய்யவேண்டிய வேலை.

ஆனாலும், இப்போ வீரப்பன் நம்ம எல்லைப் பகுதியில் தங்கியுள்ளான். இது நம்முடைய வேலையில்லையின்னு சொல்லிக்கிட்டு சும்மா இருக்கக்கூடாது. வீரப்பனைப் பற்றிய எந்தத் தகவலாக இருந்தாலும் நம்ம மூலமாகத்தான் எஸ்.டி.எப்.-க்குப் போகணும் அல்லது அவங்களுக்குத் தகவல் போகும் முன்பாகவே நமக்கும் அந்தத் தகவல் தெரிஞ்சிருக்கணும். நீங்க சந்திக்கும் ஒவ்வொரு சோர்சுக்கும் தனித்தனியா நிக்நேம் வச்சுக்கோங்க. உனக்கு அனிமல்ஸ் நேம்ஸ். உனக்கு பார்ட்ஸ் நேம். உனக்கு டிரீஸ் நேம். உனக்கு ஹிஸ்டாரிகல் நேம் வச்சுங்குங்க...." என்றார்.

தாமரைக்கண்ணன் ஐ.பி.எஸ்.

எஸ்.ஐ. வின்சென்ட் உள்ளிட்ட நால்வரும் அவர்களுடைய இன்பார்மர்களுக்கு எப்படிப் பெயர் வைக்கவேண்டும், எப்படிப் பழகவேண்டும், அவர்களை உள்ளூர்க் காவல் நிலையத்தையும் நேரடியாக இணைப்பில் வைத்திருக்க வேண்டும். ஆனால், காவல் நிலையத்தில் உள்ள எல்லாக் காவலர்களுக்கும் இந்த விவகாரம் தெரியக்கூடாது. அங்குள்ள நம்பிக்கையான ஓர் ஆளுக்கு மட்டுமே நீ செய்யும் வேலைகளைப் பற்றித் தெரிந்திருக்கவேண்டும் என்று வகுப்பெடுத்தார். இரண்டு மணி நேரக் கூட்டம் முடிந்தது. ஒவ்வொருவரிடமும் பத்தாயிரம் ரூபாய் பணத்தையும் கையில் கொடுத்தனுப்பினார். (அப்போது எஸ்.ஐ. ஒருவரின் மாதச் சம்பளமே ஆறாயிரம் ரூபாய்தான்)

கோவையின் தெற்கில் உள்ள செம்மந்திமலைப் பகுதியைக் கண்காணிக்கும் பொறுப்பை வின்சென்ட் எடுத்துக்கொண்டார். மதுக்கரை காவல்நிலைய உதவி ஆய்வாளர் வினோத்தும், வின்சென்ட்டும் ஒன்றாகப் பயிற்சி எடுத்தவர்கள். தவிர நெருங்கிய நண்பர்கள். அந்த அறிமுகத்தில் மதுக்கரைக்குப் போய் அங்கிருந்துகொண்டே செம்மந்திமலை அடிவாரத்தில் உள்ள காடுகளை ஒட்டியுள்ள சோளக்கரை, புதுப்பதி, நடுப்பதி, சின்னாம்பதி போன்ற ஊர்களுக்கும், காட்டை ஒட்டி அமைந்துள்ள வீடுகளுக்கும் சென்றார். அங்கிருந்த ஆள்களைச் சந்தித்து அவர்களை உளவாளிகளாக மாற்ற முயற்சிகள் மேற்கொண்டார்.

இந்த இடத்தில் வின்சென்ட்டுக்கு உள்ள கூடுதல் தகுதி என்னவென்றால் இவர் மூணாறு பகுதியைப் பூர்வீகமாகக் கொண்டவர். தடையில்லாமல் மலையாளம் 'சம்சாரிக்க'க் கூடியவர். செம்மந்தி மலை அடிவாரத்திலிருந்த பல ஊர்களைச் சுற்றியிருந்த பழங்குடி மக்களைச் சந்தித்துள்ளார்.

அவர்களின் தாய்மொழியும் மலையாளம். அந்த மக்களிடம் மலையாளத்தில் பேசினார். அப்போது, புதுப்பதி என்ற ஊருக்குத் தெற்கில் காட்டை ஒட்டிய வீட்டில் வசித்துவந்த ஐயப்பன் என்பவரையும் வின்செண்ட் சந்தித்தார்.

இந்த ஐயப்பனுக்கு தமிழ்நாட்டின் புதுப்பதியிலும், அந்த ஊரை ஒட்டி அமைத்துள்ள கேரளா மாநிலத்திலும் சொந்த விவசாய நிலம் இருந்தது. தினமும் காட்டு வழியாக கேரளாவுக்கு நடந்து போய்விட்டு வருபவர். அதனால், ஐயப்பனை குறிவைத்து வளைத்தார் வின்செண்ட். தமிழ்நாட்டில் குடியிருந்தாலும், ஐயப்பன் பிறப்பால் ஒரு மலையாளியே. வின்செண்ட் சரளமாகப் பேசிய மலையாளத்தில் ஐயப்பன் மயங்கி விட்டார். மயங்கிய ஐயப்பனுக்கு ஒரு *180ml* கட்டிங் வாங்கிக் கொடுத்தார் வின்செண்ட். போலீஸ்காரன் கையில் சரக்கு வாங்கிக்குடிப்பது என்பது குடிகாரனுக்குப் பெருமைக்குரிய சமாச்சாரம். இந்த அடிப்படையில் ஐயப்பன் அடிமையாகிறார். வின்செண்ட் சொல்வதையெல்லாம் செய்யத் தயாரானார்.

"வீரப்பன் இங்கே வருவான், உங்கிட்டே உதவி கேட்பான். நீ அதெல்லாம் செய்யமாட்டேன்னு சொல்லக்கூடாது. அவன் என்ன கேட்கிறானோ அதை வாங்கிக்குடு. அதற்கு முன்பாக எனக்குத் தகவல் சொல்லணும். மற்றதை நான் பார்த்துக்கொள்கிறேன்" என்று ஐயப்பனிடம் வின்செண்ட் சொன்னார். அடுத்தடுத்த நாள்களில் இருவரும் மீண்டும் சந்தித்துக்கொண்டனர். எஸ்.பி.தாமரைக்கண்ணன் சொன்னது போலவே எஸ்.பி. உள்ளிட்ட அதிகாரிகள் ஆறு பேரின் தொடர்பு எண்களையும் ஐயப்பனிடம் எழுதிக் கொடுத்தார். ஐயப்பனுக்கு வின்செண்ட் வைத்த குறியீட்டுப் பெயர் "கரடி".

இந்த நேரத்தில், கோவையின் வடக்குப் பக்கம் இருந்து அதிரடிப்படையின் பல படைக்குழுக்கள் காட்டுக்குள் இறங்கின. வானத்தில் ஹெலிகாப்டர்கள் வட்டமிட்டுச் சென்றன. காட்டுக்குள் உட்காரக்கூட நேரமில்லாமல் ஓடிக்கொண்டிருந்த வீரப்பனுக்கும், தமிழ்நாடு விடுதலைப் படையினருக்கும் பலமான கருத்து வேறுபாடுகள் தோன்றின. பணமில்லாத நேரத்தில் ஒத்த கருத்துடன் இருந்த

தோழர்களுக்குள் பணம் வந்ததும் முரண்பாடுகள் தோன்றின. குறிப்பாக, "சிறையில் இருக்கும் நம்முடைய இயக்கத் தோழர்களை வெளியே கொண்டு வரவேண்டும் அவர்கள்தான் நம்மோடு காட்டில் நின்று போராடுவர்" என்று மாறன் தலைமையிலானவர்கள் வீரப்பனிடம் கூறியுள்ளனர்.

"உங்க ஆளுங்க எத்தனை பேரைப் பார்த்துட்டேன், எல்லோரும் நாலுநாள்கள்கூட இந்தக் காட்டில் இருக்க மாட்டாங்க. போலீசைப் பார்த்தாலே துப்பாக்கியைப் போட்டுட்டு ஓடிப்போயிருவாங்க. கையில் காசு இருந்தாப் போதும் எத்தனை பேர் புதிய ஆளுங்களை வேணுமின்னாலும் சேர்க்க முடியும்" என்ற தோரணையில் வீரப்பன் பேசியுள்ளார்.

அப்போது விடுதலைப்புலிகளிடம் பயிற்சி பெற்றவரும், ஆறு ஆண்டுகள் தமிழீழக் காடுகளில் இலங்கை இராணுவத்தை எதிர்த்துப் புலிகளுடன் நின்று போர் புரிந்தவருமான மதி என்கிற கிருஷ்ணமூர்த்தியும் அங்கே இருந்துள்ளார். "போலீஸ் நம் பக்கம் வந்தால் அவர்களை அடித்து பத்து A.K-47 துப்பாக்கியையாவது எடுத்தே ஆகவேண்டும். பணம் கொடுத்து துப்பாக்கி வாங்குவது போராளிக்கு அழகில்லை" என்ற நோக்கத்திலேயே எல்லோரிடமும் பேசிக்கொண்டு இருந்துள்ளார்.

கிருஷ்ணமூர்த்தி கையில் வைத்திருந்த ஒரு வாக்கி டாக்கி மூலம் சிறப்பு அதிரடிப்படையின் உரையாடல்களை ஒட்டுக்கேட்டு, குறிப்பெடுத்து யார் யார் எந்தெந்தப் பகுதிகளில் முன்னேறி வருகின்றனர் என்ற விவரங்களை எல்லாம் வீரப்பனுக்குக் கூறினார். கூடவே இந்த மாதிரி இக்கட்டான நேரத்தில் இலங்கை ராணுவம் எப்படியெல்லாம் சுற்றிவந்து தங்களை அடித்தது. ராக்கெட் லேஞ்சர் எப்படி வெடிக்கும்? ஹேண்ட் கிரெனெட் எப்படி வெடித்துச் சிதறும், எனக்குப் பக்கத்தில் இருந்து புலிப் போராளிகள் எப்படி இறந்தனர் என்ற கதைகளைச் சொல்லியே தோழர்களுக்கு வயிற்றில் புளியைக் கரைத்துள்ளார்.

போலீஸ் தேடிக்கொண்டு வருவதைக்கண்டு தோழர்கள் பயந்ததைவிடவும், மதி சொன்ன கதையைக் கேட்டே அதிகமாகப் பயந்துள்ளனர். இந்தக் காட்டில் இருந்து சாகக் கூடாது. எப்படியாவது இங்கிருந்து தப்பிப் போய்விட

வேண்டும் என்ற முடிவுக்குத் தமிழ்நாடு விடுதலைப் படையினர் வருகிறனர்.

"இந்தக்காட்டில் இருந்து, சத்தியமங்கலம் காட்டுக்குப் போவோம்" என்று ஓர் அணி சொன்னது. "இல்லை. சத்தியமங்கலம் காடே வேண்டாம். மீண்டும் முந்திரிக்காட்டுக்கே போகலாம்" என்று இன்னோர் அணி சொன்னது. இதுவரை ஒரே அணியாக இருந்த இவர்களுக்குள் இரு வேறுவிதமான கருத்துகள் வலுப்பெற்றன. இது அவர்களுக்குள் மேலும் விரிசலை ஏற்படுத்தியது.

கோவையின் வடபகுதியில் வீரப்பன் நடமாட்டம் இருப்பதை உறுதியாகத் தெரிந்துகொண்ட பிறகு, வெள்ளியங்கிரி மலைப்பகுதியில் ஏராளமான எண்ணிக்கையில் அதிரடிப்படையினர் குவிக்கப்பட்டனர். காருண்யா பல்கலைக் கழகம், இருட்டுப்பள்ளம், மருதமலை, வெள்ளியங்கிரி மலை எனப் பல இடங்களில் இருந்து தெற்கு நோக்கி முன்னேறிச் சென்றனர். கோவையின் மேற்கில் இருந்து சந்தியமங்கலம் பகுதியில் இருப்பதுபோல மரங்கள் அடர்ந்த பெரியகாடுகள் இல்லை. இது வீரப்பனுக்குப் பலவீனம். ஆனால், அதிரடிப்படைக்கு இதுதான் மிகப்பெரிய பலம். இந்தக் காட்டை விட்டு வீரப்பனை வெளியேற விடக்கூடாது என அதிரடிப்படையினர் முடிவு செய்தனர். கூடுதல் போலீசாரைக் கொண்டுவந்து இறக்கிக்கொண்டே இருந்தனர்.

இந்தநேரத்தில், வீரப்பன் தங்கியிருந்த இடத்திலிருந்த உணவுப் பொருள்கள் எல்லாம் தீர்ந்து விட்டன. கையிலிருந்த பணம், ஆயுதங்களுடன் கோவையின் தென் பகுதிக்குச் சென்றனர். அங்கிருந்து மேற்கில் சென்று, கேரளா வழியாகப் பில்லூர்க் காடுகளுக்குச் செல்லவும் முடிவு செய்தனர். இந்தப் பகுதிக்கு வீரப்பன் முன்பு வந்ததில்லை. அதனால், அவருக்கு சரியான இடத்துக்குப் போக வழி தெரியவில்லை. சாப்பாட்டுக்கு வழியில்லாத நிலையில், கேரளா எல்லையில் உள்ள மலபார் சிமெண்டு ஆலைக்கு கிழக்கில் உள்ள மலைப் பகுதிக்குச் சென்றனர்.

இரவு ஒன்பது மணிக்கு புதுப்பதி என்ற ஊருக்குப் பக்கத்திலிருந்த ஒரு காட்டுப் பாதையின் அருகே வீரப்பன்

உள்ளிட்ட பத்துப் பேரும் பதுங்கியிருந்தனர். கேரளா மாநில நிலப்பகுதியில் இருந்து யாரோ ஒருவர் மலையாளத்தில் பேசிக்கொண்டு வந்தார். அவருடன் இன்னொருவர் தமிழில் பதில் சொல்லிக்கொண்டு வந்தார். அந்த இருவரும் பக்கத்தில் வரவர மூன்றாவதாக ஒரு பெண்ணின் பேச்சுச் சத்தமும் கேட்டது. எப்படியோ இந்தப் பக்கத்தில் வீடுகள் இருக்கிறன என்ற நம்பிக்கை வந்தது.

வீரப்பன் ஆள்கள் பதுங்கியிருந்த இடத்தை ஓர் ஆள் மட்டுமே கடந்து சென்றார். மலையாளத்தில் கேள்வி கேட்பது. தமிழில் பதில் சொல்வது. பெண் ஒருவர் சிரிப்பது போல சிரித்தது எல்லாம் அந்த ஒருவரேதான்.

வீரப்பன் வாழ்நாளில் இதுவரை இதுபோல ஒரு மனிதரைப் பார்த்ததில்லை. இவனை நாம் சந்திக்கக்கூடாது; "இவன் கையில் பொருள் வாங்கித் தின்றால் நம் எல்லோருக்குமே தேவையில்லாத சிக்கலைக் கொடுக்கும்" என வீரப்பன் சொன்னார்.

"பசியைத் தீர்க்க வேறு வழியில்லை. "இன்னைக்குத் தேவைக்கு மட்டும் இவனைப் பயன்படுத்தலாம்" என்றனர் தோழர்கள். விருப்பம் இல்லாமலே அந்த ஆள் போன பத்து நிமிடத்துக்குப் பின்னர் வீரப்பனும் அந்த வழியிலேயே நடந்தார்.

வீரப்பன் நினைத்ததே நடந்தது. மூன்றுபேர் போவது போன்ற போலித் தோற்றத்தில் நடந்து கொண்டிருந்தவர் வின்சென்ட் உருவாக்கி வைத்திருந்த போலீஸ் உளவாளி ஐயப்பனே!

***

4
கரடி வந்திருக்கு

சூலூர் விமானப் படைத் தளத்திலிருந்து புறப்படும் அதிரடிப்படை

"நானும் எத்தனையோ ஆளுங்களைப் பார்த்திருக்கேன். ஆனால், இவனை மாதிரி ஒருத்தனைப் பார்த்ததில்லை. கேரளாக்கார ஆளுங்களே கொஞ்சம் ஆபத்தானவங்க... அதிலும், இவன் ரொம்பவும் ஆபத்தானவன். இவன்கிட்டே நாம சவகாசம் வச்சுக்கக் கூடாது" என்றார் வீரப்பன்.

வீரப்பன் சொன்னதை யாரும் ஏற்றுக் கொள்ளும் நிலையிலில்லை, எல்லோரையும் பசி வாட்டியது. அந்த நபர் போன வழியாகவே கிழக்குப் பக்கம் நடந்தனர். பாதையின் இடது பக்கத்தில் ஒரு நாய் குரைத்தது. சத்தம் வந்த பக்கம் சேத்துக்குழி கோவிந்தன் போனார். வயலுக்குள் ஓர் ஓலை வீடும், சுற்றிலும் நான்கைந்து வாழை மரங்களும் இருந்தன.

கோவிந்தனைப் பார்த்து நாய் குரைத்துக்கொண்டு வந்தது. அதை அதட்டிக்கொண்டே வீட்டுக்குள் இருந்து ஒரு பெண் வெளியே வந்தார். வயதான அந்த வீட்டுப் பெண் மலையாளத்தில் பேசினார். கோவிந்தன் தமிழில் பேசியதைப்

புரிந்து கொண்டார். நடந்து, களைத்துப் போயிருந்த கோவிந்தனின் நிலைமையையும் தெரிந்து கொண்டார். வீட்டுக்குள் போனவர், குடிப்பதற்குத் தண்ணீர் எடுத்து வந்து கொடுத்தார்.

சிறிது நேரத்துக்குப்பின் வீரப்பன் உள்ளிட்ட எல்லோரும் அந்த வீட்டுக்குச் சென்றனர். "தேக்குமரம் வெட்ட வந்தோம்" என்று வீரப்பன் குழுவினர் தங்களை அறிமுகம் செய்து கொண்டனர். சுற்றிலுமிருந்த வயலில் பறிக்கப்பட்டிருந்த நிலக்கடலைக் காய்கள் அந்த வீட்டின் வாசலில் கொட்டப்பட்டிருந்தன. எல்லோரும் பச்சைக் காய்களை அள்ளித் தின்றனர். வாசலில் உட்கார்ந்து கடலைக் காய்களைத் தின்ற எல்லோருக்கும் அந்தப் பாட்டி தண்ணீர் கொண்டு வந்து கொடுத்தார். பிறகு, எல்லோருக்கும் கருப்பு டீ தயாரிக்கப் போவதாகச் சொன்னார். கடலைக் காய்களைத் தின்றுகொண்டே தேநீருக்காகக் காத்திருந்தனர்.

முதலில் நாய் குரைத்த சத்தம் கேட்டு பக்கத்து காட்டில் இருந்து ஓர் உருவம் கையில் டார்ச் லைட்டுடன் வந்தது. அந்த உருவத்தை பார்த்து நாய் "லொள்..." என்று சத்தம் எழுப்பியது. அந்த உருவம் வந்த பக்கம் ஓடியது. பின்னர், வாலை ஆட்டிக் கொண்டு, நட்புக் காட்டிக் குலைந்தது.

"யாரு... ஐயப்பனா...?" என்றார் அந்த பாட்டி. "ஆ.. ஆ..." என்று சொல்லிக் கொண்டே அந்த நபர் வந்தார். டார்ச் லைட்டுடன் அந்த வீட்டுப்பக்கம் வந்தவர் எல்லோர் முகத்திலும் வெளிச்சத்தைப் பாய்ச்சினார். மீசையுடன் இருந்த வீரப்பனை அடையாளம் கண்டுகொண்டார். மலையாளம் கலந்த தமிழில் "வணக்கம் வீரப்பண்ணா..." என்றார்.

அந்த அமாவாசை இரவிலும் தன்னை முன் பின் தெரியாத ஒருவர் அடையாளம் கண்டு கொண்டதில் வீரப்பனுக்கு அளவில்லாத மகிழ்ச்சி. அது அவருடைய முகத்தில் புன்னகையாக மிளிர்ந்தது.

வீரப்பனுக்குக் கை கொடுத்தார். வீரப்பனை நேரில் கண்ட மகிழ்ச்சியில் அவரைக் கட்டிப்பிடித்தார். நெஞ்சுக்குப் பக்கம் ஐயப்பன் வாய் வரும்போதே அவர் முதல் நாள் குடித்திருந்த சாராய வாடை வீரப்பன் மூக்கில் ஏறியது.

தன் மீசையைத் தடவிக்கொண்டே, "உன் பேரென்னப்பா...?" என்றார் வீரப்பன். வந்தவரிடமிருந்து, "ஐயப்பன்..." என்று பதில் வந்தது.

தனது வலது கை பெருவிரலை மடக்கி வாயில் வைத்துக் காட்டி, "தண்ணி போடுவியா...?" என்றார் வீரப்பன்.

தலையைக் குனிந்தபடியே, "அப்பப்போ போடுவேன் அண்ணா..." என்றார் ஐயப்பன்.

"பணம் குடுக்கிறேன். ரெண்டு கோ(குவா)ட்டர் கூட வாங்கிக்கோ. ஆனா, பாட்டிலை வாங்கிட்டு வந்து இங்கே வச்சுத்தான் குடிக்கணும். கடையில் குடிக்கக்கூடாது" என்றார்.

"சரியண்ணா..." என்ற ஐயப்பனிடம் 5000 ரூபாய் பணத்தைக் கொடுத்த வீரப்பன், "எங்களுக்குக் கொஞ்சம் பத்தியம் தேவைப்படுது" என்றார். ஐயப்பனுக்குப் புரியவில்லை. தோழர் ஒருவர், "மளிகைச் சாமானம் தேவைப்படுது" என்றார்.

"சரியண்ணா, சரியண்ணா..." என்றார் ஐயப்பன். அவசியத் தேவையாக பன், பிஸ்கெட், டீத்தூள், சர்க்கரை, கொஞ்சம் ரவை, அரிசி, பருப்பு போன்ற பொருள்களின் பெயர்களை எழுதி, "இதையெல்லாம் கடைக்குப் போயி வாங்கிட்டுவர எவ்வளவு நேரமாகும்?" என்றனர்.

"ரெண்டு மணி நேரமாகும் அண்ணா..." என்ற ஐயப்பன் பணத்தை வாங்கிக்கொண்டு போனார். பிச்சனூரில் இருந்த மளிகைக்கடையில் வீரப்பன் கொடுத்த சீட்டைக் கொடுத்தார். அந்தப் பொருளையெல்லாம் கட்டி எடுத்து வைக்கச் சொன்னார். அடுத்து மதுக்கரை பிராந்திக் கடைக்குப் போனவர் ஒரு குவாட்டர் கட்டிங் வாங்கி அடித்தார். அடுத்து, மதுக்கரை காவல் நிலையத்துக்குச் சென்றார். வின்சென்ட் எழுதிக் கொடுத்திருந்த பேப்பரை எடுத்து அங்கிருந்த உதவி ஆய்வாளர் வினோத்திடம் கொடுக்கிறார்.

வினோத் முதலில் வின்சென்டின் செல்போன் எண்ணுக்குத் தொடர்பு கொண்டார். அவர் தொடர்பு எல்லைக்கு வெளியில் இருந்தார். அடுத்து கோவை மாவட்டக் காவல் துறைக் கண்காணிப்பாளர் தாமரைக்கண்ணனுக்கு லைன் போட்டுக் கொடுத்தார்.

“சொல்லப்பா, என்ன விசயம்...?” என்கிறார் எஸ்.பி. தாமரைக்கண்ணன். “சார் என் வீட்டுக்கு கரடி வந்திருக்குங்க...” என்கிறார் ஐயப்பன்.

“கரடி என்ன கேட்டுது...?” என்கிறார் தாமரைக்கண்ணன்.

“அரிசி, பருப்பு, மளிகை பொருளெல்லாம் கேட்டாங்க...” என்கிறார் ஐயப்பன்.

“அதெல்லாம் நீ வாங்கிட்டுப் போகவேண்டாம். கொஞ்சம் பிஸ்கட், ரொட்டி, சர்க்கரை, டீத்தூள் மட்டும் வாங்கிட்டுப்போய் குடுத்திரு. போகும்போது சைக்கிள் பஞ்சராயிட்டுதுங்க. அதனாலே, இன்னைக்கு மளிகைக் கடைக்குப் போகமுடியலே. நாளைக்குப் போயி இந்தப் பொருளெல்லாம் வாங்கிட்டு வந்திருவேன்...”னு சொல்லு. கேங் உங்க வீட்டுக்குப் பக்கத்தில் ஏதாவது ஒரு இடத்தில் போய் தங்கச்சொல்லு... நாளைக்கு காலையில் வின்செண்ட் வந்து உன்னைச் சந்திப்பான்” என்கிறார்.

இருட்டுப்பள்ளம் பகுதிக்கு உளவு பார்க்கச் சென்றிருந்த வின்செண்ட்டை வாக்கியில் தொடர்பு கொண்டு ஐயப்பனைப் பற்றி விசாரித்தார். கரடி வந்துள்ள செய்தியைச் சொன்னார். உடனடியாக வின்செண்ட்டை தலைமைக்குத் திரும்பச் சொல்லி உத்தரவிட்டார். அடுத்த சில நிமிடங்களில் புதுப்பதிக்கு வீரப்பன் வந்துள்ளான் என்ற செய்தி அதிரடிப் படையின் தலைவராக இருந்த ஐ.ஜி.பாலச்சந்தருக்குப் போனது.

மருதமலையில் தங்கியிருந்த அதிரடிப்படை கண்காணிப்பாளர் சம்பத்குமார் தலைமையிலான படைப் பிரிவு அங்கிருந்து கிளம்பியது. ஐயப்பன் வீடு, போகும் வழி, சந்திக்கும் முறைகளைப் பற்றி வின்செண்டிடம் விசாரித்தார் சம்பத்குமார். கோவையைச் சுற்றிக்கொண்டு பாலக்காடு செல்லும் தேசிய நெடுஞ்சாலையில் சென்று பிச்சனூர் பக்கம் வடக்கே திரும்பியது. அதிகாலை ஐந்து மணிக்கே ஐயப்பன் வீட்டுக்குப் போனது சம்பத்குமார் டீம்.

“கரடி எங்கே...?” என்று கேட்ட சம்பத்குமாரிடம், “நான் மதுக்கரை போலீஸ் ஸ்டேஷனுக்கு போயிட்டு,

பிஸ்கட், சர்க்கரை டீத்தூள் மட்டும் வாங்கிக்கிட்டு வந்து குடுத்திட்டேன். என்மேலே அவங்களுக்குச் சந்தேகம் வரலே சார்'. 'நாளைக்கு இன்னும் கொஞ்சம் பொருள் வேணும். நீ சாயங்காலமா இந்த மலைக்கு மேல வா..."ன்னு சொல்லிட்டுப் போயிருக்காங்க சார்..." என்று ஐயப்பன் வீட்டுக்கு வடக்கிலிருந்த கருப்பராயன் கோயில் மலையைக் கை நீட்டிக் காட்டினார். ஐயப்பன் அடையாளம் சொன்ன இடத்தை நோக்கி சம்பத்குமார் தலைமையிலான போலீசார் பதுங்கி, பதுங்கி முன்னேறினர்.

ஆனால் ஐயப்பன் வீட்டிலிருந்து, தான் தங்கப் போவதாகச் சொன்ன மலைக்கு வீரப்பன் போகவில்லை. ஐயப்பன் வீட்டின் தென்பக்கம் இருந்த, கான்கிரீட் சுவர் கொண்ட ஓர் ஓடையில் இரவு எல்லோரும் படுத்துத் தூங்கினர். காலை ஏழு மணிக்கு எழுந்து பார்த்தபோது, எதிர்ப்பக்கம் மலை மேலே சம்பத்குமார் தலைமையிலான போலீசார் ஏறிக் கொண்டிருந்தனர்.

வீரப்பன் நினைத்தபடியே ஐயப்பன் ஆள்காட்டி என்பது உறுதியானது. இனி, வடக்குப் பக்கம் போகக்கூடாது, மேற்குப் பக்கம் போய் கேரள மாநிலக் காடுகள் வழியாக அட்டப்பாடிக்கும், ஆனைகட்டிக்கும் இடையில் புகுந்து பில்லூர்க் காட்டுக்குப் போவதுதான் நல்லது என வீரப்பன் முடிவெடுத்தார். இதற்கான வழிகளைப் பற்றி கோவிந்தனிடம் சொன்னார். தென்மேற்குத் திசையில் இருந்த மலைமேல் ஏறினர். போகும் வழியில் இருந்த ஒரு பாழியில் தண்ணீர் எடுத்துக்கொண்டு மலை மெதுவுக்குச் (மலை உச்சியில் உள்ள சமதளம்) சென்றனர்.

வீரப்பன் தங்கியிருப்பதாக ஐயப்பனிடம் சொன்ன மலைப்பகுதியை சம்பத்குமார் தலைமையில் சென்ற அதிரடிப்படையினர் சல்லடை போட்டுத் தேடியும் அங்கே வீரப்பன் குழுவினர் வந்து தங்கியதற்கான அடையாளமே இல்லை. அதற்கு அடுத்திருந்த மலைகளுக்கும் சென்று தேடுதல் வேட்டை மேற்கொண்டனர்.

செம்மந்திமலையில் வீரப்பன் குழு தங்கியிருப்பதாகக் கிடைத்த உறுதியான தகவலின் பேரில், அன்று காலை

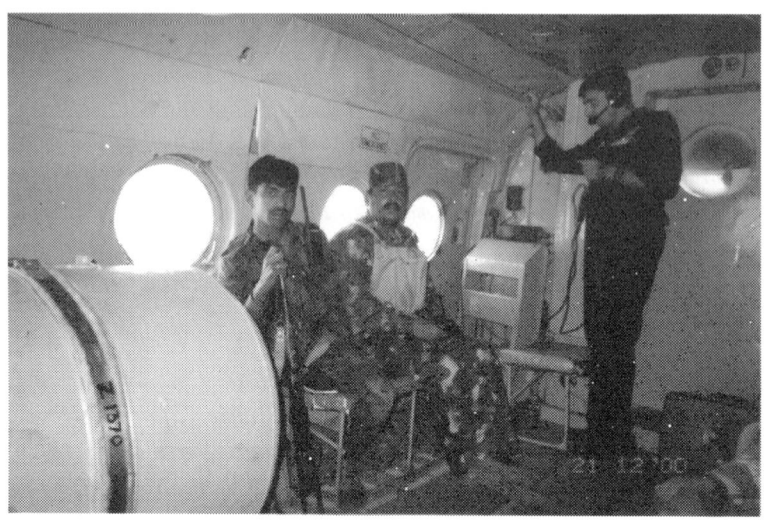

ஹெலிகாப்டரில் தேடுதல் வேட்டை

முதலே தமிழ்நாடு அதிரடிப்படை ஐ.ஜி.பாலச்சந்தர், டி.ஐ.ஜி.சைலேந்திரபாபு, இந்திய எல்லைக் காவல்படை ஐ.ஜி. கே.விஜயகுமார் தலைமையில் இரண்டாயிரத்துக்கும் அதிகமான வீரர்கள் கோவையின் மேற்கிலுள்ள செம்மந்திமலைக் காடுகளைச் சுற்றி வளைத்தனர்.

காலை ஒன்பது மணியளவில் தமிழ்நாடு-கேரளா எல்லையிலுள்ள மலபார் சிமெண்டு ஆலைக்கு வடக்குப் பக்கம் ஒரு ஹெலிகாப்டர் தேடுதல் வேட்டையில் ஈடுபட்டது. அதிலிருந்த பி.எஸ்.எப். வீரர்களின் கண்ணில் ஒரு நீலநிற பிளாஸ்டிக் கூடாரம் தெரிந்தது. இந்தக் கூடாரம் காட்டுக்குள் அமைந்துள்ள இடத்தைப் பற்றிய செய்தியை கீழே இருந்த அதிரடிப்படையினரிடம் கூறினர்.

கேரளா எல்லையில் கஞ்சா வியாபாரம் செய்துவரும் சிலர் காட்டுக்குள் கூடாரம் அமைத்துத் தங்கியுள்ளனர். இந்த விவகாரத்தை உள்ளூர் போலீசாரிடம் கேட்டுத் தெரிந்து கொள்ளாத அதிரடிப்படை போலீசார் அந்தக் கூடாரம் இருந்த பகுதியை நோக்கி, நான்கைந்து பிரிவுகளாக முன்னேறிச் சென்றனர்.

காலை ஒன்பதரை மணிக்கு தமிழ்நாடு அதிரடிப்படை

ஏ.டி.எஸ்.பி.அசோக்குமார் தலைமையில் உளவுப்பிரிவு போலீசாருடன் ஒரு வேன் ஐயப்பன் வீட்டுக்குச் சென்றது. அதில், டி.எஸ்.பி.இராமலிங்கம் எஸ்.ஐ. வின்சன்ட், காவலர்கள் சுப்பிரமணியம், ஐயப்பன், ராசப்பன் உள்ளிட்ட 11 பேர் இருந்தனர். அனைவருமே சீருடையில்லாமல் இருந்தனர்.போகும் வழியில் கர்நாடக அதிரடிப்படையின் வேன் ஒன்று நின்று கொண்டிருந்தது. அந்த வேன் ஓட்டுநரிடம் காவலர் சுப்பிரமணியம், "எங்கிருந்து வந்தீங்க...?" என்று தமிழில் கேட்டார்.

அந்த வண்டியின் ஓட்டுநருக்குத் தமிழ் பேசத் தெரியவில்லை, தனது வண்டியில் வந்தவர்கள் மலை மீது ஆபரேசனுக்குச் சென்றுள்ளனர் என்று பாதி கன்னடத்திலும், மீதியைச் சைகையிலும் சொன்னார். முதலில் போன வின்சென்ட் வீட்டிலிருந்த ஐயப்பனைப் பார்த்துப் பேசினார். முதல் நாள் இரவு வீரப்பன் ஆள்கள் பத்துப் பேர் பக்கத்துக் காட்டுக்கு வந்ததாகவும், முதலில் குடிப்பதற்கு டீ வேண்டும் என்று கேட்டனர், பிறகு 5,000 பணத்தைக் குடுத்து அரிசி பருப்பு, சர்க்கரை எல்லாம் வாங்கிக்குடுக்கச் சொன்னாங்க. சைக்கிள் பஞ்சராயிட்டுது, அதனாலே மளிகை சாமானமெல்லாம் வாங்கமுடியலேன்னு சொல்லி, சர்க்கரை, டீத்தூள், ரொட்டி எல்லாம் வாங்கிட்டுவந்து குடுத்திட்டேன் சார்..." என்று சொன்னார்.

"நான் ஐயப்பங்கிட்டே பேசிக்கிட்டு இருக்கிறேன். நீங்க கொஞ்ச தூரம் மேலே போயிட்டு, எதாவது துப்புக் கிடைக்குமான்னு பார்த்துட்டு வாங்க..." என்று மற்றவர்களைத் தென்பக்கம் இருந்த மலைக்கு அனுப்புகிறார் ஏ.டி.எஸ்.பி.அசோக்குமார். அவருக்குப் பாதுகாப்பாக இரண்டு காவலர்களை அங்கேயே நிறுத்திவிட்டு, மீதி எட்டுபேரும் ஐயப்பனின் வீட்டுக்குத் தென்பக்கம் இருந்த கரட்டின் மீது ஏறினர்.

டி.எஸ்.பி. இராமலிங்கம் கையில் ஒரு கிரேனெட் குண்டும் (GRENADE) ஒரு 9mm பிஸ்டலும், எஸ்.ஐ.வின்சென்ட் கையில் ஒரு ஏ.கே-47 துப்பாக்கியும், சுப்பிரமணி, ராசப்பன் இருவரிடமும் ஆளுக்கு ஒரு கிரேனெட் குண்டுகள் மட்டுமே இருந்தன.

சுப்ரமணியம்

வின்செண்டிடம் இருந்த ஏ.கே-47 துப்பாக்கி மற்றவர்களின் பார்வைக்குத் தெரியாமல் இருக்கவேண்டும் என்பதற்காக தன்னுடைய முதுகின் பின்பக்கம் மாட்டினார். அதன்மேலே T சர்ட்டைப் போட்டார். துப்பாக்கி தூக்கிக் கொண்டிருப்பது தெரியாமலிருக்க ரப்பர் தோட்டத்தில் வேலை செய்து கொண்டிருந்த வேலையாள் ஒருவர் பயன்படுத்திய பழைய பெட்சீட்டை வாங்கி அதை முதுகின் மேல் போட்டுக் கொண்டு மலையேறினர்.

வின்செண்ட் முதுகில் மாட்டிய துப்பாக்கியை அவர் கையில் வைத்திருந்தால்...? வீரப்பன் கதை அன்றே முடிந்திருக்கும்.

***

5

நேருக்கு நேர்

ஹெலிகாப்டரில் தேடுதல் வேட்டை

ஏ.டி.எஸ்.பி.அசோக்குமார் அணியினர் காட்டுக்குள் போகும்போது முதல் ஆளாக சுப்பிரமணியம் அல்லது ஐயப்பன் இருவரில் ஒருவரே போவர். அன்றைய வரிசைப்படி முதல் ஆளாகப் போனவர் சுப்பிரமணியம். கடைசியாகப் போனவர் ஐயப்பன். வெறும் வயிற்றோடு மலை ஏறிக் கொண்டிருந்த காரணத்தால் ஆயிரம் அடி உயரம் கொண்ட அந்த மலை உச்சிக்குப் போகும்போது எல்லோருமே பசியால் களைத்து விட்டனர்.

ஒவ்வொருவருக்கும் இடையே இருபது அடி இடைவெளி இருந்தது. கிழிந்து போன லுங்கி, சட்டையுடன் முதல் ஆளாக மேலே போன சுப்பிரமணி மலை உச்சியை அடைந்து விட்டார். அந்த இடத்திலிருந்து பார்க்கும்போது இண்டஞ்செடி புதர்கள் குத்துக் குத்தாக இருந்த ஒரு

பரந்தவெளி தெரிந்தது. வடக்கிலிருந்து தெற்காக ஒரு பார்வை பார்த்துக்கொண்டு போனார். ஐநூறு அடி தொலைவில் ஒரு தனித்திருந்த ஒரு பலாமரமும் தெரிகிறது.

கிழக்கிலிருந்து வீசிய சூரிய ஒளியில் கரும்பச்சை நிறத்திலிருந்த பலா இலைகள் தகதகப்பாக மின்னின. அந்த மரத்தடியில் அதிரடிப்படையினரின் சீருடையில் சிலர் நின்று கொண்டிருந்தனர். கீழே நின்று கொண்டிருந்த வேனில் வந்த கர்நாடக அதிரடிப்படையினரே அங்கே இருக்கின்றனர் என சுப்பிரமணியம் முதலில் நினைத்தார்.

ஆனாலும், அங்கிருந்த ஆள்களை உன்னிப்பாகக் கவனித்தார், அதில் ஒருவர் நடந்து கொண்டிருந்தார். அவருடைய காலில் ஷூ இல்லாமல் செருப்பு இருப்பது தெரிகிறது. இது போலீஸ் இல்லை என்பது உறுதியானது. நின்றவர்களில் ஒவ்வொரு முகமாகப் பார்க்கும்போது சந்திரகவுடரின் முகம் நன்றாகத் தெரிந்தது. இவை எல்லாமே ஒரு நிமிட நேரத்தில் நடந்தவை.

அதே நேரம், வீரப்பன் குழுவிலிருந்த கிருஷ்ணமூர்த்தி எதிரில் நின்ற அதிரடிப்படை உளவுப்பிரிவுக் காவலர் சுப்பிரமணியைப் பார்த்து விட்டார். அவரைப் பார்த்து "யாரோ ஒரு ஆள் வருகிறான்..." என வீரப்பனிடம் சொன்னார்.

காவலர் ஐயப்பன்

வானில் வட்டமிடும் இரண்டு ஹெலிகாப்டர்கள், காட்டைச் சுற்றிலும் இராணுவம் மற்றும் இரு மாநில அதிரடிப்படையினர். இந்த இடத்திலிருந்து தப்பித்து பில்லூர்க் காடுகளுக்குப் போகவேண்டும் என்று வீரப்பன் நினைத்துக் கொண்டிருந்தார். ஆனால், அந்தக் காட்டுக்குப் போக சரியான வழி தெரியவில்லை. தங்களுக்கு எதிரில் தெரிந்த சுப்பிரமணியை மலையில் உள்ள பாறைகளில் விளைந்துள்ள கற்பாசி எடுக்க வந்தவன் என்று

வீரப்பன் நினைத்துக் கொள்கிறார். பில்லூர் காடுகளுக்குப் போக வழி கேட்பதற்காக அவரைத் தன் பக்கத்தில் வருமாறு வீரப்பன் கை காட்டிக் கூப்பிட்டார்.

வீரப்பன் தன்னைப் பார்ப்பதையும், பக்கத்தில் வருமாறு கூப்பிடுவதையும் கவனித்த சுப்பிரமணிக்கு அடுத்து என்ன செய்வது என்று தெரியவில்லை. தனக்குப் பின்னால் வந்து கொண்டிருந்தவர்களுக்கு எச்சரிக்கை செய்யத் தன் இடதுகை விரலை விடாமல் சொடுக்கினார். துப்பாக்கியுடன் உள்ள பத்துப் பேரும் தாக்குதல் தொடுத்தால் என்ன நடக்கும் என நிதைத்தார், பயந்தார்.

ஆனால், கீழே களைப்புடன் இருந்த யாரும் அதைக் கவனிக்கவில்லை. கீழே இருப்பவர்கள் என்ன செய்கின்றனர் என்ற சந்தேகத்தில் சுப்ரமணியம் திரும்பிப் பார்த்தார், மலை ஏறி வந்த களைப்பில் எல்லோரும் வரிசையாகக் கீழே உட்கார்ந்து விட்டனர். காவலர் ஐயப்பன் மட்டும், உட்கார்ந்திருந்த எல்லோரையும் விட்டு விலகி, தனி வழியில் மேலே ஏறிக்கொண்டிருந்தார். அவரும் மேலே நிற்கும் சுப்பிரமணி கையைச் சொடுக்கியதைக் கவனிக்கவில்லை.

சுப்பிரமணியம் நிற்கும் இடத்திலிருந்து வீரப்பன் ஆள்கள் உள்ள இடத்தைப் பார்த்துச் சுடுவதைக் காட்டிலும், கீழே உள்ளவர்கள் கொஞ்சம் மேலே ஏறி நின்று சுடுவதற்கு இன்னும் வசதியாக இருக்கும். வீரப்பன் ஆள்கள் எதிர்த் தாக்குதலிலிருந்து தப்பிப்பதற்கும் வசதியாக இருக்கும். சுப்பிரமணியம் அவசர, அவசரமாகக் கையை சொடுக்குவதைக் கவனித்த எஸ்.ஐ.வின்சன்ட் மட்டும் கொஞ்சம் மேலே ஏறிப் போகிறார்.

“**வீ**ரப்பன் கையைக் காட்டி சுப்பிரமணியைப் பக்கத்தில் வா...” என்று சொல்லியும், தங்கள் பக்கத்தில் வராமல் சுப்பிரமணியம் நிற்பதைக் கவனித்த சந்திர கவுடா, நேராக சுப்பிரமணியத்தைப் பக்கத்தில் வந்து கூட்டிக்கொண்டு போகும் நோக்கில் அவருக்கு எதிரில் வேகமாக நடந்து வருகிறார்.

இதற்குள்ளாக சுப்பிரமணிக்கு அடுத்ததாக மேலே

ஏறிவந்த எஸ்.ஐ.வின்செண்ட் சந்திர கவுடா வருவதைக் கவனித்து விட்டார். சட்டென முட்டிபோட்டு உட்கார்ந்து, பெட்சீட்டைத் எடுத்துக் கீழே போட்டுவிட்டு, T சர்ட்டைக் கழற்றினார். உள்ளே முதுகில் மாட்டியிருந்த ஏ.கே-47 ரைபிளை வெளியே எடுக்க முயற்சிக்கிறார்.

வின்செண்ட் அவசரப்படுவதைப் பார்த்த ஐயப்பன் ஓடிவந்து, அவரது சட்டையைக் கழற்றி ரைபிளை வெளியே எடுக்க உதவி செய்தார். வின்செண்ட் முட்டிபோட்டு உட்கார்ந்துள்ள நிலையில் யாரையும் குறி பார்த்துச் சுடமுடியாது. அதனால், துப்பாக்கியை உயரத்தில் நின்றுகொண்டிருந்த சுப்பிரமணியிடம் கொடுத்தார்.

அப்படியே பின்னால் திரும்பி டி.எஸ்.பி. இராமலிங்கத்தைப் பார்த்து, "சார் கேங் முன்னாலே இருக்குது..." என்று சொல்லிக் கொண்டே, சைகை காட்டினார். இதைப் புரிந்து கொண்ட இராமலிங்கம் ஒரு கையில் தன்னுடைய பிஸ்டலையும், இன்னொரு கையில் கையெறி குண்டையும் எடுக்கும்போதே, "பயர்" என்கிறார்.

இதற்குள்ளாக சுப்பிரமணியம், போலீஸ்தான் என்பதையும், அவருக்குப் பின்னால் போலீசார் இருக்கின்றனர் என்பதைத் தெரிந்துகொண்ட கிருஷ்ணமூர்த்தி "கவுடரே அங்கே போகாதே..." என்று சொல்லிக்கொண்டே தன் கையிலிருந்த இரட்டைக்குழல் துப்பாக்கியைத் தூக்கிச் சுப்பிரமணியை நோக்கிச் சுடுகிறார்.

கிருஷ்ணமூர்த்தி

எஸ்.ஐ.வின்செண்டிடம் இருந்த துப்பாக்கியை வாங்க லேசாகக் கீழே குனிந்த சுப்பிரமணியின் தலைக்கு மேலே கிருஷ்ணமூர்த்தியின் துப்பாக்கியிலிருந்து வெளியேறிய குண்டு மின்னல் போல "சலுக்"கென்ற சத்தத்துடன் போனது.

வின்செண்ட் கொடுத்த ஏ.கே47 துப்பாக்கி ஆட்டோ மோடில் இருந்ததா...? மேனுவல் மோடில் இருந்ததா...? என்பதையெல்லாம்

கவனிக்க நேரமில்லாத நிலை. சுப்பிரமணியம் துப்பாக்கி விசையை இழுத்து வீரப்பன் ஆள்கள் இருந்த திசையில் பிடித்தார்.

"டர்...." என்ற சத்தத்துடன் தோட்டாக்கள் வரிசையாக வெளியேறின. 500 அடி தொலைவிலிருந்த வீரப்பன் ஆள்கள் யாருக்குமே அடி பிடிக்கவில்லை. அந்தத் தாக்குதலுக்குத் தப்பி ஆளுக்கு ஒரு திசையில் ஓடிக்கொண்டிருந்தனர். அடுத்த ரவுண்டு சுடுவதற்கு அந்தத் துப்பாக்கியின் மெகஜினில் தோட்டாக்கள் இல்லை.

தன்னுடைய இடுப்பில் கட்டியிருந்த துண்டை அவிழ்த்து, அதில் முடிந்து வைத்திருந்த கையெறி குண்டை எடுத்து சுப்ரமணியம் வீசினார். ஐந்து வினாடி நேரத்தில் வெடிக்கவேண்டிய அந்தக் குண்டு வெடிக்கவில்லை. அடுத்து டி.எஸ்.பி. இராமலிங்கம் தன்னிடம் இருந்த குண்டை வின்செண்டிடம் கொடுத்துவிட்டு *9.mm* பிஸ்டலை எடுத்தார்.

இராமலிங்கம் கொடுத்த குண்டை வாங்கிய வின்செண்ட் அதன் தலையிலிருந்த கீ-யை வாயால் கடித்து இழுத்து விட்டு வீரப்பன் கேங் இருந்த பகுதியை நோக்கி வீசினார். எதிர்பாராத வகையில் இரண்டாவது குண்டும் வெடிக்காமல் போனது.

சுப்பிரமணியம் சுட்டதில் வீரப்பன் அணியில் கடைசி ஆளாக ஓடிக்கொண்டிருந்த சந்திரகவுடாவின் இடுப்பில் மாட்டியிருந்த பையின் மீது குண்டடிபட்டது. அந்தப் பையை அந்த இடத்திலேயே விட்டுவிட்ட சந்திரகவுடா அங்கிருந்து தப்பிவிட்டார். அதில், கிருஷ்ணமூர்த்தி பிரித்துக் கொடுத்த மூன்று இலட்சம் ரூபாய் பணம் மட்டுமே இருந்தது.

அந்தக் காட்டில் சில உயரமான தேக்குமரங்களும், ஆளுயரத்துக்கு உன்னிச் செடிகளும், அவற்றைச் சுற்றிலும் யானைப் புற்களும் நிறைந்திருந்தன. வீரப்பன் ஆள்கள் ஆளுக்கு ஒரு பகுதியில் புற்களுக்கு இடையில் புகுந்து தப்பி ஓடுவது புல் அசைவிலிருந்து தெரிந்தது. ஆனாலும் அவர்களின் அசைவுகளைக் கணித்து எந்தப்பக்கம் போகின்றனர் என்று குறி பார்த்து கைத்துப்பாக்கியால் சுடவும் முடியவில்லை.

வீரப்பன் நின்று கொண்டிருந்த இடத்துக்கு உளவுத் துறையினர் சென்றனர். "கேங் தப்பி விட்டது, கேங் வைத்திருந்த நிறையப் பொருள்கள் கிடைத்துள்ளன" என்ற பத்து ஆண்டுகளாகச் சொல்லிகொண்டிருக்கும் பழைய செய்தியையே மீண்டும் ஒருமுறை வாக்கியில் சொன்னார் டி.எஸ்.பி.இராமலிங்கம்.

அடுத்த அரைமணி நேரத்தில் ஏ.டி.எஸ்.பி.அசோக்குமார் தலைமையில் கூடுதல் படைகள் அங்கே வந்தன. வீரப்பன் அணியினர் வைத்திருந்த மூன்று இலட்சம் பணம், ஒரு பைனாகுலர், தோழர்களின் அன்றாட குறிப்புகளை எழுதிய டைரி, இரண்டு செல்போன், ஒரு சோலார் மொபைல் சார்ஜர், ஒரு வாக்கி டாக்கி, ஐந்து சிம் கார்டுகள், தங்களுடைய தொடர்பாளர் பலருடைய தொலைபேசி எண்களைக் குறித்து வைத்திருந்த ஒரு நோட்டு, போட்டோ ஆல்பம், போலராய்டு கேமரா, பிரிண்ட் போட்டு வைத்திருந்த சில போட்டோக்கள், சில நூல்கள் என ஒன்பது பையில் இருந்த பொருள்களைப் போலீசார் கைப்பற்றினர். *(VALAYAR P.S. CR. No. 18/2001 DATE : 02.02.2001)*

காவலர்கள் சுப்ரமணியமும், ஐயப்பனும் இவற்றை யெல்லாம் வரிசைப்படுத்திக் கொண்டிருந்த நேரத்தில் ஐ.ஜி.பாலச்சந்தர் அங்கு வந்தார்.

"என்ன நடந்தது...? அடுத்து என்ன செய்யலாம்...?" என்று கேட்டார். ஆள் ஆளுக்கு ஓர் ஆலோசனை கூறினர்.

"சரி மேற்கொண்டு விசாரியுங்கள்..." என்று ஏ.டி.எஸ்.பி.அசோக்குமாரிடம் சொன்னார்.

சந்திர கவுடா பையிலிருந்து கைப்பற்றிய மூன்று லட்ச ரூபாய் பணத்தை மட்டும் எடுத்துக்கொண்டு வந்த வழியே திரும்பினார். அவர் வந்த நோக்கம் நிறைவேறியது!

***

6
விலகியது விடுதலைப்படை

செம்மந்தி மலையில் தேடுதல் வேட்டை

அதிரடிப்படையின் உளவுப் பிரிவுக் காவலர் சுப்பிரமணியம் சுட்டதால், ஆளுக்கு ஒருபக்கம் தப்பியோடியதில் வீரப்பன், கோவிந்தன், சந்திரகவுடா மூவரும் ஓர் அணியாகப் பிரிந்தனர். தமிழ்நாடு விடுதலைப் படையைச் சேர்ந்த மாறன், ஆலப்பாக்கம் முருகேசன், செல்வம் என்கிற சத்யா, மதி என்கிற கிருஷ்ணமூர்த்தி உள்ளிட்ட நால்வரும் ஒரு பக்கம் சிதறியோடினர். அன்றில் என்கிற ஏழுமலை, தமிழ் என்கிற ரமேஷ், திருமேனி என மூவரும் அந்த மலையின் தென்பகுதியில் இருந்த ஒரு பள்ளத்தில் இறங்கி ஓடினர்.

"கேங் தப்பிடுச்சு..." என்று டி.எஸ்.பி.இராமலிங்கம் மைக்கில் சொன்னதைத் தொடர்ந்து, அந்த இடத்தை நோக்கி நான்கு பக்கமும் இருந்து முன்னேறிய அதிரடிப்படையினரின் தாக்குதல் மிகத் தீவிரமானது. ஹெலிகாப்டர்களும் தொடர்ந்து தேடுதல் வேட்டையில் ஈடுபட்டன.

வடக்குப்பக்கம் ஓடிய வீரப்பன், வடமேற்கில் ஓடிய மாறன் அணியினர் விசில் அடித்துக் கொண்டே வடக்கு திசையில் முன்னேறிச் சென்றனர். அடுத்த சில மணி நேரங்களில் இரு அணியினரும் ஒன்று சேர்ந்தனர். தெற்குப்பக்கம் சிதறிய அன்றில், தமிழ், திருமேனி மூவரும் வீரப்பனுடன் சேர வழியில்லாமல் தொடர்ந்து தெற்கு, மேற்கு நோக்கியே, ஹெலிகாப்டர் தாக்குதலில் இருந்து தப்பிச்சென்றனர்.

இரு மாநில போலீசாரும், எல்லைக் காவல் படையினரும் காடு முழுவதும் நிறைந்திருந்தனர். இந்த நிலையில், இங்கிருந்து தப்பிப்போவது கடினம் என்பதை வீரப்பன் உணர்ந்தார். பாதுகாப்பான இடத்தை நோக்கிச் சென்றார். ஒரு நாள் முழுவதும் கருப்பராயன் கோயில் மலை உச்சியில் இருந்த பாறைக்குழியில் பதுங்கினர்.

மறுநாள் காலை போலீஸ் கண்காணிப்பு குறைந்ததும், வீரப்பன் குழுவினர் மலையின் மேற்குப்பக்கம் இறங்கினர். மலபார் சிமெண்டு ஆலையை ஒட்டிய காட்டு வழியாக நடந்து வாளையாறு பகுதிக்குச் சென்றனர். பிரிந்துபோன அன்றில் அணியைத் தேடினர். பத்து மணியளவில் மலம்புழா அணைக்குப் போகும் ஓர் ஓடையின் நடுப்பகுதியில் தண்ணீர் குடித்துக்கொண்டிருந்தனர்.

எதிரிலிருந்த மலையில் பதுங்கியிருந்த அதிரடிப்படையின் இன்னொரு பிரிவினர் வீரப்பன் குழுவினரைப் பார்த்து விட்டனர். தண்ணீர் குடித்துக் கொண்டிருந்தோர் மீது அதிரடியாகத் துப்பாக்கிச்சூடு நடத்தினர். ராக்கெட் லாஞ்சர்களும் வீசப்பட்டன. சந்திரன் முதுகில் மாட்டிக் கொண்டுபோகும் தூக்குப்பையில் இருந்த 74 லட்சம் ரூபாய் பணத்தை, அந்த இடத்திலேயே விட்டுவிட்டு, வீரப்பன் உள்ளிட்ட ஏழுபேரும் அங்கிருந்து தப்பியோடினர்.

வீரப்பன் குழுவினர் அந்த இடத்தில் இருப்பதைத் தெரிந்துகொண்ட அதிரடிப்படையின் உயரதிகாரிகள் ஹெலிகாப்டர் மூலமும் அந்தப் பகுதிக்குக் கூடுதல் படைகளை அனுப்பினர். இரண்டு மணி நேரத்தில் கூடுதல் படைகள் குவிக்கப்பட்டன. காடெங்கும் நிறைந்திருந்த

போலீசாரின் கைகளில் சிக்காமல் இருக்க இரண்டு பெரிய பாறைக்கற்கள் ஒன்றோடு ஒன்று ஒட்டியிருக்கும் மலை உச்சிக்குச் சென்றனர். பகல் முழுவதும் அந்தக் கல்லின் கீழே இருந்த குழிகளில் மறைந்து கொண்டனர்.

அங்கிருந்து, மாலை ஆறு மணிக்குப் புறப்பட்டு மீண்டும் ஐயப்பன் வீட்டுக்கு வந்தனர். ஐயப்பனின் அப்பாவின் வழிகாட்டுதலோடு அங்கிருந்து இருட்டுப்பள்ளம் பகுதிக்கு வந்துள்ளனர். அதற்குள்ளாகவே வீரப்பன் குழுவினருக்கும் தமிழ்நாடு விடுதலைப் படையினருக்கும் இடையே கருத்து வேறுபாடுகள் முற்றின. கீழே விழுந்ததில் கிருஷ்ணமூர்த்தியின் கால் மூட்டு விலகியது. தப்பியோடிய அன்றில், ரமேஷ், திருமேனி உள்ளிட்டவர்கள் நிலை என்னவானதோ என்று மாறன் அச்சப்பட்டார். அதனால், "நாங்கள் காட்டிலிருந்து வெளியே போகிறோம்" என்றார்.

"காட்டைவிட்டு போறவங்க போகலாம்... இருக்கிறவங்க இருக்கலாம். நான் யாரையும் வற்புறுத்தி அனுப்பவும் மாட்டேன். இருக்கச் சொல்லவும் மாட்டேன்.." என்றார் வீரப்பன்.

மாறன், ஆலப்பாக்கம் முருகேசன் இருவரும் காட்டிலிருந்து வெளியே கிளம்பினர். அவர்களுடன் செல்ல கிருஷ்ணமூர்த்தியும் முடிவு செய்தார். கடைசியாகச் செல்வமும் கிளம்பினார்.

அப்போதுதான், "செல்வம் நீயுமா போறே...?" என்ற வீரப்பன் சில வினாடிகள் செல்வத்தையே பார்த்துக் கொண்டிருந்தார். ஜெயங்கொண்டம் பகுதியைச் சேர்ந்த செல்வமே முதலில் காட்டுக்குச் சென்றவர். நீண்ட நாள்கள் காட்டில் இருந்தவர். மற்றவர்களைக் காட்டிலும் வீரப்பன்மீது மிகுந்த பாசம் வைத்திருந்தவர்.

பிறகு தன்னைத்தானே சமாதானம் செய்து கொண்ட வீரப்பன், "போடா... செல்வம் போ... ஊருலே போயி நல்லா இரு..." என்றார்.

ஒவ்வொருவரிடமும் தனித்தனியாகச் செலவுக்குக் கொடுத்திருந்த மூன்று லட்சம் பணத்துடன், அமைப்பின்

வழக்குச் செலவுக்கு என ஆலப்பாக்கம் முருகேசனிடம் முப்பது லட்சம் ரூபாயைக் கொடுத்தார். "பத்தரமா வச்சுப் பொழச்சுக்குங்கப்பா..." என்று வாழ்த்தி அனுப்பினார் வீரப்பன்.

கிழிந்துபோன பேண்ட், சட்டையுடன், காலில் செருப்பு இல்லாத நிலையில் வீரப்பன், கோவிந்தன், சந்திரகவுடா மூவரும் பில்லூர் காடுகள் வழியாக சத்தியமங்கலம் நோக்கிக் கிளம்பினர். அந்த இடத்திலிருந்து கிழக்கே செல்லும் பாதையில் நடந்த தோழர்கள் நால்வரும் விடியற்காலை நான்கு மணிக்கு இருட்டுப்பள்ளம் பகுதியை வந்தடைந்தனர்.

அங்கிருந்து நகரப்பேருந்து மூலம் கோவை நகருக்குச் சென்றனர். அந்தப் பேருந்தில் ஏறிய அதிரடிப்படை வீரர்கள் காலில் காயத்துடன் யாராவது வருகிறார்களா...? என்று சோதனை செய்து கொண்டிருந்தனர். போலீசாரின் கண்காணிப்பு தீவிரமாக இருக்கிறது; நாம் ஒவ்வொருவரும் ஒவ்வொரு பகுதிக்கு போவதுதான் நல்லது என்று பேசி முடிவெடுத்தனர். அந்த இடத்திலிருந்து நால்வரும் தனித்தனியாகப் பிரிந்தனர்.

அன்றில் தலைமையில் தனியாகப் பிரிந்த தமிழ், முகிலன் மூவரும், காடுகளில் வழி தெரியாமல் தெற்கு நோக்கியே போயினர். இரண்டு நாள்களுக்குப் பிறகு, ஒரு இரயில் பாதையைக் கண்டனர். இந்தப் பாதை வழியாகப் போனால் எதாவது ஒரு ஊரைப் பிடித்து விடலாம் என்று முடிவு செய்தனர்.

தங்களிடம் இருந்த இரண்டு 410 மஸ்கட், ஓர் இரட்டைக்குழல் துப்பாக்கிகளை காட்டில் ஓரிடத்தில் மண்ணில் புதைத்து வைத்தனர். ஒவ்வொருவரின் கையிலும் இருந்த மூன்று லட்சம் பணத்துடன் இரவு நேரம் இரயில் பாதை வழியாகவே நடந்தனர். விடியற்காலை நேரத்தில், கேரள மாநிலம் மலம்புழா அணைக்கு அருகிலுள்ள கஞ்சிக்கோடு இரயில் நிலையத்தை அடைந்தனர்.

காலையில் வந்த கோவை - பாலக்காடு பயணிகள் இரயில் மூலம் பாலக்காடு சென்றனர். மூவரும் கரும்பச்சை நிற

சீருடையில் இருப்பதைப் பார்த்த கேரள மாநில இரயில்வே போலீசார், "எங்கிருந்து வருகிறீர்கள்...?" என்று விசாரித்தனர்.

கோவையில் உள்ள ஒரு தனியார் செக்யூரிட்டி நிறுவனத்திலிருந்து பாலக்காட்டுக்கு வேலைக்கு செல்வதாகக் கூறினர். பாலக்காடு இரயில் நிலையத்துக்குச் சென்ற மூவரும் அங்கிருந்த ஒரு துணிக்கடையில் மூவருக்கும் சாதாரண ஜீன்ஸ் பேண்டும், சட்டையும் வாங்கினர்.

ஊருக்கு நடுவில் ஓடிக்கொண்டிருந்த ஓர் ஆற்றில் குளித்து, புதிய ஆடைகளைப் போட்டுக்கொண்டனர். மதியம் சாப்பிட்டு முடித்துவிட்டு, சுற்றுலாத் தளமான கோவளம் கடற்கரைக்குச் சென்றனர். இனிமேல் மூவரும் ஒன்றாகச் செல்வது ஆபத்தில் முடியலாம் எனக் கணக்கிட்ட அன்றில், "நாம் மூவரும் தனித்தனியாகப் பிரிந்து தமிழ்நாட்டுக்குப் போகலாம். யார் பிடிபட்டாலும் இன்னொருவரைக் காட்டிக் கொடுக்க வழியிருக்காது" என்றார்.

அதை மற்ற இருவரும் ஏற்றுக்கொண்டதால் அங்கிருந்து தனித்தனியாகப் பயணித்தனர். விழுப்புரம் வந்த அன்றில் அறை எடுத்துத் தங்கினார். எம்-80 மொபட் வாங்கினார். கொஞ்சம் துணிகளையும் வாங்கினார். துணிகளை மொபட்டில் கட்டிக்கொண்டு கண்டச்சிபுரம், வேட்டவலம், திருவண்ணாமலை, திருக்கோவிலூர் போன்ற ஊர்களை ஒட்டிய கிராமப் பகுதியில் துணி வியாபாரம் செய்துகொண்டே இயக்க ஆதரவாளர்களைச் சந்தித்து வந்தார்.

கோவளத்திலிருந்து கிளம்பிய முகிலன் நேராக கடலூர் வந்தார். அடுத்த சில நாள்களில் போலீசாரால் கைது செய்யப்பட்டார். ஆனால், அங்கிருந்து கிளம்பிய பழைய கடலூர் பகுதியைச் சேர்ந்த தமிழ் என்கிற ரமேஷ் என்னவானார் என்று இன்றளவும் தெரியவில்லை. கியூ பிரிவுப் போலீசார் இப்போதும் அவரைத் தேடிக் கொண்டுள்ளனர்.

"ஏதோ ஓர் இடத்தில் ரமேஷைக் கைது செய்த அதிரடிப்படை போலீசார் சுட்டுக்கொன்று விட்டனர். இல்லையெனில், எங்கள் அமைப்பைச் சேர்ந்த யாராவது ஒருவருடன் ரமேஷ் தொடர்புக்கு வந்திருப்பார். இப்போது அவர் உயிரோடு இருக்கச் சாத்தியமில்லை" என்று மற்ற

தோழர்கள் கூறுகின்றனர். ரமேஷ் என்னவானார்? என்பது இதுவரை தெரியவில்லை.

வீரப்பன் காட்டைவிட்டு வெளியே வந்த தமிழ்நாடு விடுதலைப் படையினர் அனைவரும் 2001 பிப்ரவரி மாத இறுதிக்குள் கைது செய்யப்பட்டனர். இத்துடன் தமிழ்நாடு விடுதலைப்படை என்ற தலைமறைவு இயக்கத்தின் ஒட்டு மொத்த நடவடிக்கைகளும் முடக்கப்பட்டன. 30 ஆண்டுகளாக இருந்த தலைமறைவு இயக்கத்தின் அனைத்து வேர்களையும் போலீசார் பிடுங்கி அழித்து விட்டனர்.

இருட்டுப்பள்ளம் காட்டிலிருந்து கிளம்பிய வீரப்பன், சேத்துக்குழி கோவிந்தன், சந்திரகவுடா மூவரும் நான்கு நாள்களுக்குப் பிறகு, சத்தியமங்கலம் காட்டுக்கு வந்து சேர்ந்தனர். சந்திரகவுடாவின் நண்பரான சிக்கரசம்பாளையம் சின்னதம்பியைச் சந்தித்து செருப்பு, புதிய உடைகள், உணவுப் பொருள்களை வாங்கிக் கொடுக்கச் சொல்கின்றனர்.

அடுத்தநாள், "கொளத்தூர் மணி அண்ணனைச் சந்திக்க வேண்டும்; ஆத்தூருக்குச் சென்று சிவசுப்ரமணியைப் பார். அவர் உனக்கு வழிகாட்டுவார்" என்று சின்னதம்பியை என் வீட்டுக்கு அனுப்பினார். என்னை சந்தித்த சின்னதம்பி விவரத்தைச் சொன்னார். அவருடைய உண்மையான பெயர் கனகராஜ் என்பது பின்னர் தெரியவந்தது.

சின்னதம்பி என்கிற கனகராஜ்

சின்னதம்பியும், ரவி என்பவரும் என்னைப் பார்க்க ஆத்தூருக்கு வந்திருந்தனர். நான் மணி அண்ணனுக்கு செல்போனில் கூப்பிட்டு "எங்கே இருக்கிறீர்கள்..?" என விசாரித்தேன். மேட்டூரில் இருப்பதாகச் சொன்னார். இன்னும் மூன்று மணி நேரத்தில் உங்களைச் சந்திக்க வருகிறேன் என்றேன். "படிப்பகத்தில்தான் இருப்பேன் வாங்க..." என்றார்.

சின்னதம்பியிடம் மேட்டூர்

பெரியார் படிப்பகத்துக்குச் செல்ல வழியைச் சொல்லி, அங்கே போய் யாரைச் சந்திக்கவேண்டும் என்ற விவரத்தையும் சொல்லி அனுப்பினேன். அங்குசென்ற சின்னத்தம்பி, "வீரப்பன் உங்களைச் சந்திக்கவேண்டும் என்கிறார். நீங்கள் சத்தியமங்கலம் காட்டுக்கு வர முடியுமா...?" என்று கேட்டுள்ளார்.

அங்கிருந்த நிலைமைகளைக் கேட்டுத் தெரிந்துகொண்ட மணி அண்ணன், "இப்போது என்னால் காட்டுப்பகுதிக்கு வர முடியாது. இந்த நேரத்தில் அவரும் யாரையும் சந்திக்க வேண்டாம். அவரைப் பேசாமல் இருக்கச் சொல்லுங்கள். இன்னும் நான்கு மாதங்கள் போகட்டும். பிறகு பார்க்கலாம்" என்று சொல்லி அனுப்பினார்.

அடுத்த ஒரு மாதம் சத்தியமங்கலம் காட்டுப் பகுதியிலேயே தங்கியிருந்த வீரப்பனும் மற்றவர்களும் **2001** ஏப்ரல் மாதம் வாக்கில் மேட்டூர் பகுதிக்கு வந்துள்ளனர்.

2001 ஆம் ஆண்டு, மே மாதம் நடந்த தமிழ்நாடு சட்டமன்ற தேர்தலில் தி.மு.க தோல்வியடைந்தது. அ.தி.மு.க. கட்சி ஆட்சியமைத்தது. மீண்டும் ஜெயலலிதாவே முதல்வராகிறார். வால்டர் தேவாரம் இருமாநில அதிரடிப்படையின் தலைவரானார். கர்நாடக அதிரடிப்படைக்கு டி.ஐ.ஜி. கெம்பையாவும், தமிழ்நாடு அதிரடிப்படைக்கு ஐ.ஜி. கே.விஜயகுமாரும் கட்டளை அலுவலர்களாக நியமிக்கப்பட்டனர்.

இந்த நேரத்தில், கொளத்தூர் மணி அண்ணனைச் சந்தித்த வால்டர் தேவாரம், வீரப்பனைச் சரணடைய வைக்க முயற்சி செய்யவேண்டும் என்று கேட்டார். அதற்காக முயற்சி செய்த மணி அண்ணன் இரண்டு முறை வீரப்பனை சந்தித்துப் பேசினார். இந்த நேரத்தில், தமிழ்நாடு சிறப்பு அதிரடிப்படை வழிகாட்டுதலுடன் இடையில் புகுந்த கர்நாடக அதிரடிப்படை சிக்கரசம்பாளையம் சின்னதம்பி என்கிற கனகராஜ் அடுத்து நான் (சிவசுப்ரமணியம்), அதற்கடுத்து மணி அண்ணன் எனப் பலரைத் தமிழ்நாட்டிலிருந்து கடத்திக் கொண்டு போயினர்.

கர்நாடகக் காட்டுக்குள் வீரப்பனுக்கு வெடிபொருள்கள்

மூலக்காடு சம்பத்

கொண்டு போகும்போது கர்நாடக அதிரடிப்படை போலீசார் கைது செய்ததாக இராமாபுரம் போலீசாரிடம் ஒப்படைத்தனர். 2001 அக்டோபர் முதல் 2002 மார்ச் மாதம் வரை 35 பேரை இப்படிச் சட்ட விரோதமாகக் கடத்திக் கொண்டுபோய் கைது செய்ததாகக் கணக்குக் காட்டினர். இது வீரப்பனுக்கு மீண்டும் வெறியைக் கிளப்பியது. மூன்று பேர் கொண்ட சிறிய அணியாகச் சுருங்கிய வீரப்பன் தன் பலத்தைப் பெருக்கிக்கொள்ள நினைக்கிறார்.

நடிகர் ராஜ்குமார் கடத்தப்பட்ட நேரத்திலேயே நக்சல் அமைப்புடன் தொடர்பு எடுக்க நினைத்த வீரப்பன் அவருடைய அண்ணன் மகன் வக்கீல் மணி மூலம் அதற்கான வேலைகளைச் செய்து வந்தார். எதிர்பாராதவிதமாக 2001 செப்டம்பரில் மணி சாலை விபத்தில் இறந்தார். எனவே, அடுத்த கட்ட முயற்சிக்கு வழியில்லாமல் போனது.

இந்தநிலையில், வீரப்பனின் உறவினரான மூலக்காடு சம்பத் என்பவர் மூலமாக அரியலூர் மாவட்டக் காடுகளில் தலைமறைவு நடவடிக்கைகளில் ஈடுபட்டு வந்த இளவரசனுடன் தொடர்பு எடுக்க வீரப்பன் முயற்சி செய்தார். ஜெயங்கொண்டம் போன மூலக்காடு சம்பத், இளவரசனைச் சந்தித்து வீரப்பன் சந்திக்க விரும்புவதாகச் சொன்னார். தன்னுடைய தொடர்பாளராக பாலமுருகன் என்பவரை இளவரசன் அனுப்பி வைத்தார். மூலக்காடு சம்பத் கையோடு பாலமுருகனைக் கூட்டிக்கொண்டு வந்து வீரப்பனிடம் சேர்த்தார்.

அடுத்து, பாலமுருகன் மூலமாக நான்கைந்து ஆள்கள் முந்திரிக் காட்டிலிருந்து சந்தனக்காட்டுக்கு வந்தனர். மீண்டும் வீரப்பன் சாம்ராஜ்யம் விரிவடைகிறது.

***

7
கர்நாடக அரசுக்கு அதிர்ச்சி கொடுக்க முடிவு

முன்னாள் அமைச்சர் எச்.நாகப்பா

கர்நாடக மாநிலத்தில் தமிழர்கள் அதிகம் வசிக்கும் பகுதிகளை உள்ளடக்கியது அனூர் சட்டமன்றத் தொகுதி. தமிழக எல்லையை ஒட்டி அமைந்துள்ள இந்தத் தொகுதியின் மொத்த வாக்குகளில் 40% தமிழர்களின் வாக்குகளாகும். ஐக்கிய ஜனதா தளம் கட்சியின் சார்பில் நான்கைந்து முறை போட்டியிட்டவர் எச்.நாகப்பா. இரண்டு முறை வெற்றி பெற்றார். இரண்டாவது முறை (1994-99) வேளாண்துறை அமைச்சராகவும் பதவி வகித்தார். அந்த நேரத்தில், வீரப்பனைப் பிடிப்பதற்காக அமைக்கப்பட்டிருந்த கர்நாடக சிறப்பு அதிரடிப்படையின் தலைவராக இருந்தவர் சங்கர் பிதிரி. அமைச்சராக இருந்த எச்.நாகப்பாவும், சங்கர் பிதிரியும் ஒரே சமூகத்தைச் சேர்ந்தவர்கள்.

மலைக் கிராமங்களில் வசித்த அப்பாவி மக்கள் பலரைப் பிடித்துக் கொண்டுபோய் வீரப்பனின் கூட்டாளிகள் என்று கூறி சங்கர் பிதிரி என்கவுன்டரில் சுட்டுக்கொன்றார். வீரப்பன் தம்பி அர்ஜுனன், கூட்டாளிகள் ஐயந்துரை, ரங்கசாமி மூவரையும் மைசூர் நீதிமன்றத்திலிருந்து விசாரணைக்கு போலீசார் எடுத்துக்கொண்டு சென்றனர். அப்போது மூவரும் சயனைடு உண்டு தற்கொலை செய்து கொண்டதாக கர்நாடகப் போலீசார் அறிவித்தனர். மூவரின் உடலையும் உறவினர்களுக்குக்கூடக் கொடுக்காமல் திருமுக்கூடல் நரசிபுரத்திலுள்ள சுடுகாட்டில் புதைத்து விட்டனர். *(T.Narasipura P.S Cr No:- 37/1995. Date-27.09.1995)*

அர்ஜுனன் உள்ளிட்ட வீரப்பன் கூட்டாளிகள் எனப் போலீசாரால் கொல்லப்பட்ட பலரும் நாகப்பாவின் அனூர் தொகுதிக்கு உள்பட்ட பகுதியில் வாழ்ந்தவர்களே. அப்போது அமைச்சராக இருந்த நாகப்பா தன்னுடைய தொகுதியைச் சேர்ந்த மக்களுக்கு ஆதரவாக ஒரு வார்த்தைகூடப் பேசவில்லை. காவல்துறையின் கொடுமையான செயல்களைக் கண்டிக்கவுமில்லை.

அதேநேரத்தில், அவருடைய அரசியல் எதிரியும், வீரப்பன் ஆதரவு பெற்றவருமான காங்கிரஸ் கட்சியை சேர்ந்த ராஜு கவுடாவின் ஆதரவாளர்கள் சிலரை உள்ளே தள்ளவும் ஏற்பாடு செய்துள்ளார். "போலீசாரால் கைது செய்யப்பட்டவர்களுக்கும் எனக்கும் எந்தத் தொடர்பும் இல்லை. நாகப்பாவின் தூண்டுதலால்தான் சங்கர்பிதிரி அவர்களையெல்லாம் பிடித்துக் கொண்டுபோய் பொய் வழக்குப் போட்டார்" என்று பின்னாளில் அவரைச் சந்தித்த கொளத்தூர் மணி அண்ணனிடம் வீரப்பன் சொல்லியுள்ளார். இப்படி பல்வேறு காரணங்களால் எச்.நாகப்பா மீது வீரப்பனுக்குக் கடுமையான கோபம் இருந்தது.

2000-த்தில் நடந்த நடிகர் ராஜ்குமார் கடத்தலின்போது இரு மாநில அரசுத் தூதராகச் செயல்பட்டவர்களுள் முக்கியமானவர் கொளத்தூர் மணி. 2002-பிப்ரவரி மாதம் தன்னுடைய வீட்டிலிருந்து புறப்பட்டு மேட்டூர் நோக்கி ஜீப்பில் சென்று கொண்டிருந்தார். மூலக்காடு என்ற இடத்தில்,

அவர் சென்ற ஜீப்பை வழிமறித்த கர்நாடகப் போலீசார் அவரைப் பலவந்தமாகத் தூக்கி, தங்களுடைய ஜீப்பில் ஏற்றி, கடத்திக்கொண்டு சென்றனர்.

நான்கு நாள்களுக்குப் பிறகு, கர்நாடக மாநிலம், செங்கிடி காட்டுப்பகுதியில் வீரப்பனுக்கு உணவுப் பொருள்களைக் கொண்டுபோன சிலரைக் கைது செய்துள்ளோம். அதில் கொளத்தூர் மணியும் இருந்ததாகக் கூறி இராமாபுரம் காவல் நிலையத்தில் ஒரு பொய் வழக்கைப் போட்டனர். இதன் தொடர்ச்சியாக அவர் மீது கொள்ளேகால் புறநகர், சாம்ராஜ்நகர் கிழக்கு, அனூர், மாதேஸ்வரன் மலை என பல காவல் நிலையங்களிலிருந்தும் ஐந்து பொய் வழக்குகள் போடப்பட்டன. இதனால் கொளத்தூர் மணி ஆறுமாதத்துக்கு மேலாகக் கர்நாடகச் சிறையில் அடைக்கப்பட்டிருந்தார்.

கன்னடத் திரைப்பட நடிகர் ராஜ்குமார் கடத்தப்பட்டிருந்த நேரத்தில், கர்நாடக அரசின் சார்பில் பேச்சு வார்த்தைக்காகக் கொளத்தூர் மணியைக் காட்டுக்குள் அனுப்பியவர் அப்போதைய முதல்வர் எஸ்.எம்.கிருஷ்ணா. அவருடைய ஆட்சிக்காலத்திலேயே கொளத்தூர் மணி மீது போலீசார் பொய் வழக்குப் போட்டதை அவர் கண்டும் காணாமல் இருந்தார். அதனால், முதல்வர் எஸ்.எம். கிருஷ்ணாவுக்கு அதிர்ச்சி வைத்தியம் கொடுக்கவேண்டும். அப்படியே, கொளத்தூர் மணியையும் சிறையிலிருந்து விடுதலை செய்ய வேண்டும் என வீரப்பன் நினைத்தார். அதற்காக முன்னாள் அமைச்சர் எச்.நாகப்பாவைக் கடத்தவும் முடிவு செய்தார்.

கொள்ளேகாலிலிருந்து அனூர் செல்லும் வழியில் காமகரே என்ற ஊருக்குத் தெற்கே ஒதுக்குப்புறமான இடத்தில் நாகப்பாவின் வீடு உள்ளது. வீரப்பன் மறைந்திருக்கும் காட்டுப்பகுதியிலிருந்து நாகப்பாவின் வீட்டுக்கு எட்டு கிலோமீட்டர் தொலைவு போகவேண்டும். இவ்வளவு தொலைவுக்கு வீரப்பன் ஆள்கள் நடந்து போவதற்கு இரண்டு மணி நேரத்துக்கு மேலாகும்.வயதான நாகப்பாவைப் பிடித்ததும், அவரை இவ்வளவு தூரம் நடக்க வைத்துக் கூட்டிக்கொண்டுவர இன்னும் அதிக நேரமாகும். இந்த

வேலையைச் செய்ய நமக்குச் சொந்தமாக ஒரு கார் இருந்தால் நல்லது என வீரப்பனுடன் இருந்தோர் முடிவு செய்தனர்.

நால்ரோடு பகுதியைச் சேர்ந்த மீன்காரரர் ஜோசப் என்பவர் மூலம் ஒரு பழைய டாடா சுமோ காரை விலைக்கு வாங்க முடிவு செய்யப்பட்டது. அதற்காக இரண்டரை லட்சம் ரூபாய் பணத்தையும் வீரப்பன் கொடுத்தார். குறிப்பிட்ட நாளில் டாடா சுமோ காருடன் வருவதாக மீன்காரரர் ஜோசப் சொல்லிவிட்டுப் போனார்.

அப்போது வீரப்பன், சேத்துக்குழி கோவிந்தன், சந்திரா கவுடாவுடன் அரியலூர் இளவரசன் மூலம் காட்டுக்கு வந்திருந்த குறிஞ்சிப்பாடி முத்து, கடலூர் அர்ஜுனன், ஞானமூர்த்தி, கொளஞ்சி, செல்வம், சேதுமணி ஆகிய ஒன்பது பேரும் இரவு ஒருமணி வரை காத்திருந்தும் காருடன் வருவதாகச் சொன்ன ஜோசப் வந்து சேரவில்லை.

கைது செய்யப்பட்ட இளவரசனுடன் போலீஸ் *S.P.*சண்முகவேல்

கர்நாடக அதிரடிப்படை வீரர்கள் குண்டால் காட்டில் தங்கியிருந்த முகாமுக்கு மிக அருகிலேயே வீரப்பன் ஆள்களும் தங்கியிருந்தனர். இரவில் நெருப்பு எரியக்கூடாது. பகலில் புகை வரக்கூடாது. படுத்த இடத்திலிருந்து எழுந்து நடமாடக் கூடாது. வேகமாகப் பேசக்கூடாது. ரேடியோவில் பாட்டுக் கேட்கவும் முடியாது எனப் பல கட்டுப்பாடுகள் இருந்தன.

பகல் நேரங்களில், கிராம மக்கள் ஆடு, மாடுகளை மேய்ப்பதற்காக காட்டுக்குள் வந்து போய்க் கொண்டிருந்தனர். அவர்கள் மூலம் போலீசுக்குத் தகவல் தெரிந்தால் எந்த நேரமும் சுற்றி வளைக்கப்படலாம் என்ற நிலை இருந்தது.

எத்தனை பேர் சுற்றி வளைத்தாலும் வீரப்பன், கோவிந்தன், சந்திராகவுடா மூவரும் தப்பிப்போய்விடுவர். நமக்குத்தான் சிக்கல் என நினைத்த குறிஞ்சிப்பாடி முத்து மிகவும் பயந்தார். தனது அச்சத்தை நெருங்கிய நண்பரான செல்வத்திடம் சொன்னார். செல்வம் இதை அர்ஜுனனிடம் சொல்ல அவர் அதை கொளஞ்சியிடம் தெரிவித்தார். கொளஞ்சியிடம் இருந்து இந்தத் தகவல் ஞானமூர்த்தியிடம் போனது. நிலைமையை உணர்ந்த நாலு பேருமே சந்தனக்காட்டுக்கு டாடா காட்டிவிட்டு முந்திரிக்காட்டுக்குக் கிளம்பத் தயாராயினர்.

அடுத்தநாள் மாலை அரியலூரில் இருந்து பாக்கியராஜ், பாலமுருகன் இருவரும் காட்டுக்கு வந்தனர். "எங்களுக்கு இங்கிருக்க விருப்பமில்லை. வெளியே போகிறோம்" என்று நால்வரும் பாக்கியராஜிடம் கூறினர். பாக்கியராஜ் மூலமாகவே எல்லோரும் காட்டை விட்டு வெளியே செல்ல வீரப்பனிடம் அனுமதி கேட்டனர். "இளவரசன் ஆளுங்க சரியில்லாத பசங்க. அவுங்களுக்கு ஒரு எழவும் தெரியாதுன்னு முத்துக்குமார் மொதல்லேயே சொன்னான். நான்தான் அதைக் கேட்கல..." என்று வீரப்பன் வருத்தப்பட்டுள்ளார்.

பிறகு, காட்டுக்குள் இருக்கச் சம்மதம் தெரிவித்த சேதுமணி, பாக்கியராஜ் இருவரைத் தவிர மற்ற நால்வருக்கும் ஆளுக்கு ஆயிரம் ரூபாய் பணத்தைக் கொடுத்து காட்டிலிருந்து திருப்பி அனுப்பி விட்டார். அவர்களையெல்லாம் ஊரில் கொண்டுபோய் விட்டுவிட்டு வேறு ஆள்களைக்

கூட்டிக்கொண்டு வரும் நோக்கில் பாலமுருகனும் அவர்களுடனே புறப்பட்டார்.

அடுத்த சிலநாள்கள் அந்தப் பகுதியிலேயே தங்கிக் கொண்டு நாகப்பாவைக் கடத்துவதற்கான மாற்று வழியைப் பற்றிச் சிந்தித்துக்கொண்டிருந்தனர். "காட்டிலிருந்து நாகப்பா வீட்டுக்கு நாமெல்லாம் நடந்தே போயிடலாம். நாகப்பாவை பிடித்த பின்னர், அவருடைய வீட்டில் இருக்கும் காரில் அவரை ஏற்றிக் கொண்டுவர முடிவானது. அந்தக் காரை ஓட்டிக்கொண்டுவர நம்ம பக்கத்தில் கார் ஓட்டத்தெரிந்த ஒரு டிரைவர் இருந்தால் போதும். நாகப்பாவை அவருடைய காரிலேயே ஏற்றி ஒரேயடியாக தமிழ்நாட்டு எல்லைக்குள் இருக்கும் தாளவாடி பகுதிக்குக் கொண்டுபோய் விடலாம்" என்று வீரப்பன் சொன்னார்.

இதுவும் சரியான திட்டம்தான் என எல்லோரும் முடிவு செய்தனர். நாகப்பாவைக் கடத்துவதற்கு வசதியாக, கார் ஓட்டத்தெரிந்த டிரைவர் ஒருவரைத் தேடி பாக்கியராஜ் திரும்பவும் பொன்பரப்பிக்குப் போனார்.

இந்த நேரத்தில் இளவரசன் ஆள்கள் வீரப்பனுடன் சேர்ந்து விட்டனர் என்ற செய்தியைத் தெரிந்துகொண்ட தமிழ்நாடு அதிரடிப்படை போலீசாரும், தஞ்சை கியூ பிரிவு போலீசாரும் பொன்பரப்பி, அரியலூர், பெண்ணாடம் பகுதியில் இளவரசனையும், அவரது ஆதரவாளர்களைக் குறிவைத்துத் தேடினர். ஒருவாரம் முன்பாகக் காட்டிலிருந்து வெளியில் வந்த கொளஞ்சி, கடலூர் அர்ஜுனன் இருவரையும் கியூ பிரிவு போலீசார் பிடித்துவிட்டனர். போலீசாருக்குப் பயந்த பாலமுருகன் உள்ளிட்ட இளவரசனின் ஆள்கள், ஆதரவாளர்கள் எல்லோருமே தலைமறைவாயினர். காட்டிலிருந்து வந்த பாக்கியராஜ் மூன்று நாள்கள் தங்கியிருந்தும் இளவரசனின் தொடர்பாளர்கள் யாரையுமே சந்திக்க முடியவில்லை.

"நான் வந்துபோன செய்தியை மட்டும் இளவரசனிடம் சொல்லுங்கள். குறிப்பிட்ட நாளில் நான் காட்டுக்குள் திரும்பிப் போயாகவேண்டும்" என்று அமைப்பின் தொடர்பாளர் ஒருவரிடம் சொல்லிவிட்டு பாக்கியராஜ்

பேருந்து ஏறச் சென்றார். அந்தச் சமயத்தில் பொன்பரப்பி பேருந்து நிலையத்தில் கண்கொத்திப் பாம்பைப்போல இளவரசன் ஆள்களைக் கண்காணித்துக் கொண்டிருந்த உளவுப்பிரிவு காவலர் செல்வராஜ் என்பவர் பாக்கியராஜைப் பார்த்து விட்டார்.

இதைப்பார்த்த பாக்கியராஜ், அந்தக் காவலரின் கவனத்தைத் திசை திருப்பி விடுவதுடன், தான் போகும் வழியையும் அவர் கவனிக்கக் கூடாது என்ற எண்ணத்தில் அரியலூரிலிருந்து ஜெயங்கொண்டம் நோக்கிச் சென்று கொண்டிருந்த பேருந்தில் ஏறி அந்த இடத்திலிருந்து தப்பிக்க நினைத்தார்.

அந்தப் பேருந்தில் பாக்கியராஜுக்கு எதிர்பாராத அதிர்ஷ்டம் காத்திருந்தது!

***

8

முன்னாள் அமைச்சர் வீட்டை நோக்கி...

நாகப்பாவின் வீடு

அரியலூரிலிருந்து ஜெயங்கொண்டம் செல்லும் பேருந்திலிருந்து சங்கர் இறங்கினார். இந்த சங்கர் கார் ஓட்டத்தெரிந்தவர், இவர் காட்டுக்குள் ஒரு போராளியாக நிற்கமாட்டார் என்பது பாக்கியராஜுக்குத் தெரியும். ஆனாலும், நாகப்பாவைக் கடத்தும் வேலைக்கு மட்டும் கார் ஓட்டுநராக இவரைப் பயன்படுத்தி விட்டு, திருப்பி அனுப்பிவிடலாம் என்ற எண்ணத்தில் சங்கரை காட்டுக்குக் கூப்பிட்டார்.

“வீரப்பனை நேரில் பார்க்கலாம்” என்று சொன்னதைக் கேட்டதும், “அதனால் எந்த ஆபத்து வந்தாலும் அதைச் சந்திக்க நான் தயார். காட்டுக்குப் போகலாம் அண்ணா...” என்றார் சங்கர்.

சங்கர் இறங்கிய பேருந்திலேயே பாக்கியராஜ், சங்கர் இருவரும் மீண்டும் ஏறினர். வேறு வழியில் பேருந்து மாறி அரியலூர் சென்றனர். அங்கே, செல்வம் என்பவரைச் சந்தித்தனர், "அண்ணா, செல்வம் என் பிரண்டு, அவனையும் கூட்டிக்கொண்டு போகலாம் என்கிறார் சங்கர். "வீரப்பன் காட்டுக்கு வர நானும் தயார்" என்றார் செல்வம்.

மூவரும் பெரம்பலூர், சேலம், மேட்டூர், மாதேஸ்வரன்மலை வழியாக விடியற்காலை நேரம் ஒடக்காப் பள்ளம் காட்டுக்குச் சென்றனர். குறிப்பிட்ட இடத்தில் வீரப்பனைச் சந்தித்தனர். இரண்டு நாள்கள் அங்கேயே தங்கியவர்கள், பிறகு அங்கிருந்து புறப்பட்டு மூன்று நாள்கள் நடைப் பயணமாக குண்டால் காட்டுக்கு போகின்றனர். ஒரு வாரத்துக்குத் தேவையான உணவுப் பொருள்களைத் தயார்செய்து ஓர் இடத்தில் பாதுகாப்பாக வைத்தனர்.

நாகப்பாவைப் பிடித்ததும் அவரைக் காரில் ஏற்றித் தமிழ்நாட்டுக்குக் கொண்டுபோய் விடுவது. நாகப்பா சிக்கவில்லை என்றால் மீண்டும் இந்த இடத்திற்கே வந்து ஒரு வாரம் தங்கியிருந்து, சூழ்நிலைக்குத் தக்கபடி மாற்றம் செய்து மீண்டும் நாகப்பாவைக் கடத்தும் முயற்சியில் இறங்குவது என முடிவு செய்தனர்.

கர்நாடக அதிரடிப்படையின் தலைமை முகாம் குண்டால் அணையில் அமைந்துள்ளது. அந்த இடத்திலிருந்து இரண்டு கிலோமீட்டர் வடக்கிலுள்ள காட்டுப்பகுதியில் வீரப்பன் குழுவினர் எல்லோரும் இருந்தனர். 2002 ஆகஸ்ட் மாதம் 25ஆம் தேதி மாலை ஆறு மணி. வீரப்பன், கோவிந்தன், சந்திர கவுடா, சேதுமணி, பாக்கியராஜ், செல்வம், சங்கர் ஆகிய ஏழுபேரும் காட்டிலிருந்து வெளியேறினர். கரும்பு, நெல் வயல்வெளி வழியாகவே நடந்து இரவு எட்டு மணிக்கு காமகரே வந்து சேர்ந்தனர். நாகப்பா வீட்டுக்கு எதிரிலிருந்த அரசு நடுநிலைப் பள்ளியை ஒட்டிய கருவேலங்காட்டுக்குள் உட்கார்ந்தனர்.

சந்திர கவுடா போட்டிருந்த கரும்பச்சை நிற பேண்ட், சட்டையைக் கழற்றி வைத்தார். லுங்கியைக் கட்டிக்கொண்டு அங்கிருந்து மெதுவாக நடந்து காமகரே ஊருக்குள் சென்றார்.

கொஞ்சம், வாழைப்பழம், பிஸ்கட், சேதுமணிக்கும், தனக்குமென இரண்டு கணேஷ் பீடிக் கட்டுகள், தின்பதற்கு பொரிகடலை போன்றவற்றை வாங்கினார். பொடி நடையாக நடந்து நாகப்பா வீட்டுக்கு எதிரிலிருந்த பள்ளிக் கட்டிடத்தின் பின்பக்கம் வந்தார். பொரிகடலையும், வாழைப் பழத்தையும் எல்லோரும் சாப்பிட்டனர். இரவு ஒன்பது மணிக்கு மேலானது.

நாகப்பா வீட்டில் இருக்கிறாரா...? என்பதைத் தெரிந்துகொள்ள சந்திர கவுடாவை மட்டும் அனுப்பினர். கர்நாடகாவைப் பூர்வீகமாகக் கொண்ட கவுடாவுக்கு தாய்மொழி கன்னடம். இவரது முகவெட்டும் கர்நாடகாவில் வாழும் மக்களைப் போலவே இருக்கும். இதனால், யாருக்கும் இவர் மீது சந்தேகம் வராது. தென்னந் தோப்புக்குள்ளிருந்த நாகப்பாவின் பண்ணை வீட்டின் வாசற்கதவு திறந்தேயிருந்தது.

உள்ளே சென்ற சந்திர கவுடாவுக்கு அதிர்ச்சி, அங்கே பாதுகாப்புக்கு வந்திருந்த புட்நாஞ்சா என்ற போலீஸ் இருந்தார். "ஏனு சாமாச்சார...?" என்று கேட்டவரிடம், "எங்க சொந்த ஊர் நல்லூர். என்னுடைய அண்ணன் தம்பிகளுக்கும் எனக்கும், ஜமீன் (நிலம்) தொடர்பாகப் பிரச்சனை இருக்குது. அது சம்மந்தமாக எஜமானரைப் பார்த்துப் பேசவேண்டும்..." என்கிறார் கவுடா.

"எஜமானர் வெளியே போயிட்டார். நாளைக்குக் காலையில் வா..." என்று சந்திர கவுடாவை திருப்பி அனுப்பி விடுகிறார் அந்தக் காவலர்.

திரும்பி வந்த சந்திர கவுடா "ஆள் இல்லை..." என்று சொன்னதைக் கேட்டு வீரப்பன் வெறுப்படைந்தார். "இனி எப்பப்பா அலங்காட்டுக்குப் போயிட்டு, நாளைக்கு மறுபடியும் இவ்வளவு தொலைவுக்கு நடந்து வாறது..." என்று சலிப்படைந்தார்.

சந்திரகவுடா லுங்கியை அவிழ்த்து, பேண்டைப் போட்டார். எல்லோரும் அங்கிருந்து புறப்படத் தயாராயினர். தெற்கே கொள்ளேகால் பகுதியிலிருந்து வேகமாக வந்த ஒரு டாடா சுமோ கார் நாகப்பா வீட்டுக்குச் சென்றது. வண்டியில் ஜனதா கட்சியின் கொடிப் பறந்தது.

“ஆகா ஆள் வந்துட்டானப்பா...” என்று சொன்ன வீரப்பன், சந்திரகவுடருடன் சங்கரையும் சேர்த்து நாகப்பா வீட்டிற்கு அனுப்பினார். இருவரும், மெயின்ரோட்டை ஒட்டியிருந்த கேட்டைத் தாண்டி வீட்டு வெளிவாசலுக்குச் சென்றனர். வீட்டிற்கு வெளியில் காவலிருந்த காவலர் ஓடிவந்து நாகப்பா வந்த காரின் கதவைத் திறந்து விட்டார். இதை வைத்தே காரில் வந்தது நாகப்பாதான் என்பது உறுதியானது.

பட்டுவேட்டி பட்டுச்சட்டையுடன் காரில் இருந்து மெதுவாக இறங்கிய நாகப்பா, காரின் பின்பக்கமாக வந்தார். போர்டிகோவில் நடந்து, வீட்டின் வெளிவாசல் கதவுக்குப் பக்கமாகப் போனார். வெளியிலிருந்த அழைப்பு மணியை அழுத்திவிட்டு, கதவு திறப்பதற்காகக் காத்திருந்தார்.

நாகப்பா காரிலிருந்து இறங்கியதைப் பார்த்ததுமே சங்கர் அங்கிருந்து வேகமாக வெளியே ஓடி வந்தார். இரண்டு கையையும் உயர்த்திக் காட்டி, பள்ளிக்கூடத்தில் இருந்தவர்களைக் கூப்பிட்டார். பத்தே வினாடியில் கொள்ளேகால் - மாதேஸ்வரன் மாநில நெடுஞ்சாலையைக் கடந்த வீரப்பன் குழுவினர் புயல்வேகத்தில் நாகப்பாவின் தோட்டத்துக்குள் நுழைந்தனர்.

வெளி ஆள் யாரும் உள்ளே வராமல் இருக்கவேண்டும் என்பதற்காக செல்வம் கேட்டை இழுத்து மூடிவிட்டு அந்த இடத்திலேயே காவலுக்கு நின்றார். மீதி ஆள்கள் நாகப்பாவின் வீட்டுவாசலுக்குச் சென்றனர்.

கதவு திறக்கப்பட்டது. நாகப்பா தனது வீட்டுக்குள் நுழைந்தார். அவருக்கு பின்னால் சென்ற காவலர் புட்நஞ்சா, ஹாலில் புகைந்து கொண்டிருந்த கொசுவர்த்திச் சுருளை, கையில் எடுத்துக்கொண்டு வெளியே வந்தார்.

நீட்டிய துப்பாக்கியுடன் வேகமாக வீட்டுக்குள் நுழைய வந்த வீரப்பனைப் பார்த்த புட்நஞ்சா, கையிலிருந்த கொசுவர்த்திச் சுருளை வீசி விட்டு ஓடினார். வீட்டின் வரவேற்பறைக் கதவைத் தாழிட்டார். புட்நஞ்சாவைத் துரத்திக்கொண்டு போன வீரப்பன் கதவைத் திறக்க முயற்சித்தார், முடியவில்லை.

கர்நாடக அரசு பாதுகாப்புக்குக் கொடுத்திருந்த 303 துப்பாக்கியைத் தூக்கிக்கொண்டு புட்நஞ்சா வெளியே வந்தார். கதவுக்குப் பக்கத்தில் இருந்த ஆளுயர ஜன்னல் வழியே துப்பாக்கியை வெளியே நீட்டினார்.

இதைப் பார்த்த வீரப்பன், "கோயிந்தா நீ அந்தப்பக்கம் போ, பாக்கியா நீ இந்தப்பக்கம் போ..." என்று சொல்லிவிட்டு அவரும் நாகப்பா வீட்டு வாசலின் கிழக்குப்பக்கம் இருந்த சிமெண்டுத் தூணுக்குப் பின்னால் பதுங்கினார்.

துப்பாக்கியைப் பிடித்திருந்த புட்நஞ்சா ஜன்னலின் வழியாக இடதும், வலதுமாகத் திருப்பித் திருப்பிச்சுட்டார். அதிலிருந்த 12 தோட்டாக்களில் மூன்று மட்டுமே வெடித்தன. மற்றவையெல்லாம் வெடிக்காமல் வெளியே வந்து விழுந்தன. மெகஜனில் இருந்த எல்லாத் தோட்டாக்களும் தீர்ந்தன. கையிலிருந்த 303 துப்பாக்கியை வரவேற்பறையின் சோபாவுக்குக் கீழே விட்டெறிந்தார். இனி இங்கிருப்பது நல்லதில்லை என்ற முடிவில், வீட்டின் பின்பக்க வாசல் வழியாகத் தப்பியோடி பாக்குத் தோப்புக்குள் புகுந்தார்.

புட்நஞ்சா சுட்ட துப்பாக்கிக் குண்டுபட்ட காயம்
(படம்:- வை.கதிரவன்)

கதவுக்குப் பக்கத்தில் ஆளுயரக் கண்ணாடி போட்ட ஜன்னல் இருந்தது, சேதுமணி கையிலிருந்த துப்பாக்கியின் பின் கட்டையால் அதை அடித்து உடைத்தார். குறுக்கே தடுப்புக் கம்பிகள் இல்லாமல் இருந்த ஜன்னல் வழியாக உள்ளே போனரார். தாழிடப்பட்ட வரவேற்பறை கதவைத் திறந்து விட்டார். வீரப்பன் ஆள்கள் எல்லோருமே வீட்டுக்குள்ளே சென்றனர்.

வாசலுக்கு நேர் எதிரில், ஒரு கதவும், வடக்குப்பக்கம் இன்னொரு கதவும் இருந்தன. அந்தக் கதவு வழியாக யாரும் உள்ளே வந்தால் அவர்களைத் தடுப்பதற்காகச் செல்வமும், பாக்கியராஜும் காவலுக்கு நின்றனர். இதற்குள் வந்துள்ளது வீரப்பன்தான் என்பதை நாகப்பாவும் தெரிந்து கொண்டார். அந்த அறையின் வலது பக்கமிருந்த தன்னுடைய படுக்கை அறைக்குச் சென்று கதவைத் தாழிட்டுக் கொண்டார்.

நாகப்பா உள்ளேபோன அறையின் கதவைத் துப்பாக்கியின் பின் கட்டையால் தட்டி உடைத்த வீரப்பன், அந்த அறைக்குள் சென்றார். நாகப்பாவின் கைக்குள் தன்னுடைய கையை விட்டு அவரைப் பிடித்தார். தப்பிக்கும் முயற்சியில் வீரப்பனின் கழுத்தில் கையை வைத்து நாகப்பா இறுக்க முயற்சித்தார். இதைப் பார்த்த சேதுமணி "யார் கழுத்திலே கை வெக்கிறடா..." என்று நாகப்பா நெஞ்சில் துப்பாக்கியால் ஓங்கிக் குத்தி அவரைக் கீழே தள்ளினார்.

கீழே விழுந்த நாகப்பா தரையில் கையூன்றி எழுவதற்குள் அவரை வீரப்பன் ஆள்கள் சுற்றி வளைத்துப் பிடித்தனர். தயாராகக் கொண்டு வந்திருந்த நீளமான நூல் கயிற்றில் நாகப்பாவின் ஒரு கையைக் கட்டினார் வீரப்பன். மறுநாள் நாகப்பாவின் பேரனுக்கு நடக்கும் காதுகுத்து விழாவுக்காக வந்திருந்த உறவினர் பலரும் வீட்டு வாசலில் கூடினர்.

காவலர் புட்நஞ்சா சுட்டதால் ஏற்பட்ட தடுமாற்றத்தில், வீரப்பனுடன் சென்ற எல்லோருமே சுமோ வண்டியின் ஓட்டுநரைக் கவனிக்கத் தவறினர். வீட்டுக்குள்ளிருந்து துப்பாக்கிக்குண்டு வெடித்ததும் பயந்துபோன கார் ஓட்டுநர், மாதேவசாமி வண்டியிலிருந்த சாவியை எடுத்துக்கொண்டு ஊரை நோக்கி ஓடினார். நாகப்பா வீட்டிலிருந்து ஒரு

கிலோமீட்டர் தொலைவில் இருந்த ஊருக்குள் போனவர் அங்கிருந்த மக்களிடம், "வீரப்பன் ஆளுங்க வந்து எஜமானரைக் கடத்திக்கிட்டுப் போறாங்க..." என்றார்.

பாதுகாப்புக்கு இருந்த காவலர் பயன்படுத்திய 303 துப்பாக்கியை எடுத்துக்கொண்டு போகலாம் என்றார் வீரப்பன். நாகப்பாவின் வீடு முழுவதும் தேடிப் பார்த்தனர். ஆனாலும், அந்தத் துப்பாக்கியைக் கண்டுபிடிக்கவே முடியவில்லை. நாகப்பாவின் மனைவி பரிமளத்திடம், வீரப்பன் பேசிவைத்திருந்த ஓர் ஆடியோ கேசட்டைக் கொடுத்தார். "இந்த கேசட்டைக் கொண்டுபோய் உங்க முதல்வர்கிட்டே குடுங்க..." என்று சொல்லிவிட்டு வெளியில் வந்தார்.

"ஸ்டேரிங் லாக் போட்டிருந்த சுமோ காரை நம்பிப் பயனில்லை..." என்ற முடிவில் நாகப்பாவைக் கையில் பிடித்துக்கொண்ட வீரப்பன் வீட்டுக்கு வெளியே வந்தார். காமகரே அரசு நடுநிலைப்பள்ளியின் பின்பக்கம் இருந்த வயல்வெளியில் இறங்கி, அடுத்திருந்த கரும்புத் தோட்டத்துக்குள் நாகப்பாவைக் கூட்டிக்கொண்டு சென்றார். ஊர் மக்கள் சிலர் நாகப்பா வீட்டை நோக்கி ஓடி வருவதைப் பார்த்த மற்ற வீரப்பன் ஆள்களும் துப்பாக்கியைக் காட்டி மிரட்டிவிட்டு, வீரப்பன் போன வழியிலேயே கரும்புக் காட்டுக்குள் இறங்கி நடந்து இருளில் மறைந்தனர். *(HANUR, P.S.C.R.No.: 70/2002)*

நாகப்பா வீட்டுமுன் மக்கள் கூட்டம் கூடியது, வீட்டுக்குள் இருந்த நாகப்பா குடும்பத்தினர் ரோட்டுக்கு வந்தனர். அடுத்த அரைமணி நேரத்தில் கூட்டம் அதிகமானது. எளிதில் உணர்ச்சி வசப்படும் குணமுடைய கன்னட மக்கள் சாலை மறியலில் இறங்கினர். அடுத்த சில மணித்துளிகளில் அந்த வழியாக வந்த ஒரு தமிழ்நாடு அரசுப் பேருந்து, ஒரு லாரி, ஒரு தனியார் பேருந்து என்ற மூன்று வண்டிகளுக்கும் நெருப்பு வைத்தனர்.

நாகப்பா கடத்தப்பட்ட ஒரு மணி நேரத்தில் கொள்ளேகால் - மாதேஸ்வரன் மலை சாலையிலுள்ள காமகரே, சிங்காநல்லூர், மங்களம், தொட்டினவாடி, கொங்கரஹள்ளி எனப் பல ஊர்களில் போக்குவரத்து நிறுத்தப்பட்டது.

இந்த நேரம் கொள்ளேகாலிலிருந்து அனூர் வழியாக மாதேஸ்வரன் மலைக்குச் செல்லும் உதயரங்கா என்ற தனியார் பேருந்து மதுவுனஹள்ளிக்குள் நுழைந்தது. அங்கிருந்த பொதுமக்கள் நாகப்பா கடத்தப்பட்டது குறித்தும், காமகரே வழியாகப் போகும் பேருந்துகள் அனைத்தும் தாக்கப்படுவதாக ஓட்டுநரிடம் சொல்கின்றனர்.

அந்தப் பேருந்தில் மாதேஸ்வரன் மலைக்குப்போகும் நாற்பதுக்கும் அதிகமான பயணிகள் இருந்தனர். தன்னுடைய பேருந்தில் இருக்கும் பயணிகளைப் பாதுகாப்பாக மலைக்குக் கொண்டுபோய் சேர்க்கவேண்டும் என நினைக்கிறார் பேருந்து ஓட்டுநர். மதுவுனஹள்ளியில் இருந்து காமகரே போகாமல், குண்டால் அணைக்குப் போகும் வழியாக சத்தியமங்கலம் சாலையில் லெக்கனஹள்ளி வரையிலும் போகலாம். அங்கிருந்து இடது பக்கமாகத் திரும்பி, அனூர் சென்று அங்கிருந்து மாதேஸ்வரன் மலைக்குப்போகலாம் என்ற எண்ணத்தில் மாற்றுப் பாதையில் சென்றார்.

நாகப்பாவைக் கடத்திக் கொண்டுபோன வீரப்பன் குழுவினர் மதுவுனஹள்ளி - சத்தியமங்கலம் சாலையைக்

மதுவனஹள்ளி பிரிவு

கடக்கத் தயாராக நின்றனர். அந்த வழியாகச் சென்ற உதயரங்கா பேருந்து எல்லா விளக்குகளையும் அணைத்து விட்டு ஆடி, அசைந்து வந்தது. இது அதிரடிப்படை போலீசார் பயன்படுத்தும் ஜீப், வேன் போன்ற சிறிய வண்டியில்லை என்பது மட்டும் வீரப்பன் ஆள்களுக்குத் தெரிந்தது.

"லாரி, பஸ், டிராக்டர் எந்த வண்டியா இருந்தாலும் நிறுத்து. பெரியவரை இனிமேல் நடக்கவச்சுக் கூட்டிக்கிட்டுப் போகமுடியாது. இந்த வண்டியில் ஏற்றி எவ்வளவு முடிகிறதோ அவ்வளவு தூரம் கூட்டிக்கிட்டுப் போயிடலாம்" என்று வீரப்பன் சொன்னார். பேருந்துவரும் சாலையின் மீது பாக்கியராஜும், சந்திர கவுடாவும் ஆளுக்கு ஒரு பக்கம் துப்பாக்கியுடன் நின்றனர்.

கடந்த பத்து ஆண்டுகளாகத் தோளில் துப்பாக்கியுடன் சுற்றிக்கொண்டிருக்கும் கர்நாடகப் போலீசாரைப் பார்த்துப் பழகிய ஓட்டுநர் இவர்கள் அதிரடிப்படை போலீசார் என்ற எண்ணத்தில், அவர்களுக்குப் பக்கமாகவே வண்டியைக் கொண்டுவந்து நிறுத்தினார். ஓட்டுநருக்குப் பக்கத்தில் போன சந்திர கவுடா துப்பாக்கியைத் தூக்கிப்பிடித்தார், வண்டி நின்றது, தூக்கிப்பிடித்த நிலையில் சந்திர கவுடா நிற்கும்போதே, பின்னாலிருந்து ஓடிவந்த கோவிந்தன் பின்பக்கப் படிக்கட்டில் ஏறினார். அதற்குள்ளாக வீரப்பனும் பேருந்துக்கு வந்தார்.

பேருந்திலிருந்த பயணிகள் பலரும் வீரப்பனுக்குக் கைகொடுத்து அவரைச் சந்தித்ததில் மகிழ்ச்சியைத் தெரிவித்தனர். "தயவு செய்து நாகப்பாவை எதுவும் செய்து விடவேண்டாம். அவர் ரொம்பவும் நல்லவர்..." என்று வேண்டுகோளும் விடுத்தனர்.

வீரப்பன் ஆள்களை ஏற்றிக்கொண்டு உதயரங்கா பேருந்து இரண்டு கிலோமீட்டர் தொலைவுக்குப் போயிருக்கும். அதற்குள் நாகப்பா கடத்தப்பட்ட செய்தி குண்டால் அணையில் இருந்த அதிரடிப்படையினருக்குத் தெரிய வந்தது. அங்கிருந்த பத்து அதிரடிப்படை வீரர்கள் ஒரு ஜீப்பில் புறப்பட்டு காமகரே நோக்கிக் கிளம்பினர். வீரப்பன் சென்ற உதயரங்கா பேருந்தும், நாகப்பா வீட்டுக்குப் போகவந்த

அதிரடிப்படை வீரர்கள் வந்த வண்டியும் நேருக்கு நேர் நிறுத்தப்பட்டன.

அதிரடிப்படை வண்டியைப் பார்த்த வீரப்பன் மேற்கொண்டு இந்த வழியாகப் போவது சிக்கலில் முடியும் என நினைத்தார். அந்த இடத்திலேயே பேருந்தை நிறுத்தச் சொன்னவர், வண்டியின் முகப்பு விளக்கின் ஒளியை அணைக்காமல் வைத்திருக்க வேண்டுமென்றார். நாகப்பாவைக் கீழே இறக்கி, சாலையைக் கடந்து வலது பக்கம் இருந்த கரும்பு வயலுக்குள் கூட்டிக்கொண்டு போனார். வீரப்பன் போன ஐந்தாவது நிமிடம் வரை பாக்கியராஜ், ஓட்டுநருக்கு அருகில் துப்பாக்கியுடன் நின்றார்.

தங்களைப் பார்த்து, பயந்து போய்த்தான் பேருந்து ஓட்டுநர் வண்டியை நிறுத்தியுள்ளார் என நினைத்த அதிரடிப்படை போலீஸ் ஜீப் மெதுவாகப் நகர்ந்து பேருந்துக்குப் பக்கமாக வந்தது. இதைப் பார்த்த பாக்கியராஜ் பின்பக்க வழியே பேருந்தை விட்டுக் கிளம்பினார். அதன் பிறகு, எதிரில் வந்த அதிரடிப்படையினர் வண்டிக்கு வழிவிட்டு பேருந்தைச் சற்று ஓரமாக இறக்கி நிறுத்தினார். அருகில் வந்த அதிரடிப்படை வண்டியிலிருந்த வீரர்கள், "இந்த வண்டி எங்கிருந்து வருது, எங்கே போகுது...?" என விசாரித்தனர். வீரப்பன் தன்னுடைய வண்டியில் நாகப்பாவைக் கூட்டிக்கொண்டு வந்தது பற்றிப் பேருந்து ஓட்டுநர் அதிரடிப்படை வீரர்களிடம் சொன்னார்.

கைக்கு எட்டிய தொலைவில் இருக்கும் வீரப்பனைப் பிடிக்க கர்நாடக அதிரடிப்படையினர் தீவிரமானார்கள் என நீங்கள் நினைத்தால்...?

***

9

கொளத்தூர் மணியை விடுதலை செய்!

கொளத்தூர் மணி

கைக்கு எட்டிய தொலைவில் இருக்கும் வீரப்பனைப் பிடிக்க அதிரடிப்படையினர் ஏதாவது முயற்சி செய்வார்கள் என எதிர்பார்த்தார் உதயரங்கா ஓட்டுநர்.

"சரி... சரி, நீ பார்த்துப் போ..." என்று சொன்ன அதிரடிப் படை வீரர்கள், வண்டியை அங்கிருந்து மதுவனஹள்ளி செல்லும் பாதையில் வேகமாகச் செலுத்தினர். வண்டி போய்க் கொண்டிருக்கும்போதே குண்டால் முகாமிலிருந்த உயரதிகாரிகளுக்குக் கடத்தப்பட்ட நாகப்பாவுடன் வீரப்பன் உதயரங்கா பேருந்தில் வந்த செய்தியைக் கூறினர். உடனடியாகக் குண்டால் முகாமிலிருந்த கர்நாடக அதிரடிப்படை வீரர்கள் ஆளில்லாத காட்டுக்குள் நான்கு ரவுண்டு துப்பாக்கிச் சூடு நடத்தி வீரப்பனை இந்தப் பக்கம் வரவேண்டாம் என எச்சரிக்கை செய்தனர்.

எதிர்பாராத நேரத்தில் போலீஸ் வண்டி வந்ததால், தங்கள் கொண்டு வந்திருந்த பொருள்களை எல்லாம் வீரப்பன் ஆள்கள் பேருந்தில் விட்டுவிட்டனர். அதனால், ஏற்கனவே உணவுப்பொருள் வைத்திருந்த இடத்துக்குப் போகவேண்டிய நிலை வந்தது. முதலில் அந்த இடத்துக்குச் சென்று விட்டு, இரண்டு நாள்களுக்குப் பிறகு வேறு இடத்துக்குப் புறப்பட முடிவெடுத்தனர்.

நாகப்பாவின் மனைவியிடம் கொடுத்துவிட்டுச் சென்ற ஆடியோ கேசட் மறுநாள் காலை சுத்தூர் மடாதிபதி

மூலமாக முதலமைச்சர் எஸ்.எம்.கிருஷ்ணாவுக்கு போனது. அதில், வீரப்பன் இரண்டு நிபந்தனைகளை விதித்திருந்தார். ஒன்று, "ராஜ்குமார் கடத்தலின்போது பேச்சுவார்த்தைக்காக வந்த கொளத்தூர் மணியைக் கைது செய்துள்ள கர்நாடகப் போலீசார் உடனடியாக அவரை விடுதலை செய்யவேண்டும். இரண்டாவதாக அதிரடிப்படை போலீசாரின் தேடுதல் நடவடிக்கைகளை நிறுத்தி வைக்கவேண்டும்" என்றும் கேட்டிருந்தார்.

இதற்குப் பதிலளித்த முதலமைச்சர் எஸ்.எம்.கிருஷ்ணா, "வீரப்பன் கேட்டுள்ள முதலாவது நிபந்தனை என்னுடைய அதிகாரத்தின் கீழே வராது, அது நீதிமன்றம் தொடர்பானது. நான் நீதிமன்றத்துக்கு உத்தரவிட முடியாது. இரண்டாவது நிபந்தனைப்படி நாகப்பா வெளியேவரும் வரைக்கும் அதிரடிப்படைப் போலீசாரின் நடவடிக்கைகளை நிறுத்தி வைக்கச் சொல்கிறேன்" என்றார்.

இதுகுறித்து நாகப்பாவின் ஆதரவாளரான பொன்னாச்சி மாதேவசுவாமி, "தலைவர் நாகப்பா கடத்தப்பட்ட பத்து நாள்களுக்குப் பிறகும், அவரை மீட்பதற்கு கர்நாடக அரசு எந்த முயற்சியும் எடுக்கவில்லை. அதனால், நாங்களே களத்தில் இறங்கினோம். நாகப்பா வயதானவர், சர்க்கரை நோயாளி, தினமும் மருந்து, மாத்திரை சாப்பிடுபவர். அவருக்குத் தேவையான மருந்து, மாத்திரை காட்டில் கிடைக்காது. இப்போதைய நிலையில் நாகப்பா எப்படி இருக்கிறார் என்பதைத் தெரிந்துகொண்டு, அவருக்கு தேவையான மாத்திரைகளைக் கொடுக்க வேண்டுமென்று முடிவு பண்ணினோம்.

வீரப்பன், நாகப்பாவைக் கடத்திக் கொண்டுபோன வழியாகவே நானும் அந்தப்பகுதியைச் சேர்ந்த சில மலைவாழ் மக்களும் காட்டுக்குள்ளே போனோம். குண்டால் அணையிலிருந்து கடம்பூர், மின்னியம், ஹூக்கியம் காட்டுக்குள்ளே இருந்த மக்களை விசாரித்துக் கொண்டே போனோம். கல்மாத்தூர் காட்டுப்பகுதிக்குப் போனபோது அந்தப் பகுதியில் அதிரடிப்படை போலீசார் காடு பூர்த்தியும் சுத்திக்கிட்டு இருந்தாங்க. அதனாலே, கண்டிப்பாக வீரப்பன் இந்தக் காட்டுக்குள்ளே இருக்கிறாருன்னு தெரிந்தது.

ஒருபக்கம் போலீஸ், இன்னொருபக்கம் வீரப்பன், ரெண்டு டீமும் இருக்கும் இடத்துக்குள்ளே நாம போனால் தேவையில்லாத சிக்கல் வரும்னு நெனச்சுட்டு நான் வெளியே வந்துட்டேன்.

உடனே போலீசார் காட்டுக்குள் துப்பாக்கியுடன் சுற்றிக்கொண்டிருப்பது குறித்து எங்கள் கட்சியின் மாநிலத் தலைவர்களுக்குச் சொல்லிவிட்டு, சுத்தூர் சுவாமிகிட்டேயும் சொன்னேன். உடனே சுவாமிஜீ, முதலமைச்சர் எஸ்.எம். கிருஷ்ணாவிடம் போனில் பேசினார். போலீசாரின் நடவடிக்கைகளை நிறுத்துமாறு முதலமைச்சர் கடுமையான உத்தரவைப் பிறப்பித்தார். அதன்பிறகு விட்ட இடத்திலிருந்து என்னுடைய பயணத்தைத் தொடர்ந்தேன். அங்கிருந்து பாலாற்றின் மேற்குப் பக்கமாகவே மாதேஸ்வரன் மலையின் பின்பக்கம் உள்ள மார்ட்டல்லியை ஒட்டிய காடுகளில் தேடிக்கிட்டிருந்தேன். என்னோடு இருந்த மூன்றுபேரில் ரெண்டுபேர் திரும்பிப் போயிட்டாங்க. புட்டு என்பவர் மட்டும் இருந்தார்.

அப்போ, இராமாபுரம் - கர்கேகண்டி ரோட்டில் சிக்கிச்சாமரம் பக்கமாகத்தான் வீரப்பன் ஆளுங்க ரோட்டை கிராஸ் பண்ணி மார்டல்லி பக்கம் போனாங்கன்னு தெரிஞ்சுது. அவங்க போன வழியிலேயே தொடர்ந்து போனோம். அடுத்த நாள் காலையில் தொட்டணைக்கு மேலே சீபன்கோம்பைப் பகுதியைச் சேர்ந்த மலைவாழ் சமூக பெரியவரைப் ஒருவரைப் பார்த்தோம்.

பொன்னாச்சி மாதேவசாமி

என்னை அறிமுகம் செய்து கொண்டு அவரிடம் விசாரித்ததில், நேத்து ராத்திரி என்னுடைய எருமைக் கிடாரி ஒன்னு காணாமப் போயிட்டுது. அதைத் தேடிக்கிட்டு கையில் டார்ச்லைட்டோட (ஒரு பள்ளத்தைக் காட்டி) இந்தப்பக்கம் போனேன். அங்கே நாலஞ்சு ஆளுங்க உக்கார்ந்துக்கிட்டு இருந்தாங்க. நான் லைட்டோட

போறதைப் பார்த்துட்டு, "ஏய் லைட் போடாதேன்னு சொன்னாங்க..." "சரீங்க சாமீ"ன்னு சொல்லீட்டு நான் லைட்டை ஆப் பண்ணிக்கிட்டு அங்கிருந்து திரும்பி வந்துட்டேன்"னு சொன்னாரு.

அவரையும் கூட்டிட்டுப்போய், அந்த இடத்தைப் பார்த்தோம், நிலத்திலிருந்த சின்னச் சின்னக் கல்லுகளை எல்லாம் ஒதுக்கி விட்டுட்டு ஆளுங்க படுத்திருந்த மாதிரி தெரிஞ்சது. பக்கத்திலேயே நாலஞ்சு பேர் யூரின் போயிருந்த அடையாளம் தெரிஞ்சுது. எங்களைக் கூட்டிட்டுப் போன அந்தப் பாட்டங்கிட்டே விசாரிச்சதில் அந்த இடத்துக்கு வேற வில்லேஜ் ஆளுங்களோ, மாதேஸ்வரன் மலைக்குப் போற ஆளுங்களோ யாரும் வரமாட்டாங்கன்னு சொன்னார். அன்னைக்கு முழுதும் அந்தக்காடு பூராவும் சத்தம் போட்டுக்கிட்டே தேடினோம். எங்கேயுமே வீரப்பன் ஆளுங்க சிக்கல. எப்படியும் இந்தக் காட்டுக்குள்ளதான் இருக்காங்க. நாம விடக்கூடாதுன்னு மனசுலே நெனச்சுக்கிட்டு அன்னைக்கு ராத்திரியும் அங்கேயே தங்கிட்டோம்.

எங்களுக்குச் சாப்பிடச் சப்பாத்தி, ராகி ரொட்டி, தொட்டுக்க ஊறுகாய், பிஸ்கட் எல்லாம் இருந்தது. அடுத்த நாள் அக்டோபர் 4ஆம் தேதி காலையில் ஆறு மணிக்கு எழுந்து கொஞ்சதூரம் போனோம் அப்போ எதிரில் ஒரு யானை எங்களுக்கு நேரா வந்துட்டுது. அதுக்கு வழிவிட்டுக் கீழே போன வேற ஒரு பாதையில் இறங்கிக் கொஞ்சதூரம் ஓடினோம். போகும்போது கீழேயிருந்த ஒரு பள்ளத்திலிருந்து யாரோ துணி துவைக்கும் சத்தம் கேட்டுச்சு. "இந்த நேரத்தில் இங்கே யார் வந்து துணி துவைப்பாங்க...?"ன்னு என் கூட இருந்த புட்டாகிட்டே விசாரிச்சேன்.

"இந்தப் பக்கம் ஊரும் இல்லை. இந்த நேரத்தில் யாரும் வந்து துணி துவைக்கவும் சாத்தியமில்ல சாமி"ன்னு அந்த ஆளும் சொன்னான். மெதுவா அந்தப் பள்ளத்துக்கு மேலேயிருந்த ஒரு பாறைமேலே போய் நின்னுட்டுப் பார்த்தேன். மூனு பேர் அண்டர்வேர் மட்டும் போட்டுக்கிட்டு துணி துவைச்சுக்கிட்டு இருந்தாங்க. பக்கத்திலேயே பாறை மேலே மூனு கன் *(Gun)* சாத்தி வச்சிருந்துது. சூரிய ஒளி எனக்கு நேரா வீசிக்கிட்டு இருந்துச்சு. அதனாலே, கீழே

பள்ளம் முழுவதும் இருட்டா இருந்ததாலே உள்ளே இருந்தவங்க முகம் சரியாத் தெரியலே.

கொஞ்சம் வெளிச்சம் ஆனதும், துணி துவைச்சுட்டு இருந்த மூனு பேரையும் கவனமாப் பார்த்தேன். அதிலே ஒரு ஆளு வீரப்பன்னு தெரிஞ்சுது. உடனே என்கூட இருந்த ஆளைக் கூப்பிட்டு, நீ கீழே போயித் துணி துவைக்கிற ஆளுங்ககிட்டே, "உங்களைப் பார்க்க பொன்னாச்சி மாதேவசாமி வந்திருக்கார்னு சொல்லப்பான்னு..." சொன்னேன்.

அவன் துப்பாக்கியைப் பார்த்ததும் பயந்துட்டான். "நான் போகமாட்டேன், நீங்களே போங்க, நான் இங்கே இருக்கேன்னு..." சொல்லிட்டான். பத்து நிமிஷம் வரைக்கும் நானும் யோசனை பண்ணீட்டு, அந்தப் பள்ளத்துக்கு ஓரமா மேலேயே கொஞ்சதூரம் போனேன். கீழே போக ஒரு நல்ல வழி இருந்தது. அதிலே இறங்கி கீழே ஓடைக்குப் போனேன். துப்பாக்கியில் சுட்டாலும்கூட அடிபடாமல் தப்பிக்கிற தூரத்தில் பள்ளத்துக்குள் இருந்த பாறைக்குப் பக்கமாப் போனேன். அவங்க என்னை நேரில் பார்க்கிற மாதிரி ஒரு ஜாகாவுலே நின்னுட்டு ரெண்டு கையையும் வேகமாத் தட்டி "தலைவர்..."ன்னு சொன்னேன்.

நான் "தலைவர்"ன்னு சொன்னதுமே ஒரே செகண்டில் மூனுபேரும் துப்பாக்கியைத் தூக்கி எனக்கு நேரா புடிச்சுட்டாங்க. நானும் கையைத் தூக்கி நின்னுக்கிட்டேன்.

"வா இங்கேன்னு..." சொன்னாங்க. கையைத் தூக்கிட்டே நான் கிட்டமாப்போன பின்னால, "யார் நீ..."?ன்னு விசாரிச்சாங்க. எங்க பெரியப்பா பி.கே.ராமப்பா பொன்னாச்சி, செங்கப்பாடி ரெண்டு கிராமத்துக்கும் முன்சீப்பாக இருந்தவர். எங்க குடும்பத்தைப் பத்தி வீரப்பனுக்கும் தெரியும். வீரப்பன் குடும்பத்தைப் பத்தியும் எனக்குத் தெரியும். அதையெல்லாம் வச்சுப் பேசி, என்னை அறிமுகம் செஞ்சுக்கிட்டேன்.

பிறகு, "தலைவர் நாகப்பாவை பார்த்துட்டு போலாமுன்னு வந்தேன்"னு சொன்னேன். என்கூட வந்த ஆளையும் வரச்சொன்னேன், நாங்க கொண்டுபோன சப்பாத்தி, ரொட்டி எல்லாத்தையும் அவங்களுக்கும் சாப்பிடக் கொடுத்தேன்.

வீரப்பனுக்கு குடுத்த நாலு சப்பாத்தியில ஒன்னை எடுத்து எனக்கே திருப்பிப் குடுத்தார். அதை நான் சாப்பிட்ட பின்னாலேதான் அவங்களும் வாங்கிச் சாப்பிட்டாங்க. ஒன்பது மணிக்கு அங்கிருந்து ரெண்டு கிலோமீட்டர் தொலைவுக்கு கூட்டிக்கிட்டு போனாங்க. அங்கே பாக்கியராஜ் துப்பாக்கியோடு நின்னுக்கிட்டு இருந்தார். சந்திர கவுடா சமையல் செஞ்சுக்கிட்டு இருந்தார். நாகப்பா படுத்துத் தூங்கிக்கிட்டு இருந்தார்.

எல்லோரையும் பார்த்தேன், பேசினேன். நாகப்பாவுக்கு நான் வாங்கிட்டுப்போன மருந்து, துணி, கொஞ்சம் பிஸ்கட், சுத்தூர் சுவாமிஜீ நாகப்பாவுக்கு குடுத்தனுப்பிய ரெண்டு புத்தகம், வீரப்பனுக்கு குடுத்த ஒரு தமிழ்ப் புத்தகம் எல்லாம் குடுத்தேன். சாயங்காலம் அந்த இடத்திலிருந்து கம்பத்துக்கோடி காட்டுப்பக்கம் போனோம். அங்கே நாங்க இருந்தப்போ மலைக்காரத் தாத்தா ஒருத்தர் உடும்பு புடிச்சுக்கிட்டு வந்தார். அவர்கூட வந்த நாய் எங்களைப் பார்த்துக் கத்திக்கிட்டு வந்தது. உடனே சேதுமணி ஓடிப்போய் அந்த ஆளைக் கூட்டிக்கிட்டு வந்தார்.

அந்த ஆள் கொண்டுவந்த உடும்பை வாங்கின வீரப்பன் அதை நெருப்பில் காட்டி மேல் தோலை உரிச்சு எண்ணெய் எடுத்தார். அதை நாகப்பா கால் முட்டிக்கு பூசி விட்டாங்க. மீதி உடும்பையும், கொஞ்சம் பணத்தையும் அந்த ஆளுக்கிட்டே குடுத்துட்டாங்க. "நீ எந்த ஊரு, உன் வீடு எங்கே இருக்குது, கொழந்தைங்க எத்தனை, அவங்க பேரெல்லாம் என்னன்னு விசாரிச்சாங்க. "நீ போய் வெளியில் யார்கிட்டேயாவது என்னை இங்கே பார்த்தேன்னு சொன்னா உன் வீட்டுக்கே வந்து, குடும்பத்தையே கொன்னு போடுவோம்"ன்னு பயங்காட்டி அனுப்பீட்டாங்க.

அப்போ வீரப்பன்கூட கோவிந்தன், சந்திர கவுடா, சேதுமணி, பாக்கியராஜுன்னு அஞ்சு பேரு மட்டும் இருந்தாங்க.. "உங்க கூட இருந்த மீதி ஆளுங்க எங்கேன்னு..." கேட்டேன். "என்கூட இருந்த ரெண்டு பேரு என் கழுத்திலிருந்த செயின், ஐம்பதாயிரம் பணம் எல்லாத்தையும் எடுத்துக்கிட்டு இங்கிருந்து ஓடிப்போயிடாங்கன்னு..." வீரப்பன் சொன்னார். அவர்களோடவே ரெண்டு நாள்கள்

தங்கியிருந்தேன். முடிவாக, "கொளத்தூர் மணி வெளியில் வராமல் நான் நாகப்பாவை விடமாட்டேன். மணியைச் சீக்கிரமா வெளியில் கொண்டுவர ஏற்பாடு செய்யுங்கன்னு..." வீரப்பன் சொல்லிட்டார்.

அங்கிருந்து நடந்தே தாளபெட்டா வந்து, பஸ் பிடிச்சு நாகப்பா வீட்டுக்குப் போனேன். அங்கிருந்து அவருடைய மகனையும் கூட்டிக்கிட்டு சுத்தூர் சுவாமிஜீகிட்டேப் போனோம். அவர் மூலமா முன்னாள் அமைச்சர் எம்.பி.பிரகாஷ்கூட சேர்ந்து கர்நாடக முக்கிய மந்திரி எஸ்.எம்.கிருஷ்ணாவைச் சந்தித்துப் பேசினோம். கேசட்டை டேப் ரெக்கார்டரில் போட்டு வீரப்பன் சொன்னதை எல்லாம் கேட்டார்.

"வீரப்பன் கேட்டிருக்கிற மாதிரி கொளத்தூர் மணியை நான் விடுதலை செய்ய முடியாது. அதைக் கோர்ட்டுதான் முடிவு செய்யணும், ஏற்கனவே ராஜ்குமார் கடத்தப்பட்டபோது நான் கொஞ்சம் பேரை ஜெயிலில் இருந்து ரிலீஸ் செய்யச்சொல்லி உத்தரவு போட்டேன். அதை எதிர்த்து ஒரு ரிட்டையர்டு போலீஸ் டி.எஸ்.பி. கோர்ட்டுக்கு போயிட்டார். அப்போ சுப்ரீம் கோர்ட் என்னைக் கூப்பிட்டு பயங்கரமா வார்ன் பண்ணுச்சு. உன்னாலே முடிஞ்சா ஆட்சி செய், இல்லேன்னா முக்கிய மந்திரி பதவியை விட்டுவிட்டுப் போயிருன்னு சொல்லிருச்சு. அப்போ நான் பட்ட அவஸ்தையே போதும். இனிமேல் இன்னொருமுறை அடிவாங்க நான் தயாராயில்லை. இப்போ உங்களுக்கு ஒரு கம்யூனிகேசன் கெடச்சிருக்கு, இதைவச்சு நீங்களே வீரப்பங்கிட்டே பேசுங்கோ. அவனைக் கன்வின்ஸ் பண்ணுங்கோ, நாகப்பாவை நல்லபடியா ரிலீஸ் செய்யப் பாருங்க. போலீஸ் ஆபரேசனை நிறுத்தி வைக்கச்சொல்லி இன்னொரு முறைகூட நான் டி.ஜி.கிட்டே சொல்லிடறேன். இதை விட்டா என்னாலே உங்களுக்கு வேற எந்த உதவியும் செய்யமுடியாது..."ன்னு சொல்லிட்டார்.

கர்நாடக முதலமைச்சர் எஸ்.எம்.கிருஷ்ணா என்னால் எதுவும் செய்யமுடியாது என்று கைவிரித்துவிட்ட நிலையில், பெல்லாரி சிறையிலிருந்த கொளத்தூர் மணியைச் சந்தித்த

மாதேவசாமி அவரிடம் நிலைமையை விளக்கிச் சொல்கிறார். "என் மீது போடப்பட்டுள்ள வழக்குகள் எல்லாமே சாதாரண வழக்குகளே, இதற்கெல்லாம் கீழமை நீதிமன்றத்திலேயே பிணை கிடைத்துவிடும். அதனாலே நாகப்பாவை உடனே நீங்க விடுதலை செய்யணும்" என்று கொளத்தூர் மணி ஓர் ஆடியோ கேசட்டில் பேசி அதை வீரப்பனுக்கு அனுப்பியுள்ளார்.

அதன் பின்னர், நாகப்பா சார்ந்துள்ள ஐக்கிய ஜனதா தளம் கட்சியின் தலைவர்கள், சுத்தூர் மடாதிபதி, நாகப்பா குடும்பத்தினர் எல்லோரும் சேர்ந்து ஒரு கூட்டம் ஏற்பாடு செய்தனர். இதில், வீரப்பனின் ஒரே கோரிக்கையையும் அரசு ஏற்றுக் கொள்ளாத நிலையில் அதற்கு மாற்று ஏற்பாடாக வீரப்பனுடன் பேசி அவர் கேட்கும் பணத்தைக் கொடுக்கலாம். "நாகப்பாவை விடுதலை செய்ய உனக்கு எவ்வளவு பணம் வேணுன்னு வீரப்பனிடம் கேட்டுட்டு வாங்கன்னு..." வீரப்பன் குறிப்பிட்ட நாளில் பொன்னாச்சி மாதேவசாமியை மீண்டும் காட்டுக்குள் அனுப்பி வைத்தனர்.

வீரப்பன் கேட்டிருந்த உணவுப் பொருள்கள், சில மருந்துப் பொருள்கள், ஆப்பிள், ஆரஞ்சு போன்ற பழவகைகளுடன் மாதேவசாமி காரில் புறப்பட்டார். வீரப்பன் சொல்லி அனுப்பியபடியே செங்கிடிக் காட்டிலிருந்து பொன்னாச்சி போகும் வழியிலிருந்த மரப்பாலத்துக்கு முன்பாக ஒரு புதர் மறைவில் அவர் கொண்டு போயிருந்த பொருள்களை எல்லாம் எடுத்து வைத்தார். பிறகு, காரைத் திருப்பி அனுப்பிவிட்டு வடக்குப்பக்கம் போன ஒரு காட்டுத் தடத்தில் நடந்து சென்றார். வீரப்பன் குறிப்பிட்டபடியே அந்தப் பாதையின் மேற்குப்பகுதியில் இருந்த ஒரு பாறை மேலே உட்கார்ந்து கொண்டார்.

"அந்தப் பாறை மேலே நீ ஒரு மணி நேரம் உடார்ந்திருக்கணும். நீ மட்டும் தனியா வந்திருந்தால் எங்க ஆள் வந்து உன்னை எங்கிட்டே கூட்டிக்கிட்டு வருவான். உங்கூட போலீசோ வேற ஆளோ வந்திருந்தா எங்க ஆள் உன்னைப் பார்க்க வரமாட்டான்"னு வீரப்பன் சொல்லி யிருந்தார்.

2002 அக்டோபர் 13ஆம் தேதி காலை பத்து மணியளவில் அந்தப் பாறைக்கு எதிர்ப் பக்கம் இருந்த ஓடைக்கு வந்த சேதுமணி, ஒரு கல்லை எடுத்து மாதேவசாமி இருந்த பக்கம் வீசியுள்ளார். கல் விழுந்ததை அடுத்து மாதேவசாமி எழுந்து நின்று சுற்றும் முற்றும் பார்த்தபோது கையை ஆட்டி மாதேவசாமியை அந்தப்பக்கம் வருமாறு சொல்கிறார். அங்கே சேதுமணி, பாக்கியராஜ் இருவரும் இருந்துள்ளனர். மாதேவசாமி கொண்டுபோன பொருள்களை எல்லாம் அங்கிருந்து எடுத்துக்கொண்டு இரண்டு கிலோமீட்டர் தொலைவுக்கு கூட்டிக் கொண்டுபோய் வீரப்பனிடம் சேர்த்துள்ளனர்.

பெங்களூரில் நடந்த விஷயங்கள் எல்லாம் மாதேவசாமி சொல்லும்போதே, "அங்கே நடக்கும் எல்லாத்தையும் நான் ரேடியோ செய்தியில் கேட்டுக்கிட்டுத்தான் இருக்கேன். என்னுடைய கோரிக்கையை ஏற்க முடியாதுன்னு கிருஷ்ணா சொல்லிட்டார். நானா இல்லை கிருஷ்ணாவான்னு பார்த்துக்கிறேன்..." என்று கடுமையான கோபத்துக்குச் சென்ற வீரப்பன், சற்று நேரத்துக்குப் பிறகே இயல்பு நிலைக்குத் திரும்பியுள்ளார்.

***

10

13 கோடி பணமிருக்குது!

வீரப்பனைச் சந்தித்த மாதேவசாமி, "உங்களுக்கு பணம் ஏதும் வேணுன்னாலும் சொல்லுங்க அதைக் குடுக்க சுத்தூர் சாமி ஏற்பாடு செய்யலான்னு சொல்லியிருக்கார்" என்று சொல்லியுள்ளார். "பணம் எனக்கு வேண்டாம். இப்போது என்கிட்டேயே 13 கோடி ரூபாய் பணம் இருக்குது. அதே எனக்குப் போதும். இன்னும் காசை வாங்கி நான் என்ன செய்யப்போறேன்" என்று வீரப்பன் பணம் வாங்க மறுத்து விட்டதாக மாதேவசாமி சொன்னார்.

இந்தச் சந்திப்பின்போது, இரண்டு பகல், ஓர் இரவு மாதேவசாமி வீரப்பனுடன் காட்டுக்குள் தங்கியிருந்தார். அந்த நேரத்தில், அவர் மூலமாகத் தனக்குத் தேவையான ஆயுதங்கள் வாங்கவும், தொடர்பாளர்களைச் சந்தித்து இன்னும் கூடுதலான ஆள்களைக் கூட்டிக்கொண்டு வருவதற்கும் வீரப்பன் திட்டம் போட்டுள்ளார். "மாதேவசாமியையும், பாக்கியராஜையும் திருச்சிக்கு அனுப்பி, அங்கிருந்து வெடிமருந்து, துப்பாக்கி போன்ற பொருள்களை வாங்கிக்கொண்டு, அங்குள்ள சில ஆள்களையும் கூட்டிக்கொண்டு வரவேண்டும்" என்று வீரப்பன் கேட்டுள்ளார்.

"இந்த வேலையை செய்து குடுத்தா எங்க தலைவரை விடுதலை செய்யறேன்னு சொல்லுங்க. நான் எங்கே வேணுன்னாலும் போயிட்டு வாரேன். என்ன பொருள் வேணுன்னு சொன்னாலும் வாங்கிக்கிட்டு வந்து குடுக்கிறேன்னு.." மாதேவசாமி சொன்னார்.

இந்த நேரத்தில் குறுக்கே வந்த சேத்துக்குழி கோவிந்தன், "மாதேவசாமி அண்ணா போட்டோ ஒரு மாசமா பேப்பரில் வந்துக்கிட்டே இருக்குது. திருச்சிக்குப் போற வழியில் எங்கயாவது போலீஸ் கண்ணுலே பட்டுட்டா அவர்கூடப்

போகும் பாக்கியராஜூக்கும் அது ஆபத்தாப் போயிரும்..." என்று இந்தத் திட்டத்தை நிராகரித்து விட்டார்.

இந்த முறையும் கர்நாடக அரசு கொளத்தூர் மணியை விடுதலை செய்வதில் ஆர்வம் காட்டாமல் போனதால், நான் நாகப்பாவை விடமாட்டேன் என்று வீரப்பன் தீர்க்கமாகச் சொல்லி விட்டார். இதைத் தொடர்ந்து, "இன்னும் ஒரு மாதம் டைம் குடுங்க அதுக்குள்ளே நான் மணி அண்ணனை வெளியே கொண்டுவந்து சேர்த்திருவேன்" என்று வீரப்பனுக்கு உறுதி கொடுத்துவிட்டு வந்தார் மாதேவசாமி.

இந்த நேரத்தில், காட்டில் இருந்து ஓடிய இளவரசன் ஆள்களைத் தேடி, தமிழ்நாடு அதிரடிப்படையின் உளவுப்பிரிவு கடலூர் மாவட்டத்துக்குக் கிளம்பியது. கடலூர் மாவட்ட கியூ பிரிவு போலீசாருடன், தஞ்சை டெல்டா போர்ஸ் போலீசாரும் சேர்ந்தனர். அரியலூர், கடலூர் மாவட்ட முந்திரிக்காடுகள் முழுவதையும் மூன்று அணியினரும் சேர்ந்து தேடினர்.

மாதேவசாமி காட்டிலிருந்து வெளியே சென்ற பிறகு, சேதுமணியை அரியலூருக்கு அனுப்பி, இளவரசனைச் சந்தித்து, வேறு சில ஆள்களைக் கூட்டிக்கொண்டுவரவும் வீரப்பன் ஏற்பாடு செய்தார். "எனக்கு எழுதப் படிக்கத் தெரியாது..." என்று சொன்ன சேதுமணி காட்டை விட்டு வெளியேபோக மறுத்து விட்டார்.

வேறு வழியில்லாத நிலையில் பாக்கியராஜை வெளியில் அனுப்பியுள்ளனர். காட்டிலிருந்து வெளியே வந்த பாக்கியராஜ், பொன்பரப்பி, அரியலூர், பெண்ணாடம், ஜெயங்கொண்டம், திட்டக்குடி போன்ற இடங்களில் இருந்த இளவரசன் ஆதரவாளர்களைத் தேடினார். போலீசாருக்குப் பயந்த இளவரசன் ஆதரவாளர்கள் எல்லோரும் தலைமறைவாக இருந்தனர்.

அதனால், பாக்கியராஜால் யாரையும் சந்திக்க முடியவில்லை. ஒரு வாரமாக இளவரசனைத் தேடியலைந்த நேரத்தில், வீரப்பன் ஒடக்காப்பள்ளம் காட்டுக்குத் திரும்பி வரச்சொன்ன இரண்டு தவணைகளும் கடந்து விட்டன. இனி, வீரப்பன் காட்டிலிருந்து யாராவது ஓர் ஆள் பொன்பரப்பிக்கு

வந்தால் மட்டுமே மீண்டும் காட்டுக்குப் போவதற்கு தொடர்பு கிடைக்கும் என்ற நிலை உருவானது.

அதன் பின்னரே பாலமுருகன் மூலமாக இளவரசனை சந்திக்க வாய்ப்பு வருகிறது. அப்போது, வீரப்பன் புதிய ஆள்களை கூட்டிக்கொண்டு வரச்சொன்னது பற்றிச் சொன்னார். “காட்டிலிருந்து மீண்டும் நமக்குத் தொடர்பு வரட்டும். அதற்குள் வேறு சிலரை உன்னோடு காட்டுக்குள் அனுப்ப ஏற்பாடு செய்து கொடுக்கிறேன். இப்போதைக்கு உனக்கு இதை விடவும் இன்னொரு முக்கியமான வேலை இருக்குது...” என்று சொன்ன இளவரசன், பாக்கியராஜிடம் வேறு ஒரு வேலையைக் கொடுத்தார்.

காவிரி நதிநீர் விவகாரம் கர்நாடகம் - தமிழ்நாடு என இரு மாநிலங்களுக்கு இடையில் புகைந்து கொண்டிருந்தது. நடிகர் சத்யராஜ், இயக்குநர் பாரதிராஜா தலைமையில் தமிழ்த் திரைப்பட நடிகர்கள் நெய்வேலி என்.எல்.சி-யில் இருந்து கர்நாடகாவுக்கு மின்சாரம் கொண்டு செல்வதைத் தடுக்கக்கோரி ஆர்ப்பாட்டம் நடத்த முடிவு செய்திருந்தனர். இதற்கு ஆதரவாக, நெய்வேலியில் இருந்து கர்நாடகாவுக்கு மின்சாரம் செல்லும் உயர்அழுத்த மின் கோபுரத்துக்குக் குண்டு வைத்து, கோபுரத்தைத் தகர்க்கும் வேலையைப் பாக்கியராஜுக்கு கொடுத்தார் இளவரசன்.

மெக்கர் பாக்ஸ், ஜெலட்டின், அம்மோனியம் சல்பேட், டெட்டனேட்டர், டிகார்டு வயர் உள்ளிட்ட வெடிபொருள்கள் எல்லாம் ஒசூருக்கு அருகில் ஓரிடத்தில் இருந்தன. அங்குள்ள சிறிய மின் கோபுரத்தைத் தகர்க்கும் நோக்கில் அங்கே கொண்டுபோய் இதையெல்லாம் வைத்திருந்தனர். பொருள்கள் வைத்த இடம் தெரிந்த ஓர் ஆளைக் கூட்டிக்கொண்டு பழைய ஹீரோ ஹோண்டோ மோட்டார் சைக்கிளில் பாக்கியராஜ் புறப்பட்டார்.

போகும் வழியெல்லாம் மோட்டார் சைக்கிள் பழுதாகிக்கொண்டே இருந்தது. அதனால், வெடி பொருள்களை எல்லாம் திருப்பி எடுத்துக்கொண்டுவர நான்கு நாள்களாயின. பொன்பரப்பி கொண்டுவந்த பாக்கியராஜ் நீண்ட காலமாக பயன்படுத்தாமல் வெயிலிலும்,

மழையிலும் நனைந்து கிடந்த அந்தப் பொருள்களை எல்லாம் மாற்றியமைத்து சக்தி வாய்ந்த வெடிகுண்டாக மாற்றினார். பின்னர், இளவரசன் சொன்னபடி, உளுந்தூர் பேட்டை அருகிலுள்ள திருநாவலூர் காட்டுப்பகுதிக்குக் கொண்டு சென்றார். நெய்வேலியிலிருந்து கர்நாடகாவுக்கு 120 கிலோ வாட்ஸ் மின்சாரம் கொண்டு செல்லும் ஒரு மின் கோபுரத்தின் கீழே குண்டுவைத்து அந்தக் கோபுரத்தைத் தகர்த்தார். அதன் பின்னர் இளவரசனை அவர் சந்தித்தார்.

"வீரப்பன் காட்டிலிருந்து எனக்குத் தொடர்பு வரவில்லை. அதுவரை நீ தலைமறைவாக இரு. தொடர்பு வந்ததும் உன்னுடன் இன்னும் சிலரைச் சேர்த்துக் காட்டுக்கு அனுப்புகிறேன்" என்றார். இதையடுத்து, சின்னசேலம் அருகிலுள்ள கல்லாநத்தம் பகுதியில் உள்ள தங்களது ஆதரவாளர் ஒருவரின் வீட்டிற்குப் போன பாக்கியராஜ் அங்கே பதுங்கினார்.

நாகப்பாவை மீட்க கர்நாடக அரசும், பொன்னாச்சி மாதேவசாமியும் என்ன முயற்சி செய்து கொண்டுள்ளனர் என்பதும் தெரியவில்லை. மீண்டும் வீரப்பன் காட்டுக்குப் போக நமக்கு எப்படித் தொடர்பு கிடைக்கும் என்பதும் தெரியவில்லை. இந்தக் குழப்பத்திலேயே ஒரு வாரத்துக்கும் மேலாக கல்லாநத்தம் மறைவிடத்தில் பாக்கியராஜ் தங்கியிருந்தார்.

வீரப்பன் காட்டிலிருந்து ஓடிவந்த சங்கர், செல்வம் இருவரும் வீரப்பனிடம் இருந்து எடுத்துக்கொண்டு வந்த பணம் காலியாகும் வரையில் வெளியூரில் சுற்றினர். கையிலிருந்த காசு கரைந்த பின்னர் பொன்பரப்பிக்குத் திரும்பினர். அங்குள்ள பா.ம.க. பொறுப்பாளர் இரத்தனகுமார் என்பவரிடம் மோட்டார் சைக்கிளை இரவல் வாங்கிக்கொண்டு, பாக்கியராஜைத் தேடி முந்திரிக் காட்டுக்குள் சென்றனர். போன இடங்களில் எல்லாம் தொடர்பாளர் யாரையும் சந்திக்க முடியாமல் திரும்பியுள்ளனர். வரும் வழியில் வண்டியைக் கீழேபோட்டு சில பகுதிகளை உடைத்து விட்டனர்.

இதுதொடர்பாக இரத்தனகுமாருக்கும், சங்கருக்கும் வாக்குவாதம் வந்தது. வண்டியில் ஏற்பட்ட சேதத்துக்குப் பணம் கேட்ட இரத்தனகுமார், சங்கரின் சட்டைப்பையில் கைவிட்டார். கையில் கொஞ்சம் பணமும், ஒரு சிறிய நோட்டும் கிடைத்தது. இதனால் கடுப்பான சங்கர், "பணத்தை வேணுன்னா எடுத்துக்கண்ணா எனக்கு நோட்டுத்தான் முக்கியம். அதை எங்கிட்டேக் குடுண்ணா..."என்று கேட்டார்.

"அப்படி என்னப்பா முக்கியமான விசியம் இருக்குதுன்னு நானும் பார்க்கிறேன்" என்று சொன்ன இரத்தனக்குமார் அந்த நோட்டைப் பிரித்துப் படித்தார்.

செல்வம், சங்கர், பாக்கியராஜ், பாலமுருகன் எல்லோரும் வீரப்பன் காட்டுக்குள் போய்விட்டு வந்த விவகாரங்கள் பற்றிய குறிப்புகள் தேதி வாரியாக இருந்தன. இதைப் பார்த்துப் பரவசம் அடைந்த இரத்தனக்குமார், "டேய் சங்கர், நீ தில்லுள்ள ஆளுதாண்டா...! சந்தனக்கடத்தல் மன்னன் வீரப்பனையே பார்த்துட்டு, அவர்கூடவே தங்கிட்டு வந்திருக்கேன்னா நீ சாதாரணமான ஆள் இல்லேப்பா..." என்று சத்தம் போட்டுச் சொல்லி விட்டார்.

பொன்பரப்பி பேருந்து நிறுத்தத்திலிருந்த டீ கடையில் இந்த நிகழ்வு நடந்தது. இதன்மூலம், அடுத்த ஒருமணி நேரத்தில் சங்கரும், செல்வமும் வீரப்பனைப் பார்த்துவிட்டுத் திரும்பிய செய்தி பொன்பரப்பி வட்டாரம் முழுவதும் தீயாகப் பரவியது.

ஊருக்குள் என்ன நடக்கிறது என்பதைக் கண்கொத்திப் பாம்பைப் போலக் கண்காணித்து வந்த உளவுப்பிரிவு தலைமைக்காவலர் கந்தசாமிக்கு இந்தச் செய்தி தெரியவந்தது. இரத்தனகுமாரைச் சந்தித்த அவர், சங்கர் எழுதி வைத்திருந்த டைரியையும் வாங்கிக்கொண்டு போகிறார்.

அடுத்த இரண்டு மணி நேரத்தில், வீரப்பன் காட்டுக்குச் சென்று திரும்பிய சங்கர், செல்வம் இருவரும் கைதாகினர். பொன்பரப்பி பகுதியிலிருந்து யார், யார் காட்டுக்குச் சென்றனர். யார் யாருடன் செல்போனில் பேசினர் என்ற விவரங்கள் எல்லாமே போலீசாருக்குக் கிடைத்தன. அடுத்த

பாக்கியராஜ்

இரண்டே நாள்களில் பத்துக்கும் அதிகமான இளவரசன் ஆதரவாளர்கள் கைது செய்யப்பட்டனர். அவர்களிடம் போலீசார் விசாரித்ததில், மின் கோபுரத்துக்குக் குண்டு வைத்துவிட்டுக் கல்லாநத்தம் காட்டில் பாக்கியராஜ் பதுங்கியுள்ளதும் தெரிந்தது.

இதையடுத்து, பாக்கியராஜைத் தேடி, தமிழக அதிரடிப்படை காவல் ஆய்வாளர் ராஜராஜன் தலைமையிலான இருபது காவலர்களைச் சுமந்து கொண்டு, ஒரு வேன் கல்லாநத்தம் நோக்கிக் கிளம்பியது. தான் தங்கியிருந்த ஆதரவாளரின் வீட்டுக்குப் போகும் வழியில் கரும்புக் காட்டுக்குள் படுத்திருந்த பாக்கியராஜ், வேன் போகும் சத்தம் கேட்டுத் திரும்பிப் பார்த்தார்.

ஏர்செல் செல்போன் நிறுவனத்தின் விளம்பரம் எழுதிய நீல நிற ஈச்சர் வேன் ஒன்று புதிய செல்போன் கோபுரம் அமைப்பதற்கான தொலைத்தொடர்பு கருவிகளுடன் கரும்புக்காட்டு வழியாக வந்து கொண்டிருந்தது. செல்போன் நிறுவனத்தின் வண்டிதானே என பாக்கியராஜ் மீண்டும் கரும்புகாட்டு வயலிலிருந்த மாமரத்து நிழலில் மீண்டும் படுத்துக்கொண்டார்.

பாக்கியராஜ் தங்கியிருந்த வீட்டு உரிமையாளரிடம் "கல்லாநத்தம் சுற்றுப்பகுதியிலேயே இந்த இடத்துலேதான் நெட்வொர்க் பிரிகுவன்ஸி நல்லா இருக்கிறது. அதனாலே உங்க நிலத்தில் நாங்க டவர் போடப்போகிறோம். இதுக்கு மாசம் பத்தாயிரம் வாடகை கொடுப்போம்..." என்று பேசிக் கொண்டே கரும்புக் காட்டைச் சுற்றி வளைத்த போலீசார் உள்ளே படுத்திருந்த பாக்கியராஜை அள்ளிக் கொண்டுபோய் விட்டனர்.

இத்தோடு இளவரசன் ஆள்களுக்கும், வீரப்பனுக்கும்

இருந்த தொடர்பு முற்றிலும் அறுந்தது. பாக்கியராஜிடம் மேற்கொண்ட முதற்கட்ட விசாரணையிலேயே நாகப்பாவைக் கடத்திய வீரப்பன் செங்கிடி காட்டுப்பகுதியில் இருக்கிறார். வீரப்பனுடன், கோவிந்தன், சந்திர கவுடா, சேதுமணி மட்டுமே உள்ளனர் என்பது உறுதியானது.

தமிழக அதிரடிப்படை உளவுப்பிரிவைச் சேர்ந்த எஸ்.ஐ.துரைப்பாண்டியன், எஸ்.ஐ. வின்செண்ட், எஸ்.ஐ. ஆறுமுகம் என மூவரும் செங்கிடி காட்டில் வீரப்பனிருந்த இடத்தைக் கண்டுபிடித்துத் தலைமைக்குக் கூறினர்.

எஸ்.பி.சம்பத்குமார் தலைமையிலான பத்து வீரர்களைக் கொண்ட ஒரு படைப்பிரிவினர் தட்டக்கரை முகாமிலிருந்து புறப்பட்டனர். காட்டு வழியாகவே கர்நாடக எல்லையைக் கடந்து, செங்கிடி காட்டுக்குச் சென்றனர். செங்கிடி காட்டிலிருந்து பொன்னாச்சி காட்டுக்கு வீரப்பன் இடம் பெயர்ந்து சென்று கொண்டிருந்த நேரத்தில் அவர்களை வழிமறித்து தாக்கும் திட்டத்துடன் அதிரடிப்படையினர் ஓரிடத்தில் பதுங்கினர்.

வீரப்பன் இந்தப் பக்கம் வருவார் என போலீசார் கணித்திருந்த இடத்துக்கு வராமல் சற்று வடக்கில் வீரப்பன் ஓடையைக் கடந்து சென்றுள்ளார். இதைப் பார்த்த போலீசார் விரைந்து சென்று வீரப்பனை மடக்க முயன்றனர். வயது முதிர்வு காரணமாக நடக்க முடியாமல் இருந்த நாகப்பாவை சந்திர கவுடா தன்னுடைய முதுகில் முட்டித் தூக்கிக்கொண்டு வந்தார். ஓடையின் நடுவில் தண்ணீர் இருந்த ஓர் இடத்தில் நாகப்பாவை இறக்கி விட்டுத் தண்ணீர் குடித்தனர்.

“அடுத்த தண்ணியுள்ள இடத்துக்குப் போக இன்னும் ரொம்ப நேரமாகும். கொஞ்சம் டீ போடப்பா குடிச்சுட்டுப் போகலாம்” என்று வீரப்பன் சொன்னார்.

அதற்கான வேலையில் சந்திர கவுடா இறங்கிய நேரத்தில், எஸ்.பி.சம்பத்குமார், D.S.P.கருப்புசாமி, இன்ஸ்பெக்டர் மோகன்நவாஸ், எஸ்.ஐ. பொன்.ஆறுமுகம், காவலர்கள் சரவணன், சுரேஷ், தினேஷ் உள்ளிட்ட ஒரு டீம் பதுங்கிச் சென்று வீரப்பன் குழுவினரைச் சுற்றி வளைக்க முயற்சித்தனர். அதிரடிப்படையினர் வீரப்பன் இருந்த இடத்திலிருந்து

சற்று உயரமான இடத்தில் இருந்தனர். புதர்கள் மறைத்துக் கொண்டுள்ள இந்த இடத்திலிருந்து ஆளை அடையாளம் பார்த்து சுடமுடியாது. இன்னும் கொஞ்சம் நெருங்கிச் சென்று தாக்குதல் நடத்த ஆயத்தமாயினர்.

எதிர்பாராத விதமாக பாறையில் இறங்கிக் கொண்டிருந்த தினேஷ் என்ற காவலர் கால் ஷூ வழுக்கியதால் கீழே உருண்டார். அப்போது ஏற்பட்ட இலை சருகுகளின் சத்தம் வீரப்பன் காதுக்குக் கேட்டுவிட்டது. அவசரமாகப் பாறைக்குப் பின் பதுங்கிய வீரப்பன் சத்தம் வந்த திசையில் பார்த்தார். கீழே விழுந்த தினேஷின் தலைப்பகுதி மட்டும் தெரிந்தது. கண்ணிமைக்கும் நேரத்தில், “டேய், கோயிந்தா அரக்கனுங்க (போலீசார்) வந்துட்டாங்கப்பா...” என்று சொல்லிக் கொண்டே தனது எஸ்.எல்.ஆர். ரைபிளைத் தூக்கித் தினேஷின் மீது ஒரு தோட்டாவை அடித்தார்.

தலையைத் தூக்கிய தினேஷ், உடனடியாகத் தலையைக் குனிந்து கொண்டதால் வீரப்பன் அடித்த தோட்டா தினேஷின் தலைக்குமேலே உரசிக்கொண்டுபோய் அவருடைய பின்பக்க புஜத்தில் இறங்கியது.போலீசார் தாக்குதல் தொடங்குவதற்குள் புள்ளிமான்போலத் துள்ளிக்குதித்தோடி ஒரு மரத்துக்குப் பின்னால் மறைந்து நின்ற வீரப்பன் எதிர்த்தாக்குதலுக்குத் தயாரானார். அதுபோலவே, வீரப்பனுடன் இருந்த கோவிந்தன், சந்திர கவுடா, சேதுமணி உள்ளிட்ட எல்லோரும் அங்கிருந்து தப்பியோடினர்.

வீரப்பன் தரப்பிலிருந்து துப்பாக்கி வெடிச்சத்தம் கேட்டதும், பல்வேறு இடங்களில் நின்று கொண்டிருந்த அதிரடிப்படை வீரர்கள் அனைவரும் கீழே வீரப்பன் ஆள்கள் தங்கியிருந்த இடத்தை நோக்கி சரமாரியாகச் சுட்டனர்.

அப்போது ஓடையின் நடுவிலிருந்த ஒரு பாறை மீது உட்கார்ந்திருந்த நாகப்பாவைப் பார்த்து “பெரியவரே சீக்கிரம் எந்துருச்சு வாங்க...” என்று வீரப்பன் கத்தினார். ஆனால், நாகப்பா அந்த இடத்திலிருந்து எழுந்து வரவில்லை. நான்கைந்து முறை வீரப்பன் சத்தம் போட்டு “எந்துருச்சு வாங்க பெரியவரே....” என்று சொன்ன பின்னரும் நாகப்பா எழவில்லை. மாறாகக் கீழே சரிந்து விழுந்தார்.

இரண்டு நாள்கள் வீரப்பன் காட்டில் தங்கியிருந்தும், பயன் எதுவும் இல்லாமல் திரும்பிய மாதேவசாமி பெங்களூர் சென்றார். கொளத்தூர் மணியைப் பிணையில் வெளியில் கொண்டுவரும் முயற்சியில் அவரது வழக்குரைஞர்களுடன் சேர்ந்து ஈடுபட்டுக் கொண்டிருந்தார். இந்த நேரத்தில் டிசம்பர் எட்டாம் தேதியன்று மாதேவசாமிக்கு ஓர் ஆடியோ கேசட்டை வீரப்பன் அனுப்பியிருந்தார்.

அதில், "டிசம்பர் நாலாம் தேதி சாயங்காலம் நாங்க தங்கியிருந்த இடத்தில் கெட்ட சகுனம் சொல்லுச்சு. உடனே இடத்தை மாத்தலாமுன்னு முடிவு பண்ணி, ஐந்தாம் தேதி காலையில் நாங்களெல்லாம் காட்டுக்குள்ளே இடம் மாறிப் போறதுக்காக, ஒரு பள்ளத்தில் நடந்து போயிக்கிட்டிருந்தோம். அப்போ காலையிலே ஒன்பது மணிக்குப் பக்கமா இருக்கும், எல்லோரும் டீ வச்சுக் குடிச்சிட்டுப் போகலாமுன்னு ஒரு எடத்துலே தங்கினோம். திடீர்னு எங்களைச் சுத்திலும் போலீசார் வந்துட்டாங்க. நாங்களெல்லாம், பாறைக்குப் பின்னாலே வந்து நின்னுக்கிட்டு, "பெரியவரே எந்திருச்சு வாங்கன்னு... நாகப்பாவைப் பார்த்து நான் சத்தம் போட்டேன்.

ஆனால், பெரியவர் அங்கிருந்து வராமல் அப்படியே உக்காந்துக்கிட்டே இருந்தார். போலீசார் எங்களைப் பார்த்து விடாமே சுட்டுக்கிட்டே இருந்தாங்க. நாங்க பின்வாங்கி வந்தோம். அப்போ பாறை மேலே உட்கார்ந்து கொண்டிருந்த பெரியவர் திடீரென்று தலை குப்புற விழுந்துட்ட மாதிரி தெரிஞ்சுது. நெறையா போலீசார் சுட்டுக்கிட்டே எங்களை நோக்கி வந்துக்கிட்டே இருந்தாங்க. அதுக்குப் பிறகு எங்களாலே அங்கே இருக்க முடியலே. அதனாலே நாங்க அங்கிருந்து தப்பி வேற தாவுக்கு வந்துட்டோம்.

மொதல்லே போலீசார் சுட்ட துப்பாக்கிக் குண்டிலிருந்து தன்னைக் காப்பாத்திக்கறதுக்காக பெரியவர் கீழே படுத்திருப்பாருன்னு நெனச்சேன். அப்படிப்படுத்திருந்தால் இந்நேரம் பெரியவரைப் போலீசார் கூட்டிக்கிட்டுப் போயிருப்பாங்க. வீரப்பனோட சண்டைபோட்டு நாகப்பாவை மீட்டுக்கிட்டு வந்துட்டோமுன்னு ரேடியோவில்

அறிவிச்சிருப்பாங்க. ஆனா, இன்னும் எந்த அறிவிப்பும் வராம இருக்கறதாலே எனக்குக் கொஞ்சம் சந்தேகமா இருக்குது. பெரியவருக்கு எதோ விபரீதம் நடந்துட்டுது போலத்தெரியுது. எதற்கும், சீக்கிரமா நீங்க அந்த எடத்துக்குப் போய் பெரியவரைத் தேடிப்பாருங்க.

செங்கிடி ஊருக்குக் கிழக்கில் பொன்னாச்சி போகும் வழியிலுள்ள மரப்பாலத்துக்குப் போங்க. பள்ளத்தில் இறங்கி பொன்னாச்சிக்குப் போற வழியிலே மேலே ஏறினா, அங்கே ஒரு சின்னதா அணை இருக்கும். அந்த அணைக்குக் கொஞ்சம் மேலே நாங்க போன இடத்தில்தான் இந்தச் சம்பவம் நடந்தது. போலீசார் துப்பாக்கியில் சுட்டபோது ஆத்துக்கு அந்தப்பக்கம் செங்கிடியிலிருந்து வந்த நாலஞ்சு சின்னப்பசங்க மாடு மேய்ச்சிக்கிட்டு இருந்தாங்க.

நாங்க இருந்த எடம் அந்தப் பசங்களுக்குத் தெரியும். அவங்ககிட்டே துப்பாக்கிச் சத்தம் வந்த எடம் எதுன்னு கேட்டா அவங்களே நாங்க இருந்த எடத்துக்குப்போக வழி காட்டுவாங்க. நீங்க அந்தப் பசங்களைக் கூட்டிக்கிட்டுப் போயி அந்த எடத்துலே என்ன நடந்திருக்குதுன்னு பாருங்க...” என்று அந்த ஆடியோ கேசட்டில் வீரப்பன் சொல்லியிருந்தார்.

“அந்த ஆடியோ கேசட்டை நான் கேட்டுக் கொண்டிருக்கும்போதே வீரப்பன் பேசிய வாய்ஸ் வழக்கம்போல இல்லாமல் குரல் உடைந்து போயிருந்தது. அதுவுமில்லாமல் அவர் சொல்லியிருந்த செய்திகள், போலீசாருடன் பயரிங் ஆனதாகச் சொல்லியிருந்த விதம், நாகப்பா கீழே விழுந்ததாகச் சொன்னது. மாடு மேய்க்கிறவங்களைக் கூட்டிட்டு போகச்சொன்னது. சம்பவம் நடந்து மூனு நாள்கள் ஆகியும் போலீஸ் தரப்பில் இருந்து எந்தச் செய்தியும் வராமல் இருப்பது எல்லாத்தையும் கணக்குப் போட்டுப் பார்த்தப்பவே எனக்குத் தலைவர் நாகப்பாவின் கதை முடிவுக்கு வந்து விட்டது என்பது தெரிந்தது” என்கிறார் மாதேவசாமி.

***

11

நாகப்பா கொலை..?

தமிழ்நாடு அதிரடிப்படை

வீரப்பனைச் சுற்றி வளைக்கும் நோக்கில் சென்ற தமிழ்நாடு அதிரடிப்படை வீரர் தினேஷ் பாறையிலிருந்து கீழே வழுக்கி விழுந்தார். அவர் மீது முதலில் வீரப்பன் தாக்குதல் தொடுத்தார். இதையடுத்து துப்பாக்கி சத்தம் வந்த திசையில் போலீசார் இரண்டு ரவுண்டு சுட்டு முடித்த பின்னர் வீரப்பன் தரப்பிலிருந்து பதில் தாக்குதல் வரவில்லை. இந்த நிலையில், அதிரடிப்படையினர் மெதுவாக ஆற்றுக்குள் இறங்கிச் சென்று பார்த்தபோது, அங்கே நாகப்பா மட்டும் நெஞ்சில் குண்டு பாய்ந்த நிலையில் கீழே விழுந்து உயிரிழந்து பிணமாகக் கிடந்துள்ளார்.

இதற்குள், வீரப்பனின் எஸ்.எல்.ஆர் குண்டு தாக்குதலில், பின்தொடையில் குண்டடிபட்டு இரத்தம் வெளியேறிக் கொண்டிருந்த தினேஷ் உயிருக்குப் போராடிக் கொண்டிருந்தார். உயிரிழந்து கிடந்த நாகப்பாவை அப்படியே

போட்டுவிட்டு, காயம்பட்ட தினேஷுக்கு முதலுதவி செய்துள்ளனர். அவரை ஆள்மாற்றி ஆள் தூக்கிக்கொண்டு தாளபெட்டா காடுகள் வழியாக ஒடக்காப்பள்ளம் சாலைக்கு வந்துள்ளனர். வயர்லஸ் மூலமாகத் தட்டக்கரை முகாமிலிருந்து ஒரு வண்டியைக் கொண்டுவந்து, ஒடக்காபள்ளத்துக்கும், தாளபெட்டாவுக்கும் இடையில் குறிப்பிட்ட இடத்தில் நிறுத்தச் சொன்னார் எஸ்.பி.சம்பத்குமார்.

அங்கிருந்து, மேட்டூருக்கோ அந்தியூருக்கோ வந்தால், மாநில எல்லையில் உள்ள கர்நாடக போலீசாருக்கு தினேஷுக்கு அடிபட்ட விவகாரம் தெரிந்துவிடும். அதனால், கொள்ளேகால், சாம்ராஜ்நகர் வழியாக போக்குவரத்து அதிகமுள்ள சாலையில் கோவை மருத்துவமனைக்கு கொண்டு சென்று சிகிச்சை கொடுத்துள்ளனர்.

நாகப்பா கொல்லப்பட்ட அன்று கோவைப்புதூர் அதிரடிப்படை வீரர்கள் சிலர் அத்திக்கடவு காட்டுக்கு பயிற்சிக்குச் சென்றுள்ளனர். அங்கே பயிற்சியில் இருந்த சேலத்தை சேர்ந்த ரமேஷ் என்ற வீரர் கிளாக் 17 என்ற நவீன வகை கைத் துப்பாக்கியை ஆள்காட்டி விரலில் சுற்றிப் பயிற்சி பெற்றுள்ளார். அப்போது துப்பாக்கி எதிர்பாராத விதமாக வெடிக்கிறது. இதில், ரமேஷின் பெருவிரலுக்கும், ஆள்காட்டி விரலுக்கும் இடைப்பட்ட பகுதியில் தோட்டா துளைக்கிறது. தோட்டா கிழித்துக்கொண்டு போன வேகத்தில் சதை கிழிந்து, பக்கத்தில் இருந்த எலும்புகள் எல்லாம் நுணுங்கி விட்டன. பலமான காயம்பட்ட அந்த வீரரை கோவையில் உள்ள தனியார் மருத்துவமனை ஒன்றில் சிகிச்சைக்காக சேர்த்துள்ளனர்.

இதை அடிப்படையாக வைத்து. ரமேஷ் கையில் ஏறிய தோட்டா, தினேஷின் பின்பக்கத்தைத் தாக்கியதாக வழக்கு பதிகின்றனர். வீரப்பன் குண்டுத் தாக்குதலுக்கு உள்ளான தினேஷுக்கும் சேர்த்து அதே மருத்துவமனையில் சிகிச்சை கொடுத்துள்ளனர்.

இருமாநில அதிரடிப்படைகளும் வீரப்பனுக்கும் எதிரான தேடுதல் வேட்டையை நிறுத்துமாறு உத்தரவிட்டிருந்த நிலையில், தமிழ்நாடு அதிரடிப்படையினர் வீரப்பனைத்

தேடி, கர்நாடகக் காடுகளுக்குள் போனது, அங்கே துப்பாக்கிச்சூடு நடத்தியது எல்லாமே விதிமுறைகளை மீறிய செயல். கர்நாடக அதிரடிப்படைக்குத் தெரியாமல் இவற்றையெல்லாம் செய்துவிட்டு, இதன் எதிர்விளைவாக நாகப்பாவையும் சுட்டுக்கொன்று விட்டு, அதுபற்றித் தமிழ்நாடு அதிரடிப்படையினர் வாயைத் திறக்காமல் இருந்து கொண்டனர்.

சந்தானபாளையம் சார்லஸ்

இது குறித்து சந்தானபாளையத்தில் இருக்கும் சார்லஸ் "எங்க ஊரைச் சேர்ந்த மதலைமுத்து வீட்டிலேதான் தமிழ்நாடு எஸ்.டி.எப். டி.எஸ்.பி, தருமராஜன் கூட கொஞ்சம் போலீசார் தங்கியிருந்தாங்க. அப்பப்போ வெளியில் போயிட்டு வருவாங்க. நாகப்பாவைச் சுட்டுக்கொன்ன அன்னிக்கு சாயங்காலம் அஞ்சு மணிக்கு இங்கிருந்த போலீசாரெல்லாம் ஜீப்பில் வந்து எறங்குனாங்க. பரபரப்பா இருந்தாங்க. அவங்களுக்குள்ளேயே பேசிக்கிட்டாங்க.

அந்த வீட்டுக்குப் போட்டிருந்த பூட்டின் சாவி அடிபட்ட போலீஸ்காரர்கிட்ட மாட்டிக்கிச்சு. அதனாலே பூட்டைத் தெறக்க வழியில்லாம எல்லோரும் குசுகுசுன்னு பேசுனாங்க. பிறகு, வீட்டுக்குப் போட்டிருந்த பூட்டை ஒடச்சு உள்ளே இருந்த பொருளையெல்லாம் எடுத்துக்கிட்டு அஞ்சே நிமிசத்துலே வீட்டைக் காலி பண்ணீட்டு எல்லோரும் ஜீப்பில் ஏறி ஓடிப்போயிட்டாங்க. அதுக்குப் பிறகு தமிழ்நாட்டு போலீசார் இந்தப்பக்கமே திரும்பி பார்க்கவில்லை.." என்றார்.

நாகப்பா கொல்லப்பட்ட நான்காம் நாள் மாலை ஆறு மணிக்கு அந்த இடத்துக்கு சென்ற பொன்னாச்சி

மதலைமுத்து வீடு

மாதேவசாமியிடம் என்ன நடந்தது என்று கேட்டேன். "வீரப்பன் எனக்கு அனுப்பிய கேசட்டில் சொல்லியிருந்தபடியே காட்டுக்குள் நடந்துபோனோம். செங்கிடியைச் சேர்ந்த மாடு மேய்க்கும் பசங்களும், அனூர், கொள்ளேகால் பக்கத்து ஜனங்க நூத்துக்கும் மேற்பட்டவங்க காட்டுக்குள்ளே வந்தாங்க. வீரப்பன் சொல்லியிருந்த அந்த ஓடைக்குள்ளே போய் பார்க்கும்போது, நாகப்பா தலைகுப்புற விழுந்து இறந்து கிடந்தார். உடம்பெல்லாம் ஊதிப்போயிருந்தது. பாறைமேலே உட்கார்ந்து கையைக் கன்னத்தில் வச்சிருந்த நிலையில், அவருடைய கைபெருவிரலுக்கு கீழே குண்டு ஒரசிக்கிட்டு நேரா நெஞ்சுக்குள்ளே போயிருந்துது.

குண்டு வந்த இடத்தையும், வீரப்பன் போலீசார் சுத்தி வந்து சுட்டதாச் சொன்ன இடத்தையும் கம்பேர் பண்ணிப் பார்த்தால், நாகப்பாவை போலீசார் சுட்டது போலத்தான் தெரிஞ்சுது. அடுத்த நாள் நாங்க அங்கே போய்த் தேடிப்பார்த்ததில் போலீசார் நின்னு சுட்டதாக சந்தேகப்படும் இடங்களில் புதருக்கு பின்னாலே, 35 ஏ.கே-47 காலித் தோட்டா காட்ரேஜ்கள் கெடச்சுது. எங்கிட்டே வீரப்பன் பேசும்போதுகூட "சத்தியமா நான் நாகப்பனைக் கொல்ல

பிணமாகக் கிடக்கும் நாகப்பா (நன்றி:- இராஜேந்திரா, கொள்ளேகால்)

மாட்டேன்"னுதான் சொன்னார். அவரைக் கொல்லவேண்டிய அவசியமும் வீரப்பனுக்கு இல்லை. தமிழ்நாடு போலீசார் நடத்திய கிராஸ் பயரில்தான் எங்க தலைவர் நாகப்பா செத்துட்டார் போலத் தெரியுது. ஆனால், உண்மையில் அந்த இடத்தில் என்ன நடந்ததுன்னு ஆண்டவனுக்குத்தான் தெரியும்." என்றார்.

இதைப் பற்றி பின்னாளில் கொளத்தூர் மணி அண்ணனிடம் பேசிய வீரப்பன், அன்னைக்கு போலீஸ் சுத்தி வந்துட்டாங்கன்னு தெருஞ்சதுமே, "பெரியவரே போலீஸ் வந்துட்டாங்க எந்திருச்சு வாங்கன்னு..." சொன்னோம். அப்போ, போலீஸ் தன்னை மீட்டுக் கூட்டிட்டுப் போக வந்துட்டாங்க... நம்மை மீட்டுக் கூட்டிட்டுப் போயிடுவாங்கன்னு நெனச்சுட்டார் போல இருக்குது. அதனாலேதான் எங்க பக்கம் வராமல் பாறை மேலேயே உட்கார்ந்துகிட்டு இருந்தார்.

அதுக்கு மேலே எங்களாலும் அங்கே இருக்க முடியவில்லை. சரி போலீஸ் கூட்டிக்கிட்டுப் போயிட்டுப் போறாங்கன்னு சொல்லிட்டு வந்துட்டோம். நாங்க போட்டிருந்த டிரஸ் மாதிரியே அவரும் பச்சை கலரில்

பேண்ட் போட்டிருந்தார். குளுருக்குப் பாதுகாப்பா பச்சை நிறத்தில் ஒரு சொட்டரும் போட்டிருந்தார். அதைப் பார்த்து எங்க ஆளுன்னு நெனச்சு போலீசார் சுட்டுட்டாங்கன்னும் தெரியலே...! புதருக்கு மேலே இருந்து குருட்டாம்போக்கில் சுட்டதில் நாகப்பாவுக்கு அடி விழுந்துட்டுதான்னும் தெரியலே. அங்கே வந்த தமிழ்நாடு போலீசார்தான் நாகப்பனைச் சுட்டுட்டாங்க..." என்று வீரப்பன் சொல்லியுள்ளார்.

நாகப்பா காட்டிலிருந்த நேரத்தில், கொளத்தூர் மணி அண்ணன் பெல்லாரி சிறையிலிருந்துள்ளார். மாதேவசாமி சந்தித்துவிட்டு சென்ற அடுத்த நாள் ராஜ்குமார் விடுதலையின் போது பலமுறை மணி அண்ணனைச் சந்தித்து பேசிய முதலமைச்சரின் நண்பரான சாஸ்திரி வந்து சந்தித்துள்ளார்.

இந்த சந்திப்பின்போது கொளத்தூர் மணி அண்ணன், கர்நாடக முதலமைச்சர் எஸ்.எம்.கிருஷ்ணாவின் செயலை வன்மையாகக் கண்டித்துள்ளார். "ராஜ்குமார் கடத்தப் பட்டிருந்த நேரத்தில், நீங்களும், உங்க முதலமைச்சரும் என்கிட்டே எப்படி நடந்துக்கிட்டீங்க...? அதுக்குப் பிறகு, என்மேல் உங்க போலீஸ் பொய் வழக்குப் போட்டு, என்னை இங்கே கொண்டுவந்து போட்டிருக்கும்போது நீங்க எப்படி நடந்துக்கிட்டீங்க. மீண்டும், வீரப்பன் நாகப்பாவைக் கடத்தின பிறகு, எப்படி இங்கே வந்து நிற்கிறீங்க. ராஜ்குமாரை விடுதலை செய்ததில் எங்களுக்கு என்ன லாபம்...? ராஜ்குமார் விடுதலைக்குக் கைமாறாக உங்க முதலமைச்சர்கிட்டே நான் எதாவது உதவி கேட்டேனா...? என்னுடைய கையைப் புடிச்சுக்கிட்டு எங்களைக் காப்பாத்துங்கன்னு கேட்ட உங்க முதலமைச்சர் இன்னைக்கு அதையெல்லாம் மறந்துட்டார். அவருடைய ஆட்சியில், அவருக்குக் கீழே வேலை செய்யும் போலீஸ் அதிகாரி என் மேல ஐந்து பொய் கேஸ் போட்டு சிறையில் கொண்டாந்து வச்சிருக்கார்.

இந்த நிலையில் என்னை வந்து சந்திக்க உங்களுக்கு வெட்கமா இல்லையா...? நான் உங்களைன்னு கேட்கிறது. உங்க முதலமைச்சரைத்தான் சொல்கிறேன். "மனுஷனா பிறந்த ஒவ்வொருத்தருக்கும் தன்மானம் இருக்கணும்...."ன்னு நான்

சொன்னேன்னு போய் கிருஷ்ணாகிட்டே சொல்லுங்கன்னு சொல்லி அனுப்பிவிட்டேன். அதற்கு முன்பாகவே என்மீது போடப்பட்டுள்ள வழக்கு எல்லாமே சாதாரண வழக்குதான். இதற்கெல்லாம் கீழ் கோர்ட்டிலேயே பெயில் ஆயிடும். நாகப்பாவை உள்ளே வச்சுக்கிட்டு இருக்கவேண்டாம். அவரை வெளியே விட்டுடுங்கன்னு சொல்லி, வீரப்பனுக்கும் ஒரு கேசட்டும் குடுத்து விட்டுட்டேன்" என்கிறார்.

தமிழ்நாடு போலீசாரால் சுட்டுக் கொல்லப்பட்ட நாகப்பா கடத்தப்பட்ட 106 நாள்களுக்குப் பிறகு செங்கிடிக்காட்டில் பிணமாகக் கண்டெடுக்கப்படுகிறார்.

வழக்கம்போலவே இந்தக் கொலை வழக்கிலும் வீரப்பனே முதல் குற்றவாளியாகச் சேர்க்கப்படுகிறார்!

***

12

இஸ்லாமியத் தீவிரவாதிகள்

நாகப்பா கொலையான பின்னர் செங்கிடிக் காட்டிலிருந்து வீரப்பன் செங்கப்பாடி காட்டுக்கு வருகிறார். சமையல் செய்ய, காட்டுக்குள் பொருள்களை எடுத்துக்கொண்டு போகவென அவருக்கு இன்னும் நான்கு ஆள்கள் தேவைப்பட்டனர். அதற்கான ஆள்களைத் தேடத் தொடங்கினார். சேதுமணி மூலமாக அரியலூர் மாவட்டத்திலிருந்து சிலரைக் காட்டுக்குள் கொண்டு வரப்பார்க்கிறார்.

நெய்வேலி, ஓசூர் எனப் பல இடங்களில் இளவரசன் ஆள்கள் மீது பல புதிய வழக்குகள் பதிவாகின. இதில் பலர் கைது செய்யப்படுகின்றனர். வெளியிலிருந்த சிலரும் தலைமறைவாயினர். இதனால், அரியலூர் பகுதியிலிருந்து புதிய ஆள்களைக் கொண்டுவர வாய்ப்பில்லாமல் போகிறது. இதையடுத்து, செங்கப்பாடி சுற்றுப்பகுதியில் இருக்கும் தனது பழைய கூட்டாளிகள் சிலருக்கு வீரப்பன் அழைப்பு விடுக்கிறார். கருங்கல்லூர், காவேரிபுரம், கோவிந்தபாடி பகுதியில் உள்ள தன் ஆதரவாளர்கள் சிலர் மூலம் ஆள் சேர்க்கும் முயற்சியில் இறங்கினார். எல்லா முயற்சிகளும் தோல்வியில் முடிந்தன.

கடைசியில், கோவைச் சிறையிலுள்ள தன் அண்ணன் கூசமாதையன் மூலமாக இஸ்லாமியத் தீவிரவாதிகள் யாராவது இருந்தால், அவர்களைக் கூட்டிக்கொண்டு வரலாம் என முடிவெடுக்கிறார். இதற்காகக் கர்நாடக எல்லையில் உள்ள வேலாம்பட்டி என்ற ஊரிலுள்ள கனகராஜ் என்பவர் மூலம் அண்ணன் கூசமாதையனுக்குத் தூது அனுப்புகிறார். கோவைச் சிறையின், ஹாஸ்பிடல் பிளாக்கில் வீரப்பனின் அண்ணன் கூசமாதையன் நீண்ட நாள்களாக இருந்து வருகிறார். அதே பிளாக்கில் அல்-உம்மா தீவிரவாதிகள் என்று காவல்துறையால் கைது செய்யப்பட்டிருந்த இஸ்லாமியர்

சிலரும் அடைக்கப்பட்டிருந்தனர். அதில், முக்கியமானவர் கேரளாவின் அப்துல் நாசர் மதானி.

வீரப்பன் தொடர்புடைய வழக்குகளில் சிக்கி, சிறையில் இருக்கும் ஆள்களை மனுப் பார்க்க (நேர்காணல்) அவர்களின் உறவினர் வரும்போது சி.பி.சி.ஐ.டி, எஸ்.டி.எப். இன்டலிஜென்ட் போலீசார் இரகசியமாகக் கண்காணிப்பர். அவர்களுக்குத் தெரியாமல் எதுவும் பேசமுடியாது. கூசமாதையனும், கனகராஜும் பேசிய செய்தியை உளவுப்பிரிவு கண்டுபிடித்து. இஸ்லாமியத் தீவிரவாதிகளை வீரப்பன் தேடிக்கொண்டிருக்கிறார் என்ற தகவல் தமிழ்நாடு அதிரடிப்படைக்குத் தெரிகிறது.

மதானிக்குத் தெரியாமலே, அவர் அனுப்பிய ஆள்களைப்போல போலீஸ் சில உளவாளிகளைக் காட்டுக்குள் அனுப்ப அதிரடிப்படையின் உளவுப்பிரிவு போலீசார் முடிவெடுத்தனர். உதவி செய்தவர்களுக்குத் தக்கபடி கைமாறும் செய்யப்படுகின்றன. வேலாம்பட்டி கனகராஜின் மகனுக்கு, அவினாசியில் உள்ள ஒரு பொறியியல் கல்லூரியில் பி.ஈ. படிக்க போலீசார் இடம் வாங்கிக் கொடுத்தனர்.

எஸ்.டி.எப். இன்டலிஜெண்ட் விங் உதவி ஆய்வாளர் வின்சென்ட் மூலம் நான்கு பேரும், தலைமைக் காவலராக இருந்த மதுரையைச் சேர்ந்த காளிதாஸ் மூலம் நான்கு பேரும், டி.எஸ்.பி. ஹுசைன் மூலம் சென்னையிலிருந்து நான்கு பேரும் என 12 இஸ்லாமிய இளைஞர்கள் அழைத்து வரப்படுகின்றனர். சத்தியமங்கலம் பண்ணாரி அம்மன் சர்க்கரை ஆலை வளாகத்தில் உள்ள ஆய்வு மாளிகையில் இவர்களுக்கு ஒரு மாதம் அரசியல், இஸ்லாம் கோட்பாடுகள், காடுகளைப் பற்றியும், வீரப்பனின் நடவடிக்கைகள் குறித்தும் விளக்கிச் சொல்லி, பயிற்சியளிக்கப்படுகிறது.

இறுதிக் கட்டத் தேர்வில், எஸ்.ஐ.வின்சென்ட் அழைத்து வந்த ஆள்களில் ஷா நவாஸ் (வயது-20), ஜியா உல்ஹக் (வயது-19) என்ற இருவரும், காளிதாஸ் அழைத்து வந்தவர்களில் உபயதுல்லா (வயது-29), அனஸ்கான் (வயது-20) என நால்வரும் தேர்வாகினர். இந்த நால்வருக்குமே தமிழ், மலையாளம் என இரு மொழிகளும் தெரியும். கேரளாவைச் சேர்ந்த, மதானி அனுப்பிய ஆள்கள் என்பதற்கு மலையாளம்

தெரிந்திருப்பது அவசியம்.

அப்போது வீரப்பன் குழுவினரிடம் இருந்த SLR, 303, தோட்டா துப்பாக்கி என மூன்று வகைத் துப்பாக்கிகளையும் எப்படிக் கையாளவேண்டும் என்ற பயிற்சிகளும் கொடுக்கப்பட்டன. குறிப்பிட்ட நாளில், நால்வரும் கனகராஜுடன் காட்டுக்கு அனுப்பி வைக்கப்பட்டனர். தருமபுரி மாவட்டம், நெருப்பூர் அருகிலுள்ள காட்டிலிருந்த வீரப்பன் தொடர்பாளர்கள் மூலம் காட்டுக்கு அனுப்படுகின்றனர்.

"நாங்கள் சேர்ந்துள்ள அமைப்பில் எங்களுக்குத் தேவையான எல்லா வசதிகளும் கிடைக்கின்றன. ஆனால் துப்பாக்கியைப் பிடித்து, சுட்டுப் பயிற்சி எடுக்க சரியான இடம் இல்லை. உங்களிடம்தான் நாங்கள் துப்பாக்கியால் சுட்டுப் பழகவேண்டும். அதற்காகத்தான் காட்டுக்குள் வந்துள்ளோம். நாங்கள் வெளியே போனதும், உங்களுக்குத் தேவையான ஆயுதங்களை வாங்கிக் கொடுக்கிறோம். அடுத்து, எங்கள் அமைப்பின் ஆள்கள் சிலர் இங்கே வருவார்கள். அவர்களுக்கும் நீங்கள் ஆயுதப்பயிற்சி கொடுத்து அனுப்புங்கள். உங்களுக்கு என்ன தேவையோ அவற்றையெல்லாம் நாங்கள் வெளியிலிருந்து செய்து கொடுக்கிறோம்" என்று நால்வரும் சொல்லியுள்ளனர். இவற்றையெல்லாம் வீரப்பனும் உண்மையென நம்பினார்.

இஸ்லாமியத் தீவிரவாதிகள் என்ற பெயரில் காட்டுக்குப் போன நால்வருக்குமே, நாம் இருக்கும் காடு எந்தப் பகுதியில் உள்ளது என்பதைத் தெரிந்துகொள்ள முடியவில்லை. அதைத் தெரிந்து கொள்ளாமல், அவர்களால் அடுத்து என்ன செய்யலாம் என முடிவெடுக்கவும் முடியவில்லை. அதிகாலை, ஆறு மணிக்கும், மாலை ஆறு மணிக்கும் தமிழில் பக்திப்பாடல்கள் பாட்டும் பாட்டுச்சத்தம் மட்டுமே கேட்டுள்ளது. (செங்கப்பாடி மாரியம்மன் கோயிலில் உள்ள வழக்கமான நடைமுறை, இதை வைத்தே தமிழ்நாடு எஸ்.டி.எப். போலீசார் இது எந்த ஊர் என்பதைப் பின்னர் கண்டுகொண்டனர்). இதைத் தவிர வேறு எந்தச் சத்தமும் கேட்கவில்லை. பக்கத்தில், எதோ ஊர் இருக்கிறது, அங்கிருந்து உணவுப் பொருள்கள் வருகிகின்றன. ஆனாலும், இது எந்த

இடம் என்பதை இந்த நால்வரால் தெரிந்து கொள்ளவே முடியவில்லை. அதனால், குழப்பமடைகின்றனர்.

நால்வரும் காட்டைச் சுற்றிப் பார்த்த பார்வை, அவர்களின் அன்றாட நடவடிக்கைகளை வைத்தே சேத்துக்குழி கோவிந்தன் இவர்கள் உளவாளிகள் என்பதைக் கணித்து விடுகிறார். இதை வீரப்பனிடமும் சொல்கிறார். ஆனால், வீரப்பன் இவர்களை உண்மையான தீவிரவாதிகள் என்றே நம்புகிறார்.

பொதுமக்கள் துப்பாக்கிகளைத் திரைப்படங்களில் மட்டுமே பார்த்திருப்பார். பொம்மைத் துப்பாக்கிகளையே நடிகர்கள் பயன்படுத்துவர். அதைப் பிடிப்பதற்கும், கையாள்வதற்கும் எளிமையாக இருக்கும். இதைப் பார்த்துப் பழகிய மக்களும், துப்பாக்கியை எளிதாகத் தூக்கலாம் என்றே நினைப்பார்கள்.

ஆனால், ஒரு 303 ரைபிள் 3.700, SLR 4.650 கிலோ கிராம் எடைகளைக் கொண்டவை. இந்த இரு வகைத் துப்பாக்கியை முன், பின் தூக்காதவர்கள் கையில் எடுக்கும்போது, குறைவான எடை கொண்டதாகவே நினைத்து எடுப்பர். அதன் உண்மையான எடையைத் தூக்கும்போது கை தடுமாறும் அல்லது இன்னொரு கையை உதவிக்குக் கொண்டுபோவர். அதுபோலவே, நாம் கையால் வாங்கும்போதும், இந்த இரு துப்பாக்கிகளையும் ஒரு கையால் பிடிக்க முடியாது. அப்படிப் பிடித்தால், கீழே போடுவோம் அல்லது இன்னொரு கையும் உதவிக்குப்போகும். துப்பாக்கியைப் பிடித்துப் பழகியவர்கள், அதைப் பிடிக்கும்போதே அதன் எடையைக் கணக்கிட்டு, தேவையான சக்தியை கைகளுக்குக் கொண்டு வந்து, பலமாகப் பிடிப்பர். வீரப்பன் இதைப் பல இடங்களில் பார்த்து, அனுபவித்த அனுபவமுள்ளவர்.

காட்டுக்கு வந்திருந்த நால்வரில், ஒருவருக்குத் தெரியாமல் ஒருவரிடம், தோட்டா இல்லாத துப்பாக்கியைக் கொடுத்துள்ளார். அந்த நால்வரும் துப்பாக்கியைக் கையில் வாங்கும் முறையைக் கவனிக்கிறார். இந்த நால்வரும் ஏற்கனவே துப்பாக்கியைத் தூக்கியவர்கள் என்பதைத் தெரிந்து கொள்கிறார்.

உடனே இவர்கள் நால்வரும் கூசாமாதையன் அனுப்பிய ஆள்களா...? இல்லை ஆள் மாறாட்டம் நடந்துள்ளதா...?

என்பதை உறுதிப்படுத்த முடிவெடுக்கிறார். காவேரி ஆற்றைக் கடந்து நெருப்பூர் காட்டுப்பகுதிக்கு வந்தனர். குருக்களையனூரில் இருந்த வீரப்பனின் முதல் தங்கை மகன் முருகேசனுக்கு ஆள் அனுப்பினார். முருகேசனைக் கோவைச் சிறைக்கு அனுப்பி "இப்போது காட்டுக்கு வந்துள்ள நால்வரும், நீ அனுப்பிய ஆள்தானா...? அவர்களின் பெயர்கள் என்ன...?" என்று கூசமாதையனிடம் விசாரித்து விட்டு வரச்சொல்கிறார்.

கோவைச் சிறைக்குச் சென்ற முருகேசனை அங்கிருந்த எஸ்.டி.எப். உளவுப்பிரிவுப் போலீசார் கூசமாதையனைச் சந்திக்க விடாமல், திருப்பி அனுப்பி விடுகின்றனர். அடுத்ததாக, கூசமாதையனின் மனைவி மாரியம்மாளின் அக்கா வீட்டுக்காரரர், மூலக்காடு கந்தசாமி என்பவரையும் வீரப்பன் அனுப்பினார். அவரையும், போலீசார் கூசமாதையனை சந்திக்க விடாமல் திருப்பி அனுப்பி விடுகின்றனர்.

இதை வைத்தே இந்த நால்வரும் போலீஸ் அனுப்பிய ஆள்கள் என்பது உறுதியானது. காட்டுக்குள்ளேயே நால்வரின் கணக்கையும் முடிக்க வீரப்பன் தயாராகிறார். ஆனால், சேத்துக்குழி இதற்கு எதிர்ப்புத் தெரிவிக்கிறார். "இவர்களுக்கு ஏதாவது ஒன்னு நடந்தால், வேலாம்பட்டி கனகராஜ், குருக்களையனூர் முருகேசன், மூலக்காடு கந்தசாமி மூன்று பேரும் பாதிப்புக்கு உள்ளாவார்கள். அதனால், இவர்களை தொரத்தி விட்டுருவோம்" என்கிறார். அடுத்த சில மாதங்களுக்குப் பிறகு, கொளத்தூர் மணி அண்ணனை வீரப்பன் சந்தித்தபோது இதைப் பற்றிச் சொல்லியுள்ளார்.

நூறு கிலோ உடல் எடையைக் கொண்ட ஷா நவாஸ், கியா குஷன் கராத்தே பயிற்சியில் இரண்டு கருப்பு பட்டைகள் வாங்கியவர். முப்பது வினாடிகள் நேரத்தில், நான்கு பேரை அடித்துக் கீழேதள்ளும் அளவுக்குத் தீவிர பயிற்சியும், ஆற்றலும் பெற்றவர். இந்த நடவடிக்கை எப்படித் தோல்வியில் முடிந்தது என்பது குறித்து இதில் கலந்துகொண்ட ஒருவரைச் சந்தித்துப் பேசினேன்.

"2003 ஜூலையில் எங்கள் சந்திப்பு நடந்தது. 19 நாள்கள் நாங்கள் காட்டுக்குள் இருந்தோம். நாங்க நால்வருமே இரண்டு அணியாகத்தான் உள்ளே இருந்தோம். STF சார்பாக எங்களுக்கு எந்த விதமான டார்கெட்டும் கொடுக்கவில்லை. எங்களின்

சந்திப்பிற்குப் பிறகு, வேறு ஆள்களை உள்ளே அனுப்பத் திட்டம் போட்டிருந்தனர். ஒரு சில இடங்களில் வீரப்பனை அடிக்கும் சந்தர்ப்பமும் எங்களுக்குக் கிடைத்தது. வீரப்பனை அடித்து விட்டாலும், அவர் வழி காட்டாவிட்டால் அங்கிருந்து எங்களால் வெளியே வரமுடியாது என்ற நிலையில் இருந்ததால், அந்தத் திட்டத்தைக் கை விட்டோம்.

வீரப்பன் ஆள்கள் இரண்டு, மூன்று இடங்களில் கண்ணிவெடிகளையும் வைத்திருந்தனர். அதில் நாங்களே ஏறிவிடவும் வாய்ப்பிருந்தது. அந்த நேரத்தில், காவிரியில் தண்ணீர் நிறைய ஓடிக்கொண்டிருந்தது. காட்டு வழியாகவே நடந்து போனதால், இப்போது எந்தப் பக்கம் இருக்கிறோம் என்பது எங்களுக்குத் தெரியவில்லை. காவிரி ஆற்றைக் கடக்கும்போது எங்களுக்குப் பக்கத்திலேயே கர்நாடகப் போலீசார் இருந்தனர்.

மலையிலிருந்து கீழே வரும்போது, ஆளுக்கு ஒரு பத்து லிட்டர் தண்ணீர் கேன் எடுத்து வருவோம். அதை வயிற்றில் கட்டிதான் ஆற்றைக் கடந்து போகவேண்டும். இப்படித்தான் இரண்டு முறை பெண்ணாகரம் பகுதிக்குப் போனோம். அங்கே எந்த இடத்திலும் நாங்கள் தங்கவில்லை. விடிவதற்குள் புறப்பட்ட இடத்துக்கே வந்து விடுவோம். அங்கிருந்த எந்த வீட்டுக்கும் வீரப்பன் எங்களைக் கூட்டிக்கொண்டு போகவில்லை. திரும்பிப் போகும்போது, கேனில் தண்ணீர் எடுத்துக்கொண்டு போவோம். இந்த 19 நாள்களில் பெரும்பாலும் மயிலமலையியே தங்கியிருந்தோம். நாங்கள் வெளியே வந்த பின்னரே, நாங்கள் இருந்தது மயிலைமலை என்பதைத் தெரிந்து கொண்டோம்.

நம் ஊர்ப்பகுதிகளில் குழிக்குள் இருக்கும் குல்லாப் பூச்சி போன்ற ஒருவகைப் பூச்சி அந்தக் காட்டிலிருந்தது. நம் ஊரில் இருப்பதைவிட சற்று பெரிதாகவும் இருந்தது. அந்தப் பூச்சி பறந்தும் போகும், அதில் ஒரு பூச்சி ஷா நவாஸின் கால் விரல் இடுக்கில் கடித்து விட்டது. உடனே நவாஸின் உடலெல்லாம் தடிப்புகள் வந்தன. அப்போது, *A-1* தான் (வீரப்பன்) காட்டுக்குள் சென்று சில இலைகளைக் கொண்டுவந்து, பூச்சி கடித்த காயத்தில் தேய்த்து விட்டார். மீதியிருந்த இலைகளைக் கசக்கி, உடம்பெல்லாம் பூசினார். அடுத்த நாளே அந்தத்

தடிப்புகள் எல்லாம் மறைந்து, உடல் இயல்பான நிலைக்கு வந்தது. ஆனாலும், உள்ளுக்குள் கொஞ்சம் காய்ச்சல் இருந்தது.

தொழுகை நடத்தும் முன்பாக கை, கால்களைக் கழுவ பக்கத்தில் தண்ணீர் இல்லை. நாங்கள் தொழுகை நடத்த முடியாமல் சிரமப்பட்டோம். அதனால், "நீங்க ஊருக்குப் போங்க, நான் வெள்ளியங்கிரி மலைக்குப் பக்கமா வந்து, உங்களைச் சந்திக்க ஆள் அனுப்புகிறேன்" என்று சொல்லி எங்களை வெளியே அனுப்பினார். நான்கு பேரின் தொடர்பு எண்களையும் கொடுத்துவிட்டு வந்தோம். வீரப்பனிடம் சரண்டர் ஆகும் எண்ணம் இல்லை. பார்வைக் குறைபாடு என்பதும் பெரிய அளவில் இல்லை. வீரப்பனுக்குக் கண்ணில் வெண் திரை தோன்றியிருந்தது. அதற்கான சிகிச்சை முறை பற்றியும் எங்களிடம் கேட்கவில்லை. ஷா நவாஸ் உடல்நிலை பாதிப்பினால்தான் நாங்கள் வெளியே வரவேண்டியதாகி விட்டது" என்றார்.

அடுத்த ஓர் ஆண்டுக்குப் பிறகு, உபயதுல்லாவுக்கு லாரி வாங்கப் பணம் கொடுக்கப்படுகிறது. ஷா நவாஸ், ஜியா உல்ஹக், அனஸ்கான் மூவருக்கும் காவல்துறையில் பணி வழங்கப்படுகிறது. இந்த மூவவரின் திருமணத்துக்கும் SP செந்தாமரைக்கண்ணன், $ADGP$ விஜயகுமார் இருவரும் வந்துள்ளனர்.

வேலையில் சேர்ந்த பத்து ஆண்டுகளுக்குப்பின், ஷா நவாஸின் காலில் பூச்சி கடித்த இடத்திலேயே தொடர்ந்து தடிப்புகள் வந்தன. உடுமலை ஷாஜகான் டாக்டரிடம் சிகிச்சைக்காகப் போகிறார். அவரும், ஷா நவாஸுக்கு ஊசி போட்டு, மாத்திரைகள் கொடுத்துள்ளார். அடுத்த சில மாதங்களில், மீண்டும் வேறு வேறு இடங்களில், தடிப்புகள் வந்தன. ரத்தப் பரிசோதனை செய்து பார்த்ததில், உடலில் எந்த விதமான பாதிப்பும் இல்லை எனத்தெரிகிறது. இதற்குள் காலிலிருந்த தடிப்புகள், கட்டியாக மாறி, சீழ் பிடித்தது. இதுபோலவே ஒவ்வோர் ஆண்டும் தடிப்புகளும், கட்டியும் வந்துகொண்டே இருந்தன. அந்தக் கட்டியைக் கிழித்து, உள்ளே வெள்ளையாக இருந்த சதைப் பகுதியை டாக்டர் ஷாஜகான் வெளியே எடுப்பார். சில நேரங்களில், ஒரு வாரத்தில் அந்தக் கட்டிகள் தானாகவே வெடித்துவிடும்.

இதுபோலவே அடிக்கடி நடந்தன. இதன் மூலம் ஷா நவாஸ் உடல்நிலைப் பாதிப்புக்கு உள்ளாகிறது. நூறு கிலோ எடை இருந்தவர், அறுபது கிலோவுக்கு வருகிறார். இதயம் பலவீனமானது, என்ன நோய் என்று தெரியாமலே கடந்த 2018-இல் ஷா நவாஸ் இறந்து விடுகிறார்.

இதைப் பற்றி உபயதுல்லாவிடம் பேசும்போது, "எங்க பக்கத்தில் ஏதாவது தவறு நடந்தால், நான் தட்டிக்கேட்பேன். எளிய மக்களுக்கு ஏதாவது பிரச்சனை என்றால் உதாவிக்குப் போவேன். இப்படி ஊர் விவகாரங்களுக்குப் போனதால், பல இடங்களில் அடிதடிகளும் நடந்துள்ளன. என்மீது பல வழக்குகள் பதிவாகின. கன்னியாகுமரி மாவட்ட போலீஸ் என்னை பல வழிகளிலும் பலி வாங்கினர். ஸ்பெசல் டீமில் இருந்த விஜயன் என்ற தலைமைக்காவலர் நேர்மையானவர், மிகமிக நல்லவர். அவர்தான் ஒருநாள் என்னை சந்திக்க ஆள் அனுப்பினார். நேரில் சந்தித்துப் பேசும்போது, 'நீ வீரப்பனை சந்திக்கவேண்டும். வீரப்பன் குழுவோடு சிலநாள்கள் தங்கிவிட்டுத் திரும்பவேண்டும்' என்றார். நானும் சரி என்று சொல்லி, காட்டுக்குப் புறப்பட்டேன்" என்கிறார்.

முதல்முறை காட்டுக்குள் செல்லும் அணியில், சென்னையை சேர்ந்த இஸ்லாமிய ஜனநாயக கட்சியின் மாநிலத் தலைவர் அக்ரம்கான், அவருடைய மச்சினன்கள் இரண்டுபேர், கோவை அல் உம்மா அமைப்பின் தலைவர் பாஷாபாயின் தம்பியும், வட சென்னை மாவட்ட அல் உம்மா அமைப்பின் தலைவருமான ஜாகிர் உசேன் என நால்வர் இருந்துள்ளனர். அகரம் கானுக்கு ஒரு கண் இல்லை. இந்தக் கூட்டத்துக்கு அமீர் பொறுப்பில் (தலைவர்) அக்ரம்கான் நியமிக்கப்படுகிறார்.

உபயதுல்லா

இந்த ஐவர் அணியினர் காட்டுக்குள் போகும் நேரத்தில், வீரப்பன் வேறு இடத்துக்கு சென்று விட்டதால், சந்திக்க முடியாமல் திரும்பி விடுகின்றனர். சிலநாள்கள்

சென்னைக்குச் சென்றுவிட்டுத் திரும்புவதாக சொல்லிவிட்டுச் சென்றுள்ளனர். இந்த நேரத்தில், அதிரடிப்படையின் கட்டளை அலுவலராக ADGP நடராஜ் இருக்கிறார். முன்பு அந்தப் பொறுப்பில் இருந்த ADGP விஜயகுமார் சென்னை மாநகர காவல் ஆணையாராக இருந்துள்ளார்.

இதைத் தெரிந்துகொண்ட ADGP விஜயகுமார், சென்னைக்குச் சென்ற அனஸ்கான் உள்ளிட்ட நால்வரையும் பிடித்து, பழைய வழக்கு ஒன்றில், சிறைக்கு அனுப்பி விடுகிறார். அடுத்து, உபயதுல்லா தலைமையில் காட்டுக்குச் செல்ல வேறு சிலரை அதிரடிப்படையினர் தயார் செய்துள்ளனர்.

அதன் பின்னர் என்ன நடந்தன என்பது குறித்து பேசிய உபயதுல்லா, “இரண்டாம் முறை சென்ற அணிக்கு நான்தான் அமீராக நியமிக்கப்பட்டேன். வீரப்பனைக் கொல்வதுடன் இல்லாமல், அவருடைய தலையை வெட்டி எடுத்துக்கொண்டு வரவேண்டும் என்றுதான் போலீசார் சொல்லி அனுப்பினர். எந்த நேரத்தில் நான் ‘அல்லா ஹூ அக்பர்’ என்று சொல்கின்றேனோ, அந்த நேரத்தில் மற்ற மூவரும் என்னுடன் சேர்ந்து, வீரப்பன் குழுவினரைத் தாக்கி, அவர்களைக் கொல்லவேண்டும் என்ற திட்டமிடுதலோடுதான் காட்டுக்குள் சென்றோம். ஆனால், காட்டுக்குச் சென்ற எங்களை வீரப்பனின் நடவடிக்கைகள் கட்டிப்போட்டு விட்டன.

அதனால், எங்களின் நடவடிக்கைகளை மாற்றிக் கொண்டோம். இறுதியாக எங்களை வழியனுப்ப வீரப்பனும், சேத்துகுழி கோவிந்தன் இருவர் மட்டுமே வந்தனர். அப்போது அவர்களை தாக்கி, ஆயுதங்களை கைப்பற்றி, அவர்களைக் கொல்வதற்கு நல்ல வாய்ப்பாக அமைந்தது. என்னோடு வந்திருந்த உடுமையையை சேர்ந்த நண்பர், “நான் தயாராக இருக்கிறேன். உங்கள் உத்தரவுக்கு காத்திருக்கிறேன்” என்றும்கூடச் சொன்னார். ஆனால், என்னால் ‘அல்லா ஹூ அக்பர்’ என்று சொல்ல முடியவில்லை.

நாங்கள் செய்தவேலை இஸ்லாம் மார்க்கத்துக்கு எதிரானது. எதோ ஒரு சூழலில் அப்படிப்பட்ட வேலைக்கு சென்று விட்டோம். வீரப்பனை பிடித்துக் கொடுக்க

நாங்கள் எந்த முயற்சியும் செய்யாத நிலையிலேயே, பல கொடுமைகளை அனுபவித்து வருகிறோம். ஒருவேளை, அந்த முயற்சியை செய்திருந்தால், இன்னும் பல கொடுமைகளை எங்கள் குடும்பத்தினர் அனுபவிக்க வேண்டிவரும். வீரப்பன் எங்களை நம்பிய அளவுக்கு, நாங்கள் அவருக்கு விசுவாசியாக இருக்கவில்லை. அதற்காக வீரப்பனின் உண்மையான விசுவாசி ஒருவரிடம் மன்னிப்பு கேட்கவேண்டும் என்று நினைத்துக் கொண்டிருக்கிறேன். அதற்கான காலம் வரும்போது அதைச் செய்வேன். வீரப்பனுக்கு நாங்கள் துரோகம் செய்யவில்லை. துரோகம் செய்ய நினைத்தாலேயே நாங்கள் பல துயரங்களை அனுபவித்து வருகிறோம். உயிரோடு இருந்து இந்தக் கொடுமைகளை காணக்கூடாது என நினைக்கிறேன். ஆனால், இறைவன், நீ சாகக்கூடாது. இதையெல்லாம் பார்த்து, அனுபவித்து அழ வேண்டும் என நினைக்கிறார்" என்கிறார்.

இந்த நடவடிக்கையில் கலந்துகொண்ட அனஸ்கானிடம் பேசும்போது, "வீரப்பனின் அன்றாட நடவடிக்கைகள், அவரது செயல்பாடுகள், தொடர்பாளர்கள், குணங்கள் அனைத்தைப்பற்றியும் அதிரடிப்படை அதிகாரிகள் சொல்லி அனுப்பினார்கள். எங்கள் நால்வருக்கும் தனித்தனியே வகுப்பு எடுத்து, பயிற்சியும் கொடுத்தனர். *LMG* தவிர மற்ற அனைத்து துப்பாக்கிகளையும் எப்படிக் கையாளவேண்டும் என்று பயிற்சி கொடுத்திருந்தனர். வீரப்பனால் இனி ஒரு உயிர் போகக்கூடாது. அதை தடுக்க நீங்கள் முயற்சி செய்யவேண்டும் என்று கேட்டுக்கொண்டனர். அதன் நல்ல நோக்கத்தில்தான், நாங்கள் காட்டுக்குள் சென்றோம். இன்றைக்கு ஒரு கேள்வியைக் கேட்கும் வீரப்பன், நான்கு நாள்கள் கழித்து அதே கேள்வியை வேறு ஒருவரிடம் கேட்பார். முதலில் சொன்ன பதிலைத்தான் மறுபடியும் சொல்லவேண்டும். இல்லையானால், எங்களுக்கு உயிர் இருக்காது. எந்த இடத்திலுமே, பயத்தை கண்ணில் காட்டக்கூடாது

அனஸ்கான்

என்றுதான் SP அசோக்குமார் எங்களுக்குச் சொல்லி அனுப்பினார்" என்கிறார்.

தக்கலை அருகிலுள்ள, திருவிதாங்கோடு என்ற ஊரைச் சேர்ந்த உபயதுல்லாவின் மூன்று வயது குழந்தையாக இருந்த ராஜா உசேன், உடல் நலப்பாதிப்புக்கு உள்ளாகிறார். 2007 இல் உயிரிழந்து விடுகிறார். அதுபோலவே, இரண்டாம் மகன் ரபி உசேன் பிறந்து 25 ஆம் நாளிலிருந்தே உடல் நலப் பாதிப்புக்கு உள்ளாகி, அடுத்த சில ஆண்டுகளில் இறந்து விடுகிறார். அனஸ்கானுக்கு 2008இல், சலாம் உத்தீன் என்ற மகன் பிறந்துள்ளார். உடல் நலக்குறைவால், இந்தக் குழந்தையின், உடல் வளராமல் தலை மட்டுமே வளர்ந்து வந்துள்ளது. பல இலட்சம் ரூபாய் செலவழித்தும், காப்பாற்ற முடியாமல், 2011 இல் உயிரிழந்து விடுகிறார்.

இதைப்பற்றி முருகேசனிடம் பேசும்போது, செங்கப்பாடியிலிருந்து துரை என்பவர் வந்து என்னைப் பார்த்தார். மாமா வரச் சொன்னதாகச் சொன்னார். முதலில் நான் "போகமாட்டேன்"னுதான் சொல்லிட்டேன். அதுக்குப் பிறகு, அம்மாதான் போகச் சொன்னாங்க. நெருப்பூர் பக்கம் இருக்கும் ஆஞ்சநேயர் கோயிலுக்கு மேற்காலே பாங்காட்டுலேதான் மாமனைப் பார்த்தேன். நான் மாமனைப் பார்க்கப் போகும்போது, பால்கோவா, மைசூர் பாகு, வடை எல்லாம் வாங்கிட்டுப் போயிருந்தேன். "நீயே பார்க்க வரலேன்னா. வேற யாரு மாப்பளே வருவாங்கன்னு.." சொல்லி வருத்தப்பட்டார்.

"கண்டவங்க குடுக்கிறதை எல்லாம் வாங்கிச் சாப்பிட வேண்டாம். ரொம்பவும் கவனமா இருக்கணும்.." மாப்பளேன்னு சொல்லுவார். "நான் சின்னப் பையனா இருந்தப்பவே எனக்குக் கண்ணாடி பாட்டிலை அரச்சு, சோத்துலே சேர்த்துக் கொடுத்தாங்க. அதிலிருந்தெல்லாம் நான் தப்பிச்சு இருக்கிறேன்..."னு மாமா சொன்னார்.

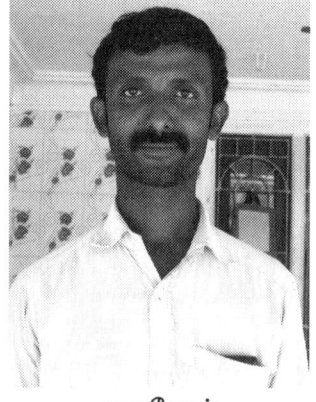

முருகேசன்

ஒரு மாசத்துக்குப் பிறகு, போலீசார் மாதிரியே இருந்த ஆளுங்க வந்து என்னைக் கடத்திக்கிட்டுப் போயிட்டாங்க. மூனுநாள்கள் ஒரு தாவிலே அடச்சு வச்சிருந்தாங்க. எருமையும், மாடுகளும் கத்தின சத்தம் தவிர வேற எந்தச் சத்தமும் கேக்கல. உங்க மாமன் சொல்லித்தான், நாங்க 26 லட்சம் செலவு செஞ்சு துப்பாக்கி வாங்கியாந்து வச்சிருக்கோம். அதை வாங்கிட்டு எங்களுக்குப் பணம் குடுக்கச் சொல்லுன்னு அடிப்பாங்க. நாலாம் நாள் என்னைப் பாலக்காடு பஸ் ஸ்டாண்டில் கொண்டாந்து விட்டுட்டாங்க. அங்கிருந்து நான் ஊருக்கு வந்துட்டேன்.

கொஞ்ச நாள்களுக்குப் பிறகு, இன்னொரு ஆள் வந்து "உங்க மாமன் மருந்து வாங்கிட்டு வந்து குடுக்கச் சொன்னார். நான் வாங்கிட்டுப் போனப்ப அங்கே ஆள் இல்லை. அப்படி நான் அந்தத் தாவில இல்லாமப்போனா, என் மாப்பிள்ளைகிட்டே குடுன்னு சொல்லியிருந்தார்..."ன்னு சொல்லி கொஞ்சம் மருந்து, மாத்திரை எல்லாம் குடுத்தாங்க. நான் வாங்க மாட்டேன்னு சொல்லிட்டேன். இப்படிப் பலதடவை போலீசார் என்னைக் கூட்டிட்டுப் போயி மெரட்டியிருக்காங்க....." என்கிறார்.

****

13

விஷம் வைத்து கொல்லப்பட்டாரா வீரப்பன்...?

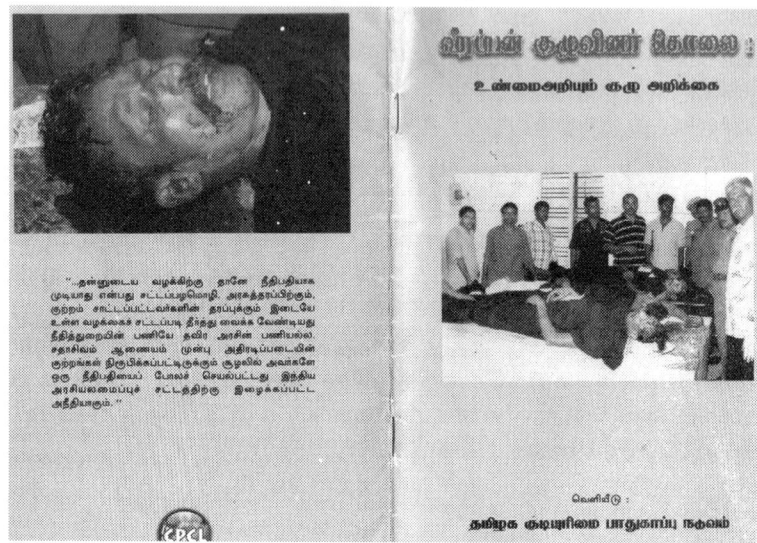

உண்மை அறியும் குழு அறிக்கை

கிருஷ்ணன் நாயர் விஜயகுமார் ஐ.பி.எஸ். முன்னாள் காவல்துறை இயக்குநர். காஷ்மீர் மாநில ஆளுநரின் ஆலோசகர், உள்துறை அமைச்சரின் பாதுகாப்புத்துறை ஆலோசகர் எனப் பல உயரிய பதவிகளில் இருந்தவர். வீரப்பனைப் பிடிப்பதற்காக அமைக்கப்பட்டிருந்த சிறப்பு அதிரடிப்படையின் தலைவர் பொறுப்பிலும் இருந்தவர். இவர் பதவியிலிருந்த காலத்தில்தான் வீரப்பன் கொல்லப்படுகிறார். இதை முதன்மையாகக் கொண்டே மேற்கண்ட பொறுப்புகள் விஜயகுமாருக்குக் கிடைத்தன.

அவர் எழுதியுள்ள *"Veerappan Chasing The Brigand"* என்ற நூலில், "வீரப்பனின் ஜாதகத்தை அவருடைய உறவினர் ஒருவரிடமிருந்து வாங்கிவந்தோம். கேரளாவைச் சேர்ந்த

ஜோதிடர் மூலம் வீரப்பனுக்கு எந்தெந்த வயதில் கெட்ட காலம் வருகிறது என்பதைக் கணித்தோம். அதற்கு ஏற்றபடி அதிரடிப்படையின் நடவடிக்கைகளை மேற்கொண்டோம். குறிப்பாக 52 வயதில் ஒரு பெரிய கண்டம் உள்ளது என்பதைத் தெரிந்து கொண்டோம். அவருடைய பிறந்த தேதியான 18ஆம் தேதியே அவருடைய வாழ்வு முடிகிறது என்பதையும் மிகத் துல்லியமாக அந்த ஜோதிடர் கணித்தார். அதன்படியே அக்டோபர் 18 ஆம் தேதி அவரை ஆம்புலன்ஸ் வேனில் ஏற்றிக் கொண்டு வந்து சுட்டுக் கொன்றோம்.

வீரப்பனுக்குக் கண் பார்வையில் குறைபாடு ஏற்பட்டது. கண் அறுவைச் சிகிச்சைக்காகக் காட்டைவிட்டு வெளியே வரவேண்டிய நிலை வந்தது. இந்த நேரத்தில், வீரப்பனுடன் தொடர்பிலிருந்த மிஸ்டர் எக்ஸ் என்றவரை நாங்கள் பிடித்தோம். அவரை மிரட்டி எங்கள் வழிக்குக் கொண்டு வந்தோம். மிஸ்டர் எக்ஸ், விடுதலைப் புலிகள் அமைப்போடு தொடர்பில் உள்ளவர்.

வீரப்பனின் கண் அறுவைச் சிகிச்சைக்காக அவருடைய உதவி தேவை என்று வீரப்பன் கேட்டார். சிகிச்சைக்குப் பிறகு, இலங்கையில் விடுதலை புலிகள் கட்டுப்பாட்டில் உள்ள பகுதிக்கு அவரை அனுப்பி வைப்பதாக மிஸ்டர் எக்ஸ் மூலமாகச் சொல்லியிருந்தோம். அதை நம்பி வெளியே வந்த வீரப்பனை நாங்கள் சுட்டுக்கொன்றோம் என விஜயகுமார் சொன்ன பொய்க் கதையை மக்கள் யாரும் நம்பவில்லை.

“ஆப்ரேஷன் கக்கூன்” என்ற கட்டுக் கதையைத் தமிழ்நாடு அதிரடிப்படையில் பணியாற்றிய காவல்துறை அதிகாரிகளே நம்பத் தயாராக இல்லை.

இதற்கு மாறாக, வீரப்பனின் நெருங்கிய உறவினர்கள் சிலரைப் போலீசார் உளவாளியாக மாற்றியுள்ளனர். அவர்கள் மூலமாக வீரப்பனுக்குக் கொடுக்கப்பட்ட மோரில் போலீசார் விஷம் கலந்து கொடுத்துள்ளனர். அதைக் குடித்துவிட்டு வீரப்பனும், அவருடைய கூட்டாளிகள் மூவரும் மயங்கி விட்டனர். அதற்குப் பின் அவர்களைப் போலீசார் உயிருடன் பிடித்துள்ளனர். பிறகு, அவருடைய மீசையை வெட்டி, கை, கால்களை உடைத்து சித்திரவதை செய்து சுட்டுக்

கொன்றுள்ளனர் எனத் தமிழ்நாடு முழுவதுமுள்ள மக்கள் அனைவரும் நம்பிக் கொண்டுள்ளனர்.

இக்கதையை மக்கள் நம்புவதற்கு இரண்டு முக்கியமான நிகழ்வுகளே காரணமாக உள்ளன.

முதல் நிகழ்வு:- வீரப்பன் போலீசாரால் சுட்டுக்கொல்லப் பட்டது குறித்து உண்மை அறியும் குழு அமைக்கப்பட்டது. மாவோயிஸ்ட் இயக்க ஆதரவாளரும், வழக்குரைஞருமான சேலம் ஹரிபாபு இந்தக் குழுவை அமைத்தார்.

இதில், ஆந்திரப் பிரதேச சிவில் உரிமைக்குழுவை (APCLC) சேர்ந்த பேராசிரியர்கள் சேஷையா, இராஜானந்தம். கர்நாடகாவைச் சேர்ந்த மக்கள் ஜனநாயக மன்றத்தின் பேராசிரியர்கள் இராமசாமி, ஸ்ரீராம். தமிழ்நாடு மக்கள் சிவில் உரிமை கழகம் சார்பில் பாவலர் நிறைமதி, வழக்குரைஞர் கோபி, தமிழக மனித உரிமைகள் கழகத்தின் பேராசிரியர் அ.மார்க்ஸ். இந்திய மக்கள் வழக்குரைஞர்கள் சங்கத்தை சேர்ந்த ஆ.ராகுல், தமயந்தி. தமிழ்த்தேசிய வழக்குரைஞர் நடுவத்தின் வழக்குரைஞர்கள் புகழேந்தி, ஜெயராஜ், செந்தில்குமார். ஹரிபாபுவும் அவர் சார்ந்துள்ள தமிழ்நாடு

கல்லிச்சி மரத்துக் கல்லாட்டை

குடியுரிமைப் பாதுகாப்பு நடுவத்தைச் சேர்ந்த அருந்தமிழ், வெங்கடேஷ்குமார், வெ.பாலு. இவர்களுடன் எழுத்தாளர்கள் பாமரன், ருத்ரன் என 16 பேர் இக்குழுவில் இடம் பெற்றனர்.

வீரப்பனின் சொந்த ஊரான செங்கப்பாடியில் தொடங்கி அவர் சுட்டுக்கொல்லப்பட்ட பச்சினம்பட்டிவரை பல இடங்களுக்கு இக்குழுவினர் சென்றனர். வீரப்பனின் ஆதரவாளர்கள், உறவினர்கள் எனப் பலரையும் சந்தித்தனர். வீரப்பனின் உடல், உடற்கூறு ஆய்வு மேற்கொள்ளப்பட்ட தருமபுரி அரசு மருத்துவமனை மருத்துவர்கள், இந்த நடவடிக்கையில் கலந்துகொண்ட காவல்துறை அதிகாரிகள் உள்ளிட்ட பலரையும் சந்தித்துப் பேசியதாகவும், பல இடங்களில் நேரில் ஆய்வு மேற்கொண்டதாகவும் கூறி ஓர் அறிக்கை வெளியிட்டனர்.

அந்த அறிக்கையில், "2004 ஆம் ஆண்டு அக்டோபர் 16 ஆம் நாள், சனிக்கிழமையன்று மதியம் செங்கப்பாடிக்கு அருகிலுள்ள மாத்துப்பரி என்ற இடத்துக்கு வீரப்பன் வந்துள்ளார். அங்கிருந்த கல்லிச்சி (கல் இச்சி) மரத்துக் கல்லாட்டை என்ற பகுதியில் வீரப்பனும் அவரது குழுவினரும் மறைந்திருந்தனர். (இந்த இடம் காவிரி ஆற்றின் மேற்கில் இரண்டு கிலோமீட்டர் தொலைவில் கர்நாடக மாநிலத்தில் உள்ளது) மிகுந்த களைப்புடன் வந்த வீரப்பன் குழுவினருக்கு அதிரடிப்படை

காவிரி ஆற்றோரமுள்ள சிங்காபுரம் காடுகள்

ஆள்காட்டி ஒருவரின் மனைவியும், வீரப்பனின் நெருங்கிய உறவுக்காரப் பெண்ணுமான ஒருவர் அதிரடிப்படை போலீசார் கொடுத்திருந்த மயக்க மருந்தை, தன் வீட்டிலிருந்த மோரில் கலந்து கொடுத்துள்ளார்.

பசி மயக்கத்திலிருந்த வீரப்பன் உள்ளிட்ட நால்வரும் அந்த மோரைக் குடித்தனர். முப்பது நிமிடங்களுக்குப் பிறகு ஒவ்வொருவராக மயங்கி விழுந்தனர். பின்னர் அந்தப்பெண், மயக்க மருந்து கலந்த மோரை வீரப்பனுக்குக் கொடுத்தது குறித்து அதிரடிப்படைப் போலீசாருக்குத் தகவல் சொல்லியுள்ளார். அந்த இடத்துக்குச் சென்ற தமிழ்நாடு அதிரடிப்படையினர் மயங்கிக் கிடந்த வீரப்பன் உள்ளிட்ட நால்வரையும் பிடித்துக் கைகளைக் கட்டிப் போட்டுள்ளனர்.

அன்று மாலை, நன்றாக இருட்டிய பின்னர் வீரப்பன் உள்ளிட்ட நால்வரையும் பரிசலில் ஏற்றி காவிரி ஆற்றின் மறுபக்கமுள்ள சிங்காபுரம் காட்டுக்குக் கொண்டு வந்தனர். (இந்த இடம் காவிரியின் கிழக்குப் பக்கம் தருமபுரி மாவட்டத்தில் உள்ளது. சிங்காபுரம் என்பது வரிசையாக வீடுகள் இருக்கும் ஊர் அல்ல. அங்கொன்றும் இங்கொன்றுமாகப் பதினைந்து வீடுகள் தனித்தனிக் காட்டுக் கொட்டாய்களாக உள்ளன. இந்த இரண்டு இடங்களுக்கும் இடையே உள்ள தொலைவு எட்டு கிலோமீட்டர்).

சின்னக் காவல்திட்டு மாரியம்மன் கோயில்

18-ஆம் தேதி மாலை வரை, வீரப்பன் உள்ளிட்ட நால்வரையும் அங்கு வைத்து சித்திரவதைகள் செய்து, வீரப்பனின் மீசையை எடுத்து, பின்னர் எல்லோரையும் சுட்டுக் கொன்றுள்ளனர். அதன் பின்னர், *18* ஆம் தேதி இரவு *7.30* மணிக்கு, வீரப்பன் கூட்டாளிகளின் உடல்களைப் பரிசலில் ஏற்றி, காவிரியைக் கடந்து பாலாறு அருகிலுள்ள சின்னக்காவல் திட்டு (இந்த இடம் சேலம் மாவட்டத்தில் உள்ளது) என்ற இடத்துக்குக் கொண்டு வந்துள்ளனர். (இரண்டு இடங்களுக்கும் இடையிலான தொலைவு எட்டு கிலோமீட்டர்).

அங்கு ஏற்கனவே நின்று கொண்டிருந்த *SKS Hospital, Selam. (TN-48 A 6453)* என்று எழுதப்பட்டிருந்த ஆம்புலன்சில் நால்வரின் உடலையும் ஏற்றியுள்ளனர். அங்கிருந்து கொளத்தூர், மேட்டூர், மேச்சேரி, பெண்ணாகரம், பாப்பாரப்பட்டி வழியாக பச்சினம்பட்டிக்குக் கொண்டு வந்துள்ளனர். அங்கே, காவல்துறையுடன் நடந்த மோதலில் வீரப்பனைத் தாங்கள் துப்பாக்கியால் சுட்டுக்கொன்றதாக நாடகமாடியுள்ளனர்.

18 ஆம் தேதி இரவு வீரப்பன் குழுவினரைச் சுட்டுக் கொல்லப்பட்டபோது அவர் வந்ததாகச் சொல்லப்படும் வெள்ளை நிற ஆம்புலன்ஸ் வேன், அதற்கு முதல் நாளே வீரப்பனின் சொந்த ஊரான செங்கப்பாடி, கொளத்தூர், பெண்ணாகரம், பாப்பாரப்பட்டி போன்ற இடங்களில் பலமுறை சென்று வந்ததைப் பொதுமக்கள் பலரும் பார்த்துள்ளனர் எனவும் அந்த அறிக்கையில் தெரிவித்திருந்தனர்.

மல்லிகா

வீரப்பன் விஷம் மூலம்தான் கொல்லப்பட்டார் என்பதற்கு ஆதாரமாக, வீரப்பனின் மைத்துனர் செங்கோடனின்

மனைவி மல்லிகா என்பவர் வாயிலாக ஒரு செய்தியை முன்வைக்கின்றனர்.

19.06.2004 அன்று மல்லிகாவைச் சந்தித்த தமிழ்நாடு அதிரடிப்படையினர், "வீரப்பனுக்கு நீ சாப்பாடு கொண்டுபோய்க் கொடுக்கும்போது அதில் நாங்க கொடுக்கும் மருந்தைச் சேர்த்துக் குடுத்துடு, அதைச் சாப்பிட்டதும் வீரப்பன் செத்துப்போவான். இதைச் செய்தால் உனக்கு பணம் தருகிறோம்" என்று சொன்னதாக அவர் "ரேஷ்மி நாடு" என்ற தெலுங்கு இதழுக்கு வழங்கிய பேட்டியில் குறிப்பிட்டுள்ளார்.

அதுபோலவே, செங்கப்பாடி அருகிலுள்ள கோட்டையூரைச் சேர்ந்த அம்மாசி என்ற வீரப்பனின் உறவினர் ஒருவரிடமும் அதிரடிப்படை போலீசார் சயனைடு கலந்த உப்பு உருண்டையைக் கொடுத்துள்ளனர். "இதை வீரப்பனுக்குக் கொடுக்கும் உணவில் கலந்து குடுத்துடு. வீரப்பன் கதையை முடித்தால் உனக்கும் பணம் கொடுக்கிறோம்" என்று ஆசை காட்டியுள்ளனர்.

வீரப்பனுக்குக் கொடுக்கும் உணவில் கலந்து கொடுப்பதாகக்கூறி அந்த உருண்டையை வாங்கிய அம்மாசி அதைத் தன்னுடைய வீட்டில் வைக்க பயந்துகொண்டு, பக்கத்திலிருந்த ஒரு மரப்பொந்தில் வைத்திருந்தார். வீரப்பன் கொல்லப்பட்ட ஒரு மாதத்துக்குப் பின்னர் அங்குச் சென்ற வீரப்பன் மனைவி முத்துலட்சுமியிடம் காவல்துறையினர் கொடுத்த மாவு உருண்டையை அம்மாசி கொடுத்ததாகவும் உண்மை அறியும் குழுவின் அறிக்கையில் கூறியுள்ளனர்.

உண்மை அறியும் குழுவினர் மேலே சொன்ன இச்செய்தியை உறுதிப்படுத்துவது போலவே அமைந்த மற்றொரு நிகழ்வு:- வீரப்பன் சுட்டுக் கொல்லப்பட்ட (18.10.2004) அன்று மாலை நான்கு மணிக்குத் தருமபுரியிலிருந்த உள்ளூர் செய்தியாளர்களுக்கு நாகமரை பகுதியில் காவிரி ஆற்றோரம் நான்கு பேரின் உடல்கள் கிடப்பதாகத் தொலைபேசி வழியாக ஒரு செய்தி வந்துள்ளது.

இந்தச் செய்தியும், உண்மை அறியும் குழுவினர் காவிரி ஆற்றைக் கடந்துதான் வீரப்பன் குழுவினரின் உடல்கள் பரிசலில் கொண்டு வரப்பட்டன என்று சொன்னதும்

ஒன்றுக்கு ஒன்று ஒத்துப்போனது. அதனால், வீரப்பன் விஷம் வைத்துக் கொல்லப்பட்டார் என்ற கதையைப் பொதுமக்கள் நம்பும் நிலை ஏற்பட்டது.

    இன்றுவரை உலகம் இதைத்தான் உண்மையென்று நம்பிக்கொண்டுள்ளது!

***

14

காவிரி ஆற்றோரம் நான்கு உடல்கள்

வீரப்பனின் வாழ்க்கை வரலாற்றைத் தொகுக்கும் நோக்கில் **2016**-ஆம் ஆண்டின் தொடக்கத்தில் நான் செங்கப்பாடிக்குச் சென்றேன். அந்தநேரத்தில், வீரப்பனுக்கு மயக்க மருந்து கொடுத்து போலீசார் பிடித்ததாகச் சொல்லப்படும் கல்லிச்சி மரத்துக் கல்லாட்டைக்கும் சென்றேன்.

பெரியதும், சிறியதுமான பல பாறைக் குவியல்களும், அந்தப் பாறைகளுக்கு இடையே முளைத்து வளர்ந்துள்ள கல்லிச்சி மரங்களும் சூழ்ந்திருந்தன. அந்த இடத்திலிருந்து நான்கு பக்கமிருந்து யார் வந்தாலும், தொலைவில் வரும்போதே அவர்களைப் பார்க்கவும் முடியும். ஆரம்ப காலத்தில் வீரப்பன் தன்னுடைய வெளியாள்கள் சந்திப்பை இந்த இடத்தில் வைத்திருந்தார் என்பதும் தெரிகிறது.

செங்கப்பாடியிலிருந்து பாலாறு செல்லும் பாதையின் கிழக்கில், கோட்டையூர் செல்லும் பிரிவு சாலைக்குச் சற்றுத் தெற்கிலுள்ள அந்த இடத்தில்தான் வீரப்பனுக்கு விஷம் கலந்த மோர் கொடுக்கப்பட்டதாக உண்மை அறியும் குழுவினர் குறிப்பிட்டுள்ளனர்.

மோரிலிருந்த விஷம் அவரது உடலில் கலந்து ஒருவித மயக்கத்தை ஏற்படுத்தியது. மயங்கி கீழே விழுந்த வீரப்பனுக்கு நினைவு தடுமாறியது. பக்கத்தில் உயர்ந்து வளர்ந்திருந்த சீரிச்செடிகளையெல்லாம் பிடிங்கி வீசியுள்ளார். நாற்பதடி நீள அகலத்திலிருந்த புதர்களுக்குள் நான்குபேரும் விழுந்து, புரண்டதில் அங்கிருந்த செடி, கொடிகளெல்லாம் ஒடிந்து கிடந்தன. இதைச் சிலர் பார்த்துவிட்டு வந்து, தன்னிடம் சொன்னதாக வீரப்பனின் சித்தப்பாவான சீரியான் பொன்னுசாமியும் என்னிடம் சொன்னார்.

கீரியான் பொன்னுசாமி

அங்கிருந்து தெற்கில் மூன்று கிலோமீட்டர் தொலைவில் பாறையங்காட்டு ஓடை என்ற பள்ளம் உள்ளது. இந்தப் பள்ளத்தில் ஓரிடத்தில் வீரப்பனின் உடலை வைத்திருந்தனர். வண்டல் மண் மிகுந்த அந்த பள்ளத்தின் ஓரத்தில் நிறைந்திருந்த பார்த்தீனியம் செடிகளுக்குள் வீரப்பன் உடலை போட்டு மூடி வைத்திருந்தனர். அந்த இடத்தில் அவருடைய மீசை, தலை முடிகள் வெட்டப்பட்டுக் கிடந்ததாகவும் சிலர் கூறினர்.

கல்லிச்சி மரத்துக் கல்லாட்டை, பாறையங்காட்டு ஓடைப்பகுதிக்கு அன்றாடம் சென்று வரக்கூடியவர்கள் ஆடு, மாடு மேய்க்கும் கிராமத்து மக்கள் சிலரிடம் நான் விசாரித்தேன். இந்தக் காட்சிகளை யாருமே நேரில் பார்க்கவில்லை என்றும், வேறு சிலர் பார்த்ததாக மற்றவர்கள் சொன்னதாகக் கூறினர்.

உண்மை அறியும் குழுவினர் வீரப்பனின் கையைக் கட்டி பரிசலில் ஏற்றி, அங்கிருந்து காவிரி ஆற்று ஓரமாகவே சிங்கா புரம் காட்டுக்கு அழைத்துச் சென்றதாகச் சொன்ன வழி. பிறகு, அங்கு வைத்து வீரப்பனைச் சுட்டுக் கொல்லப்பட்டபின் அங்கிருந்து பரிசல் மூலமாக அடிப்பாலாறு வழியாக சின்னக் காவல் திட்டு மாரியம்மன் கோயிலுக்குக் கொண்டு வந்ததாகச் சொல்லப்பட்ட வழியையும் நேரில் சென்று பார்த்தேன்.

அப்போதுதான் வீரப்பன் கொல்லப்பட்டது தொடர்பாகவும், அவருடைய உடல் காவிரி ஆற்றின் வழியாகவே கொண்டு வரப்பட்டதாகவும் உண்மை அறியும் குழுவினர் விசாரணை அறிக்கையில் கூறியிருப்பது நடைமுறைக்குச் சாத்தியமில்லாத, கற்பனைக்கும் எட்டாத நிகழ்வு என்பதும் தெரிந்தது.

கல்லிச்சி மரத்துக் கல்லாட்டையில் வீரப்பனை

காவிரி ஆற்றோரம் முழுவடைக் காடுகள்

உயிருடன் பிடித்ததாகக் கூறும் இந்த நிகழ்வு நடந்ததாகவே வைத்துக்கொள்வோம். அங்கிருந்து பரிசல் மூலம் காவிரி ஆற்றைக் கடந்து சிங்காபுரம் காட்டுப்பகுதிக்கு வீரப்பன் உள்ளிட்ட நால்வரையும் கொண்டுபோக வேண்டுமென்றால் எட்டு கிலோமீட்டர் தொலைவுக்குக் கர்நாடக காட்டுக்குள் நடந்து போகவேண்டும். அதன் பின்னர் ஆற்றைக் கடக்க வேண்டும். அல்லது கல்லிச்சி மரத்துக் கல்லாட்டைக்குப் பக்கத்திலேயே ஆற்றைக் கடந்து தமிழ்நாட்டுக் காடுகள் வழியாக எட்டுக் கிலோமீட்டர் தொலைவு நடந்து போயிருக்கவேண்டும்.

இந்த இரண்டு வழியிலுமே காவிரி ஆற்றை ஒட்டி இரண்டு பக்கமும் ஏராளமான முழுவடைக்காடுகள் உள்ளன. இங்கெல்லாம் மக்கள் வீடுகட்டிக் குடியிருந்து வருகின்றனர். மான், பன்றி போன்ற காட்டு விலங்குகள் விளைநிலத்தில் மேய்ந்துவிடும் என்பதற்காக இரவு நேரங்களில் காவல் இருப்பர். அதுபோலவே, மீனவர்களின் குடிசைகளும், நூற்றுக்கும் அதிகமான ஆட்டுப்பட்டிகளும், மாட்டுப்பட்டிகளும் உள்ளன. இரவு நேரங்களில், ஒவ்வொரு பட்டியிலும், முழுவடைக்காட்டிலும் வேட்டை நாய்களுடன் காவல் ஆள்களும் இருப்பர். இந்த நாய்களை ஏமாற்றி விட்டுப்

போலீசார் ஆற்றின் அக்கரையிலும் சரி, இக்கரையிலும் சரி ஆற்றோரமாக நடந்து கடந்திருக்கச் சாத்தியமில்லை.

காவிரி ஆற்றை ஒட்டி அமைந்துள்ள நிலப்பகுதி மேடும், பள்ளமும், கல்லும், பாறையும், முள்புதர்களும் நிறைந்திருக்கும். ஆடு, மாடுகள் நடந்து போகப் பயன்படும் இந்தப் பாதைகள் நேராக இல்லாமல் வளைந்தும், நெளிந்தும் செல்கிறன. மேற்கே மாதேஸ்வரன் மலையிலிருந்தும், கிழக்கே கர்ணமலைக் கரடுகளில் இருந்தும் உருவாகி வரும் பல ஓடைகள் காவிரியில் கலக்கும் இடங்களில் பெரிய அளவிலான பள்ளங்கள் உள்ளன.

காவிரி ஆற்றோர முழுவடைக் காடுகளில் காவல்

இந்த இடங்களில் வழக்கமாக அந்தப் பகுதிக்குப் போகும் ஆள்களைத் தவிர மற்ற எவரும் நடந்து போகவே முடியாது. இந்த வழியாகப் பழக்கமில்லாதவர்கள் பகலில் நடந்து போவது என்பதே சிரமம். அதுவும், இரவில் மயங்கிக் கிடந்த நான்கு பேரை அல்லது அவர்களின் உயிரற்ற உடல்களை யாருக்கும் தெரியாமல் இந்த வழியில் கொண்டுபோவது என்பதும் முடியாத காரியம். நடைமுறைக்குச் சாத்தியமில்லாதது.

சரி எப்படியோ ஒருவழியாகக் கொண்டு போயிருப்பர் என்று வைத்துக் கொண்டாலும் கூட, வீரப்பன் உள்ளிட்ட

நால்வரையும் கர்நாடகக் காடுகளிலிருந்து ஆற்றைக் கடந்து அக்கரையில் உள்ள தமிழ்நாட்டுக் காடுகளுக்குக் கொண்டு போகப் பரிசல் தேவை. மயங்கிய நிலையில் அல்லது உயிரிழந்த நிலையில் இருக்கும் நான்கு பேரை ஒரே நேரத்தில் கொண்டுபோக 10 முதல் 15 போலீசாராவது தேவைப்படுவர்.

இவ்வளவு ஆள்கள் பயணம் செய்யும் அளவுக்கு இங்குள்ள சிறிய வேட்டைப் பரிசல்கள் பயன்படாது. பயணிகள் செல்லப் பயன்படும் பெரிய பரிசல்களும் அவற்றை இயக்கப் பரிசல் ஓட்டிகளும் தேவை. அந்தப் பகுதியில் உள்ள சாதாரண மீன்வேட்டைப் பரிசல்களிலோ அல்லது முழுவடைக் காட்டுக்காரர்கள் ஓய்வு நேரத்தில் மீன் பிடிக்கவும், தங்களின் அன்றாடத் தேவைகளுக்காக அக்கரைக்கும், இக்கரைக்கும் சென்றுவரப் பயன்படுத்தும் சிறிய வகை பரிசல்களிலோ இத்தனை பேர் போவதற்குச் சாத்தியமில்லை.

இந்தப் பரிசல்கள் மூலம் மயங்கிய நிலையில் அல்லது உயிரிழந்த நிலையிலிருந்த வீரப்பன் உள்ளிட்ட நால்வரையும் ஏற்றி, ஆற்றைக் கடந்துபோவது என்றால் குறைந்தது நான்கு முறை அக்கரைக்கும், இக்கரைக்கும் சென்று வந்திருக்கவேண்டும்.

அக்டோபர் மாதம் 15 தேதி முதல் 18 வரையிலான காலங்களில் வினாடிக்கு 28 ஆயிரம் முதல் 30 ஆயிரம் கன அடித் தண்ணீர் காவிரி ஆற்றில் வரவு வந்துள்ளது. இவ்வளவு தண்ணீர் வரவு இருக்கும் நேரத்தில் முன் அனுபவம் இல்லாத ஆள்களால் வேகமாகச் செல்லும் தண்ணீரில் பரிசலைச் செலுத்தவும் முடியாது.

ஒருவேளை, பாறையங்காட்டு ஓடைக்குப் பக்கமாகவே வீரப்பனைக் கொன்று அவரது உடலைப் பரிசலில் போட்டு, காவிரி ஆற்று வழியாகக் கீழே சின்னக்காவல் திட்டுவரையிலும் எடுத்துக்கொண்டு வந்திருக்கலாம் என்றும் கூட நினைக்கலாம்.

இந்த நிகழ்வுக்கு ஆறு மாதம் முன்பிருந்தே இரவு நேரத்தில் வீரப்பன் காவிரி ஆற்றைக் கடந்து கிழக்கில் உள்ள காடுகளுக்குச் சென்று வருகிறார் என்பதை உளவுத்துறையின் மூலம் கர்நாடக அதிரடிப்படையினர் தெரிந்துகொண்டனர்.

காவிரி ஆற்றோர ஆட்டுப்பட்டிகள்

அதைத் தடுக்கும் முயற்சியாக செங்கப்பாடியிலிருந்து பாலாறு வரையிலும் உள்ள ஐந்து உயரமான இடங்களில் கண்காணிப்பு கோபுரங்களை அமைத்துள்ளனர். அதில் காவல் இருந்தபடியே இரவு நேரங்களில் காவிரி ஆற்றையே கண்காணித்துக் கொண்டிருந்தனர். இவர்களை ஏமாற்றிவிட்டு, பெரும் எண்ணிக்கையிலான தமிழ்நாடு போலீசார் பரிசல் மூலமாக வீரப்பன் உடலைச் சின்னக்காவல் திட்டுக்குக் கொண்டு வந்திருக்கவும் வாய்ப்பில்லை.

18.10.2004 அன்று மேட்டூர் அணையில் 85.71அடி உயரத்துக்குத் நீர்மட்டம் இருந்தது. இந்த அளவுக்குத் தண்ணீர் இருப்பு இருந்தால், அந்த தண்ணீரின் தேக்கம் அடிப்பாலாற்றைக் கடந்து உயர்ந்திருக்கும். 85-அடி உயரம் தண்ணீர் தேங்கி நிற்கும் காவிரி ஆற்றில் பரிசலில் எவ்வளவு வேகமாகத் துடுப்பு போட்டு வந்தாலும் செங்கப்பாடிக்கும், சின்னக்காவல் திட்டுக்கும் இடைப்பட்ட தொலைவுக்கு வந்து சேர நான்கு முதல் ஐந்து மணி நேரத்துக்கும் மேலாகும்.

பொழுது இருட்டிய பின்னர் இரவு ஏழு மணிக்குப் பரிசலை எடுத்திருந்தாலும், அந்தப் பரிசல் சின்னக்காவல் திட்டுப் பகுதிக்கு வந்துசேரவே இரவு 11.00 மணிக்கு

மேலாகியிருக்கும். அப்படியானால், அதேநேரத்தில் ஆம்புலன்ஸ் வேன் வீரப்பன் குழுவினர் சுட்டுக் கொல்லப்பட்ட பச்சனம்பட்டிக்கு சென்றிருக்கவும் வாய்ப்பில்லை.

உண்மை அறியும் குழுவினர் கூறியுள்ளது போல செங்கப்பாடியில் வைத்தே வீரப்பனைப் பிடித்ததாகவோ அல்லது கொன்றதாகவோ வைத்துக்கொள்வோம். அங்கிருந்து நால்வரின் உடலைக் காவிரி ஆற்று வழியாகக் கொண்டு வந்திருந்தால் அதை அந்த வழியிலுள்ள முழுவடைக்காடுகளில் வசிக்கும் நூற்றுக்கணக்கான பொதுமக்களில் ஒரு சிலராவது பார்த்திருப்பர். அதிரடிப்படை போலீசாரின் கட்டுப்பாட்டிலிருந்த அந்தநேரத்தில் வேண்டுமானால் அந்தக் காட்சியைப் பார்த்த பொதுமக்கள் வெளியில் சொல்லப் பயப்பட்டிருக்கலாம்.

இந்தப் பதினான்கு ஆண்டுக் காலத்தில் எப்படியும் ஒருவர் மூலமாகவாவது நடந்த நிகழ்வுகளில் ஒருபகுதி உண்மையாவது மெல்லக் கசிந்து வெளியில் வந்திருக்கும். ஆனால் அப்படி ஒரு சிறுதகவல் கூட இதுவரையில் வெளிவரவேயில்லை. எனவே, மேலே சொல்லப்பட்ட பல நிகழ்வுகளில் ஒன்றைக் கூடப் பொதுமக்கள் யாருமே பார்த்திருக்கவில்லை என்பது கண்கூடாகத் தெரிகிறது.

அப்படியானால், வீரப்பன் விஷம் வைத்துக் கொல்லப்பட்டார் என்ற இந்தக் கதையை உண்மை என்று நம்புவதும் விஜயகுமார் எழுதிய 'வீரப்பன் சேசிங் தே பிரிகேண்ட்" கதையை நம்புவதும் ஒன்றுதான்.

கர்நாடகப் போலீசாருக்குத் தெரியாமல் வீரப்பனின் உடல் சின்னக்காவல் திட்டுப் பகுதிக்குக் கொண்டு வரப்பட்டது என உண்மை அறியும் குழுவினரின் விசாரணையில் தெரியவந்ததாகக் கூறியுள்ளனர். இது உண்மையாகவே இருந்தாலும்கூட, சேலம் மாவட்ட எல்லையில் உள்ள சின்னக்காவல் திட்டிலிருந்து வீரப்பன் உடலை 150 கிலோ மீட்டர் தொலைவிலுள்ள தருமபுரி மாவட்டத்தின் மத்தியில் உள்ள பச்சனம்பட்டிக்குக் கொண்டு போகவேண்டிய அவசியமே இல்லை.

சேலம் மாவட்டத்தில் ஏதாவது ஓர் இடத்தில் அல்லது சேலம் மாவட்டத்தை ஒட்டியுள்ள ஈரோடு மாவட்டக் காட்டுப்பகுதியில் இதே நாடகத்தைப் போலீசார் அரங்கேற்றியிருப்பர். அதற்கே வாய்ப்புகளும், சாத்தியமும் அதிகம்.

உண்மை அறியும் குழுவினர் வெளியிட்ட அறிக்கை, கே.விஜயகுமார் ஐ.பி.எஸ் எழுதிய புத்தகம் இரண்டிலுமே உண்மையில்லை. இரண்டுமே நடைமுறைக்குச் சாத்தியமே இல்லாத கதைகள் என்பது எனது கள ஆய்வில் தெரிந்தது. அதன்பிறகே, உண்மையில் என்ன நடந்திருக்கக் கூடும் என்பதக் கண்டறியும் முயற்சியில் எனது கள ஆய்வைச் சற்று விரிவாகக் கொண்டுசென்றேன்.

சக்கரவர்த்தி

தர்மபுரியில் இருக்கும் மூத்த செய்தியாளர் சக்கரவர்த்தியைச் சந்தித்தேன்: "18.10.2004 அன்றைக்குச் சாயங்காலம் நாலு மணி இருக்கும். நான், தினமலர் சீனியர் ரிப்போர்டர் இராமசாமி, தினபூமி ரிப்போர்டர் துரைமுருகன், தினமணி ரிப்போர்டர் இரவி இன்னும் நாலஞ்சு பேர், நெசவாளர் காலனியில் நாங்க வழக்கமாக டீ சாப்பிடும் குமார் டீ கடையில் நின்று பேசிக்கொண்டிருந்தோம். அப்போ, துரைமுருகனுக்குச் சென்னை அலுவலகத்திலிருந்து ஒரு போன் வந்தது.

"காவிரி ஆத்துப் பக்கமா நாலுபாடி கெடக்குதுன்னு ஒரு தகவல் சொல்றாங்க, என்னன்னு விசாரிங்கன்னு..." சொன்னாங்க.

உடனே ஒகேனக்கல், ஏரியூர், பெண்ணாகரம் காவல் நிலையத்துக்கு எல்லாம் போன் போட்டு விசாரித்தோம். எங்க லிமிட்டில் அப்படி எந்தச் சம்பவமும் நடக்கவில்லை என்று போலீசார் சொல்லிட்டாங்க. கடைசிவரை அந்தச் செய்தியை

எங்களால் கன்பார்ம் பண்ணவே முடியலை. அதனாலே ரூமர்னு சொல்லி அப்படியே விட்டுவிட்டோம்.

அன்னைக்கு ராத்திரி 11.00 மணிக்குத்தான் பச்சனம்பட்டியில் வீரப்பன் சுட்டுக்கொல்லப்பட்டதாக போலீசார் சொன்னாங்க. இந்தத் தகவல் தெரிந்து நாங்களெல்லாம் 12.00 மணிக்குத் தருமபுரி G.H.க்குப் போகும்போதே நான்கு பேரின் பாடியும் கருப்புத்துணியால் மூடிய நிலையில் மார்ச்சுவரியில் இருந்தன...” என்றார்.

செங்கப்பாடியை அடுத்துள்ள கோட்டையூரைச் சேர்ந்த அம்மாசியிடம், “வீரப்பனுக்குக் கொண்டுபோய்க் கொடுக்கும் சாப்பாட்டில் இந்த விஷத்தைக் கலந்துகொடு என்று அதிரடிப்படை போலீசார் ஓர் உருண்டையைக் கொடுத்ததாகவும், அதை வீரப்பன் மனைவி முத்துலட்சுமி யிடம் அம்மாசி கொடுத்தாகவும் உண்மை அறியும் குழு அறிக்கையில் சொல்லப்பட்டது.

அந்த மாவு உருண்டையின் தன்மை குறித்து தன்னை வெளிக்காட்டிக்கொள்ள விரும்பாத சென்னையின் பிரபலக் கல்லூரி ஒன்றின் மூத்த வேதியியல் பேராசிரியர் ஒருவர் பகுத்தாய்ந்து உண்மைகளைக் கூறியிருந்தார். பின்னர் நீதிமன்றத்தில் சமர்ப்பிப்பதற்காக ஆய்வகம் ஒன்றிலும் இது குறித்த ஆய்வு அறிக்கையை வழக்குரைஞர் ஹரிபாபு வாங்கியுள்ளார்.

அதில், டைலூட் செய்யப்பட்ட சோடியம் பெரிபெரிக் சயனைடு எனும் வேதிப்பொருள் கலந்துள்ளது. இதை உண்ண நேரிட்டால், மனிதனுக்கு உடனடியாக அது உயிரிழப்பை ஏற்படுத்தும் என்றும் தெரிவிக்கப்பட்டிருந்தது. கொடிய விஷத்தன்மை வாய்ந்த இந்த வேதிப்பொருள் கலந்த மாவு உருண்டையை போலீசார் வீரப்பனுக்குத் தரச்சொல்லி அம்மாசியிடம் கொடுத்தனர். அது இதுதான் என்று வழக்குரைஞர் ஹரிபாபு ஒரு மாவு உருண்டையை, சென்னை உயர் நீதிமன்றத்துக்கு எடுத்துக்கொண்டு போனார். அத்துடன், வீரப்பனின் மனைவி முத்துலட்சுமியைக் கொண்டு வீரப்பன் கொல்லப்பட்டது குறித்து சி.பி.ஐ. விசாரணை வேண்டும் என்று ஒரு மனுவையும் தாக்கல் செய்தார்.

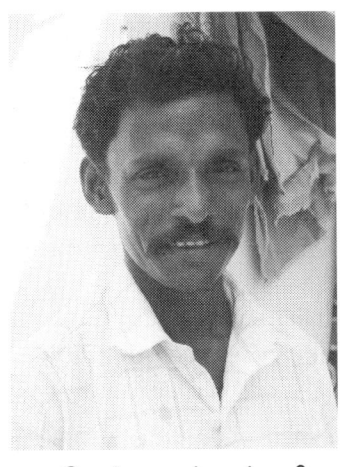

கோட்டையூர் அம்மாசி

இன்றளவும் வீரப்பன் மோரில் விஷம் வைத்துக் கொல்லப் பட்டார் என்றே தமிழ்நாடு முழுவதும் உள்ள மக்களால் நம்பப்படுவதற்கு இந்த இரு செய்திகளுமே அடிப்படையாக உள்ளன.

அந்த மனுவுடன் அம்மாசியின் சார்பில் தாக்கல் செய்யப்பட்ட ஓர் உறுதிமொழி பத்திரத்தையும் தயார் செய்து, அவரையும் சென்னைக்கு அழைத்துச் சென்றுள்ளனர். கடைசி நேரத்தில் அம்மாசி சென்னையிலிருந்து யாரிடமும் சொல்லிக்கொள்ளாமல் தப்பிவந்து விட்டார். இருப்பினும், வீரப்பன் மனைவி முத்துலட்சுமி சார்பில் தாக்கல் செய்த அந்த மனுவை ஏற்றுக்கொள்ளப் போதிய முகாந்திரம் இல்லை என்று கூறிய

சோடியம் பெரிபெரிக் சயனைடு கலந்த மாவு உருண்டை
நன்றி : வை.கதிரவன்

சென்னை உயர்நீதி மன்றம், அம்மனுவைத் தள்ளுபடி செய்து விட்டது. இதில் எந்த அளவுக்கு உண்மையுள்ளது என்பதைத் தெரிந்துகொள்ள நான் அம்மாசியைச் சந்தித்தேன்.

"வக்கீல் ஹரிபாபு கோர்ட்டில் கொண்டுபோய்க் கொடுத்த மாவு உருண்டையை நான் முத்துலட்சுமியிடம் கொடுக்கவில்லை. அந்த மாவு உருண்டையைச் சேலத்து வக்கீல்தான் என்கிட்டே குடுத்தார். "போலீசார் வீரப்பனுக்குக் குடுக்கச் சொன்னாங்கன்னு நீ வந்து கோர்டில் சொல்லுன்னு..." சொன்னார். என்னை மெட்ராஸ்க்கும் கூட்டிக்கிட்டுப் போனார். நான் பொய் எல்லாம் சொல்ல மாட்டேன்னு சொல்லி, திரும்பி வந்து விட்டேன்." என்றார்.

உண்மை அறியும் குழுவினர் வெளியிட்டுள்ள அறிக்கையில், அம்மாசி சொன்னதாகக் கூறியிருந்தது முற்றிலும் தவறாக இருந்தது. இந்த நிலையில், உண்மை அறியும் குழுவினர் எப்படி விசாரணை மேற்கொண்டனர் என்பதைத் தெரிந்துகொள்ள அக்குழுவிலிருந்த சிலரிடம் விசாரிக்க முடிவுசெய்தேன். இவர்களிடம் பேசும் போதுதான் உண்மை அறியும் குழுவினர் விசாரணை மேற்கொண்ட விதமே தவறானது என்பது தெரிந்தது.

தமிழ்த் தேசிய வழக்குரைஞர் நடுவத்தைச் சேர்ந்த வழக்குரைஞர் கவுந்தப்பாடி ஜெயராஜ்:- "கிட்டத்தட்ட ஒரு வாரம் எங்கள் குழுவினர் கொளத்தூரை ஒட்டியிருந்த பல்வேறு இடங்களுக்குப் பயணம் செய்தனர். அந்தக் குழுவில் இடம் பெற்றிருந்த எல்லோருமே தொடர்ந்து ஏழு நாள்களும் பயணம் செய்ய முடியவில்லை. நான் ஒருநாள் மட்டும்தான் போனேன். தொடர்ச்சியாக விசாரணை எப்படி நடந்தது என்று என்னால் தெரிந்துகொள்ள முடியவில்லை. வீரப்பன் உடல் அங்கே கிடந்தது, இங்கே கிடந்தது, அவன் மோரில் விஷம் கொடுத்தானாம், இவன் கொடுத்தானாம் என்று பரவலாகப் பேசப்பட்ட செய்திகள் மட்டுமே எங்களுடைய காதுகளுக்குக் கிடைத்தது. மற்றபடி, யாருமே எதையுமே கண்ணால் பார்த்ததாகச் சொல்லவில்லை. மேற்கொண்டு தோழர் ஹரிபாபுதான் அறிக்கை தயாரித்தல், செய்தியாளர்கள் சந்திப்பு நிகழ்ச்சி ஏற்பாடு உள்ளிட்ட எல்லா வேலைகளையும் செய்தார். இந்த ஆய்வில் எந்த அளவுக்கு உண்மை உள்ளது

என்பது குறித்து எனக்கு முழுமையாக எதுவும் தெரியாது தோழர்" என்றார்.

எழுத்தாளர் பாமரன்:- "வீரப்பனுக்கு கண் பார்வை குறைபாடு ஏற்பட்டது. கண் அறுவைச் சிகிச்சைக்காகக் காட்டை விட்டு வெளியே வந்தார். விடுதலைப்புலிகளின் கட்டுப்பாட்டிலிருந்த இலங்கைக்கு உங்களைக் கூட்டிக்கொண்டு போகிறோம் என்று வீரப்பனுடன் நெருங்கிப் பழகிய அதிரடிப்படை போலீசார் சொன்னார்கள். அதை நம்பி வீரப்பன் கூட்டாளிகளுடன் ஆம்புலென்ஸ் வேனில் ஏறினான். காட்டிலிருந்து இலங்கைக்குக் கூட்டிக்கொண்டு போகும் வழியில் போலீசார் வழி மறித்து சுட்டுக்கொன்றார்கள் என்று ஏ.டி.ஜி.பி.விஜயகுமார் சொன்னார். அவர் சொன்னதை மக்கள் யாருமே நம்பவில்லை.

இந்த நிலையில்தான் சேலம் வழக்குரைஞர் ஹரிபாபு உண்மை அறியும் குழுவை அமைத்தார். தமிழ்நாடே எதிர்பார்க்கும் ஒரு பெரிய பிரச்சனையில் மறைக்கப்பட்ட உண்மையை வெளியில் கொண்டுவரும் முயற்சியாக அந்தக் குழுவில் நானும் பங்குகொண்டேன். தோழர் ஹரிபாபுதான் எல்லா ஒருங்கிணைப்பு வேலைகளையும் செய்தார். உண்மை அறியும் குழுவினரோடு நானும் ஒருநாள் மட்டுமே கொளத்தூர் பகுதிக்குச் சென்று வந்தேன். இந்தக் குழுவின் சார்பில் மேற்கொள்ளப்பட்ட விசாரணையில் நான் மட்டுமல்ல எனக்குத் தெரிய அந்தக் குழுவிலிருந்த யாருமே முழுமையாக இணைந்து சென்றிருக்க வாய்ப்பில்லை" என்றார்.

பேராசிரியர் அ.மார்க்ஸ்:- "ஆம்புலென்ஸ் வேனில் வந்த வீரப்பன் குழுவினரை போலீசார் சுட்டுக் கொல்லப்பட்டதாக விஜயகுமார் IPS சொன்னது முழுமையான பொய். போலீசாரால் வெளியிடப்பட்ட முரண்பாடான அறிக்கைகள் மூலம் இது தெரிந்தது. அந்தநேரத்தில், வீரப்பன் சுட்டுக் கொல்லப்பட்டதாகக் கூறப்படும் நிகழ்வில், உண்மையில் என்ன நடந்தது என்பதைக் கண்டறியவேண்டும் என்ற ஆர்வம் தமிழ்நாட்டு மக்கள் அனைவரிடமும் இருந்தது.

அந்த வகையில் ஹரிபாபு மூலம் அமைக்கப்பட்ட உண்மை அறியும் குழுவினர் மேற்கொண்ட ஆய்வு

நடவடிக்கையில் நானும் ஒருநாள் மட்டுமே கலந்து கொண்டேன். அந்தக் குழுவினர் மேற்கொண்ட விசாரணை முறையில் எனக்கு உடன்பாடு இல்லாததால் அதிலிருந்து முதல் நாளிலேயே விலகி விட்டேன். இதன் விளைவாகவே கடைசியில் இறுதி அறிக்கை வெளியிடும் நிகழ்வுக்குக் கூடச் செல்லவில்லை.

ஒரு விவகாரத்தில் உண்மை அறியும் குழுவினர் எப்படியெல்லாம் விசாரணை செய்யக்கூடாது, எப்படியெல்லாம் அறிக்கை தயாரிக்கக்கூடாது என்பதை வீரப்பன் மரணம் குறித்த உண்மை அறியும் குழுவின் நடவடிக்கையிலிருந்துதான் கற்றுக் கொண்டேன். அதன் பின்னர், வேறு எந்த இடத்தில் உண்மை அறியும் குழு அமைக்கப்பட்டாலும், அதில் நான்தான் தலைமை பொறுப்பில் இருப்பேன். நான்தான் அறிக்கை தயாரிப்பேன். இதற்கு வாய்ப்பு இல்லை என்றால் அந்தக் குழுவுக்கு நான் போவதேயில்லை என்ற முடிவில் இருக்கிறேன்" என்றார்.

பாவலர் நிறைமதி:- "விசாரணையில் கிடைத்த செய்திகள் ஒன்றுக்கு ஒன்று தொடர்பில்லாமல்தான் இருந்தன. செங்கப்பாடி, மாறுகொட்டாய், ஒகேனக்கல், கோட்டையூர் போன்ற இடங்களுக்கு எல்லாம் போனோம். எல்லோரும் அங்கே சொன்னார்கள். இங்கே சொன்னார்கள் என்றுதான் சொன்னாங்க. இறுதி அறிக்கையைத் தோழர் ஹரிபாபுவும், தமயந்தியும்தான் தயாரித்தார்கள். அந்த அறிக்கை தயாராகும்போதே இதிலிருந்த பலருக்கும் கருத்து வேறுபாடு தோன்றியது என்பது உண்மைதான் தோழர்..." என்றார்.

இந்த இரு நிகழ்வுகளிலும் ஒரு துளிகூட உண்மையில்லை என்பதுடன், வீரப்பன் மரணம் குறித்து உண்மை அறியும் குழு என்ற ஒரு குழுவை ஏற்படுத்தியதன் பின்னணியிலும் போலீசாரே இருந்தும், இயக்கியும் உள்ளனர் என்பது அதிர்ச்சி தரும் உண்மை!

***

15

விஜயகுமாரின் குண்டு

கால் நூற்றாண்டுகாலமாக ஊடகத்துறையில் பணியாற்றிவரும் நான் கொலை, விபத்து, சந்தேக மரணம் எனப் பல காரணங்களுக்காக மருத்துவமனையின் பிணவறையில் இருக்கும் பல மனித உடல்களைப் பார்த்தும், படமெடுத்துள்ளேன். எந்த இடத்திலுமே, பிணத்தின் உடலில் இருக்கும் துணியைக் கழற்ற மாட்டார்கள். காவல்துறையால் அந்த உடல் எந்த நிலையில் கைப்பற்றப்பட்டதோ அதே நிலையில்தான் பிணவறையினுள் வைத்திருப்பர்.

அந்த உடலில் அணிந்திருக்கும் துணியை மருத்துவர்கள் பார்வையிட்டு, உடலில் ஏற்பட்டுள்ள துப்பாக்கி குண்டுக் காயம், வெட்டுக்காயம் அவர் அணிந்துள்ள துணியிலும், உள்ளதா...? உடலில் மட்டும் உள்ளதா...?" என்பதை மருத்துவ அறிக்கையில் குறிப்பர்.

ஆனால், வீரப்பன் குழுவினர் நால்வரின் உடல்களும் தருமபுரி அரசு மருத்துவமனை பிணவறையில் ஆடைகள் இல்லாமல் நிர்வாணமாகக் கிடத்தப்பட்டிருந்தன. அவர்களின் உடல்மீது வழக்கத்துக்கு மாறாகக் கருப்புத் துணி கொண்டு மூடியிருந்தனர். இந்தக் காட்சிகள் செய்தியாளர்கள் எடுத்துள்ள பல்வேறு புகைப்படங்களிலும் தெளிவாகப் பதிவாகியுள்ளன.

உடற்கூறு ஆய்வுக்குப் பிறகு, மருத்துவமனை நிர்வாகம் சார்பில் ஆய்வு செய்யப்பட்ட உடலைக் கட்டிக்கொடுக்க காலங்காலமாக வெள்ளைத் துணியே பயன்படுத்தப்பட்டு வருகிறது. இங்கும் நால்வரின் உடல்களையும் வெளியே கொண்டு வரும்போது மருத்துவமனை ஊழியர்கள் வெள்ளைத் துணியில்தான் கட்டிக்கொடுத்துள்ளனர். இந்த இரண்டு காட்சிகளுமே அன்று செய்தியாளர்கள் எடுத்த பல புகைப்படங்களில் தெளிவாகப் பதிவாகியுள்ளன. (பார்க்க

வண்ணப்படங்கள் - பக்கம் 1)

கருப்புத்துணி கொண்டு வீரப்பன் உடலை மூடிவைக்க வேண்டிய அவசியம் என்ன...? கருப்புத்துணி அங்கே எப்படி வந்தது...? என்பது குறித்து, தருமபுரி அரசு மருத்துவமனை சவக் கிடங்கில் பணியிலிருந்த உடற்கூறு ஆய்வுப் பணியாளர் எருமைக்காரரர் வீட்டு சின்னசாமியைச் சந்தித்துப் பேசினேன்

"வீரப்பன் உடலைக் கொண்டுவரும்போதே போலீசார் கருப்புத் துணியையும் கையோடு கொண்டு வந்தாங்க. பெரிய பெரிய அதிகாரிகளெல்லாம் பொணத்தைப் பார்க்க வருவாங்க. பாடியில் இருக்கும் ரத்தத்தைப் பார்த்தா அவங்களுக்கு அருவருப்பா இருக்கும். அதனாலே இந்தத் துணியைப் போட்டு மூடுன்னு எங்கிட்டே சொன்னாங்க. நான்தான், போலீசார் கொண்டுவந்து கொடுத்த கருப்புத் துணியைக் கிழித்து நாலு பாடியையும் மூடினேன்" என்றார்.

சேதுமணியின் உடலில் மருத்துவமனை நிர்வாகத்தினரால் ஒட்டப்பட்டிருந்த வெள்ளைச்சீட்டில் 12.25மணிக்குத் தருமபுரி அரசு மருத்துவமனைக்கு அந்த உடல் கொண்டு வரப்பட்டதாக குறிப்பு உள்ளது.

எருமைக்காரரர்
வீட்டு சின்னசாமி

இரவு 10-50, 11.10க்கும் இடையில் சண்டை நடந்தது. வேனுக்குள் இருந்து துப்பாக்கியால் சுடுவது நின்றபின் ஓடிப்போய் வேனைத் திறந்து பார்த்தோம். அப்போது வீரப்பனின் உடலில் உயிர் இருந்தது. உடனே மருத்துவமனைக்குக் கொண்டு செல்லுமாறு கூறி, அவர்களை வேறு வண்டியில் ஏற்றி அனுப்பினேன். தருமபுரி அரசு மருத்துவமனைக்குப் போகும் வழியிலேயே வீரப்பன் உயிரிழந்ததாகவும் விஜயகுமார் தனது நூலில் எழுதியுள்ளார்.

துப்பாக்கிச்சூடு நடந்த பச்சனம்பட்டியில் இருந்து தருமபுரி அரசு மருத்துவமனைக்கு 15 முதல் 20 நிமிடங்களில் வந்து சேரமுடியும். அவசர சிகிச்சைப் பிரிவிலுள்ள மருத்துவர்கள் வீரப்பன் உள்ளிட்ட நால்வரின் உடலையும் ஆய்வு செய்திருப்பர். துப்பாக்கிக் குண்டடிபட்ட நால்வருக்கும் உயிர் இல்லை என்று சொல்ல பத்து முதல் இருபது நிமிடங்கள் போயிருக்கும். அப்படியானால், ஏறக்குறைய இரவு 12.00 மணியளவில் வீரப்பன் உள்ளிட்ட நால்வரின் உடல்களும் தருமபுரி அரசு மருத்துவமனைக்குச் சென்ற பின்னரே அவர்கள் உயிரிழந்ததும், அவர்களின் உடல்கள் அடுத்து பிணக்கிடங்குக்குப் போகும் என்பதும் விஜயகுமாருக்குத் தெரிந்திருக்கும்.

விஜயகுமாரின் “ஆபரேசன் கக்கூன்” கதைப்படி வீரப்பன் கூட்டாளிகள் நால்வரையும் மருத்துவமனைக்குக் கொண்டுவந்த நேரத்துக்கும், அவர்களின் உடல் பிணவறைக்குள் கொண்டுபோய் வைக்கப்பட்டதற்கும் இடையில் 25 நிமிட இடைவெளியே உள்ளது. அதுவும் நள்ளிரவு நேரத்தில் எந்தத் துணிக்கடையில் போலீசார் கருப்புத்துணி வாங்கியிருக்க முடியும்?

வீரப்பனைச் சுட்டுக்கொன்ற மகிழ்ச்சியில் திளைத்திருக்கும் அந்த நேரத்தில் விஜயகுமார் உள்ளிட்ட மற்ற எந்தக் காவல்துறை அதிகாரிக்கும், வீரப்பனின் உடலைக் கருப்புத் துணியில் போர்த்த வேண்டும் என்ற எண்ணம் வருவதற்குச் சாத்தியமில்லை.

அப்படியானால், நாம் வீரப்பனைத் துப்பாக்கியால் சுட்டுக்கொல்லப் போகிறோம். இதுபோன்ற ஒரு நாடகம் போடவும் போகிறோம். வீரப்பன் உடலை மருத்துவமனையில் உள்ள பிணக்கிடங்கில் கொண்டுபோய் வைக்கப் போகிறோம். அதைப் பார்வையிட உயர் அதிகாரிகள் பலர் வருவர். அவர்களுக்கு வீரப்பனின் உடலிலிருந்து வெளியேறும் இரத்தம் ஒரு மாதிரியான அருவருப்பை ஏற்படுத்தும். இதை விஜயகுமார் முன்கூட்டியே திட்டமிட்டுத்தான் முதல்நாளே கருப்புத்துணி வாங்கியுள்ளார். கக்கூன் நாடகம் முடிந்த பின்னர் அதைக் கொண்டுவந்து சின்னசாமியிடம் கொடுத்துள்ளனர்.

இதைத்தொடர்ந்து, வீரப்பன் குழுவினரின் இந்த உடற்கூறு ஆய்வின்போது உள்ளேயிருந்த தருமபுரி அரசு மருத்துவமனை சுகாதாரப் பணியாளர்கள் சண்முகசுந்தரம், காமராஜ், முனியப்பன் ஆகியோரையும் நான் தனித்தனியே விசாரித்தேன். வீரப்பன் உடல் தருமபுரி மருத்துவமனைக்குக் கொண்டுவரப்பட்டது முதல் அங்கே நடந்த நிகழ்வுகள் குறித்துப் பேசினேன்.

"இரவு *11.45* மணிக்கு நாலு பாடியும் *G.H.*க்கு உள்ளே வந்துடுச்சு, அதற்கு முன்னையே போலீசார் நிறையபேர் வந்துட்டாங்க. நாங்கதான் ஆம்புலன்சில் இருந்த பாடியைப் புடிச்சுப் பார்த்தோம், உயிர்போய் ரொம்பநேரம் ஆகியிருந்தது. பத்து நிமிடத்தில் அட்மிசன் போட்டோம், உடனே நாலு பாடியையும், நேரா எக்ஸ்ரே அறைக்குக் கொண்டுபோனோம். கை, கால், தலை, நெஞ்சுப்பகுதி என நான்குபேர் உடம்பிலும் ஒவ்வொரு பகுதியாக எக்ஸ்ரே எடுக்கச் சொன்னாங்க.

அந்த வேலை முடிஞ்சதும், நாங்க ஒவ்வொரு பாடியாக மார்ச்சுவரிக்குக் கொண்டுபோய் போட்டுட்டு வந்தோம். **12.15** மணிக்கெல்லாம் நான்கு பேரின் பாடியையும் மார்ச்சுவரிக்குப் போயிடுச்சு. அப்போ எடுத்த எக்ஸ்ரே பிலிம் எல்லாத்தையும் போலீசார் இரவோடு இரவாகக் கழுவி, வாங்கிட்டுப் போயிட்டாங்க. போலீசார் கொண்டுவந்த நாலு பாடிகளிலுமே உடம்பில் துணியில்லாமல்தான் இருந்தன.

வீரப்பன், கோவிந்தன் இருவரின் பாடியைப் போலீசார் கொண்டு வரும்போதே, தாடி, நெஞ்சு, --ஞ்சு எல்லா இடத்திலிருந்த முடியை சேவ் பண்ணித்தான் கொண்டுட்டு வந்தாங்க. போஸ்ட் மார்டம் செய்யும்போது எங்களுக்கு சேவ் செய்யவேண்டிய வேலையே இல்லை. வீரப்பனுக்கு நெற்றியில் மட்டும்தான் பெரிய காயம் இருந்தது. கோவிந்தன் காலில் பெரிய வெட்டுக்காயம் எலும்பு வெளியே தெரியும் அளவுக்குச் சதை கிழிஞ்சிருந்தது. கையிலும், எலும்பு ஒடஞ்சு வெளியே துருத்திக்கிட்டு இருந்தது.

நான்குபேரின் உடம்பிலுமே அங்கங்கே நெருப்புச் சுட்ட தீக்காயமும், சாம்பல் நிறத்தில் உடம்பு மேலே ஏதோ மருந்தும்

ஒட்டிக்கிட்டு இருந்தது. நாலுபேர் பாடியையும் போஸ்ட் மார்ட்டம் செய்யும்போது முழுவதும் போலீசாரே வீடியோ எடுத்தாங்க. பாடி கெட்டுப்போகாமல் இருக்க வீரப்பன் பாடிக்கு 12 லிட்டர் பார்மாலின் ஏத்தினோம். மற்றவர்கள் உடம்பில் அவ்வளவு ஏற்ற முடியவில்லை.

25 வருசமா இந்த வேலையில் இருக்கிற அனுபவத்தில் சொல்கிறேன். வீரப்பன் செத்து நாலு மணி நேரத்துக்குப் பின்னாலேதான் பாடி எங்க இடத்துக்கு வந்திருக்கு. நாங்க பாடியைத் தூக்கும்போதே பாடியிலே சூடும் இல்லை. ஜில்லுன்னும் போகலை. ஒரு ஆள் செத்தா நாலு மணி நேரம் வரைக்கும் பாடியில் குறிப்பிட்ட இடங்களில் வெதுவெதுப்பு இருக்கும். ஆறு மணி நேரத்துக்கு மேலே ஆயிருந்த பாடி ஜில்லுன்னு போயிரும். கை, காலெல்லாம் எல்லாம் வெ(வி)றைச்சுப் போயிருக்கும். வீரப்பன் பாடியில் இந்த ரெண்டுமே இல்லை. ரெண்டுக்கும் இடைப்பட்ட நேரத்தில் பாடியை G.H.க்குக் கொண்டு வந்திருக்காங்க.

வீரப்பன் விஷம் வைத்துக் கொல்லப்பட்டார் என்றே பெரும்பாலானோர் நம்பிக் கொண்டுள்ளனர். கதை வேறு வழியில் செல்கிறது. இதில் கொஞ்சம் தெளிவு பெறவேண்டும் என்றால் வீரப்பனின் உடற்கூறு ஆய்வில் பங்குபெற்ற மருத்துவர்களைச் சந்திக்கவேண்டும் என முடிவு செய்தேன்.

வீரப்பன் உள்ளிட்ட நால்வரின் உடற்கூறு ஆய்வில் Dr.வள்ளிநாயகம், Dr.பிரபாகரன், Dr.B.T.சுப்பிரமணியம் என மூவர் பங்கு பெற்றுள்ளனர். இந்த மூவரில் இருவர் தருமபுரியைச் சேர்ந்தவர்கள். இவர்களிடம் பேசினால், வீரப்பன் உடலில் உண்மையிலேயே விஷம் இருந்ததா...? அல்லது விஜயகுமார் சொல்வதுபோல உண்மையான என்கவுன்டரில் கொல்லப்பட்டாரா...? என்பது குறித்த விளக்கம் கிடைக்கும் என நினைத்தேன்.

தருமபுரி நாடாளுமன்றத் தொகுதி மேனாள் உறுப்பினர் மருத்துவர் செந்தில். இவர் பாட்டாளி மக்கள் கட்சியைச் சேர்ந்தவர். பொதுநலன்களில் மிகுந்த அக்கறை கொண்டவர். வீரப்பன் மரணம் குறித்த உண்மையை வெளியில் கொண்டுவரவேண்டும் என்பதில் ஆர்வம் மிக்கவர்.

மருத்துவர் செந்தில்

இவரைச் சந்தித்து, அந்த இரு மருத்துவர்களைச் சந்தித்துப் பேச எனக்கு உதவி செய்யுமாறு கேட்டேன்.

Dr.வள்ளிநாயகம் தவிர மற்ற இருவருமே எனக்குத் தெரிந்தவர்கள் என்று சொன்னார். உடனடியாக ஒருவருடைய அலைபேசி எண்ணுக்குக் கூப்பிட்டுப் பேசினார். "வீரப்பன் உடலை உடற்கூறு ஆய்வு செய்தபோது அவரது உடல் எப்படி இருந்தது. வீரப்பன் ஆள்களை அந்த உடற்கூறு ஆய்வு செய்தபோது நீங்கள் பார்த்த செய்திகளைச் சிவசுப்ரமணியிடம் மனம் திறந்து சொல்லுங்கள்" என்று கேட்டுக்கொண்டார்.

தருமபுரி ஜூனியர் விகடன் செய்தியாளர் வடிவேலின் உதவியுடன் அந்த மருத்துவரைச் சந்தித்துப்பேசினேன். "என்னுடைய பெயர் வெளியே வரக்கூடாது..." என்றவரிடம், வீரப்பன் மரணம் குறித்து நம்முடைய ஐயப்பாடுகளை அவரிடம் கேட்டேன்.

"முதலிலே நீங்க நினைக்கிற மாதிரி இறந்து போனவரின் உடலை ஆய்வு செய்வதின் மூலம் என்ன காரணத்தினால் இறந்தார்...? எத்தனை மணிக்கு இறந்தார்...? என்பது போன்ற கேள்விகளுக்குத் துல்லியமாகப் பதில் சொல்லமுடியாது. அந்த அளவுக்குத் தமிழகத்தில் நவீன தொழில் நுட்பத்துடன் போஸ்ட்மார்ட்டம் நடப்பதில்லை.

எதனால் உயிரிழப்பு ஏற்பட்டுள்ளது என்பதைப் பார்ப்போம். அடுத்து வயிற்றில் என்ன உள்ளது என்று பார்ப்போம். அதற்கு பிறகு, காவல்துறையினர் கொடுத்துள்ள புகாரில் கொலை என்று குறிப்பிட்டு இருந்தால், எந்தெந்த இடத்தில் காயம் உள்ளது. அந்தக் காயத்தினால் உயிரிழப்பு ஏற்பட்டிருக்குமா...? என்பதைப் பார்த்து எழுதுவோம். தற்கொலை, சந்தேக மரணம் என்று இருந்தால், இரைப்பை,

நுரையீரல் போன்ற பகுதிகளை இரசாயன ஆய்வுக்கு அனுப்புவோம். அந்த ஆய்வு முடிவுகள் வந்தபின்னர் அந்த அறிக்கையை அடிப்படையாக வைத்து நாங்கள் ஒரு ரிப்போர்ட் தயார் செய்து கொடுப்போம்.

காவல்துறையின் புகாரும் எங்களுக்குக் கிடைக்கும் தரவுகளும் ஓரளவுக்கு ஒத்துப்போனால்கூடப் போதும் நாங்கள் கேசை முடித்து விடுவோம். உடற்கூறு ஆய்வு நடக்கும்போது இவற்றையெல்லாம் போலீசாரும் வீடியோவில் பதிவுசெய்து வைத்துக் கொள்வர். தேவைப்படுமானால், அந்தப் பதிவுகளை மீண்டும் ஒருமுறை பார்ப்போம். நீங்கள் கேட்பதுபோல உயிரிழப்புக்குத் துல்லியமான காரணம் என்ன என்பதைத் தெரிந்துகொள்ளும் அளவுக்கு நம் ஊரில் வசதிகள் இல்லை. மேற்கத்திய நாடுகளில் உள்ள ஆய்வகங்களில் வேண்டுமானால் நீங்கள் கேட்பதுபோல விவரங்களை ஆய்வுசெய்யக் கூடிய அளவுக்குக் கருவிகள் இருக்க வாய்ப்புள்ளது.

இந்த நால்வருக்கும் துப்பாக்கிக் குண்டுகள் உடலில் துளைத்ததின் காரணமாகத்தான் உயிரிழப்பு ஏற்பட்டுள்ளது என்பது உறுதி. ஆனால், எப்போது சுடப்பட்டனர்...? எத்தனை அடி தொலைவிலிருந்து சுடப்பட்டனர்...? நான்கு பேரும் ஒரே நேரத்தில் நடந்த தாக்குதலில் உயிரிழந்தனரா...? வெவ்வேறு இடங்களில் கொல்லப்பட்டு பின்னர் ஒரே இடத்தில் கொல்லப்பட்டதாகக் கணக்குக் காட்டியுள்ளனரா...? என்ற கேள்விகளுக்கெல்லாம் இங்கு மேற்கொள்ளும் உடற்கூறு ஆய்வின் மூலம் சரியாகச் சொல்லமுடியாது. இவற்றை யெல்லாம் ராணுவ அதிகாரிகள் மேற்கொள்ளும் உடற்கூறு ஆய்வில் வேண்டுமானால் ஓரளவுக்குத் தெளிவுபடுத்த முடியும்.

நால்வரின் வயிற்றிலும் இரைப்பை காலியாகத்தான் இருந்தது. அவர்கள் உயிரிழப்பதற்கு 18 மணி நேரத்துக்கு முன்பாகச் சாப்பிட்டிருக்கலாம். மற்றபடி, அவர்கள் நால்வரின் உடலிலும், பல இடங்களில் சிறிய அளவிலான துப்பாக்கிக் குண்டுகள் பட்ட காயங்களும், குண்டுவெடிப்பின் மூலம் ஏற்படும் காயங்களும் இருந்தன. அந்தக் காயங்களால் மரணம்

நிகழவில்லை என்பதால் அவற்றையெல்லாம் நாங்கள் துல்லியமாகக் குறிப்பிடவில்லை.

வெடிகுண்டு வெடிக்கும்போது ஏற்படும் புகை, கரி போன்றவை கருப்பு, அலுமினிய நிறத்தில் நால்வரின் உடலிலும் இருந்தன. இதில், எவற்றையெல்லாம் குறிப்பிட வேண்டும், எவற்றைக் குறிப்பிடத் தேவையில்லை என்பதை யெல்லாம் நான் முடிவு செய்யவில்லை. நான் பணி ஓய்வுபெறும் காலம் வரையிலும் நூறு போஸ்ட் மார்ட்டம் மட்டுமே செய்துள்ளேன். அதேநேரத்தில், ஆயிரம் போஸ்ட் மார்ட்டம் செய்த அனுபவம் மிக்க மூத்த மருத்துவர் வள்ளிநாயகம் அவர்களே இந்தக் குழுவின் தலைமை மருத்துவர். அதனால், பெரும்பாலான முடிவுகளை அவரே மேற்கொண்டார். அவருடன் பெயரளவில் நாங்கள் இருவரும் உள்ளே நின்று விட்டு வந்தோம்.

Dr. வள்ளிநாயகம்

எல்லா அறிக்கைகளையும் அவரே எழுதினார். போஸ்ட் மார்ட்டம் செய்தபோது ஒரு வினாடி நேரம்கூட நிறுத்தாமல் முழு நடவடிக்கைகளையும் போலீசார் வீடியோ எடுத்துள்ளனர். வீரப்பன் விஷம் வைத்துக் கொல்லப் படவில்லை என்பதை மட்டும் என்னால் உறுதியாகச் சொல்ல முடியும்" என்றார்.

தலைமை மருத்துவரான வள்ளிநாயகம் அவர்களையும் பலமுறை நான் தொடர்புகொண்டு பேசியபோதும் "இதைப் பற்றி அவர் பேச விரும்பவில்லை" என்றே சொல்லி வருகிறார். அவர் பொய்யாக அறிக்கை கொடுத்ததாக உண்மை தெரியாத பலரும் பேசி வருகின்றனர். அதனால் அவர் செய்தியாளர்களைச் சந்திப்பதையே தவிர்த்து வருகிறார்.

வீரப்பன் வந்து கொண்டிருந்த ஆம்புலன்ஸ் வேனை பச்சனம்பட்டி அருகே தடுத்து நிறுத்தித் தாக்கத் திட்டமிட்டிருந்தோம். அந்த வண்டியை ஓட்டிவந்த காவலர் சரவணன் ஆம்புலன்ஸ் வேனை ஏற்கனவே திட்டமிட்டிருந்த இடத்தில் நிறுத்தினார்.

வேனிலிருந்து இறங்கி வரும்போது, "கேங் உள்ளே இருக்கு..." என்று கூறிக்கொண்டு ஓடி வந்தார். ஓட்டுநர் இருக்கைக்கு எதிர்ப்பக்க இருக்கையிலிருந்து இறங்கி ஓடிவந்த உதவி ஆய்வாளர் வெள்ளைத்துரை, இரகசிய கதவின் வழியாக வேனுக்குள் *STUN GRENADE* குண்டை உருட்டிவிட்டு, உசேன் போல்ட் போல வேகமாக ஓடி வந்ததாக விஜயகுமார் ஐ.பி.எஸ் தன்னுடைய நூலில் **237**-ஆம் பக்கத்தில் **20**-ஆவது வரியில் சொல்கிறார்.

அதற்கடுத்து, குண்டு அதன் வேலையை செய்தது என்று சொல்லும் அவர், வெள்ளைத்துரை பாதுகாப்பான இடத்துக்கு வந்த பிறகு, (செந்தாமரைக்)கண்ணன் மெகா போனை எடுத்து "நீங்கள் சுற்றி வளைக்கப்பட்டு இருக்கிறீர்கள். சரணடைந்து விடுங்கள், இல்லையானால் சுட்டுக் கொல்லப்படுவீர்கள்" என்று எச்சரிக்கை கொடுக்கிறார்.

அதன் பின்னர், வேனுக்குள் இருந்து யாரோ ஒருவர் குறிப்பிட்ட திக்கில் குறிவைத்துச் சுடாமல், கை போன போக்கில் துப்பாக்கியால் சுட்டார். (அது சேத்துக்குழி கோவிந்தனாக இருக்கலாம் என்று ஒரு தொலைக் காட்சி நேர்காணலில் கூறியுள்ளார்) அதைத் தொடர்ந்து ஆம்புலன்சின் கண்ணாடிகள் உடைந்தன, துப்பாக்கிக் குண்டுகள் வெளியேறின. இந்தச் சத்தத்தில் புளியமரத்தில் உட்கார்ந்திருந்த பறவைகள் பதற்றத்தில் பறந்தன. தூரத்திலிருந்த நாய்கள் குரைத்தன..." என்று கூறுகிறார்.

இதையடுத்து வீரப்பன் ஆள்கள் பயணம் செய்த ஆம்புலன்ஸ் வண்டியை நோக்கிச் சுடச்சொல்லி, தான் உத்தரவிட்டதாகவும், அதைத் தொடர்ந்து ஒரு நெடிய துப்பாக்கிச்சூடு நடந்து முடிந்தபின், இறுதியாக நான் சிக்னல் கொடுத்து சுடுவதை நிறுத்தச்சொன்னேன். அப்போது, ஆம்புலன்ஸ் புகையாலும் புழுதியாலும் சூழப்பட்டிருந்தது. அங்கிருந்த டி.எஸ்.பி. ஹுசைனுக்கும், இன்ஸ்பெக்டர் இராஜராஜனுக்கும் சிக்னல் கொடுக்க, அவர்களும் *STUN GRENADE* குண்டுகளை வேனுக்குள் வீசியதாகத் தனது நூலில் (பக்கம் 238) இல் இறுதி வரிகளில் பதில் செய்துள்ளார்.

வெள்ளைத்துரை வீசிய அந்த *STUN GRENADE* குண்டு எதற்காக ஆம்புலன்ஸ் வண்டிக்குள் வீசப்பட்டது…? அது எந்த மாதிரியான விளைவுகளை ஏற்படுத்தியது…? ஆம்புலன்ஸ் வேன்மீது துப்பாக்கிச்சூடு நடத்தி முடிந்த பின்னர் ராஜராஜனும், ஹுசைனும் எதற்காக மீண்டும் *STUN GRENADE* கையெறி குண்டுகளை வேனுக்குள் வீசினர்…? என்பதற்கான காரணத்தைப் பற்றி அவர் எதுவுமே சொல்லவில்லை. உதவி ஆய்வாளர் வெள்ளைத்துரை வேனுக்குள் குண்டை உருட்டி விட்ட ரகசிய வழி எது..? என்றும் அவர் சொல்லவில்லை.

அந்த வேனின் கண்ணாடிகள் உடைந்து இருக்கும் நிலையையும், நள்ளிரவில் வெளிச்சம் இல்லாத இருட்டு நேரத்தில் இந்தத் தாக்குதல் நடந்துள்ள இடத்தையும் கணக்கிட்டுப் பார்த்தால், அவர்கள் ஹுசைன், ராஜராஜன் இருவரும் *STUN GRENADE* வெடிகுண்டை, திரைப்படத்தில் காட்டப்படுவதைப் போலத் தொலைவிலிருந்து வேனுக்குள் வீசியிருக்க முடியாது.

ஆம்புலன்ஸ் வேனுக்கு மிக அருகில் சென்று உடைந்து போயிருக்கும் ஆம்புலன்சின் கண்ணாடி குண்டுகள் துளைத்துக் கொண்டுபோன துவாரங்களின் வழியாகத்தான் *STUN GRENADE* குண்டை உள்ளே தள்ளியிருக்க முடியும்.

பல்வேறு தாக்குதல்களை முன்னின்று நடத்திய அனுபவம் பெற்றவர் விஜயகுமார், வெடிகுண்டைத் தூக்கி ஆம்புலன்சுக்குள் வீசுவதற்கும், பக்கத்தில் கொண்டுபோய் துளையில் கை வைத்து உள்ளே தள்ளி விடுவதற்கும் உள்ள

வித்தியாசம் தெரிந்திருக்கும். அதை எழுதும்போது எப்படி எழுதவேண்டும் என்பதும் தெரியாமல் இருக்க வாய்ப்பில்லை.

வீரப்பன் சுட்டுக் கொல்லப்பட்ட ஆம்புலன்ஸ் வேனிலிருந்து மூன்று லட்சம் ரூபாய் பணம் மட்டுமே இருந்ததாகக் கணக்குக் காட்டியுள்ளனர். அந்த இடத்திலிருந்து டி.எஸ்.பி. ஹுசைன் அவர்களும் அதே அளவுதான் பணம் இருந்தது என்று சொன்னார். கண் மருத்துவமனைக்குச் சிகிச்சைக்குப் போய்விட்டு, அங்கிருந்து இலங்கைக்குச் சென்று வாழத் திட்டமிட்ட வீரப்பன் இவ்வளவு குறைவான அளவு பணத்தை மட்டுமே எடுத்துக்கொண்டு போவார் என்பதைக் கதை எழுதும்போது விஜயகுமார் கவனிக்கவில்லை என்றே தோன்றுகிறது!

***

16

இமாம் அலி என்கவுன்டர்

இமாம் அலி என்கவுன்டர் நடந்த வீடு

கே.விஜயகுமார் குறிப்பிடும் STUN GRENADE என்ற கையெறி குண்டு அமெரிக்கா இராணுவத்தின் தயாரிப்பு. அதன் தலையில் உள்ள சாவியைப் (கீ) பிடுங்கிய ஐந்தாம் வினாடியில் 180 டெசிபல் சத்தத்தில் வெடிக்கும். இக்குண்டு வெடிக்கும் இடத்தில், வெண்ணிறப் புகையுடன் மாபெரும் அதிர்வை ஏற்படுத்தி, அருகிலிருப்போரின் காதுகளைச் செயலிழக்கச் செய்யும். குண்டு வெடிக்கும் இடத்தில் உள்ள ஆள்களுக்கு இலேசான காயங்கள் ஏற்படும். இதனால் ஏற்படும் அதிர்வும், புகையும் அருகிலிருக்கும் ஆள்களைச் செயல்பட முடியாமல் முடமாக்கும். நீண்ட நேரம் அவர்களை மயக்கமடையவும் செய்யும். ஆனால், உயிரிழப்பை ஏற்படுத்தாது.

இந்தக் குண்டை வெள்ளைத்துரை ஆம்புலன்ஸ் வேனுக்குள் வீசிய சில நொடிகளிலேயே அந்தக் குண்டு வெடித்திருக்கும். அடுத்த சில நொடிகளிலேயே வேனுக்குள் புகை சூழ்ந்திருக்கும். இதன் விளைாக உள்ளே இருப்பவர்களின் கண் பார்வையும் போயிருக்கும், காதுகள் கேட்கும் திறனை இழந்திருக்கும். புகையால் ஏற்படும் மூச்சுத்திணறலில் அடுத்த சில வினாடிகளில் வீரப்பன் உள்ளிட்ட நால்வரும் மயங்கி நினைவிழந்து போயிருப்பர்.

வீரப்பன் குழுவினர் பயணம் செய்த ஆம்புலன்ஸ் வண்டியைத் திட்டமிட்டுத் தயார் செய்ததாக விஜயகுமார் எழுதியுள்ளார். அந்த வண்டியின் ஓட்டுநருக்கும், பின்பக்கம் இருப்பவர்களுக்குமான இடையில் ஒருவரை ஒருவர் பார்த்துக்கொள்ள முடியாத வகையில் தடுப்பு அமைக்கப்பட்டிருந்தது. கண்ணாடிக் கதவுகளும் திறந்து மூட முடியாதவை. வண்டிக்கு உள்ளே இருப்பவர்கள் திறந்து மூட முடியாத வகையில் அந்த வண்டியின் கதவு இருந்ததாகவும் குறிப்பிடுகிறார்.

மிகச்சிறிய இடைவெளியைக் கொண்டுள்ள அந்த வேனுக்குள் STUN GRENADE குண்டு வெடித்திருக்குமானால், அதன் தாக்கத்தில் சில வினாடிகளிலேயே வீரப்பன் உள்ளிட்ட நால்வருமே மயக்கம் அடைந்திருப்பர். அநேகமாக அவர்கள் நால்வரும் மறுநாள் காலையில்தான் மயக்கம் தெளிந்து எழுந்திருக்க முடியும். அப்போதும்கூட அவர்களின் காதுகள் கேட்கும் திறனை இழந்திருக்கும்.

ஆம்புலன்சுக்குள் வீசிய STUN GRENADE குண்டு வெடித்த உடனே, செந்தாமரைக்கண்ணன் மெகா போனில் எச்சரித்தார், அதற்குப் பிறகு கோவிந்தன் துப்பாக்கியால் சுட்டார் என்று விஜயகுமார் சொல்வது தூங்குகிறவன் தொடையில் கயிறு திரிக்கும் வேலையாகும். (உண்மையில் வெள்ளைத்துரை குண்டை வேனுக்குள் போடவில்லை என்பதைக் கடைசியில் தெரிந்து கொள்வீர்கள்)

பெண்ணாகரம் அருகிலுள்ள தும்கல் காட்டிலிருந்த வீரப்பனை இந்த வகை வெடிகுண்டைப் பயன்படுத்தித்தான் போலீசார் உயிருடன் பிடித்துள்ளனர். மறுநாள் வீரப்பனைச்

சுட்டுக்கொன்று விட்டு, விஜயகுமார் தலைமையில் நின்ற தமிழக போலீசார் மிகப்பெரிய புத்திசாலிகள் போலவும், வீரப்பன் ஏமாந்து முட்டாள்தனமாக வந்து இவர்கள் வலையில் சிக்கிக்கொண்டது போலவும், ஆபரேஷன் கக்கூன் என்ற நாடகத்தைத் திறம்பட நடத்தியுள்ளனர்.

எதிர்காலத்தில் தேவைப்பட்டால் வீரப்பன் உடலில் இருக்கும் தீக்காயங்களுக்கும், அவருடைய கண், முகத்தில் படிந்துள்ள கருப்பு புகைக்கும், இந்த *STUN GRENADE* குண்டு உள்ளே வீசப்பட்டதுதான் காரணம் என்று சொல்வதற்காகவே, அந்தக் குண்டுகளை ஆம்புலன்ஸ் வேனுக்குள் போட்டுள்ளனர். உண்மையில் குண்டு போட்டிருக்க வேண்டிய அவசியமும் இல்லை. ஏனென்றால் வீரப்பனையும், கோவிந்தனையும் ஆம்புலன்சில் ஏற்றும் போதே அவர்களுக்கு உயிர் இல்லை.

சுவாசித்தவுடன் மயக்கத்தை ஏற்படும் குளோரோபாம் கலவையைக் கலந்து, எறிகுண்டு *(GRENADE)* தயாரிப்பதில் தமிழ்நாடு அதிரடிப்படையினர் சிறந்த அனுபவம் வாய்ந்தவர்கள். அந்தக் குண்டை வெடிக்க வைத்து அதிலிருந்து வெளியேறும் புகையில், ஆளை மயங்க வைத்து, பின்னர் அவர்களைச் சுட்டுக் கொல்வதிலும் கை தேர்ந்தவர்கள். இதற்கு மற்றோர் எடுத்துக்காட்டு இமாம் அலி என்கவுன்டர்.

2002ஆம் ஆண்டு செப்டம்பர் 29 ஆம் தேதி பெங்களூர் சஞ்சய் நகர் காவல் நிலைய எல்லையிலுள்ள எம்.எஸ். இராமையா நகரில் ஒரு வாடகை வீட்டில் இமாம் அலி தங்கியிருக்கிறார். உளவுத்துறையினர் மூலம் இதையறிந்த மதுரை மாநகரக் காவல் ஆணையாளர் ஷகீல்அக்தர் மற்றும் கோவை மாநகரக் காவல் ஆணையாளர் அசுதோஷ் சுக்லா தலைமையிலான போலீசார் பெங்களூர் சென்றனர்.

இமாம் அலியைப் பிடிக்கப் பெங்களூர் மாநகரக் காவல் ஆணையாளர் ஹெச்.டி.சங்கிலியனாவைச் சந்தித்து உதவி கேட்டனர். இமாம்அலி தங்கியுள்ள வீடு தரைத்தளத்தில் இருந்தது. அதன்மேலே இரண்டு வீடுகள், சுற்றிலும் உள்ள ஆறு வீடுகள் என எட்டு வீடுகளில் மக்கள் வசித்தனர். அந்தத் தெரு முழுவதும் இருந்த பெரும்பாலான வீடுகளில் எம்.எஸ்.

ராமையா கல்லூரியில் படிக்கும் மாணவர்களும், மாணவிகளுமே தங்கியிருந்தனர்.

இமாம் அலியிடம் இரண்டு ஏ.கே-47 துப்பாக்கிகள் மற்றும் ஏராளமான கையெறி குண்டுகள் உள்ளன. தன்னைப் போலீசார் சுற்றி வளைத்துள்ளனர் என்று தெரிந்தால், இமாம் அலி நிச்சயம் எதிர்த்தாக்குதல் நடத்துவார். அப்படி நடக்கும் தாக்குதலில் பக்கத்து வீடுகளில் இருக்கும் கல்லூரி மாணவர்களுக்கு ஏதாவது ஆபத்து ஏற்பட்டால் தங்களுக்கு சிக்கல் வரும் எனச் சங்கிலியனா பயந்தார்.

எஸ்.பி.அசோக்குமார்

அதனால், "உங்க ஊர் போலீசாரைக் கொண்டே நீங்கள் ஆபரேஷன் நடத்திக் கொள்ளுங்கள்" என்று கை விரித்துவிட்டார். இந்த நேரத்தில் முன்னாள் தமிழ்நாடு காவல்துறை இயக்குநர் வால்டர் தேவாரத்திடம் ஆலோசனை கேட்கப்பட்டது. அவரது வழிகாட்டுதலின் படி, பண்ணாரியில் இருந்த தமிழ் நாடு சிறப்பு அதிரடிப்படை எஸ்.பி.அசோக்குமார் தலைமையில் ஒரு டீம் தயாரானது.

டி.எஸ்.பி. சம்பத்குமார் டீமில் இருந்து ஐந்துபேர், டி.எஸ்.பி. ஹுசைன் டீமில் இருந்து ஐந்துபேர், உதவி ஆய்வாளர்கள் வின்சென்ட், டேவிட், தேவேந்திரன் என மூன்று பேர் டீமில் இருந்தும் அவர்களுடன் சேர்ந்து ஒன்பது பேர் என மொத்தம் 20 வீரர்கள் தேர்வு செய்யப்பட்டனர். எஸ்.பி.அசோக்குமார் தலைமையில் ஓர் ஈச்சர் வண்டியில் சென்ற வீரர்களுக்கு நீலகிரி ஏ.ஆர்.ஓட்டுநர் மாரிமுத்து வண்டியை ஓட்டினார்.

பெங்களூர் சென்ற எஸ்.பி.அசோக்குமார் முதலில் இமாம்

அலி தங்கியிருந்த வீட்டைப் பார்த்தார். அடுத்து, பெங்களூர் மாநகராட்சியிலிருந்த அந்த வீட்டின் வரைபட ஆவணங்களை வாங்கினார். கதவு, ஜன்னல் அமைப்புகளைப் பார்த்துத் தெரிந்துகொண்டு, அதிகாலை 2.30 மணிக்கு ஓர் அதிரடித் தாக்குதல் நடத்தத் திட்டமிட்டனர்.

தன்னிடம் இருந்த கமாண்டோக்களில் முதல் ஆள் ஒரே அடியில் கதவை உடைக்கவேண்டும். அடுத்த நான்கு பேர் துப்பாக்கியுடன் உள்ளே நுழைய வேண்டும். அடுத்த நான்கு பேர் மயக்கம் ஏற்படுத்தும் கையெறிகுண்டுகளுடன் அந்த வீட்டுக்குள் போகவேண்டும். கையெறிகுண்டுகளுடன் சென்றவர்கள் அடுத்த தாக்குதலுக்குத் தயாராக இருக்க வேண்டும்.

அடுத்த மூன்று பேர் சம்மட்டியுடன் வீட்டுக்குள் சென்று, உள்ளே இருக்கும் மூன்று அறைகளின் கதவுகளையும் ஒரே அடியில் அடித்துத் திறக்கவேண்டும். கையெறிகுண்டுகளுடன் முதலில் சென்ற நால்வரும், குண்டுகளை அந்த அறைகளுக்குள் போட்டுவிட்டுப் பின்வாங்கி வரவேண்டும். அடுத்து துப்பாக்கியுடன் வீட்டுக்குள் நுழையும் நான்கு வீரர்களும் இமாம் அலியுடன் இருப்பவர்களை அவர்கள் இருந்த நிலையிலேயே சுட்டுக்கொல்ல வேண்டும்.

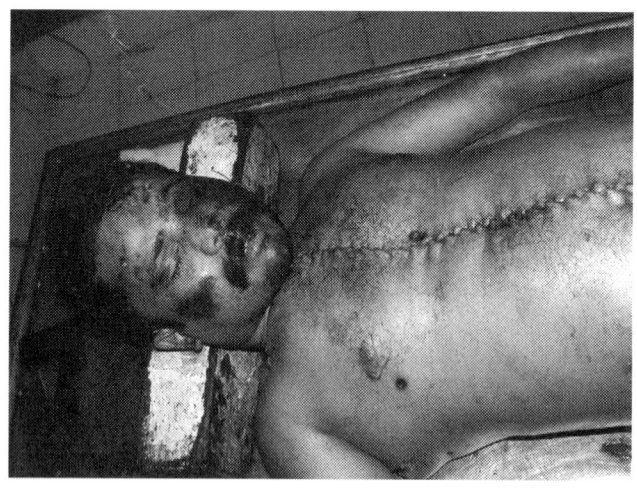

இமாம் அலி

இந்தத் திட்டத்தில் ஏதாவது தவறு நிகழ்ந்தால், வீட்டுக்குள் இருக்கும் இமாம் அலி குழுவினர் எழுந்து ஜன்னல் வழியாக வெளியே உள்ளவர்கள் மீது தாக்குதல் நடத்தவாய்ப்புள்ளது. அப்படி நடந்தால் பக்கத்து வீடுகளிலும், எதிரில் உள்ள வீடுகளிலும் உள்ள பொதுமக்கள் உயிரிழக்க நேரிடும்.

இதைத் தடுப்பதற்காக **1.5** அடி அகலமும், **2.5** அடி உயரம் கொண்ட **12**மரப்பலகைகளை வாங்க முடிவு செய்கிறார். அந்தப் பலகைகளைக் கையில் பிடித்து ஜன்னல் கதவுகள் வழியாக வெளி யேறும் குண்டுகளைத் தடுக்க நான்கு வீரர்கள் நிறுத்தவும் திட்டமிடப்பட்டது.

மரப்பலகை வாங்க ஓர் அணி ஓசூருக்குக் கிளம்பியது. உதவி ஆய்வாளர் டேவிட் தனது ஏ.கே-**47** துப்பாக்கியால் இரண்டு அடி தொலைவிலிருந்து மரப்பலகையைச்

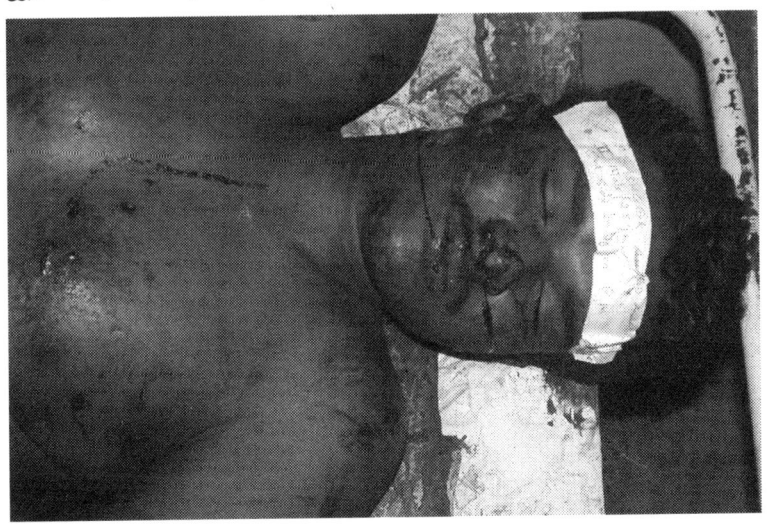

மாங்கா பஷீர்

சுட்டுப் பார்க்கிறார். குண்டு வெளியே வரவில்லை என்பது உறுதியான பின்னரே **1.5** அங்குல தடிமன் கொண்ட படாக் மரப்பலகைகளை வாங்கிக்கொண்டு அந்த அணி மீண்டும் பெங்களூர் கிளம்பியது.

“பெங்களூர் போலீசார், கர்நாடக அதிரடிப்படையினர் யாரும் இந்த இடத்துக்கு வரவேண்டாம். என்ன நடந்தாலும்

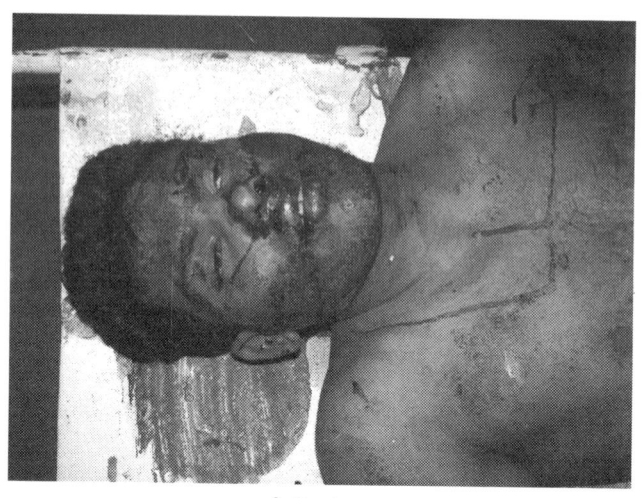

சீனியப்பா

அது எங்களோடேயே முடியட்டும்" என்று அசோக்குமார் சொல்லிவிடுகிறார். முதல் கட்டமாக அந்த வீட்டை மாலை ஐந்து மணிக்கு வெளியிலிருந்தே நோட்டம் பார்க்கிறார்.

அப்போதுதான் அந்தத் தெருவில் இருபதுக்கும் அதிகமான தெரு நாய்களும், நான்கு வீடுகளில் வளர்ப்பு நாய்களும் இருப்பது தெரிகிறது. முதலில் இந்த நாய்களைக் கட்டுப்படுத்த வேண்டும். அதற்காகக் கலாசிப்பாளையம் மார்கெட்டில் இருந்து ஆறு கிலோ கோழி இறைச்சி, ஒரு கிலோ மாட்டு ஈரல் கொண்டுவரப்படுகிறது. அதை நாய்களுக்குப் போட்டு அவற்றைக் கட்டுப்படுத்த சேலத்திலிருந்து ஒரு பயிற்சியாளர் வரவழைக்கப்படுகிறார். தெருவிலிருந்த நாய்களுக்கும் கோழிக்கறியையும், மாட்டு ஈரலையும் போட்டு அவற்றின் வாயைக் கட்டி விடுகின்றனர்.

திட்டமிட்டபடியே நள்ளிரவு 2.30 மணிக்கு அதிரடியாக இமாம்அலி தங்கியிருந்த வீட்டை நோக்கி டெம்போ டிராவலர் வேன் சென்றது. ஆயிரம் அடி தொலைவிலேயே எஞ்சின் அணைக்கப்பட்டது. நியூட்ரலில் சென்ற வேன் இமாம் அலி வீட்டின்முன் நின்றது. முதலில் அசோக்குமார் இறங்கினார், அவருக்கு அடுத்து இறங்கிய காமாண்டோ குண்டு முருகன் மூன்றாவது வினாடி அந்த வீட்டுக்

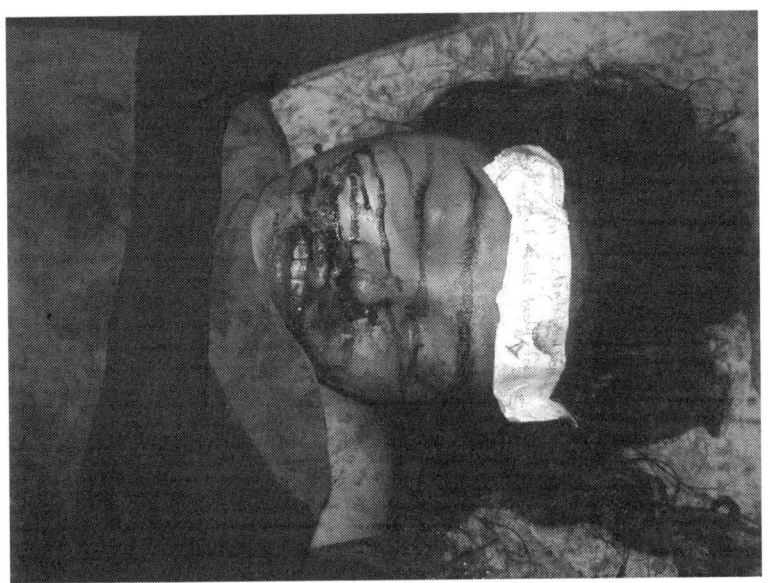

யாஸ்மின்

கதவுக்குமுன் நிற்கிறார். தலைக்குமேல் தூக்கிய சம்மட்டியை இறக்கினார். ஒரே அடியில் கதவு உடைந்தது.

அடுத்த இரண்டு வினாடிகளில் வேனிலிருந்து இறங்கிய எஸ்.ஐ. டேவிட், வின்சென்ட் ஆகியோருடன் இரு கமாண்டோக்கள் வீட்டுக்குள் சென்றனர். அடுத்து உள்ளே போன நான்கு பேர் கொண்ட குழு மூலம் வீட்டின் உள் கதவுகள் உடைக்கப்பட்டன. அந்த அறைகளுக்குள் மயக்க மருந்துக் கலவை அடங்கிய கை எறிகுண்டுகள் போடப்பட்டன. ஐந்து வினாடிகளில் குண்டுகள் வெடிக்கிறன.

அந்த வீட்டுக்குள் வலது பக்கம் இரண்டு அறைகள் இருந்தன. ஒன்றில் இமாம் அலி அவருடைய கூட்டாளிகள் மாங்காபஷீர் (எ) அன்வர், முகம்மது இப்ராகிம் மூவரும் இருந்தனர். மற்றோர் அறையில் சீனியப்பா (எ) சபிபுல்லா அவரது மனைவி யாஸ்மின் இருவரும் படுத்திருந்தனர்.

ஐவரும் படுத்திருந்த அறையின் கதவுகள் உடைக்கப்படுவதற்கு முன்பாகவே ஜன்னல் கண்ணாடிகள் உடைக்கப்பட்டன. அந்த வழியாக குளோரோபாம் கலந்த கை

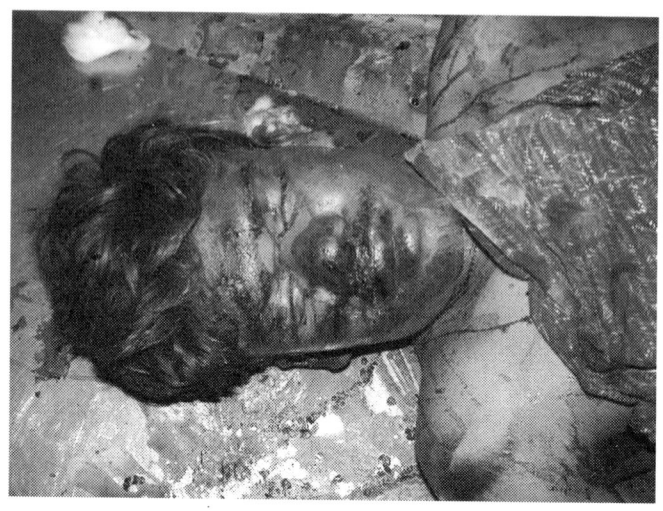

முகம்மது இப்ராகிம். படங்கள் உதவி:- வை.கதிரவன்

எறிகுண்டுகளை உள்ளே போட்டு வெடிக்க வைத்தனர். ஆறு ஜன்னல்களிலும் படாக் மரப்பலகை வைத்து மூடப்படுகிறது.

அந்த வீடு புகை மண்டலமானது, புகை வெளியே போக வழியில்லை. அடுத்த சில வினாடிகளில் வீட்டிலிருந்த ஐந்து பேரும் மயங்கினர். கதவை உடைத்த, குண்டு போட்ட டீம் பின் வாங்கி வெளியேறியது.

தலையில் ஹாலோஜின் டார்ச் லைட்டுடன் வீட்டினுள் சென்ற நான்கு வீரர்கள் கதவை உடைத்து உள்ளே துப்பாக்கிச் சூடு நடத்தினர். மயங்கிக் கிடந்த இமாம் அலி உள்ளிட்ட ஐவரும் சுட்டுக் கொல்லப்பட்டனர். குண்டுவெடித்த, துப்பாக்கிச் சூடு நடந்த சத்தம் கேட்டு பக்கத்து வீட்டிலிருந்த மக்கள் எழுவதற்குள், பெங்களூர் மாநகரக் காவல் துறையினர் அந்த தெருவுக்குள் வந்தனர். அலறியடித்து எழுந்து வந்த மக்களை அமைதிப்படுத்தினர்.

இந்த நடவடிக்கையை வெற்றிகரமாக முடித்த தமிழ்நாடு அதிரடிப்படை வீரர்கள் விடிவதற்குள் ஊர் திரும்பினர். கதவை அடித்துத் திறக்கும்போது, கதவுச் சந்தில் எஸ்.ஐ. டேவிட்டின் கை சுண்டுவிரல் நசுங்கி விட்டது. இதுதவிர வேறு யாருக்கும் சிறுகாயம் கூட ஏற்படவில்லை.

வை. கதிரவன்

இதுகுறித்து அதிரடிப் படைக் கண்காணிப்பாளர் அசோக்குமார் IPS அவர்களிடம் பேசும்போது, "அந்த வீட்டுக்குள் ஐந்து பேர் தங்கியுள்ளனர், அவர்களிடம் போதிய அளவுக்கு ஆயுதங்களும் உள்ளன. ஒரு வினாடி தாமதித்தாலும் எதிர்த்தாக்குதல் தொடங்குவர். அப்படி நடந்தால், எங்கள் தரப்பு வீரர்களுக்கும், பக்கத்து வீடுகள், மேலே உள்ள அடுக்கு மாடியில் குடியிருக்கும் பொதுமக்களுக்கும் பெரிய அளவில் உயிரிழப்பு ஏற்படும் என்ற சூழ்நிலை இருந்தது.

அதனால் இரண்டு நிமிடத்தில் ஆபரேஷனை வெற்றிகரமாக முடிக்கவேண்டிய நிலையில் ஒவ்வொரு வீரருக்கும் ஒவ்வொரு பணியை ஒதுக்கிக்கொடுத்து, அதன்படியே தாக்குதல் தொடங்கினோம். எதிர்பார்த்ததை விடவும் விரைவாக ஒன்னரை நிமிடத்தில் ஆபரேஷன் வெற்றிகரமாக முடிந்தது

அப்போது, ஏற்பட்ட குண்டுவெடிப்பில் எங்கள் வீரர்கள் பயன்படுத்திய நச்சுவாயுத் தடுப்பு மாஸ்க் கூட, பயனிழந்து போனது. கமாண்டோ எல்லோருக்குமே கண்ணீர் வந்து விட்டது. இருமல், தும்மலோடுதான் அந்த வீட்டிலிருந்து வெளியே வந்தாங்க. குண்டுவெடித்த சத்தம் கேட்டு மக்கள் வீடுகளைத் திறப்பதற்கு முன்பாகவே நாங்கள் அங்கிருந்து கிளம்பி விட்டோம்" என்றார்.

மறுநாள் மதியம் இரண்டு மணிக்கு சேலத்திலிருந்து செய்தி சேகரிக்கச் சென்ற குமுதம் ரிப்போர்ட்டர் இதழின் செய்தியாளர் வை.கதிரவன் "குண்டுபோட்டு வெடிக்கவைத்த எட்டு மணி நேரத்துக்குப் பிறகு, நான் அந்த வீட்டுக்குள் சென்றேன். அப்போதே எனக்குக்

கண் எரிச்சல் ஏற்பட்டது. அங்கே இருந்த காற்றைச் சுவாசிக்கும்போது மூக்கிலும், சுவாசக் குழாயிலும் கடுமையான எரிச்சலும் நெடியும் தெரிந்தது. இரண்டு நிமிடம்கூட என்னால் அந்த வீட்டுக்குள் நிற்க முடியவில்லை. மயக்கம் வருவதுபோல இருந்தது. முகத்தில் கைக்குட்டையைக் கட்டிக்கொண்டு நிலைமையினைச் சமாளித்தபடி முடிந்த அளவு புகைப்படங்களை எடுத்துக் கொண்டு வீட்டைவிட்டு வெளியே வந்து விட்டேன்" என்றார்.

***

17

வீரப்பனிடம் இருந்த பேரச்சம் (Phobia)!

கே.விஜயகுமார்

இமாம்அலியைச் சுட்டுக் கொன்றது போன்ற ஒரு குண்டுவெடிப்பு நடவடிக்கையின் மூலமே அதிரடிப்படையினர் வீரப்பனை உயிருடன் பிடித்துள்ளனர். குண்டு வெடிப்புக்கும், வீரப்பனுக்கும் உள்ள தொடர்பு குறித்து பிஹைஹன்ட் உட் என்ற தனியார் இணையத் தொலைக்காட்சி நிகழ்ச்சி ஒன்றின் நேர்காணலில் கலந்து கொண்டு பேசிய ஏ.டி.ஜி.பி. கே. விஜயகுமார் சொல்வதைக் கேட்போம்.

"ஒவ்வொருவரின் ஆழ்மனதிலும் ஒருவிதமான பயம் இருக்கும். இதை ஆங்கிலத்தில் போபியா *(Phobia)* என்று சொல்வர். வீரப்பனுக்கும் ஒரு வகையான போபியா இருந்தது. *1993*-ஆம் ஆண்டு புனிதவெள்ளி நாளன்று தமிழ்நாடு-கர்நாடக எல்லையில் உள்ள பாலாற்றில் ஒரு குண்டுவெடிப்பு

நடந்தது. இதில், காவல்துறையினரின் ஒரு பேருந்து சின்னா பின்னமாக வெடித்துச் சிதறியது. அதிலிருந்த ஐந்து காவலர்கள் உள்ளிட்ட 22 பேர் பலியாயினர்.

அந்தக் குண்டு வெடித்த சத்தத்தைக் கேட்ட வீரப்பன் பயந்து நடுங்கியுள்ளான். அதன் பின்னர் பல்வேறு இடங்களில் வெடிகுண்டு என்று சொன்னாலே, அதன் வெடிக்கும் தன்மையைப் பார்த்து வீரப்பன் பயந்துள்ளான். இவையெல்லாம் அப்போது வீரப்பனுடன் இருந்தவர்களை, நாங்கள் பிற்காலத்தில் பிடித்துக் கொண்டுவந்து விசாரித்தபோது தெரிந்தது. குண்டுவெடிக்கும் சத்தம் என்றாலே வீரப்பனுக்கும் ஒரு வகையான போபியா இருந்தது என்பதை நாங்கள் தெரிந்து கொண்டோம்." என்று கூறியுள்ளார்.

இதை அடிப்படையாகக் கொண்டு வடிவமைக்கப்பட்ட ஒரு வெடிகுண்டுத் தாக்குதலில்தான் வீரப்பன் சிக்கியுள்ளார் என்பது இந்த தொடரில் போகப்போகத் தெரியும்.

வீரப்பன் சுட்டுக் கொல்லப்பட்டு 12 ஆண்டுகளுக்குப் பிறகு விஜயகுமார் எழுதி வெளியிட்ட "வீரப்பன் சேசிங் தி பிரிகன்ட்" என்ற நூலில் வீரப்பனைப் பிடிக்க அதிரடிப்படைக்கு மிகவும் உதவி செய்தவராகச் சொல்லப்படும் மிஸ்டர் எக்ஸ் என்பவர், 2004 அக்டோபர் 16 ஆம் நாளன்று வீரப்பனைச் சந்திக்கச் சென்றார். அப்போது அவர் கொண்டு போயிருந்த ஒரு லாட்டரி சீட்டை இரண்டாகக் கிழித்து அதில் ஒரு பகுதியை வீரப்பனிடம் கொடுத்து விட்டு, மற்றொரு பகுதியை எடுத்துக்கொண்டு வந்தார்.

மிஸ்டர் எக்ஸ், வீரப்பனிடம் கொடுத்துவிட்டு வந்த ஒரு பகுதி லாட்டரி சீட்டை நான் ஒருவரிடம் கொடுத்து விடுவேன். அந்த ஆளை நம்பி நீங்கள் காட்டை விட்டு வெளியே வரலாம் என்று சொன்னார். அதன் பேரிலேயே, ஒரு பகுதி லாட்டரி சீட்டைக் கொண்டுபோன அதிரடிப்படை உதவி ஆய்வாளர் வெள்ளைத்துரையை நம்பி வீரப்பன் காட்டைவிட்டு வெளியே வந்தார். மிஸ்டர் எக்ஸ் வீரப்பனிடம் ஒரு பகுதியைக் கிழித்துக் கொடுத்து விட்டு வந்த

லாட்டரி சீட்டின் நெம்பர் 007710 என்று விஜயகுமார் தனது நூலில் குறிப்பிட்டுள்ளார்.

மேற்கத்திய நாடுகளில் குற்றவாளிகள் இதுபோன்ற அடையாளங்களைப் பயன்படுத்துவது உண்டு. கரன்சி நோட்டுகளை இரண்டாகக் கிழித்து ஆளுக்கு ஒரு பகுதியை எடுத்துக்கொண்டு போவது வழக்கம். இது பல கதைகளிலும், திரைப்படங்களிலும் வந்துள்ளன. இதன் அடிப்படையிலேயே விஜயகுமாரும் ஒரு லாட்டரி சீட்டுக் கதையைத் தனது நூலில் எழுதியுள்ளார்.

அதில், மிஸ்டர் எக்ஸ் யார் என்பதைப் பற்றியும், அவர் என்ன செய்கிறார் என்பது பற்றியும் தெரியாது, அவருடைய கைக்கு இந்த லாட்டரி சீட்டு எப்படி வந்தது...? எதற்காக வந்தது...? என்பதைப் பற்றியும் சொல்லவில்லை. லாட்டரி சீட்டுச் சமாச்சாரம் என்பது கூட, ஒருகாலத்தில் தமிழ்நாட்டில் எல்லா ஊர்களிலும் கிடைத்து வந்த எளிய பொருளே.

ஆனால், 2002 ஆம் ஆண்டு டிசம்பர் 12 ஆம் தேதி நள்ளிரவு 12.00 மணி முதலே தமிழ்நாட்டில் லாட்டரி தடை செய்யப்பட்டு விட்டது. அதாவது, வீரப்பன் சுட்டுக் கொல்லப்படுவதற்கு 22-மாதங்களுக்கு முன்பாகவே லாட்டரியைத் தமிழ்நாடு அரசு தடை செய்து விட்டது. தமிழ்நாட்டில் புழக்கத்திலே இல்லாத லாட்டரி சீட்டை 16.10.2004 அன்று ஒருவர் தங்களின் சந்திப்புக்கு அடையாளமாகப் பயன்படுத்தினார் என்பது நடைமுறைக்குச் சாத்தியமில்லாதது என்பது விஜயகுமாருக்குத் தெரியவில்லை.

உண்மையிலேயே மிஸ்டர் எக்ஸ் லாட்டரி சீட்டை ஓர் அடையாளமாகப் பயன்படுத்தியிருப்பார் என்றால் அந்த லாட்டரி சீட்டின் எண்ணைக் குறிப்பிட்டுச் சொன்ன விஜயகுமார் அந்த லாட்டரி சீட்டின் பெயர், குலுக்கல் தேதி உள்ளிட்ட விவரங்களையும் எழுதியிருப்பார். அந்த சீட், எந்த ஊரில், எந்த சூழ்நிலையில் வாங்கப்பட்டது என்பதையும் எழுதியிருப்பார். அப்படி எழுதாமல் இருப்பதிலிருந்தே இது பொய் என்பது உறுதியாகிறது.

"வீரப்பன் சேசிங் தி பிரிகண்ட்" நூலில், வீரப்பன் குழுவினர் இறுதியில் தங்கியிருந்தது, கர்நாடக மாநிலம், பாலாற்றுக்கும்,

பஞ்சமலையில் வீரப்பன் புதைத்து வைத்துள்ள பொருள்கள்

செங்கப்பாடிக்கும் இடையே செல்லும் சாலையின் மேற்கிலிருக்கும் பொரசல்நத்தம் என்ற காட்டுப்பகுதியை அடையாளமிட்டுக் காட்டியுள்ளார். செங்கப்பாடியில் இருந்து தெற்கே நான்காவது கிலோமீட்டரில் உள்ள பஞ்சமலையின் கிழக்கு மற்றும் தெற்குப் பகுதியில் வீரப்பன் கடைசி நான்கு மாதங்களுக்கும் மேலாகத் தனது கூட்டாளிகளுடன் தங்கியிருந்துள்ளார்.

இப்பகுதியில் தங்கிருந்த வீரப்பன் வெளியுலக ஆள்களைச் சந்திக்க வேண்டுமானால், முதலில் காவிரி ஆற்றைக் கடக்கவேண்டும். பின்னர் கிழக்கில் உள்ள கொங்குருப்பட்டி, சின்னாற்றுக் காடுகளைக் கடந்து, பெண்ணாகரத்துக்கு வடக்கில் உள்ள கிருஷ்ணாபுரம் காட்டுப்பகுதிக்கு வரவேண்டும். இங்குதான் தனது வெளியுலகத் தொடர்பாளர்களைச் சந்தித்துவிட்டு மீண்டும் வந்த வழியாகவே பொரசல்நத்தம் காட்டுக்குப் போவதை வழக்கமாகக் கொண்டிருந்தார். இதை அதிரடிப்படையின் உளவுத்துறை போலீசார் நன்றாகக் கண்காணித்து வந்துள்ளனர்.

கடைசியாக வீரப்பன் தங்கியிருந்த பஞ்சமலையில் உள்ள ஒரு பாறையின் மறைவில், ஒரு மைக்ரோ டேப் ரெக்கார்டர், அதற்கான ஆறு கேசட்டுகள். அதற்குப் பயன்படுத்தும் "பென்

டார்ச்" பேட்டரி செல்கள் இருபது, துப்பாக்கி தோட்டாக்கள் ஐம்பது, ஒரு மாதத்திற்குத் தேவையான அளவுக்கு மளிகைப் பொருள்கள், ஓர் எவர்சில்வர் அண்டா நிறைய அரிசி போன்ற பொருள்களைப் பஞ்சமலை காட்டுப்பகுதியில் ஓரிடத்தில் வீரப்பன் பாதுகாப்பாக வைத்து விட்டுச் சென்றுள்ளார்.

மரங்களுக்குப் பின்னால் காவிரியாறு

வீரப்பன் கொல்லப்பட்ட பிறகு, பணம் இருக்கும் என்ற ஆசையில் அப்பகுதிப் பொதுமக்கள் காட்டுப்பகுதி முழுவதும் தேடுதல் வேட்டை மேற்கொண்டனர். வீரப்பன் தங்கியிருந்த இடத்திலிருந்த குழிகளைத் தோண்டி, தங்களுக்குப் பயன்படும் பொருள்களை எல்லாம், கொஞ்சம் கொஞ்சமாக எடுத்துக் கொண்டுபோய் விட்டனர். இப்போதும், ஐம்பது துப்பாக்கித் தோட்டாக்களும், முக்கால் அண்டா அரிசியும் அந்த இடத்திலேயே பாதுகாப்பாக மண்ணுக்குள் புதைக்கப்பட்ட நிலையிலேயே உள்ளன.

கடந்த 2017 ஆம் ஆண்டு ஜூலை 24 ஆம் நாளன்று செங்கப்பாடியை சேர்ந்த நண்பர்களுடன் சென்று பஞ்ச மலையின் கிழக்குப்பகுதியில் ஒரு பாறைக்குப் பக்கத்தில் ஓர் இடத்தில் மண்ணில் புதைத்து வைக்கப்பட்டிருந்த பொருள்களைப் பார்த்தேன். எந்தப்பக்கம் இருந்தும்

போலீசார் வந்தால் இரண்டு கிலோமீட்டர் தூரத்துக்கு முன்பாக வரும்போதே தனக்குத் தெரியும் அளவுக்கு ஒரு பாதுகாப்பான இடத்தில்தான் அவர் தங்கியுள்ளார். தனது நூலில், மிகச் சரியாக வீரப்பன் தங்கியிருந்த இடத்தை அடையாளமிட்டுள்ள விஜயகுமார், வீரப்பனை எந்த வழியாக வெளியே அழைத்து வந்தோம், எந்த இடத்திலிருந்து வீரப்பனை ஆம்புலன்ஸ் வண்டியில் ஏற்றினோம் என்ற செய்தியை அவர் தன்னுடைய நூலில் குறிப்பிட்டுச் சொல்லவில்லை.

வீரப்பனை அழைத்துவந்த ஆம்புலன்சின் உள்ளே அவர் விரும்பி வழிபடும் பெருமாள் அவதாரமான வெங்கடாசலபதி படம் இருந்தது. வெங்கடாசலபதியின் நெற்றியில் ஒரு சிறிய கேமரா பொருத்தப்பட்டிருந்தது. இந்த இரகசிய கேமராவின் மூலம் பதிவாகும் காட்சிகள் அந்த வண்டியில் இருக்கும் டிரான்ஸ்மீட்டர் கருவியின் மூலம், வீடியோ அலைகளாக மாற்றி வெளியே அனுப்பப்படும். வீரப்பனைச் சுட்டுக்கொன்ற இடத்தில் "ஸ்வீட் பாக்ஸ்" எனப் பெயரிடப்பட்டிருந்த கரும்பு பாரம் ஏற்றிய லாரியை (TN-36 B-5772) நிறுத்திருந்தோம்.

இந்த லாரியில் அமைக்கப்பட்டிருந்த கண்காணிப்பு அறையிலிருந்த மானிட்டர் மூலமாக இந்தக் காட்சிகளைப் பார்க்க ஏற்பாடு செய்யப்பட்டிருந்தது. ஆம்புலன்ஸ் வேன் குறிப்பிட்ட தொலைவில் வரும்போதே உள்ளே இருக்கும் ஆள்களின் படங்கள் தெரியத் தொடங்கின. எஸ்.பி-1 செந்தாமரைக்கண்ணன் அந்தக் காட்சிகளைப் பார்த்துக் கொண்டிருந்தார்.

ஆம்புலன்ஸ் வேன், நாங்கள் இருந்த இடத்துக்குப் பக்கத்தில் வந்த நேரத்தில், ஆம்புலன்ஸ் வண்டியின் உள்ளே நான்கு பேர் இருப்பது மானிடரில் தெரிகிறது. ஆனால், உள்ளே இருக்கும் ஆள்கள் அடையாளம் தெரியும் அளவுக்குக் காட்சிகள் தெளிவாக வரவில்லை. இதைப்பார்த்து விட்டு, "கடைசி நேரத்தில் கேமரா சொதப்பி விட்டது" என்று சொல்லிக்கொண்டே செந்தாமரைக்கண்ணன் பதற்றத்துடன் லாரியிலிருந்து வெளியே வந்ததாக விஜயகுமார் எழுதியுள்ளார்.

ஆன்டெனா இல்லாத ஆம்புலன்ஸ் & லாரி

ஆனால், வீரப்பன் சுட்டுக்கொல்லப்பட்ட பின்னர் அந்த லாரியில் இருந்த தொலைக்காட்சி மானிட்டர், ட்ரான்ஸ்மீட்டர் உள்ளிட்ட கருவிகள், ஆம்புலன்ஸ் வேனிலிருந்த வெங்கடாச்சலபதியின் தலையில் பொருத்தியிருந்த நவீன கேமராவையும் செய்தியாளர்கள் பார்க்கவும், படமெடுக்கவும் விஜயகுமார் அனுமதிக்கவில்லை.

ஏன், ஆம்புலன்ஸ் வண்டியையும், கரும்பு பாரம் ஏற்றிய லாரியையும் முழுமையாகப் பார்க்கவே வழியில்லாமல் தார்ப்பாயைப் போட்டு மூடிவைத்துப் பாதுகாத்தனர்.

இவற்றையெல்லாம் செய்தியாளர்களிடம் காட்டுவதன் மூலம், கமுக்கமாகத் திட்டமிடப்படும் தனது போர் யுக்தியை வேறு யாரும் பயன்படுத்திவிடுவர் என்ற அச்சம் காரணமாக இருக்கலாம் அல்லது தன்னுடைய அடுத்த தாக்குதலிலிருந்து எதிரிகள் தப்பித்துக்கொள்ள வாய்ப்புள்ளது என்ற முன்னெச்சரிக்கை நடவடிக்கையாகக்கூட இருக்கலாம்.

இதையும் தாண்டி, விஜயகுமாரின் இந்தக் கதையை நம்புவதற்கு அறிவியல் ரீதியில் சில தொடர்புகள் இருக்கவேண்டும். அதன்படி பார்த்தால், இந்த இரண்டு வண்டியிலுமே ஒளி, ஒலி அலைகளை வெளியே அனுப்பவோ

அல்லது வெளியிலிருந்து வரும் அலைகளைப் பெறுவதற்கான ஆன்டெனாவோ, ஏரியல் கருவிகளோ பொருத்தியிருக்க வேண்டும்.

18.10.2004 நள்ளிரவு 12.00 மணியிலிருந்து மறுநாள் பகல் பொழுது முழுவதும் மீடியா நண்பர்களால் எடுக்கப்பட்ட ஆயிரக்கணக்கான புகைப்படங்களிலுமே ஆம்புலன்ஸ் வேன், கரும்பு லாரி என இரண்டு வண்டிகளுமே மொட்டையாகத்தான் நிற்கின்றன. இரண்டு வண்டிகளிலுமே ஆன்டெனாவோ, ஏரியலோ இல்லை.

வீரப்பன் என்பவர் சாதாரண ஆள் இல்லை. அவருடைய திறமையும், மதி நுட்பமும் உலகம் அறிந்தது. அவரை உயிருடனோ அல்லது பிணமாகவோ பிடிக்கும் திட்டம் என்பதும் மிகச் சாதாரணமானதாக இருக்க முடியாது. கக்கூன் என்ற செயற்பாடு வெற்றி பெறுமானால், அது உலகப் புகழ் பெற்ற நிகழ்வாகும் என்பது விஜயகுமாருக்கு நன்றாகத் தெரியும்.

இப்படிப்பட்ட ஒரு வீரம் மிக்க செயல்பாட்டைத் தமிழ்நாடு அதிரடிப்படையினர் ஒன்றுக்குப் பலமுறை திட்டமிட்டுத்தான் செய்திருப்பர். அதன்படி பார்த்தால், ஆம்புலன்சில் உள்ளே பொருத்தப்பட்டிருக்கும் கேமராவும், "ஸ்வீட் பாக்ஸ்" என்று பெயரிடப்பட்ட கரும்பு லாரியில் பொருத்தப்பட்டிருக்கும் ரிசீவரும் சரியாகச் செயல்படுகின்றனவா என்பதை முன்கூட்டியே, ஒன்றுக்குப் பலமுறை ஒத்திகை செய்து பார்த்திருக்க வேண்டும்.

ஆம்புலன்ஸ் எவ்வளவு தொலைவில் வரும்போது அதிலிருந்து பெறப்படும் காட்சிகள் ஸ்வீட் பாக்ஸ் வண்டிக்குக் கிடைக்கின்றன. இடையில் உள்ள டிஷ் ஆன்டெனா, டி.வி.ஆன்டெனா ஒளி, ஒலி தடை ஏற்படுகிறதா...? என்பதை எல்லாம் அதிரடிப்படையினர் முன்கூட்டியே சோதனை முறையில் ஆய்வு செய்து பார்த்திருப்பர். அப்போதுதான் இதுபோன்ற வேலைகள் சாத்தியமாகும் என்று போலீசாரும் சரி, நம்மைப் போன்ற பொதுமக்களும் நம்பமுடியும்.

ஆனால், விஜயகுமார் தனது நூலில் முன்கூட்டியே சோதனைகள் நடைபெற்றனவா என்பதைப் பற்றி ஒன்றுமே

கூறவில்லை. மாறாக, சரவணன், வெள்ளைத்துரை இருவரும், 18 ஆம் தேதி மாலை ஐந்து மணிக்குக் கோவையிலிருந்து ஆம்புலன்ஸ் வண்டியை எடுத்தனர். 60 கிலோமீட்டர் வேகத்தில் போனால்தான் திட்டமிட்ட நேரத்துக்குள் தருமபுரிக்குப் போகமுடியும் எனச் சரவணன் மனதுக்குள் கணக்கிட்டுக் கொண்டே வண்டியை ஓட்டிக்கொண்டு வந்தார். நான் முன்கூட்டியே வந்து தருமபுரி பொதுப்பணித்துறை ஆய்வு மாளிகையில் தங்கியிருந்தேன். அந்த இடத்துக்கு சரவணன் சரியான நேரத்துக்கு வந்து சேர்ந்ததாகவும் அவர் எழுதியுள்ளார்.

அப்படியானால், இரு வண்டிகளுக்குள்ளும் வைக்கப் பட்டுள்ள தொழில் நுட்பக் கருவிகள் ஒழுங்காக வேலை செய்கிறதா...? என்று போலீசார் முன்கூட்டியே வெள்ளோட்டம் பார்க்கவில்லை என்பது இதன் மூலம் உறுதியாகிறது.

2004ஆம் ஆண்டிலிருந்த தொழில்நுட்ப வசதிகளைக் கொண்டு, கோவையில் உள்ள ஆம்புலன்சில் ஒரு கருவியும், தருமபுரி மாவட்டம், பச்சனம்பட்டியில் உள்ள லாரியிலும் ஒரு கருவியைப் பொருத்தி, அவை இரண்டும் ஒழுங்காகச் செயல்படும் என்று மிகச்சிறந்த தொழில்நுட்ப வல்லுநர்களால் கூட உறுதியாகச் சொல்லமுடியாது. இதையெல்லாம் முன்கூட்டியே திட்டமிட்டு ஆய்வு செய்து பார்த்திருப்பர் என்றுதான் நாமெல்லாம் நம்பிக்கொண்டுள்ளோம்.

ஆனால், உண்மையில் என்ன நடந்தது என்று தெரிந்துகொள்ள ஸ்வீட் பாக்ஸ் எனப் பெயரிடப்பட்ட TN-36 B-5772 என்ற எண் கொண்ட JPR எனப் பெயரிடப்பட்ட லாரியின் உரிமையாளர் யார், அந்த லாரி எப்போது, எங்கிருந்து பச்சனம்பட்டிக்கு கொண்டுவரப்பட்டது, அதை எடுத்துக்கொண்டு போனவர்கள் யார்...? என்பதைத் தெரிந்துகொள்ளும் முயற்சியில் இறங்கினேன்.

கோபிசெட்டிப்பாளையம் வட்டாரப் போக்குவரத்து அலுவலக ஆவணங்களின்படி, அந்த லாரியின் உரிமையாளர் ஈரோடு மாவட்டம், சத்தியமங்கலம் அருகிலுள்ள கெம்மநாயக்கன்பாளையம், பாரஸ்ட் ரோட்டிலுள்ள

குப்பன் என்பவரின் மகன் சின்னவளத்தான் எனத் தெரிந்தது. கெம்மநாயக்கன்பாளையத்தை சேர்ந்த நண்பர் குதிரை இராஜாவின் உதவியுடன் சின்னவளத்தானைச் சந்தித்தேன்.

"இந்த லாரியை நான் சத்தியமங்கலம், அத்தாணி பிரிவில், இருக்கும் இதயம் பேக்கரிகாரரிடம் இருந்து வீரப்பன் கொல்லப்பட்ட நான்கு வருசத்துக்குப் பிறகு வாங்கினேன்..." என்றார்.

அடுத்து சத்தியமங்கலம் கொங்கு இளைஞர் பேரவை இரவிக்குமாரின் உதவியுடன், முன்பு அந்த லாரியை வைத்திருந்த இதயம் பேக்கரி உரிமையாளர் பழனிசாமியைச் சந்தித்தேன்.

"வீரப்பன் ஆள்கள் சுட்டுக்கொல்லப்பட்ட நேரத்தில் என்னிடம் இரண்டு லாரிகள் இருந்தன. இரண்டையுமே ஆப்பக்கூடல் சக்தி சுகர்ஸ் கம்பெனிக்கு வாடகைக்கு விட்டிருந்தேன். லாரி அங்கேயே நிற்கும். தினமும் காலையில் சூப்பர்வைசர் ஓர் அட்ரஸ் குடுப்பார். "அந்த ஊருக்குப் போய் கரும்பு லோடு ஏற்றிக்கொண்டு வாங்க..."ன்னு சொல்லுவார். எங்க டிரைவர் வண்டியைக் கொண்டுபோய் கரும்பு பாரம் ஏத்திக் கொண்டுவந்து லாரியை மில்லில் விட்டுட்டு வீட்டுக்குக் கிளம்பிப் போயிடுவார்.

கரும்பு அரவைக்குத் தேவைப்படும் நேரத்தில் அங்குள்ள ஆளுங்களே லாரியை எடுத்துக் கரும்பை இறக்கிடுவாங்க. காலையில் வண்டி ஸ்டேண்டிற்கு வந்திரும். இப்படிதான் வண்டி ஓடிக்கிட்டு இருந்தது. வீரப்பன் சுட்டுக்கொல்லப்பட்ட அன்னைக்கு மத்தியானம் ஒரு மணிக்கு லாரியைக் கொண்டுவந்து ஆலையில் விட்டுவிட்டு டிரைவர் புறப்பட்டு வீட்டுக்கு வந்துட்டார். அதற்குப் பிறகு என்ன நடந்ததுன்னு தெரியல. மறுநாள் மதியம் மாலைமலர் பேப்பரில் வண்டி போட்டோ வந்திருந்துச்சு அதற்கு பின்னாலேதான் என் லாரி பாப்பாரப்பட்டிக்குக் கொண்டு போனது பற்றி எனக்கே தெரியும்" என்றார்.

***

18

கிழிந்துபோன பட்டுக்கூடு

"மாலைமலர் பேப்பரில் லாரி போட்டோவை பார்த்த உடனே சக்தி சுகர்ஸ்க்கு போன் பண்ணினேன். அவங்க எஸ்.டி.எப். கேம்ப்பில் இருந்த எஸ்.பி.சின்னசாமியை போய்ப் பாருங்கன்னு சொன்னாங்க. கல்யாண மண்டபத்திலிருந்த சின்னசாமி சாரைப் போய்ப் பார்த்தேன்.

"உன்னுடைய லாரியைப் பத்தி கவலைப்படவேண்டாம். சுகர் மில்லில் உனக்குத் தினமும் ஆயிரம் ரூபாய் வாடகை குடுக்கறாங்க. அந்த வாடகையை நாங்களே உனக்குக் குடுத்துடுவோம். வண்டிக்கு என்ன வேலை செய்யவேண்டுமோ எல்லா வேலையும் நாங்களே செய்து புதுவண்டி மாதிரி உங்க வண்டியை திருப்பிக் குடுப்போம்..."ன்னு சொன்னார். உடனே ஐம்பதாயிரம் ரூபாய் பணத்தையும் குடுத்தார்.

போலீஸ் விசாரணை, ஆர்.டி.ஓ. விசாரணை எல்லாம் முடிந்து 149 ஆவது நாள்தான் லாரியை எடுக்க முடிந்தது. அதற்கான வாடகை 1 இலட்சத்து 49 ஆயிரம் ரூபாயும் எனக்குக் குடுத்தாங்க. வண்டிக்கான செலவுத் தொகை முழுவதையும் லாரி பட்டறைக்கும் போலீசாரே குடுத்துட்டாங்க.

என்னுடைய லாரியோடு, வி.எஸ்.பி. செட்டியார் லாரி, ட்ரான்ஸ்போர்ட் ஆபீசர் கணேசன் லாரின்னு மூனு வண்டியை சுகர் மில்லில் இருந்து போலீசார் எடுத்துக்கிட்டு போயிருந்தாங்க. அவங்க வண்டிகளுக்கு எந்தச் சேதமும் இல்லாததாலே, அடுத்த நாளே திருப்பிக் குடுத்துட்டாங்க.

எஸ்.பி.சின்னசாமி எங்கிட்டே சொல்லும்போது, "வீரப்பனைப் பிடிக்க உதவியதுக்காக உங்களுக்கும் ரிவார்டு கொடுக்கச்சொல்லி கவர்மெண்டுக்கு கடிதம் எழுதியிருக்கிறோம். கண்டிப்பா உனக்கும் பரிசும்,

பாராட்டுப் பத்திரமும் கிடைக்குமென்று சொன்னார். ஆனால் கடைசியிலே ஒரு வெங்காயத்தையும் காணோம்" என்றார் கொங்குத் தமிழில்.

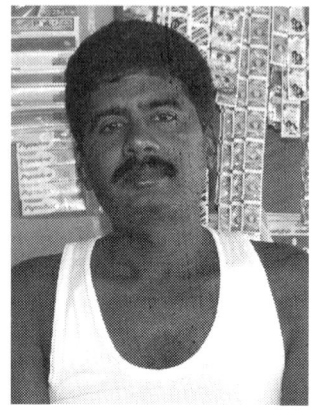

இதயம் பேக்கரி பழனிசாமி

ஆக ஸ்வீட் பாக்ஸ் என பெயரிடப்பட்டிருந்த லாரியில் ரிசீவரும், டி.வியும் இல்லை. வீரப்பனை அழைத்து வந்த எஸ்.கே.எஸ். மருத்துவமனை எனப் பெயரிடப்பட்ட ஆம்புலன்சில் கேமராவும் இல்லை. இனிமேல் எவன் வந்து ஆய்வு செய்யப் போகிறான் என்ற துணிவில் பொருத்தமே இல்லாத பல பொய்களை விஜயகுமார் கூறியுள்ளார்.

வீரப்பன் குழுவினர் நால்வரும் ஆம்புலன்ஸ் வேனில் வந்து கொண்டிருக்கும்போது அதைப் பார்த்த செந்தாமரைக்கண்ணன் காட்சிகள் தெளிவாக இல்லை என்று சொன்னதாகச் சொல்லும், விஜயகுமார் ஆம்புலன்ஸ் வேனின் உள்ள விளக்கு எரிந்ததாகவோ, அல்லது அணைத்து வைக்கப்பட்டதாகவும் சொல்லவில்லை. ஆம்புலன்சுக்குள் பொருத்தியிருந்தது விளக்கு ஒளியில் காட்சிகளைப் படம்பிடித்து அனுப்பும் குளோஸ் சர்கியூட் கேமராவா அல்லது இருட்டாக உள்ள அறையிலும் காட்சிகளைப் பதிவு செய்யக்கூடிய "நைட்விஷன்" கேமராவா என்பதைப் பற்றியும் சொல்லவில்லை.

ஆம்புலன்ஸ் வண்டியில் வீரப்பன் உட்கார்ந்து கொண்டு வருவதை விஜயகுமாரும், செந்தாமரைக்கண்ணனும் பார்க்க வசதியாக ஆம்புலன்சில் உள்ளே இருந்த விளக்கு அணைக்காமல் எரிந்து கொண்டே வந்ததா, அல்லது குறிப்பிட்ட இடத்துக்கு அருகில் வந்து விளக்கை சரவணன் எரிய விட்டாரா...? என்றும் சொல்லவில்லை.

வீரப்பனை ஏற்றிக்கொண்டு வந்த ஆம்புலன்ஸ் பாலக்கோடு நோக்கிச் செல்லாமல், பாப்பாரப்பட்டியைக்

கடந்து, பழைய தருமபுரியை நோக்கி ஆம்புலன்ஸ் வரவேண்டும். வீரப்பன் கடைசி நேரத்தில் முடிவை மாற்றி வேறு வழியில் செல்ல முயற்சிக்கலாம் என்பதால் பாலக்கோடு போகும் வழியிலும் எஸ்.பி.சம்பத்குமார் தலைமையில் ஒரு டீம் தயாராக நின்றது எனவும் விஜயகுமார் குறிப்பிடுகிறார்.

வீரப்பன் அடைக்கப்பட்டிருந்த இடமும், ஓட்டுநர் சரவணன், வெள்ளைத்துரை இருந்த இடத்துக்கும் இடையே ஒருவரை ஒருவர் பார்க்க முடியாதவாறு தடுப்பு இருந்தது என்று எழுதியுள்ளார். அப்படியானால், போகும் வழியில் வண்டியை மாற்றி ஓட்டச்சொல்லி வீரப்பன் சொல்லவே வாய்ப்பில்லை.

திட்டமிட்டபடியே தருமபுரி வரும்வழியில் ஆம்புலன்ஸ் வருவதை உறுதிப்படுத்தி தனக்குத் தகவல் கொடுக்க குமரேசன் என்ற காவலரை ஓர் இரகசிய இடத்தில் நிற்கவைத்ததாகவும் எழுதியுள்ளார்.

வண்டி அந்த இடத்தைக் கடந்தபோது ஓட்டுநர் இருக்கைக்குப் பக்கத்திலிருந்த எஸ்.ஐ.வெள்ளைத்துரை தனது கையை உயர்த்தி குமரேசனுக்கு சிக்னல் கொடுத்ததாகவும், அதைத் தொடர்ந்து குமரேசன் தனது செல்போனில் இருந்து "தபால் அனுப்பியாச்சு..." என்று வீரப்பன் குழுவினர் எல்லோரும் உள்ளே இருக்கின்றனர் என்பதைக் குறிப்பால் உணர்த்தும் விதமாகச் செய்தி அனுப்பியதாகவும் எழுதியுள்ளார்.

இந்த நிகழ்வுகள் எல்லாம் பகலில் நடந்திருக்குமானால், ஆம்புலன்ஸ் வண்டியில் வரும் எஸ்.ஐ.வெள்ளைத்துரை, குறிப்பிட்ட இடத்தில் இருக்கும் குமரேசனைப் பார்க்கவும் முடியும். அவருக்குக் கையை உயர்த்திக்காட்டி சிக்னல் கொடுத்து வீரப்பன் குழுவினர் உள்ளே இருக்கின்றனர் என்பதைக் குறிப்பால் உணர்த்தியிருக்க முடியும். ஆனால், கக்கூன் என்ற இந்த செயற்பாடு நடைபெற்றதாகக் கூறப்படும் நேரம் இரவு 10.45 மணி.

இந்த நேரத்தில், சோடியம் வேப்பர் விளக்கு எரியும் இடத்தில், சாலையோரத்தில் குமரேசன் நின்று கொண்டிருந்தால்கூட ஆம்புலன்சில் வந்த வெள்ளைத்துரை

கையை உயர்த்தி சிக்னல் கொடுத்ததைப் பார்த்திருக்க முடியாது. ஆனால், மக்கள் நடமாட்டமே இல்லாத இடத்தில், வெளிச்சமே இல்லாத இருட்டில், மறைந்திருக்கும் காவலர் குமரேசனுக்கு, வெள்ளைத்துரை கையை உயர்த்தி காட்டுவதைப் பார்த்துவிட்டு விஜயகுமாருக்கு "தபால் அனுப்பியாச்சு..." என்று சொல்லியிருக்க முடியாது. பகல் நேரத்தில் நடந்தது போல ஒரு கதையை, இரவில் நடந்ததாக விஜயகுமார் அபத்தமாக எழுதியுள்ளார்.

வீரப்பன் குழுவினர் சுட்டுக் கொல்லப்பட்டதாகச் சொல்லப்படும் பச்சினம்பட்டிக்கும், தொழுநோயாளிகள் தங்கியிருக்கும் அரசு விடுதிக்கும் இடையே "செவன்த் டே" பள்ளி இருந்த இடத்துக்கும் சென்றேன்.

வீரப்பன் சுட்டுக்கொல்லப்பட்ட சில ஆண்டுகளுக்குப் பின்னர் அந்த இடத்தை விலைக்கு வாங்கியவர், பள்ளியை இடித்து விட்டு கிரிவாசன் என்ற பாலிடெக்னிக் கல்லூரியை நடத்தி வருகிறார். அந்த இடத்திலிருந்து சாலையின் வடக்குப் பக்கம் 500 மீட்டர் தொலைவில் ஆசிரியர் கணேசன் என்பவரின் வீடும், அதே தொலைவில் கிழக்கே காட்டுக்கொட்டாயில் இராமசாமி என்பவரின் வீடும் உள்ளன.

காட்டுக்கொட்டாய் இராமசாமியைச் சந்தித்துப் பேசியபோது "வீரப்பன் சுட்டுக்கொல்லப்பட்ட அன்னிக்கு, மத்தியானத்திலிருந்தே ராணுவ வண்டிகள் போயிட்டும், வந்துகிட்டும் இருந்தது. இருட்டின பொறவு, (தொழு நோயாளிகள்) விடுதிக்குப் பால் கொண்டுபோய் குடுத்திட்டு வந்தேன். அப்பவெல்லாம் ஒன்னையும் காணோம். இராத்திரி பத்தரை மணிக்கு, ஏதோ குண்டு வெடிச்சது போல "டம்"முன்னு ஒரு சத்தம் கேட்டுது.

எங்க வீட்டுக்குப் பின்னாலே இருக்கும் டேன்ஸ்பாரம் (மின் மாற்றி) வெடிச்சுட்டுதுன்னு நான் சொன்னேன். எங்க வூட்டு பொம்பளைங்க... இல்ல டேன்ஸ்பாரம் வெடிச்சிருந்தா இந்நேரம் கரண்டு போயிருக்கும். இன்னும் கரண்டு போவுல. வேற என்னமோ வெடிச்சிருக்குதுன்னு சொன்னாங்க. அதுக்குள்ளேயே, சடீர்...சடீர்ன்னு கொஞ்சநேரம் பட்டாசு வெடிக்கிற மாதிரி சத்தம் வந்தது.

காட்டுக்கொட்டாய் இராமசாமி

கட்டிலில் படுத்திருந்த நான் எந்திருச்சு ரோட்டுக்கு வந்து பார்த்தேன். பாப்பாரப்பட்டி போகும் நாலாம் நெம்பர் டவுன் பஸ்சும், அதுக்குப் பின்னால நாலஞ்சு காரும் மேற்க போறதுக்காக ரோட்டுலே நின்னுது. அதுக்கு முன்னாலே இராணுவத்துக்காரங்க கொஞ்சம் பேர் நின்னுக்கிட்டு இருந்தாங்க. கொஞ்ச நேரத்துக்குப் பின்னே நீங்க போகலாம். வழியிலே நிக்காமே போகணும்னு சொல்லி இங்கே இருந்த வண்டியை அனுப்புனாங்க. மேற்காலே என்ன நடக்குதுன்னு இருட்டுக்குள்ளே ஒன்னுமே தெரியலை.

மறுநாள் காலையிலே விடுதிக்குப் பால் கொண்டுட்டுப் போனப்பத்தான் பார்த்தேன். ஓட்டை ஓட்டையா ஒரு வெள்ளை வண்டி நின்றது. சுத்தியும் போலீசார் நின்னாங்க. வண்டிக்குக் கீழே ஒருசொட்டு ரத்தம்கூட இல்லை. ஒரு ஆட்டுக்குட்டியை வெட்டினாலே ஒருபடி ரத்தம் வரும். நாலு ஆளை அந்த வேனுக்குள்ளே வெச்சுச் சுட்டுருந்தா ரோடு பூராவும் ரத்தமா சிந்தியிருக்கும். வீரப்பனை இங்க வச்சிச் சுட்டுக்கொன்னதா போலீஸ் பொய் சொல்லறாங்க.

பாப்பாரப்பட்டிக்கு மேற்காலே மண்ணேரியின்னு ஒரு தாவிலே இந்த வேன் ரொம்ப நேரமா நின்னுக்கிட்டு இருந்ததுன்னு அப்பவே ஜனங்க பேசிக்கிட்டாங்க. அங்கேயே அந்த மகராசனைக் கொன்னுட்டாங்க போலத் தெரியுது...” என்றார்.

ஆசிரியர் கணேசனைச் சந்தித்தேன்:- “அப்போது கரண்டு (மின்சாரம்) பற்றாக்குறையா இருந்தது. இரவு பத்து மணிக்கு மேலே மூனு பியூசில் கரண்டு வந்துமே ஓடிப்போய் மோட்டார் எடுத்துவிட்டு பருத்தி வயலில் தண்ணீர் கட்டிக்கிட்டு இருந்தேன். தீடீர்ன்னு குண்டு வெடித்த சத்தமும், கொஞ்ச நேரத்துக்குப் பின்னாலேயே துப்பாக்கியிலே சுடும் சத்தமும் கேட்டது. அப்புறம் கொஞ்ச நேரத்துக்குப்

பிறகு, அந்த இடத்தில் ரவரவன்னு ஆளுங்க பேச்சுச்சத்தம் அதிகமாக இருந்தது.

என்னன்னு பார்த்திட்டு வரலான்னு போனேன். பின்பக்கம் திறந்திருந்த ஆம்புலன்சுக்கு உள்ளே ஒரு ஐந்தாறு புதுக் கைப் பைகள் அப்படியே கசங்காமல் நேரா நின்னுகிட்டு இருந்தது, இரண்டோ, மூனோ துப்பாக்கிகளும் உள்ளே கிடந்தன. வண்டிக்குள்ளே கொஞ்சம் ரத்தமும் சிந்தியிருந்தது. நான் பார்த்துக்கிட்டு இருக்கும்போதே, "இமீடியட்டா ஆம்புலன்சை குளோஸ் பண்ணுங்க. தார்ப்பாய் போட்டு மூடுங்கன்னு...." யாரோ ஒரு பெரிய அதிகாரி சொன்னார். உடனே வண்டிக் கதவை மூடிட்டாங்க, நான் போறதுக்கு முன்னாடியே நாலுபேர் பாடியும் அங்கிருந்து எடுத்துக்கிட்டுப் போயிட்டாங்க" என்றார்.

பேருந்து ஓட்டுநர் காமராஜ்

தருமபுரிஅரசு போக்குவரத்துக் கழகத்தில் ஓட்டுநராக உள்ள காமராஜைச் சந்தித்துப்பேசினேன். "ஆமாம்... அன்னைக்கு இராத்திரி 10.30 மணிக்குத் தருமபுரி பஸ்டாண்டில் இருந்து வண்டியை எடுத்தேன். அந்த இடத்துக்குப் போகும்போது 10.50 இருக்கும். போலீசார்

வண்டியை ஓரமா நிப்பாட்டச் சொன்னாங்க. ஒரு கால் மணி நேரத்துக்குப் பின்னாலே ஒரு போலீஸ் வேன் வந்துச்சு. அதுக்குப் பின்னாலே ஒரு சிவப்பு மாருதி வேனும் வந்த பின்னாலே போலான்னு சொன்னாங்க... நான் வண்டியை எடுத்துக்கிட்டுப் போயிட்டேன். வீரப்பன் வந்ததா சொல்லும் ஆம்புலன்ஸ் அங்கே நின்றது" என்றார்.

கோவையிலிருந்து மாலை ஐந்து மணிக்குக் கிளம்பிய சரவணன், ஆம்புலன்சை எடுத்துக்கொண்டு தருமபுரிக்கு வந்த பின்னர் கிட்டதட்ட இரவு எட்டு மணிக்கு மேலேதான் அதிரடிப்படையினர் பச்சினம்பட்டி செவன்த் டே பள்ளிக்கு வந்துள்ளனர். அதற்குப் பிறகுதான், மாலை ஆறுமணிக்கு ஆப்பக்கூடலிலிருந்து எடுத்துவந்த ஸ்வீட் பாக்ஸ் என்ற கரும்பு லாரியும் பாப்பாரப்பட்டிக்கு வந்திருக்கும். வெங்கடாசலபதியின் நெற்றியில் கேமராவை வைத்திருந்தோம். லாரியில் ரிசீவரை வைத்திருந்தோம். நான்குபேரின் உருவமும் தெரிந்தன. ஆனால் கலங்கலாக இருந்தன என விஜயகுமார் ஐ.பி.எஸ். கற்பனைக்கும் எட்டாத பல கதைகளை எழுதியுள்ளார்.

***

19

பாண்டிக்கண்ணன், செந்திலைத் தேடி...

*2016*ஆம் ஆண்டில் கொளத்தூரைச் சேர்ந்த நண்பர் சுந்தரம், மாதேஸ்வரன் மலை துணை வனக்காப்பாளராக இருந்த வாசுதேவமூர்த்தி இருவரின் உதவியுடன் செங்கப்பாடிக்குச் சென்றேன். அதன்பிறகு, செங்கப்பாடி முன்னாள் ஊராட்சிமன்றத் தலைவர் பூபாலன், வீரப்பனால் கொல்லப்பட்ட ஐயண்ணன் மகன் மாதேஷ், வீரப்பனின் உறவினர் நல்லூர் மாதையன், மாத்துப்பரி அபிமன்னன், மளிகைக்கடை குமார் போன்றவர்களின் அறிமுகமும், நட்பும் கிடைத்தன.

இவர்களின் உதவியுடன் வீரப்பனின் நண்பர்கள், உறவினர்கள், எதிரிகள், பழைய கூட்டாளிகள் எனப் பலரையும் சந்தித்தேன். வீரப்பன் வாழ்க்கை வரலாறு குறித்த பலதரப்பட்ட தரவுகளையும் சேகரித்துக் கொண்டிருந்தேன். இந்த நேரத்தில்தான் வீரப்பன் கொலையின் பின்னணியில் சொல்லப்படும் இந்த இரு கதைகளிலும் உண்மையில்லை என்பது தெரிந்தது.

2004 ஆம் ஆண்டின் மத்தியில், அதாவது வீரப்பன் கதை முடிவதற்கு சில மாதங்களுக்கு முன்பாக செங்கப்பாடியில் மிளகாய் வியாபாரம் செய்துவந்த வேல்சாமி என்பவரின் வீட்டைத் தமிழ்நாடு போலீசார் வாடகைக்கு எடுத்துத் தங்கியுள்ளனர். அங்கிருந்த அதிரடிப்படையின் உளவுப்பிரிவு போலீசார் கார்த்திகேயன், ஸ்டீபன், கந்தசாமி போன்றோர் மூலமாகப் போலியாக ஏற்படுத்தப்பட்ட ஒரு நாடகமே வீரப்பனை விஷம் வைத்துக் கொல்லும் முயற்சி என்பது தெரிந்தது.

வீரப்பனுக்குத் தொடர்புடையோர் எனப் போலீசாரின் சந்தேகப்பட்டியலில் உள்ளவர்கள், வீரப்பனின் நெருங்கிய உறவினர்கள், ஒருவர் சொல்வதை ஊரெல்லாம் பரப்பும்

வழக்கம் உள்ளவர்கள், அடிக்கடி காட்டுப்பக்கம் போய்வருவோர் எனப் பலரைப் போலீசார் தேர்வு செய்துள்ளனர். இந்தப் பட்டியலில் இருந்தவர்களிடம் ஓரளவுக்குத் தங்களுடைய நட்பையும் ஏற்படுத்தியுள்ளனர். பிறகு, ஹோமியோபதி மருந்து போலிருந்த ஒரு வகையான வெண்ணிறப் பொடியைக் கண்ணாடி பாட்டிலில் அடைத்து அதைப் பட்டியலில் உள்ளவர்களிடம் கொடுத்துள்ளனர்.

"இந்தப் பொடியை வீரப்பனுக்குக் கொடுக்கும் சாப்பாட்டில் கலந்து குடுத்திரு. இதைச் சாப்பிட்ட ரெண்டே நிமிஷத்தில் வீரப்பன் செத்துப் போயிடுவான். இந்த வேலையைச் செய்தால் உனக்கு ஒருகோடி ரூபாய் தருகிறோம்" என்று பலரிடமும் சொல்லியுள்ளனர். இதற்கு முன்பணமாகச் சிலரிடம் ஆயிரம் ரூபாய் அளவில் பணமும் கொடுத்துள்ளனர்.

போலீசாரின் அதிகாரத்துக்குப் பயந்த சிலர் இந்த இரண்டையும் வாங்கியுள்ளனர். சிலர் இரண்டையுமே வாங்கவில்லை. ஆளை விடுங்கள் என்று ஓடிவிட்டனர். செங்கப்பாடியில் உள்ள பலரிடம் வீரப்பனுக்குக் கொண்டுபோகும் சாப்பாட்டில் கலக்கச் சொல்லி வெண்ணிறப்பொடியை போலீசார் கொடுத்துள்ள செய்தி வீரப்பனுக்கும் தெரியும்.

அதனால், அவர் முன் எச்சரிக்கையோடு தனக்கு வரும் உணவுப் பொருள்களை வாங்கியுள்ளார். எந்தப் பொருளை யார் கொண்டு வந்தாலும், கொண்டு வந்தவர்களை முதலில் சாப்பிட வைத்த பிறகே வீரப்பன் சாப்பிடுவார். ஆயுதம் கொண்டு தங்களைப் பிடிக்க முடியாத போலீசார், விஷம் கலந்த உணவு மூலம் தன்னைப் பிடிக்க முயற்சி செய்கின்றனர் என்பதை வீரப்பனும் உணர்ந்திருந்தார்.

ஒவ்வொரு நாளும். தனக்குவரும் தின்பண்டங்களில் விஷம் கலந்துவரும் என்ற முன்னெச்சரிக்கை உணர்வோடு இருந்துள்ளார். உணவில் விஷம் கலந்து வரும் என்ற பயம் கலந்த முன்னெச்சரிக்கையோடு இருந்ததால், மற்ற வழிகளில் அவரைச் சுற்றி வந்த ஆபத்தைக் கவனிக்கவும் தவறி விட்டார்.

வேல்சாமியின் வீட்டில் தங்கியிருந்தாலும், அங்கிருந்த உளவுப்பிரிவுக் காவலர்கள் மாறுகொட்டாய் பகுதியில் கார்த்திகேயன் குழுவினர், ஆத்தூர் பகுதியில் ஸ்டீபன் குழுவினர், செங்கப்பாடியில் மாரிமுத்து குழுவினர், மாத்துப்பரி கல்லாட்டை பகுதியில் பாண்டி குழுவினர் என்று தனித்தனி குழுக்களாக உளவு வேலை செய்துள்ளனர். இதில் பாண்டி, செந்தில் என்ற இருகாவலர்கள் மாத்துப்பரி கல்லாட்டைப் பகுதியில் தங்கியிருந்து வேலை செய்துள்ளனர்.

இந்த இருவரும் வீரப்பனின் மாமன் மகன் முறை உறவினரான மாத்துப்பரி மாதையன் அவரது தம்பி ஐயந்துரை இவர்களின் அக்கா மகன்களான பழனி, மயில்சாமி போன்றவர்களிடம் நெருக்கமாக இருந்து உளவு பார்க்கும் வேலை செய்து வந்துள்ளனர் என்பதும் தெரிந்தது.

இந்த மாதையன், ஐயந்துரை இருவரும்தான் வீரப்பனுக்குச் சாப்பாட்டில் விஷம் வைத்துக் கொடுக்கக் காரணமாக இருந்தனர் என்று செங்கப்பாடியிலுள்ள அனைவராலும் சொல்லப்படுகிறது. உண்மை அறியும் குழுவினரும்கூட இந்த மாதையன், அவருடைய மனைவி மூலமாகவே வீரப்பனுக்குக் கொடுத்த மோரில் விஷம் கலந்து கொடுத்துள்ளனர் என மறைமுகமாகக் குற்றம் சாட்டியிருந்தனர்.

அதற்கு ஏற்றபடியே இவர்களின் வீடு ஊருக்கு ஒதுக்குப் புறமாக உள்ளது. வீட்டுக்குத் தென்பக்கம் உள்ள கல்லிச்சி மரத்து கல்லாட்டை என்ற இடத்தில் வீரப்பன் கடைசியாகத் தங்கியிருந்தார் என்றும், அதைப் பலரும் பார்த்ததாகவும் உண்மை அறியும் குழுவால் சொல்லப்பட்டது. கல்லிச்சி மரத்து கல்லாட்டைக்கும் மாதையன் வீடு உள்ள இடத்துக்கும் இரண்டாயிரம் மீட்டர் தொலைவே இருக்கும்.

ஒரே பொய்யைப் பலமுறை சொல்லிச்சொல்லி மக்கள் மனதில் பதியச்செய்து விட்டால் காலப்போக்கில் உண்மையை வெளியே சொன்னாலும் யாரும் நம்பமாட்டார்கள். நானும் இந்தக் கதையை முழுமையாக நம்பியிருந்தேன்.

எப்படியிருந்தாலும், வீரப்பன் வாழ்வின் கடைசி நேரத்தில் என்ன நடந்துள்ளது என்பதைப் பற்றித் தெரிந்து கொள்ள பாண்டி, செந்தில் என்ற இரண்டு அதிரடிப்படைக்

காவலர்களைக் கண்டுபிடித்தால் மட்டுமே ஓரளவுக்கு உண்மை தெரியவரும் என நம்பினேன்.

செந்தில், பாண்டி என்ற அந்த இரு காவலர்களும் செங்கப்பாடியில் உள்ள இளைஞர்கள் சிலரை ஒன்று சேர்த்து, வாரம் இருபது ரூபாய் என்ற அளவில் சீட்டுச் சேர்த்துள்ளனர். அதன் மூலம் ஒவ்வொருவருக்கும் இருநூறு ரூபாய் பணம் சேர்ந்ததும், அந்தப் பணத்துடன் இந்த இருவரும் தங்களின் சொந்தப் பணத்தையும் போட்டு உள்ளூர் இளைஞர்களைப் பல இடங்களுக்குச் சுற்றுலா அழைத்து சென்றுள்ளனர்.

வீரப்பன் கொலை செய்யப்படுவதற்கு ஒரு மாதம் முன்னதாக இவர்கள் திருப்பதி, சென்னை, மாமல்லபுரம் பகுதிக்குச் சுற்றுலா சென்றுள்ளனர். அப்போது பாண்டியும், செந்திலும் உள்ளூர் இளைஞர்களுடன் சேர்ந்து புகைப்படம் எடுத்துள்ளனர் என்பதும் தெரிந்தது.

அந்தப் புகைப்படங்களை வாங்குவதற்காகப் பல இடங்களுக்குச் சென்றேன். வீரப்பன் கொல்லப்பட்ட பிறகு அங்கு வேறு சில உளவுப்பிரிவு போலீசார் வந்துள்ளனர். உள்ளூர் இளைஞர்கள் வைத்திருந்த புகைப்படங்களில் இருந்த பாண்டி, செந்தில் இருவரையும் அடையாளம் காணும் வகையிலிருந்த படங்களை எல்லாம் திரும்ப வாங்கிக் கொண்டனர்.

மீதியிருந்த சில புகைப்படங்களை வாங்கிப் பார்த்தேன். அதில், உளவுப்பிரிவுக் காவலர்கள் பாண்டி, செந்தில் இருவரின் முகமும் சரியாகத் தெரியாத வகையில் கலங்கலாகவும், மிகவும் சிறியதாகவும், முதுகுப்பக்கம் மட்டும் தெரியும்படியான படங்கள் மட்டுமே கிடைத்தன. இதிலிருந்தே வீரப்பன் வீழ்த்தப்பட்டதில் இந்த இருவருக்கும் பெரும் பங்குள்ளது என்ற எனது சந்தேகம் உறுதியானது.

செங்கப்பாடியில் இருந்த நண்பர்கள் சிலரிடம், உங்களோடு சுற்றுலா வந்தவர்கள் யார்? அவர்கள் தற்போது எங்குள்ளனர்? என்று விசாரித்தேன். உளவுப்பிரிவுக் காவலர்கள் இந்தப் படங்களைத் திரும்ப வாங்கிய நேரத்தில், செங்கப்பாடியில் வசித்து வந்த ஒருவர் காவேரிபுரம் பகுதிக்குக் குடிபெயர்ந்து சென்று விட்டார் என்பது தெரிந்தது. அவரிடம்

பாண்டிக்கண்ணன், செந்தில்குமார்

பாண்டியை அடையாளம் காணும் வகையிலான புகைப்படம் இருக்கும் என்று நம்பினேன். அதை வாங்கும் முயற்சியில் இறங்கினேன்.

பல தடைகளுக்குப் பின்னர் பாண்டி, செந்தில் என்று சொல்லப்பட்ட இரண்டு காவலர்களும் தனியாக இருந்த ஒரு படம் எனக்குக் கிடைத்தது. அந்தப் படத்தில் மொட்டைத்தலையுடன் இருந்த பாண்டி, செந்தில் பற்றி அதிரடிப்படையில் பணியாற்றிய பலரிடமும் விசாரணை செய்ய முடிவுசெய்தேன்.

வீரப்பன் சுட்டுக்கொல்லப்பட்ட நேரத்தில் அதிரடிப்படையில் பணியாற்றிய வீரர்கள் உங்களுக்குத் தெரிந்தவர்கள் யாராவது இருக்கிறார்களா...? என்று என்னுடைய இதழியல் துறை நண்பர்கள் பலரிடம் கேட்டேன்.

மேட்டூர் அங்குராஜ், காலம்சென்ற சேலம் ஜூனியர் விகடன் ஒளிப்படக் கலைஞர் விஜயகுமார், தருமபுரி விகடன் குழுமச் செய்தியாளர் வடிவேல், ஈரோடு ராஜ் டி.வி செய்தியாளர் R.K.குமார் நால்வரும் அதிரடிப்படையில் வேலை செய்தவர்களில் சிலர் தற்போதும் தொடர்பில் உள்ளனர் என்று கூறினார்.

இவர்களுக்கு நான் வைத்திருந்த பாண்டி, செந்தில் இருவரும் இருந்த படத்தை வாட்ஸ் ஆப்பில் அனுப்பினேன். இவர்களின் பெயர் என்ன...? தற்போது எங்கே உள்ளனர்...? என்ற விவரங்களை மட்டும் சந்தேகம் வராத வகையில் கேட்டு வாங்குங்கள் என்று சொன்னேன்.

"இந்த இருவருமே எஸ்.டி.எப்-பின் ஐ.எஸ், விங்கில் வேலை செய்தவர்கள். எஸ்.டி.எப். உளவுப் பிரிவிலேயே பல பிரிவுகள் இருந்தன. ஒரு பிரிவில் எத்தனை பேர் இருக்கின்றனர்? யார், யார் அந்தப் பிரிவில் இருக்கின்றனர்? யாருக்கு என்ன வேலை குடுக்கறாங்க? என்ற விவரங்கள் எதுவுமே மற்ற விங்கில் உள்ள உயர்அதிகாரிகளுக்குக் கூடத்தெரியாது. அப்படியிருக்க இந்த இரண்டு பேரின் படம் உங்களுக்கு எப்படி கிடைத்தது...?" என்று கேட்டனர்.

இந்தக் காவலர்கள் இருவரைப் பற்றிய எந்தச் செய்தியும் வெளிப்படையாகப் பேச மறுத்தனர். அடுத்த சந்திப்புக்கு நானும் நேரில் சென்றேன். அந்தக் காவலர்களுடன் கொஞ்சம் கொஞ்சமாகப் பழகினேன்.

"என்ன நோக்கத்துக்காக இவர்களைப் பற்றி விசாரிக்கிறீர்கள்...?" என்று கேட்டனர்.

"வீரப்பன் வரலாறு குறித்து நூல் தொகுத்து வருவது பற்றியும், அவர் கொல்லப்பட்டது குறித்து விஜயகுமார் *IPS* எழுதியுள்ள கதையில் உண்மையில்லை. உங்களைப் போலச் சாதாரண நிலையிலிருந்த யாரோ ஒரு வீரர்தான் வீரப்பனை வீழ்த்தும் வேலையைச் செய்திருப்பார். அதைப் பற்றித் தெரியாத செய்திகளை வெளியில் கொண்டுவரும் முயற்சியாகத்தான் நான் இந்த வேலையைச் செய்து வருகிறேன்" என்று என்னுடைய நோக்கம் குறித்து பொறுமையாக எடுத்துக் கூறினேன்.

உண்மை எப்போதும் சாகாது என்பதற்குச் சான்றாக அந்த வீரர்கள் கொஞ்சம் கொஞ்சமாக, மனம் திறந்து என்னோடு பேசினர். அதிரடிப்படையில் சாதாரண காவலராக இருந்த பாண்டி தனக்குக் கொடுக்கப்பட்ட வேலையைச் சரியாகச் செய்து முடித்துள்ளார். அவரது முழுப்பெயர் பாண்டிக்கண்ணன். தற்போது, தேனி மாவட்ட நக்சல்

ஒழிப்புப் பிரிவில் முதல் நிலைக் காவலராகப் பணியாற்றி வருகிறார்.

செந்தில் என்பவரின் பெயர் செந்தில்குமார். விழுப்புரம் மாவட்ட ஆயுதப்படையில் இருந்தவர். 2008 ஆம் ஆண்டில் நடந்த உதவி ஆய்வாளர் தேர்வில் கலந்துகொண்டு அதில் தேர்வாகியுள்ளார். தற்போது சென்னையில் உள்ள கமாண்டோ படையில் உதவி காவல் ஆய்வாளராக உள்ளார். இவர் வன்னியர் சமூகத்தைச் சேர்ந்தவர் என்ற காரணத்தால் கடைசி நேரத்தில் இந்த நடவடிக்கையிலிருந்து கழற்றி விடப்பட்டுள்ளார்.

அதிரடிப்படையின் உளவுப்பிரிவில் பணியாற்றியவர்கள் கூட ஒருவர் செய்யும் வேலையைப் பற்றி, மற்றொருவர் தெரிந்துகொள்ள முடியாத வகையில் அவர்களுக்கான பணிகளை விஜயகுமாரும், செந்தாமரைக்கண்ணனும் திட்டமிட்டே பிரித்துக் கொடுத்துள்ளனர். அதனால்தான் வீரப்பன் கொலை செய்யப்பட்டது தொடர்பான உண்மைகள் வெளியே வரவில்லை என்பது தெரிந்தது.

வீரப்பன் வேட்டையின் நாயகனாக இருந்த பாண்டிக்கண்ணன் எந்த விழாவிலும் முகம் காட்டப்படாமல் இருக்கக் காரணம் என்ன...? என்று அவரிடமே கேட்க முடிவு செய்தேன். அதற்கு முன்பாக பாண்டிக்கண்ணன் குறித்த தரவுகளைத் திரட்டினேன்.

கரூரைச் சேர்ந்த என் நண்பர் மோகன்தாஸின் ஒன்று விட்ட அண்ணன் ஒருவர் தேனி மாவட்டத்தில் காவல் ஆய்வாளராக இருந்தார். அவரிடம் தேனி மாவட்ட நக்சல் ஒழிப்புப் பிரிவில் பணியாற்றும் பாண்டிக்கண்ணனைப் பற்றிய விவரங்களைக் கேட்டிருந்தேன். தொடர் முயற்சிகளின் விளைவாகப் பாண்டிக்கண்ணனின் செல்பேசி எண், அவருடைய முகநூல் பக்கம், அதிலிருந்து எடுக்கப்பட்ட புகைப்படம், அவருடைய நண்பர்கள் பற்றிய ஓரளவு விவரங்களைப் பெற்றேன்.

தேனி மாவட்ட வேந்தர் தொலைக்காட்சியின் செய்தி யாளரும், எனது நண்பருமான கம்பம் செந்தில்குமாரிடம் பாண்டிக்கண்ணனின் செல்பேசி எண்ணைக் கொடுத்தேன்.

பாண்டிக்கண்ணன்

பாண்டிக்கண்ணனை நான் நேரில் சந்தித்துப் பேச ஏற்பாடு செய்து தரும்படி கேட்டேன்.

2017 ஆம் ஆண்டு பிப்ரவரி 27ஆம் தேதியன்று மதியம் என்னை அழைத்துக் கொண்டு போன கம்பம் செந்தில்குமார், பாண்டி என்கிற பாண்டிக்கண்ணன் முன்பாக நிறுத்தினார். இதற்கு முன்பாகவே நான், செந்தில், பாண்டிக்கண்ணன் இருவரின் புகைப் படங்களைக் காட்டி அவருடன் பணியாற்றி யவர்களிடம் விசாரித்துக் கொண்டிருந்த செய்தி பாண்டிக்கண்ணனுக்கும் தெரிந்திருந்தது. இதன்மூலம் நான் நேரில் சந்திக்க வருவேன் என்பதை பாண்டிக்கண்ணனும் எதிர்பார்த்திருந்தார். அதனால், எந்த விதமான வியப்பும் இல்லாமல் என்னோடு இயல்பாகப் பேசினார்.

“சாதாரண ஆயுதப்படை காவலனாக இருந்த எனக்கு எல்லா வகையிலும் வழிகாட்டி, என்னைப் பக்குவப்படுத்தியது ஏ.டி.எஸ்.பி. அசோக்குமார் சார்தான். அவர் அந்த இடத்திலிருந்து வெளியேற்றப்பட்ட பிறகு, அதைப் பின் பற்றி இந்த டாஸ்க்கைச் சரியான முறையில் வழி நடத்தியது, டாஸ்க்கை முடிவுக்குக் கொண்டுவந்தது எல்லாமே கொளத்தூர் எஸ்.ஐ. துரைப்பாண்டியன் சார். டாஸ்க் முடிவதற்கு சில நாள்கள் முன்பாக துரைப்பாண்டியன் சாருக்கு ஒரு பெரிய விபத்து ஏற்பட்டது. மிக மோசமான அந்த விபத்தில் அவர் உயிர் தப்பியதே பெரிய காரியம்.

அதனால்தான் அவரால் இந்த ஆபரேஷனில் இணைந்து செயல்பட முடியாத நிலை வந்தது. அந்த விபத்து நடக்காமலிருந்தால், வெள்ளைத்துரை சார் இருக்க வேண்டிய இடத்தில், துரைப்பாண்டியன் சாரும், சரவணன் இருக்க வேண்டிய இடத்தில் நானும் இருந்திருப்போம். இந்த டாஸ்க்

முடிந்த பின்னர் எனக்கும், துரைப்பாண்டியன் சாருக்கும் தனியாக ஒரு கட்டப் பதவி உயர்வு கொடுப்பதாக உயர் அதிகாரிகள் எல்லோருமே சொன்னாங்க.

ஆனால், அந்தவேலை முடிந்ததும் எல்லோருமே எங்களை மறந்துவிட்டு, அவரவர் வேலையைப் பார்க்கப் போயிட்டாங்க. இன்றுவரை எங்களுக்குப் பதவி உயர்வும், கொடுக்கவில்லை. அந்த ஆபரேசனில் ஈடுபட்டதற்கு உரிய சர்ட்டிபிகேட்டும் கூடக் கொடுக்கவில்லை. எனக்கும் சரி, துரைப்பாண்டியன் சாருக்கும் சரி, நாங்கள்தான் வீரப்பன் ஆபரேஷனை முடிவுக்குக் கொண்டுவந்தோம். எங்களுக்குப் பதவி உயர்வு கொடுங்கள் என்று யாரிடமும் கையைக் கட்டிக்கொண்டு நிற்கவும் மனம் ஒப்பவில்லை.

இதைப்பற்றி வெளியில் யாரிடமும் சொல்லிக்கொள்ளவும் விருப்பமில்லை. கொடுக்கப்பட்ட பணியைத் திறம்படச் செய்தோம். மிகப்பெரிய ஆபரேஷனை முடித்தோம் என்ற அளவில் இந்தப் பிரச்சனையை அப்படியே விட்டுவிட்டோம். எங்களுக்கான அடுத்த வேலையைப் பார்த்துக் கொண்டுள்ளோம்.

இந்த டாஸ்க் முடிந்த பிறகு எங்கள் இருவரையும் முன்னிலைப்படுத்திக்கொள்ள விரும்பாததற்கு இன்னொரு முக்கியமான காரணம் உள்ளது. எங்களுடைய முகம் வெளியே தெரிந்தால் இந்த ஆபரேசனில் எங்களுக்கு உதவியாக இருந்த சிலர் நேரடியாகப் பாதிக்கப்படுவாங்க. அதனாலதான் நானும், துரைப்பாண்டியன்சாரும் எங்களை வெளியில் காட்டிக்கொள்ள விரும்பவில்லை. 2004க்குப் பிறகு நான் என்னுடைய வேலையை மட்டும் பார்த்துக் கொண்டுள்ளேன்...” என்றார் ஒரு கிராமத்து இளைஞருக்கே உரிய எளிமையுடன்.

நான் பாண்டிக்கண்ணனுடன் மூன்று மணிநேரம் பேசியதிலிருந்து வீரப்பன் விஷம் வைத்து கொல்லப் படவில்லை என்பதும், வீரப்பன் மீதான இந்த இறுதி நடவடிக்கையில் கொளத்தூர் காவல் நிலைய உதவி ஆய்வாளராக இருந்த துரைப்பாண்டியனே முக்கியப் பங்காற்றி யுள்ளார் என்பதும் தெரிந்தது.

செந்தில்குமார்

2004 ஆம் ஆண்டில் இந்த நடவடிக்கை முடிவுக்கு வந்திருந்தாலும், வீரப்பன் எப்படிச் செத்தார் என்ற உண்மை வெளியில் தெரிந்தால், அதிரடிப் படையினர் மூலமாகவே தன் உயிருக்கும் ஆபத்து ஏற்படலாம் என்று பாண்டிக்கண்ணன் பல ஆண்டுகளாகப் பயத்துடனே இருந்துள்ளார். தன்னுடன் பணியாற்றிய செந்திலிடம் வாய்மொழியாகப் பேசிய ஆடியோ கேசட் ஒன்றையும், வீரப்பன் ஆபரேஷன் நேரத்தில் அதிரடிப்படை அதிகாரிகள் பாண்டிக்கண்ணனுடன் பரிமாறிக் கொண்ட சில கடிதங்களையும் ஒரு காகிதக் கவரில் போட்டுக் கொடுத்துள்ளார்.

"என்னைக் காணவில்லை என்று எப்போதாவது உனக்குத் தெரிந்தால் இந்தக் கவரைப் பிரித்துப்பார். அதில், எல்லா விவரங்களும் இருக்கும்" என்று சொல்லி வைத்துள்ளார். ஆனால், வீரப்பன் இறந்து 10 ஆண்டுகளுக்குப் பிறகும், இந்த விவகாரத்தில் வேறு எந்த விதமான புது பிரச்சனையும் வராமல், விஜயகுமார் சொன்ன கதையே உண்மையாக இருக்கும் என்ற அளவிலேயே இருக்கிறது.

அதனால், 2016 ஆம் ஆண்டு அந்த ஆடியோ கேசட்டையும், ஆவணங்களையும் திருப்பி வாங்கிய பாண்டிக்கண்ணன், திருவண்ணாமலை மாவட்டம், வேட்டவலம் மாரியம்மன் கோயில் முன்பாக உள்ள குண்டத்து நெருப்பில் போட்டு அழித்து விட்டார்.

நான் பாண்டிக்கண்ணனைச் சந்திக்கச்செல்லும் முன்பாக நண்பர் மோகன்தாஸ் எடுத்துக் கொடுத்திருந்த பாண்டிக்கண்ணனின் முகநூல் பக்கத்தில், "மேக்கிங் ஆப் தி அட்டாமிக் பாம்" என்ற அடைமொழியுடன் அவருடைய புகைப்படத்தைக் கொண்டிருந்தது.

பாண்டிக்கண்ணனின் முகநூல் பக்கம்

நான் பாண்டிக்கண்ணனைச் சந்தித்து விட்டு வந்த மறுநாள் அவருடைய முகநூல் பக்கத்தைப் பார்த்தபோது, “மேக்கிங் ஆப் தி அட்டாமிக் பாம்” என்ற அடைமொழி நீக்கப்பட்டு பாண்டிக்கண்ணன் என்ற பெயர் மட்டுமிருந்தது.

என்னைச் சந்தித்த பின்னர் அந்த அடைமொழியை நீக்க வேண்டிய அவசியம் என்ன என்று சந்தேகம் வந்தது. இதனால் நான் பாண்டிக்கண்ணனைப் பற்றி மேலும் கூடுதல் விசாரணை மேற்கொள்ள வேண்டிய அவசியம் ஏற்பட்டது.

அதிரடிப்படையில் பாண்டிக்கண்ணனுடன் இணைந்து பணியாற்றிய பலருக்கும் கூடத் தெரியாத இன்னொரு செய்தி, இந்த ஆய்வின் முடிவில் எனக்குக் கிடைத்தது. அது, பாண்டிக்கண்ணன் ஒரு சிறந்த வெடிகுண்டு நிபுணர். இந்தப் பக்கம் என்னுடைய பார்வை சென்று விடக்கூடாது என்பதற்காகவே பாண்டிக்கண்ணன் தனது முகநூல் பக்கத்திலிருந்த, “மேக்கிங் ஆப் தி அட்டாமிக் பாம்” என்ற அடை மொழியை அவசர அவசரமாக எடுத்துள்ளார். இப்போதும், பாண்டிக்கண்ணன் அதிநவீன வெடிகுண்டுகளை உருவாக்குதல், அவற்றை செயலிழக்க வைக்கும் வழிமுறைகளை மற்ற வீரர்களுக்கு கற்றுக் கொடுக்கும் பயிற்சியாளராக இருக்கிறார்.

“மேக்கிங் ஆப் தி அட்டாமிக் பாம்”என்ற அடைமொழியை அவர் எடுத்ததற்கான காரணத்தை, இந்தத் தொடரின் இறுதியில் வீரப்பன் மரணம் நிகழும் வேளையில் நீங்களே தெரிந்து கொள்வீர்கள்!

***

20

எஸ்.ஐ.துரைப்பாண்டியன்

நான் பாண்டிக்கண்ணனைச் சந்தித்து விட்டு, நாமக்கல் வழியாக ஆத்தூர் திரும்பினேன். வரும் வழியில் சேந்தமங்கலம் காவல் நிலைய ஆய்வாளராக இருந்த என்னுடைய உறவினர் முருகேசன் அவர்களைச் சந்தித்தேன். இவர் துரைப்பாண்டியனுடன் பயிற்சி பெற்றவர், இருவரும் நெருங்கிய நண்பர்கள், இருவருமே அதிரடிப்படையிலும் பணியாற்றியவர்கள். அவரிடம் எனக்குப் பயனுள்ள செய்தி ஏதாவது கிடைக்கும் என்று கணக்கிட்டேன்.

“வீரப்பன் ஆபரேஷனை முடிவுக்குக் கொண்டு வந்ததே துரைப்பாண்டியன்தான் என்று சொல்கின்றனர். உங்களுக்குத் தெரியாதா மாமா...?” என்று கேட்டேன்.

“துரைப்பாண்டியன் இந்த ஆபரேசனில் நேரடியாக ஈடுபட்டுள்ளான். இரண்டு கான்ஸ்டபிள் பசங்களைக் கட்டட மேஸ்திரி வேலைக்கும், செங்கல் சூளையில் சித்தாள் வேலைக்கும் கூடச் சேர்த்துள்ளான். அந்த பசங்க மூலம் தகவல் எடுத்துத்தான் இந்த ஆபரேஷனை முடித்துள்ளான். இதெல்லாம், இப்போதுதான் வெவ்வேறு ஆளுங்க மூலமா எங்களுக்குத் தெரியுது. நாங்களெல்லாம் ட்ரெய்னிங் பீரியடில் காக்கிச்சட்டை போட்டதைப் பற்றித்தான் பெருமையாகப் பேசிக்குவோம்.

ஆனால், துரைப்பாண்டியன், “காக்கிச்சட்டை போட்டது எனக்குப் பெருமையில்லை. என்னால் இந்தக் காக்கிச்சட்டை பெருமைப்படவேண்டும்” என்று சொல்வான். அவன் சராசரி போலீஸ் மாதிரி இருக்க மாட்டான். அவன் கொஞ்சம் வித்தியாசமான ஆள். எஸ்.டி.எப்-இல் இருந்த ஒருத்தருக்கு ஒருத்தர் தொடர்பில்லாமல்தான் எல்லா வேலைகளும் நடந்துள்ளன. இதுபற்றி எங்க யார்கிட்டேயும் துரைப்பாண்டியன் வாயைத் திறந்து பேசியதில்லை. கழுத்தை

உதவி ஆய்வாளர் துரைப்பாண்டியன்

அறுத்தாலும்கூட அவனிடம் இருந்து உண்மையை வாங்க முடியாது...” என்றார்.

பாண்டிக்கண்ணனை இயக்கிய கொளத்தூர் காவல் நிலைய உதவி ஆய்வாளர் துரைப்பாண்டியன் எப்படிப் பட்டவர் என்பது பற்றி நீங்கள் கொஞ்சம் தெரிந்து கொள்ள வேண்டும்.

ஒரு பணியில் வெற்றி என்பது பெரும்பாலும் திறமையும், நேர்மையும், ஒழுக்கமும் கொண்டவர்களுக்கு மட்டுமே கைகூடுகிறது. துரைப்பாண்டியன் உதவி ஆய்வாளராக இருந்தாலும், காவல்துறையில் உள்ள பல உயரதிகாரிகளைக் காட்டிலும் நேர்மையும், ஒழுக்கமும் மிக்கவர். மக்களுக்காகப் பணியாற்ற வேண்டும் என்ற உயர்ந்த எண்ணமும், நோக்கமும் கொண்டவர். அதனால்தான், கால் நூற்றாண்டு காலம் மேற்குத் தொடர்ச்சி மலையில், யார் கண்ணிலும் சிக்காமல் தப்பித்துக் கொண்டிருந்த வீரப்பன் என்ற பலம் கொண்ட ஒரு யானையை, துரைப்பாண்டியன் தன் கையில் வைத்திருந்த சாதாரண சுருக்குக் கயிற்றில் பிடித்துக் கட்டிப்போட முடிந்தது.

சிவகங்கை மாவட்டம், சிங்கம்புணரி அருகிலுள்ள செல்லியம்பட்டி என்ற சிற்றூரைச் சேர்ந்தவர் பொன்னுசாமி. எளிமையான விவசாயக் குடும்பத்தைச் சேர்ந்த இவருடைய முதல் மகன் துரைப்பாண்டியன். இளங்கலை அறிவியல் கல்வியைத் திருப்பத்தூர் ஆறுமுகம் பிள்ளை சீதையம்மாள் கல்லூரியில் முடித்துள்ளார். பின், சென்னை லயோலா கல்லூரியில் இயற்பியலில் முதுநிலை அறிவியல் பட்டம் பெற்றுள்ளார். முதுநிலை வகுப்பில் படித்த 24மாணவர்களுள் கிறித்துவர் அல்லாத ஒரே மாணவர் துரைப்பாண்டியன், இவர் சிறந்த கால்பந்து வீரரும் கூட.

தமிழ்நாடு காவல்துறைக்கு 1996 இல் தேர்வு செய்யப்பட்ட 1098 காவல் உதவி ஆய்வாளர்களில், முதல் கட்டமாக 500பேர் அதே ஆண்டு பயிற்சிக்கு அனுப்பப்பட்டனர். பயிற்சியில் சேர்ந்தவர்களில் 36ஆவது இடத்திலிருந்தவர் துரைப்பாண்டியன். ஓராண்டுப் பயிற்சியின் முடிவில், முன்னுரிமை தகுதிக்கான தேர்வு நடந்தது. இந்தத் தேர்வில் பெரும்பாலான உதவி ஆய்வாளர்கள் ஒருவரை ஒருவர் பார்த்துத் தேர்வு எழுதியுள்ளனர். உயர் அதிகாரிகளின் ஆதரவு பெற்ற சிலருக்கு வேறு சில அதிகாரிகள் தேர்வுக் கூடத்திலேயே வந்து சொல்லிக் கொடுத்துள்ளனர்.

பீகார் மாநிலப் பள்ளிகளில் மாணவர்கள் தேர்வு எழுதுவது போலவே இந்தக் காவல் உதவி ஆய்வாளர்களும் தகுதித்தேர்வை நேர்மையின்றி எழுதியுள்ளனர். இதைப் பார்த்த துரைப்பாண்டியன் உணர்ச்சிவயப்பட்டார். "இந்த முன்னுரிமை தகுதித் தேர்வு நடத்தப்படாமலே இருந்திருக்கலாம். தேர்வு என்ற பெயரில் நடக்கும் இந்த ஏமாற்று வேலையில் எனக்கு உடன்பாடு இல்லை..." என்று விடைத்தாளில் எழுதினார். ஏற்கனவே அவர் எழுதியிருந்த 18 பக்கங்களிலும் குறுக்குக் கோடிட்டுக் கொடுத்துவிட்டு வெளியே வந்தார்.

துரைப்பாண்டியனின் விடைத்தாளைப் பார்த்த பிறகாவது, அந்தத் தாள்களைத் திருத்திய காவல்துறை உயர் அதிகாரிகள் முறையாக நடவடிக்கை எடுத்திருக்கவேண்டும். ஆனால் பயிற்சிப்பள்ளியின் முதல்வர் பொறுப்பிலிருந்த

எஸ்.பி.அலெக்சாண்டர் மோகன், முறையாகத் தேர்வு எழுதாதவர்களின் மதிப்பெண்ணில் கை வைப்பதற்குப் பதில், துரைப்பாண்டியனின் விடைத்தாளில் கை வைத்தார். குறுக்குக் கோடிட்டு கொடுத்திருந்த காரணத்தால், அவருடைய விடைத்தாளில் "0" மதிப்பெண் போட்டு முடித்து விட்டார். அதனால், ஐந்நூறு பேர்களில் முன்னுரிமைப் பட்டியலின் கடைசி இடத்துக்குப் போய் விட்டார் துரைப்பாண்டியன்.

பயிற்சிபெறும் காலத்திலேயே இப்படி நேர்மையானவராக இருந்த துரைப்பாண்டியன், வேலைக்குப் போய்ச் சேர்ந்த இடம் சேலம் நகரக் காவல் நிலையம் *(B-1)* "கிழக்கே உதிக்கும் சூரியன் மேற்கே உதித்தாலும் உதிக்கலாம், ஆனால் தன் கடமையிலிருந்து தவறாதவர்" என்று பெயர் பெற்றவர் காவல் ஆய்வாளர் முருகசாமி. காவல்துறையில் உள்ள மிக நேர்மையான மனிதர்களில் ஒருவராக வாழ்ந்தவர். சாமானிய மக்கள் மீது உயரிய மனிதாபிமானமும், மதிப்பும் கொண்டவர். படித்தவன் எதற்கும் காம்பரமைஸ் *(Compromise)* ஆகிவிடுவான். படிக்காதவன் நேர்மையை விட்டுக் கொடுக்கமாட்டான் என்பதை முருகசாமி அடிக்கடி சொல்வார். இப்படிப்பட்ட முருகசாமியிடம் தனது ஓராண்டு பயிற்சிக் காலத்தை நிறைவு செய்தார் துரைப்பாண்டியன்.

முருகசாமியை அடுத்து அந்தக் காவல் நிலையத்துக்குக் காவல் ஆய்வாளராக வந்தவர் சவுந்தரராஜன், இவரிடமிருந்து போலீசார் எப்படிப் பொறுப்புடன் நடந்து கொள்ளவேண்டும்? வழக்கு ஆவணங்களை எப்படித் தயாரிக்கவேண்டும்? புலனாய்வு மற்றும் விசாரணை மதிநுட்பங்களையும், காவல்துறை அதிகாரிகளுக்கு உரிய பொறுப்பான செயல்பாடுகளையும் துரைப்பாண்டியன் கற்றுக் கொண்டார்.

துரைப்பாண்டியன் வீட்டிலிருந்து வெளியில் வந்து விட்டால், பொது இடத்தில் தேநீர்கூடக் குடிக்கமாட்டார். தவிர்க்க முடியாமல் தண்ணீர் குடித்தாலும், தன்னுடைய கைக் காசைக் கொடுத்துத்தான் வாங்கிக் குடிப்பார். கலந்தாய்வுக் கூட்டங்களில் உயர்அதிகாரிகள் வாங்கிக்கொடுப்பதைக்கூடத் தொடமாட்டார். பொதுவாழ்க்கையில் துடிப்பும், நேர்மையும்

மிக்கவர். காவல்துறை அதிகாரியாக மட்டும் இல்லாமல், அவருடைய எல்லையில் உள்ள பொதுமக்களுக்குத் தேவையான அனைத்து உதவிகளையும் செய்து கொடுக்கக் கூடியவர்.

சேலம் நகரத்தில் பிக்பாக்கெட் திருட்டுத் தொழில் என்பது காலங்காலமாக கட்டுப்படுத்த முடியாமல் இருந்தது. துரைப்பாண்டியன் உதவி ஆய்வாளராக இருந்த நேரத்தில் ஜேப்படித் திருடர்கள் பலரைப் பிடித்துக் கொண்டுவந்து காவல் நிலையத்தில் வைத்தார். அவர்கள்மீது வழக்குப் போட்டு உள்ளே அனுப்புவார் எனத் திருடர்கள் எதிர்பார்த்தனர். ஆனால், பகல் முழுவதும் அவர்களைக் காவல் நிலையத்திலேயே இருக்க வைத்தார்.

இரவு எட்டு மணிக்கு மேல் திருடர்களின் மனைவி அல்லது உறவினர் யாரோ ஒருவரை வரச்சொல்லி, அவருடைய பொறுப்பில் வீட்டுக்கு அனுப்புவார். மறுநாள் காலை ஒன்பது மணிக்கெல்லாம் அந்த நபர் காவல் நிலையத்தில் இருக்கவேண்டும். இப்படி நேரத்துக்கு வராதவன் பத்து நாள்களுக்கு நடக்க முடியாத நிலை வரும். இப்படியே பலநாள்கள் இந்தத் திருடர்களைத் வெளியில் போக வழியில்லாமல் தடுத்து வைத்திருப்பார்.

நேரம் கிடைக்கும்போதெல்லாம் அவர்களுடன் பேசுவார், திருந்தி வாழத் தயாராக உள்ளவர்களைக் கூப்பிட்டுப் பேசி அவர்களுக்குக் கொஞ்சம் கொஞ்சமாகத் தளர்வு கொடுத்தார். மாலை ஆறு மணிக்குமேல் பழைய பேருந்து நிலையப் பகுதியில் தள்ளு வண்டியில் சுண்டல், சில்லி சிக்கன், பஜ்ஜி, போண்டா சுட்டு விற்பனை செய்ய அனுமதிப்பார்.

பகலில் பிக்பாக்கெட் தொழிலுக்குப் போகமுடியாததால் செலவுக்குப் பணம் இல்லாமல் திண்டாடினர். மாலையில் கிடைத்த நேரத்தில் கடினமாக உழைத்தனர். உதவிக்கு ஆள் தேவைப்பட்டபோது, அவர்களின் மனைவி, பெற்றோர்களையும் அழைத்துவந்து வேலைசெய்ய ஏற்பாடு செய்து கொடுத்தார் துரைப்பாண்டியன். ஆறு மாத காலத்துக்குள் எல்லோருமே ஜேப்படிக்கு டாடா காட்டிவிட்டு நல்ல மனிதர்களாக மாறினர்.

இனிமேல் அவர்கள் பாதை மாறாமல் பார்த்து கொள்ளவேண்டியது உங்களின் பொறுப்பு என்று ஜேப்படித் திருடர்களை அவர்களின் குடும்பத்தினர் பொறுப்பிலேயே துரைப்பாண்டியன் விட்டுவிடுவார். அதற்குப் பிறகும், தொழிலுக்குப் போன சிலருக்கு, மாதக்கணக்கில் உட்கார முடியாத அளவுக்குப் பின்பக்கம் வீங்கியது. சில மாதங்களில் அவர்களும் மாறினர் அல்லது துரைப்பாண்டியனால் மாற்றப்பட்டனர்.

சேலம் நகரக் காவல் நிலைய எல்லையில் உள்ள இரயில் நிலையம், பழைய பேருந்து நிலையம், போஸ் மைதானம், அரசு மருத்துவமனை எனப் பொதுமக்கள் கூடும் இடங்கள் பல உள்ளன. இந்தப் பகுதிகளில் அவ்வப்போது பிச்சைக்காரர்கள், நோயாளிகள் எனப் பலர் படுத்த இடத்திலேயே இறந்து கிடப்பர். அதிகாலை ஆறு மணிக்கே துரைப்பாண்டியன் களப்பணிக்குக் கிளம்பி விடுவார். எட்டு மணிக்கு மக்கள் கூட்டம் வரும் முன்பாகவே இந்த உடல்களை எல்லாம் அப்புறப்படுத்தி விடுவார்.

நடைபாதை ஓரங்களில் கடை வைப்பவர்கள், ஆட்டோ ஓட்டுநர்கள், பேருந்து நிலையக் கடைக்காரர்கள், தள்ளு வண்டிக்கடை போடுபவர்கள் என அனைத்துத் தரப்பு மக்களையும் ஒருங்கிணைத்து வைத்திருப்பார். இவர்கள் மூலம் பொதுமக்கள் யாருக்கும் பிரச்சனையில்லாமல் அவர்கள் வியாபாரம் செய்துகொள்ளவும் ஏற்பாடு செய்து கொடுப்பார். அந்த இடத்துக்கு வரும் பொதுமக்களுக்கு அந்த வியாபாரிகளே பாதுகாப்பாக இருக்கவேண்டும் என்று உறுதிமொழியும் வாங்கிவிடுவார்.

நேர்மையாக இருக்கும் எல்லோருக்கும் சோதனைகள் வரும். இதற்குத் துரைப்பாண்டியனும் விதி விலக்கில்லை. அப்போது அமைச்சராக இருந்தவரின் கார் ஓட்டுநருடன் மோதல் ஏற்பட்டது. உடனடியாக, மாநகர உளவுப் பிரிவுக்கு மாற்றப்படுகிறார். பிறகு, உணவுப்பொருள்கள் கடத்தல் தடுப்பு பிரிவுக்கு போகிறார். அடுத்து இவர் சட்டம் ஒழுங்கு உதவி ஆய்வாளராக வேலைக்குப் போன இடம் கொளத்தூர்.

கொளத்தூர் காவல் நிலைய எல்லையில் இருக்கும் ஊர்களெல்லாம் சேலம் மாவட்டத்திலும், அவற்றை ஒட்டியுள்ள மலைப்பகுதிகள் ஈரோடு மாவட்டத்திலும் உள்ளன. கத்திரிப்பட்டி என்ற ஊருக்கு அருகில் கத்திரிமலை என்ற ஒரு சிறிய ஊர் உள்ளது. மூவாயிரம் அடி உயரத்தில் மலைமேல் உள்ள இந்த ஊரில் 140 வீடுகள் உள்ளன. பழங்குடி மக்கள் மட்டுமே வசிக்கும் இந்த மலை ஈரோடு மாவட்டத்தில் அமைந்துள்ளது. இம்மக்கள் போக்குவரத்து, கல்வி, மருத்துவம், சந்தைக்குப்போவது என அனைத்துத் தேவைகளுக்கும் சேலம் மாவட்டம் கொளத்தூருக்குத்தான் வந்து போகின்றனர்.

ஆனால், தேர்தலில் வாக்களிக்கவும், ரேசன் கடையில் பொருள்கள் வாங்கவும் ஈரோடு மாவட்டம் பர்கூர் அருகிலுள்ள தேவர்மலை என்ற ஊருக்குப் போகவேண்டும். ஏழுமலைகளையும் ஏறி, இறங்கிப் போய் அரிசி, சர்க்கரை உள்ளிட்ட எந்தப் பொருளையும், இம்மக்கள் வாங்கியதே யில்லை. அப்பகுதியில் பணியாற்றிய உளவுத்துறை காவலர் மாரியப்பன் மூலம் இதைத் தெரிந்து கொண்ட துரைப்பாண்டியன், அவர்களின் பிரச்சனைக்குத் தீர்வு காண விரும்பினார்.

தேடுதல் வேட்டையில் துரைப்பாண்டியன் டீம்

சேலம் மாவட்ட ஆட்சியராக இருந்த Dr.இராதாகிருஷ்ணனைச் சந்தித்து இது குறித்துக் கூறினார். சேலம் மாவட்ட ஆட்சியரோ, இந்தப் பிரச்னைக்குத் தீர்வு காணப்பட வேண்டுமெனில் முதலில் ஈரோடு மாவட்டத்தில் தடையில்லாச் சான்று வாங்க வேண்டுமென்று கூறினார். இதற்காக ஈரோடு மாவட்ட ஆட்சியராக இருந்த பாலச்சந்திரனைச் சந்தித்துப் பேசினார். அவரும், இம்மக்கள் சேலம் மாவட்டத்தில் உணவுப்பொருள்கள் பெற்றுக்கொள்ளத் தடையில்லாச் சான்று வழங்க ஒப்புக்கொண்டார்.

கத்திரிமலைப் பழங்குடி மக்கள் பிரச்சனைகள் தீர்க்கப்பட சிறப்பு அனுமதி பெறத் தேவையான ஆவணங்களுக்காகப் பர்கூர் நியாயவிலைக்கடை, பர்கூர் கிராம நிர்வாக அலுவலர், அந்தியூர் வருவாய் ஆய்வாளர், பவானி வட்ட வழங்கல் அலுவலகம், வட்டாட்சியர் அலுவலகம், ஈரோடு கோட்டாட்சியர், ஈரோடு மாவட்ட வழங்கல் அலுவலர், ஈரோடு மாவட்ட வருவாய் அலுவலர் என வருவாய்த் துறையின் அனைத்து அதிகாரிகளையும் சந்திக்கிறார்.

நீண்ட போராட்டத்துக்குப் பிறகு, ஈரோடு மாவட்டம், கத்திரி மலையைச் சேர்ந்த மக்கள் சேலம் மாவட்டம், கத்திரிப்பட்டி நியாய விலைக்கடையில் ரேஷன் பொருள்கள் வாங்கத் தடையில்லாச் சான்றினைப் பெற்றார். அதை அப்போது உள்துறைச் செயலாளராக இருந்த சாந்தாஷீலா நாயரிடம் கொடுத்தார். அவர் மூலம், ஈரோடு மாவட்ட குடிமக்களுக்குச் சேலம் மாவட்ட பொது விநியோகத் துறை மூலமாகக் குடிமைப் பொருள்கள் வழங்க உத்தரவு கிடைக்கிறது.

அதை சேலம் மாவட்ட ஆட்சியரிடம் கொடுத்து, மேட்டூர் வட்டாட்சியருக்கு உத்தரவு போகிறது. அதன் பின்னரே தமிழ்நாட்டில் வேறு எங்கும் இல்லாத வகையில் ஈரோடு மாவட்டம் கத்திரிமலைப் பழங்குடி மக்களுக்குச் சேலம் மாவட்டத்தில் குடிமைப் பொருள்கள் வாங்க ஏற்பாடு செய்து கொடுத்தார். இதைப் படிக்கும்போது எளிதாக இருந்தாலும், இந்த வேலையைச் செய்து முடிப்பது சாதாரணமான வேலையில்லை. கிட்டத்தட்ட ஓராண்டுக் காலம் இந்த வேலைகளில் தொடர்ந்து ஈடுபட்டுள்ளார்.

1996 அணியைச் சேர்ந்த பெரும்பாலான காவல் உதவி ஆய்வாளர்கள் 2016-ஆம் ஆண்டிலேயே துணைக் கண்காணிப்பாளராகப் பதவி உயர்வு பெற்றனர். ஆனால், துரைப்பாண்டியனுக்கான பதவி உயர்வு 2018 ஆம் ஆண்டு அக்டோபர் 10ஆம் தேதிதான் கிடைத்துள்ளது. அப்போது குடியரசுத் துணைத்தலைவர் வெங்கையநாயுடு தமிழ்நாட்டில் சுற்றுப்பயணத்திலிருந்தார். அவருடைய பாதுகாப்புப் பணியிலிருந்த துரைப்பாண்டியன் வீரப்பனின் 14 ஆம் ஆண்டு நினைவு நாளுக்கு மறுநாள், அக்டோபர் 19 அன்று, துணைக் கண்காணிப்பாளராகப் பொறுப்பேற்கிறார்.

***

20

கர்நாடக போலீஸ் டி.ஐ.ஜி.கெம்பையாவை மிரட்டிய துரைப்பாண்டியன்

கொளத்தூர் காவல் நிலையம்

சேலம் மாவட்டம், கொளத்தூர் காவல் நிலைய எல்லையில் உள்ள எந்த ஊருக்குப் போய் துரைப்பாண்டியன் பெயரைச் சொன்னாலும், அங்குள்ள பொதுமக்கள் எழுந்து நின்று "சொல்லுங்கள் சார்..." என்று நம்மிடம் பேசுவர். அந்த அளவுக்கு துரைப்பாண்டியன்மீது அப்பகுதி பொதுமக்கள் மதிப்பும், மரியாதையும் வைத்துள்ளனர்.

கொளத்தூர் காவல் நிலையத்தில் துரைப்பாண்டியன் அளவுக்கு வேலை செய்யும் வேறு ஓர் ஆய்வாளர் இதுவரை வரவில்லை என்ற பெயர் பெற்றுள்ளார். துரைப்பாண்டியன் கொளத்தூர் காவல் நிலைய உதவி ஆய்வாளராக இருந்த நேரத்தில் அந்தக் காவல் நிலையத்துக்கு ஆய்வாளர் பொறுப்புக்கு வேறு யாரையும் போடாமல்

துரைப்பாண்டியனையே சுதந்திரமாக வேலை செய்ய வைத்தவர், அப்போதைய சேலம் மாவட்டக் காவல் கண்காணிப்பாளராக இருந்த பொன்.மாணிக்கவேல்.

கோவிந்தபாடி சுற்றுப்பகுதியைச் சேர்ந்த மூங்கில் வெட்டும் ஆள்கள் சிலரை துரைப்பாண்டியன் உளவாளிகளாக மாற்றினார். அவர்களுடன் இன்னும் சிலரைச் சேர்த்து போதமலை, கத்திரிமலை பகுதியில் உள்ள காடுகளுக்கு அனுப்பினார். மூங்கில் வெட்டப்போகும் இவர்கள் இரண்டு, மூன்று நாள்கள் காட்டில் தங்குவர். தேவையான அளவுக்கு மூங்கில்களை வெட்டிச் சேர்த்தபின், அவற்றையெல்லாம் சுமையாகக் கட்டி எடுத்துக் கொண்டு வருவர். போகும்போதும், வரும்போதும் வழியில் வீரப்பன் நடமாட்டம் உள்ளதா...? என்பதைத் தெரிந்துகொண்டு வரவேண்டும்.

ஒருமுறை காரைக்காடு பகுதியைச் சேர்ந்த 13பேர் கொண்ட குழு மூங்கில் வெட்ட பச்சமலைக் காட்டுக்குள் சென்றுள்ளனர். பாலாற்றைக் கடந்து செல்லும் வழியில் அவர்களைக் கர்நாடக அதிரடிப்படையினர் பார்த்து விட்டனர். அந்த 13பேரையும் பாலாறு முகாமுக்கு அழைத்துப் சென்றுள்ளனர். ஒருநாள் முழுவதும், அந்த ஆள்களை வைத்து விறகு வெட்டுதல், மீன் பிடித்தல், பிடித்த மீனை வறுக்கச் செய்தல், முகாம் சுத்தம் செய்தல், சுவருக்குச் சுண்ணாம்பு அடித்தல், பாலாற்றிலிருந்து தண்ணீர் எடுத்து வருதல், துணி துவைத்தல் என பல வேலைகளைச் செய்ய வைத்துள்ளனர்.

இரவு எட்டு மணிக்குமேல் கர்நாடகப் போலீசாரின் அணுகுமுறை மாறியது. தேக்குமரம் வெட்ட கர்நாடகக் காட்டுக்குள் சென்ற தமிழ்நாட்டைச் சேர்ந்த 13 பேரைப் பிடித்துக்கொண்டு வந்துள்ளோம் என ஒரு பொய் வழக்குப் போட்டனர். கொள்ளேகால் நீதிமன்றத்தில் கொண்டுபோய் ரிமாண்ட் செய்து விட்டனர். இரண்டு நாள்களுக்குப் பிறகே இந்தச் செய்தி துரைப்பாண்டியனுக்குத் தெரிந்தது.

அப்போது தமிழ்நாடு அதிரடிப்படையின் ஏ.டி.ஜி.பி.யாக இருந்த நடராஜின் கவனத்துக்கு இதனைக் கொண்டு போனார். உடனடியாக தன்னுடைய சோர்ஸ் அத்தனை பேரையும்

வெளியே கொண்டுவர நீங்கள் ஏற்பாடு செய்ய வேண்டும் என்று கேட்டுள்ளார். அவரும், கொள்ளேகால் டி.எஸ்.பி. சாம்ராஜ்நகர் மாவட்ட காவல்துறைக் கண்காணிப்பாளர் உள்ளிட்ட பல அதிகாரிகளுடன் இது குறித்துப் பேசினார்.

விஷயத்தைக் கேட்ட எல்லோருமே "எங்க டி.ஐ.ஜி. கெம்பையா சாரிடம் பேசுங்க சார்." என்று சொல்லி விட்டனர். "கெம்பையாவை என்னிடம் பேசச் சொல்லுங்கள்..." என்று அவர்களிடம் நடராஜ் கூறினார். ஆனாலும், கெம்பையா லைனுக்கு வரவில்லை.

காவல்துறையைப் பொறுத்தவரையில் தமிழ்நாடு ஏ.டி.ஜி.பி-யாக இருக்கும் நடராஜ், கர்நாடக டி.ஐ.ஜி.யாக இருக்கும் கெம்பையாவிடம் தொடர்புகொண்டு பேசவேண்டிய அவசியம் இல்லை. நான் கெம்பையாவிடம் பேசவேண்டும் என்று ஒரு காவலரிடமோ அல்லது கட்டுப்பாட்டு அறையிலோ சொல்லி விட்டாலே போதும். அவர்களே கெம்பையாவுக்கு இந்தச் செய்தியை அனுப்புவர். செய்தி தெரிந்ததும் கெம்பையாவே தமிழ்நாடு ஏ.டி.ஜி.பி.யிடம் பேசவேண்டும். இதுதான் இந்திய அளவில் காவல் துறையில் உள்ள உயர்அதிகாரிகளுக்கு, கீழே இருக்கும் அதிகாரிகளால் கொடுக்கப்படும் பொதுவான மரியாதை.

ஆனால், கர்நாடகக் காவல் துறையிலிருந்த கெம்பையா தமிழ்நாடு முதல்வர் ஜெயலலிதாவுடனும், வால்டர் தேவாரத்துடன் நெருக்கமாக இருந்தவர். இந்தத் தொடர்புகளின் காரணமாகப் பெரும்பாலான தமிழ்நாடு காவல்துறை அதிகாரிகளை மதிக்காமல் நடந்து வந்துள்ளார். இதன் ஒரு பகுதியாகத்தான் ஏ.டி.ஜி.பி.நடராஜ் பேச முயற்சி மேற்கொண்டபோதும் அவரிடம் பேசாமல் கெம்பையா திமிரோடு நடந்துள்ளார்.

தமிழ்நாடு ஏ.டி.ஜி.பி தன்னிடம் பேசவேண்டும் என்று முயற்சி செய்கிறார் என்று தெரிந்தும் கெம்பையா நடராஜின் லைனுக்கும் வரவில்லை. இந்த நிலையில், துரைப்பாண்டியன், "என்னுடைய சோர்ஸ் விசயம் என்னாச்சு சார்...?" என்று நடராஜை விடாமல் நச்சரித்துக் கொண்டிருந்தார்.

துரைப்பாண்டியனின் இம்சை பொறுக்க மாட்டாத நடராஜ், டி.எஸ்.பி. சென்னமல்லனைக் கூப்பிட்டார். கர்நாடக அதிரடிப்படைத் தலைவர் டி.ஐ.ஜி. கெம்பையாவை பார்த்துப்பேசி, துரைப்பாண்டியனின் ஆள்கள் 13 பேரையும் பிணையில் எடுக்க ஏற்பாடு செய்யுமாறு சொன்னார். கர்நாடகாவுக்குச் சென்ற சென்னமல்லன் இரண்டு நாள்கள் கடுமையான முயற்சிகளை எடுத்தார். ஆனால், குண்டால் அதிரடிப்படை முகாமில் இருந்த கெம்பையாவைச் சந்திக்கவே முடியவில்லை.

நடராஜ் ஐ.பி.எஸ்.

"டி.ஐ.ஜி. சாய்ப்ரு பெங்களூர் போய் விட்டார்" என்று எல்லோரும் கூறியுள்ளனர். அவரது செல்பேசியும் தொடர்பு எல்லைக்கு வெளியிலிருந்துள்ளது. இதனால், வெறுத்துப் போன சென்னமல்லனும் "தான் வந்து போன செய்தியை டி.ஐ.ஜி.யிடம் சொல்லுங்க" என்று சொல்லிவிட்டு வெறுங்கையோடு சத்தியமங்கலம் திரும்பி விட்டார்.

அங்குள்ள நிலவரம் தெரியாத துரைப்பாண்டியன் அடுத்த நாளும் நடராஜைத் தொடர்பு கொண்டார் "மூங்கில் வெட்டப்போன என்னுடைய சோர்ஸ் விஷயம் என்னாச்சு சார்...?" என்று கேட்டுள்ளார்.

"என்னய்யா நீ ஸ்கூல் பையன் மாதிரி அடம் புடிக்கிறியே தவிர நிலைமையைப் புரிஞ்சுக்க மாட்டேங்கிறியே... அந்த இடியட்டுக்கு (டி.ஐ.ஜி.கெம்பையா) பத்து முறைக்கும் மேலே போன் பண்ணிட்டேன். போனையும் எடுக்க மாட்டேங்கிறான். யார்கிட்டே சொன்னாலும் என் லைனுக்கும் வரமாட்டேங்கிறான். டி.எஸ்.பி. சென்னமல்லனும் போய்விட்டு அவனைப் பார்க்க முடியாமத் திரும்பிட்டார். நான் என்னய்யா செய்யட்டும்...!" என்று கடுப்புடன் சொல்கிறார்.

“சார் நீங்க தப்பா நினைக்கக் கூடாது. இன்னும் ஒரு மணி நேரத்தில் டி.ஐ.ஜி.கெம்பையா உங்ககிட்டே பேசற மாதிரி என்னாலே செய்யமுடியும். நீங்க உத்தரவு குடுத்தா நான் அந்த வேலையைச் செய்கிறேன் சார்...” என்று சொன்னார் துரைப்பாண்டியன்.

“முதலில் அதைச் செய்யப்பா... அப்பறமா நான் அவனுக்கு வெக்கிறேன் கச்சேரியை...” என்று உற்சாகமாகச் சொல்லியுள்ளார் ஏ.டி.ஜி.பி. நடராஜ்.

கொளத்தூரிலிருந்து இரண்டு காவலரைக் கூட்டிக்கொண்டு கோவிந்தபாடிக்குச் சென்ற துரைப்பாண்டியன் ஏற்கனவே அங்கிருந்த தன்னுடைய உளவுப்பிரிவு காவலர்களையும் கூப்பிட்டார்.

“கர்நாடகா எஸ்.டி.எப். அண்டு இன்டெலிஜென்ட் விங் ஆளுங்க யாரும் தமிழ்நாட்டுக்குள் கால் வைக்கக் கூடாது. இங்கே இருக்கிற எல்லோரும் இன்னும் அரை மணி நேரத்துக்குள் பாலாறு எல்லையைத் தாண்டிப் போயிரணும். அதுக்கு மேலே பாலாறு கேம்பில் இருந்து, ரேசன் வாங்கப் போறேன், இன்பார்மரை பார்க்கப் போறேன்னு யாராவது தமிழ்நாட்டுக்குள்ளே வந்தால், அவன் முட்டியிலே சுடுங்க. அதையும் மீறி யாரவது வந்தால் நடுத் தலையிலேயே சுடுங்க. நாலு பேரையாவது சுட்டுத் தூக்கிக்கிட்டு வந்து மேட்டூர் *G.H*-இல் போடுங்க....” என்று பேருந்து நிறுத்தத்தில் நின்று கொண்டிருந்த பலருக்கும் கேட்கும்படி சத்தம் போட்டுச் சொன்னார்.

303 துப்பாக்கியுடன் இரண்டு காவலர்களைக் கோவிந்தபாடி பேருந்து நிறுத்தத்தில் காவலுக்குப் போட்டார். டீ குடிக்கவும், சில அத்தியாவசியப் பொருள்கள் வாங்கவும் பாலாறு முகாமிலிருந்து, கோவிந்தபாடிக்கு வந்திருந்த கர்நாடக எஸ்.டி.எப்.வீரர்கள் துரைப்பாண்டியனை வந்து பார்த்தனர், வணக்கம் கூறினர்.

“உங்க பார்டரில் எந்த ஊரும் இல்லை, அங்கே கடையும் இல்லை. எஸ்.டி.எப்-கேம்பில் உள்ளவர்களுக்கு எந்தப் பொருள் வாங்க வேண்டும் என்றாலும் நீங்க தமிழ்நாட்டுக்குத்தான் வரணும். இது எனக்கும் தெரியும்.

ஆனாலும், இப்போதைய சூழலில், நீங்க யாரும் தமிழ்நாட்டு எல்லைக்குள் வரக்கூடாது. இது கொளத்தூர் போலீஸ் ஸ்டேஷன் லிமிட்டில் நான் போட்டுள்ள உத்தரவு. இதை மீறி யாராவது, தமிழ்நாட்டுக்குள் உள்ளே வந்தால், வந்தவன் மூளை சிதறி விடும். இதை கொளத்தூர் எஸ்.ஐ.துரைப்பாண்டியன் சொன்னார்ன்னு போய் உங்க டி.ஐ.ஜி.கிட்டே சொல்லுங்க..." என்று அவர்களை விரட்டினார்.

அன்று மாலை, கொளத்தூர் காவல் நிலையத்திலிருந்த துரைப்பாண்டியனிடம் கர்நாடக அதிரடிப்படை டி.ஒய். எஸ்.பி.பிரசாத் போனில் பேசினார். "தமிழ்நாட்டுக்கு வரக்கூடாதென்று சொல்ல நீ யார் மேன்...? வந்தால் என்ன செய்வே...?" என்று மிரட்டியுள்ளார்.

"நீ ஆம்பளையா இருந்தால் பாலாற்றை தாண்டிப்பார். நீ மட்டுமில்லை, உன்கூட வரும் ஒருத்தன்கூட உயிரோடு திரும்பிப் போக முடியாது" என்றார் துரைப்பாண்டியன். கர்நாடக போலீஸ் வந்தாலும் வருவார்கள் என்ற எண்ணத்தில் இரவு திரும்பவும் கோவிந்தபாடிக்குச் சென்றவர் மறு நாள் பகல் முழுவதும் அங்கேயே தங்கினார்.

துரைப்பாண்டியனின் மிரட்டலுக்குப் பயந்த கர்நாடக அதிரடிப்படையினர் ஒருவர் கூடத் தமிழ்நாட்டு எல்லைக்குள் கால் வைக்கவில்லை. பாலாற்றிலிருந்து ஆறு கிலோமீட்டர் தொலைவில் உள்ள கோவிந்தபாடிக்கு வரமுடியாத நிலை வந்தது. அதனால், **110** கிலோமீட்டர் தொலைவிலிருந்த கொள்ளேகாலுக்குச் சென்று பால், காய்கறி என மளிகைப் பொருள்களை வாங்கிக்கொண்டு வரவேண்டிய நிலை உருவானது.

அதன் பின்னரே, தமிழ்நாடு-கர்நாடக கூட்டு அதிரடிப்படையின் தலைவராக இருந்த வால்டர் தேவாரத்தை கர்நாடக டி.ஐ.ஜி. கெம்பையா தொடர்பு கொண்டார். "கர்நாடக அதிரடிப்படை வீரர்களைத் தமிழ்நாட்டு எல்லைக்குள் விடமாட்டேன்" என்று சொல்லிக் கொண்டு துரைப்பாண்டியன் துப்பாக்கியுடன் நிற்பது குறித்துப் புகார் கூறியுள்ளார்.

டி.ஐ.ஜி.கெம்பையா

நிலைமையைப் புரிந்து கொண்ட வால்டர், "நீ ஏதாவது லொள்ளு பண்ணியிருப்பே... அதான் அவன் உனக்குத் தண்ணி காட்டுறான். நீ ஏ.டி.ஜி.பி.நடராஜிடம் பேசு..." என்று சொல்லி விட்டார். அதன் பின்னர், நடராஜின் லைனுக்குப் போன டி.ஐ.ஜி.கெம்பையாவை, அவர் வறுத்து எடுத்துள்ளார்.

"உங்க ஆளுங்க புடிச்சுக்கிட்டுப் போன 13 பேரையும் ரிலீஸ் பண்ணி, கோவிந்தபாடிக்குக் கூட்டிக்கிட்டு போ. அதுவரைக்கும் கர்நாடக போலீசார் யாரையும் துரைப்பாண்டியன் தமிழ்நாட்டு எல்லைக்குள் விடமாட்டான்" என்று கை விரித்து விட்டார்.

ஒரு வாரத்துக்குப் பிறகு, கர்நாடக அதிரடிப்படையினரே வக்கீல் வைத்து, பொய் வழக்குப் போடப்பட்ட தமிழ்நாட்டு ஆள்கள் 13 பேரையும் பிணையில் எடுத்துள்ளனர். வழக்கையும் தள்ளுபடி செய்யத் தேவையான வேலைகளைச் செய்துள்ளனர். 13 பேரையும் போலீஸ் வண்டியில் ஏற்றி, கோவிந்தபாடிக்கு கூட்டிக் கொண்டுவந்து விட்டுள்ளனர். ஒவ்வொருவரிடமும் செலவுக்கு இருநூறு ரூபாய் வீதம் பணத்தை கையில் கொடுத்து, வீட்டுக்கு அனுப்பியுள்ளனர்.

அதன் பின்னர், கெம்பையா தலைமையிலான அதிகாரிகளுக்கு மேட்டூர் எஸ்.டி.எப். முகாமில் சமாதான விருந்து கொடுத்துள்ளார் ஏ.டி.ஜி.பி. நடராஜ். இரண்டு நாள்களுக்குப் பிறகு, ஏ.டி.ஜி.பி. நடராஜ் தலைமையில் சென்ற தமிழ்நாடு அதிகாரிகளுக்குக் குண்டால் அணையில் உள்ள கர்நாடக அதிரடிப்படையின் சிறப்பு முகாமில் விருந்தும், உபசரிப்பும் நடந்துள்ளன. இந்த இரண்டு

விருந்துக்குமே எஸ்.பி.அசோக்குமார், துரைப்பாண்டியன் இருவரும் போகவில்லை.

கொளத்தூர் காவல் நிலைய எல்லையில் உள்ள ஒவ்வோர் ஊர் முச்சந்தியிலும், சேலம் மாவட்டக் காவல் கண்காணிப்பாளர், மேட்டூர் துணைக் கண்காணிப்பாளர், கொளத்தூர் காவல் நிலைய உதவி ஆய்வாளர் என மூன்று பேரின் தொடர்பு எண்களை எழுதி, "உங்களின் பிரச்சனைகளுக்கு எங்களைத் தொடர்பு கொள்ளுங்கள்…" என்று போர்டு வைத்தவர் துரைப்பாண்டியன்.

இந்தப் பகுதியில் திருடன் - போலீஸ் விளையாடும் சிறுவர்களில் போலீசாக வருபவன் கூடத் தன் பெயரைத் துரைப்பாண்டியன் என்று சொல்லும் அளவுக்குக் கொளத்தூர் காவல் நிலைய எல்லையில் சிறப்பாகச் செயல்பட்டவர்.

போலீஸ் வேலை என்பதே மக்களுக்காகப் பணியாற்றுவது என்ற உயரிய நோக்கத்துடன் பணியாற்றியவர் துரைப்பாண்டியன். அதனால்தான், கால் நூற்றாண்டு காலம் நீடித்திருந்த வீரப்பனின் சகாப்தத்திற்கு, இவரால் முற்றுப்புள்ளி வைக்க முடிந்தது. அதற்குத் துரைப்பாண்டியனின் நேர்மையும், ஒழுக்கமுமே முக்கியக் காரணம்.

***

22

மாற்றத்தை நோக்கி அதிரடிப்படை

வால்டர் தேவாரம் தலைமையில் தேடுதல் வேட்டை

2001இல் நடந்த நடிகர் ராஜ்குமார் கடத்தலுக்குப் பின்னர் வீரப்பனின் பண பலமும், ஆள் பலமும் அதிகரித்தன. வீரப்பனின் நடவடிக்கைகளைக் கவனித்த மூத்த அதிரடிப்படை அதிகாரிகள் ஆயுதம் தூக்கிய வீரர்களைக் கொண்டு வீரப்பனைப் பிடிக்க முடியாது என்ற முடிவுக்கு வந்தனர். இனி வீரப்பன் வேட்டையை உளவுத்துறையிடம் ஒப்படைப்பது என்று முடிவு செய்தனர்.

அப்போதைய அதிரடிப்படையின் தலைமைக் கட்டளை அலுவலராக (Commander in Chief) இருந்த விஜயகுமார் இதை ஏற்றுக்கொள்ளவில்லை. அடுத்து, அதிரடிப்படையின் கட்டளை அலுவலராக வந்த நடராஜ் IPS (பின்னாளில் மைலாப்பூர் தொகுதி அதிமுக சட்டமன்ற உறுப்பினர்) இதை முழுமையாக ஏற்றுக்கொண்டார்.

அதிரடிப்படையின் உளவுப் பிரிவுக்குக் கூடுதல் பயிற்சி, நிதியை ஒதுக்கீடு செய்தார். ஆயிரம் பேருக்கு மேலிருந்த அதிரடிப்படை வீரர்களின் எண்ணிக்கையை 750 பேராகக் குறைத்தார். அதேநேரம், ஏ.டி.எஸ்.பி. அசோக்குமார் தலைமையில் உளவுத்துறை விரிவுபடுத்தப்பட்டது. உளவுத் துறைக்குப் புதிதாக ஆள் எடுக்கும் பொறுப்பும் அவருக்கு வழங்கப்பட்டது. துரைப்பாண்டியன், அவருடைய தம்பி ஆறுமுகம், வின்சென்ட், டேவிட் எனப் பல உதவி ஆய்வாளர்கள் அதிரடிப்படையின் உளவுப்பிரிவுக்கு வந்தனர்.

வீரப்பனைப் பிடிக்காமல் நான் திருமணம் செய்யமாட்டேன் எனப் பலர் சபதம் போட்டுவிட்டு அதிரடிப்படைக்கு வந்துள்ளனர். ஆனால், துரைப்பாண்டியன் "எனக்கு வேலையே செய்யாமல் சம்பளம் வாங்கும் இடத்தில் டியூட்டி வேண்டாம். சேலம் டவுன் ட்ராபிக் பிரிவில் கூடப்போடுங்கள். ஆனால், அதிரடிப்படைக்கு வேண்டாம்" என்று கேட்டுள்ளார். ஆனால், ஏ.டி.எஸ்.பி. அசோக்குமார் இவரை வலுக்கட்டாயமாகக் கூட்டிக்கொண்டு போனார்.

"வீரப்பன் மதிநுட்பம் மிக்க, மிகப்பெரிய குற்றவாளி. ஆனால், அவனிடம் குற்றவாளிக்கான எந்தப் பழக்கமும், குணமும் இல்லை. புகை, மதுப் பழக்கம் கிடையாது, பெண்களை மதிக்கிறான், ஏழைகளுக்கு உதவுகிறான், பலரையும் மிரட்டிப் பணம் வாங்குகிறான். ஆனால், அதை அவன் அனுபவிப்பதில்லை. சந்திக்கின்ற ஏழை மக்கள் எல்லோருக்கும் கொடுத்து உதவுகிறான். அவனுடைய 25 ஆண்டுகால வாழ்க்கையை ஆய்வு செய்ததில், அவன் தனக்கென எதையும் சேர்த்து வைத்துக் கொள்ளவில்லை. சராசரி குற்றவாளிகளில் இருந்து வீரப்பன் முற்றிலும் மாறுபட்டவன். இவனைச் சரியாகக் கணித்து, அவனுடைய உள்ளத்தில் உள்ளதைப் புரிந்துகொண்டு, அவனுடைய எண்ண ஓட்டத்திலே செல்லும் ஒருவரால் மட்டுமே அவனைப் பிடிக்கமுடியும் என நினைத்தேன். அதற்கு முழுமையாக ஏற்ற ஆள் துரைப்பாண்டியன். அதனால்தான் சேலம் மாநகர நுண்ணறிவுப் பிரிவில் இருந்த துரைப்பாண்டியனை வற்புறுத்தி எஸ்.டி.எப்-க்கு கூட்டிக் கொண்டு போனேன்" என்றார் அப்போது ஏ.டி.எஸ்.பி.யாக இருந்த அசோக்குமார்.

அடுத்ததாக, 2000-2001 காலகட்டத்தில் ஆயுதப்படைக் காவலர் தேர்வில் வெற்றி பெற்ற ஐம்பது இளைஞர்களை உளவுப்பிரிவுக்குக் கொண்டுவர முடிவு செய்தார். இவர்கள் அனைவருமே மலைப்பகுதியைச் சேர்ந்த தமிழ்நாட்டின் பல்வேறு மாவட்டங்களைச் சேர்ந்த கிராமத்து இளைஞர்களாக இருக்கவேண்டும். காடுகள், விலங்குகள், வேட்டையாடுதல் போன்றவற்றில் நல்ல அனுபவம் பெற்றிருக்கவேண்டும். வழக்கமான போலீசார் போன்ற தோற்றத்தில் இருக்கக்கூடாது என சில விதிமுறைகளுடன் ஆள்களைத் தேர்வு செய்யும் பணியில் இறங்கினார்.

சத்தியமங்கலம் மலைப்பகுதியில்உள்ள கடம்பூர் அதிரடிப்படை முகாமில் இரவு தங்கிய அசோக்குமார் மறுநாள் காலை அங்கிருந்த பூஞ்செடிகளுக்கு வாளியில் தண்ணீர் எடுத்து ஊற்றியுள்ளார். அப்போது, அங்கு வந்த பழனி பட்டாலியனைச் சேர்ந்த பாண்டிக்கண்ணன் என்ற 22 வயது காவலர் அசோக்குமாரின் கையிலிருந்த வாளியைப் பிடுங்கினார்.

“என்னங்க ஏட்டையா, எங்களை மாதிரி சின்னப் பசங்களிடம் இந்த வேலையைச் செய்யச் சொல்லறதை விட்டுவிட்டு, வயசான காலத்திலே நீங்க போய் செடிகளுக்குத் தண்ணீர் எடுத்து ஊத்திக்கிட்டு இருக்கீங்க. உங்களுக்கு எதுக்குங்க ஐயா வீண் சிரமம்? நீங்க ஓரமாப் போய் உக்காருங்க. மீதிச் செடிகளுக்கு நானே தண்ணி ஊத்தறேன்” என்று சொன்னார்.

ஏ.டி.எஸ்.பி.பொறுப்பில் இருக்கும் தன்னைப் பார்த்து, “ஏட்டையா...” என்று சொன்ன பாண்டிக்கண்ணனை, “நீ யார்...”? என்று கேட்டார் அசோக்குமார்.

“தேனி மாவட்டம், கண்டமநாய்க்கனூரைச் சேர்ந்தவன், என்னுடைய அப்பா தினகரபோஸ் தலைமைக் காவலராக இருந்து பணி நேரத்தில் மரணமடைந்து விட்டார். அதனால், கருணை அடிப்படையில் எங்க அம்மா வீரம்மாவுக்கு கிளர்க் வேலை போட்டு குடுத்திருக்காங்க. பி.காம் படித்துள்ள நான் தமிழ்நாடு சிறப்புக் காவல் படையில் காவலராகச் சேர்ந்து ஒரு வருஷம்தான் ஆகுதுங்க ஏட்டையா...” என்றார்.

இதையடுத்து, "நீ ஐ.எஸ் (*Intelligent squad*)க்கு வந்திருப்பா...?"என்று கேட்ட அசோக்குமாரிடம், "ஐ.எஸ்-ன்னா என்னங்க ஏட்டையா...?" என்று வெகுளித் தனமாகக் கேட்டார் பாண்டிக்கண்ணன்.

"உன்னை மாதிரி ஆள்தான் எனக்கு வேண்டும்" என்று சொல்லி அசோக்குமார், பாண்டிக்கண்ணனைத் தன்னுடனே அழைத்து வந்தார். ஏற்கனவே மேட்டூரில் தயார்படுத்தி வைத்திருந்த காவலர்கள் இராஜேந்திரன், வெங்கடேசன், மாரியப்பன் போன்றவர்களுடன் பாண்டிக்கண்ணனையும் சேர்த்தார்.

அடுத்து, தாளவாடிக்குச் சென்ற அசோக்குமார், உளுந்தூர்பேட்டை பத்தாவது பட்டாலியன் காவலரான விழுப்புரம் மாவட்டம், செஞ்சியைச் சேர்ந்த செந்தில்குமார் என்ற காவலரையும் கூட்டிக்கொண்டு வந்தார். ஏற்கனவே மேட்டூரிலிருந்த நால்வருடன் சேர்த்து, இவர்கள் ஐவருக்கும் அதிரடிப்படை உளவுப் பிரிவு உதவி ஆய்வாளராக இருந்த துரைப்பாண்டியன் மூலம் பயிற்சி கொடுத்துள்ளார்.

வீரப்பனின் கடந்தகால வெளியுலகத் தொடர்புகள் குறித்து கள ஆய்வு செய்த ஏ.டி.எஸ்.பி.அசோக்குமாருக்கு ஓர் உண்மை தெரிந்தது. அதாவது, தான் நடமாடும் காட்டுப் பகுதியில் உள்ள ஒருவரை வீரப்பன் முதலில் தொடர்பு கொள்வார். அந்த நபரின் மூலமாகத் தனக்குத் தேவையான உணவுப் பொருள்களை மட்டுமே வாங்கிக்கொள்வார்.

வெளியூரில் உள்ள தன்னுடைய ஆதரவாளரையோ அல்லது வியாபாரிகளையோ சந்திக்கவேண்டும், அவர்களுக்கு ஏதாவது முக்கியமான செய்தி அனுப்பவேண்டும் என்ற சூழ்நிலை வரும். மலைப்பகுதியை ஒட்டியுள்ள ஊரில் இருக்கும் ஆள் மூலமாக அந்த வேலையைச் செய்யமாட்டார். மலைப்பகுதியில் குடியிருக்கும் ஆளுடன் நெருங்கிய தொடர்பிலுள்ள அவரது உறவினர் அல்லது நெருங்கிய நண்பர் யாரும் வெளியூரில் இருக்கிறார்களா...? என விசாரிப்பார். பிறகு, ஒருநாள் அந்த ஆளைத் தன்னுடைய இடத்துக்கு வரச்சொல்லுவார். அந்த மூன்றாம் நபரிடம் நிறையப் பேசுவார். அவருடைய மனநிலையையும், குணத்தையும்

தெரிந்துகொள்வார். அவருக்கு வெளியூர் சென்ற அனுபவம் உள்ளதா...? என்பதையும் விசாரிப்பார். இதிலெல்லாம் நம்பிக்கை வந்த பிறகே, அவரை வெளியூரில் இருக்கும், தான் சந்திக்க வேண்டிய ஆளுக்குச் செய்தியை அனுப்புவார்.

காட்டை ஒட்டிய பகுதியில் இருக்கும் வீரப்பனுக்குத் தொடர்புள்ள நபரின் நடவடிக்கைகளைப் போலீசார் கண்காணித்துக் கொண்டிருப்பர். மலைப்பகுதியைச் சேர்ந்த அந்த ஆள் வெளியூருக்குப் போனால் சீக்கிரமே போலீசாரிடம் சிக்கிவிடுவார் என்பதை வீரப்பன் நன்றாக அறிந்து வைத்திருந்தார்.

அதனால், மலைப்பகுதியைச் சேர்ந்த ஆளின் நண்பர் அல்லது உறவினர் மூலம் வெளியூரில் உள்ள தனது ஆதரவாளர்களைச் சந்தித்தால் போலீசாரால், எளிதில் கண்டுபிடிக்க முடியாது என்பது வீரப்பனின் எண்ணம். இந்த இரண்டடுக்குச் சங்கிலித்தொடர் தொடர்பு இருந்தால் மட்டுமே காவல்துறையால் தான் வைத்துள்ள தொடர்புகளை வைத்து தன்னை நெருங்க முடியாது என வீரப்பன் திட்டமிட்டு, செயல்பட்டு வந்துள்ளார்.

காடுகளை ஒட்டியுள்ள பகுதியில், வீரப்பனின் நேரடித் தொடர்பில் உள்ள ஆளைப் போலீசார் பிடித்தால், அந்த செய்தி உடனே வீரப்பனுக்குத் தெரிந்துவிடும். உடனே அந்த ஆளுடனான தனது தொடர்புகளை விட்டுவிடுவார். இதனால்தான், போலீசார் சரியான உளவாளிகளை உருவாக்க முடியாமல் தடுமாறிக் கொண்டிருந்தனர்.

அதனால், வீரப்பனின் முதல் தொடர்பாளரை விட்டு விட்டு, அடுத்துள்ள ஆளைத் தூக்கவேண்டும். வீரப்பனின் தொடர்பில் உள்ள முதல் ஆளுக்குத் தெரியாமலே, இரண்டாவது தொடர்பில் உள்ள ஆளைக் கண்காணித்து, அவரை நம்முடைய உளவாளியாக மாற்றவேண்டும் என அசோக்குமார் திட்டமிட்டார்.

இதற்காக, வீரப்பன் என்ற மரத்தைச் சுற்றியுள்ள வேர்களைக் கண்டு பிடிப்பதற்காக, "ஆபரேஷன் ரூட்ஸ்" என்ற நடவடிக்கையை இந்த இளம் காவலர்கள் மூலம் தொடங்கினார். சுப்ரமணியம், இராசப்பன், வெங்கடேசன்,

பாண்டிக்கண்ணன், ராஜேந்திரன், மாரியப்பன், செந்தில், ஐயப்பன் எனப் பல காவலர்களை இந்த வேலையில் இறக்கினார். எல்லோருமே, துணி வியாபாரம் செய்து கொண்டும், ஆடு மேய்த்துக் கொண்டும், மீன் பிடித்துக் கொண்டும் வீரப்பனின் வேர்களைத் தேடினர். இதைத் துரைப்பாண்டியனே ஒருங்கிணைத்தார்.

இந்தக் காலகட்டத்தில், வீரப்பன் கர்நாடக முன்னாள் அமைச்சர் நாகப்பாவைக் கடத்தினார். 106-வது நாள் நாகப்பா கொலையான பின்னர், வீரப்பன் தன்னுடைய இருப்பிடத்தை செங்கப்பாடியைச் சுற்றியுள்ள மாதேஸ்வரன் மலைக்காடுகளிலேயே வைத்திருந்தார். இதனால், செங்கப்பாடி, அதை ஒட்டி அமைந்துள்ள சிங்காபுரம், ஏமனூர், கோவிந்தபாடி, கத்திரிப்பட்டி போன்ற ஊர்களில் உள்ள வீரப்பனின் நெருங்கிய உறவினர்கள், தொடர்பாளர்கள், ஆதரவாளர்கள், உதவியாளர்கள் போன்றோரைப் பற்றிய ஒரு பட்டியல் ஒன்றை அசோக்குமார், துரைப்பாண்டியன் அணியினர் தயார் செய்தனர்.

காட்டை ஒட்டிய பகுதிகளில் குடியிருப்போர், அடிக்கடி காட்டுக்குள் செல்வோர். வீரப்பன் இவர்களைச் சந்திக்க வாய்ப்புள்ளது எனச் சந்தேகப்படும் ஆள்கள். வீரப்பனின் உறவினர்கள், உறவினர்களுக்கு உறவினர்கள், ஆதரவாளர்களாக இருந்தவர்கள். பழைய நண்பர்கள், கூட்டாளிகள் என அனைத்து விவரங்களையும் சேகரிக்கும் பணி இந்தக் குழுவினருக்கும் கொடுக்கப்பட்டது. இந்தப் பட்டியலில் உள்ளவர்களின் உறவினர்கள், நண்பர்கள் வெளியூரில் எங்கெங்கெல்லாம் இருக்கின்றனர். அவர்களின் உறவு முறைகள், என்ன தொழில் செய்கின்றனர். அவர்களின் தொலைபேசி எண்கள், அவர்களின் வெளியுலகத் தொடர்புகள் போன்ற விவரங்களும் சேகரிக்கப்பட்டன.

பின்னர், சந்தேகப்படும் பட்டியலில் உள்ளவர்களின் நடவடிக்கைகள் கமுக்கமாகக் கண்காணிக்கப்பட்டன. அவர்களிடம் நேரடியாகவோ, மறைமுகமாகவோ அதிரடிப்படையின் உளவுப்பிரிவினர் நெருங்கிய தொடர்பு ஏற்படுத்திக் கொள்ளவும் அறிவுறுத்தப்பட்டது.

இதைப்பற்றி எஸ்.பி.அசோக் குமார் சொல்வதைக் கேட்போம். "மனிதனும் அடிப்படையில் ஒரு விலங்குதான். எல்லா உயிரினங்களுக்கும், தனக்குப் பலவீனம் ஏற்படும்போதும், வாழ்நாளின் இறுதிக் காலத்திலும், தான் பிறந்து வளர்ந்து, வாழ்ந்த இடத்தை நோக்கி நகர்ந்து வரும். அந்தப் பகுதியில் வந்து சிலநாள்கள் வாழ்ந்து விட்டுச் சாகும். இது அடிப்படை உயிரியல் கோட்பாடு. அதன்படி, வீரப்பனும், தனக்குச் சோதனையான காலகட்டம் வரும்போது மீண்டும் பிறந்த ஊருக்கே வருவான். பழைய ஆள்களுடன் தொடர்பு கொள்வான் என்பதைக் கணக்கிட்டோம். அதற்கான சில முன்னேற்பாடுகளைச் செய்து வைத்திருந்தோம்" என்றார்.

மாரியப்பன்

வெங்கடேசன்

மேச்சேரி அருகிலுள்ள செங்காட்டூரைச் சேர்ந்த சீரங்கக் கவுண்டர், புகழ்பெற்ற யானை வேட்டைக்காரர், வீரப்பனுடன் நேரடியாகத் தொடர்புடையவர். துப்பாக்கி, தோட்டாக்கள் வாங்கிக்கொடுத்தவர்.மீண்டும் இவரை வீரப்பன் தொடர்பு கொள்ளலாம் என்ற சந்தேகத்தில் அவரைக் கண்காணிக்கும் பொறுப்பு பாண்டிக்கண்ணனுக்குக் கொடுக்கப்பட்டது.மேச்சேரி சுற்றுப்பகுதியில் லாட்டரிச் சீட்டு விற்றுக்கொண்டே, மூன்று மாத காலம் சீரங்கக் கவுண்டரைக் கண்காணித்தார். இந்தக் காலகட்டத்தில் பாண்டிக்கண்ணன் விற்ற பரிசுச் சீட்டில் ஒரு கோடி ரூபாய் பரிசும் ஒருவருக்குக் கிடைத்துள்ளது.

சேலம் மாவட்டம் ஆத்தூரிலிருந்த என்னைக் கண்காணிக்கும் பணி பவானியைச் சேர்ந்த இராக்கோழி இராஜேந்திரன் என்பவருக்கும், கொளத்தூரில் உள்ள உக்கம்பருத்திக் காட்டிலிருந்த கொளத்தூர் மணி அண்ணனைக் கண்காணிக்கும் பணி மாரியப்பனுக்கும், அரக்கோணம் பகுதியில் தங்கியிருந்த வீரப்பன் மனைவி முத்துலட்சுமியைக் கண்காணிக்கும் பொறுப்பு வெங்கடேஷுக்கும் கொடுக்கப்பட்டன. ஒவ்வொருவரும் வளையல் வியாபாரி, பெட்ஷீட் வியாபாரி, சேலை வியாபாரி, லாட்டரி வியாபாரி எனத் தங்களை மாற்றிக் கொண்டு அந்தத் தொழில்களைச் செய்துகொண்டே இந்தக் கண்காணிப்பு வேலைகளை மேற்கொண்டனர்.

அடுத்ததாகப் பாண்டிக்கண்ணனுக்குக் கோவிந்தபாடி அருகிலுள்ள கோரப்பள்ளம், வன்னியர் நகரில் குடியிருக்கும் கட்டட ஒப்பந்ததாரர் ஒருவரிடம் வேலைக்குச் சேரும் பொறுப்பைக் கொடுத்தார் துரைப்பாண்டியன்.

அந்த ஒப்பந்ததாரரே வீரப்பனுக்குக் குழி பறிப்பார் என்பதைத் துரைப்பாண்டியன் கூடக் கணித்திருக்க முடியாது!

***

குறிப்பு: *தமிழ்நாடு சிறப்பு அதிரடிப்படையில் மூன்று அல்லது நான்கு எஸ்.பி என அதிகாரிகள் பணியில் இருந்தனர். இவர்களை, வரிசைப்படுத்தும்போது, உளவுப்பிரிவைக் கண்காணிக்கும் அதிகாரியை எஸ்.பி-1 எனவும், தேடுதல் நடவடிக்கை, படைப்பிரிவைக் கண்காணிக்கும் அதிகாரியை எஸ்.பி-2 எனவும், ஆயுதங்கள் மற்றும் நிர்வாகத்தைக் கண்காணிக்கும் அதிகாரியை எஸ்.பி-3 எனவும் வரிசைப்படுத்துவது வழக்கம். எஸ்.பி-1 என்பவரே உயர்அதிகாரிக்கு நெருக்கமாக இருப்பார். அந்தப் பொறுப்பில் உள்ளவருக்கே செல்வாக்கும் மரியாதையும் அதிகமிருக்கும்.

23

விஜயகுமாரின் நூலில் பாண்டிக்கண்ணன்

வீரப்பன் சேசிங் தி பிரிகன்ட்

K.விஜயகுமார் IPS எழுதிய "வீரப்பன் சேசிங் தி பிரிகன்ட்" நூலிலிருந்த பல செய்திகள் எனக்குத் தெரிந்தவையே. ஒரு செய்தி மட்டும் புதிதாகத் தெரிந்தது. அந்தச் செய்தியைப் பற்றிக் கொஞ்சம் பார்ப்போம்.

மேட்டூர் அதிரடிப்படை கேம்ப் எஸ்.பி-2* சண்முகவேல் எனக்கு போன் செய்தார். "ஒரு நண்பரோடு உங்களைச் சந்திக்கவேண்டும்" என்றார். செல்போனில் பேசும்போது மேலோட்டமாகப் பேசினார். "தனியாக" என்ற வார்த்தைக்கு அழுத்தம் கொடுத்தார்.

"குகை", "இருட்டிய பிறகு" என்று சொன்னேன். முக்கியமான விசயங்களை எதையும் போனில் மிகத்துல்லிய மாகச் சொல்லாமல் இருப்பது நல்லது. அன்று இரவு பத்து மணிக்கு எஸ்.பி-2சண்முகவேல், பாண்டிக்கண்ணன் அவருடன் இன்னொருவர் என மூவரும் உள்ளே வந்தனர் என்று விஜயகுமார் சொல்கிறார்.

அந்தச் சந்திப்பில் நடந்தவை பற்றி விவரிக்கும்போது "பாண்டிக்கண்ணன் எங்களுடைய உளவுப்பிரிவு காவலர். அவருடன் வந்திருந்தவர் வீரப்பன் வாழ்ந்த காடுகளை ஒட்டிய ஒரு கிராமத்தைச் சேர்ந்த இளைஞர். அந்த நபர் 12-ஆம் வகுப்புவரை படித்துள்ளார். பேசும்போது சில ஆங்கிலச் சொற்களைப் பயன்படுத்தினார். பெரிய அளவில் தொழில்

தொடங்கவேண்டும் என்று திட்டமிட்டுக் கொண்டிருந்தவர். ஆனால் அவருக்குப் போதிய வசதி வாய்ப்புகள் இல்லாததால், அவரால் அந்த அளவுக்கு முன்னுக்கு வர முடியவில்லை.

இதற்கு முன்பு வீரப்பனுடன் அவருக்கு எந்தத் தொடர்பும் இல்லை. ஆனால், வீரப்பன் இவரைப் பற்றியும், இவருடைய குடும்பத்தைப் பற்றியும் நன்றாகத் தெரிந்து வைத்துள்ளார். இவருக்கும் வீரப்பனுக்கும், எந்த விதமானப் பகையுணர்வும் இல்லை. இவர் வீரப்பனைத் தேடிச்சென்று சந்தித்தவரும் அல்ல. வீரப்பனைக் காப்பாற்ற வேண்டும் என்ற எண்ணமும் இவரிடம் இல்லை. அதேநேரத்தில் வீரப்பனைக் காவல்துறைக்குப் பிடித்துக் கொடுக்கவேண்டும் என்று நினைக்கவும் இல்லை. முழுக்க முழுக்க எங்களுடைய காவலர் பாண்டிக்கண்ணனுடன் இருந்த நட்பின் அடையாளமாகவும், பாண்டிக்கண்ணன் கேட்டுக் கொண்டதற்கு இணங்கியுமே அவர் என்னைச் சந்திக்க வந்திருந்தார்" என விஜயகுமார் எழுதுகிறார்.

பாண்டிக்கண்ணனுடன் வந்திருந்த அந்த நபரின் பெயரையோ, ஊரையோ குறிப்பிடாமல், இனிமேல் அவர், "டிரேடர்" என்று அழைக்கப்படுவார் என்கிறார்.

இந்த டிரேடர் மாதேஸ்வரன் மலைக்கு அருகிலுள்ள கொம்புத்தூக்கி என்ற ஊருக்குச் சென்றுள்ளார். அங்கே, டிரேடரை வழிமறித்த சேத்துக்குழி கோவிந்தன் அவரை வீரப்பனிடம் அழைத்துச் சென்றுள்ளார். இருட்டான ஒரு பகுதியில் உட்கார்ந்திருந்த வீரப்பனின் முகம் கருத்துப் போயிருந்தது. அவருடைய முகத்தில் பயம் சூழ்ந்திருந்தது என விஜயகுமார் தன் சொந்தக் கருத்துகளையும் இந்த இடத்தில் எழுதியிருக்கிறார்.

டிரேடரை சந்தித்த வீரப்பன், அவரிடம் நலம் விசாரிக்கிறார். டிரேடருடைய மாமா, அவரது மனைவியைப் பற்றியும் வீரப்பன் மிகுந்த அக்கறையுடன் விசாரித்துள்ளார். இரண்டு மணிநேரம் டிரேடர், வீரப்பனுடன் நடந்த சந்திப்பைப் பற்றி என்னுடன் பேசினார்.

டிரேடர் சொல்வது உண்மையா...? என்பதை அறிய நான் பல உத்திகளைக் கையாண்டேன். டிரேடரிடம் பல

குறுக்குக் கேள்விகளைக் கேட்டேன். பொய் சொல்கிறாரா எனச் சோதனை செய்து பார்த்தேன். இறுதியில், அவர் பேசியது உண்மை எனத் தெரிந்து கொண்டேன். இந்தச் சந்திப்பின் முடிவில் அந்த டிரேடரிடம் ஒரு லட்சம் ரூபாய் பணத்தைக் கொடுத்தேன், டிரேடர் அந்தப் பணத்தைக் கையில் வாங்க மறுத்தார். ஆஸ்துமா நோயால் பாதிக்கப்பட்ட டிரேடரின் மனைவியின் மருத்துவச் செலவுக்கும். சிறு வயதில் உள்ள அவரின் குழந்தைகளுக்கு உதவும் நோக்கிலும்தான் அந்தப் பணத்தைக் கொடுப்பதாகச் சொன்னேன். நெடுநேரம் சமாதானம் செய்த பின்னரே, டிரேடர் அரை மனதுடன் அந்தப் பணத்தைப் பெற்றுக்கொண்டார்" எனக் குறிப்பிடுகிறார்.

அடுத்து, டிரேடருடனான இரண்டாவது சந்திப்பில், திருச்சி அருகிலுள்ள ஒரு பெரியவரைச் சந்திக்கவேண்டும் என்று வீரப்பன் கூறியுள்ளான். இதை டிரேடர் எங்களிடம் சொன்னார். அதிரடிப்படையின் வழிகாட்டுதலுடன், எங்களின் பாதுகாப்பிலேயே சென்ற டிரேடரை திருச்சிக்கு அருகிலிருந்த ஒரு கிராமத்துக்கு அழைத்துகொண்டு போனோம். ஆனால், அந்தப் பெரியவரை சந்திக்கும் முயற்சி தோல்வியில் முடிந்தது எனத் தெரிவித்துள்ளார். (அந்தப் பெரியவரைப் பற்றிச் சொல்லும்போது ஆங்கில கதைகளில் வரும் கூஸ் கிழவன் என்கிறார்)

ஏற்கனவே, சேந்தமங்கலம் காவல் நிலைய ஆய்வாளர் முருகேசன், தன்னுடைய காவலர்கள் இரண்டு பேரை கட்டிட மேஸ்திரி வேலைக்கும், சித்தாள் வேலைக்கும் வைத்துத்தான் துரைப்பாண்டியன் இந்த ஆபரேஷனை முடித்ததாகச் சொன்னது எனக்குச் சட்டென நினைவுக்கு வந்தது. அப்படியானால், பாண்டிக்கண்ணன் அழைத்து வந்ததாக விஜயகுமார் கூறும் டிரேடர் என்பவர் அவரை வேலைக்கு வைத்திருந்த கட்டிட ஒப்பந்ததாரராக இருக்கவேண்டும் அல்லது அந்த ஒப்பந்ததாரருக்கு மிகவும் வேண்டியவராக இருக்கலாம் என நினைத்தேன். இதைப் பற்றி முழுமையாக விசாரிக்க முடிவெடுத்தேன்.

மீண்டும் விஜயகுமாரின் நூலைப் படித்தேன். “2004ஆம் ஆண்டு செப்டம்பர் மாதம் மிஸ்டர் எக்ஸ் என்பவரை சந்திக்க இந்த டிரேடரையே வீரப்பன் தூதராக அனுப்புகிறார். வீரப்பன் வாழ்ந்த காட்டை ஒட்டியிருந்த முக்கிய நகரிலுள்ள விடுதி ஒன்றில் டிரேடருக்கும், மிஸ்டர் எக்ஸ் என்பவரும் சந்தித்துக் கொண்டனர். அந்தச் சந்திப்பை முடித்துக் கொண்டு டிரேடர் வெளியே வந்ததும், எங்கள் வீரர்கள் விடுதி அறையில் தங்கியிருந்த மிஸ்டர் எக்ஸ் என்பவரைப் பிடித்தனர். வசதியான, செல்வாக்குள்ள நபரான அவரை மிரட்டியே எங்களின் உளவாளியாக மாற்றினோம். அவர் மூலமாகவே வீரப்பனைக் காட்டிலிருந்து வெளியே கொண்டு வந்தோம்” என்றும் சொல்கிறார்.

வீரப்பன் வீழ்த்தப்பட்டதில் முக்கியப் பங்கு வகிக்கும் இந்த டிரேடர் என்பவரைக் கண்டுபிடிக்காமல் உண்மையை தெரிந்துகொள்ள முடியாது எனத் தெரிந்தது. 2003ஆம் ஆண்டில் மாதேஸ்வரன் மலைக்குத் தெற்கில் உள்ள கொம்புத்தூக்கி என்ற மலைவாழ் மக்கள் வாழும் ஊரில் டிரேடர் என்பவரை வீரப்பன் சந்தித்தாகக் குறிப்பிட்டுள்ளார். கொம்புத்தூக்கிக்குச் சென்று விசாரித்தால் டிரேடர் யார் என்பதைப் பற்றியோ அல்லது பாண்டிக்கண்ணன் வேலை செய்த முதலாளியைப் பற்றிய செய்தியோ எனக்குக் கிடைக்கும் என நம்பினேன். உடனே கொம்புத்தூக்கிக்குக் புறப்பட்டேன்.

மாதேஸ்வரன் மலையிலிருந்து தாளபெட்டா செல்லும் வழியில் யானைத் திம்பம் என்ற இடம் உள்ளது. இங்கிருந்து தெற்கு நோக்கி அடர்ந்த காடுகளுக்குள் செல்லும் சாலையில் ஆறு கிலோமீட்டர் தொலைவில் உள்ளது கொம்புத்தூக்கி. இந்த ஊருக்கு அடுத்து எந்த ஊருமே இல்லை. தெற்கு நோக்கி நான்கு மலைகளை ஏறி, இறங்கி 20 கிலோமீட்டர் நடந்தால், அந்தியூர்-கொள்ளேகால் செல்லும் சாலைக்கு வரலாம். மேற்கில் இரண்டு மலைகளைக் கடந்து 10 கிலோமீட்டர் நடந்தால் மார்டல்லி என்ற ஊருக்குப் போகலாம். கிழக்கில் மிக உயர்ந்த மலைகளும், காடும் உள்ளன. இந்தப் பக்கம் நடந்து போவதற்கு வாய்ப்பே இல்லை.

கொம்புத்தூக்கி

நான்கு பக்கமும் காடுகளால் சூழ்ந்த இந்த ஊரில் சோளகர் என்ற பழங்குடிகளும், லிங்காயத்து சமூகத்தைப் பின்பற்றும் மக்களும் வாழ்கின்றனர். இங்குள்ள மரங்களில் விளையும் பலாப்பழங்கள் மிகுந்த சுவையுடைதாக இருக்கும். ஏற்கனவே கர்நாடக அதிரடிப்படையில் பணியாற்றிய பாபு என்ற நண்பர் என்னை அந்த ஊருக்கு அழைத்துச் சென்று பலாப்பழம் வாங்கிக் கொடுத்துள்ளார். அந்த அனுபவத்தில் கொம்புத்தூக்கிக்குச் சென்றேன்.

ஊரின் எல்லையிலேயே ஒரு மளிகைக் கடை இருந்தது. அதன் உரிமையாளரான பசவன்னாவைச் சந்தித்தேன். டிரேடர் என்பவரைப் பற்றித் தெரிந்து கொள்வதற்காகத் தமிழ்நாட்டிலிருந்து இந்த ஊருக்கு வந்து செல்வோர் பற்றி விசாரித்தேன்.

தமிழ்நாடு மட்டுமில்லை கர்நாடகாவிலிருந்தும்கூட இந்த ஊருக்குச் சென்று வரும் ஆள்கள் யாருமில்லை என்பது தெரிந்தது. வீரப்பன் கொல்லப்படுவதற்கு இரண்டு ஆண்டுகள் முன்பு உங்க ஊரில் கட்டிடம் கட்டும் வேலைகள் எதுவும் நடந்ததா...? என்றும் கேட்டேன்.

"2003இல் தமிழ்நாட்டிலிருந்து ஒருவர் இங்கு வந்து மலைவாழ் மக்களுக்கான தொகுப்பு வீடுகள் கட்டிக்

புட்டா

பெல்லி

கொடுத்தார். அவர் யாரென்ற விவரமெல்லாம் எனக்குத் தெரியாது. அவரிடம் புட்டா என்பவர் வேலை செய்தார். நீங்கள் புட்டாவைப் பாருங்கள்" என்றார்

தோட்டத்தில் வேலை செய்து கொண்டிருந்த புட்டாவைச் சந்தித்தேன். "தமிழ்நாட்டுக்காரர் தேவராஜ் என்பவர்தான் இங்கே வேலை செய்தார். நானும் கொஞ்ச நாள் வேலைக்குப் போனேன். அவர்கூட நாலஞ்சு ஆளுங்க வேலைக்கு வந்திருந்தாங்க. அவர்கள் பேரெல்லாம் எனக்குத் தெரியாது. எங்க ஊர்ப் பையன் பெல்லிங்கறவன் அவங்களோட நெருக்கமா இருந்தான் அவனைப் பார்த்தால் உங்களுக்குக் கூடுதல் தகவல் கிடைக்கும்" என்றார்.

பெல்லியைச் சந்தித்து பாண்டிக்கண்ணன், செந்தில் இருவரும் இருந்த புகைப்படத்தைக் காட்டி விசாரித்தேன். "தமிழ்நாட்டிலிருந்து வந்த தேவராஜ்தான் கட்டிட வேலை செய்தார். அவர்கூட வேலைக்கு இந்த ஆளும் வந்திருந்தான். இவன் பேரு குமாருண்ணு சொன்னான். கொஞ்ச நாளுக்குப் பிறகுதான் இந்தக் குமார் போலீஸ்காரன்னு எங்களுக்கெல்லாம் தெரியும்" என்றார்.

கொம்புத்தூக்கியில் வீடுகட்டும் வேலைசெய்த செளகார் (முதலாளி) பெயர் தேவராஜ் என்று சொன்னாலும், அவர் எந்த ஊரைச் சேர்ந்தவர் என்பது அங்கிருந்த பழங்குடி மக்கள்

மாதேஸ்வரன் மலை கிருஷ்ணன்

யாருக்கும் தெரியவில்லை. கொம்புத்தூக்கியில் கட்டட வேலைகளை எடுத்துச் செய்த ஒப்பந்ததாரர் யார்...? அவர் எந்த ஊரைச் சேர்ந்தவர் என்பதைப் பற்றி விசாரித்துத் தெரிந்து கொள்ள, மாதேஸ்வரன் மலையிலிருக்கும் கிருஷ்ணன் அண்ணாரிடம் சென்றேன்.

கிருஷ்ணன் கடந்த நாற்பது ஆண்டுகளாக மாதேஸ்வரன் மலைப்பகுதியில் உணவகம், மளிகைக்கடை, பாத்திரக்கடை எனப் பல தொழில்களைச் செய்கிறவர். அறுபது வயதைக் கடந்தவர். தற்போது மாதேஸ்வரன் மலையில் கோயில் நிர்வாகத்தினர் மேற்கொள்ளும் கட்டுமானப் பணிகளுக்கான ஒப்பந்ததாரராகவும் உள்ளார். இவருக்கு அந்த மலைப்பகுதியில் வசிக்கும் பெரும்பாலான ஊர்களையும், அங்குள்ள மக்களைப் பற்றியும் தெரியும். நான் கொம்புத்தூக்கி போய்விட்டுத் திரும்புவது பற்றி அவரிடம் சொன்னேன்.

தேவராஜ் என்ற பெயரைச் சொன்னதுமே, "கொம்புத்தூக்கியில் தொகுப்பு வீடு கட்டினானே அந்த தேவராஜ்தானே...? அவன் வீடு கோவிந்தபாடி பக்கம் வன்னியர் நகரில் இருக்கு. அந்த இடத்துக்குப் பழைய பேரு கோரப்பள்ளம்னு சொல்வாங்க. இப்பவும், தேவராஜ் இங்கே கொஞ்சம் சிவில் வேலைகளைச் செஞ்சுக்கிட்டுத்தான் இருக்கிறான். நெறையாப் பேசுவான். வாயைத் திறந்தால் மூடவே மாட்டான். எப்பேர்ப்பட்ட ஆளையும் பேசியே வழிக்குக்கொண்டு வந்துடுவான். அவனிடம் யாருமே பேசி ஜெயிக்க முடியாது. வரவு, செலவு விவகாரத்தில் கொஞ்சம் சரியில்லாத ஆளுங்க..." என்றார்.

***

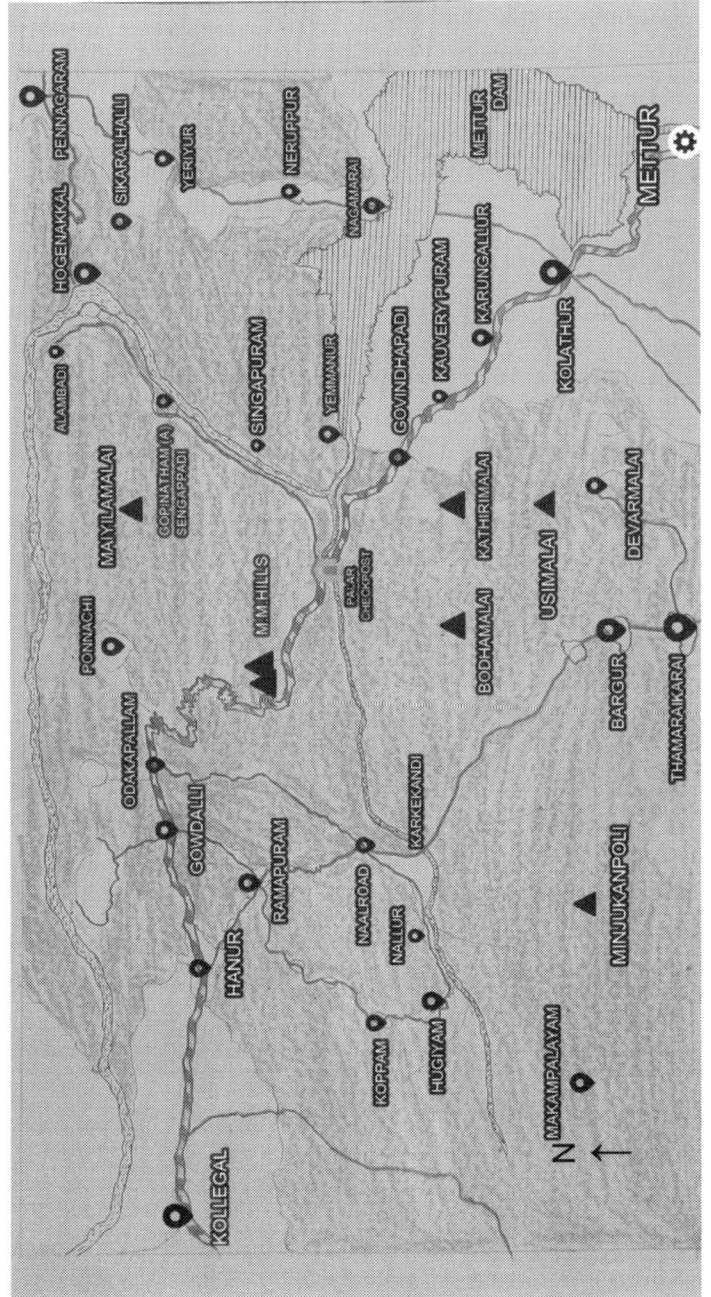

செங்கப்பாடி சுற்றுப்பகுதி வரைபடம்

24

சித்தாள் வேலை செய்த பாண்டிக்கண்ணன்

விஜயகுமார் குறிப்பிடும் டிரேடர் தேவராஜ்தானா...? என்பதை உறுதிப்படுத்த அங்கிருந்து திரும்பிவரும் வழியில் கோவிந்தபாடியில் உள்ள நண்பர்களிடம் விசாரித்தேன். விஜயகுமார் தனது நூலில் டிரேடரைப் பற்றிக் குறிப்பிட்டிருந்த செய்திகள் எல்லாமே தேவராஜுக்குச் சரியாகப் பொருந்தியிருந்தன. விஜயகுமார் பணம் கொடுத்ததாகச் சொல்லியிருப்பதுபோல அவருடைய மனைவிக்கு 2003ஆம் ஆண்டில் ஓர் அறுவைச் சிகிச்சையும் நடந்துள்ளது என்பதும் தெரிந்தது. அதனால் தேவராஜை நேரில் சந்தித்துப் பேசினால், எனக்கு இன்னும் கூடுதலான செய்திகள் கிடைக்கும் என்ற நம்பிக்கை வந்தது.

கோவிந்தபாடி அருகிலுள்ள பிரிகேடியர் தமிழ்ச்செல்வன் நகரிலிருக்கும் எனது நண்பர் சென்னியப்பன் மூலம், கோரப்பள்ளம் தேவராஜைச் சந்திக்க முயற்சி செய்தேன். இதுகுறித்து தேவராஜிடம் செல்போனில் பேசினேன். எதற்காகச் சந்திக்க வருகிறேன் என்பதை மட்டும் அவரிடம் சொல்லவில்லை.

"அண்ணா நான் இன்னைக்கு மலைக்கு வந்துட்டேன், நாளைக்குக் காலையிலே ஊரிலேதான் இருப்பேன். வாங்க பேசிக்கலாம்." என்று சொன்னார். ஒவ்வொருமுறை நான் கோவிந்தபாடிக்குப் போகும்போதும், "அண்ணா நான் கொஞ்சம் அவசர வேலையா மலைக்கு (மாதேஸ்வரன் மலை) வந்துட்டேன். சாயங்காலம் அஞ்சு மணிக்கு ஊட்டுக்கு வந்துருவேன்." என்று சொல்லுவார். நான் இரவுவரை கோவிந்தபாடியில் காத்திருந்தாலும், அவர் குறிப்பிட்ட நேரத்தில் கோவிந்தபாடிக்கு வரமாட்டார்.

மறுநாள் காலையில் நான் மீண்டும் கூப்பிட்டால், ராத்திரி வருவதற்குத் தாமதம் ஆயிட்டுது, இன்றைக்கும் விடியக்காலை

நேரமே நான் மலைக்கு (மாதேஸ்வரன் மலை) கிளம்பி வந்துட்டேன் என்று சொல்லுவார். இரண்டு, மூன்று முறைகள் இதுபோலவே நடந்து கொண்டதால், அவர் என்னை நேரில் சந்திப்பதைத் தவிர்க்கிறார் என்பது தெரிந்தது.

2017 ஏப்ரல் 14 அன்று மாலை நான் கோவிந்தபாடிக்குச் சென்றேன். தேவராஜுக்கு போன் செய்து எங்கே இருக்கிறீர்கள்...? என்று கேட்க முயன்ற நண்பர் சென்னியப்பனிடம், "தேவராஜுக்கு போன் செய்யவேண்டாம். நேராக அவருடைய வீட்டுக்குப் போவோம்" என்று சொல்லி தேவராஜின் வீட்டுக்குச் சென்றோம்.

நான் எதிர்பார்த்தது போலவே தேவராஜ் வீட்டிலேயே இருந்தார். என்னுடனான முதல் சந்திப்பிலேயே எனக்கு நீண்ட நாள்கள் அறிமுகமானவர்போலப் பேசினார். எனக்குத் தெரிந்த பலரையும் அவருக்கும் தெரிந்துள்ளது போலவும், எனக்குத் தெரிந்தோர் எல்லோருமே அவருக்கு நெருங்கிய நண்பர்கள் போலவும் பேசினார். அவரது பேச்சில் ஒரு விதமான ஈர்ப்பு சக்தியுடனும், கூடுதலான நகைச்சுவையும் இருந்தது. யாரையும் வசீகரித்து, தன்வயப்படுத்தும் வகையில் பேசினார்.

தன்மீது கடுமையான கோபத்தில் யாரேனும் வந்தாலும்கூட கோபத்தை மறக்கடித்து, அவர்களையும் சிரிக்க வைக்கும் அளவுக்கு அவருடைய பேச்சு நகைச்சுவையுடன் இருந்தது. தேவராஜிடம் பல்வேறு செய்திகளைப் பேசிவிட்டு இறுதியாக "பாண்டிக்கண்ணன் உங்களிடம் எப்படி வேலைக்குச் சேர்ந்தார்...?" என்று கேட்டேன்.

கொஞ்சம்கூட அலட்டிக்கொள்ளாமல் "யாரண்ணா போலீஸ் பாண்டியைப் பத்தியா கேக்கறீங்க..."? என்றவரிடம் "ஆமாம்..." என்றேன்.

"அதையேண்ணா கேக்கறீங்க, அது ஒரு பெரிய கதை." என்றவர் பாண்டிக்கண்ணனின் கடந்த கால வரலாறுகளைச் சுவை குறையாமல் சொன்னார்.

"நான் ஈரோடு கல்லூரியில் படிப்பை முடித்ததும், பா.ம.க. தலைவர் ஜி.கே.மணியுடன் கொஞ்சகாலம் பாட்டாளி மக்கள் கட்சியில் சேர்ந்து அரசியல் பண்ணிக்கொண்டிருந்தேன்.

அப்போது பெரும்பாலும் தலைவர் மணியுடன் சென்னையிலேயே இருப்பேன். போகப்போக அவருக்கும் எனக்கும் கொஞ்சம் ஒத்துக்கொள்ளாமப் போச்சு. உடனே ஊருக்குத் திரும்பிட்டேன். 2001-இல் நடந்த உள்ளாட்சித் தேர்தலில் காவேரிபுரம் பஞ்சாயத்துத் தலைவர் பதவிக்குப் போட்டியிட்டுத் தோத்துட்டேன்.

அதேவருஷம், செப்டம்பரில் எனக்குக் கலியாணம் நடந்தது. அதுக்குப் பிறகு, அரசியலை விட்டுவிட்டேன். இப்படியே ஒரு வருஷம் போயிட்டுது. ஒரு வேலையும் சரியா அமையவில்லை. ஏதாவது தொழில் செய்யலான்னு நினைத்துக் கொண்டிருந்த நேரத்தில், 2002 நவம்பர் மாதம் கர்நாடக வனத்துறையின் சார்பில் கொம்புத்தூக்கியில் 15 தொகுப்பு வீடுகள் கட்டவேண்டும். ஒரு வீட்டுக்கு 35ஆயிரம் ரூபாய் தருவதாகச் சொன்னாங்க.வேற வேலையே இல்லாததாலே அந்த வேலையை எடுத்தேன்.

கட்டிட வேலைக்குத் தேவையான பொருள்களையும், ஆளுங்களையும் இங்கிருந்தே கூட்டிக்கிட்டுப் போனேன். அவங்களுக்குச் சமையல் செய்யவும் ஆளை ஏற்பாடு செய்து, அங்கேயே தங்கவைத்தேன். மலையில் இருக்கும் மண்ணிலேயே செங்கல் தயார் செய்தோம். ஓடையில் கிடைத்த மணலையும், செங்கல்லையும் கொண்டே கட்டிடவேலை செஞ்சிக்கிட்டிருந்தேன்.

அப்போ ஒருநாள் காலையிலே, ஒரு பிளாஸ்டிக் பையும், ஒரு கொடுவாளையும் கையிலே எடுத்துக்கிட்டு ஒரு பையன் எங்கிட்டே வேலை கேட்டு வந்தான்.

“யாரப்பா நீ...? ன்னு கேட்டேன்.“எம் பேரு பாண்டியன் சார், ஈரோட்டிலே டீச்சர்ஸ் காலனியில் எங்க வீடு இருக்குது. அப்பா, அம்மா ரெண்டு பேருமே வாத்தியாரா இருக்காங்க. ஒரு மாசம் முன்னாலே அவங்ககூடச் சண்டை போட்டுக்கிட்டு, வீட்டைவிட்டு வந்துட்டேன்.

மேட்டூருக்கு வந்து ஒரு வாரம் ஓட்டலில் வேலை பார்தேன். பிறகு மாதேஸ்வரன் மலைக்கு வந்து இங்கே ஏதாவது வேலை கிடைக்குமான்னு பார்த்தேன். எங்கேயுமே ஒழுங்கான வேலை இல்லை. பஸ் ஸ்டாண்டில்

இருந்த ஆளுங்ககிட்டே பேசிக்கிட்டு இருந்தப்போ கொம்புத்தூக்கியில் தமிழ்நாட்டுக்காரர் ஒருத்தர் வீடு கட்டும் வேலை செய்யறார். அங்கே போனால் உனக்கு வேலை கிடைக்குன்னு சொன்னாங்க சார். அதனாலேதான் சார் இங்கே வந்தேன்..."னு சொன்னான்.

கருத்த, குள்ளமான, மெலிந்த உருவம். தலைக்குக் குளித்து பலநாள்கள் ஆன நிலையிலிருந்தான். அந்தப் பையனிடம் கருப்பு, புளூ, ஆரஞ்சு நிறத்தில் மூன்று *T* சர்ட்டும், இரண்டு லுங்கியும் வச்சிருந்தான். ஆளைப் பார்த்தால் பாவமாக இருந்தது, "என்னாலே உனக்குச் சம்பளம் எல்லாம் தரமுடியாது. வயித்துக்கு வேணுன்னா சோறு போடறேன். இருக்கிற வேலையைச் செஞ்சுக்கிட்டு, கிடைக்கிறதை சாப்பிட்டிக்கிட்டு இரு..."ன்னு சொன்னேன்.

இப்பிடிச் சொல்லிகிட்டிருக்கும்போதே மமுட்டியை எடுத்து மணல் வாரிக் குடுக்க ஆரம்புச்சுட்டான். எந்த வேலை இருந்தாலும் செய்வான். வேலைக் காட்டிலேயே தங்கிக்கிட்டு, நல்லா வேலையெல்லாம் செஞ்சான். மூனு மாசம் போன பின்னாலே ஒருநாள், காலையில் நான் யானைத் திம்பத்தில் இருந்து கொம்புத்தூக்கிக்குப் பைக்கில் போய்க்கிட்டிருந்தேன், அப்போ ஒரு இடத்தில் தமிழ்நாடு அதிரடிப்படை போலீசார் முகாம் போட்டிருந்தாங்க. அங்கிருந்த போலீசாரிடம் பாண்டி தனியாக நின்னு பேசிக்கிட்டிருந்தான். அந்த எடத்தைத் தாண்டிக் கொஞ்சதூரம் போன பின்னாலேதான் எனக்குச் சந்தேகம் வந்தது.

பைக்கை ஓரமா நிறுத்தி, "என்னப்பா பாண்டி இங்கே..."?ன்னு கேட்டேன்.

"ஒன்னுமில்லைங்க சார், கடைக்குப் போயிட்டு ரோட்டுலே வந்துக்கிட்டிருந்தேன். அதிரடிப்படை போலீசார் கூப்பிட்டு எங்கே வேலை செய்யறே...? என்ன வேலை செய்கிறேன்...?னு விசாரிச்சாங்க..."ன்னு சொல்லிட்டு என்கூடவே பைக்கில் ஏறிக்கிட்டு வந்துட்டான்.

அடுத்து பத்துநாளில், மீண்டும் ஒருமுறை நான் பைக்கில் போய்க்கிட்டு இருக்கும்போது, யானை திம்பத்திலிருந்த கர்நாடக அதிரடிப்படை முகாமுக்கு முன்னால நின்னு

யானை திம்பம் *STF* கேம்ப்

அங்கிருந்த அதிரடிப்படைப் போலீசார்கிட்டே பேசிக்கிட்டிருந்தான்.

அதுக்குப் பிறகுதான் பாண்டிமீது எனக்குக் கொஞ்சம் சந்தேகம் வந்தது. வேலைக்காட்டில் தங்கி வேலை செஞ் சுக்கிட்டிருந்த மத்த ஆளுங்ககிட்டே விசாரிச்சேன். "பாண்டி அடிக்கடி ராத்திரியில் காணாமல் போயிடறான். காலையிலே மாடு மேய்க்கிற ஆளுங்கூட திரும்பி வாரான். "எங்கடா போனேன்னு...."? கேட்டா "வயித்தை பெரட்டுச்சு, காட்டுப்பக்கம் போனேன்னு..." சொல்லறான். திடீர்னு பார்த்தா, மாட்டுக்காரங்க கூட மாடு மேய்க்கக் காட்டுக்குள்ளே போறான். எந்த நேரம் வெளியிலே போறான், எப்போது வேலைக் காட்டுக்குத் திரும்பி வாறான்னே தெரியல. அவனுடைய நடவடிக்கை எல்லாமே சந்தேகமா இருக்குதுன்னு..." சொன்னாங்க.

அதற்குப் பிறகு, அந்தப் பையனை மட்டும் தனியாக் கூட்டிக்கிட்டுப் போயி "நீ ஈரோட்டுக்காரன், வீட்டைவிட்டு ஓடிவந்தவன்னு சொல்லறதில் உண்மையில்லை பாண்டி. யார் நீ...? உண்மையைச் சொல்லு...."ன்னு கேட்டேன்.

"மன்னிச்சுக்கங்க சார் நான் எஸ்.டி.எப்.இன்டலிஜென்ட் விங்கைச் சேர்ந்தவன். எங்க சுப்பீரியர் ஆபீசர்ஸ் எனக்குக்

கோரப்பள்ளம் தேவராஜ்

கொடுத்த உத்தரவுப்படி உங்களிடம் வேலைக்குச் சேர்ந்தேன். என்னாலே உங்களுக்கு எந்தப் பிரச்சனையும் வராது சார். இனிமேல் நான் இங்கிருக்க மாட்டேன், சீக்கிரமே இங்கிருந்து போயிடுவேன் சார்..."ன்னு சொன்னான்.

"பாண்டி, எனக்கு எந்த ஆதரவும் இல்லாத நிலையில் இந்தப் பாங்காட்டுக்குள்ளே தனியா வேலை செஞ்சுக்கிட்டு இருக்கிறேன். உன்னை வேலைக்கு வெச்சிருக்கேன்னு காட்டுராஜாவுக்குத் தெரிஞ்சா இந்த இடத்திலேயே என் தலை போயிரும். என்னை விட்டுச் சீக்கிரமா போயிருப்பான்னு சொல்லிக் கையெடுத்துக் கும்பிட்டேன். பாண்டியும் சொன்ன மாதிரியே ஒரு வாரத்தில் அங்கிருந்து போயிட்டான்.

அதுக்குப் பிறகு, கோவிந்தபாடியில் இரண்டொரு முறை பார்த்தேன். "வாப்பா பாண்டி.... டீ சாப்பிடலாமுன்னு" கூப்பிடுவேன். டீக் கடைக்கு வருவான். பேசுவான், டீ சாப்பிடுவான், போயிருவான். எங்க சொந்த ஊர் மதுரையின்னு சொன்னான். இவ்வளவுதானுங்க அண்ணா, பாண்டியைப் பற்றி எனக்குத் தெரியும். மொத்தத்தில் அவன் எங்கிட்ட ஒரு ஆறு மாசம் தங்கி வேலை செஞ்சிருப்பான்" என்றவர் "பாண்டியுடைய முழுப்பெயர் என்னங்க அண்ணா, அவன் எந்த ஊருங்க அண்ணா, உங்களுக்கு அவனைப் பற்றிய விவரம் உங்களுக்குத் தெரியுமா..."? என்றும் கேட்டார்.

வீரப்பனைப் பற்றிப் பேசும்போதெல்லாம் அவரைக் "காட்டுராஜா." என்றே சொன்னார், தற்போது ஏற்பட்டுள்ள தொழில் முடக்கம், மனைவிக்கு உடல் நலம் சரியில்லாமல் போனது, மாமியாருக்கும் உடல் நலமில்லாமல் இருப்பது, சிறிய மகள் கனிமொழிக்கு வயிற்றில் 4.600 கிராம் எடையுள்ள கட்டி இருந்தது, அதைச் சேலம் எஸ்.கே.எஸ்

மருத்துவமனையில் அறுவைச் சிகிச்சை செய்து எடுத்தது, தற்போது மிகப் பெரிய பொருளாதார நெருக்கடியில் சிக்கியிருப்பதாகவும் சொன்னார்.

இவரைச் சந்தித்த பின்னர்தான், 2004 நவம்பரில் வீரப்பன் கொல்லப்படுவதற்கு இரண்டு ஆண்டுகள் முன்பாகவே துரைப்பாண்டியன் திட்டம் போட்டு வேலை செய்துள்ளார் என்பது தெளிவாகத் தெரிந்தது. பாண்டிக்கண்ணனைத் திட்டம் போட்டு இயக்கிய கொளத்தூர் காவல் உதவி ஆய்வாளர் துரைப்பாண்டியனுக்கும், தேவராஜுக்கும் வேறு ஏதாவது ஒரு வகையில் நெருங்கிய தொடர்பு இருக்க வேண்டும் என்று நினைத்தேன்.

இதைத் தெளிவுபடுத்திக்கொள்ள, "கொளத்தூர் எஸ்.ஐ.யாக இருந்த துரைப்பாண்டியனை உங்களுக்குத் தெரியுமா...?" என்று கேட்டேன்.

"துரைப்பாண்டி சாரும், நானும் 1996-இல் நடந்த உதவி ஆய்வாளர் தேர்வில் ஒன்னாத்தான் கலந்துக்கிட்டோம். பிஸிக்கலில் நாங்க இரண்டு பேருமே பாஸ் ஆயிட்டோம். ஆனால், ரிட்டன் எக்சாமில் எனக்குப் புட்டுக்கிச்சு. துரைப்பாண்டியன் இரண்டிலும் அடிச்சுட்டார். அதனாலே அவருக்கு எஸ்.ஐ. போஸ்டிங் கெடச்சிருச்சு." என்றார்.

சற்றுநேரத்துக்குப் பிறகு, "கொளத்தூரில் துரைப்பாண்டியன் சார் எஸ்.ஐ.யாக இருந்த நேரத்தில், ஒரு முறை நான் போலீஸ் ஸ்டேசனுக்குப் போனேன். அதுக்குப் பிறகு கொளத்தூருக்கு பைக்கில் போகும்போது வழியில் துரைப்பாண்டியன் சார் எதிரில் வந்தார். போகும்போதே நான் வணக்கம் சொன்னேன். அவரும் வணக்கம் சொன்னார். அப்படி இரண்டொரு முறை பார்த்தேன். மற்றபடி அவருக்கும் எனக்கும், பெரிய அளவில் தொடர்பில்லைங்க அண்ணா..." என்றார்.

தொடர்ந்து என்னுடன் பேசும்போது, "துரைப்பாண்டியனின் தம்பி ஆறுமுகம், 1998 இல் வேலூரில் நடந்த உதவி ஆய்வாளர் தேர்வில் கலந்துகொண்டு ஜெயிச்சுட்டார். ஆனால், அந்த தேர்விலும் என்னால் வெற்றிபெற முடியவில்லை..." என்றவர் "துரைப்பாண்டியன்

இப்போது எங்கண்ணா வேலை செய்கிறார். இன்னும் எஸ்.ஐ.யாகத்தான் இருக்கிறாரா...? என்றார்.

நகைச்சுவையும், ஈர்ப்புமிக்க பேச்சாற்றல் கொண்ட தேவராஜின் நடவடிக்கைகள் மிகத் துல்லியமாகவும், எந்த இடத்திலுமே சந்தேகத்துக்கு இடமில்லாத வகையிலும் கச்சிதமாக இருந்தன.

தேவராஜிடம் ஒரு மணிநேரம் பேசி முடித்து விட்டுத் திரும்பும்போது, அவர் சொல்லுவது உண்மையா...? இல்லை திட்டமிட்டு அமைக்கப்பட்ட கதையா...? என்பதை உறுதிப்படுத்த வேண்டும் என நினைத்தேன். தேவராஜிடம் வேலை செய்த ஆள்களுக்குச் சமையல் செய்துவந்த கூளை கோவிந்தன் என்பவரைச் சந்திக்கவேண்டும் என்று நண்பர் சென்னியப்பனிடம் சொன்னேன்.

மறுநாள் காலை நானும், நண்பர் சென்னியப்பனும் கூளைகோவிந்தனைத் தேடினோம். திருமணம் செய்யாமல் தனிக்கட்டையாக கோவிந்தபாடியில் வாழ்ந்து வந்த கூளை கோவிந்தன் மாரியம்மன் கோயிலுக்கு அருகிலிருந்த ஊர்ப் பொதுச்சத்திரத்தில் படுத்திருந்தார். பாண்டிக்கண்ணன், செந்தில் இருவருமிருந்த பழைய புகைப்படத்தைக் காட்டி "இந்தப் பையனை உங்களுக்கு அடையாளம் தெரியுதாண்ணா...?" என்று கேட்டேன்.

"ஏ, இவங்க இரண்டு பேரையுமே எனக்கு நல்லாத் தெரியுமே. இந்தப் பையன் பேரு செந்தில், திருவண்ணாமலை பக்கம் வேட்டவலத்தைச் சேர்ந்தவன். இப்போ மெட்ராசில் எஸ்.ஐ.யாக இருக்கிறான். இந்தப் பையன் பேரு பாண்டிக்கண்ணன், இவன் தேனியில் போலீசா இருக்கான். இதிலே செந்தில் நம்மாளு (வன்னியர்), பாண்டிக்கண்ணன் பிறத்தியார் (வேறு சமூகத்தைச் சேர்ந்தவர்)" என்றார்.

"கொம்புத்தூக்கியில் நீங்க வேலை செஞ்ச தாவுக்கு பாண்டிக்கண்ணன் எப்போ வேலை கேட்டு வந்தார்? எப்படி தேவராஜிடம் வேலைக்குச் சேர்ந்தா? எவ்வளவு நாள் வேலை செஞ்சுக்கிட்டு இருந்தார்...?" என்றேன்.

"இந்தப் பையன் ஈரோட்டில் இருக்கிற எங்க காலேஜ் புரபசரோட பையன். அவன் அப்பா, அம்மாகூடச் சண்ட

போட்டுட்டுக்கிட்டு வீட்டை விட்டு வந்துட்டான். கொஞ்ச நாளுக்கு நம்மகூடத்தான் இருப்பான்னு சொல்லித்தான் தேவராஜ் பாண்டிக்கண்ணனைக் கூட்டிக்கிட்டு வந்து எங்களோடு வேலை செய்கிற தாவிலே விட்டான்.

சுமார் ஒரு வருஷம் பாண்டிக்கண்ணன் அங்கே தங்கிச் சித்தாள் வேலை செஞ்சுக்கிட்டிருந்தான். காரை கொழைக்கறது, மண்ணு வழிக்கிறது, கல்லு தூக்கறதுன்னு எல்லா வேலையும் அருமையாச் செய்வான். ஆனா, அடிக்கடி வெளியிலே போவான், வருவான். காட்டுக்குள்ளே மாடு மேய்க்கிற ஆளுங்ககூடவே கையிலே கொடுவாளைத் தூக்கிக்கிட்டுப் போவான். ரெண்டு நாள் விட்டுப் பின்னாலே வேலை செய்யும் தாவுக்கு வந்து சேருவான்.

மொதல்லே பாதிநாள் இவன் போலீசுன்னு எங்களுக்குத் தெரியாது. அப்புறமா போகப்போக இவன் சி.ஐ.டி.போலீசுன்னு தெரிஞ்சுபோச்சு. ஆனா, பாண்டிக்கண்ணன் போலீஸ்காரந்தான்னு தேவராஜுக்கு முன்னாடியே தெரியும். கொளத்தூர் எஸ்.ஐ. துரைப்பாண்டியன், பாண்டிக்கண்ணன் எல்லோர்கிட்டேயும் தேவராஜுக்கு இப்போவும் தொடர்பு இருக்குது. துரைப்பாண்டியன் அப்பா செத்துப் போனதுக்குக் கூட தேவராஜ் எழவுக்குப் போயிட்டு வந்தான். பாண்டிக்கண்ணன் கல்யாணத்துக்கும் தேவராஜ் போயிட்டு வந்தான். இப்பக் கூடத் தேனிக்குப் போயிட்டு வந்தவன், பாண்டிக்கண்ணனுக்கு எனக்கு மாதிரியே இரண்டு பொட்டப்புள்ளைகள் இருக்குது. அவனும் தேனியில் போலீசா வேலை செய்யறான், அவன் வீடும் அங்கேதான் இருக்குதுன்னு எங்கிட்டேச் சொன்னான்.

கூளை கோவிந்தன்

செந்திலும், பாண்டிக்கண்ணனும் ரொம்ப நல்ல பசங்க. இங்கே வந்தால் எனக்கு ஒரு கோ(குவா)ட்டர் பாட்டில்

வாங்காமல் வரமாட்டாங்க. மொதலில் அடிக்கடி இங்கே வருவாங்க, இப்போ ரண்டு வருசமா இந்தப் பக்கம் வருவதில்லை. வீரப்பன் கதையே இந்தப் பசங்க கையிலதானே முடிஞ்சுது உனக்குத் தெரியாதா...?" என்றார்.

பாண்டிக்கண்ணனை வேலைக்கு சேர்த்த விவகாரத்தில் மட்டுமில்லை. இன்னும் பல வகையில் கோரப்பள்ளம் தேவராஜ் பொய் சொல்கிறார் என்பது உறுதியானது. வீரப்பன் வாழ்க்கையின் இறுதிப்பகுதிக் கதையை அதிரடிப் படையினருடன் தேவராஜும் சேர்ந்துதான் எழுதியுள்ளார் என்ற என் சந்தேகம் உறுதியானது.

ஆனாலும், மேற்கொண்டு இந்த விவகாரத்தில் என்ன செய்வது, யாரைச் சந்தித்து மேற்கொண்டு விசாரிப்பது என்று எனக்குப் புரியவில்லை. குழம்பிய மனதுடன் திரும்பினேன்.

2017 பிப்ரவரி 25ஆம் தேதி திருப்பூர் மாவட்டம், காங்கேயத்தில் உள்ள பாண்டியன் என்பவரின் ஏற்பாட்டில், சுயமரியாதை சமத்துவக் கழகம் என்ற அரசியல் கட்சியின் தொடக்க விழா நடந்தது. இந்த விழாவுக்கு கொளத்தூர் மணியும் வந்திருந்தார். முன்னாள் டி.ஜி.பி.விஜயகுமார் எழுதிய "வீரப்பன் சேசிங் தி பிரிகன்ட்" நூலின் பிரதி ஒன்றை அவரிடம் கொடுத்தேன்.

கோரப்பள்ளம் தேவராஜைச் சந்தித்துவிட்டுக் கோவிந்தபாடியில் இருந்து திரும்பும்போது மணி அண்ணனை செல்பேசியில் கூப்பிட்டேன். தற்போது வீட்டில் இருப்பதாகச் சொன்னார். மேட்டூரில் உள்ள அவரது வீட்டுக்குச் சென்றேன்.

"வீரப்பன் சேசிங் தி பிரிகன்ட்" நூலின் இறுதிப் பகுதியை மட்டும் நான் மேலோட்டமாகப் படித்தேன். அதில் "திருச்சிக்கு அருகிலுள்ள பெரியவர் ஒருவரை வீரப்பன் சந்திக்க முயன்றதாக விஜயகுமார் எழுதியுள்ளார். அந்தப் பெரியவர் என்பது புலவர் கலியபெருமாள் அவர்களைத்தான் குறிப்பிடுகிறார்...." என்றார்.

தொலைவில் ஓர் ஒளிச்சுடர் தெரிந்தது...

***

25

புலவர் கலியபெருமாள் - வீரப்பன் சந்திப்பு

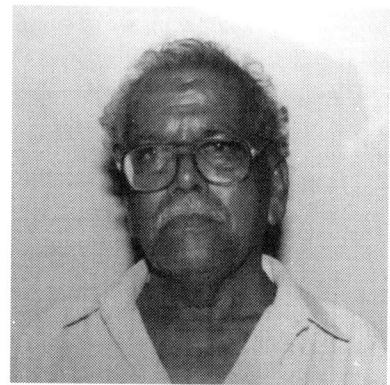

நக்சல் போராளி புலவர் கலியபெருமாள்

அசாம், காஷ்மீர், மேற்கு வங்கம், சத்தீஸ்கர் போன்ற மாநிலங்களில் உள்ள ஆயுதம் தாங்கிய குழுவினரை மத்திய அரசு கூப்பிட்டுப் பேசுகிறது. அவர்கள் அரசிடம் சரணடைய வழிவகை செய்கிறது. சரணடையும் போராளிகளுக்கு மத்திய அரசு பொது மன்னிப்புக் கொடுக்கிறது. அவர்களின் எதிர்கால வாழ்வுக்கு நிதி உதவியும் வேலை வாய்ப்புகளையும் ஏற்படுத்திக் கொடுக்கிறது. ஆனால், தனக்குப் பொதுமன்னிப்புக் கொடுக்க முடியாது என மாநில அரசுகள் சொல்கின்றன.

நாமும், மத்திய அரசு பொதுமன்னிப்பு கொடுக்கும் அளவுக்குப் பெரிய போராளிக் குழுவாக வளரவேண்டும். அல்லது அந்தக் குழுவுடன் இணைத்து போராடிச் சாகலாம் என்ற முடிவுக்கு வீரப்பன் வருகிறார். இந்த எண்ணம் 1997இல் இருந்தே அவரது மனதில் இருந்தது. இது அவரிடம் பேசியதிலிருந்தும், அவரது நடவடிக்கைகளிலிருந்தும் எனக்குத் தெரிந்தவை.

இந்த நோக்கில் 1998 முதலே பல போராளிக் குழுக்களை வீரப்பன் காட்டுக்குள் கூப்பிடுகிறார். காட்டுக்குள் சென்று அந்த சூழலில் நிற்க முடியாமல், அனைத்துக் குழுவினருமே வெளியே திரும்புகின்றனர். இதன் தொடர்ச்சியாகப் புலவர் கலியபெருமாளைச் சந்தித்துப் பேசியுள்ளார்.

புலவர் கலியபெருமாள் மறைந்துவிட்ட நிலையில், "அந்தச் சந்திப்பு குறித்து முழுமையான விவரங்களை நான் எப்படித் தெரிந்து கொள்வது..." என்று மணி அண்ணனிடமே கேட்டேன்.

"பொன்பரப்பி இராஜேந்திரனின் தந்தையார் படத்திறப்பு நிகழ்வுக்கு நான் சென்றிருந்த நேரத்தில் (06.12.2003) புலவர் கலியபெருமாள் அவர்களைச் சந்தித்தேன். அங்கேதான் அவர் வீரப்பனைச் சந்திக்க வேண்டியுள்ளது பற்றி நாங்கள் இருவரும் பேசிக்கொண்டோம். நானும், புலவரும் பேசிக்கொண்ட செய்தி, புலவரின் வாழ்க்கை வரலாற்றைத் தொகுத்து நூல் எழுதிய அரூர் வேடியப்பனுக்குத் தெரியும்.

வீரப்பன் இறந்த இரண்டு ஆண்டுகளுக்குப் பிறகு, நான் வேறொரு நிகழ்ச்சியில் வேடியப்பனைச் சந்தித்தேன். அப்போது, "வீரப்பன் புலவர் சந்திப்பு நடந்ததா தோழர்...?" என்று கேட்டேன்.

"புலவரும், வீரப்பனும் சந்தித்துப் பேசி விட்டனர் இந்தச் செய்தியைப் புலவர் உங்களிடம் சொல்லச் சொன்னார். நான்தான் மறந்துவிட்டேன்...." என்றார். அப்போது இருந்த சூழ்நிலையில் வேடியப்பனுடன் இது குறித்து விரிவாகப் பேசமுடியவில்லை. வேண்டுமானால், நீங்கள் வேடியப்பனிடம் பேசிப்பாருங்கள் உங்களுக்குக் கூடுதல் செய்திகள் கிடைக்கலாம்" என்றார்.

மறுநாள் மாலை அரூர் வேடியப்பனைத் தொடர்பு கொண்டேன். "உங்களை நேரில் சந்திக்கவேண்டும் தோழர்..." என்றேன்.

"நாளை காலை பத்து மணிக்கு நானே சேலம் வருவேன் தோழர், மதியம் ஒரு மணிவரை எனக்குச் சொந்த வேலைகள் உள்ளன. அதன் பின்னர் உங்களைச் சந்திக்கிறேன்" என்றவர், "என்ன செய்தி தோழர்...?" என்றார்.

"ஒன்றுமில்லை தோழர் உங்களைச் சந்திக்கவேண்டும்..." என்று மட்டும் சொல்லி வைத்தேன்.

சொன்னபடியே, மதியம் ஒரு மணிக்கு வேடியப்பன் சேலம் வந்தார். புதிய பேருந்து நிலையம் பின்புறம் உள்ள

அங்கம்மாள் நகரில், இதழியல் துறை நண்பர் வை.கதிரவனின் அலுவலகத்தில் சந்தித்தோம். நான் சந்தித்துவிட்டு வந்த தேவராஜைப் பற்றி விசாரித்தேன்.

நான் கொளத்தூர் மணி அண்ணனைச் சந்தித்தது குறித்தும், அவரும், புலவரும் வீரப்பனைச் சந்தித்தது குறித்தும் பேசினோம். பிறகு, "கோரப்பள்ளம் தேவராஜை உங்களுக்குத் தெரியாமா தோழர்...?" என்று கேட்டேன்.

"தேவராஜை எனக்கு நன்றாகத் தெரியும்..." என்றார். நான் எடுத்துவந்திருந்த தேவராஜின் புகைப்படத்தை பார்த்து இது தேவராஜ்தான் என்று உறுதிப்படுத்தினார். "கடந்த இரண்டு வாரங்களுக்கு முன்புகூட தேவராஜ் என்னுடன் பேசினார். தேவராஜின் இரண்டாவது குழந்தைக்கு வயிற்றில் கட்டி வந்துள்ளது. ஒரு மாதம் முன்பு சேலம் S.K.S மருத்துவமனையில் குழந்தையைச் சிகிச்சைக்குச் சேர்த்துள்ளார். அங்கு அறுவைச் சிகிச்சை செய்துள்ளதாகவும், மருத்துவச் செலவுக்குப் பணமில்லாமல் சிரமத்தில் இருப்பதாகவும் சொன்னார். வீரப்பனின் மரணத்துக்கு முன்பும், பின்பும் நான் பலமுறை தேவராஜ் வீட்டுக்குச் சென்றுள்ளேன்..." என்றார்.

பிறகு, வீரப்பன்-புலவர் சந்திப்பு குறித்துக் கேட்டேன். "ராஜ்குமார் கடத்தல் நடந்த நேரத்தில் புலவர் கலியபெருமாள் ஜூனியர் விகடனுக்கு வழங்கிய பேட்டியில், "வீரப்பனைத் தலைவராக ஏற்றுக் கொள்கிறேன்" என்று சொல்லியிருந்தார். இந்தச் செய்தியை வீரப்பனும் படித்துள்ளார். அதன் பின்னர் பலமுறை புலவரைச் சந்திக்கவேண்டும் என்று வீரப்பன் நினைத்துள்ளார். அதற்கான சூழல் அமையவில்லை.

பொன்பரப்பி இராஜேந்திரனின் தந்தை படத்திறப்பு நிகழ்ச்சியில் புலவர் கலியபெருமாளை கொளத்தூர் மணி அண்ணன் சந்தித்துள்ளார். அப்போது, "வீரப்பன் உங்களைச் சந்தித்துப் பேசவேண்டும் என்று விரும்புகிறார். நீங்கள் காட்டுக்குச் சென்று வீரப்பனைச் சந்திக்க விரும்புகிறீர்களா? உங்களால் முடியுமா..?" என்று கொளத்தூர் மணி அண்ணன் புலவரிடம் கேட்டுள்ளார்.

"வீரப்பனைச் சந்திக்க நான் தயார்" என்று புலவரும் சொல்லியுள்ளார். அதைத் தொடர்ந்து, தன்னுடைய சட்டைப் பையிலிருந்து ஒரு பத்து ரூபாய் நோட்டை எடுத்த மணி அண்ணன் அந்த ரூபாய் நோட்டின் வெண்மைப் பகுதியில் கையொப்பமிட்டுள்ளார். அந்த நோட்டைப் புலவரிடம் காட்டி "இதை நன்றாகப் பார்த்துக் கொள்ளுங்கள். இந்த ரூபாய் நோட்டைக் கொண்டுவந்து உங்களிடம் கொடுக்கும் ஆளுடன் நீங்கள் வீரப்பனைச் சந்திக்க போகலாம்" என்று கூறியுள்ளார்.

மணி அண்ணன் புலவரிடம் ரூபாய் நோட்டைக் காட்டி விட்டுச் சென்ற ஒரு மாதத்திற்குள் கோரப்பள்ளம் தேவராஜ் பெண்ணாடம் சென்று புலவரைச் சந்தித்துள்ளார். மணி அண்ணன் கையொப்பமிட்ட பத்து ரூபாய் நோட்டை புலவரிடம் காட்டியுள்ளார். அதன் பிறகு, காட்டுக்குப் போகும் நாளை முடிவு செய்துள்ளனர்.

அதற்கு முதல்நாளே புலவர் அரூர் வந்து, வேடியப்பன் வீட்டில் தங்கியுள்ளார். மறுநாள் தேவராஜ், ஐயந்துரை இருவரும் புலவரைப் பார்க்க அரூர் வந்துள்ளனர். அவர்கள் வந்த நேரம் வேடியப்பன் வெளியூர் சென்றுவிட்டார். அதனால், புலவரை மட்டும் கூட்டிக்கொண்டு மூவரும் பெண்ணாகரம் காட்டுக்குச் சென்றுள்ளனர்.

புலவரும், தேவராஜும் போன அன்று வீரப்பனும் அங்கு வரவில்லை. அதனால், ஒருநாள் அங்கிருந்த ஒரு வீட்டிலேயே புலவருடன் தேவராஜும், ஐயந்துரையும் தங்கியுள்ளனர். மறுநாள் இரவு அங்கு வந்த வீரப்பன் புலவரைச் சந்தித்துப் பேசியுள்ளார்.

அப்போது "மக்களுக்காகப் போராடும் நக்சல் அமைப்பினருடன் தொடர்பு எடுக்கவேண்டும். தலைமறைவு இயக்கத்தில் இருக்கும் அவர்களுக்கு பாதுகாப்பான இடம், உணவு பயிற்சி எல்லாம் நான் கொடுக்கிறேன். என்னோடு காட்டில் இருந்து எனக்குத் துணையாக வாழலாம். அவர்களுடன் சேர்ந்து நானும், அரசுக்கு எதிராகப் போராடத் தயாராக இருக்கிறேன்" என்று வீரப்பன் கூறியுள்ளார்.

1970-களில் இருந்தே நக்சல் அமைப்பினருடன் நெருங்கிய தொடர்பிலிருந்த புலவர் கலியபெருமாளும் வீரப்பனின் கருத்துக்கு ஆதரவு தெரிவிக்கிறார். "மக்கள் யுத்தக் குழுவில் உள்ள சிறந்த போராளிகளை உங்களிடம் அனுப்பி வைக்கிறேன்" என புலவர் உறுதி கொடுக்கிறார்.

புலவருக்கு அப்போது *80* வயதுக்கு மேலிருக்கும். ஒழுங்கான பாதை வசதியில்லாத அந்த வழியில் காட்டுக்கு நடந்துபோகவே புலவர் மிகவும் சிரமப்பட்டுள்ளார். அதனால், "என்னால், அடிக்கடி இந்த இடத்துக்கு வரமுடியாது. என்னுடைய சார்பில் அரூர் வேடியப்பனை அனுப்புகிறேன். அவர் மூலமாக உங்களுக்குத் தேவையான எல்லா ஏற்பாடுகளையும் செய்து கொடுக்கிறேன். நீங்களும் எனக்குச் சொல்லவேண்டிய செய்திகளை அரூர் வேடியப்பன் மூலமாகவே சொல்லியனுப்புங்கள்" என்று வீரப்பனிடம் கூறிவிட்டு வருகிறார்.

பெண்ணாகரத்திலிருந்து கிளம்பி பெண்ணாடம் சென்ற புலவர் அங்கிருந்து தொலைபேசி மூலம் வேடியப்பனைத் தொடர்புகொண்டு, வேடியப்பனை பெண்ணாடம் வரச்சொல்கிறார். பெண்ணாடம் சென்ற வேடியப்பனிடம், அவர் காட்டுக்குப் போனது, வீரப்பனைச் சந்தித்தது, மக்கள் யுத்தக் குழுவைச் சேர்ந்த தோழர்களைக் காட்டுக்குள் அனுப்ப வேண்டியுள்ளது குறித்த செய்திகளைச் சொல்கிறார். பிறகு, தேவராஜின் வீட்டு முகவரியைக் கொடுக்கிறார்.

"இந்த முகவரியில் உள்ள தேவராஜைப் பார்த்து தொடர்பு ஏற்படுத்திக்கொள். அவர் மூலம்தான் நீ காட்டுக்குப் போக வேண்டும்" என்றும் சொல்கிறார்.

பெண்ணாடத்திலிருந்து புறப்பட்ட வேடியப்பன் நேராக கொளத்தூர் அருகிலுள்ள கோவிந்தபாடி வரை செல்கிறார். அப்போது இரவு ஏழு மணிக்குமேல் ஆனதால், அங்கிருந்து மூன்று கிலோ மீட்டர் தொலைவிலுள்ள வன்னியர் நகர் என்று சொல்லப்படும் கோரப்பள்ளம் பகுதிக்குப் போக முடிய வில்லை. அதனால், தேவராஜைச் சந்திக்காமலே அரூருக்குத் திரும்பி வந்து விடுகிறார். அடுத்த சிலநாள்களில் தேவராஜ் தொலைபேசி மூலம் வேடியப்பனின் தொடர்புக்கு வருகிறார்.

வேடியப்பன்-தேவராஜ் இருவருக்குமான சந்திப்பு சேலம் ஐந்து ரோட்டிலுள்ள கோகுலம் மருத்துவமனைக்கு முன்பாக நடந்துள்ளது. இம்மருத்துவமனையின் இயக்குனர் மருத்துவர் அர்த்தநாரி பறவைகள் தங்கி வாழ்வதற்காகவே தன்னுடைய மருத்துவமனை வளாகத்தில் நிறைய மரங்களை வளர்த்து வருகிறார். மருத்துவமனைக்கு வருவோர் வசதிக்காக இந்த மரங்களுக்கு அடியில் உட்கார நாற்காலிகளும் போட்டுக் கொடுத்துள்ளார். அந்த இடத்தைத் தேவராஜ், தன்னுடைய சந்திப்புக்கு ஏற்ற இடமாக மாற்றிக் கொள்கிறார்.

தேவராஜைச் சந்தித்த அன்று ஆடு மேய்க்கும் பெண் ஒருவர் பெண்ணாகரம் காட்டில் வீரப்பனைப் பார்த்தாகவும், வீரப்பன் தாடியுடன் இருந்ததாகவும் தினகரன் நாளிதழில் செய்தி வந்துள்ளது. இதைப்பற்றியும் வேடியப்பன் விளக்கம் கேட்டுள்ளார்.

அதைப்பற்றிச் சொன்ன தேவராஜ், "காட்டுராஜாவுக்குத் தாடியெல்லாம் இல்லை அண்ணா..." என்று சொல்லியுள்ளார். அடுத்த சில நாளில் வேடியப்பன் காட்டுக்குள் போகும்போது அந்தப்பெண் துப்பாக்கியுடன் பார்த்தது வீரப்பன் அல்ல சேதுமணி என்று தெரிந்துள்ளது. அப்போது சேதுமணி தாடியுடன் இருந்துள்ளார்.

இந்தச் சந்திப்பின்போது அடுத்து வீரப்பனைச் சந்திக்கும் நாள் குறித்து தேவராஜ்-வேடியப்பன் இருவரும் பேசியுள்ளனர். "எங்க ஊரைச் சுத்தியும் அதிரடிப்படை போலீஸ்காரங்க நெறையபேர் அலஞ்சுக்கிட்டு இருக்காங்க. அதனாலே, நான் டெலிபோன் பூத்திலிருந்து நேரடியா உங்களிடம் எந்தச் செய்தியையும் பேசமுடியாது. நான் வீரப்பனைச் சந்தித்துப் பேசிவிட்டு எந்தநாள், எந்த இடத்துக்கு வரச்சொல்கிறார் என்பதை உங்களுக்குக் குறிப்பால் சொல்லுவேன்.

அதாவது, "எனக்கோ, எனக்குத் தெரிந்த ஒருவருக்கு கை ஒடிந்து விட்டது, கட்டுக்கட்டப் போகிறேன்" என்று சொல்லுவேன். நான் சொல்லும் நாளில், சாயங்காலம் ஐந்து மணி அளவில், நீங்க நல்லாம்பட்டிக்கு வந்துருங்க. அங்கிருந்து நாம் காட்டுராஜாவைச் சந்திக்கப் போகலாம். அதுபோலவே வீரப்பனைச் சந்திக்கப் போவதைக் "கல்லுக் காட்டுக்குப்

போகலாம்" என்றும், வீரப்பன் வரச்சொன்னார் என்பதை "மேஸ்திரி வரச்சொன்னார்" என்றும் சொல்வேன்.

உங்களை நான் நேரில் சந்திக்கவேண்டும் என்றால், "நான் இன்றைக்குச் சாயங்காலம் சேலம் ஆஸ்பத்திரிக்கு வருகிறேன்" என்று சொல்லுவேன். இதைப் புரிந்துகொண்டு நீங்கள் நான் சொல்லும் நாளில் சேலம், ஐந்து ரோட்டில் உள்ள கோகுலம் மருத்துவமனைக்கு வந்துவிடவேண்டும். இப்படி நான் சொல்லும் ஒவ்வொரு சொல்லும் வேறு ஒரு பொருள் உள்ளது என்பதைக் குறிப்பால் உணர்த்தும் விதமாகப் பல செய்திகளை தேவராஜ் சொல்லியுள்ளார்.

சேலம், தருமபுரி, கிருஷ்ணகிரி மாவட்டத்தில் உள்ள பெரும்பாலான மக்கள் கை, கால் எலும்பு ஒடிந்து விட்டால் எண்ணெய் கட்டுக் கட்ட நல்லாம்பட்டிக்குப் போவது வழக்கம். தருமபுரியிலிருந்து பெண்ணாகரம் செல்லும் வழியில் இருபதாவது கிலோமீட்டரில் இந்த ஊர் உள்ளது. இங்குள்ள நாட்டு வைத்தியர்கள் எண்ணெய், மூலிகைச் சாறு போட்டு எலும்பு உடைந்த இடத்தில் கட்டுப் போடுவர். ஒவ்வொரு நாளும் இதற்காக நூற்றுக்கணக்காண மக்கள் நல்லாம்பட்டிக்கு வருவர். இதைத் தங்களின் சந்திப்புக்கு ஏற்ற இடமாக

நல்லாம்பட்டி.

தேவராஜ் மாற்றிக் கொண்டார். இதைப்பற்றி வேடியப்பன் சொல்வதைக் கேட்போம்.

"2004ஆம் ஆண்டு மார்ச் 18 ஆம் தேதி தேவராஜ் எங்களை வரச்சொன்னார். நானும், புலவர் அனுப்பிய ஒரு தோழரும் நல்லாம்பட்டிக்குப் போனோம். அங்கே தேவராஜ் இருந்தார். அங்கிருந்து மூவரும் பெண்ணாகரம் போனோம். அங்கே ஐயந்துரை என்பவரும் எங்களோடு சேர்ந்து கொண்டார். நன்றாக இருட்டிய பிறகு, பாப்பாரப்பட்டி செல்லும் வழியிலுள்ள தும்கல் என்ற ஊருக்கு நால்வரும் நடந்தே போனோம். அங்கிருந்து மேற்குப் பக்கம் போகும் வழியில் காட்டை ஒட்டியிருந்த ஒரு வீட்டுக்குப் போனோம்.

ஐயந்துரை வீரப்பனுக்குக் கொடுப்பதற்காக வாங்கிக் கொண்டு வந்திருந்த பொருள்களை எல்லாம் அந்த வீட்டில் கொண்டு போய் வைத்தார். அந்த வீட்டிலிருந்த ஒருத்தரையும் கூட்டிக்கொண்டு மேற்கிலிருந்து காட்டுக்குள் போனார். நாங்களும் அவர்களைப் பின்தொடர்ந்து போனோம். இரண்டு கிலோ மீட்டர் தொலைவுக்குப் போயிருப்போம், போகும் வழியில் பாதையின் நடுவே ஒரு கல் வைக்கப்பட்டிருந்தது.

அந்த அடையாளத்தைப் பார்த்த ஐயந்துரை, அங்கேயே நின்றுகொண்டு லேசாக விசில் அடித்தார். எதிர்பக்கம் இருந்தும் விசில் சத்தம் வந்தது, லேசான இருமலும் வந்தது. பிறகு, ஐயந்துரை டார்ச் லைட் மூலம் சிக்னல் கொடுத்தார். எதிர்ப்பக்கம் இருந்தும் டார்ச் வெளிச்சம் வந்தது.

முதலில் சந்திர கவுடாதான் வந்து எங்களைப் பார்த்தார், அங்கிருந்து சின்னாற்றுப் பள்ளத்துக்குள் கூட்டிக்கொண்டு போனார். ஒரு பாறைமேல் சேதுமணி உட்கார்ந்து கொண்டிருந்தார். வீரப்பனும் சேத்துக்குழி கோவிந்தனும் ஆற்றில் குளித்துக் கொண்டிருந்தனர். எங்களைப் பார்த்ததும், இருவரும் எழுந்து, உடைகளைப் போட்டுக்கொண்டு வந்தனர். முதலில் சேத்துக்குழி கோவிந்தனே வந்தார். இரவு நேரமாக இருந்ததால், எனக்கு அவரை அடையாளம் தெரியவில்லை. வீரப்பன், கோவிந்தன் என இரண்டு பேருமே மீசையுடன் இருந்தனர். முதலில் கோவிந்தனே எங்களுடன் கைக் குலுக்கினார். அடுத்து வீரப்பன் வந்து கை கொடுத்து, வணக்கம் தெரிவித்தார்.

இருவரிடமும் என்னை அறிமுகம் செய்து கொண்டேன். என்னுடன் வந்திருந்த தோழரும் அறிமுகம் செய்து கொண்டார். நாங்க எல்லோரும் பேசிக் கொண்டிருக்கும்போதே கோவிந்தன் என்னவோ சொன்னார். அதைக் கேட்டதும் வீரப்பன் "சீக்கிரமா மேல போங்க..." என்று எங்களிடம் சொன்னார்.

தேவராஜ், ஐயந்துரை, அந்த வீட்டிலிருந்து வந்த மூன்று பேரும் தலைதெறிக்க ஓடினாங்க. எனக்கு என்னன்னு புரியலே. ஒருவேளை போலீஸ் வந்துட்டாங்க போல இருக்குதுன்னு நெனச்சேன். நானும், தட்டுத்தடுமாறி ஆற்றிலிருந்து மேலே ஏறிவந்தேன். நாங்களெல்லாம் ஆயிரம் மீட்டர் தூரத்துக்கு வந்த பின்னாலேதான் கோவிந்தன் மேலே வந்தார். "யானைக் கூட்டம் தண்ணி குடிக்க வந்துட்டுது" என்று சொன்னார்.

அந்த இடத்திலேயே வீரப்பன், கோவிந்தன், சேதுமணி, சந்திரகவுடா எல்லோரும் உட்கார்ந்தாங்க. ஒருவரை ஒருவர் அறிமுகம் செய்துகொண்டு பேசினோம். மூன்று மணி நேரத்துக்குமேல் நாட்டு நடப்புகளைப் பற்றிப் பேசிக்கொண்டிருந்தோம். அப்போது, வீரப்பன் எங்களுக்கு சாப்பிடத் தேன் கொடுத்தார்.

"**கா**ட்டில் தலைமறைவாக இருந்து கொண்டு போலீசாரை எதிர்த்துப் போராடிவரும் தனக்கு, தற்போதைய சூழலில் போதிய ஆள்பலம் இல்லை. அதனால், மக்களுக்காகப் போராடும் நக்சலைட் இயக்கத்தில் உள்ள புரட்சியாளர்கள் சிலரைத் தன்னுடைய அமைப்பில் சேர்க்கவேண்டும். அவர்களுக்குத் தேவையான ஆயுதங்கள், உணவு, பயிற்சி, பாதுகாப்பு போன்றவற்றை நான் ஏற்பாடு செய்து கொடுக்கிறேன். அரசையும், போலீசையும் எதிர்த்துப் போராடுவதற்கு ஏற்ற தகுதியும், திறமையும் உள்ள நல்ல இளைஞர்களை மட்டும் நீங்கள் இங்கே அனுப்பி வையுங்கள்" என்று வீரப்பன் கேட்டார்.

"புலவர் அதற்கான ஆள்களைத் தயார் செய்து அனுப்பி வைப்பதாகச் சொல்லியுள்ளார். அவர்களை உங்களிடம் கொண்டுவந்து சேர்ப்பது என்னுடைய பொறுப்பு" என்று

சொன்னேன். அடுத்து, "எப்போது சந்திப்பேன். எந்த இடத்தில் சந்திப்பேன் என்பதைப் பற்றி எல்லாம் நான் தேவராஜ் மூலம் உங்களுக்குச் சொல்லி அனுப்புகிறேன்..." என்று வீரப்பன் சொன்னார்.

காட்டை ஒட்டியிருந்த வீட்டிலிருந்து எங்களுக்குக் கோழிக்கறியுடன் சாப்பாடு கொண்டுவந்து கொடுத்தனர். சாப்பிட்டுவிட்டு நள்ளிரவு இரண்டு மணிவரை நாங்கள் அந்த இடத்திலேயே பேசிக்கொண்டிருந்தோம். அதற்குப் பிறகே, ஐயந்துரை வாங்கிக்கொண்டு வந்திருந்த பொருள்களை யெல்லாம் வாங்கி மூட்டைகட்டி எடுத்துக்கொண்டு வீரப்பன் உள்ளிட்ட நால்வரும் காட்டுக்குள் சென்றனர்.

அந்த வீட்டுக்குப் பக்கமாக, காட்டுக்குள் இருந்த ஒரு பெரிய பாறைமீது நாங்கள் நால்வரும் படுத்திருந்தோம், எனக்குத் தூக்கமே வரவில்லை. வெறுமனே கண்ணை மூடிப்படுத்திருந்தேன். அப்போது ஓர் உருவம் பக்கத்தில் வந்து எங்களைப் பார்த்துவிட்டுப் போனது போலத் தெரிந்தது. உடனே, நான் தேவராஜிடம் கூப்பிட்டுச் சொன்னேன். "இந்த நேரத்துக்குப் பாங்காட்டுக்கு யாரண்ணா வரப்போறாங்க... காட்டுப் பன்னி ஏதும் வந்திருக்கும்" என்று சொல்லி விட்டார்.

வேடியப்பன்

இந்தச் சந்திப்பின்போது, மக்கள் யுத்தக்குழுவின் மேலிடப் பொறுப்பாளர் ஒருவரும் வந்திருந்தார். அவர் பேசியதிலிருந்து அவரும் தருமபுரி பகுதியைச் சேர்ந்தவர் போலத்தான் தெரிந்தது. அவர் யார்...? பெயர் என்ன...? என்ன பொறுப்பில் இருந்தார் என்ற விவரமெல்லாம் புலவருக்குத்தான் தெரியும். நான் அதைத் தெரிந்துகொள்ள விரும்பவில்லை.

நாங்கள் சந்தித்த நபர் வீரப்பன்தானா...? அவர்

உண்மையில் அமைப்புடன் சேர விரும்புகிறாரா...? என்பதைப் பற்றித் தெரிந்துகொள்ளவே அவர் வந்திருந்தார்" என்றார்.

"புலவர் மேற்கொண்ட முயற்சி எந்த அளவுக்குப் போனது தோழர்...?" என்று கேட்டேன்.

4.6.2004 அன்று எங்களின் இரண்டாவது சந்திப்பு நடந்தது, இந்தச் சந்திப்பின்போது புலவரும் வந்தார். அவருடன் தீர்த்தகிரி என்ற மக்கள் யுத்தகுழுவின் பொறுப்பாளர் ஒருவரும் இருந்தார். இது எனக்கும், புலவருக்கும் வீரப்பனுடன் நடந்த இரண்டாவது சந்திப்பு. இந்த முறையும், வீட்டை ஒட்டியிருந்த காட்டுக்குள்ளேயே உட்கார்ந்து பேசினோம். இந்தச் சந்திப்பில், புலவரும், தோழரும், வீரப்பனுடன் விடியற்காலை நான்கு மணிவரை பேசினர்.

அதற்குப் பிறகு, வீரப்பன் அங்கிருந்து கிளம்பினார். புலவரை மட்டும் வீட்டுக்கு அனுப்பிவிட்டு நாங்கள் எல்லோரும் காட்டுக்குள்ளேயே படுத்திருந்தோம். காலை ஆறு மணிக்குமேல் அங்கிருந்து கிளம்பிப் புலவரை கைத்தாங்கலாகப் பிடித்து தூக்கிக்கொண்டுதான் ரோட்டுக்கு வந்து சேர்ந்தோம். பாப்பாரப்பட்டியில் இருந்து வந்த ஆறாம் நெம்பர் டவுன் பஸ்ஸில் ஏறி பெண்ணாகரம் வந்து சேர்ந்தோம்.

இதையடுத்து எங்களின் மூன்றாவது சந்திப்பு 18.06.2004 அன்று நடந்தது. இந்தச் சந்திப்பின்போது, கடந்தமுறை புலவருடன் வந்த தோழர் தீர்த்தகிரி என்ற மக்கள் யுத்தக்குழுவின் தோழருடன், இன்னொரு பொறுப்பாளரும் வந்தார். நாங்கள் வழக்கமாகச் சந்தித்துப்பேசும் அந்த வீட்டில் சற்றுநேரம் பொதுவான செய்திகளைப் பேசினோம். பிறகு, அந்த வீட்டிலிருந்து புறப்பட்டு சின்னாற்றுக் காட்டுக்குள் ஓரிடத்தில் போய் உட்கார்ந்து கொண்டோம்.

தீர்த்தகிரி, வீரப்பன், கோவிந்தன் என மூன்றுபேர் மட்டும் தனியாக நீண்ட நேரம் பேசினர். அப்போது என்ன பேசினர் என்ற விவரங்களை நான் தெரிந்துகொள்ள விரும்பவில்லை. அதற்குப் பின்னர், தீர்த்தகிரி பலமுறை வீரப்பனைச் சந்தித்துள்ளார். இரண்டு அமைப்பும் எப்படி

இணைந்து செயல்படலாம். என்னென்ன வேலைகளைச் செய்யலாம் என்பது தொடர்பாகவும் இருவரும் பேசி, முடிவு செய்துள்ளனர்.

ஆகஸ்டு நான்காம் தேதி எனக்கும் வீரப்பனுக்குமான நான்காம் கட்டச் சந்திப்பு நடந்தது. கிருஷ்ணாபுரத்தில் இருந்து வடக்கே உள்ள காட்டில் நாங்கள் சந்தித்துக் கொண்டோம். போகும் வழியெல்லாம் ஆட்டுப்பட்டிகளும், மாட்டுப்பட்டிகளும் இருந்தன. அதையெல்லாம் தாண்டிச் சென்றோம். ஒரு குகைபோல இருந்த ஒரு பாறைமேல் வீரப்பன் ஆள்கள் உட்கார்ந்து கொண்டிருந்தனர். இந்த முறையும், என்னை தேவராஜும், ஐயந்துரையுமே அழைத்துக் கொண்டு சென்றனர்.

அன்று மூன்றுபேர் மட்டுமே அங்கே இருந்தனர். "சந்திரகவுடா எங்கே.....?" என்று கேட்டேன். "நாங்க தங்கியிருந்த இடத்தில், உள்ளூர் இருளர் பசங்க இருக்காங்க. அவங்களுக்குப் பாதுகாப்பாக சந்திரன் இருக்கிறான்" என்று வீரப்பன் சொன்னார்.

இந்தச் சந்திப்பில் என்னைத்தவிர வேறுயாரும் கலந்து கொள்ளவில்லை. எங்களுடைய நடவடிக்கைகள்மீது வீரப்பனுக்குச் சிறிது சந்தேகம் வந்திருந்தது. அதைத் தெளிவுபடுத்திக் கொள்ளவே என்னைக் கூப்பிட்டிருந்தார். ஒருநாள் பகல் முழுவதும் அவருடன் தங்கியிருந்தேன்.

நடிகர் ராஜ்குமார் கடத்தல், நாகப்பா கடத்தலில், அவருடைய இளமைக்கால வாழ்க்கை பற்றியெல்லாம் பேசினார். "செங்கிடி காட்டில் நாங்க, நாகப்பா எல்லாம் இருந்தப்போ நாகப்பாவும் பச்சைக் கலரில் சட்டை போட்டிருந்தார். தலையில் பச்சைக் கலரில் மங்கிக் குல்லாவும் போட்டிருந்தார். போலீஸ் வந்ததுமே, நாங்க அங்கிருந்து ஒரு மறைவான இடத்துக்கு வந்துட்டு, "எந்திருச்சு வாங்க பெரியவரே..."ன்னு கத்தினேன்.

"நம்மை மீட்டுக் கொண்டுபோக போலீஸ் வந்துட்டாங்க, வீரப்பங்கிட்டே இருந்து நாம தப்பிச்சுட்டோம்" என்று நாகப்பா நெனச்சுக்கிட்டு அங்கேயே உட்கார்ந்துகிட்டிருந்தார். ஆனா, போலீஸ் இதுவும் வீரப்பன் ஆள்தான்னு நெனச்சு

பச்சைச் சட்டையோட இருந்த நாகப்பாவையும் சுட்டுக் கொண்டுட்டடங்க..." என்று விளக்கம் சொன்னார்.

ராஜ்குமார் கடத்தல் நடந்ததை முழுமையாக செய்து காட்டினார். அவர்கள் வைத்திருந்த துப்பாக்கி, அதை யெல்லாம் கையாளும் முறைகளைப் பற்றியெல்லாம் விளக்கமாகச் சொன்னார்.

இந்தச் சந்திப்பில், எங்களின் நடவடிக்கைகள் அனைத்தையும் போலீசார் கண்காணிக்கின்றனர் எனச் சந்தேகப்பட்டார். உங்களை யாராவது பின் தொடர்ந்து வருகிறார்களா...? என்றும் கேட்டார்.

"புலவரையும், அவருடன் தொடர்பில் உள்ளவர்களையும் போலீசார் வழக்கமாகக் கண்காணிப்பர். அது வழக்கமான நடைமுறைதான். எனக்குத் தெரிந்தவகையில் இதில் கெட்டவர்கள் யாரும் இல்லை" என்று சொன்னேன்.

"தேவைப்பட்டால் உங்களை மீண்டும் கூப்பிடுகிறேன்" என்று சொன்ன வீரப்பன், அன்று இரவு என்னை ஊருக்கு அனுப்பிவிட்டார். அன்று பகல் முழுதும், தேவராஜ், ஐயந்துரை இருவரும் எங்கள் கூடவே இருந்தனர். நாங்க மூன்று பேரும் இரவு பெண்ணாகரம் வந்து சேர்ந்தோம்.

வீரப்பன் எங்களை எந்தத் தேதியில் வரச்சொல்லியுள்ளார் என்ற செய்தியைத் தேவராஜ்தான் எனக்குச் செல்பேசியில் சொல்லுவார். நாங்கள் காட்டுக்குப் போகும் வழியில் யார் கேட்டாலும், தனக்கு கை உடைந்து விட்டது. அதனால், "நல்லாம்பட்டிக்கு போய் கைக்குக் கட்டுப் போட்டுக் கொண்டு வந்தேன்னு..." சொல்லுவார். கையில் எண்ணெய் பாட்டிலும் வச்சிருப்பார்.

ஒவ்வொருமுறையும் நானும், தேவராஜும் காட்டுக்குப் போகும்போது பெண்ணாகரத்திலிருந்து ஐயந்துரையும் எங்களோடு இணைந்து கொள்வார். இருட்டிய பிறகு, பெண்ணாகரத்திலிருந்து நாங்கள் நடந்தே தும்கல் காட்டுப் பகுதிக்குப் போவோம். அந்த வீட்டிலிருந்து குறிப்பிட்ட இடத்துக்கு ஐயந்துரை எங்களைக் கூட்டிக்கொண்டு போவார். ஏதாவது ஒரு சிக்னல் மூலமாக நாங்கள் வந்துள்ளதைக் காட்டுக்குள் உள்ளவர்களுக்குத் தெரியப்படுத்துவார்.

அதைத் தொடர்ந்து, காட்டுப்பகுதியிலிருந்தும் பதில் சிக்னல் வரும். பின்னர் சற்று நேர இருபக்க சிக்னல்களுக்குப் பின்னர் இரு அணியினரும் சந்தித்துப் பேசுவோம். ஒருமுறை மட்டுமே காட்டை ஒட்டி அமைந்துள்ள அந்த வீட்டில் நாங்கள் சந்தித்தோம். அடுத்தடுத்த சந்திப்புகள் அந்த வீட்டிற்குப் பக்கத்திலுள்ள காட்டில் நடந்தன. வீரப்பன் சந்திக்க வரச்சொல்லும் இடங்களெல்லாம் ஐயந்துரைக்கு மட்டுமே தெரியும்.

எனக்குத் தெரிந்த வகையில் வீரப்பன் அடுத்த ஒரு பெரிய தாக்குதலுக்குத் தயாராகிக் கொண்டிருந்தார். தனக்குக் கண் பார்வைக் குறைபாடு உள்ளதையும் சொன்னார். ஆனால், அது தனக்குப் பெரும் பிரச்சனையாக இருப்பதாகவோ, அதற்கு உடனடியாக சிகிச்சை எடுக்கவேண்டும் என்றோ அவர் சொல்லவில்லை. அந்த அவசியமும் இல்லை. பகலில் அவருக்கு எந்தத் தடுமாற்றமும் இல்லை. இரவில் நடக்கும் போது மட்டும் கொஞ்சம் சிரமப்பட்டார்.

ஒவ்வொரு முறை நாங்கள் வீரப்பனைச் சந்திக்கப்போகும் முன்பாக டேப் ரெக்கார்டர், ஆடியோ கேசட், டார்ச் லைட், மருந்து, மாத்திரைகள் என ஏதாவது கொஞ்சம் பொருள்களை வாங்கிக்கொண்டு வரச்சொல்லுவார். அவற்றையெல்லாம் நானும் வாங்கிக் கொண்டுப்போய்க் கொடுத்துள்ளேன். அவருடைய பணமெல்லாம், சத்தியமங்கலம் காட்டில் இருப்பதாகவும், தற்போது குறைவான தொகையே கையில் இருப்பதாக அவர்களுக்குள் பேசிக்கொண்டனர்.

2004-மார்ச் மாதம் தொடங்கிய என்னுடைய தொடர்புகள் ஆகஸ்டு மாதத்தின் இடையிலேயே நின்று விட்டது. அதன் பிறகு, எனக்குத் தெரிய மக்கள் யுத்தக்குழு தோழர் பலமுறை வீரப்பனைச் சந்தித்துள்ளார். அடுத்த முறை அவருடன் வேறுசில மக்கள் யுத்தக்குழுவின் தோழர்களும்கூடக் காட்டுக்குள் சென்றுள்ளனர்" என்றார்.

மேலும் வேடியப்பன் என்னிடம் பேசும்போது, "வீரப்பன் சுட்டுக் கொல்லப்பட்டதாக அறிவிக்கப்பட்ட மறுநாள் காலையிலேயே நான் தேவராஜிடம் இது குறித்துப் பேசினேன். "அண்ணா... நீங்களும், நானும் போய்விட்டு வந்ததுதான்

நான் காட்டுராஜாவைக் கடைசியாகப் பார்த்தது. அதற்குப் பிறகு, அவர்கள் என்னைத் தொடர்பு கொள்ளவில்லை" என்று சொல்லிவிட்டார்.

வீரப்பன் கொல்லப்பட்ட மறுநாள் புலவர் கலியபெருமாள் ஐயாவும் தருமபுரிக்கு வந்தார். நானும், புலவரும் வீரப்பன் உடலுக்கு அஞ்சலி செலுத்தப்போனோம். அங்கிருந்த உளவுப்பிரிவு போலீசாருக்குப் புலவரை அடையாளம் தெரியவில்லை. "இது யார்...?" என்று என்னிடம் கேட்டனர்.

"எங்க அப்பா..." என்று சொல்லி விட்டேன். நாங்க தருமபுரி அரசு மருத்துவமனையில் இருந்த நேரத்தில் தோழர் தீர்த்தகிரி என்னை செல்பேசி மூலம் தொடர்பு கொண்டார். என்னைப் பற்றியும், புலவரைப் பற்றியும் விசாரித்தார். நாங்கள் இருவரும் தருமபுரியில் இருப்பது பற்றிச் சொன்னேன்.

"என்ன தோழர் நேற்றிரவு பாப்பாரப்பட்டி அருகில் வீரப்பன் சுட்டுக் கொல்லப்பட்டதாக போலீசார் சொல்லுகின்றனர். உண்மையில் என்ன நடந்தது தோழர்...?" என்று தீர்த்தகிரியிடம் கேட்டேன்.

"இரண்டு வாரங்களுக்கு முன் பெண்ணாகரம் பகுதியில் நாங்க வழக்கமாகச் சந்திக்கும் இடத்துக்கு நான் மட்டும் போயிருந்தேன். அப்போது, என்னைச் சந்திக்க வருவதாக சொல்லியிருந்த வீரப்பன் அங்கே வரவில்லை. ஆனால், அந்த இடத்தில் ஒரு கடிதம் இருந்தது. அந்தக் கடிதத்தில், நாங்கள் ஓர் அவசர வேலைக்காக சத்தியமங்கலம் காட்டுக்குப் போகிறோம். இரண்டு மாதத்தில் மீண்டும் இங்கே வந்த பின்னர் உங்களைத் தொடர்பு கொள்கிறேன் என்று எழுதியிருந்தது. அதை எடுத்துக்கொண்டு நான் திரும்பி வந்து விட்டேன். அதற்குப் பிறகு என்ன நடந்தது என்று தெரியவில்லை" என்று சொன்னார்.

அதன் பின்னர், என்ன நடந்திருக்கலாம் என்று தெரிந்து கொள்ளப் பலமுறை தேவராஜிடம் தொலைபேசியில் பேசினேன். "நானும், நீங்களும் கடைசியாகக் காட்டுக்குப் போய்விட்டு வந்த பின்னர், காட்டுராஜாவிடமிருந்து எனக்கு எந்தவிதமான தொடர்பும் வரவில்லை அண்ணா..." என்று தீர்க்கமாகச் சொல்லிவிட்டார். இப்போதும், நான்

தேவராஜுடன் தொடர்பில்தான் உள்ளேன். ஐயந்துரை எந்த ஊர், அவருக்கும் தேவராஜுக்கும் என்ன தொடர்பு, பெண்ணாகரம் அருகிலுள்ள தும்கல்லில் உள்ளவர்கள் யார் என்ற விவரமெல்லாம் எனக்குத் தெரியாது. ஐயந்துரைக்கும், தும்கல் காட்டில் நாங்கள் சந்தித்த வீட்டுக்காரர்களுக்கும் உறவினர்களாக இருக்கலாம். அவர்களுக்குள் பேசும்போது, மாமா, மச்சான் என்று பேசியதிலிருந்து இதைத் தெரிந்துகொள்ள முடிந்தது.

வீரப்பன் இறந்த சில நாள்களுக்குப் பிறகு, அவருடைய சொந்த ஊரிலேயே உறவினர்கள் மூலம் வீரப்பன் விஷம் வைத்துக் கொல்லப்பட்டனர் என்று உண்மை அறியும் குழுவினர் அறிக்கை வெளியிட்டனர். அதுதான் உண்மை யென்று மக்களும் பேசிக்கொண்டனர்.

2004 ஆகஸ்ட்டுக்குப் பிறகு வீரப்பன் தன்னைத் தொடர்பு கொள்ளவில்லை என்று தேவராஜும் சொல்லி விட்டார். மாவோயிஸ்ட் இயக்கத்தின் தோழர் தீர்த்தகிரியும், "கடைசியாக நாங்கள் சந்திக்கும் இடத்தில் ஒரு கடிதம் மட்டுமே இருந்தது" என்று சொன்னார். இவற்றையெல்லாம் ஒப்பீடு செய்து பார்த்ததில் எல்லாமே ஓரளவுக்குப் பொருந்தி வந்தன. அதனால் வீரப்பனின் இறுதிக் காலத்தில் நடந்த நிகழ்வுகளுக்கும், இவர்களுக்கும் தொடர்பில்லை என்று நினைத்துக் கொண்டிருந்தேன்" என்றார்.

தீர்த்தகிரி என்ற பெயரில் வந்த மாவோயிஸ்ட் இயக்கத் தோழரின் உண்மையான பெயர் என்ன என்று வேடியப்பனிடம் கேட்டேன்.

அந்தப் பெயரைச் சொல்ல வேடியப்பன் யோசித்தார்...?.

***

26

வீரப்பன் சீக்கிரம் சாகவேண்டும்

வீரப்பன் தேடுதல் வேட்டை

கோரப்பள்ளம் தேவராஜுக்கும், தனக்குமான சந்திப்புகள் குறித்து வேடியப்பன் பேசும்போது, "சேலம், கோகுலம் மருத்துவமனைக்கு முன்பாக நாங்கள் சந்தித்துப் பேசினோம். வீரப்பன் பயன்படுத்தும் டேப் ரெக்கார்டருக்கு மைக்ரோ ஆடியோ கேசட் வாங்க ரத்னா வணிக வளாகத்திற்குள் நான் போனேன். அப்போது, போலீஸ் போன்ற தோற்றமுடைய ஓர் ஆள் என்னைப் பின்தொடர்ந்து வந்தார். அங்கிருந்த டியூட்டி பெய்டு ஷாப்பில் நான் பொருள் வாங்கிக்கொண்டு இருந்தபோதும் அவர் வந்தார். நான் இருந்த கடையைப் பார்த்துவிட்டுப் போனார். எனக்குச் சந்தேகம் வந்தது. அந்தக்

கடை உரிமையாளரிடம் விசாரித்தேன். "இப்போது வந்தவர், லோக்கல் போலீஸ் எஸ்.ஐ.அடிக்கடி இந்தப்பக்கம் வருவார்" என்றார்.

அந்தப் பகுதியில் வேறு யாரையோ தேடுவதுபோல அவர் மற்ற கடைகளையும் கண்காணித்துக்கொண்டே போனார். லோக்கல் போலீஸ் என்பதால் அவர் வேறு ஏதாவது வேலைக்காக அங்கே வந்திருப்பார் என்று நினைத்தேன். அது துரைப்பாண்டியன்தான் என்பதை இப்போது போட்டோவைப் பார்த்துத் தெரிந்து கொண்டேன்.

நான் நான்காம் முறை வீரப்பனைச் சந்தித்துவிட்டு, பெண்ணாகரத்துக்கு மேற்கிலுள்ள கிருஷ்ணாபுரம் காட்டு வழியாக நடந்து வந்தோம். அப்போது, வழியில் சீருடை யில்லாத போலீசார் போன்ற தோற்றமுடைய இரண்டு பேர் செடிவெட்டிக் கொண்டிருந்தனர். அந்த இருவரின் கவனமும் செடி வெட்டுவதில் இல்லை. அந்த வழியாக யார் போகின்றனர் என்பதைக் கண்காணிக்கும் வகையில் இருந்தது.

ஒருமுறை நான் கொளத்தூரிலிருந்து கோவிந்தபாடிக்கு பேருந்தில் செல்லும்போது போலீசார் போன்ற தோற்ற முடையவர் பேருந்தில் ஏறினார். எனக்குப் பக்கத்திலேயே உட்கார்ந்து கொண்டார். அவரது ட்ரவுசர் பாக்கெட்டில் இருந்த கைத்துப்பாக்கி என்னுடைய காலில் படும் அளவுக்கு நெருங்கி உட்கார்ந்து கொண்டு வந்தார். இது எல்லாமே வெவ்வேறு இடங்களில், வெவ்வேறு சூழ்நிலைகளில் நடந்தவை. அதனால், நான் இவை பற்றியெல்லாம் கவலைப் படவில்லை. எனக்கு புலவர் கொடுத்த வேலைகளை செய்து கொண்டிருந்தேன்.

வீரப்பனை நான் முதன்முறையாக சந்தித்தபோதே, "நம்முடைய சந்திப்பு, நாம் இங்கே பேசிக்கொண்டது தொடர்பான எந்தச் செய்திகளையும் இப்போதைக்குக் கொளத்தூர் மணி அண்ணனிடம் சொல்லவேண்டாம். நேரம் வரும்போது, நானே மணி அண்ணனிடம் சொல்லி விடுகிறேன்" என்று வீரப்பனும் சொன்னார். அதனால்தான் எங்களின் சந்திப்பு குறித்தும், நாங்கள் பேசிக்கொண்ட செய்திகள் குறித்தும் உடனடியாக கொளத்தூர் மணி

அண்ணனிடம் சொல்லவில்லை. வீரப்பனின் மறைவுக்குப் பிறகுதான் ஒரு முறை மணி அண்ணனிடம் நானும், புலவரும் வீரப்பனைச் சந்தித்த செய்தியை மட்டுமே சொன்னேன்..." என்றார் வேடியப்பன்.

நீங்களும், புலவரும் தீர்த்தகிரி என்ற பெயரில் அழைத்துக் கொண்டு போய் வீரப்பனிடம் அறிமுகம் செய்து வைத்த மக்கள் யுத்தக் குழுவைச் சேர்ந்த தோழரின் உண்மையான பெயர் என்ன...? என்றேன். அவருடைய பெயரைச் சொல்ல நீண்ட நேரம் யோசித்தார். சிரித்துக்கொண்டே, "வேணாம் தோழர் அதைப் பற்றிப் பேசவேண்டாம்" என்றார்.

"புலவர் கலியபெருமாள் ஐயாவுடன் இருந்த நீங்களே இப்படிச் சொன்னால் எப்படித் தோழர்...? வீரப்பன் கொல்லப்பட்டதாகச் சொல்லப்படும் இரு கதைகளிலும் உண்மையில்லை. அந்த உண்மையை வெளி உலகத்துக்குச் சொல்லத்தான் நான் போராடிக்கொண்டு இருக்கிறேன். நான்கு ஆண்டுகளாக நான் தொகுத்துக் கொண்டிருக்கும் நூலின் இறுதிப்பகுதியை நீங்கள் சொல்லப் போகும் செய்தியைக் கொண்டுதான் முடிக்கமுடியும். நீங்கள் மனம் திறந்து பேசினால் மட்டுமே உண்மையை வெளியே கொண்டுவரமுடியும்" என்று சொன்னேன்.

நீண்ட நேர யோசனைக்குப் பிறகு, "நான் புலவர் கலியபெருமாள் ஐயாவுடன் அந்த தோழரைச் சந்தித்தபோது தீர்த்தகிரி என்று அவர் சொன்ன பெயர்தான் தெரியும். உண்மையான பெயர் என்னவென்று எனக்குத் தெரியாது. அமைப்பிலுள்ள ஒவ்வொருவருக்கும் ஒவ்வொரு பெயர் இருக்கும். அதையெல்லாம் ஒவ்வொருவரும் தெரிந்துகொள்ள வேண்டிய அவசியமில்லை. தெரிந்து கொள்ளவும் முடியாது. அதனால் தீர்த்தகிரி என்றவரின் உண்மையான பெயரைப் பற்றி நான் தெரிந்துகொள்ள விரும்பவில்லை.

வீரப்பன் இறந்த சில ஆண்டுகளுக்குப் பிறகு, அந்தத் தோழரைத் திருப்பூரில் வைத்துக் கியூ பிரிவு போலீசார் கைது செய்தனர். அந்தச்செய்தி நாளிதழ்களில் வெளியான போதுதான் என்னிடம் தீர்த்தகிரி என்று அறிமுகமானவரின் உண்மையான பெயர் சுந்தரமூர்த்தி என்பது தெரிந்தது. அமைப்பிலுள்ள எல்லோருமே அவரை எஸ்.எம். என்றுதான்

சொல்வர். அவருடைய சொந்த ஊர் தருமபுரி அருகில் உள்ள இராமையன்பட்டி" என்றார்.

வேடியப்பனிடம் நான் பேசியதிலிருந்து முதல்முறை சுந்தரமூர்த்தியும், இரண்டாம்முறை அவருடன் மற்ற இரு தோழர்களும் தும்கல் காட்டுப்பகுதியில் தங்கியிருந்த வீரப்பனைச் சென்று பார்த்துப் பேசிவிட்டு வந்துள்ளனர். அதன் பின்னர் என்ன நடந்தது என்பது வேடியப்பனுக்குத் தெரியவில்லை. தற்போது, சென்னை நடுவண் சிறையில் தண்டனை சிறைவாசியாக இருக்கும் சுந்தரமூர்த்தியுடன் காட்டுக்குள் சென்று வீரப்பனைச் சந்தித்த இன்னொரு மக்கள் யுத்தக்குழு இயக்கத் தோழரை எனக்குத் தெரியும் என்றும் வேடியப்பன் சொன்னார்.

"சுந்தரமூர்த்தியுடன் காட்டுக்குள் சென்ற அந்தத் தோழரை நான் சந்தித்துப் பேசவேண்டும். அதற்கு முன்பாக, தும்கல் பகுதியில் புலவர் கலியபெருமாளும், தோழர் சுந்தரமூர்த்தியும் சென்று வீரப்பனைப் பார்த்துப் பேசிவிட்டு வந்த வீட்டையும், அதற்குப் போகும் வழியையும் நீங்கள், எனக்கு அடையாளம் காட்டவேண்டும்" என்றும் வேடியப்பனிடம் கேட்டேன்

அடுத்த சில நாள்களில் அவசியம் என்னை அந்த இடத்துக்கு அழைத்துச் சென்று காட்டுவதாகச் சொல்லி

மக்கள் யுத்தக் குழுப் போராளிகள் 1

மக்கள் யுத்தக் குழுப் போராளிகள் 2

விட்டுச் சென்ற வேடியப்பன் என்னைத் தொடர்பு கொள்ளவில்லை. நான் பலமுறை தொடர்பு கொண்ட போதும் அவர் செல்பேசியை எடுக்கவில்லை.

இந்த வேளையில், புலவர் கலியபெருமாள் மூலமாக வீரப்பனுடன் தொடர்பு ஏற்படுத்திக் கொண்ட மக்கள் யுத்தக்குழு எது என்பதைப் பற்றியும், அவர்களின் அரசியல் நிலைப்பாடு குறித்தும் அந்த அமைப்பின் கடந்த கால வரலாறுகள் குறித்தும் சற்று விரிவாகப் பார்ப்போம்.

சீன மக்கள் குடியரசை நிறுவிய மாபெரும் தலைவர் மா சே துங். மார்க்சியக் கோட்பாட்டைக் தீவிரமாகப் பின்பற்றிய மா சே துங் ஆயுதப்போரின் மூலமே மக்களுக்கான விடுதலையைப் பெற முடியும் என்ற கோட்பாட்டைக் கொண்டவர். அந்தக் கோட்பாட்டின்படியே திட்டமிட்டு மக்களைத் திரட்டிப் போராடினார். பல நூறு ஆண்டுகளாக அந்நிய நாட்டு மன்னர்களிடம் அடிமைப்பட்டிருந்த சீன நாட்டை மீட்டெடுத்தார். **01.11.1949** அன்று பெய்ஜிங் நகரிலுள்ள தியா நன் மென் சதுக்கத்தில் சீன மக்கள் குடியரசை நிறுவினார்.

உலகளவில் மா சே துங் கொள்கையைப் பின்பற்றும் அனைத்து அமைப்புகளுமே மாவோயிஸ்டுகள் எனப்படுவர்.

இந்தியாவில் நக்சல்பாரிகள் அமைப்பிலிருந்த பலர் அதிலிருந்து விலகி மாவோயிஸ்டு அமைப்பை உருவாக்கினர். இந்த அமைப்பு தெலுங்கானா, சட்டீஸ்கர் மாநிலங்களில் மக்கள் யுத்தக்குழு *(PWG)* என்ற பெயரிலும், இந்திய அளவில் மாவோயிஸ்டு இயக்கம் என்றும் அழைக்கப்படுகிறது. ஆந்திரா, சத்தீஸ்கர், மகாராஷ்டிரா போன்ற மாநிலங்களில் இந்த அமைப்பு மக்கள் ஆதரவுடனும் செல்வாக்குடனும் உள்ளது. இந்தத் தலைமறைவு இயக்கத்தின் அரசியல் கட்சியின் பெயர் இந்திய கம்யூனிஸ்ட் எம்.எல். (மார்க்சிஸ்ட் & லெனினிஸ்ட்) என்பதாகும்.

1992-ஆம் ஆண்டில் மக்கள் யுத்தக் குழுவின் தேசியத் தலைமை தமிழ்நாட்டு நிலப்பரப்பில் தங்கள் இயக்கத்தின் வளர்ச்சிகளை முன்னெடுப்பது குறித்துக் கூடிப் பேசுகிறது. இதில் வட ஆர்காடு, தருமபுரி மாவட்டங்களை ஒட்டியமைந்துள்ள ஆந்திர மாநிலத்தில் பெரும் காடுகள் உள்ளன. இவற்றின் தொடர்ச்சியாக சேலம், ஈரோடு, கோவை மாவட்டங்களைக் உள்ளடக்கியே தமிழ்நாடு-கர்நாடக எல்லையிலும் பெரும் காடுகள் உள்ளன. இந்தக் காடுகளின் வழியாகக் கேரளாக் காடுகள் வரை பயணம் செய்யமுடியும். கிழக்கு, மேற்குத் தொடர்ச்சி மலைப்பகுதிகளை உள்ளடக்கிய இந்த மலைப் பகுதிகளில் தங்களுக்கென ஒரு நிரந்தரப் பயிற்சித் தளம் அமைக்க வேண்டும் என கட்சியில் முடிவு செய்யப்படுகிறது.

இதன் ஒரு பகுதியாக இந்தப்பகுதியில் உள்ள மலைப்பகுதிகளில் பிரச்சாரம் செய்யக் கலைக்குழுக்கள் உருவாக்கப்பட்டன. அதற்கான பொறுப்பாளர்களும் நியமிக்கப்பட்டனர். அவர்கள் மூலமாக மலைக் கிராமங்களுக்குச் செல்லும் தோழர்கள் அங்குள்ள பழங்குடி இளைஞர்களைத் தேர்ந்தெடுக்க வேண்டும். முதலில் அவர்களுக்கு அரசியல், சமூகம் சார்ந்த புரிதல்களை ஏற்படுத்தவேண்டும். பிறகு, அவர்களை முன்னிறுத்தி அமைப்பைத் தொடங்க வேண்டும். அடுத்த கட்டமாக அவர்களை ஆயுதப்போராட்டத்துக்கு கொண்டு வரவேண்டும் முடிவு செய்யப்படுகிறது. இதற்கெனத் தனித்தனிப் பயிற்சி குழுக்களும் அமைக்கப்படுகின்றன. இந்தக் குழுக்கள் காடு

களுக்குள் சென்று, அங்குள்ள மக்களுடன் இணைவதற்கு முன்பாகவே வீரப்பனுக்கும், போலீசாருக்கும் இடையே கடுமையான மோதல்கள் தொடங்கின.

இந்த நேரத்தில் வீரப்பன் கை ஓங்கிக்கொண்டே போனதால், தமிழ்நாடு, கர்நாடகம் என இரு மாநிலங்களிலும் சிறப்பு அதிரடிப்படைகள் அமைக்கப்படுகின்றன. அதன் பிறகும்கூட இருமாநில போலீசார் மீதும் வீரப்பனின் தாக்குதல்கள் அதிகரித்தே வந்தன. இதையடுத்து, இந்திய எல்லைக் காவல் படையும் இந்தக் காடுகளுக்கு வருகிறது. இதனால், காடுகளில் உள்ளும் வெளியிலும் பாதுகாப்பு பலப்படுத்தப்படுகிறது. வீரப்பன் தேடுதல் வேட்டையும் தீவிரமானது. இதை மையமாகக் கொண்டு காடுகளின் உள்ளே காவல்துறையின் நிரந்தரப் பாதுகாப்பு முகாம்களும், சோதனைச்சாவடிகளும் அமைக்கப்படுகின்றன. அதனால், இந்தக் காடுகளுக்குள் மக்கள் யுத்தக் குழுவினரால் நுழையவே முடியவில்லை.

இதையடுத்து 1993இல் கூடிய மக்கள் யுத்தக்குழுவின் தேசியத் தலைமை தங்களின் பயிற்சி இடங்களை வேறு பகுதிகளுக்கு மாற்ற முடிவு மேற்கொண்டது. வடஆர்க்காடு மாவட்டத்திலுள்ள குடியாத்தம், தருமபுரி மாவட்டத்தில் பெண்ணாகரம், பாலக்கோடு, சேலம் மாவட்டத்தில் மேச்சேரி, ஆத்தூர், மங்களபுரம், தேனி மாவட்டத்தில் பெரியகுளம், வருசநாடு போன்ற இடங்கள் தேர்வு செய்யப்படுகின்றன. மலையும், நிலமும் சார்ந்த இந்தப் பகுதியில் பிரச்சாரம் மேற்கொள்ளவும், அமைப்பைப் பலப்படுத்தவும் மத்திய குழு அனுமதியளிக்கிறது.

அப்போது கூடிய மக்கள் யுத்தக்குழுவின் தேசியத் தலைமை, வீரப்பன் என்ற ஒரு தனி நபரால் மேற்குத் தொடர்ச்சி மலையில் வாழும் இந்தத் தலைமுறை மக்களுக்கே பெரும் பின்னடைவு ஏற்படுகிறது. வனக்கொள்ளையனாகவும், கடத்தல்காரனாகவும் இருக்கும் வீரப்பன் எவ்வளவு சீக்கிரம் செத்து ஒழிகிறானோ அவ்வளவு சீக்கிரம் மலைவாழ் மக்களுக்கு விடிவு கிடைக்கும் என்று விவாதிக்கப்பட்டது.

இதைப்பற்றி, மாவோயிஸ்டு இயக்கத்தின் உறுப்பினரான

பூதிப்பட்டி ராமச்சந்திரன், "1992இல் ஒரு முறை எங்க ஊரிலிருந்து அஞ்சுபேர் பெண்ணாகரம் காட்டுக்கு ஆடு ஓட்டிக்கிட்டுப் போயிருந்தோம். ஒருநாள் இரவு பன்னப்பட்டி காட்டில பட்டி போட்டுத் தங்கியிருந்தோம். சாயங்காலம் மசங்குன நேரம் இரண்டு பேர் வந்தாங்க. இரண்டு பேருமே லுங்கி, பனியனோட இருந்தாங்க. அப்பவெல்லாம் போலீசும் இதுபோலவே மாறுவேடத்தில் காட்டுக்குள்ளே சுத்திக்கிட்டே இருப்பாங்க. அதனாலே, இவங்களும் போலீசாராக இருக்கலாம் என்று நினைத்தேன். பேச்சு எல்லாம் வேற மாதிரி இருந்தது, அவங்க நடவடிக்கைகளைப் பார்க்கும்போது வீரப்பன் ஆளுங்க போலவும் தெருஞ்சுது.

நீங்க எந்த ஊர்...? என்ன செய்யறீங்க...?ன்னு எங்களைப் பற்றி விசாரிச்சாங்க. "வீரப்பனைப் பற்றி என்ன நினைக்கிறீங்க..."ன்னும் கேட்டாங்க.

"எங்களைப் பொறுத்தவரைக்கும் வீரப்பனாலே எந்தப் பிரச்சனையும் இல்லை. அவங்க வேலையை அவங்க பார்க்கிறாங்க. எங்களை எந்தத் தொந்தரவும் செய்ததில்லை..."ன்னு சொன்னேன். என்கூட இன்னும் நாலு பசங்க பட்டியில் இருந்தாங்க. அவங்ககிட்டயும் கொஞ்ச நேரம் பேசிக்கிட்டு இருந்தாங்க.

அரை மணி நேரத்துக்குப் பிறகு எங்க கூட பேச வந்த இரண்டுபேரும் கிழக்குப் பக்கம் இருந்த ஒரு பள்ளத்தில் கீழே எறங்கிப் போனாங்க. நானும், அவங்க பின்னாலேயே போனேன். ஒரு தாவுல வீரப்பன் ஆளுங்க பத்து பேர் இருந்தாங்க. எங்களைப் பார்த்துட்டுப் போன ரெண்டு பேரும் "மேலே ஆட்டுப்பட்டிக்கரங்கதான் தங்கியிருக்காங்க..."ன்னு சொன்னாங்க. "அவங்களைப் போய் இங்கே கூட்டிக்கிட்டு வா..."ன்னு வீரப்பன் சொன்னார்.

இதைப் பார்த்ததும் நான் வேகமா எழுந்து ஓடியாந்து பட்டியில வந்து படுத்துக்கிட்டேன். அங்கிருந்து மேல வந்த ரெண்டுபேரும் எங்களைக் கூட்டிக்கொண்டுபோயி வீரப்பனிடம் விட்டாங்க. வீரப்பன் எங்களைப் பற்றி விசாரித்தார். அப்போ எங்க அப்பா முழுநேர ஊழியராக எம்.எல். இயக்கத்துக்குப் போயிட்டார். அதைப் பற்றி எல்லாம் வீரப்பனுடன் பேசினேன். சுமார் மூனு மணிநேரம்

அங்கே பேசிக்கிட்டு இருந்தேன்.

"சரி வாங்க நாம எல்லாரும் சேர்ந்து மக்களுக்காகப் போராடலாம்..."ன்னு வீரப்பன் சொன்னார். நானும் இதைப் பற்றி கட்சியின் பொறுப்பாளர்களிடம் சொன்னேன். அப்போ மாநில தலைமைப் பொறுப்பாளராகத் துரைசிங்கம் இருந்தார். வீரப்பனோடு இணையலாம் என்று நான் சொன்னதைக் கட்சியின் தலைமை ஏற்றுக்கொள்ளவில்லை.

"வீரப்பனுடன் சேர்ந்தால் நம் இயக்கத்துக்கு எதிரான அடக்குமுறை அதிகமாகும்"ன்னு சொல்லிட்டாங்க. அதனால் தமிழகத்தில் மாவோயிஸ்டுகள் தளம் அமைக்க முடியாமலே போயிட்டுது" என்கிறார்.

அடுத்த சில ஆண்டுகளிலும் வீரப்பனின் தாக்குதல் நடவடிக்கைகள் தீவிரமாயின. இதனால் காடுகளை நோக்கிவரும் போலீசாரின் எண்ணிக்கையும் அதிகரித்தே வந்தது. கேரளா, தமிழ்நாடு, கர்நாடகம் உள்ளிட்ட மேற்குத் தொடர்ச்சி மலையின் பெரும்பாலான பகுதிகள் அதிரடிப்படை போலீசாரின் பாதுகாப்பு வளையத்துக்குள் வருகின்றன. வீரப்பனைப் பிடிப்பதற்காக அமைக்கப்பட்ட சிறப்பு அதிரடிப்படையின் அத்து மீறிய மனித உரிமை மீறல்களும் ஏராளமாக நடந்தன.

இதை மையமாக வைத்து இடதுசாரி இயக்கங்களின் சார்பில் இரண்டு மாநாடுகளை நடத்துகிறது. அதன் பயனாக சோகோ அறக்கட்டளை, பழங்குடி மக்கள் சங்கம், இந்திய கம்யூனிஸ்டு கட்சி, பாட்டாளி மக்கள் கட்சி, ம.தி.மு.க, பெரியார் திராவிடர் கழகம் போன்ற அமைப்புகள் மூலமாக அதிரடிப்படை போலீசாருக்கு எதிரான

பூதிப்பட்டி ராமச்சந்திரன்

பரப்புரையும் மேற்கொள்ளப் படுகிறது. அதிரடிப்படையின் கொடுமைகளைக் கண்டித்து நடக்கும் போராட்டங்கள் மூலமாக வீரப்பன் நடமாட்டம் உள்ள காடுகளில் உள்ளே நுழையலாம் என முடிவு செய்த மக்கள் யுத்தக் குழுவின் மத்தியக் குழு ஆயத்தமானது.

இந்த நேரத்தில், தமிழ்நாடு அதிரடிப்படையின் தலைவரான ஐ.ஜி. பாலச்சந்தர் மூலமாகக் கேரளா, கர்நாடக மாநில உளவுத்துறை போலீசாருடன் சேர்ந்து கூட்டு நடவடிக்கை மேற்கொள்கிறார். வீரப்பன் காடுகளில் மாவோயிஸ்டு அமைப்பினர் நுழைவதைத் தடுக்கும் திட்டமும் தயாரிக்கப்படுகிறது. இதன் ஒருபகுதியாக அதிரடிப்படையின் உளவுப்பிரிவு, மாநில நக்சல் கண்காணிப்பு பிரிவுக்கும் நேரடியான தொடர்பும், தகவல் பரிமாற்றமும் ஏற்படுகின்றன. இதனால் மக்கள் யுத்தக்குழு வீரப்பன் வாழ்ந்த காடுகளில் நுழையும் முயற்சி தடைப்படுகிறது.

இதையடுத்து கிழக்குத் தொடர்ச்சி மலைக் காடுகளை விட்டு, ஆயுதப் போராட்டத் தளங்களை வேறு இடங்களுக்குக் கொண்டுசெல்ல கட்சியின் மத்தியக் குழு முடிவு செய்கிறது. அதிரடிப்படை போலீசாரின் கண்காணிப்பில் இல்லாத தருமபுரி மாவட்டம் பாலக்கோடு, நாயக்கன் கொட்டாய், திருப்பத்தூர் பகுதியில் புதிய அமைப்புகள் தோற்றுவிக்கப்படுகின்றன. அடுத்த சில மாதங்களிலேயே கியூ பிரிவுப் போலீசார் இந்த அமைப்பின் நடவடிக்கைகளை ஒவ்வொன்றாகக் கண்காணித்து, கைது நடவடிக்கைகளை மேற்கொள்கின்றனர். இதனால் அமைப்பு நசுக்கப்படுகிறது.

1998-இன் தொடக்கத்தில் மலைப்பகுதி சாராத மாவட்டத்தில் செயல்பாட்டிலிருந்த மக்கள் யுத்தக் குழுவின் மூன்று ஸ்குவாடுகள் சிதைகின்றன. இரண்டு ஆண்டுகளில் மூன்று, இரண்டானது. 1999 ஆண்டு இறுதியில் இரண்டு, ஒன்றானது. தலைமறைவாக இருந்த இருபதுக்கும் மேற்பட்ட முன்னணித் தோழர்கள் கைதாயினர். ஜனவரி 10, 2000த்தில் மாரண்டஅள்ளி அருகில் காட்டில் பதுங்கியிருந்த மாவோயிஸ்ட் இயக்கத் தலைவர் இரவீந்திரன் என்பவரைப் போலீசார் சுட்டுக்கொன்றனர்.

இதையடுத்து மத்தியக் குழு ஒரு முடிவை மேற்கொள்கிறது. இனிமேல் தமிழ்நாட்டின் சமவெளிப் பகுதிகளில் அமைப்பின் வேலைகளைச் செய்ய முடியாது. மலைப் பகுதியில் இயக்கத்தின் செயல்பாட்டை தொடங்க வேண்டும். தற்போது அமைப்பில் சரியான நோக்கமும், கொள்கையும் இல்லாத பலர் இயக்கத்தில் இணைந்துள்ளனர். இவர்களைப் போலீசார் பிடித்தால் அவர்களை எளிதில் சிலீப்பர் செல்லாக மாற்றிவிடுவர். அவர்களையெல்லாம் அமைப்பிலிருந்து வெளியேற்றவும் தலைமை முடிவெடுக்கிறது.

இந்த நேரத்தில், மக்கள் யுத்தக் குழுவின் தோழர்கள் சிலர் சேலம் சிறையிலிருந்தனர். அதே சிறையிலிருந்த வீரப்பனின் பழைய கூட்டாளியான பெண்ணாகரம் பசவன் மூலமாக வீரப்பனுடன் தொடர்பு எடுக்கும் முயற்சியை அமைப்பின் அரசியல் பிரிவு மேற்கொண்டது. அதில் வெற்றிபெற முடியவில்லை.

2002 செப்டம்பரில், கட்சியின் மாநிலக் குழுவின் முடிவின்படி புதிதாக இணைந்த உறுப்பினர்களுக்கு அரசியல் பயிற்சியும், பிறகு ஆயுதப்பயிற்சியும் கொடுக்க தீர்மானிக்கப் படுகிறது. தரை நமக்குப் பாதுகாப்பாக இருக்காது. காடுகள்தான் பாதுகாப்பானவை என்று இதற்கு ஒருபக்கம் எதிர்ப்பும் கிளம்பியது.

அந்த எதிர்ப்பையும் மீறி தருமபுரி மாவட்டம், ஊத்தங்கரை அருகிலுள்ள ஜோகிப்பட்டி என்ற இடத்தில் மலைப் பகுதியை ஒட்டிய மாந்தோப்பில் புதிய உறுப்பினர்கள் பயிற்சி மேற்கொண்டனர். பயிற்சி தொடங்கிய பத்து நாள்களுக்குள்ளாகவே கியூ பிரிவுப் போலீசார் இதைத் தெரிந்து கொண்டனர்.

மாவட்ட சிறப்பு போலீசாருடன் சேர்ந்து ஒரு தேடுதல் நடவடிக்கை மேற்கொண்டனர். அப்போது போலீசாருடன் ஏற்பட்ட மோதலில் மக்கள் யுத்தக் குழுவின் சிவா என்கிற பார்த்திபன் சுட்டுக் கொல்லப்பட்டார். 22 பேர் கைது செய்யப்படுகின்றனர். தமிழகத்தின் மேற்கு மண்டலப் பொறுப்பாளர் சுந்தரமூர்த்தி, தென் மண்டலப் பொறுப்பாளர் விவேக் உள்ளிட்ட சிலர் மட்டுமே அங்கிருந்து தப்பி, தலைமறைவாயினர்.

இந்த அதிரடி நடவடிக்கையின் மூலம் தமிழ்நாட்டிலிருந்த மாவோயிஸ்டு அமைப்பின் ஒட்டுமொத்த செயல்பாடுகளும் முடங்கின. அதேநேரத்தில், கர்நாடகாவில் குதிரேமுக்கு பகுதியில் பதுங்கியிருந்த தோழர்களுக்கும் போலீசாரின் நெருக்குதல் அதிகரிக்கிறது. அங்கும் பலர் கைதாயினர். சிலர் தப்பி கேரளாவுக்கு ஓடினர். கேரளாவிலும் இதே நெருக்கடி நிலை தொடந்தன.

இந்த நேரத்தில், காலத்தின் அவசியம் கருதியே மாவோயிஸ்ட் இயக்கத்தின் மத்தியக் குழு ஒரு மாறுபட்ட முடிவை மேற்கொள்கிறது. இனிமேல் தமிழ்நாடு நிலப் பகுதிகளில் அமைப்பை வளர்க்க வாய்ப்பே இல்லை. மலைப்பகுதிகளில் மட்டுமே அமைப்பை வளர்க்க முடியும். வெளியுலகத் தொடர்புகள் இல்லாத மலைப்பகுதி மக்களிடம் நம் தோழர்களால் எளிதில் நெருங்க முடியாது. அதனால் அந்தந்த மலைப்பகுதியில் செல்வாக்குப் பெற்றுள்ள இனக்குழுக்கள் அல்லது அதிகாரம் மிக்க தனிநபர்களுடன் தொடர்பு ஏற்படுத்திக்கொள்ள வேண்டும். அவர்களின் உதவியுடன் காட்டுப்பகுதியில் கால் வைக்கவேண்டும். அந்த இடத்துக்குப் போகும் நம்முடைய பொறுப்பாளர்கள் கொஞ்சம் கொஞ்சமாக அங்கு வசிக்கும் பழங்குடி மக்களிடம் தொடர்பு ஏற்படுத்திக் கொள்ளவேண்டும். அதன் பிறகுதான் காட்டுக்குள் கட்சியையும், அமைப்பையும் கட்டமைக்க வேண்டும் எனக் கட்சித் தலைமை முடிவெடுக்கிறது. இதற்கான வேலைகளைத் தொடங்கலாம் என மாநிலப் பொறுப்பாளர்களுக்கு தேசியத் தலைமை அனுமதி வழங்கியது.

இந்தக் கூட்டத்திலேயே "நிலையான கொள்கையும், சமூக அக்கறையும், மக்கள் வளர்ச்சியின் மீதும் பற்றில்லாத தனி நபர்கள் மூலம் நம்முடைய வேலைகளைத் தொடங்குவது சரியல்ல. அந்தக் குழுவில் உள்ளவர்களில் சிலர் சிலீப்பர் செல்களாக இருப்பர். கோட்பாடு இல்லாத அந்தக் குழுவில் அங்கம் வகிக்கும் ஆள்கள் போலீசாரிடம் சிக்கும்போது நம் அமைப்பைப் பற்றிய எல்லா இரகசியங்களும் எதிரிகள் பக்கம் சென்றுவிடும். இது தற்கொலைக்கு நிகரான முடிவு" என்று ஒரு சாரார் எதிர்வாதம் வைத்தனர்.

ஆனாலும், அமைப்பைப் பலப்படுத்துவதற்காக ஆரம்ப நிலையில், இதுபோன்ற ஆள்களைப் பயன்படுத்துவதில் தவறில்லை என C.C. (Central Committee) முடிவு செய்கிறது. இதை நடைமுறைப்படுத்தவும், மக்கள் யுத்தக்குழு சார்பு அமைப்புகள் பலமில்லாமல் உள்ள தமிழ்நாடு உள்ளிட்ட சில மாநிலங்களில் இந்தத் திட்டத்தை நடைமுறைப்படுத்தவும் மத்தியக் குழு அனுமதியளிக்கிறது. இதன்படியே சம்பல் பள்ளத்தாக்கு பகுதியை உள்ளடக்கிய மத்தியபிரதேசம், உத்தர பிரதேசம் போன்ற மாநிலங்களில் அமைப்புகள் நிறுவப்படுகின்றன. தமிழ்நாடு, கேரளம், கர்நாடகம் உள்ளிட்ட தென் இந்தியக் குழு பொறுப்பாளர்களுக்கு வீரப்பனுடன் தொடர்பு ஏற்படுத்திக் கொள்ளவும் மத்தியக் குழு அனுமதியளிக்கிறது.

ராஜ்குமார் கடத்தப்பட்டு விடுதலை செய்யப்பட்ட சில மாதங்களில் வீரப்பனுடன் இருந்த தமிழ்நாடு விடுதலைப்படை, தமிழ்தேசிய மீட்சிப்படை உள்ளிட்ட அமைப்பினர் வீரப்பனிடம் இருந்து பிரிந்தனர். இதைப் பயன்படுத்தி மக்கள் யுத்தக் குழு அமைப்பு காட்டுக்குள்ளே செல்ல முயற்சி செய்கிறது. ஆனால், அதற்கான வழி தெரியவில்லை. நக்சல்பாரிகள் இப்படிக் காட்டுக்குள் போக வழி தேடிக்கொண்டிருந்த நேரத்தில்தான் அவர்களைத் தேடி வீரப்பனே, புலவர் கலியபெருமாள் மூலமாகத் தூது விடுகிறார்.

வீரப்பனுடனான முதல்கட்டப் பேச்சுவார்த்தையில் மாவோயிஸ்டு இயக்கத்தின் மேற்கு மண்டலப் பொறுப்பாளராக இருந்த எஸ்.எம். என்கிற சுந்தரமூர்த்தியும், வேறுசில தோழர்களும் வீரப்பனைச் சந்தித்துப் பேசுகின்றனர். அப்போது, வீரப்பன் குழுவுக்கும், மக்கள் யுத்தக் குழுவுக்கும் இடையே ஓர் உடன்பாடு ஏற்படுகிறது. அதன்படி இடம், பயிற்சி, உணவுத் தேவைகளை வீரப்பன் குழுவும், ஆள்கள், ஆயுதம், வெளியுலகத் தொடர்புகளை மக்கள் யுத்தக் குழுவும் கவனித்துக் கொள்ளவும் முடிவாகிறது.

தேவையானால் வீரப்பன் குழு இந்தக் காடுகளில் உள்ளது போலவே ஒரு மாயத் தோற்றத்தை ஏற்படுத்திக்கொண்டு

காடுகளில் மக்கள் யுத்தக் குழுவினரே தங்கிவிடலாம். வீரப்பன் உள்ளிட்ட அவருடைய ஆள்களுடன் வட மாநிலங்களில் உள்ள காடுகளுக்குச் சென்று விடவும் ஏற்பாடு செய்வதாகப் பேசப்படுகிறது.

இரண்டாம் கட்டப் பேச்சுவார்த்தைக்கு, எஸ்.எம். உடன் தெற்கு மண்டல பொறுப்பாளராக இருந்த மதுரையைச் சேர்ந்த விவேக் என்ற தோழரும், அப்போது மாநிலச் செயலாளர் பொறுப்பிலிருந்த குப்புராஜும் சென்றுள்ளனர்.

இந்த மூவரில் ஒருவரே வீரப்பனைக் காட்டிக் கொடுப்பார் என மாவோயிஸ்ட் அமைப்பின் பொறுப்பாளர்கள்கூட நினைத்திருக்க வாய்ப்பில்லை!

***

27

வாழ்வு முடிந்த இடம் நோக்கி

பெரிய தும்கல்

வீரப்பனும், புலவர் கலியபெருமாளும் சந்தித்துக் கொண்ட வீட்டையும், வீரப்பனைச் சந்தித்த தோழரையும் எனக்குக் காட்டுவதாக வேடியப்பன் சொல்லி ஒரு மாதம் முடிந்தது. மக்கள் யுத்தக் குழுவைச் சேர்ந்த தோழரை, வேடியப்பனால் தொடர்புகொள்ள முடியாத நிலையில்தான் என்னுடன் பேசுவதை அவர் தவிர்க்கிறார் என்பதைப் புரிந்து கொண்டேன்.

"தலைமறைவு அமைப்பில் உள்ள ஆள்களைச் சந்திப்பது என்பது எளிதில் நடக்கும் வேலையில்லை. இது நடைமுறையில் எல்லா இடத்திலும் உள்ள சிக்கல். அதற்காக நீங்கள் வருத்தப்பட வேண்டாம். இப்போதைக்கு முதல்கட்ட வேலைகளை மட்டும் பார்ப்போம். தும்கல் காட்டுப்பகுதியில் உள்ளோர் பற்றி நானும் விசாரித்துக் கொண்டுள்ளேன்.

உங்களுடைய ஒத்துழைப்பு இருந்தால் மட்டுமே விரைவில் அவர்களைப் பற்றி முழுமையான செய்திகளை என்னால் தெரிந்து கொள்ளமுடியும். அதற்குக் கொஞ்சம் உதவி செய்யுங்கள்...” என்று வாட்ஸ் ஆப் மூலம் தோழர் வேடியப்பனுக்குச் செய்தி அனுப்பினேன்.

அதே நேரம், வேடியப்பன்-வீரப்பன் சந்திப்பு நிகழ்ந்த இடம், பெண்ணாகரம் அருகிலுள்ள தும்கல் என்ற இடத்தில் உள்ள ஒரு வீடு என்பது மட்டும் வேடியப்பனுக்குத் தெரியும். அந்த வீடு யாருக்குச் சொந்தமானது. வீட்டில் உள்ளோர் பெயர்கள் அவருக்குத் தெரியவில்லை. இது குறித்து நான் செங்கப்பாடிக்கு சென்று அங்குள்ள எனது நண்பர்கள் மூலம் விசாரணை மேற்கொண்டேன்.

வீரப்பனின் சொந்த ஊரான செங்கப்பாடிக்குத் தெற்கிலுள்ள மாத்துப்பரி கல்லாட்டை என்ற இடத்தில் வசிப்பவர் மாதையன். உண்மை அறியும் குழுவினர் வீரப்பனுக்கு விஷம் கொடுத்ததாகக் குறிப்பிட்டுள்ள கல்லிச்சி மரத்து கல்லாட்டை என்ற இடத்துக்குப் பக்கத்தில் இருப்பவர். இவரின் அக்கா பெயர் குழந்தையம்மாள். இவருடைய மகனான மயில்சாமி என்பவருக்கும், பெண்ணாகரம் பகுதியைச் சேர்ந்த ருக்குமணி என்பவருக்கும் திருமணம் நடந்துள்ளது.

வீரப்பன் இறந்த சில ஆண்டுகளுக்குப் பிறகு, நடந்த சாலை விபத்தொன்றில் மயில்சாமி பாதிக்கப்பட்டுள்ளார். உடல் நலிவுற்ற நிலையில் அவர் மாமனார் வீட்டிலேயே தங்கி விடுகிறார். கடந்த 2015 இல் மயில்சாமியும் இறந்து விடுகிறார். அதன் பின்னர், அவரது மனைவி ருக்குமணி தனது அப்பா வீட்டிலேயே தங்கியுள்ளார் என்பதும் தெரிந்தது. ருக்குமணியின் அப்பா பெயர், அவர்கள் எந்த ஊரைச் சேர்ந்தோர் என்ற விவரங்கள் எதுவும் செங்கப்பாடியில் இருந்த யாருக்கும் தெரியவில்லை.

இந்த மாதையனின் தம்பி பெயர் ஐயந்துரை. “ஐயந்துரை என்பவரே எங்களை அந்த வீட்டுக்கு கூட்டிக்கொண்டு போவார். அந்த வீட்டில் இருந்தவர்கள் ஐயந்துரைக்குச் சொந்தக்காரர்கள்” என வேடியப்பன் சொல்லியிருந்தார்.

துரிஞ்சி மரத்துப் பிரிவு

இதை வைத்து, தும்கல்லில் இருப்பது ருக்மணியின் பெற்றோர் களாகத்தான் இருப்பர் என நினைத்தேன்.

இந்த நேரத்தில், வேடியப்பனே மீண்டும் என் தொடர்புக்கு வந்தார். "இடையில் ஏற்பட்ட பல வேலைப்பளுவின் காரணமாக என்னால் சொன்னபடி உங்களைத் தொடர்பு கொள்ள முடியவில்லை. நாளை காலை நாம் தும்கல் காட்டுக்குப் போகலாம் வாங்க தோழர்" என்றார்.

மறுநாள் காலை தருமபுரிக்குச் சென்றேன். நண்பர் அஞ்சலி கருப்பணனின் ஸ்கூட்டரை வாங்கிக்கொண்டு நானும், வேடியப்பனும் பெண்ணாகரம் வழியாகத் தும்கல் காட்டுப் பகுதிக்குச் சென்றோம்.

தருமபுரி மாவட்டம், பெண்ணாகரம் பேருந்து நிலையத்திற்குச் சற்றுக் கிழக்கே, தருமபுரி-ஒகேனக்கல் புறவழிச்சாலைக்கு அருகிலிருந்து வடக்குப் பக்கமாக ஒரு சிறிய குறுக்குச் சாலை செல்கிறது. இந்தச் சாலை சின்னாற்றுக் காட்டுப்பகுதியை ஒட்டியே கோடுப்பட்டி, தாசம்பட்டி, சஞ்சீவிராயன் கோயில், ஆலமரத்துப்பட்டி எனப் பல சிற்றூர்களைக் கடந்து பாப்பாரப்பட்டிவரை செல்கிறது.

மேடு, பள்ளம் என ஏறி, இறங்கி, வளைந்து, நெளிந்து செல்லும் இந்த வழியில் பெண்ணாகரத்திலிருந்து ஆறாவது கிலோமீட்டரில் உள்ள உயரமான மேட்டில் வட்டுவனஹள்ளி ஊராட்சிக்கு உள்பட்ட சின்ன தும்கல், பெரிய தும்கல் என்ற இரண்டு ஊர்கள் உள்ளன. இரண்டு ஊர்களுக்கும் இடையே சிறிய மலை உச்சியில் வீடுகளே இல்லாத இடத்தில் துரிஞ்சி மரத்துப்பிரிவு என்ற ஒரு பேருந்து நிறுத்தமும் அந்த இடத்திலிருந்து இருநூறு அடி கீழே பள்ளத்தில் எதிர்ப்பக்கம் ஐந்தாறு வீடுகள் மட்டுமே உள்ள சிறு குடியிருப்பும் இருந்தன.

இந்தப் பகுதியைச் சுற்றிலும், அங்கொன்றும் இங்கொன்றுமாக சில வீடுகள் தனித்தனியாகக் காட்டுக் கொட்டாய்களாக இருக்கின்றன. சின்ன தும்கல் பேருந்து நிறுத்தத்துக்கு அடுத்துள்ள துரிஞ்சி மரத்துப் பிரிவிலிருந்து மேற்கு நோக்கி ஓர் ஒத்தையடிப் பாதை போகிறது. இதில் போனால் வெற்றிலைக் கொடிக்கால் பள்ளம், கொடமாங்குளத்துப் பள்ளம் போன்ற காட்டுப்பகுதிகளுக்குச் செல்லலாம். இருபக்கமும், இண்டஞ்செடிப் புதர்களும், ஊணாங்கொடிகளும் நிறைந்துள்ள அந்தப் பாதையில், ஒரு கிலோமீட்டர் தொலைவுக்கு வளைந்து, வளைந்து சென்றால் வனத்துறையின் கட்டுப்பாட்டிலுள்ள குடைச்சீத்தா மரங்கள் நிறைந்த காட்டுப்பகுதி ஆரம்பிக்கிறது.

பேருந்து நிறுத்தத்திலிருந்து இந்த இடம் வரை நான்கு வீடுகள் மட்டுமே உள்ளன. அதற்கடுத்து, வடமேற்குத் திசையில் வனத்துறைக்குச் சொந்தமான ஒரு வண்டிப் பாதை செல்கிறது. இந்தப் பாதையின் இடதுபுறம் கந்தப்பன் என்ற கந்தன் என்பவரின் காடு உள்ளது. அந்தப் பாதையிலிருந்து ஆயிரம் அடி தொலைவில் காட்டுக்குள் தனியாக கந்தப்பனின் வீடும் உள்ளன.

அதற்கு அடுத்து, காட்டை ஒட்டியே இரண்டாயிரம் மீட்டர் தொலைவில் குள்ளாத்திரன்பட்டியைச் சேர்ந்த குள்ளையன் என்பவருக்குச் சொந்தமான நிலமும், அதற்கடுத்து கந்தப்பனின் சின்னம்மா மகனான தங்கப்பன் என்கிற தங்கான் என்பவருக்குச் சொந்தமான நான்கு ஏக்கர் நிலமும், அதற்குள் காட்டை ஒட்டியே ஒரு வீடும் உள்ளன.

வனத்துறை அறிவிப்புப் பலகை

சின்ன தும்கல் பேருந்து நிறுத்தத்திலிருந்து போகும் இந்த வண்டிப்பாதை வழியாகச் சென்றால் பகல் நேரத்தில்கூட தங்கான் காட்டுக்கு யாருடைய கண்ணிலும் படாமல் போக முடியும்.

இப்பகுதியில் உள்ள நில அமைப்பு கிணறு வெட்டித் தண்ணீர் எடுத்துப் பாசனம் செய்வதற்கு ஏற்றவாறு இல்லாமல் மேடும், பள்ளமுமாகவே உள்ளன. நிலத்தில் பெரிய பாறைக் குன்றுகளும், நிலப்பாறைகளும் நிறைந்து இருப்பதால், இந்த நிலத்தில் விவசாயம் செய்ய ஏற்றதாக இல்லை. உழவு செய்து பயிர் செய்ய ஏற்றவாறு மண் வளமும் இல்லை. அதனால், பெரும்பாலான நிலங்கள் பயன்பாடு இல்லாமல் தரிசாகவே கிடக்கின்றன.

அதனால் இந்த நிலங்களில் மக்கள் யாரும் குடியிருக்க வில்லை. தங்கான், குள்ளையன் இருவரின் நிலத்துக்கும், கந்தப்பனின் நிலத்துக்கும் இடையில் நூறு அடி உயரமுள்ள ஓர் உயரமான கரடு உள்ளது. அதனால் கந்தனின் நிலத்திலிருந்து குள்ளையன் நிலத்தையும், தங்கானின் நிலத்தையும் பார்க்க முடியாது.

நீண்ட நாள்களாகக் குள்ளையன் நிலத்தையும் தங்கானே குத்தகைக்கு எடுத்து விவசாயம் செய்து வந்தார். இந்த மூன்று

தங்கான் வீட்டுக்குச் செல்லும் வழி

பேர் நிலங்களுக்குப் பக்கத்தில் வேறு யாருக்கும் நிலமில்லை. மூன்று பக்கமும் வனத்துறைக்குச் சொந்தமான காடுகளே உள்ளன. இந்த வழியில் கடைசியாக உள்ள தங்கான் காட்டுக்கு மேற்கிலும், வடக்கிலும் குடைச்சீத்தா மரங்கள் நிறைந்த காடு உள்ளது. அதனால் இந்தப் பக்கம் பொதுமக்கள் யாரும் போவதற்கு வேலையும் இல்லை, வழியும் இல்லை.

கிருஷ்ணகிரி மாவட்டம், இரத்தினகிரி மலைப்பகுதியில் தொடங்கி காவேரிப்பட்டணம், பாலக்கோடு வழியாக வரும் சின்னாறு தங்கானின் வீட்டிலிருந்து வடக்கில் ஒரு கிலோ மீட்டர் தொலைவில் மேற்கே ஒகேனக்கல் நோக்கிச் செல்கிறது. வனப் பகுதியை ஒட்டியே தங்கானின் சிறிய கூரை வீடு, பாதி வீடு பட்டா நிலத்திலும் மீதி வனத்துறை நிலத்திலுமாக இருந்துள்ளது. இந்த வீட்டில் முருகேசன், வேலு, சேகர், ருக்குமணி, பழனியம்மாள் என ஐந்து குழந்தைகளுடன் தங்கான் வசித்து வந்துள்ளார்.

தோழர் வேடியப்பன் 12 ஆண்டுகளுக்கு முன்பாக வீரப்பனைச் சந்திக்கச் சென்றபோது இரவு நேரத்தில் அந்தப் பகுதிக்குச் சென்றுள்ளார். வீரப்பனைச் சந்தித்த வீட்டின் உரிமையாளர் பெயரும் வேடியப்பனுக்குத்

தெரியவில்லை. அதனால், நேராக அந்த வீட்டுக்கு எங்களால் போகமுடியவில்லை. செங்கப்பாடிக்குக் கட்டிக்கொடுத்த ருக்குமணியின் வீடு எங்குள்ளது என்று அப்பகுதியிலிருந்த பொது மக்களிடம் விசாரித்துக் கொண்டே போனோம்.

நீண்ட தேடலுக்குப் பின், ஒரு வழியாகத் தங்கானின் வீட்டைக் கண்டு பிடித்தோம். வேடியப்பன் சென்ற நேரத்தில், மண் சுவரில் கட்டப்பட்டிருந்த அந்தச் சிறிய கூரைவீடு, நாங்கள் இருவரும் போய் பார்த்த நேரத்தில் இடிந்து தரை மட்டமாகி, மண்ணோடு மண்ணாகக் கிடந்தது.

இடிந்து கிடக்கும் வீடு

இந்த வீட்டில் வைத்துத்தான் மயக்க மருந்து நிரப்பிய கையெறி குண்டை வெடிக்க வைத்து போலீசார் வீரப்பனைப் பிடித்துள்ளனர். குண்டுவெடிப்பில் வீடு பலமாகச் சேதமடைந்துள்ளது. குண்டுவெடிப்பில் சேதமான அந்த வீட்டை அப்படியே விட்டுவிட்ட தங்கான், தன்னுடைய மனைவியுடன் பக்கத்திலேயே இன்னொரு கூரை வீடுகட்டி வசித்துள்ளார். தங்கானின் வீட்டில் வீரப்பன் வீழ்ந்த பின்னர் அவருடைய மனைவிக்குப் பேயடித்ததுபோல புத்தி பேதலித்துப்போனது. பைத்தியம் பிடித்தவர் போலவே சில நாள்கள் பழைய வீட்டையே சுற்றிக்கொண்டு இருந்துள்ளார்.

வடிவேல்

மோசமான மனநலப் பாதிப்புக்கு உள்ளான அவர் உணவு, உறக்கம் இல்லாமல் கிடந்து, வீரப்பன் இறந்த ஆறாவது மாதமே அவரும் இறந்து விட்டார்.

அதற்குப் பிறகு, தங்கானின் மகன், மகள் எல்லோருமே இந்த வீட்டில் இருக்கப் பயந்தனர். பிறகு, சமத்துவபுரம் அருகில் இடம் வாங்கி, வேறு வீடு கட்டி அங்கே குடிபோய் விட்டனர். ஆனாலும், தங்கான் மட்டும் அந்தக் குடிசை வீட்டிலேயே பத்து ஆண்டுகளுக்கும் மேலாகத் தனியாக வாழ்ந்துள்ளார். கடந்த ஓர் ஆண்டுக்கு முன்பு அவருக்கும் உடல்நலம் குன்றியது. மூன்று மகன்கள் இருந்தாலும், அந்தக் காட்டுக்குவர அவர்கள் பயந்துள்ளனர். அதனால் அந்த நிலத்தைப் பெண்ணாகரத்தை அடுத்த கிருஷ்ணாபுரம் பகுதியைச் சேர்ந்த வடிவேல் என்பவருக்குத் தங்கான் விற்பனை செய்துள்ளார். பிறகு சமத்துவபுரம் அருகிலுள்ள முதல் மகள் பழனியம்மாள் என்பவரின் வீட்டில் சிலநாள் வசித்துக் கொண்டிருந்த தங்கான் **2018** ஆம் ஆண்டு இறந்து விடுகிறார்.

தங்கானின் நிலத்தை விலைக்கு வாங்கிய வடிவேலைச் சந்தித்தேன். “நான் இந்த நிலத்தை விலைக்கு வாங்கியதுமே, இந்த வீட்டிலேதான் வீரப்பன் கதை முடிஞ்சுது. வீரப்பனுக்குக் குடுத்த சாப்பாட்டிலேயே, மோரிலே விஷம் வெச்சு தங்கானுடைய பொண்டாட்டிதான் குடுத்ததுன்னு சொன்னாங்க. அதுக்கு முன்னையே நான் இந்தப்பக்கம் பலதடவை வந்து போயிருக்கிறேன். அப்போதெல்லாம் இந்த வீடு நல்லாத்தான் இருந்தது. வீரப்பன் செத்த பின்னாலே பத்து வருஷம் நான் இந்தப் பக்கமே வரலே. இப்போ ஒரு வருஷம் முன்னாலேதான் நிலத்தை விலைக்கு

கந்தப்பன் என்கிற கந்தன்

வாங்கும்போது இந்த வீட்டுச் சுவரெல்லாம் இடிஞ்சு மண் மூடிக்கெடந்தது. நானும் அப்படியே போட்டுட்டேன்" என்றார்.

தங்கானின் வீட்டிற்குச் செல்லும் வழியிலிருக்கும் அவருடைய அண்ணன் கந்தனைச் சந்தித்தேன். என்னை அறிமுகம் செய்துகொண்டு அவரிடம் பேசினேன். "சின்ன வயசிலே இங்கிருந்தே நான் பாங்காட்டுக்குள்ளேயே சுத்திக்கிட்டே இருப்பேன். வேட்டைக்கும் போவேன். இங்கிருந்து நாற்றாபாளையம் வரைக்கும் காட்டுக்குள்ளே இருக்கும் புளியமரத்தைக் குத்தகைக்கு எடுப்பேன். இங்கிருந்து ஆளுங்களைக் கூட்டிக்கிட்டுப் போய் புளியங்காய் அடுச்சிக்கிட்டு வந்து, பெண்ணாகரத்தில் புளி வியாபாரமும் செஞ்சுக்கிட்டு இருந்தேன்.

அப்போ, வீரப்பன் யானை வேட்டையாடிக்கிட்டு இருந்தான். அந்த நேரத்திலிருந்தே எனக்கு வீரப்பனைத் தெரியும். காட்டுக்குள்ளே இருக்கும் வீரப்பனுக்கு அப்பப்போ ஏதாவது பொருள் வேணுன்னாலும் நானே வாங்கிக் கொண்டுபோய் குடுப்பேன். அவனுக்கு ஏதாவது தேவையிருந்தாலும் அப்பப்போ இங்கே வந்துட்டுப் போவான். ஏதாவது பத்தியம் (உணவுப் பொருள்) வாங்கிக்கொண்டு போனாலும், அதுக்குத் தேவையான பணத்தை வீரப்பன் குடுத்துடுவான். எங்கேயாவது வெளியூருக்குப் போகணுன்னாலும், இந்தப் பக்கம்தான் வருவான். என் வீட்டுக்கு வந்துட்டு, பொருளை எல்லாம் கொண்டாந்து இங்கே வச்சுட்டும் போவான்.

ஒரு நேரத்தில், வீரப்பனுக்குப் பெரிய பணக் கஷ்டம் வந்துட்டுது. அப்ப ஒருநாள் புளியங்காய் அடிக்க சின்னாத்துக் காட்டுக்குப்போன நேரத்திலே என்னைப் பார்த்தான்.

"அண்ணா என்னையும் உன்கூட கூட்டா சேத்துக்குங்க. இரண்டுபேரும் சேர்ந்து புளியமரம் புடிக்கலாமுன்னு." சொன்னான். சரின்னு சொல்லி, வீரப்பனும், நானும் கூட்டுச்சேர்ந்து புளியமரம் புடிச்சு, ஆளுங்களைக் கூட்டிக்கிட்டுப்போய் காய் அடிச்சுக் கொண்டுபோய் வியாபாரம் பண்ணினோம். ஆளுக்குக் கொஞ்சம் இலாபமும் கெடச்சுது.

அதுக்குப் பிறகு, கொஞ்சநாள் போனதும் வீரப்பன் சந்தனக்கட்டை ஓட்டிக்கிட்டு இருந்தான். அப்போ ஒருநாள் எங்க ஊருப் பசங்க கொஞ்சம் பேர் வெத்தலை கொடிக்கால் பள்ளத்துக்குப் போயிருக்காங்க. அங்கிருந்த சந்தனக்கட்டையைப் பொறுக்கிக்கிட்டு இருந்திருக்காங்க. அங்கே வந்த வீரப்பன் ஆளுங்க "நீங்க இங்கேயெல்லாம் வரக்கூடாது..."ன்னு சொல்லி எங்க ஊர் பசங்களையெல்லாம் வெரட்டி அனுப்பிட்டாங்க. அங்கிருந்து திரும்பி வந்த பசங்க எங்கிட்டே விஷயத்தைச் சொன்னாங்க.

"இந்தக் காடு என்ன வீரப்பனுக்கு மட்டுமா சொந்தம். எங்களுக்கும் சொந்தம் இருக்குது வாங்கடா போகலாமுன்னு..." சொல்லீட்டு சுமார் ஐம்பது ஆளுங்களைக் கூட்டிக்கிட்டு நான் நேரா அந்த எடத்துக்குப் போனேன். பசங்க சொன்ன தாவிலே நாலஞ்சு கூடாரம் இருந்துது. அதுலே ஒன்னுக்குள்ளே வீரப்பன் படுத்திருந்தான். வெளியிலே கொழந்தான், சேத்துக்குழி கோவிந்தன் எல்லோரும் உட்கார்ந்துக்கிட்டு இருந்தாங்க.

"எப்பா மொழுக்கா, உனக்கு இருக்கற மாதிரித்தானே எங்களுக்கும் வாயி, வயிறெல்லாம் இருக்குது. எங்களுக்கும் வயிறு பசிக்குந்தானே...? எங்க் ஊரு ஆளுங்களும் நாலு சந்தனக்கட்டையைப் பொறுக்கிக்கிட்டுப் போனா என்னடா தப்பு...?"ன்னு கேட்டேன்.

வீரப்பன் பக்கத்திலிருந்த ஆளுங்க துப்பாக்கியை எடுத்துக்கிட்டு, ஆய், ஊய்ன்னு... சத்தம் போட்டுக்கிட்டே

எங்ககிட்டே மொரப்பா வந்தாங்க. அதுக்குள்ளே வீரப்பனே என்னோட பேச்சுச்சத்தம் கேட்டு எழுந்திருச்சு வெளியே வந்தான். அவன்கூட இருந்த பசங்களைப் பார்த்து, "டேய் சும்மா இருங்கப்பா..., அண்ணன் நமக்கெல்லாம் கஷ்ட காலத்திலே உதவி செஞ்சவர். நாணயமான மனுஷன், தப்புத்தண்டாவுக்குப் போகமாட்டார். மொதல்லே எல்லோருக்கும் டீ போடுங்கப்பான்னு..." சொல்லீட்டு ரொம்ப நேரம் எங்களோட உக்கார்ந்துக்கிட்டு பழைய கதையை எல்லாம் பேசிக்கிட்டு இருந்தான்.

அப்பறமா, "எங்க ஆளுங்க காட்டுக்குள்ளே இந்த மாதிரி பல தாவிலே சந்தனக்கட்டையைப் பொறுக்கி கட்டுக்கட்டி, அட்டிபோட்டு வெச்சிருப்பாங்க. அந்த மாதிரி அட்டிபோட்டு வச்சிருக்கிற கட்டையை எல்லாம் விட்டுருங்க. அதைத்தவிர வேற எங்க சந்தனக்கட்டை இருந்தாலும் நீங்க பொறுக்கி எடுத்துக்கிட்டுப் போங்க. நான் எதுக்கு வேண்டான்னு சொல்லப்போறேன்..."னு சொல்லீட்டான். போயிருந்த எங்களை எல்லாம் மத்தியானம் சாப்பிட வெச்சுத்தான் அனுப்பினான்.

வீரப்பன் நல்ல மனுஷன். நியாய தர்மத்துக்குக் கட்டுப் பட்டவன். கடைசியிலே என்னைப் பார்க்கலாமுன்னுதான் இந்தப்பக்கம் வந்திருக்கான். என் வீட்டுக்குப் போக வேண்டான்னு எங்க சின்னாயி மகன் தங்காந்தான் தடுத்துட்டான். தங்கான் மகளை செங்கப்பாடிக்குக் கட்டிக் குடுத்திருக்கான். தங்கான் சம்பந்திமாருங்க வீரப்பனுக்கு சொந்தக்காரங்கதான். சந்தேகமே இல்லை, வீரப்பன் கடைசியிலே செத்தது இங்கேதான். போலீஸ்காரங்க எப்படிக் காட்டுக்குள்ளே போனாங்கன்னு நான் பார்க்கலே. இருட்டினதுக்குப் பொறவு, பட்டி நாய் வள்ளூ வள்ளூன்னு கத்துச்சு. ஊட்டுக்குள்ளே படுத்திருந்த நான், எந்திருச்சு வெளியிலே போய்ப் பார்த்தேன். போலீஸ்காரங்க கொஞ் சம்பேர் கட்டிலைத் தூக்கிட்டுப் போனாங்க. பின்னாலேயே ஒரு டிரக் (டிரேக்டர்) போச்சு, அதுலேதான் வீரப்பனை வெளியே கொண்டு போயிருப்பாங்க..." என்று தன்னுடைய வீட்டிலிருந்து மேற்கில் உள்ள பள்ளத்தின் வழியாக தும்கல்லுக்குப் போகும் காட்டுப்பாதையைக் காட்டினார்.

அந்தப் பகுதியில் உள்ள மக்களிடம் எனக்கும், தோழர் வேடியப்பனுக்கும் போதிய அறிமுகமும், பழக்கமும் இல்லை. அதனால், மேற்கொண்டு அங்கிருந்தவர்களிடம் இதைப் பற்றி முழுமையாக விசாரிக்க முடியவில்லை. பெரிய தும்கல்லில் உள்ள துரிஞ்சி மரத்துப் பேருந்து நிறுத்தத்திலிருந்து புறப்பட்டு கோடுப்பட்டி, தாசம்பட்டி, மருக்கரன்பட்டி, திகிலோடு, நாகனம்பட்டி, சஞ்சீவராயன் கோயில், ஆலமரத்துப்பட்டி, திதியோப்பனஹள்ளி, பாப்பாரப்பட்டி போன்ற ஊர்களின் வழியாக வீரப்பன் சுட்டுக் கொல்லப்பட்டதாக விஜயகுமார் சுட்டிக்காட்டிய பாடி ஊராட்சியில் இருக்கும் பச்சனம்பட்டிக்கு முக்கால் மணி நேரத்தில் வந்து சேர்ந்தோம்.

தும்கல் பகுதியில் உள்ள மக்களிடம் பேசி உண்மையைத் தெரிந்து கொள்ள வேண்டுமெனில் அங்குள்ள மக்களிடம் அறிமுகமான ஒருவரின் உதவி தேவைப்பட்டது. இந்திய கம்யூனிட்டு கட்சியைச் சேர்ந்த பெண்ணாகரம் வழக்குரைஞர் மாதையன் அவர்களிடம் உதவி கேட்டேன்.

"எங்க கட்சித் தோழர் தாசம்பட்டி மணிக்கு அந்தப்பகுதியில் உள்ள எல்லோரையும் தெரியும். வீரப்பன் சுட்டு கொல்லப்பட்டதாகச் சொல்லப்பட்ட அன்று இரவு தும்கல் பகுதியில் அந்த ஆம்புலன்ஸ் வேன் நின்று கொண்டிருந்ததாக அப்போதே என்னிடம் வந்த சில கட்சிக்காரர்கள் சொன்னாங்க தோழர்" என்றார்.

மீண்டும், பெண்ணாகரம் சென்ற நான் தோழர் தாசம்பட்டி மணியைக் கூட்டிக்கொண்டு தும்கல் காட்டுப்பகுதிக்குச் சென்றேன். அங்கு வசிக்கும் பலரிடமும் விசாரணை மேற்கொண்டேன். தோழர் மணிக்கு அப்பகுதி மக்களிடம் நல்ல அறிமுகம் இருந்தது. அதனால், எனது விசாரணைக்குக் கொஞ்சம் பலன் கிடைத்தது. நாங்கள் சந்தித்த யாருக்குமே வீரப்பன் இந்தப் பகுதிக்கு வந்து போனதற்கான சுவடுகளே தெரியவில்லை. இருந்தாலும், இந்தப் பகுதியில் தொடர்புடையவர்கள் பலரையும் சந்தித்து இதுகுறித்து விசாரித்துக் கொண்டே சென்றோம்.

தங்கானின் காட்டுக்கு வடக்கிலுள்ள கோடுப்பட்டியைச் சேர்ந்த அர்ஜுனன் என்பவர் ஒரு பயனுள்ள செய்தியைச்

பெருமாள்

சொன்னார். "வீரப்பன் கொல்லப்பட்டதற்கு ஒரு மாதம்முன்னே என்னுடைய மாடு ஒன்னு காணாமல் போயிட்டுது. மாட்டைத் தேடிக்கிட்டு முருகன் கோயில் கரட்டுக்குப் போனேன். அங்கே ஒரு இடத்தில் கடத்தி மான் ஒன்றை அடித்துக் கறி எடுத்துக்கொண்டு போனது போக மீதி எலும்புகள் கிடந்தது. எனக்குத் தெரிய இந்தப் பகுதியில் அந்தப் பெரிய மானை அடித்துக் கறிபோடும் ஆள்கள் யாருமில்லை. இது வீரப்பன் வேலையாகத்தான் இருக்கும் என்று நினைத்துக் கொண்டேன்" என்றார்.

காட்டை ஒட்டிய குடியிருப்புகளிலிருந்த பலரையும் சந்தித்து விசாரித்துக் கொண்டே இறுதியாகத் தங்கானின் காட்டுக்குப் பக்கத்தில் உள்ள காட்டுக் கொட்டகையில் வசிக்கும், கந்தனின் மகன் பெருமாளைச் சந்தித்துப் பேசினேன்.

"வீரப்பன் செத்த நேரத்தில் நான் பெங்களூருக்கு வேலைக்குப் போயிருந்தேன். அன்னைக்கு என்ன நடந்ததுன்னு எனக்குத் தெரியாது. ஆனால், வீரப்பன் சாகிறதுக்கு ஒருவாரம் முன்னாலே, எங்க ஊர் பசங்க நாலு பேர் பாங்காட்டுக்கு ஆடு மேய்க்கப் போயிருக்காங்க. சாயங்காலம் ஆடு ஓட்டிக்கிட்டு வீட்டுக்குத் திரும்பி வந்தப்போ தங்கான் காட்டுக்குப் பக்கமா வீரப்பனும், கூட மூனு பேரும் உக்கார்ந்துக்கிட்டு இருந்திருக்காங்க.

அன்னைக்கு ராத்திரி எட்டு மணிக்கு மேலே தும்கல்லுக்கு மேலே இருக்கும் துரிஞ்சி மரத்து மேட்டிலே ஒரு ஆம்னி கார் வந்து நின்னிருக்கு. அதிலிருந்து யாரோ ஆளுங்க இறங்கிக் காட்டுக்குள்ளே வந்து வீரப்பனைப் பார்த்து பேசியிருக்கங்க. அடுத்த நாள் அதிரடிப்படை போலீசார்

இந்தப் பக்கமா எங்க சித்தப்பன் காட்டுப்பக்கமா கரட்டு மேலே ஏறிப்போயிருக்கங்க. இது நடந்த ஒரு வாரத்தில் வீரப்பனைக் கொன்னுட்டதாச் சொல்லி பேப்பரில் செய்தி வந்துட்டுது. எதுக்கும், நீங்க கார்பெண்டர் கணேசனை விசாரிச்சீங்கன்னா இன்னும் தகவல் கிடைக்கும்.." என்றார்.

பெண்ணாகரத்தில் இருக்கும் கார்பெண்டர் கணேசனைத் தேடிக் கிளம்பினேன். தாசம்பட்டி பிரிவுக்கு அருகிலிருந்த கணேசனின் தச்சுப் பட்டறை பூட்டியிருந்தது. ஒரு சிறிய வெள்ளைத் தாளில் எழுதப்பட்டிருந்த செல்பேசி எண்ணுக்குக் கூப்பிட்டுக் கணேசனுடன் பேசினேன். தான் வெளியூர் சென்றுள்ளதாகவும், வருவதற்கு இரண்டு நாள்களாகும் என்று சொன்னார்.

"என்ன விஷயம்...?" என்று கேட்டவரிடம் தேக்கு மரத்தில் ஒரு கட்டில் செய்ய வேண்டுமென்றும், நான்கு நாள்கள் கழித்து நேரில் வருவதாகவும் சொல்லி விட்டுத் திரும்பினேன்.

***

28

கார்பெண்டர் கணேசன்

வீரப்பன் உட்கார்ந்திருந்த பாறை

தங்கான், கந்தனின் ஒன்றுவிட்ட தம்பி மகனான கணேசன், தற்போது பெண்ணாகரத்தில் தச்சுவேலை செய்து வருகிறார். அவரைச் சந்தித்துப் பேசினேன்.

"வீரப்பன் சாகிறதுக்கு பதினைந்து நாள்களுக்கு முன்ன நாங்க நாலுபேர் பாங்காட்டுக்கு ஆடு மேய்க்கப் போய்விட்டுத் திரும்பி வந்தோம். அப்போ சாயங்காலம் ஆறு மணி இருக்கும். தங்கான் பெரியப்பா காட்டுக்கு இந்தப் பக்கத்திலே கெணத்துக்குப் பக்கமா ஒரு கோணப்புளியமரம் இருந்தது. அதுக்கு மேற்கிலிருந்த ஒரு பெரிய பாறை மேலே வீரப்பனும், அவங்க ஆளுங்க மூனு பேரும் உட்கார்ந்துக்கிட்டு இருந்தாங்க.

நாங்க நாலு பசங்க பட்டிக்கு ஆடு ஓட்டிக்கிட்டு வந்துட்டு இருந்தோம். எங்களைக் கூப்பிட்டு, "என்ன செய்யறீங்க...?,

உங்க வீடு எங்கே இருக்குதுன்னு...?" வெசாரிச்சாங்க. எங்களுக்குப் பூந்தியும், கல்கண்டும் குடுத்தாங்க. எல்லோரும் வாங்கிச் சாப்பிட்டோம். பிறகு, தண்ணியும் குடுத்தாங்க. அதையும் வாங்கிக் குடிச்சிட்டு நாங்க எல்லோரும் பட்டிக்கு வந்துட்டோம்.

அப்போ ஊருக்குத் தெற்காலே எங்க ஆட்டுப்பட்டி இருந்துச்சு. அன்னைக்கு ராத்திரி நானும், இன்னொரு பையனும் பட்டியிலே காவலுக்குப் படுத்திருந்தோம். சின்ன தும்கல் பஸ் ஸ்டாப்பில் ஒரு சிவப்பு கலர் ஆம்னி கார் வந்து நின்னுது. (எஸ்.பி.செந்தாமரைக்கண்ணனும் சிவப்பு நிற ஆம்னி காரை பயன்படுத்தி வந்தார்) அதிலிருந்து *T* சர்ட் போட்டிருந்த ஒரு ஆளும், இன்னொருத்தனும் இறங்கி தங்கான் பெரியப்பன் காட்டுக்குப்போகும் பொளியிலே (பாதையில்) போகாமல் காட்டு வழியிலே வரப்புமேல நடந்து போனாங்க.

அப்போ அவங்க கையில் துப்பாக்கி மாதிரி எதையோ சாக்குப்பையில் சுத்தி எடுத்துக்கிட்டுப் போனாங்க. ரெண்டு மணிநேரம் போயிருக்கும். காட்டுப்பக்கம் இருந்து நாலுபேர் திரும்பவும் அந்த வழியாகவே வந்து காரில் ஏறிப் போயிட்டாங்க.

பெருமாள், நூலாசிரியர் பெ.சிவசுப்ரமணியம், கார்பெண்டர் கணேசன்

அதுக்கு ரெண்டு நாள் கழிச்சு. பெரிய தும்கல்லுக்குக் கீழே இருக்கும் ஏரிக்கரை பஸ் ஸ்டாப்பில் இருந்த இன்னொரு பட்டியில் ஆடு அடச்சிருந்தோம். நானும், இன்னும் இரண்டு சின்னப்பசங்களும் அப்போ பட்டிக்கு வெளியே இருந்த குடுசிலே படுத்திருந்தோம்.

அப்போ, ஒரு இருபது பேர் இருக்கும் ஒரு வெள்ளை வேனில் வந்து இறங்குனாங்க. எங்க பட்டி வழியா தங்கான் பெரியப்பன் காட்டுக்கு மேலே இருக்கும் பாப்பான் மெட்டுக் கரட்டுக்குப் போற தடத்திலே நடந்து வந்தாங்க. ஆட்டை திருடத்தான் யாரோ வந்துட்டாங்கன்னு நெனச்சுக்கிட்டு, ரெண்டு கையிலும் கல்லை எடுத்துக்கிட்டு, ஓடிப்போய் வழியில் ஒதுங்கி நின்னுக்கிட்டு, "யார்ரா நீங்கன்னு..." சத்தம் போட்டேன்.

"உஸ்...சத்தம் போடாதே நாங்க அதிரடிப்படை போலீஸ்"ன்னு சொன்னாங்க. சரீன்னு நான் திரும்பிப் பட்டிக்கு வந்துட்டேன். அவங்க எல்லோர் கையிலும், துப்பாக்கி இருந்தது. எல்லோருமே குனிஞ்சு உட்கார்ந்துக் கிட்டே பதுங்கிப் பதுங்கி தங்கான் பெரியப்பா காட்டுக்குப் பக்கமா இருக்கும் கரட்டு மேலே ஏறிப்போனங்க.

திரும்பவும், வெடியக் காலையில் அஞ்சு மணிக்கு முன்னையே வந்த வழியிலேயே திரும்பி ரோட்டுக்குப் பக்கமா வந்தாங்க. அவங்க ரோட்டுக்குப் பக்கமா போகும்போதே பெண்ணாகரம் பக்கம் இருந்து ஒரு வெள்ளை வேன் வந்து திரும்பி நின்னுது. அதில் ஏறி எல்லோரும் போயிட்டாங்க.

இதெல்லாம் நடக்கும்போது எனக்குப் பதினைந்து வயசுதான் இருக்கும். அப்போ எனக்கு அவ்வளவா விவரம் தெரியாது. அதனாலே மேற்கொண்டு எங்க தங்கான் பெரியப்பன் காட்டிலே என்ன நடந்துன்னு என்னாலே தெரிஞ் சுக்க முடியலை" என்றார்.

கார்பெண்டர் கணேசன் சொன்ன இந்த ஒரு செய்தியைத் தவிர, வீரப்பன் அந்தப் பகுதிக்கு வந்துள்ளார் என்பதும், அதிரடிப்படையினர் இதைத் தெரிந்து உரிய நேரத்தில் தாக்குதல் நடத்த முயற்சி செய்துள்ளனர் என்பதை

உறுதிப்படுத்தும் வகையில் வேறு எந்தச் செய்தியுமே எனக்குக் கிடைக்கவில்லை.

கார்பெண்டர் கணேசனை நான் சந்தித்து விட்டு வந்த சில நாள்களுக்குப் பிறகு, முன்பு அதிரடிப்படையில் பணியாற்றிய வீரர் ஒருவரை ஈரோட்டில் சந்தித்தேன். அவர் கலந்துகொண்ட ஒரு சில வீரப்பன் ஆபரேஷன் தொடர்பாகப் பேசினோம்.

"2004 அக்டோபரில் நான் தட்டக்கரை முகாமிலிருந்தேன். அப்போ எஸ்.பி. சம்பத்குமார் தலைமையில் இருபது கமாண்டோஸ் ஒரு ஆபரேஷனுக்காகப் போனோம். வீரப்பன் அடிக்கடி இந்த வீட்டுக்கு வருவான்னு சொன்னாங்க. பெண்ணாகரத்திலிருந்து வடக்குப் பக்கம் போகும் ரோட்டில் போனோம். ரோட்டிலிருந்து இடது பக்கம் இருந்த ஒரு சிறிய கரட்டின்மீது ஏறி, இரவு முழுவதும் அங்கே பதுங்கியிருந்தோம். அந்தக் கரட்டை ஒட்டியிருந்த ஒரு வீட்டுக்கு வீரப்பன் வருவான்னு ஐ.எஸ். விங் ஆளுங்க சொன்னாங்க. குறிப்பிட்ட அந்த வீட்டுக்கு அன்று வீரப்பன் ஆள்கள் யாரும் வரவுமில்லை. வந்திருந்தாலும், எங்களால் சுட்டிருக்கவும் முடியாது. *AK-47* ரைபிளின் கில்லிங் ரேஞ்சுக்குள் அந்த வீடு வரவில்லை" என்றார்.

வீரப்பன் கொல்லப்பட்ட அன்றும் எஸ்.பி. சம்பத்குமார் தலைமையில் இருபது பேர் கொண்ட ஒரு அணி தட்டக்கரையிலிருந்து புறப்பட்டு இரவு எட்டு மணிக்கே பாப்பாரப்பட்டிக்குச் சென்றுள்ளனர். அங்கிருந்து பாலக்கோடு செல்லும் வழியில் தயார் நிலையில், ஒரு கரும்பு பாரம் ஏற்றப்பட்ட லாரியைப் பாதுகாப்பாக வைத்துக் கொண்டு நின்றுள்ளனர். எதற்காக நாம் இங்கே வந்துள்ளோம் என்று எஸ்.பி. சம்பத்குமாரிடம் வீரர்கள் கேட்டபோது "இந்த வழியாக வரும் நக்சலைட்டுகளை அட்டாக் பண்ணவேண்டும்" என்று அவர் சொன்னதாகவும் தெரிவித்தார்.

ஆனால், இரவு பதினோரு மணிக்கு வீரப்பன் பச்சனம்பட்டியில் அருகில் கொல்லப்பட்டதாக அறிவிக்கப் பட்டது. அதன் பின்னர், நாங்கள் தருமபுரி ஜி.எச்-க்கு

வந்து விட்டோம். இந்த ஆபரேஷன் ஐ.எஸ். டீம் ஆள்களே நடத்தினர். எங்கள் துப்பாக்கிக்கு வேலையே இல்லை" என்றார்.

பெண்ணாகரத்தில் இருந்து வடக்குப் பக்கம் போனபோது உங்களுடைய அணியில் வேறு யாரெல்லாம் வந்திருந்தனர் என்று அந்த வீரரிடம் விசாரித்தேன். "முன்பு ஐ.எஸ். விங்கில் இருந்த எஸ்.ஐ.வின்செண்ட்டும் எங்களுடன் அந்த ஆபரேஷனுக்கு வந்தார்..." என்றார்.

அதிரடிப்படையினர் தங்கான் வீட்டுக்குத் தாக்குதல் நடத்தச் சென்ற வழி

அப்போதுதான் கார்பெண்டர் கணேசன் கூறியது முற்றிலும் உண்மை என்பது தெரிந்தது. இதை மேற்கொண்டு விசாரிக்கவேண்டும் என முடிவு செய்தேன். தாக்குதலுக்குச் சென்ற அந்த வீரரிடம் அவர்கள் இரவு முழுவதும் தங்கியிருந்த கரடும், அந்த வீடும் பெண்ணாகரத்திலிருந்து எவ்வளவு தொலைவில் உள்ளது...? பக்கத்தில் எந்த ஊர் உள்ளது...? என்று கேட்டேன்.

"எனக்கு அதெல்லாம் தெரியாது நண்பா, பெண்ணாகரத்தில் கமாண்டோஸ் எல்லோரும் டீ குடித்து விட்டுக் கிளம்பினோம். எனக்கு டீ குடிக்கும் பழக்கம் இல்லை என்பதால் நான் ஒரு பாக்கெட் பிஸ்கட் மட்டும் வாங்கிக் கொண்டேன். வண்டி வடக்கு நோக்கிக் கிளம்பியதும், நான்

காகிதத்தைக் கிழித்து ஒவ்வொரு பிஸ்கெட்டாக எடுத்து வாயில் போட்டுச் சப்பிச் சாப்பிட்டேன். கையிலிருந்த ஒரு பாக்கெட் பிஸ்கெட் தீரும்போது நாங்க அந்த இடத்துக்குப் போய்விட்டோம். காலி பிஸ்கட் பேப்பரைத் தூக்கி வெளியில் போட்டுட்டு துப்பாக்கியைத் தூக்கிக்கிட்டு ஆபரேஷனுக்குக் கிளம்பிட்டேன்" என்றார்.

மீண்டும் நான் பெண்ணாகரம் நோக்கி எனது பயணத்தைத் தொடர்ந்தேன். அவர் சொன்னது போலவே ஒரு பொட்டலம் பிஸ்கெட் *(Biscuit)* வாங்கி, அதைச் சுவைத்துக் கொண்டே இன்னொரு நண்பருடன் பயணம் செய்தேன். *13* துண்டுகள் முடிந்த நிலையில் ஓரிடத்தில் நின்றோம். கார்பெண்டர் கணேசன் சொன்னது போலவே அந்த இடத்தின் கிழக்கில் பெரிய தும்கல் ஏரி இருந்தது. அங்கிருந்து மேற்கு நோக்கிச் சென்ற ஒரு ஒத்தையடிப் பாதையில் சென்றேன். இரண்டாயிரம் மீட்டர் தூரத்தில் இருந்த சிறிய கரட்டின் மீது ஏறி நின்று பார்த்தேன். அதிரடிப்படையில் பணியாற்றிய நண்பர் கூறியது போலவே எதிர்ப் பக்கம் கீழே தங்கானின் வீடு இடிந்து கிடந்தது.

திரும்பி வரும்போது, கார்பெண்டர் கணேசனைச் சந்தித்து, பாண்டிக்கண்ணன் மற்றும் எம்-*1* என்று போலீசாரால் அடையாளம் குறியிடப்பட்ட தேவராஜின் புகைப்படங்களைக் காட்டினேன்.

"பாண்டிக்கண்ணனைப் பார்த்த ஞாபகம் இருக்கு. ஆனால், ஆளை எப்போது எந்த எடத்துலே பார்த்தேனென்று சரியாகச் சொல்ல முடியல. ஆனால் இந்த ஆளை (டிரேடர் என்று அழைக்கப்படும் தேவராஜ்) நான் பலதடவை தங்கான் பெரியப்பா காட்டுக்குப் போனதைப் பார்த்துள்ளேன். இவன் எப்பப் போனாலும், பொளியில் (வயலின் வரப்பு, நிலத்தின் நடுவில் நடந்துபோகும் பாதை) போகாமல் கரட்டுப்பக்கமாகவே மறஞ்சு மறஞ்சுதான் போவான். போகும்போது கையை மறைத்து, தோளில் ஒரு துண்டைப் போட்டுக்கிட்டுப் போனதைப் பார்த்திருக்கேன்" என்றார்.

டிரேடர் எனப்படும் தேவராஜைப் பற்றி அரூர் வேடியப்பன் சொல்லும்போது, "அவருக்கு கை ஒடிந்தது

போலப் போலித் தோற்றத்துடன் எங்களுடன் வருவார்" என்று சொல்லியிருந்தார். இது கார்பெண்டர் கணேசன் சொன்னதிலிருந்து உறுதியாகிறது.

பெண்ணாகரத்தை அடுத்துள்ள தும்கல் காட்டில்தான் வீரப்பன் கொல்லப்பட்டுள்ளார் என்பது உறுதியானது. எப்படிக் கொல்லப்பட்டார்...? எப்போது கொல்லப்பட்டார்...? துரைப்பாண்டியனும், பாண்டிக்கண்ணனும் எப்படி தேவராஜ் மூலமாக வீரப்பனைத் தங்களின் கட்டுப்பாட்டுக்குள் கொண்டு வந்தனர். தேவராஜுக்கும், வீரப்பனுக்கும் என்ன உறவு. மக்கள் யுத்தக் குழுவின் தோழர்கள் வீரப்பனுக்கு எந்த வகையான உதவிகளைச் செய்துள்ளனர் என்பது பற்றி வெவ்வேறு இடங்களில், வெவ்வேறு ஆள்களிடம் நான் விசாரணை மேற்கொண்டேன். அதன் தொகுப்பைக் கீழே கொடுத்துள்ளேன்.

வீரப்பனைப் பிடிக்கவேண்டும் என்று பதினைந்து ஆண்டுகளாகத் தமிழ்நாடு கர்நாடகா என இரு மாநிலத்தையும் சேர்ந்த பல காவல் துறை உயரதிகாரிகள் முயற்சி செய்து வருகின்றனர். இதில் பெரும்பாலானோர் பத்து ஆண்டுகளுக்கும் மேலாக அந்த முயற்சியில் ஈடுபட்டிருந்தனர். அப்படியிருக்க துரைப்பாண்டியன், பாண்டிக்கண்ணன் என்ற இரண்டு பேரின் சுருக்குக் கயிற்றில் வீரப்பன் எப்படிச் சிக்கினார் என்பது குறித்துச் சற்று விரிவாகப் பார்ப்போம்.

2002ஆம் ஆண்டு இறுதியில் தொடங்கிய எஸ்.பி.அசோக் குமாரின் "ஆபரேஷன் ரூட்ஸ்" திட்டப்படி வீரப்பனின் தொடர்புகளுக்கான வேர்களைக் கண்காணிக்கும் பொறுப்பு துரைப்பாண்டியனுக்குக் கொடுக்கப்பட்டது. சுப்பிரமணியம், ராசப்பன், பாண்டிக்கண்ணன், செந்தில், வெங்கடேசன், மாரியப்பன், ராஜேந்திரன், ஐயப்பன் என எட்டு காவலர்களை வைத்தே அசோக்குமாரும், துரைப்பாண்டியனும் இந்த வேலையைச் செய்துள்ளார். இதை DSP ராமலிங்கம் ஒருங்கிணைத்துள்ளார்.

எதிர்காலத்தில் கோரப்பள்ளம் தேவராஜின் தொடர்புக்கு

வீரப்பன் வருவார் என்பதை துரைப்பாண்டியன் மிகச் சரியாகக் கணித்துள்ளார். அதனால்தான், கோரப்பள்ளம் தேவராஜுக்கு கொம்புத்தூக்கியில், அரசு வேலைகளைச் செய்யும் ஒப்பந்ததாரராக காண்ட்ராக்ட் எடுக்கவும் ஏற்பாடு செய்து கொடுத்துள்ளார். பாண்டிக்கண்ணனை அங்கே வேலைக்குச் சேர்த்து விட்டு தேவராஜின் நடவடிக்கைகளையும், காட்டிலுள்ள வீரப்பன் நடமாட்டத்தையும் கண்காணிக்கும் பொறுப்பையும் அவருக்குக் கொடுத்துள்ளார்.

அதுபோலவே, கோவிந்தபாடியைச் சேர்ந்த இருசார் என்பவரின் மகனான ராஜாவுக்குத் தூரத்துச் சொந்தக்காரர் என்ற பெயரில் வீரப்பனின் சொந்த ஊரான செங்கப்பாடிக்கு காவலர் செந்திலை அனுப்பினார். அங்கிருக்கும் சின்னதம்பி என்பவரின் செங்கல் சூளையில் செந்திலை வேலைக்குச் சேர்ந்துள்ளனர். அங்கிருந்து கொண்டே, வீரப்பனின் மாமன் வகை உறவினரான மாத்துப்பரி மாதையன், அவரது உறவினர்களுடன் செந்தில் நெருக்கத்தை ஏற்படுத்திக் கொண்டார். இந்த செந்தில் வன்னியர் சமூகத்தைச் சேர்ந்தவர் என்பது ஒரு கூடுதல் சிறப்பு.

1991ஆம் ஆண்டின் தொடக்கத்தில் வீரப்பனுக்கு எதிரான நடவடிக்கைகள் தீவிரமாகின. அப்போது நிறைமாத கர்ப்பிணியாக இருந்த வீரப்பன் மனைவியைக் காட்டுக்குள் வைத்திருக்க முடியாத நிலை வந்தது. இதையடுத்து அவரை, தருமபுரியில் உள்ள வழக்குரைஞர் அப்புனு கவுண்டரிடம் அனுப்பி வைக்கிறார். அங்கே தங்கியிருந்த வீரப்பன் மனைவிக்குப் பெண் குழந்தை பிறக்கிறது. மூன்றாம் மாதம் அந்தக் குழந்தைக்குப் பெயர் சூட்டுதல் நிகழ்ச்சி ஒகேனக்கல் வனத்துறை அலுவலகத்தில் நடந்துள்ளன. இதற்கான ஏற்பாடுகளைக் கர்நாடக வனத்துறை அலுவலரான *DCF* ஸ்ரீநிவாஸ் செய்துள்ளார். அவரே வீரப்பனின் முதல் குழந்தைக்கு வித்யா ராணி என்ற பெயரையும் சூட்டியுள்ளார். தமிழக, கர்நாடக காவல்துறை, வனத்துறை அதிகாரிகள் பலரும் இந்த நிகழ்ச்சியில் கலந்து கொண்டுள்ளனர்.

அதன்பிறகு தாய், சேய் இருவரையும், நெருப்பூரில் உள்ள முத்துலட்சுமியின் தாய் வீட்டில் தங்க வைத்துள்ளனர்.

குழந்தையைப் பார்க்க வீரப்பன் வருவார். அப்போது அவரைப் பிடித்து விடலாம் எனத் தமிழ்நாடு போலீஸார் காத்திருந்தனர். இந்த நிலையில் ஒருநாள் நள்ளிரவு மாமியார் வீட்டுக்கு வந்த வீரப்பன், குழந்தையை அவருடைய பாட்டியிடம் விட்டு விட்டு, மனைவியை மட்டும் காட்டுக்குள் கூட்டிக்கொண்டு போகிறார்.

1992 ஆம் ஆண்டு மத்தியில் அவரது மனைவிக்கு இரண்டாவது பெண் குழந்தை பிறக்கிறது. இந்தக் குழந்தையை வீரப்பன், சேத்துக்குழி கோவிந்தன் இருவரும் எடுத்துக் கொண்டுபோய் யாரிடமோ கொடுத்துள்ளனர். அந்தக் குழந்தையைக் கண்டுபிடித்து, அதை வைத்தே வீரப்பனைப் பிடிக்க போலீஸ் ஒரு முயற்சி மேற்கொண்டனர். இதற்கு ஆபரேஷன் பாஸ்டன் எனப் பெயரிடுகின்றனர்.

இந்த ஆபரேஷன் என்னவானது...?

***

29
அதிரடிப்படைக்குள் நடந்த கோஷ்டிச் சண்டை

கத்திரிமலை

1992ஆம் ஆண்டு மத்தியில் வீரப்பன் மனைவிக்கு இரண்டாவது பெண் குழந்தை பிறக்கிறது. ஆண் குழந்தையை எதிர்பார்த்த வீரப்பனுக்கு இது ஏமாற்றமளிக்கிறது. அந்த நேரத்தில் குழந்தையின் எதிர்காலம் குறித்து அவர் ஜோசியம் பார்க்கிறார். "இந்தக் குழந்தை உன் குடும்பத்தாரோடு இருந்தால் உனக்கு நல்லதில்லை" எனச் ஜோசியர் சொல்கிறார். அதனால், அந்தக் குழந்தையைக் காட்டைவிட்டு வெளியே அனுப்ப வீரப்பன் முடிவெடுத்தர்.

ஒருநாள் மாலை நேரம் சேத்துக்குழி கோவிந்தன், வீரப்பன் இருவரும் குழந்தையை எடுத்துக்கொண்டு சென்றனர். அந்தக் குழந்தையை என்ன செய்தனர்...? என்ற விவரம் வீரப்பன் மனைவி உள்ளிட்ட யாருக்கும் தெரியவில்லை.

2000-த்தில் ராஜ்குமார் கடத்தல் நடந்த நேரத்தில் தன் மனைவியைச் சந்தித்த வீரப்பன் இரண்டாவது பெண் குழந்தை

நெருப்பூரைச் சேர்ந்த சுப்பிரமணி என்பவரிடம் கொடுத்து, அந்தக் குழந்தையை யாரவது தெரிந்த ஒருவருக்குத் தத்துக் கொடுத்து வளர்க்கச் சொன்னதாகத் தெரிவிக்கிறார்.

குழந்தையை வாங்கிக் கொண்டுபோன சுப்பிரமணியம் பாப்பாரப்பட்டி அருகிலுள்ள ஒன்னப்ப கவுண்டன் ஹள்ளி (O.G.ஹள்ளி) என்ற ஊரைச் சேர்ந்த ராஜரத்தினம், செல்வி என்ற குழந்தையில்லாத் தம்பதியினருக்குத் தத்துக் கொடுத்துள்ளார். குழந்தையை வாங்கியவர்கள் உள்ளூரில் அக்குழந்தையை வைத்து வளர்க்காமல் காவேரிப்பட்டினத்திற்குக் குடி போகின்றனர். அங்குள்ள மாம்பழக்கூழ் தொழிற்சாலை ஒன்றில் வேலையில் சேர்ந்த ராஜரத்தினம் அங்கேயே தங்கிக் குழந்தையை வளர்த்துள்ளனர். கொஞ்சம் கொஞ்சமாக இந்தத் தரவுகளை எல்லாம் திரட்டிய வீரப்பன் மனைவி, செல்வி தம்பதியினரைச் சந்தித்து, தனது கணவர் வளர்க்கக் கொடுத்த குழந்தையைத் திரும்பக் கேட்டுள்ளார்.

இதையெல்லாம் கண்காணித்து வந்த STF உளவுப்பிரிவு காவலர் சுப்பிரமணியம், குழந்தை விவகாரத்தை அசோக்குமார் காதுக்குக் கொண்டு போகிறார். அதன் பின்னர், ஏ.டி.எஸ்.பி. அசோக்குமார் தலைமையிலான போலீசார் களமிறங்கி, வீரப்பன் மனைவிக்கு ஆதரவாகச் செயல்பட்டனர்.

12 ஆண்டுகள் வளர்த்தவர்களிடம் இருந்து அந்தக் குழந்தையைப் பிடுங்கிக் கொண்டுவந்து முத்துலட்சுமியிடம் ஒப்படைத்தார். கோவை வடவள்ளியில் ஒரு தனி வீட்டை வாடகைக்கு எடுத்த அதிரடிப்படையினர் அங்கே பிரியா என்ற ஒரு பெண்ணுடன் வீரப்பனின் மனைவி முத்துலட்சுமியையும், அவருடைய இரண்டு குழந்தைகளையும் தங்க வைத்தனர்.

நம்முடைய இரண்டாவது குழந்தையை நான் வாங்கிக்கொண்டு வந்து விட்டேன். உங்களைப் பார்க்க வேண்டும் எனக் குழந்தை விரும்புகிறது என்று ஓர் ஆடியோ கேசட்டில் பேசி அதைக் கொளத்தூர் மணி மூலமாக வீரப்பனுக்கு அனுப்புகிறார் முத்துலட்சுமி. அதிரடிப்படையின் உளவுப் பிரிவினர், ஆபரேஷன் பிரிவினர்

என இரு அணியினரும் சேர்ந்தே இந்த நடவடிக்கையை மேற்கொள்கின்றனர்.

நீலகிரி மாவட்டம், கோத்தகிரி அருகே ஒரு தேயிலைத் தோட்டத்தில் உள்ள ஓய்வு மாளிகையில் வீரப்பனும், அவருடைய மனைவியும் சந்திக்க ஏற்பாடு செய்துள்ளனர். அந்த இடத்தை வேறு ஆள்களை அனுப்பி வீரப்பன் பார்த்துள்ளார். அதற்கு முன்பாகவே உளவுப் பிரிவுக்குத் தெரியாத இன்னொரு டீம் போலீசார் அங்கே சுற்றிக்கொண்டு இருந்துள்ளனர். அந்த வீட்டுக்கு மனைவியைச் சந்திக்க வரும் தன்னைப் போலீசார் சுற்றி வளைத்துப் பிடிக்கத் திட்டமிட்டுள்ளனர் என்பதை வீரப்பன் தெரிந்து கொள்கிறார்.

அதனால், மனைவியைச் சந்திக்கப் போவதைத் தவிர்க்கிறார். இரண்டு அணியைச் சேர்ந்த போலீசாரும் சேர்ந்து மேற்கொண்ட இந்த ஆபரேஷன் தோல்வியில் முடிகிறது.

இந்த நேரத்தில், அதிரடிப்படையின் தலைமைப் பொறுப்பில் இருந்த நடராஜ் *IPS* மாற்றப்பட்டு மீண்டும் விஜயகுமாரே அந்தப் பொறுப்புக்கு வருகிறார்.

இதையடுத்து முத்துலட்சுமியை மேட்டூருக்கு அழைத்து வந்த அதிரடிப்படையின் உளவுப்பிரிவு போலீசார், ராமன் நகர் பகுதியில் உள்ள ஒரு வாடகை வீட்டில் குடி வைக்கின்றனர். முத்துலட்சுமியின் வீட்டில் இருந்த போனில் ஒட்டுக் கேட்புக் கருவிகளைப் பொருத்தி அவரைச் சந்திக்கும் ஆள்கள், அவர்கள் பேசுவதை ஒட்டுக் கேட்டுள்ளனர்.

வீரப்பன் அனுப்பிய ஓர் ஆடியோ கேசட்டில், "சீக்கிரமே நாம இலங்கைக்குப் போய்விடலாம். அதற்கான வேலைகளைச் செஞ்சுக்கிட்டு இருக்கேன். நான் எப்போ உன்னை வரச் சொல்லி ஆள் அனுப்பறனோ அப்போ நீ அந்த ஆளோடு வந்திரு. குழந்தைகளைக் கூட்டிக்கிட்டு இலங்கைக்குப் போயிறலாம்" எனக் கூறியிருந்தார். இந்த ஆடியோ கேசட் யார் மூலம் வந்தது என உளவுப் பிரிவு போலீசார் விசாரித்தபோது, நெல்லிக்குப்பம் ரமேஷ் மூலம் வந்ததாக முத்துலட்சுமி பொய் சொல்கிறார்.

ஆனால், உளவுப் பிரிவு போலீசார் மேற்கொண்ட விசாரணையில் இந்த ஆடியோ கேசட் சம்பத் என்பவர் மூலம் முத்துலட்சுமி கைக்கு வந்துள்ளது என்பது தெரிகிறது. அந்த சம்பத் யார் என விசாரித்தனர். அவர், மேட்டூர் அருகிலுள்ள மூலக்காட்டைச் சேர்ந்தவர் எனத் தெரிந்தது. வீரப்பனை இலங்கைக்கு அழைத்துக்கொண்டு போவதாகச் சொன்னவர் தமிழ்நாடு மீட்புப்படையைச் சேர்ந்த முத்துக்குமார் என்பதையும் உளவுப்பிரிவினர் தெரிந்து கொள்கின்றனர். வீரப்பன், முத்துக்குமார் சந்திப்புக்குப் பிறகு கொளத்தூர் மணியும் வீரப்பனைச் சந்தித்துள்ளார். இந்த சந்திப்பும் சம்பத் மூலமாகத்தான் நடந்துள்ளது என்பதையும் தெரிந்து கொள்கின்றனர். உடனடியாக மூலக்காடு சம்பத்தைக் கண்காணித்து அவர்தான் வீரப்பனுக்கு தற்போதைய வெளியுலகத் தொடர்பாளர் என்பதையும் தெரிந்து கொள்கின்றனர். அவரை வைத்தே அவருக்குத் தெரியாமல் வீரப்பனை வீழ்த்தத் திட்டமிட்டனர்.

இந்தக் காலகட்டங்களில், மேட்டூரில் இருந்த எஸ்.பி.அசோக்குமார் தன்னுடைய அன்றாட விசாரணை தரவுகள் அனைத்தையும், தலைமை அலுவலகம் உள்ள பண்ணாரிக்கும் அனுப்பி வருகிறார். அங்குள்ள அதிகாரிகள் உளவுப் பிரிவுக்கே தெரியாமல், பல நடவடிக்கைகளை எடுக்கின்றனர். முதலில் மூலக்காடு சம்பத்தைப் பிடிக்கின்றனர். அவரை விசாரித்ததில், வீரப்பனை அடிக்கடி சந்திக்கும் நபர் பாண்டியன் என்று சொல்கிறார்.

பாண்டியன் என்ற பெயரில் வீரப்பனைச் சந்தித்து வந்த முத்துக்குமாரைப் பிடிப்பதற்குப் பதிலாகக் கொடுமுடியைச் சேர்ந்த பாண்டியன் என்பவரைப் பிடித்துள்ளனர். அவரிடம் விசாரித்ததில், போலீஸ் தேடிய பாண்டியன் என்கிற முத்துக்குமார் மதுரையைச் சேர்ந்தவர். தமிழ்நாடு மீட்புப் படை என்ற அமைப்பின் பொறுப்பாளர். இலங்கையில் விடுதலைப் புலிகளுடன் போர்க்களத்தில் நின்று போராடியவர் என்பது தெரிகிறது.

மதுரையில் இருந்த முத்துக்குமாரைப் பிடிப்பதற்குப் பதிலாக, அவருடைய சின்னம்மா மகனான மற்றொரு

முத்துக்குமார் என்பவரைப் பிடித்துள்ளனர். அதன் பிறகு, கொளத்தூர் மணி, முத்துக்குமார் உள்ளிட்ட பலரையும் கைது செய்துள்ளனர். அவர்களைக் கர்நாடக அதிரடிப்படை போலீசாரிடம் கொடுத்து, அவர்கள் மீது பொய் வழக்குப் போட்டுள்ளனர்.

காவல்துறை உயரதிகாரிகளுக்குள் IPS கேடர், TPS கேடர் என இரு பதவிகள் உள்ளன. மத்திய அரசின் மூலம் நடைபெறும் சிவில் சர்வீஸ் தேர்வில் வெற்றிபெறுவோர் IPS அதிகாரிகளாவர். இந்த அதிகாரிகள் ASP பொறுப்பில் ஆரம்பித்து, DGP பதவி வரை பொறுப்பு வகிப்பர்.

மாநில அரசு நடத்தும் குரூப் 1 தேர்வில் வெற்றி பெறுவோர் TPS அதிகாரிகளாவர். இவர்கள் பணியில் சேரும்போது DySP பொறுப்பிலும், ஓய்வு பெறும் நிலையில், IG பொறுப்பு வரையிலும் பதவி வகிப்பர்.

இந்த இரு தகுதிகளில் தேர்வு செய்யப்பட அதிகாரிகளுமே S.P, D.I.G, I.G போன்ற பொறுப்புகளில் இருப்பர். அப்படி இருக்கும்போது, அவர்களுக்குள் மறைமுகமான ஒரு மோதல் நடக்கும். அதாவது IPS ரேங்கில் உள்ளவர்கள் மிகவும் திறமையானவர்கள், புத்திசாலிகள். TPS ரேங்கில் வந்தவர்கள், நம் அளவுக்கு உயர்வானவர்கள் இல்லை என்ற கர்வம் IPS ரேங்கில் வந்த அதிகாரிகளிடம் இருக்கும்.

தமிழக அரசு தேர்வு செய்யும் TPS ரேங்கில் DSP பதவிக்கு வரும் தமிழக அதிகாரிகள் பெரும்பாலானோர், உதவி ஆய்வாளர், ஆய்வாளர் என்ற பொறுப்புகளில் இருந்து DSP பொறுப்புக்கு வருவோரைத் தங்களைக் காட்டிலும் தகுதிக் குறைவானோவர் என்றே நினைப்பர். அவர்களை இரண்டாம் நிலை அதிகாரிகளைப் போலவே நடத்துவதும் பேசுவதும் உண்டு.

அந்த வகையில், TPS தேர்வெழுதி DSP பொறுப்புக்கு வந்திருந்த செந்தாமரைக்கண்ணன், சண்முகவேல், சம்பத்குமார், பெரியய்யா போன்ற அதிகாரிகள் தாங்கள் குரூப்-1 தேர்வில் வந்த நாம் தகுதி மிக்கவர்கள், ADSP. அசோக்குமார் இப்படித் தேர்வில் வந்தவர் இல்லை. சாதாரண உதவி ஆய்வாளராக இருந்த அவர், படிப்படியாகப் பதவி

உயர்வில் வந்தவர். அதனால், அசோக்குமார் தங்களைவிடவும் தகுதி குறைவானவர். அவரைக்காட்டிலும் எங்களால் சிறப்பாக வேலை செய்ய முடியும் என்ற கர்வம் இருந்தது.

அதனால், *ADSP* அசோக்குமார் செய்யும் ஒவ்வொரு வேலையிலும் மூக்கை நுழைத்து, அவரை விடவும் தங்களை உயர்வானவராக விஜயகுமாரிடம் காட்டும் வேலையில் ஈடுபட்டுள்ளனர். அவருக்கும், *TPS* அதிகாரிகளைவிடவும் அசோக்குமார் தகுதி குறைவானவர். அவரால் இந்த ஆபரேஷனை வெற்றிகரமாக முடிக்க முடியாது என நம்பியுள்ளார். அதனால், அசோக்குமார் மேட்டூரில் இருந்து செய்யும் வேலைகளைத் தெரிந்து கொண்டு, அதற்கு முன்பாகவே குறுக்கு வழியில் வீரப்பன் கதையை முடிக்க விஜயகுமார் நினைக்கிறார். இந்த வேலைகளை ஒருங்கிணைத்தவர் அப்போது *S.P-2* பொறுப்பில் இருந்த செந்தாமரைக்கண்ணன். இவர் இரண்டாம் நிலையில் இருந்து தன்னை முதலிடத்துக்குக் கொண்டுவரவும் முயற்சி செய்து வந்தார்.

2002 ஆண்டில் *ADSP* அசோக்குமார் பதவி உயர்வில் *S.P.* பொறுப்புக்கு வருகிறார். சாதாரண உதவி ஆய்வாளர் அளவில் பதவியில் சேர்ந்த அசோக்குமார், *IPS* அலுவலர் பொறுப்பில் இருப்பதை மற்ற *S.P.*க்கள் பலரும் விரும்பவில்லை. இதுவரை, வீரப்பனுக்கு எதிரான நடவடிக்கைகளை அசோக்குமார் திறமையாக மேற்கொள்ளவில்லை. அதனால்தான் ஒவ்வொரு தாக்குதலில் இருந்தும் வீரப்பன் தப்பி விடுகிறார். *TPS* அதிகாரிகள் அளவுக்கு அசோக்குமாரின் திட்டமிடல் இல்லை என நினைக்கின்றனர்.

அதனால், *SP* அசோக்குமார் போட்டிருந்த உளவுத்துறை காவலர்களைக் கண்காணிக்கவும், அவர்களின் நடவடிக்கைகளைப் பற்றி செந்தாமரைக்கண்ணனுக்கு உளவு சொல்லவும் கார்த்திகேயன் என்ற உதவி ஆய்வாளர் ஒருவரை நியமிக்கின்றனர். கார்த்திகேயன் கொளத்தூர் பகுதியில் இருந்து செந்தாமரைக் கண்ணனுக்கு உளவு வேலை பார்க்கிறார். அதுபோலவே ஒகேனக்கல் காட்டுப்பகுதியில் கந்தசாமி என்ற இன்ஸ்பெக்டர் மூலம் கண்காணிப்பு நடக்கிறது.

கொளத்தூர் மலைப் பகுதியை ஒட்டிய ஒவ்வோர் ஊரிலும் *S.P.* அசோக்குமார், உளவுத்துறை காவலர்களையும், உளவாளிகளையும் நியமித்திருக்கிறார். **2003**ஆம் ஆண்டின் இறுதியில் நடந்த ஒரு நடவடிக்கை அசோக்குமாரைச் சிறப்பு அதிரடிப்படையில் இருந்து வெளியேற்றக் காரணமாகிறது.

இந்த நடவடிக்கைகள் மூலமே வீரப்பனைப் பிடிக்க நாம் எந்த மாதிரியான கட்டமைப்பை உருவாக்கவேண்டும் என்ற பாடத்தை துரைப்பாண்டியனுக்குக் கற்றுக் கொடுக்கிறது. ஏற்கனவே இருந்த காவல்துறை உயர் அதிகாரிகள் மூலம் கற்றுக்கொண்ட பாடத்தை வைத்து துரைப்பாண்டியன் ஒரு புதிய கட்டமைப்பை உருவாக்குகிறார். அந்தக் கட்டமைப்பே வீரப்பனை வீழ்த்துகிறது. இதைப்பற்றிய ஒரு பார்வை. கத்திரிப்பட்டி மாரியம்மன் கோயிலருகில் வசிக்கும் செல்வம் சொல்வதைக் கேட்போம்:-

"அன்னைக்கு காலையில பத்து மணி இருக்கும், வெறகு வெட்டிக்கிட்டு வரலான்னு கத்திரி மலைக்குப் போனேன். கையிலே கொடுவாள் வச்சிருந்தேன். எங்க ஊருக்குள்ளே மூங்கில் கூடை செய்யும் ஆள் ஒருத்தன் இருந்தான். நான் வெறகுக்குப் போகும்போது, "அப்படியே கொஞ்சம் மலைமேலே போனீன்னா கரும்பாறைக்கு வடக்கால பக்கம் ஒரு கல் மூங்கில் தூர் இருக்கும். அதுலே ட்ரெண்டு குச்சி வெட்டிக்கிட்டு வா... ஆளுக்கு ஒரு சிப்பி (இராகி களி கிளரும் துடுப்பு) செஞ்சுக்கலாம்"ன்னு சொன்னான். அதுக்காக நானும் கரும்பாறைக்குப் பக்கமாப் போனேன். போகும்போதே காஞ்சுபோன குச்சிகளை வெட்டி எடுத்துத் தடத்திலே போட்டுக்கிட்டே போனேன்.

பாறைக்குத் தென் பக்கமாப் போகும்போது, வீரப்பன் ஆளுங்க அங்கே இருந்திருக்காங்க. நான் வெறகு வெட்டிக்கிட்டுப் போன சத்தம் கேட்டு சேத்துக்குழி கோயிந்தன் அவங்க தங்கியிருந்த இடத்திலிருந்து நாலு மார் தூரம் முன்னாலே வந்து ஒரு ஊஞ்ச மரத்தை ஒட்டி நின்னுக்கிட்டான். நானும் அந்த எடத்தைத் தாண்டிப் போயிட்டேன். அதுக்குப் பிறகுதான், "ஏய் இங்கே வாப்பான்னு..." சொன்னான்.

எனக்குப் பச்சை கலரில் போட்டிருந்த யூனிபாமை பார்த்ததுமே நெஞ்சுக்குள்ளே கருக்குன்னு இருந்துச்சு. காட்டுக்குள்ளேயே போகக்கூடாதுன்னு போலீஸ் சொல்லியிருக்காங்க. நாம தேவையில்லாமே உள்ளே வந்து மாட்டிகிட்டோம்ன்னு நெனெச்சேன்.

எங்க ஊரிலே மாரியப்பன், ராஜேந்திரன்னு ரெண்டு போலீஸ் இருப்பாங்க. அவங்ககிட்டே சொல்லிட்டும் நான் வெறகுக்குப் போயிருக்கேன். போகும்போது, "ஏதாவது ஆளுங்க நடமாட்டம் இருக்கான்னு பார்த்துட்டு வான்னு..." சொல்லுவாங்க. அன்னைக்கு நான் வெறகுக்குப் போகும்போது போலீஸ் யாரையும் காணலே. அதனாலே, நான் தனியாவேதான் போனேன்.

கிட்டப் போயிப் பார்த்தா அது போலீஸ் இல்லை. சேத்துக்குழி கோயிந்தன் நின்னுக்கிட்டு இருந்தான். எங்க ஊரும் சேத்துக்குழி, நான் சின்னப்பையனா இருந்தப்பவே கத்திரிமலைக் காட்டில் வீரப்பன், சேத்துக்குழி கோயிந்தன் எல்லோரையும் பார்த்திருக்கேன். நான் ஆடு மேச்சிக்கிட்டு இருந்த காலத்தில் இருந்தே, எனக்குக் கோவிந்தனைத் தெரியும். அப்பவெல்லாம், அவன் கஞ்சா புகை ஊதுவான். என்கிட்டே கஞ்சா வாங்கிட்டு வரச் சொல்லுவான். நானும், கஞ்சாத் தூளெல்லாம் வாங்கிட்டுப் போய் குடுத்திருக்கேன். இதெல்லாம் 15 வருஷத்துக்கு முன்னே நடந்தது.

பார்த்ததும் என்னை அடையாளம் கண்டுபுடிச்சுட்டான். "அட செல்வா, நல்லா இருக்கியாப்பா...? எங்கப்பா இவ்வளவு தூரம் வந்திருக்கே...? யார் உன்னை அனுப்புனாங்கன்னு...?" கேட்டான்.

"என்னையெல்லாம் யாரும் அனுப்பலே, நானாகத்தான் வெறகுக்கு வந்தேன். அப்படியே சிப்பி செய்ய ரெண்டு மூங்க குச்சி வெட்டலான்னு போயிக்கிட்டு இருக்கேன்"னு சொன்னேன்.

"நாங்களும் ஒரு மாசமா இந்தக் காட்டிலே இருக்கறோம். ஆடு, மாடு மேய்க்க ஒரு ஆள்கூட இந்தப் பக்கமே வந்ததில்லை. நீ மட்டும் எப்படி வந்தே... உன்னை யார் அனுப்புனாங்க?"ன்னு கேட்டான்.

"நம்ம ஊரிலேயும் ரெண்டு போலீஸ் இருக்காங்க.. நான் இந்தப் பக்கம் காட்டுக்குப் போறதுன்னா அவங்ககிட்டே சொல்லிட்டுதான் வருவேன். "காட்டுலே எங்கயாவது வீரப்பனைப் பார்த்தா உடனே வந்து சொல்லுன்னும் சொல்லுவாங்க..." சரீங்கன்னு சொல்லிட்டு வந்து வெறகு வெட்டிக்கிட்டுப் போயிடுவேன்...."ன்னு சொன்னேன்.

"சரி வான்னு..." சொல்லி, அங்கிருந்து கொஞ்ச தூரம் கூட்டிட்டுப் போனான். அங்கே சேதுமணி, சந்திரன் (சந்திர கவுடா) ரெண்டுபேரும் இருந்தாங்க... நானும் போயி அந்தத் தாவிலே உட்கார்ந்தேன். கொஞ்ச நேரத்துக்குப் பிறகு வெடியைத் தோளில் மாட்டிக்கிட்டு வீரப்பன் வடக்காலப் பக்கம் இருந்து வந்தார்.

என்னைப் பார்த்ததும், "தம்பி யாரப்பா நீ....? எங்கிருந்து வாரயப்பா...?"ன்னு கேட்டார்.

ஆயிரம் அடி நீளமும், 300 அடி அகலமும் கொண்ட அந்தப் பாறை கத்திரி மலையின் வடகிழக்குப் பக்கம், பாதி மலையில் உள்ளது. இந்தப் பாறையின் மேல் பக்கமும், கீழ் பக்கமும் மண்ணில் புதைந்திருக்கும். பாறையின் உள்பக்கம் குகை போன்ற பல நீண்ட அறைகளைக் கொண்டுள்ளது. இந்தப் பாறையில் இருந்து பார்த்தால் வடக்கே கோவிந்தபாடி, கிழக்கே கத்திரிப்பட்டி, தெற்கே நாயம்பாடி என எந்தப்

கத்திரிமலையில் உள்ள கரும்பாறை

பக்கம் இருந்து ஆள் வந்தாலும், மலையின் அடிவாரத்துக்கு வரும் முன்பாகவே தெரிந்து கொள்ள முடியும்.

கரும்பாறைக்கு மேலே ஒரு மலைப்பகுதியில் ஒரு மணி நேரம் மழை பெய்தால் போதும். மூன்று மாத காலத்துக்கு அந்தப் பாறையிலிருந்து குடிக்கத் தண்ணீர் எடுக்கலாம். மலையின் மேலே உள்ள மண் நனையும்போது, அந்த நீர் கசிவு பாறைக்கு வரும். இந்தக் கரும்பாறை முழுவதுமே நீர் கசிவு இருக்கும். குகைபோல இருக்கும் பக்கத்தில் அந்தப் பாறைமீது வேட்டி அல்லது ஒரு சேலையை விரித்துப் போடவேண்டும். அதன் கீழ் பக்கம் நுணியில் முடிச்சுப் போட்டு விடவேண்டும். அந்த முடிச்சை ஒரு பாத்திரத்துக்குள் வைக்கவேண்டும்.

பாறை முழுவதும் விரிக்கப்பட்டிருக்கும் வேட்டியில் நனையும் நீர், நூல் வழியாகத் திரண்டு கீழே உள்ள முடிச்சுக்கு வந்து சேரும். பிறகு சொட்டுச் சொட்டாகப் பாத்திரத்தில் விழுந்து நிரம்பும். மூவாயிரம் அடி உயரமுள்ள கத்திரி மலையின் உச்சியிலும், பள்ளத்திலும் சில இடங்களில் மட்டுமே நீர் கிடைக்கும். நடுப்பகுதி மலையில் இதைவிட்டால் வேறெங்கும் நீர்நிலைகள் இல்லை.

வீரப்பன் பேசிக்கொண்டிருக்கும்போதே சந்திர கவுடா, செல்வத்தின் கால் சட்டைப் பையைச் சோதனை போடுகிறார். ஒரு தீப்பெட்டி, பீடிக் கட்டு, பட்டு நூலில் திரிக்கப்பட்ட ஒரு சிறு கயிறும் இருந்தன. பீடி, தீப்பெட்டியைச் செல்வத்திடம் கொடுத்த வீரப்பன், "இந்தக் கயிறு எதுக்கடா தம்பி வெச்சிருக்கே...?" என்று கேட்கிறார்.

இடுப்பில் கட்டுவதற்காக அந்தப் பட்டுநூல் கயிறு வைத்துள்ளதாகச் செல்வம் சொல்கிறார். அதன்பிறகு, வீரப்பன் வைத்திருந்த துப்பாக்கியைத் தோளில் மட்டும் பெல்ட் லேசாக அறுந்து போயிருந்தது. அதற்குத் துணையாக இந்தப் பட்டுநூல் கயிற்றையும் சேர்த்துக் கட்டிப்பார்க்கிறார். பிறகு, பெல்ட் அறுந்து போனால், காட்டுவதற்கு இந்தக் கயிறு பயன்படும் என்பதால், அந்தக் கயிற்றை வீரப்பனே வைத்துக் கொள்கிறார்.

பகல் 12.00 மணி இருக்கும்போது, "நான் ஊருக்குப் போகணும், கிளம்பறேன்" என்று செல்வம் சொல்கிறார்.

"நானும் ரொம்ப நாளுக்குப் பிறகு இந்தப் பக்கம் வந்திருக்கேன். ஊர் நிலவரம் ஒன்னும் தெரியலே. கொஞ்ச நேரம் இருப்பா. நம்ம ஊர்க் கதை எல்லாத்தையும் பேசுவோம்" என் வீரப்பன் சொன்னார்.

அதுக்குப் பிறகு சாயங்கால நேரமாச்சு. அவங்க வைத்திருந்த பைனாகுலர் லென்சில் எங்க ஊரை எல்லாம் பார்த்தாங்க. எங்க ஊட்டுக்கு மேற்காலே இருந்த ஒரு ஆலமரம் என்னுடைய வீட்டை மறச்சுக்கிட்டது. மீதி ஊர் முழுசையும் பார்த்தாங்க. ஒவ்வொரு வீட்டையும் அடையாளம் காட்டி, "இது யார் வீடு...?"ன்னு கேட்டாங்க. நானும், எனக்குத் தெருஞ்ச எல்லாத்தையும் சொன்னேன்.

அப்பறமா சாயங்காலம் ஆக ஆக "இரு தம்பி, நானும் ஊருக்கு வந்து வெகு நாளாயிருச்சு. இன்னைக்கு உன்கூடவே நாங்களும் ஊருக்கு வாறோம்"ன்னு சொன்னாங்க. சாயங்காலம் நாலு மணிக்கெல்லாம் சந்திரன் சாப்பாடு தயார் செஞ்சார். எல்லோரும் சாப்பிட்டோம். சந்திரனுக்கு வயிற்றுக் கடுப்பு இருந்தது. அதனாலே, அவரு மட்டும் அங்கேயே இருந்துக்கிட்டார்.

அஞ்சு மணிக்குப் புறப்பட்டு ஆறு மணிக்கெல்லாம் நிலக் காட்டுக்கு வந்துட்டோம். "இரு தம்பி மொசலுக்கு (முயல்) கண்ணி காட்டும் ஆளுங்க இந்நேரம் வருவாங்க. கொஞ்சம் இருட்டாகட்டும் அதுக்குப் பிறகு போகலா..."ன்னு வீரப்பன் எங்களை உட்கார வச்சுக்கிட்டார்.

ஏழு மணிக்குப் புறப்பட்டு எங்க ஊருக்குத் தெற்காலே போகும் பள்ளத்துக்குள்ளேயே நடந்து, எட்டு மணிக்கெல்லாம் எங்க வீட்டுக்குத் தென் பக்கம் இருக்கும் ஆலமரத்துக்குப் பக்கமா வந்துட்டோம். அங்கிருந்து வரும்போது, ஒரு பொம்பளையும், ஒரு பையனும் நேருக்கு நேர் ஏதுக்காலே வந்துட்டாங்க.

எனக்கு கையும் ஓடல, காலும் ஓடலே, நேருக்கு நேரா அந்த பொம்பளையைப் பார்த்ததும் எனக்குப் பகீர்னு ஆயிட்டுது...

***

30

S.P.அசோக்குமார் மாற்றம்

கத்திரிப்பட்டி செல்வம்

எங்களுக்கு எதிரில் வந்த பொம்பளையையும், பையனையும் பார்த்ததும் நாலு பேரும் கீழே உக்கார்ந்துக்கிட்டோம். எதுக்காலே வந்தவங்களுக்கு நாங்க வந்ததே தெரியலே அவங்க பாட்டுக்கு எங்களைத் தாண்டிப் போயிட்டாங்க.

"அவங்க கண்ணுக்கு நாம தெரியமாட்டோம். பயப்படாம வா தம்பி..."ன்னு சொல்லி வீரப்பன் என்னைக் கூட்டிக்கிட்டு வந்துட்டார். என் வீட்டுக்குப் பின்னாலே இருந்த பனை மரத்துக்குப் பக்கமா அவங்களை விட்டுட்டு நான் வூட்டுக்குப் போலான்னு கிளம்பினேன்.

இங்கே வந்து உட்காந்ததும், "ஏந் தம்பி காலையிலே ஒன்பது மணிக்கு நீ வெறகுக்குப் போனவன். இன்னும் வீட்டுக்குப் போகலேன்னு வெளியே தெருஞ்சிருக்கும். உன்னைக் காணமுன்னு சொந்தக்காரங்க, பக்கத்து வீட்டுக்காரங்க யாராவது உன் வீட்டுக்கு வந்திருப்பாங்க. நீ இப்ப வீட்டுக்குப் போனா உன் மேலே சந்தேகம் வரும். யாராவது இருந்துட்டா சிக்கலாகும். நீ இவ்வளவு நேரம் கழிச்சுப் போறதுக்கு ஒரு சரியான காரணம் சொல்லணும். என்ன காரணம் சொல்லலாம், நீயே சொல்லுப்பா..."ன்னு வீரப்பன் கேட்டார்.

"எனக்கு ஒன்னும் சொல்லத் தெரியலீங்க..."ன்னு சொன்னேன். உடனே "பயப்படாதே... நான் ஒரு வழி சொல்லேறேன்னு..." வீரப்பன் சொன்னார்.

"பத்து மணிக்கெல்லாம் மலைக்கு போயி வெறகு பொறுக்கிட்டு இருந்தேன். அப்பப் பார்த்து தொடயச்சோட்டு (கால் துடையின் அளவுடைய) உடும்பு ஒன்னு முட்டிக்கிட்டு வந்து என் மேலேயே ஏறிட்டுது. ஓட முடியாம மெதுவாகத்தான் போச்சு. இன்னைக்கு நல்லநேரம் வந்திருக்குது, கைக்கு வந்ததை விடக்கூடாதுன்னு சொல்லி நானும் முடுக்கிக்கிட்டே போனேன். நாலு மார்த்தூரம் போயி, ஒரு சின்ன கல்லு வங்கிலே பூந்துக்கிச்சு. இதை விடக்கூடாதுன்னு புகை போட்டு ஊதினேன். சாயங்காலம் ஆகியும் அந்த உடும்பு வெளியே வரவேயில்லை. இருட்டுக் கட்டினதுக்குப் பிறகுதான் போதும்போன்னு சொல்லிட்டு வந்துட்டேன். இப்பக்கூட வங்கு மேலே ஒரு கல்லைத் தூக்கி வச்சுட்டுத்தான் வந்திருக்கேன். நாளைக்குக் காலையிலே போயி உடும்பைப் புடிக்காம விடமாட்டேன்னு சொல்லு. இப்படிச் சொன்னா உன் மேலே யாருக்கும் சந்தேகம் வராது"ன்னு சொல்லி அனுப்பினர்.

"சரி, நீங்க சொன்ன மாதிரியே சொல்லிடறேன்..."ன்னு சொல்லிட்டு நான் சத்தமில்லாமே நடந்து வீட்டுக்குப் பின்னாலே வந்து நின்னேன். சேதுமணியும் மண்டிபோட்டு நடந்துக்கிட்டே என் பின்னாலே வந்து நின்னுக்கிட்டான்.

"யாராவது ஆள் இருக்காங்களா...? நாம சொல்லிவிட்ட மாதிரியே சொல்லறானா...? வேற எதாவது சொல்லரனானுன்னு கண்காணிக்கிறதுக்காக என் பின்னாலேயே அவனை அனுப்பியுட்டுடாங்க.

நல்லவேளை வூட்டுலே யாருமில்லை. என் வீட்டுக்காரியும், நங்கையா மகனும் இருந்தாங்க. நான் ஊட்டு வாசலுக்குப் போகும்போதே, "காத்தாலே போன மனுஷன் இவ்வளவு நேரம் வரைக்கும் எங்கே போனே...?"ன்னு என் வீட்டுக்காரி கேட்டா... வீரப்பன் சொன்ன மாதிரியே உடும்பு கதையைச் சொன்னேன்.

சரீன்னு என் நங்கையா பையன் அவங்க வீட்டுக்குப் போயிட்டான். அதுக்குப் பின்னாலே, என் வீட்டுக்காரிகிட்டே வீரப்பனை பார்த்த கதையைச் சொன்னேன். அப்பவே அவளுக்குக் கை, காலெல்லாம் வெடவெடன்னு நடுங்க ஆரம்பிச்சுச்சு. இதென்னடா வம்பாப் போச்சுன்னு சொல்லீட்டு, வீரப்பன் இருந்த தாவுக்கு வந்து "உங்களைப் பார்த்தேன்னு சொன்னதுமே என் வீட்டுக்காரிக்கு காலோடு ஒண்ணுக்குப் போகுதுங்க.."ன்னு சொன்னேன்.

"அட இதுக்கு எதுக்கப்பா அந்த புள்ளே பயப்படுது. நானே பார்க்கறேன் வா..."ன்னு சொல்லி நேரா ஊட்டுக்கே வந்துட்டாங்க. வூட்டுக்குலே ஒரு மூலையில் அந்தப் புள்ளை நின்னுக்கிட்டு இருந்தா. வந்ததுமே "என்னைப் பார்த்து எதுக்கம்மா பயப்படறே... கத்திரி மலை ஏறி வந்து பொம்பளைக, புள்ளைக எல்லாம் என்னைப் பார்த்துட்டு வாராங்க... நானே உங்க ஊட்டுக்கு வந்திருக்கேன். இதுக்கு சந்தோசப்படுவியா... அதை வுட்டுட்டு என்னைப் பார்த்துப் பயப்படறயே என்ன புள்ளையம்மா நீ..."ன்னு சொன்னார்.

அப்பறமா என் வீட்டுக்காரிக்கும் கொஞ்சம் பயம் தெளிஞ்சு போச்சு. எல்லோருமே வீட்டுக்குப் பின்னாலே இருந்த கடலைக்காட்டு வரப்பு மேல வந்து உட்கார்ந்தோம். என் வீட்டுகாரியோட ஊர்க் கதை எல்லாம் பேசுனாங்க... அரைமணி நேரம் போனதும், "சரியம்மா... நம்மா ஊர் ஆளுங்களைச் சந்துச்சுப் பல வருஷம் ஆகிப்போச்சு. இன்னைக்குத்தான் தம்பியை பார்த்தோம். அதனாலே நங்க ஒருநாள் தம்பிகூட இருந்து ஊர், நாட்டைப்பத்தி எல்லாம் பேசீட்டு, நாளைக்கு மத்தியானமா அனுப்பியுடறோம். மலை மேலே பொறுக்கி வச்ச வெறகையும் எடுத்துக்கிட்டு தம்பி திரும்பி வந்துருவான். இப்போ தம்பியை கூட்டிட்டிட்டுப் போறோம்..."ன்னு சொன்னாங்க.

என் வீட்டுக்காரியும் "சரீங்க..."ன்னு சொல்லீட்டா....

உடனே "இந்தாப்பா கோயிந்தா, தம்பி ஏழைப்பட்ட குடும்பத்தை சேர்ந்தவன். பாவம் அந்தப் புள்ளைகிட்டே ஒரு பத்தாயிரம் ரூபாய் பணம் குடுப்பா.. எல்லாம் நூறு ரூபா நோட்டா எடுத்துக் குடு. நாளைக்கு, நாங்க

அனுப்பும்போதும் தம்பி கையில் கொஞ்சம் செலவுக்குப் பணம் குடுத்து அனுப்பறோம்..."ன்னு சொன்னார். அது மாதிரியே கோயிந்தனும் பணம் குடுத்தார். பணத்தை வாங்க என் வீட்டுக்காரி பயந்துக்கிட்டா. கோயிந்தனே பணத்தை அடுப்புத் திட்டு மேலே வச்சுட்டார்.

பெறப்பட்டு, வீட்டை விட்டு கொஞ்ச தூரம் போனதும், "தம்பி கொஞ்சம் டீ வெச்சுக்கிட்டு வாப்பா.. ஆளுக்கு ஒரு டம்ளர் டீ குடுச்சுட்டுப் போலாம்..."ன்னு வீரப்பன் சொல்லீட்டார்.

நானும் திரும்பி வீட்டுக்கு போயி டீ வச்சுக்கிட்டு வந்தேன். தூக்குப்போசியில் இருந்து டம்ளரில் டீயை ஊத்தும் போதே "தம்பி நீ மொதல்லே குடியப்பா.. அப்பரமா நாங்க குடிக்கறோம்..."ன்னு வீரப்பன் சொன்னார்.

எனக்கென்ன பயம். நானே ஊத்திக் குடிச்சேன். நாலு வாய் குடிச்சதுமே.. "எனக்குத் தெரிஞ்ச பையந்தான். தப்பு ஒண்ணும் இருக்காது..."ன்னு கோயிந்தன் சொன்னார்.

அதுக்குப் பின்னாலே எல்லோரும் டீ ஊத்திக் குடிச்சாங்க... அதுக்குப் பிறகு பொறப்புட்டு வந்த வழியாகவே நடந்து கத்திரி மலைக்குப் போனோம். முன்னே அவங்க தங்கியிருந்த இடத்துக்குப் போகலே. *11.00* மணிக்கெல்லாம் அடி மலையிலேயே ஒரு எடத்துலே துண்டை விரித்துப் போட்டுப் படுத்துட்டோம். சேதுமணி, கோயிந்தன் ரெண்டுபேரும் ஒரு தாவிலே படுத்தாங்க. அஞ்சே நிமிசத்துலே நல்லாத் தூங்கீட்டாங்க.

வீரப்பனும், நானும் பக்கம் பக்கமாப் படுத்தோம். சின்ன வயசிலே ஆனை வேட்டைக்குப் போனது, சந்தனமரம் ஓட்டினது, போலீசைச் சுட்டதுன்னு பழைய கதையெல்லாம் சொல்ல ஆரம்புச்சுட்டார். வெடியக் காலையிலே ஊர்க் கோழி கூப்பிட்ட பின்னாலதான் ரெண்டுபேரும் தூங்கினோம். ஏழு மணிவரைக்கும் எல்லோரும் நல்லாத் தூங்கீட்டோம். நாந்தான் மொதலில் எழுந்திருச்சு, எல்லோரையும் எழுப்பி விட்டேன்.

அங்கிருந்து எல்லோரும் நாலு மார் தூரம் போன பின்னாலே வீரப்பன் படுத்திருந்த எடத்துலேயே வெடியை

விட்டுட்டு வந்துட்டேன்னு சொன்னார். "சோறு திங்கிம்போது கூட வெடியை மடி மேலே வெச்சிக்கிட்டே இருப்பியே.. இப்போ எப்பிடி மறந்தே..."ன்னு கோயிந்தன் கேட்டார்.

"ஆமாப்பா தம்பிகிட்டே ஊர்க் கதை எல்லாம் பேசினதில் எல்லாமே மறந்து போச்சு..."ன்னு சொல்லீட்டு, என்னையும், சேது மணியையும் அங்கிருந்து அனுப்புனாங்க. நாங்க வந்து படுத்திருந்த தாவிலிருந்து வெடியை எடுத்துக்கிட்டுப் போனோம்.

மொ தநாள் ராத்திரி நாங்க ஊட்டுலே இருந்து இந்தப்பக்கம் போனதுமே, என் வீட்டுக்காரிக்குப் பயம் வந்துட்டுது. நேரா எங்க அண்ணன் பொண்டாட்டியிடம் போயிச் சொல்லீட்டா. சித்த நேரத்திலே அண்ணி, அவங்க பையன்கிட்டே சொல்லீட்டாங்க. விடியறதுக்குள்ளே வீரப்பன் வந்து செல்வத்தைக் கூட்டிட்டுப் போயிட்டான்னு ஊர் பூராவும் தெரிஞ்சு போயிருச்சு.

கரும்பாறைக்குப் போன நாங்க ஊர்க் கதை எல்லாம் பேசிக்கிட்டு இருந்தோம். ஒரு மணிக்குப் பக்கமா இருக்கும். நாங்க தங்கியிருந்த தாவுக்கு தெற்காலே நாலு மார் தூரத்தில் மரத்தைத் தட்டும் சத்தம் கேட்டுது. ஒரு தட்டுதான் பட்டுன்னு சத்தம் வந்தது.

சத்தம் வந்ததுமே, கோயிந்தன் துப்பாக்கியை எடுத்து மாட்டிக்கிட்டு பொகையட்டம் தெற்குப்பக்கம் போனான். போயிட்டு கொஞ்சநேரம் போயித் திரும்பி வந்தான்.

"உன் வீட்டுக்காரி, 'எம் புருஷனை வீரப்பன் கூட்டிக்கிட்டுப் போயிட்டான்னு...' எல்லோர்கிட்டேயும் சொல்லிட்டா தம்பி... ஊர் பூரா போலீசா நிக்குதாமே..."ன்னு சொல்லிக்கிட்டே வந்தான்.

இதைக்கேட்ட வீரப்பனும், "அடப் பாவமே இந்தப் புள்ளை இப்பிடிப் பண்ணிப் போட்டுதே....?" சொல்லி வருத்தப்பட்டார், என் வீட்டுக்காரியை சித்தநேரம் திட்டுனார். அங்கிருந்து லென்ஸ் எடுத்து கீழே பார்க்கறோம். எங்க ஊரைச் சுத்தீலும் போலீஸ் வண்டியா நிக்கிது. எங்க வூட்டுக்குப் பக்கமெல்லாம் போலீஸ் தலையா இருக்குது... என்னப்பா பண்ணறது?. கொஞ்ச நேரம் கலந்து பேசுனாங்க.

"தம்பி மேலே தப்பில்லை. நாம எத்தனையோ பேரைச் சுட்டுப் போட்டிருக்கோம். ஆனால் தப்புப் பண்ணாத ஒருத்தனைக் கொல்லக் கூடாது. எப்படியாவது தம்பியை பத்திரமா ஊருக்கு அனுப்பணும்..."ன்னு வீரப்பன் சொன்னார்.

அதுக்கு பிறகு, "உனக்கு தெருஞ்ச போலீஸ் யார் இருக்காங்க... எங்கே இருக்காங்க..."ன்னு விசாரிச்சாங்க.

"மாரியப்பன், ராஜேந்திரன், கார்த்தி எல்லாரும் எங்க ஊரிலேயே இருப்பாங்க... சுப்பிரமணி, வெங்கடேஷ் போலீசெல்லாம் அப்பப்ப வந்துட்டுப் போவாங்க... எல்லாரையுமே எனக்குத் தெரியும்..."ன்னு சொன்னேன்.

"சரியப்பா நீ தைரியமா வீட்டுக்கு போ... உனக்குத் தெருஞ்ச போலீஸ்கிட்டே போயிச் சேர்ந்துக்கோ... அவங்ககிட்டே நடந்த உண்மையைச் சொல்லிப்போடு. பொய் சொன்னாத்தானே அடிப்பாங்க. நீ பொய்யெல்லாம் பேசவேண்டாம். வீரப்பன் தங்கியிருந்த எடத்தை காட்டுன்னு சொல்லுவாங்க. மூனு நாளைக்குப் பிறகு இந்த எடத்தை கொண்டாந்து காட்டு. அதுக்கு முன்னே வந்தால் கீழ் காட்டிலேயே தடத்தை மாத்திக் கூட்டிக்கிட்டு வந்து வழி தெரியலேன்னு திருப்பி கூட்டிக்கிட்டுப் போ தம்பி..."ன்னு சொன்னார்.

அதே மாதிரி நான் வீட்டுக்கு வந்தேன். பக்கமாவே மாரியப்பன், மணி, (சுப்பிரமணி) கார்த்தி எல்லாம் நின்னாங்க. அங்கிருந்த ஒரு பைக்கில் ஏத்தி கூட்டிக்கிட்டுப் போனாங்க. பத்து, பதினஞ்சு வண்டி எங்களைத் தொரத்திக்கிட்டு வந்துச்சு. கருங்கல்லூருக்கு முன்னாலே இருக்கும் ஓடையிலே ஒரு பாலம் இருக்கும். அதுக்கு முன்னால இருக்கும் பள்ளிக் கூடத்துக்குப் பின்னாலே பைக்கைக் கொண்டுபோய் நிறுத்திட்டாங்க. எங்களைத் தொரத்திக்கிட்டு வந்த வண்டியெல்லாம் அப்படியே கொளத்தூர் பக்கம் போயிடுது.

"என்ன செல்வம் நடந்ததுன்னு...?" கேட்டாங்க. நடந்ததை எல்லாம் சொன்னேன்" என்றார்.

கத்திரிமலைக்கு மேலே நடந்தவை அப்படியே இருக்கட்டும். கீழே என்ன நடந்து என்பதைப் பார்ப்போம்.

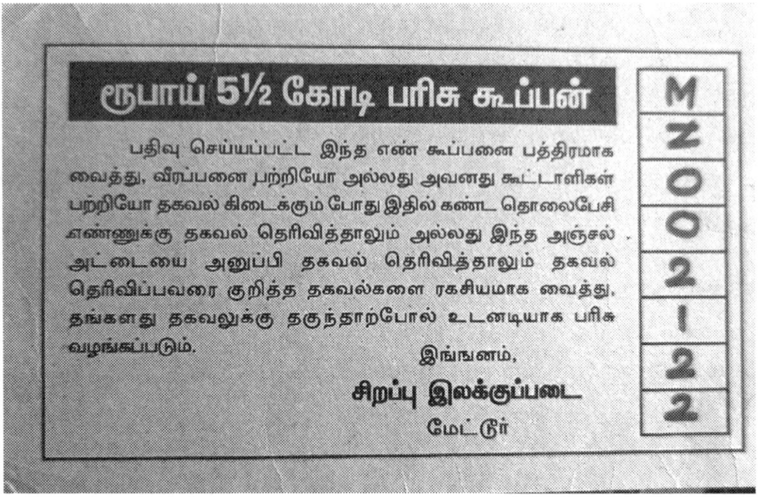

ரூபாய் 5½ கோடி பரிசு கூப்பன்

பதிவு செய்யப்பட்ட இந்த எண் கூப்பனை பத்திரமாக வைத்து, வீரப்பனை பற்றியோ அல்லது அவனது கூட்டாளிகள் பற்றியோ தகவல் கிடைக்கும் போது இதில் கண்ட தொலைபேசி எண்ணுக்கு தகவல் தெரிவித்தாலும் அல்லது இந்த அஞ்சல் அட்டையை அனுப்பி தகவல் தெரிவித்தாலும் தகவல் தெரிவிப்பவரை குறித்த தகவல்களை ரகசியமாக வைத்து, தங்களது தகவலுக்கு தகுந்தாற்போல் உடனடியாக பரிசு வழங்கப்படும்.

இங்ஙனம்,
சிறப்பு இலக்குப்படை
மேட்டூர்

MZ 002122

கத்திரிப்பட்டி, நியாயம்பாடி, கோரப்பள்ளம் பகுதிகளில் மக்களைக் கண்காணிப்பது, உளவாளிகளை அனுப்புவது போன்ற வேலைகளைச் செய்து வந்தவர் உளவுப் பிரிவு காவலர் மாரியப்பன். செல்வத்தை வீரப்பன் கூட்டிக்கொண்டு போய்விட்டார் என்பது காலை ஆறு மணிக்கெல்லாம் மாரியப்பனுக்கு தெரிந்தது. மாரியப்பன் இந்தச் செய்தியைக் கொளத்தூர் உதவி ஆய்வாளர் பொறுப்பையும் கவனித்துக் கொண்டிருந்த துரைப்பாண்டியனுக்குச் சொல்கிறார். அவரிடமிருந்து D.S.P. ராமலிங்கம், S.P. அசோக்குமார் இருவருக்கும் செய்தி போகிறது.

"நம்முடைய ஆள்கள் யாரும் கத்திரிப்பட்டிக்குப் போகக்கூடாது. அப்படிப் போனால், மலைமேல் இருக்கும் வீரப்பன் போலீஸ் நடமாட்டத்தைக் கண்டுபிடித்து விடுவான். மாரியப்பன், சுப்பிரமணியம் இருவரையும், கத்திரிப்பட்டிக்கு அனுப்பி காட்டிலிருந்து வரும் செல்வத்தைப் பிடித்து கொண்டுவந்து விசாரிக்கலாம். அதற்குப் பிறகு அடுத்த நடவடிக்கை பற்றி முடிவெடுக்கலாம் சார்..." என்று துரைப்பாண்டியன் சொல்கிறார்.

இதை ஏற்றுக்கொண்ட D.S.P. ராமலிங்கம் உடனடியாக காவலர் சுப்பிரமணியைக் கூப்பிட்டார். கோவிந்தபாடியைச் சேர்ந்த செல்லன் என்ற உளவாளியைக் காட்டுக்கு அனுப்பச்

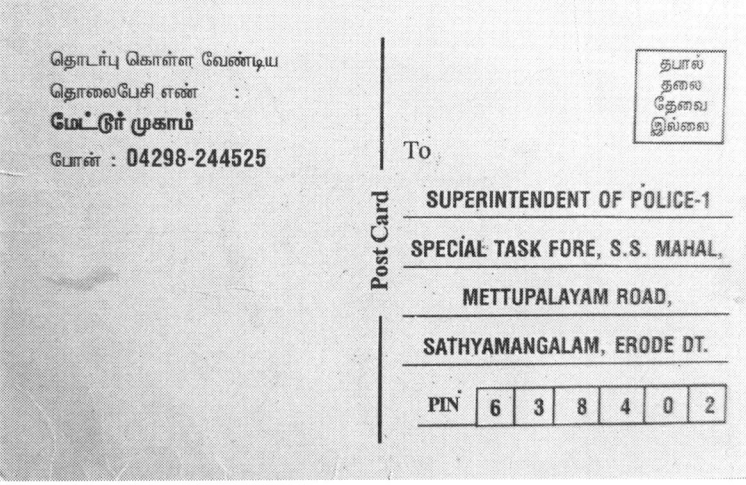

தொடர்பு கொள்ள வேண்டிய
தொலைபேசி எண் :
மேட்டூர் முகாம்
போன் : **04298-244525**

தபால்
தலை
தேவை
இல்லை

Post Card

To

SUPERINTENDENT OF POLICE-1
SPECIAL TASK FORE, S.S. MAHAL,
METTUPALAYAM ROAD,
SATHYAMANGALAM, ERODE DT.

PIN 6 3 8 4 0 2

சொல்கிறார். அடுத்து மாரியப்பன், சுப்பிரமணி இருவரையும், செல்வம் வீட்டுக்கு பக்கத்திலிருந்தே கண்காணித்து செல்வம் காட்டிலிருந்து வெளியே வந்ததும் ஆளைத் தூக்கிக்கொண்டு வரச் சொல்கிறார்.

சுப்பிரமணியம் *TVS* மொபெட்டில் கோவிந்தபாடிக்குப் போகும் வழியில், *S.P.*அசோக்குமார் அணியைக் கண்காணிக்கும் செந்தாமரைக்கண்ணன் அணியைச் சேர்ந்த உதவி ஆய்வாளர் கார்த்தி நிற்கிறார். விடாப்பிடியாகச் சுப்பிரமணியை தொங்கிக்கொண்டு போன கார்த்தி, செல்வத்தை வீரப்பன் கூட்டிக்கொண்டு போன செய்தியை தெரிந்து கொள்கிறார்.

கார்த்தி மூலமாக காலை ஒன்பது மணிக்கெல்லாம் செல்வம், வீரப்பனுடன் கத்திரி மலைக்குப் போன தகவல் பண்ணாரி அதிரடிப்படை முகாமுக்குப் போனது. பின்னர் தட்டக்கரையிலிருந்து *S.P.*சம்பத்குமார், பண்ணாடியிலிருந்து *D.S.P.* கருப்புசாமி, சத்தியமங்கலத்திலிருந்து *D.S.P.* ஹுசைன், ஆசனூரில் இருந்து இன்ஸ்பெக்டர் மோகன்நவாஸ் என இருபதுக்கும் அதிகமான அதிரடிப்படை அதிகாரிகளின் டீம் தனித்தனியே கத்திரிப்பட்டிக்கு வந்து விட்டன.

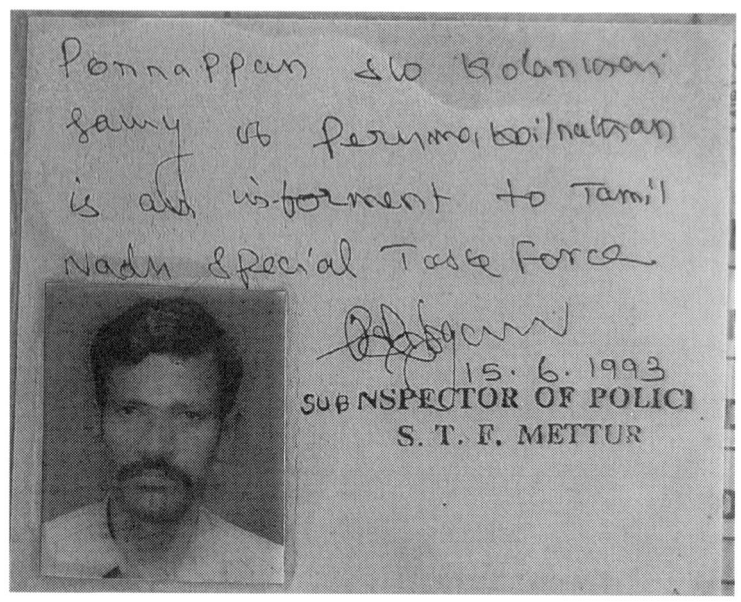

போலீஸ் உளவாளிகள்

மாலை ஆறு மணிக்குச் செல்வத்தை கூட்டிக்கொண்டு கரும்பாறைக்குப் போகின்றனர். செல்வமும், நேர் வழியாகக் கூட்டிக்கொண்டு போகாமல் கொஞ்சம் போக்கு காட்டுகிறார். அதனால், சோர்ந்துபோன அதிரடிப்படை டீம் பாதி வழியிலேயே திரும்பி விடுகின்றனர்.

அதன்பிறகு, மறுநாள் இரவு 11.00 மணிக்கு துரைப்பாண்டியன், அவருடைய தம்பி ஆறுமுகம் தலைமையிலான ஏஞ்சல் டீமுடன் கரும்பாறைக்குச் செல்கின்றனர். 48 பேர் கொண்ட அந்த அணியில் குறிப்பிட்ட இடைவெளியில் நான்கு பேராக பிரிந்து இலக்கை (Target) நோக்கிச் செல்வர். அதன்படி எல்லோரும் வழியிலேயே பிரிந்து விடுகின்றனர். அதிகாலை நான்கு மணிக்கு, துரைப்பாண்டியன், ஆறுமுகம், செல்வம் என மூவர் மட்டுமே கரும்பாறைக்குச் சென்றனர்.

பாறையின் மீது விரித்துப் போட்ட வெள்ளை வேட்டியிலிருந்து தண்ணீர் வடிந்து ஐந்து லிட்டர் வெள்ளை பிளாஸ்டிக் கேன் நிரம்பியிருந்து. அந்த தண்ணீரைக் குடித்த

அதிரடிப்படை வீரர்கள் இரவு அங்கேயே படுத்தனர். காலையில் அந்த இடத்தை சோதனையிட்டனர். ஆப்பிள், திராட்சைப் பழங்களின் கழிவுகள், சமையல் செய்த அடையாளங்கள் மட்டுமே இருந்தன.

அடுத்தநாள், இந்த ஆபரேஷன் தோல்வியில் முடிய காரணம் என்ன என்று விஜயகுமார் விசாரணை நடத்தினார். வீரப்பன் குழு கத்திரி மலையில் தங்கியுள்ள செய்தியை உறுதிப்படுத்தும் முன்னமே பண்ணாரியிலிருந்து படைகள் வந்ததுதான் தோல்விக்கு காரணம் என அசோக்குமார் டீம் சொன்னதை மற்றவர்கள் ஏற்கவில்லை.

D.S.P. ராமலிங்கம், அனுப்பிய செல்லன் என்ற உளவாளிதான் வீரப்பன் இருந்த இடத்துக்குப் பக்கமாகப் போய் மரத்தை தட்டியுள்ளான். அவனைச் சந்தித்த சேத்துக்குழி கோவிந்தனிடம், போலீஸ் வந்துள்ள செய்தியைச் சொல்கிறான். D.S.P. ராமலிங்கத்துக்கு கீழே பணியாற்றிய பெரும்பாலான காவலர்கள் வன்னியர் சமூகத்தினர். இவர்கள்

உளவாளிகளிடம் போலீசார் கொடுத்திருந்த வீரப்பன் குழுவினரின் புகைப்படம்

எல்லோரும் வீரப்பனுக்கு ஆதரவாக இருக்கின்றனர் என T.P.S.கேடர் உயரதிகாரிகள் முடிவு செய்கின்றனர்.

சாதாரண உதவி ஆய்வாளராக இருந்து S.P.பொறுப்புக்கு வந்துள்ள அசோக்குமாருக்குத் இதையெல்லாம் கண்காணிக்கும் அளவுக்குத் திறமையில்லை என முடிவெடுக்கப்படுகிறது. அதை A.D.G.P. விஜயகுமாரும் ஏற்றுக் கொள்கிறார்.

இதேநேரத்தில், சிங்காபுரத்தில் உள்ள வீரப்பனின் நெருங்கிய உறவினர் வீட்டில் இன்னொரு வில்லங்கம் நடக்கிறது. அதுவும் சேர்ந்து அசோக்குமாருக்கு சோதனையாக அமைகிறது.

சிங்காபுரத்தில் வசிக்கும் வீரப்பனின் நெருங்கிய உறவினர் வீட்டில் மாமனார், கணவர் இருவரும் கர்நாடக சிறையில் இருந்தனர். அந்தப் பெண் மட்டும் தனியாக இருக்கிறார். அவருக்கு உதவியாகப் பக்கத்து வீட்டைச் சேர்ந்த மாதேஷ் என்ற 20 இளைஞர் அவ்வப்போது சிறு உதவிகளைச் செய்து வருகிறார்.

பருவக் கோளாறில் ஒருநாள் இரவு அந்த பெண்மீது இளைஞர் கை வைக்கிறார். சீறி எழுந்த அந்தப் பெண் "பிள்ளையை வளர்த்து வச்சிருக்கும் லட்சணத்தை பாருண்ணு உங்க அம்மாவிடம் சொல்லப் போறேன்" என்று சொல்கிறார்.

"நீயில்லாமல் நான் வாழமாட்டேன்" என்று சொன்ன அந்த இளைஞர் குருணை மருந்தைக் கையில் வைத்துக்கொண்டு மிரட்டுகிறார். இந்தக் கசமுசா பெரிதானது. அந்தப் பெண் இளைஞரை அடிக்கப்போகிறார், இளைஞர் குருணை மருந்தைத் தின்கிறார். பக்கத்து வீட்டைச் சேர்ந்த நான்குபேர் கூடி என்ன செய்யலாம் என யோசிக்கின்றனர்.

காவிரி ஆற்றின் கிழக்கு கரையில் காட்டுக்குள் பத்து வீடுகளைக் கொண்ட ஊர் சிங்காபுரம். அங்கிருந்து வடக்கே கருங்கல்வாரை என்ற இடம் வரையிலும், பத்து வீடுகளில் மட்டுமே மக்கள் உள்ளனர். சுற்றிலும் காடுகளே உள்ளன. இம்மக்கள் எல்லோருமே காவிரி ஆற்றின் கரையில் உள்ள முழுவடைக் காடுகளில் விவசாயம் செய்து வசிக்கின்றனர்.

அப்போது இந்த ஊருக்கு மின்வசதிகூட கிடையாது. சிங்காபுரத்தில் இருந்து, பரிசலில் காவிரி ஆற்றைக் கடந்து கர்நாடக மாநிலக் காட்டுக்குள் போகவேண்டும். அங்கிருந்து நூறு முதல் இருநூறு மீட்டர் தொலைவுக்கு நடந்து செங்கப்பாடி-பாலாறு ரோட்டைப் பிடிக்கவேண்டும். அங்கிருந்து பைக் மூலம், கொளத்தூருக்குக் கூட்டிக்கொண்டு வந்துதான் மாதேஷுக்குச் சிகிச்சை கொடுக்க வேண்டும்.

அக்கரைக்குப் போனால் கர்நாடக போலீஸ் இருப்பர், அவர்களுக்கு விஷயம் தெரிந்தால் சிக்கல் அதிகமாகும் என நினைத்தனர். அதை விடவும் வேகமாகக் கொளத்தூர் போவதற்கு மாற்று வழியைத் தேடினர். இரவு பத்து மணிக்கு குருணை மருந்தைத் தின்ற மாதேஷை ஒரு பரிசலில் ஏற்றி காவிரி ஆற்று வழியாகவே செட்டிப்பட்டி துறைக்குக் கொண்டுவந்து, அங்கிருந்து கொளத்தூர் கொண்டுசென்று சிகிச்சை கொடுக்க முடிவு செய்கின்றனர்.

சிங்காபுரத்திலிருந்து காவிரி ஆற்று வழியாக பத்து கிலோ மீட்டர் தொலைவில் உள்ளது செட்டிப்பட்டி. எவ்வளவு வேகமாக பரிசலில் வந்தாலும், இரண்டு மணி நேரமாகும். செட்டிப்பட்டித் துறைக்குப் பரிசல் வரும் முன்பாகவே மாதேஷ் உயிரிழந்து விடுகிறார்.

இரவோடு இரவாக, மாதேஷ் உடலை எடுத்துக்கொண்டு மீண்டும் சிங்காபுரம் போனவர்கள், விடிவதற்குள்ளாக மாதேஷ் உடலை எரித்து விடுகின்றனர். இந்தச் செய்தியறிந்த அசோக்குமார் டீமைச் சேர்ந்த ஐயப்பன் என்ற காவலர் சிங்காபுரம் போகிறார். நடந்த செய்தி அனைத்தையும் தெரிந்து கொள்கிறார். திரும்பி வந்து S.P.அசோக்குமாரைச் சந்தித்து நடந்த உண்மைகளைச் சொல்கிறார்.

கூடவே, "சிங்காபுரத்தில் நமக்கு நல்ல சோர்ஸ் இல்லீங்க ஐயா... இப்போது, மாதேஷை பரிசலில் கூட்டிக்கிட்டு வந்த மூனுபேர். பிணத்தை எரித்த ஆறுபேர், வீரப்பனின் நெருங்கிய சொந்தக்காரப் பெண், மாதேஷுடைய அம்மா எல்லாமே வசமாகச் சிக்கியிருக்காங்க. நம்ம சொன்னதைக் கேட்டுதான் ஆகணும். இந்த ஒரு சம்பவத்தை வைத்து அந்த ஊரையே நம்ம கட்டுப்பாட்டுக்குள்ளே கொண்டு

வந்திடலாம். இனிமேல் என்னாலே அந்த ஊரில் நடக்கும் எல்லா அசைவுகளையும் கண்காணித்துச் சொல்ல முடியும் ஐயா...” என்கிறார்.

தங்களுக்குச் சாதகமாக இருக்குமே என நினைத்த அசோக்குமார், மாதேஷ் எரிக்கப்பட்டதில் தொடர்புள்ள எல்லோரையும் கூப்பிட்டு விசாரிக்கிறார். எதிர்காலத்தில் எங்களுக்கு உதவி செய்யவேண்டும் என்ற நிபந்தனையோடு, இந்த விவகாரத்தைப் பெரிசு பண்ணாமல் விட்டுவிடுகிறார்.

அடுத்த ஒரு வாரத்துக்குப் பிறகு, ஒகேனக்கல் பகுதியில் *S.P.* அசோக்குமார் அணியின் நடவடிக்கைகளையே கண்காணித்துப் போட்டுக்கொடுக்கும் அணியைச் சேர்ந்த ஆய்வாளர் கந்தசாமி, செந்தாமரைக்கண்ணன் மூலமாக *A.D.G.P.* விஜயகுமார் கவனத்துக்கு இந்த விவகாரத்தைக் கொண்டுபோகிறார்.

வீரப்பனுக்கும், அவனுடைய உறவினர்களுக்கும் ஆதரவாகவே அதிரடிப்படையின் உளவுப் பிரிவு செயல்படுகிறது. அதனால்தான் நாங்கள் எடுக்கும், எல்லா முயற்சிகளும் வீணாகின்றன. தகுதி குறைவான அசோக்குமாரை அந்த இடத்திலிருந்து தூக்கிவிட்டு, தகுதியுடைய அதிகாரியைக் கொண்டுவர வேண்டும் என *TPS* கேடர் அதிகாரிகள் முடிவு செய்கின்றனர். இதற்கான அனைத்து ஏற்பாடுகளையும் செந்தமரைக்கண்ணனே செய்கிறார்.

*D.S.P.*ராமலிங்கம் டெல்லி திகார் சிறையின் பாதுகாப்புப் பணிக்கு அனுப்பப்படுகிறார். காவலர்கள் மாரியப்பன், சுப்பிரமணியம், ராசப்பன், ஐயப்பன், வெங்கடேஷன், ராஜேந்திரன் எனப் பத்துக்கும் அதிகமானோர் நெல்லை, தூத்துக்குடி மாவட்டங்களுக்கு தூக்கியடிக்கப்பட்டனர். அசோக்குமார் கிருஷ்ணகிரி மாவட்ட கண்காணிப்பாளராக அனுப்பப்படுகிறார்.

கொளத்தூர் காவல்நிலைய உதவி ஆய்வாளர் பொறுப்புடன், அதிரடிப்படையில் இருந்த காரணத்தால் துரைப்பாண்டியனும் அவருடைய டீமைச் சேர்ந்த பாண்டிக்கண்ணனும் இந்த நடவடிக்கையிலிருந்து தப்பினர்.

இந்த நிகழ்வுக்குப் பிறகு, போலீஸ் உளவாளியான கோவிந்தபாடி செல்லனை செந்தாமரைக்கண்ணன் அணியினர் தூக்கிக் கொண்டுபோய் பண்ணாரியில் வைத்து விசாரித்தனர்.

"போலீஸ் சுப்பிரமணி என்னைக் கத்திரி மலைக்கு போயிப் பாருன்னு சொன்னதும், நான் நேரா மலை மேலே ஏறிட்டேன். அங்கே போய்விட்டுத் திரும்பும் போதுதான் கீழே போலீஸ் வண்டியெல்லாம் நின்னுது..." என்று சொல்கிறார்.

உளவு பார்க்கப் போனவன் ஊருக்குள் ஆதாரங்களை உருவாக்க வாய்ப்பில்லை என்பதைக்கூட புரிந்து கொள்ளாத TPS கேடர் அதிகாரிகள், செல்லன் கத்திரிமலைக்குப் போனதுக்கு ஆதாரம் கேட்டுள்ளனர். அவரால், ஆதாரம் கொடுக்க முடியவில்லை. இதையடுத்து, செல்லனை ஒவ்வோர் அதிரடிப்படை முகாமாகக் கொண்டுபோய் உரித்து எடுத்துள்ளனர்.

"நீதான் வீரப்பனுக்குத் தகவல் சொன்னதை ஒத்துக்கொள்" என்று கொடுமைப்படுத்தியுள்ளனர். போலீசுக்கு உதவி செய்யப்போய் போலீசாலேயே சித்திரவதைக்கு உள்ளாகிறார். நீண்டநாள்கள் சித்திரவதைகளுக்குப் பிறகு விடுதலை செய்யப்படுகிறார். அடுத்த சில ஆண்டுகளில் உடல் நலக்குறைவால், செல்லன் வேலைக்குப் போகமுடியாத நிலைக்கு வருகிறார்.

பிறகு, உடல் வலியும், மனவலியும் பொறுக்க முடியாமல் முழுநேரக் குடிகாரனாக மாறுகிறார். பொருளாதார சிக்கல், வறுமை, உடல்நிலை என நெருக்குதலுக்கு உள்ளான செல்லன் அடுத்த சில ஆண்டுகளில் கிணற்றில் விழுந்து தற்கொலை செய்து கொண்டார்.

ஏற்கனவே நடந்த பல வீரப்பன் ஆபரேஷன் வரலாறுகளை துரைப்பாண்டியன் படித்துப் பார்க்கிறார். வீரப்பனை பிடிக்க முடியாமல் போவதற்கான காரணம் வீரப்பனிடம் இல்லை. அவரைத் தேடிப்போகும் அதிரடிப்படை போலீசாரிடமே உள்ளது என்ற உண்மை துரைப்பாண்டியனுக்குத் தெரிகிறது. அதனால், தனது அடுத்த நகர்வுகளை உயர் அதிகாரிகளுக்குத் தெரியாமல் கொண்டுபோனால் மட்டுமே வீரப்பனைப்

பிடிப்பது சாத்தியமாகும் என முடிவெடுக்கிறார்.

அசோக்குமார் இருந்த இடத்துக்கு எஸ்.பி. சம்பத்குமார் என்பவரை கொண்டுவர A.D.G.P.விஜயகுமார் முடிவு செய்தார். இந்த சம்பத்குமார் பின்னாளில், உளவுத்துறை கண்காணிப்பாளரானார். அந்த நேரத்தில், சென்னையில் நடந்த கிரிக்கெட் சூதாட்டத்தில் ஈடுபட்டவர்களிடம் இருந்து பணம் வாங்கிக்கொண்டு அவர்களுக்கு ஆதரவாக செயல்பட்டார் என்ற குற்றச்சாட்டின்கீழ் காவல் துறையில் இருந்தே பதவி நீக்கம் செய்யப்பட்டார்.

காவல்துறையில் அதிகாரிகளுக்குச் சந்தேகக் குணம் இருக்கும் என்று சொல்வார். ஆனால் சம்பத்குமாருக்கு பத்து பேருக்கு உள்ள சந்தேக குணம் இவர் ஒருவரிடமே இருக்கும் என்று அதிரடிப்படையில் இருந்தவர்கள் சொல்கின்றனர். எல்லோரையும் சந்தேகக் கண்ணுடன் பார்ப்பது, தனக்கு கீழே பணியாற்றும் அதிகாரிகளை கேவலமாகப் பேசுவது, அவர்களைக் குற்றவாளிகளைப் போலவே நடத்துவது போன்ற குணமும் கொண்டவர்.

இந்த சம்பத்குமாருக்கும், துரைப்பாண்டியனுக்கும் ஒரு பெரும் மோதல் உருவானது. இதன் இறுதியில் ஏ.டி.ஜி.பி. விஜயகுமாரே தலையிட்டு சமாதானம் செய்யவேண்டிய நிலை ஏற்பட்டது. அது குறித்து ஒரு பார்வை.

***

குறிப்பு :

ஒருமார் தூரம் என்பது, ஒரு முழம் நீளம் கொண்ட நான்கு குச்சிகளின் அளவைக் குறிப்பது. இந்த அளவு ஒவ்வொரு பகுதியிலும் வேறுபடும். கொங்கு நாட்டில், ஒரு ஆள் இரண்டு கைகளையும் விரித்த நிலையில் ஒரு கையின் ஆள்காட்டி விரலின் நுனியிலிருந்து, மறு கையின் ஆள்காட்டி விரல் நுனிவரை உள்ள நீளமாகும்.

இந்த இடத்தில், செல்வம் நாலு மார் தூரம் என்று சொல்லும் அளவு சுமார் ஐம்பது அடி தொலைவைக் குறிக்கும்.

31

துரைப்பாண்டியன்-சம்பத்குமார் மோதல்

தேடுதல் வேட்டையில் தமிழ்நாடு அதிரடிப்படை

பண்ணாரியில் உள்ள சிறப்பு அதிரடிப்படையில் பயிற்சியிலிருந்த துரைப்பாண்டியனுக்குத் தனது அப்பா முன்னின்று திருமணம் செய்துவைத்த அத்தையின் +2 படிக்கும் மகன் தற்கொலை செய்து கொண்ட செய்தி கிடைத்தது. அத்தை மகனின் இறுதிக்காரியத்துக்கு ஊருக்குச் செல்ல முடிவு செய்தார்.

அப்போது, அவர் கொளத்தூர் காவல்நிலைய உதவி ஆய்வாளர் பொறுப்பில் இருந்தார். அதனால், தனது மேலதிகாரியான மேட்டூர் டி.எஸ்.பி,யிடம் இதற்கான அனுமதியைப் பெற்றார். அதிரடிப்படையில் நிர்வாகப் பொறுப்பிலிருந்த நிர்வாகப் பிரிவு காவல் ஆய்வாளரிடமும் இரண்டு நாள்கள் விடுப்பு வாங்கிக்கொண்டு தனது சொந்த ஊருக்குக் கிளம்பினார்.

சத்தியமங்கலத்திலிருந்து பேருந்து மூலம் திருப்பூர், தாராபுரம், செம்பட்டி, திண்டுக்கல், நத்தம் வழியாக கொட்டாம்பட்டி சென்றார். அங்கிருந்து ஒரு நண்பரின் மோட்டார் சைக்கிளை வாங்கிக்கொண்டு தன்னுடைய ஊருக்கு மூன்று கிலோமீட்டர் பக்கத்தில் சென்று கொண்டிருந்தார்.

அப்போது எஸ்.பி, சம்பத்குமார் துரைப்பாண்டியனின் லைனில் வந்துள்ளார். "எங்கேய்யா இருக்கிறே...." என்று முரட்டுத் தனமாகக் கேட்ட சம்பத்குமாரிடம், தனது அத்தை மகன் சாவுக்குச் சென்று கொண்டிருப்பது குறித்து துரைப்பாண்டியன் தெரிவித்தார்.

"ஏய்யா எல்லோரும் எஸ்.டி.எப்-புக்கு வேலைக்கு வந்துட்டு ஒரு மயிரும் புடுங்கறது இல்லை. கேட்டால் அவன் செத்துட்டான், இவன் செத்துட்டான்னு சொல்லிக்கிட்டு ஊர் சுத்தறதே உங்களுக்கு வேலையாப் போச்சு. இங்கே வந்துட்டு எங்களை ஏமாத்திக்கிட்டு திரியறீங்களா...?" என்று ஒருமையில் பேசிய சம்பத்குமாரின் குரல் உயர்ந்துள்ளது.

"சார்... மரியாதையாப் பேசுங்க, எனக்கு மேலிருக்கும் இரண்டு அதிகாரிகளிடம் சொல்லிவிட்டேன். அவர்கள் அனுமதியோடுதான் ஊருக்குப் போயிக்கிட்டு இருக்கிறேன். பொய் சொல்லிவிட்டு ஊர் சுற்றுகிற கேரக்டர் நானில்லை சார். எந்தச் சூழ்நிலையிலும், என்னுடைய டிபார்ட்மெண்டுக்குக் கெட்டபேர் வர நான் அனுமதிக்கவே மாட்டேன். அதே மாதிரி ஒரு நாளும் பொய் சொல்லி லீவு வாங்கவும் மாட்டேன் சார்..." என்றார் துரைப்பாண்டியன்.

இதைக் கேட்ட சம்பத்குமார். "தெரியும், தெரியும்... நானும் கேள்விப்பட்டிருக்கிறேன்..." என்று கிண்டலாகச் சொன்னார்.

"உங்களுக்குப் பிடிக்கலையின்னா சொல்லுங்க சார்... நான் எஸ்.டி.எப்.பில் இருந்து ரிலீவ் ஆயிடறேன்" என்று துரைப்பாண்டியன் சொன்னார்.

"உங்களுக்கு வேணுன்னா வந்து சேந்துக்கிறதுக்கும், வேண்டான்னா எழுதிக் குடுத்திட்டு போகிறதுக்கும் இது

என்ன தே----- வீடா...?" என்று சம்பத்குமார் பேசிக் கொண்டிருக்கும்போதே துரைப்பாண்டியன் இடைமறித்தார்.

"வேண்டாம் சார்.... நீங்க என்ன ரிலீவ் பண்ண வேண்டாம். நானே அன்-வில்லிங் லெட்டர் குடுத்துடறேன். டிபார்ட்மெண்டை ஏமாற்றிக்கிட்டு நான் எந்தச் சூழ்நிலையிலும் இருக்கமாட்டேன் சார். நான் போட்டிருக்கும் இந்த காக்கிச் சட்டையை உயிருக்கும் மேலாக நேசிக்கிறவன். என்னாலே இந்த டிபார்ட்மெண்டுக்கு எந்தக் காலத்திலும் கெட்டபெயர் வர அனுமதிக்க மாட்டேன். அப்படி ஒருநிலை வந்தால், நான் வேலையைக் கூட ரிசைன் பண்ணிடுவேன் சார். ஆனால், இந்த டிபார்ட்மெண்ட் பேரு கெட்டுப் போக விடமாட்டேன் சார். இன்னும் மூன்று மணி நேரத்தில் என்னுடைய அன்வில்லிங் லெட்டரோட மேட்டூரில் இருப்பேன் சார்..." என்று சொன்னவர், அவருடைய பதிலுக்குக் காத்திருக்காமல், செல்பேசி இணைப்பைத் துண்டித்து விட்டு வண்டியைத் திருப்பினார்.

கொட்டாம்பட்டிக்கு வந்து, எடுத்த இடத்தில் வண்டியைப் போட்டுவிட்டு ஊரிலிருந்த நண்பர்களைக் கூப்பிட்டார். "என்னால அத்தை மகனின் எழவுக்கு வரமுடியாது. எல்லாக் காரியத்தையும் நீங்களே முன்னால இருந்து செய்யுங்க..." என்று ஒரு சிலருக்குக் கொடுக்க வேண்டிய பொறுப்புகளைப் பிரித்துக் கொடுத்தார்.

"நான் இல்லை என்ற குறை இருக்கக்கூடாது. நல்லபடியா எல்லா வேலையையும் செஞ்சிருங்க...." என்று அவர்களிடம் சொல்லிவிட்டுப் பேருந்தில் ஏறினார். மணப்பாறைக்கு அருகில் வரும்போது லைனில் வந்த சம்பத்குமார், "ஏய்யா திரும்பி வர்றே...? நான்தான் லீவு எடுத்துக்கச் சொல்லிட்டேனே..." என்று சொல்கிறார்.

"சார் நீங்க வேணுன்னா அடிக்கடி உங்க முடிவை மாத்திக்கலாம். நான் எப்போதுமே ஒரு முடிவு எடுத்தால் அதிலிருந்து மாறமாட்டேன் சார். என்மேல நம்பிக்கையில்லாத இடத்தில் நான் வேலை செஞ்சி எதையும் சாதிக்க முடியாது. இன்னும் இரண்டு மணிநேரத்தில் நான் மேட்டூரில் இருப்பேன் சார். என்னுடைய அன்-வில்லிங்

லெட்டரை சப்மிட் பண்ணிருவேன் சார்...” என்று சொல்லி தொடர்பைத் துண்டித்தார்.

அதற்குப் பிறகு, எஸ்.டி.எப்-பில் இருந்த உதவி ஆய்வாளர்கள் ராஜேஷ்கண்ணன், வின்சென்ட், சார்லஸ் என துரைப்பாண்டியனின் நண்பர்கள் பலர் லைனில் வந்தனர். ஊருக்குப்போய் அத்தை மகனின் காரியத்தைக் கவனித்து விட்டு வருமாறு கூறினர்.

எதையும் காதில் போட்டுக்கொள்ளாத துரைப்பாண்டியன் மாலை ஆறு மணிக்கு மேட்டூர் அதிரடிப்படை அலுவலகத்துக்கு வந்தார். தன்னை அதிரடிப்படையிலிருந்து விலகிச் செல்ல அனுமதிக்குமாறு ஒரு வேண்டுகோள் கடிதத்தோடு சம்பத்குமாரைச் சந்திக்கச் சென்றார். அங்கே சம்பத்குமார் இருக்கும் இடத்தில் விஜயகுமாரே இருந்தார்.

அதிரடிப்படையின் மைக் உரையாடல்களைக் கவனித்துக் கொண்டிருந்த விஜயகுமாருக்கு, சம்பத்குமாருக்கும் - துரைப்பாண்டியனுக்கும் ஏற்பட்ட மோதல் விவகாரம் முழுமையாகத் தெரிந்துவிட்டது. அதனால், உடனடியாக சம்பத்குமாரை மேட்டூரிலிருந்து கிளம்பச் சொல்லிய விஜயகுமார், அந்த இடத்துக்கு அவரே வந்து விட்டார்.

எரிமலையின் குமுறலோடு உள்ளே சென்ற துரைப்பாண்டியன் அதிரடிப்படையின் கூடுதல் பொறுப்பிலிருந்து தன்னை விடுவிக்கக் கோரும் கடிதத்தைக் கொடுத்தார். அதை வாங்கிப் பத்திரமாக வைத்துக்கொண்டு, துரைப்பாண்டியனை உட்காரவைத்துக் குடிக்கத் தண்ணீர் கொடுத்தார். கொஞ்சம் கொஞ்சமாக அவரை அமைதிப்படுத்தினார்.

“உன் மீது பெரிய நம்பிக்கை வைத்துள்ளேன். நான் மட்டுமல்ல... எஸ்.டி.எப்.பில் இருக்கும் பலர் உன் மீது நம்பிக்கை வைத்துள்ளனர். அந்தியூர் டீம் அதிகாரிகள், துரைப்பாண்டியனை பர்கூர் ஸ்டேசனில் டியூட்டி போடுங்க சார். இந்த பகுதியில் நம்ம டீம் நல்லா வொர்க் பண்ணமுடியுமுன்னு சொல்லறாங்க.

சத்தியமங்கலம் டீம் உன்னை கடம்பூரில் போடுங்கன்னு சொல்லிக் கேக்கறாங்க. தாளவாடி டீம் அதிகாரிகள் உன்னை

பொன்.ஆறுமுகம்

ஆசனூருக்கு போடுங்கன்னு கேக்கறாங்க. மேட்டூர் டீம் உன்னை இங்கிருந்து விடமாட்டோம்ன்னு சொல்லறாங்க. உன் ஒருத்தனை மட்டும்தான் எல்லோருமே விரும்பிக் கேக்கறாங்க. அந்த அளவுக்கு நீ பொறுப்போடு வேலை செய்யறேன்னு நினைக்கிறேன்.

அதனாலதான் உன்னைச் சேலம் மாவட்டம், கொளத்தூரில் போட்டிருக்கிறேன். உன் தம்பி ஆறுமுகத்துக்குக் காவிரிக்கு அந்தப்பக்கம் தருமபுரி மாவட்டம், நெருப்பூரில் போட்டிருக்கிறேன். நீங்க இரண்டு பேரும், ஆளுக்கு ஒரு ஸ்டேசன் எஸ்.ஐ-ன்னு நீங்க நினைக்கலாம். ஆனால், நான் உங்களை ஆளுக்கு ஒரு ரேஞ்ச் டி.ஐ.ஜி.யாகத்தான் பார்க்கிறேன். அதனாலேதான் ஆளுக்கு ஒரு டிஸ்டிரிக் போஸ்ட் பண்ணியிருக்கிறேன் உன்னுடைய எல்லையிலிருந்து அவனுடைய எல்லையில் நீ போய் வேலை செய்யலாம். உன்னுடைய எல்லையில் அவன் வந்து வேலை செய்யலாம். அப்படி வேலை செய்யும் போது மூன்றாவது ஆளாக இருந்தால் பிரச்சனைகள் வரும். உங்க இரண்டு பேருக்குள் எந்த பிரச்சனையும் வரக்கூடாது என்பதற்காகத்தான் உங்க இரண்டு பேருக்கும் பக்கம் பக்கமாப் போஸ்டிங் போட்டு யாருக்கும் கொடுக்காத வாய்ப்பையும், அதிகாரத்தையும் உங்களுக்குக் கொடுத்துள்ளேன்.

உன் தம்பி ஆறுமுகத்தைப் பற்றி நான் போன மீட்டிங்கில் பேசிக்கிட்டு இருந்தபோது எக்ஸ் மினிஸ்டர் மாதவன் ஊரான்னு கேட்டேன் ஞாபகம் இருக்கா...? திருப்பத்தூர் பக்கம் தெக்கூரில்தான் நானும் படித்தேன். உன் தம்பியும் அதே பள்ளியில் படித்தவனா...? என்று கேட்டேன்.

என்று பழைய கதைகளை எல்லாம் சொல்லி கொஞ்சம் கொஞ்சமாகத் துரைப்பாண்டியனைச் சமாதானம் செய்தார்.

இறுக்கம் குறையாமல் இருந்த துரைப்பாண்டியனை அமைதிப்படுத்தும் முயற்சியாகத் துரைப்பாண்டியன் தொடர்பில்லாத பல செய்திகளைப் பற்றியும் பேசியுள்ளார். அதிரடிப்படையிலிருந்து விலக்கப்பட்ட டி.எஸ்.பி.இராமலிங்கம், அவருக்குக் கீழே இருந்த காவலர்கள் ஐயப்பன், சுப்பிரமணியம், ராசப்பன் எல்லோரும் எப்படிப்பட்டவர்கள் என்று விஜயகுமார் கேட்டார்.

"இராமலிங்கம் சார் உள்ளிட்ட அந்த டீமில் இருந்த எல்லோருமே மேட்டூர், கொளத்தூர் பகுதியில் அதிகநாள்கள் சர்வீஸ் செய்துள்ளனர். அதனால், அங்குள்ள பலரையும் அவங்களுக்குத் தெரியும். அவங்களுக்கு சொந்தகாரங்க, தெரிஞ்சவங்கன்னு சிலரிடம் கொஞ்சம் லிபரலாக நடந்திருக்கலாம். மற்றபடி, நம்முடைய டீம் மேற்கொண்டுள்ள இந்த ஆபரேசனுக்குப் பாதிப்புவரும் அளவுக்கு அவங்களுடைய நடவடிக்கைகள் இருக்காது. இதுவரையிலும், அப்படி இருந்ததும் இல்லை சார்..." என்று துரைப்பாண்டியன் சொன்னார்.

"ஒருவேளை அவனுடைய நடவடிக்கைகள் எதிரானதாக இருந்தால் எந்த மாதிரியான நடவடிக்கை எடுக்கலாம்...?" என்று கேட்டுள்ளார்.

"சார் தப்ப நினைக்காதீங்க... ஒருவேளை இந்த ஆபரேசனுக்கு எதிராக இராமலிங்கம் சார் மட்டுமில்லை வேற யார் இருந்தாலும், கோம்பிங் ஆபரேஷனுக்கு காட்டுக்குள்ளே போகும்போதே அவங்களைச் சுட்டுப் போட்டுவிட்டு வந்துதான் உங்ககிட்டே சொல்லியிருப்பேன். மத்தவங்க மாதிரி அவர் அதைச் செய்யறாங்க சார். இதைச் செய்யறாங்க சார்னு வந்து புகார் சொல்லிக்கிட்டு இருக்கமாட்டேன்..." என்று கூலாகப் பலளித்தார்.

"அசோக்குமார் எப்படிப்பட்ட ஆள்...?" என்றார் விஜயகுமார்.

"எனக்குத் தெரிஞ்ச வரையில் அசோக்குமார் சார் மேலே சந்தேகப்படறதும் பொண்டாட்டி மேலே சந்தேகப்படுவதும்

ஒன்னுதான்" என்கிறார். இதைக்கேட்டு வியர்த்துப்போன தனது முகத்தைக் கர்ச்சிப்பால் துடைத்துக் கொண்டார் ஏ.டி.ஜி.பி.விஜயகுமார்.

கிட்டத்தட்ட இரண்டு மணிநேரம் நீடித்த இந்த அமைதிப்படுத்தும் முயற்சியின் இறுதியில் விஜயகுமாரே வெற்றி பெற்றார். எஸ்.டி.எப்-பில் இருந்து தன்னை விலகிச் செல்ல அனுமதிக்க வேண்டி துரைப்பாண்டியன் கொடுத்த விலகல் கடிதத்தை, விஜயகுமாரிடம் இருந்து திருப்பி வாங்காமலே வந்து விட்டார். இன்றளவும் அந்தக் கடிதம் விஜயகுமார் கையில்தான் உள்ளது.

செங்கப்பாடியின் வடக்கில் சிவன் கோயிலுக்குப் போகும் வழியில் உள்ள வீரப்பனின் சின்னம்மா புட்டிரிச்சி என்பவரின் மகன் துரையுடன் வீரப்பன் தொடர்பில் இருப்பது தெரிந்தது. ஊரிலிருந்து ஒரு கிலோமீட்டர் தொலைவில் உள்ள துரையின் தோட்டத்து வீடு, வனப்பகுதியை ஒட்டியே உள்ளது. பகல் நேரங்களில்கூட மக்கள் நடமாட்டம் அதிகமில்லாத இந்த இடம் வீரப்பன் வந்துபோக வசதியாக இருந்தது. தமிழ்நாடு அதிரடிப்படையினர், துரையின் வேர்களைக் கண்டுபிடித்து, அவர்களைத் தங்கள் பக்கம் வளைத்து வீரப்பனை நெருங்கத் திட்டம் போட்டனர்.

அதற்கு முன்பாகவே கர்நாடக அதிரடிப்படை போலீசார் துரையை மாதேஸ்வரன் மலைக்குத் தூக்கிக்கொண்டு சென்று விட்டனர். இதனால், வீரப்பன் தன்னுடைய இருப்பிடத்தை செங்கப்பாடிக்கு மேற்கிலிருந்த எறக்கியம், மயிலைமலைக் காட்டிலிருந்து ஊருக்குத் தெற்கில் உள்ள பெரியகுழிப்பள்ளம், பொரசல்நத்தம் காடுகளுக்கு மாற்றிக் கொண்டார்.

வடக்குப் பக்கம் துரையின் வீடு உள்ளது போலவே ஊருக்குத் தெற்குப் பக்கம் மாத்துப்பரி என்ற இடத்தில் சிலரது வீடுகள் காட்டுக் கொட்டாய்களாக உள்ளன. வீரப்பன் மீது மரியாதையும், பாசமும் கொண்ட மாத்துப்பரி ஐயம்பெருமாளின் அண்ணன் மகன் மாதையன், அவரது தம்பி ஐயந்துரை ஆகியோரும் அங்கே குடியிருந்தனர். இவர்களின் வீட்டுக்குக் கிழக்கே மாத்துப்பரி மாதையன் அக்கா மகன்களான பழனி, மயில்சாமி வகையறாவைச்

சேர்ந்தவர்களும் தோட்டத்து வீடுகளில் வசித்து வந்தனர்.

வீரப்பனின் அடுத்த தொடர்பு மாத்துப்பரி மாதையன் வகையறாவுக்குத்தான் வரும் என துரைப்பாண்டியன் முடிவு செய்தார். இதையடுத்து, உளவுப்பிரிவுக் காவலர் செந்தில் செங்கப்பாடியில் இருக்கும் மாத்துப்பரி மாதையனின் வீட்டுக்குப் பக்கத்திலிருந்த சின்னத்தம்பி என்பவரின் செங்கல் சூளையில் வேலைக்குச் சேர்ந்தார். அங்கிருந்து கொண்டே, மாதையன் அவருடைய தம்பி ஐயந்துரை ஆகியோரிடம் தொடர்பை ஏற்படுத்திக் கொண்டு அவர்களின் நடவடிக்கைகள் குறித்துக் கண்காணித்து வந்தார்.

துரைப்பாண்டியன் எதிர்பார்த்தபடியே ஒருமாத காலத்துக்குள்ளாகவே வீரப்பனின் தொடர்பு மாத்துப்பரி மாதையனுக்கு வந்து விட்டது. மாத்துப்பரி மாதையன் அவரது தம்பி ஐயந்துரை உள்ளிட்ட அவர்களுடைய உறவினர் பலரும் வெளியுலகத் தொடர்புகளே இல்லாத கிராமத்து ஆள்கள். இவர்கள் மூலம் வீரப்பனின் வெளியுலக வேலைகளைச் செய்யமுடியாது.

ஆனால், ஐயந்துரையின் நெருங்கிய உறவினரான கோரப்பள்ளம் தேவராஜ் மூலமாகத் தனது தேவைகளைப் பூர்த்தி செய்ய வீரப்பன் திட்டமிடுவார் என்பதை முன்கூட்டியே கணக்கிட்டுத்தான் தனது உளவுப்பிரிவுக் காவலர் பாண்டிக்கண்ணனைத் தேவராஜிடம் வேலைக்குச் சேர்த்து அவருடைய நடவடிக்கைகளை இரண்டு ஆண்டுகளாகக் கண்காணித்து வந்தார் துரைப்பாண்டியன்.

பெரிய அளவில் பொருளாதார வசதியில்லாதவர் கோரப்பள்ளம் தேவராஜ். அளவுக்கு அதிகமான ஆர்வக் கோளாறு காரணமாக, கர்நாடக மாநிலத்தில் பல இடங்களில் கட்டுமான வேலைகளை எடுத்து விடுகிறார். குறிப்பிட்ட காலத்தில் எதையுமே ஒழுங்காக முடிக்க முடியாமல் போகின்றன. இதனால் தேவராஜுக்குப் பண நெருக்கடி ஏற்பட்டது.

2003 செப்டம்பரில் கருவுற்றிருந்த தேவராஜின் மனைவி லதாவுக்குக் குழந்தை பிறக்கும் நேரத்தில் நீர்ச்சத்து குறைபாடு

ஏற்பட்டது. மருத்துவமனைக்குப் போகவேண்டிய நேரத்தில் தேவராஜ் கர்நாடக மாநிலத்தில் இருந்து வரவேண்டிய பணத்தை வாங்குவதற்காகச் சென்று விட்டார். எதிர்பார்த்தபடி தேவராஜுக்கு வரவேண்டிய பணமும் கைக்கு வரவில்லை. அதனால், குறிப்பிட்ட நேரத்தில் அவரால் வீட்டுக்கு வர முடியவில்லை.

தேவராஜ் மனைவி லதாவுக்குக் குழந்தை பிறக்கும் நேரம் நெருங்கியது. நீர்ச்சத்துப் பற்றாக் குறையால் குழந்தை இயல்பாகப் பிறக்க முடியவில்லை. உடனடியாக மருத்துவமனைக்குப் போகாவிட்டால் தாயும், சேயும் உயிரிழக்க வேண்டிய நிலை வந்தது. தேவராஜ் வீட்டையே கண்காணித்துக் கொண்டிருந்த காவலர் பாண்டிக்கண்ணன் மூலமாக துரைப்பாண்டியனுக்கு இது தெரிகிறது.

உடனடியாகக் கொளத்தூரிலிருந்து வாடகைக் கார் அனுப்பி பாண்டிக்கண்ணன் மூலமாக வன்னியர் நகரிலிருந்த தேவராஜின் மனைவி லதாவை அழைத்துக் கொண்டுபோய் மேட்டூரில் உள்ள தனியார் மருத்துவமனையில் சிகிச்சைக்குச் சேர்த்தார். தேவராஜின் மனைவி லதா மருத்துவமனையிலிருந்த நேரத்தில், பாண்டிக்கண்ணனும் மருத்துவமனையிலேயே தங்கியிருந்து அவரைக் கவனித்துக் கொள்கிறார்.

குழந்தை பிறந்து தாய், சேய் இருவரையும் தேவராஜின் வீட்டுக்குக் கொண்டுவந்து விட்ட பின்னரே கொளத்தூர் சென்றார். அதற்குத் தேவையான பொருளாதார உதவிகள் அனைத்தையும் துரைப்பாண்டியனே செய்துள்ளார்.

தேவராஜின் உறவினர்கள் யாரும் பக்கத்தில் இல்லாத நிலையில், பெரும் போராட்டத்துக்கு இடையில் பிறந்த தேவராஜின் இரண்டாவது பெண் குழந்தை கனிமொழிக்குப் பாண்டிக்கண்ணனே சர்க்கரைத் தண்ணீர் ஊற்றியுள்ளார். இதன் மூலம் அக் குழந்தைக்குத் தாய்மாமன் என்ற உரிமையைப் பெறுகிறார்.

இந்த நன்றிக் கடனுக்கத்தான் தேவராஜ் குடும்பமே சேர்ந்து வீரப்பனைக் காட்டிக் கொடுக்க முடிவு செய்கிறது!

***

32

துரைப்பாண்டியனுக்கு கிடைத்த வீரப்பன் தொடர்பு

மாத்துப்பரி மாதையனின் தொடர்புக்கு வீரப்பன் வந்து விட்டார் என்பது அங்கிருந்த செந்தில் மூலமாக துரைப்பாண்டியனுக்குத் தெரிந்தது. அடுத்த தொடர்பு தேவராஜுக்கு வரும் என்று கணக்கிடுகிறார். எதிர் பார்த்தபடியே 2003-ஆம் ஆண்டின் இறுதியில், மாதேஸ்வரன் மலையின் தெற்கிலுள்ள கொம்புத்தூக்கி என்ற ஊரில் மலைவாழ் மக்களுக்கான தொகுப்பு வீடுகள் கட்டும் வேலை செய்து கொண்டிருந்த நேரத்தில் தேவராஜை வீரப்பன் சந்தித்துள்ளார்.

வீரப்பனுடன் தொடர்பு ஏற்பட்டு 21 நாள்கள் வரையிலும், இந்தச் செய்தியை துரைப்பாண்டியனிடமும், பாண்டிக்கண்ணனிடமும் சொல்லலாமா...? வேண்டாமா...? என்று தேவராஜும், அவருடைய மனைவி லதாவும் பெருங்குழப்பத்தில் இருந்தனர்.

தனது வயிற்றில் வளர்ந்த குழந்தை நல்ல நிலையில் பிறக்கக் காரணமாக இருந்த துரைப்பாண்டியன், பாண்டிக்கண்ணன் இருவருக்கும் துரோகம் செய்யக்கூடாது என்று தேவராஜின் மனைவி லதா முடிவெடுக்கிறார். இதைக் கணவனிடமும் சொல்கிறார்.

வீரப்பன் சந்தித்துவிட்டுச் சென்ற 22 ஆம் நாள் இரவு 11.00 மணிக்குக் கொளத்தூரில் துரைப்பாண்டியனும், பாண்டிக்கண்ணனும் தங்கியிருந்த தண்டாக்காரரர் என்கிற சுப்புக்கவுண்டர் வீட்டுக்குத் தேவராஜ் வருகிறார். இருவரும் நன்றாகத் தூங்கிக்கொண்டிருக்கும் நேரத்தில் கதவைத் தட்டினார்.

பாண்டிக்கண்ணன் எழுந்து போய் கதவைத் திறந்ததும் உள்ளே வந்த தேவராஜின் கை, கால்களெல்லாம்

நடுங்கின. தேவராஜ் இருந்த நிலையைப் பார்த்ததுமே வீரப்பன் கேங் தேவராஜைச் சந்தித்து விட்டது என்பது துரைப்பாண்டியனுக்குத் உறுதியாகத் தெரிந்தது.

பதட்டத்துடன் இருந்த தேவராஜை முதுகில் தட்டிக்கொடுத்து, "நான் இருக்கிறேன், கவலைப்பட வேண்டாம், எல்லாத்தையும் நான் பார்த்துக் கொள்கிறேன்" என்று சொன்ன துரைப்பாண்டியன் தேவராஜைக் கட்டி அணைக்கிறார்.

வேகவேகமாகத் துடித்துக் கொண்டிருந்த தேவராஜின் இதயம் இயல்பான நிலைக்குத் திரும்பும்வரை பிடித்த பிடியைத் தளரவிடாமல் பிடித்திருந்த துரைப்பாண்டியன் அவரது முதுகில் தட்டிக் கொடுத்து அமைதிப்படுத்தினார். தேவராஜ் இயல்பு நிலைக்குத் திரும்பிய பிறகு, "என்ன நடந்தது …?" என்று மெதுவாக விசாரித்துள்ளார்.

"இங்கே எதுவும் பேசவேண்டாம் சார், நீங்களும், பாண்டிக்கண்ணன் சாரும் கிளம்புங்க, மாதேஸ்வரன் மலைக்குப்போகும் ரோட்டுக்குப் போயிடுவோம் சார்…" என்று தேவராஜ் சொல்கிறார்.

பாண்டிக்கண்ணன் தனது மோட்டார் சைக்கிளை எடுத்தார். முதலில் தேவராஜை அழைத்துக் கொண்டுபோய் கொளத்தூரின் வடக்கில் மக்கள் நடமாட்டம் இல்லாத மாந்தோப்பு என்ற இடத்தில் தேவராஜை இறக்கிவிடுகிறார். திரும்பிவந்து துரைப்பாண்டியனை அழைத்துச் செல்கிறார். அக்கம், பக்கத்தில் யாரும் இல்லை என்பதை உறுதி படுத்திக்கொண்ட தேவராஜ் மெதுவாகப் பேசினார்.

"எனக்குக் கெட்ட காலம் ஆரம்பிச்சிருச்சு, இந்தப்பக்கம் நீங்க இருக்கறீங்க. அந்தப்பக்கம் காட்டு ராஜா **(வீரப்பனை எப்போதுமே காட்டுராஜா என்றே சொல்வார்)** வந்து எனக்கு சில வேலைகளைச் செய்யின்னு சொல்லறார். அந்தப்பக்கம் தொடர்பு இருக்கிறது உங்களுக்குத் தெரிந்தாலும் என்னை கொல்லப் போறீங்க. உங்ககிட்டே தொடர்பு இருக்கிறது அவங்களுக்குத் தெரிஞ்சாலும், அவங்க என்னைக் கொல்லப் போறாங்க.

எனக்குச் சாவு உறுதி என்கிற நிலையில் நானும், என் வீட்டுக்காரியும் கலந்து பேசினோம். சாகறதுன்னு முடிவான பின்னாலே எப்படியும் உங்களுக்கு ஆதரவாகவே இருக்கலாம். உங்களாலே எங்களைக் காப்பாத்த முடியாத நிலை வந்துட்டா நாங்க எல்லோருமே பூச்சி மருந்தை வாங்கிக் குடிச்சிட்டு சாகலாம்ன்னு முடிவு பண்ணிட்டோம் சார்...” என்றார்.

“உனக்கும், உன்னுடைய குடும்பத்துக்கும் நான் உயிருடன் இருக்கும் வரைக்கும் எந்த ஆபத்தும் வராமல் பார்த்துக் கொள்கிறேன். அதையும் மீறி ஒருவேளை உனக்குச் சிக்கல் வரும் என்ற நிலை வந்தால் யாருக்கும் தெரியாமல் உன்னை இந்த நடவடிக்கையிலிருந்து கழட்டி விடுகிறேன். அதுவரைக்கும், என்னுடைய உயர் அதிகாரிகளுக்குக்கூட உன்னுடைய முகம் தெரியாமல் பார்த்துகொள்வது என்னுடைய பொறுப்பு.

எனக்கும், பாண்டிக்கண்ணுக்கும் தவிர உன்னை வேறு யாருக்குமே அடையாளம் கட்டமாட்டேன். எங்க பக்கம் (காவல்துறை) இருந்து உனக்கு எந்தவிதமான சிக்கலும் வராது. அதே மாதிரி அந்தப் பக்கம் (வீரப்பன் தரப்பு) இருந்தும் உனக்கோ, உன் குடும்பத்துக்கோ சிக்கல் வந்தால், அதைத் தீர்க்கவும் நான் துணையாக இருப்பேன். ஒருவேளை, இந்த நெட் வொர்க்கில் இருந்து வெளியே போகலாம் என நீ விருப்பப்பட்டாலும் உன்னை யாருக்கும் தெரியாமல் கழற்றி விட்டுவிடுகிறேன். உனக்கோ, உன் குடும்பத்துக்கோ சிக்கல் எல்லாத வகையில் பாதுக்காப்பாக இருப்பேன். என்னை நீ நம்பலாம்” என்று துரைப்பாண்டியன் உறுதி கொடுக்கிறார்.

அதன் பின்னரே, வீரப்பன் தன்னைச் சந்தித்ததைப் பற்றியும், அவர் செய்யச் சொன்ன வேலைகள் குறித்தும் தேவராஜ் விளக்கமாகச் சொன்னார்.

பாண்டிக்கண்ணன், துரைப்பாண்டியன், தேவராஜ் என மூவரும் கலந்து பேசிய இந்தச் சந்திப்புக்குப் பின்னரே இந்தச் செய்தியை எஸ்.பி-2 சண்முகவேல் மூலம் ஏ.டி.ஜி.பி.விஜயகுமாருக்குப் போகிறது. அன்று இரவு சத்தியமங்கலத்தில் உள்ள தன்னுடைய இல்லத்தில்

பாண்டிக்கண்ணன், தேவராஜ் இருவரையும் விஜயகுமார் சந்திக்கிறார். வீரப்பனை தேவராஜ் சந்தித்தது குறித்து நீண்டநேரம் பேசுகிறார். தேவராஜுக்கு ஒரு லட்சம் ரூபாய் பணம் கொடுக்கிறார். இதைத்தான் அவர் எழுதியுள்ள "வீரப்பன் சேசிங் தி பிரிகன்ட்" நூலில் இனி வீரப்பனுடன் தொடர்பில் வரும் ஆளின் பெயர் "டிரேடர்" என்று குறிப்பிட்டுள்ளார்.

அந்த இடத்தில், என்னைச் சந்திக்க பாண்டிக்கண்ணனுடன் வந்த டிரேடர் என்பவர் தலையில் ஹெல்மெட் போட்டிருந்தார். அந்த ஹெல்மெட்டை கழற்றாமலே என்னுடன் பேசிவிட்டுச் சென்றார். என்னால், அவர் யாரென அடையாளம் தெரிந்துகொள்ள முடியவில்லை என *A.D.G.P.* கே.விஜயகுமார் குறிப்பிட்டிருக்க வேண்டும். ஒரு நேர்மையான அதிகாரியாக இருந்திருந்தால் அப்படித்தான் எழுதியிருக்க வேண்டும்.

தேவராஜ் உடனான வீரப்பனின் இரண்டாவது சந்திப்பில், "அரியலூர் மாவட்டத்தில் உள்ள நக்சல் தலைவரான புலவர் கலியபெருமாளை, நீ சந்தித்துப் பேசவேண்டும். நான் அவரை சந்திக்க விரும்புவதாகச் சொல். அவர் என்ன பதில் சொல்கிறாரோ அதைத் தெரிந்துகொண்டு வரவேண்டும். நம்முடைய அடுத்த சந்திப்பு பெண்ணாகரத்தின் வடக்கில் உள்ள கிருஷ்ணாபுரத்தில் இருக்கும். குறிப்பிட்ட நாளில், கிருஷ்ணாபுரம் வழியாக சின்னாற்று பள்ளத்துக்குப் போகும் வழியிலுள்ள ஒரு ஆற்றுப்பாலம் பக்கமா வந்திரு. ராத்திரி, எட்டு மணியிலிருந்து ஒன்பது மணிவரைக்கும் அந்த இடத்தில் நிற்கவேண்டும். அதற்குள்ளாக அங்கு வரும் ஓர் ஆள் உன்னை எங்களிடம் கொண்டாந்து சேர்ப்பான்..." என்று வீரப்பன் கூறியுள்ளார்.

அடுத்தநாள் இந்தச் செய்தி துரைப்பாண்டியன் கவனத்துக்குப் போகிறது. இரண்டாவது முறையாக தேவராஜுடன், வீரப்பன் தொடர்புக்கு வந்ததை அடுத்து தேவராஜைக் கூட்டிக்கொண்டு அப்பக்கூடலில் உள்ள சக்தி சுகர்ஸில் உள்ள ஆய்வு மாளிகைக்குச் செல்கிறார் துரைப்பாண்டியன்.

அங்கே, ஏ.டி.ஜி.பி.விஜயகுமார், எஸ்.பி.சண்முகவேல், எஸ்.பி.செந்தாமரைக்கண்ணன் உள்ளிட்ட அதிகாரிகளுடன் அடுத்து நடக்கவேண்டிய வேலைகள் பற்றித் திட்டமிடுகின்றனர். இந்த இடத்திலிருந்து தலையில் ஹெல்மெட்டுடன் வரும் தேவராஜுக்கு *M-1* என்று பெயர் சூட்டப்படுகிறது. *(MESSANGER-1)*.

இந்த கூட்டத்தில், "வீரப்பன் போகும் போக்கிலேயே நாமும், போகவேண்டும். *M-1*-க்கும்கூட நம்முடைய நடவடிக்கைகள் தெரியக்கூடாது. அவருக்குப் பாதிப்பு ஏற்படாத வகையில், எதிர்பாராத நேரத்தில் தாக்குதல் நடத்தி வீரப்பன் கதையை முடிக்கலாம். வீரப்பன் எல்லோரையும் ஏமாற்றித்தான் கொன்றுள்ளான். நாமும், அவனை ஏமாற்றித்தான் கொல்லமுடியும். நேருக்கு நேராக நின்று அவனைப் பிடிக்கவும் முடியாது. எப்படிப்பட்ட ஆயுதத்தைக் எடுத்துகொண்டு போனாலும், அவனைச் சுட்டுக்கொல்லவும் முடியாது" என்று துரைப்பாண்டியன் சொல்கிறார்.

ஆனால், செந்தாமரைக்கண்ணன் இதை ஏற்றுக் கொள்ளவில்லை. "வீரப்பனுடன் *M-1*-க்கு ஏற்பட்டுள்ள இந்தத் தொடர்பு எவ்வளவு நாள்கள் நீடிக்கும் என்று உறுதியாகச் சொல்லமுடியாது. அதற்குள்ளாகவே, நாம் வீரப்பன் கதையை முடிக்கவேண்டும். நமக்குக் கிடைத்த இந்த வாய்ப்பைச் சரியாகப் பயன்படுத்திக் கொள்ளவேண்டும்" என்றார்.

"*M-1* உடன், வீரப்பனுக்கு ஏற்பட்டுள்ள இந்த உறவு எந்தக் காலத்திலும் துண்டிப்பதற்கான சாத்தியம் இல்லை. ஆனால், அதிரடிப்படையின் வெவ்வேறு பிரிவு காவலர்கள் *M-1*-ஐ பின் தொடர்ந்து சென்று குட்டையைக் குழப்பாமல் இருந்தால் போதும். சரியான நேரத்தில், *M-1*-னின் உதவியுடன், *M-1*-க்குத் தெரியாமலே, வீரப்பனை பிடித்து விடலாம். என் டீம் மூலமாகவே நான் அதைச் செய்வேன்" என்று துரைப்பாண்டியன் கூறியுள்ளார்.

காவல்துறைக்கே உரித்தான அவசரமும், மற்றவர்கள் மீதான நம்பிக்கையின்மையும் விஜயகுமாரையும், செந்தாமரைக்கண்ணனையும் ஆட்கொண்டது. துரைப்பாண்டியன் சொன்னதை ஏற்க மறுத்தனர்,

அதேநேரத்தில் ஏற்றுக்கொண்டதுபோல காட்டிக்கொண்டு, துரைப்பாண்டியனுக்குத் தெரியாமலே ஆபரேஷனை முடிக்கத் திட்டம் போடத்தொடங்கினர்.

M-1 மூலம், வீரப்பன் அழைத்துக்கொண்டு வரச்சொன்ன புலவர் கலியபெருமாளைச் சந்தித்துப்பேச முதலில் அவரை மட்டுமே அனுப்புவோம் என்று துரைப்பாண்டியனும், எஸ்.பி.சண்முகவேலும் கூறினர். ஆனால், விஜயகுமார், செந்தாமரைக்கண்ணன் இருவரும் இதை ஏற்றுக் கொள்ளாமல், காவல்துறையினரின் துணையுடன், ஒரு சிறிய ட்ரான்ஸ் மீட்டரையும் M-1 னின் உடலில் சேர்த்து அனுப்பியுள்ளனர்.

போலீசாரின் வழிகாட்டுதலுடன் சென்ற M-1 புலவர் கலியபெருமாள் வீட்டை அடையும் முன்பாக, புலவர் வீட்டைக் கண்காணித்துக் கொண்டிருந்த மற்றொரு உளவுப்பிரிவு போலீசாரிடம் சிக்குகிறார். தன்னை யாரென்று அடையாளம் காட்டிக்கொள்ள முடியாமல் M-1 அங்கிருந்து தப்பிவந்து விடுகிறார்.

இந்த செய்தியைச் சொல்ல M-1 பெண்ணாகரம் காட்டுப்பகுதிக்குப் போகிறார். அந்தப் பகுதியைச் சேர்ந்த ஆதிவாசி இளைஞர் ஒருவரின் உதவியுடன் காட்டுக்குள் சென்ற M-1 வீரப்பனைச் சந்திக்கிறார்.

"புலவர் கலியபெருமாளை என்னால் நேரடியாகச் சென்று சந்திக்க முடியாது. அவருடைய ஊரைச் சுற்றிலும், கியூ பிரஞ்ச் போலீசார் சுத்திக்கிட்டே இருக்காங்க. அவருடைய ஆதரவாளர்களும் நெறையாப்பேர் இருக்காங்க. இந்த ரெண்டு டீமையும் தாண்டி என்னாலே உள்ளேபோக முடியவில்லை" என்று வீரப்பனிடம் சொல்கிறார். அதன் பின்னரே கொளத்தூர் மணி அண்ணன் மூலமாகப் புலவருக்குத் தூது அனுப்புகிறார் வீரப்பன்.

விஜயகுமார், செந்தாமரைக்கண்ணன் இருவரின் முதல் முயற்சியே தோல்வியில் முடிகிறது. அதனால், துரைப்பாண்டியனின் வழியிலேயே இந்த நடவடிக்கையைக் கொண்டுசெல்ல இருவரும் ஒப்புக் கொள்கின்றனர்.

எஸ்.பி.அசோக்குமார் மூலம் போட்ட திட்டம், எஸ்.பி.சண்முகவேல் முயற்சியில் கை கூடியுள்ளது. பாண்டிக்கண்ணன், துரைப்பாண்டியன், M-1 என மூவரையும் ஓராண்டு காலத்துக்கும் மேலாக தன்னுடைய பொறுப்பில் வைத்திருந்த எஸ்.பி.சண்முகவேல் இந்த நடவடிக்கையிலிருந்து கழட்டி விடப்படுகிறார்.

பாண்டிக்கண்ணன், துரைப்பாண்டியன், M-1 என மூவருக்கும் நேரடியாகத் தொடர்பே இல்லாத செந்தாமரைக்கண்ணன் முக்கிய இடத்துக்குக் கொண்டு வரப்படுகிறார். இதை ஏ.டி.ஜி.பி. கே.விஜயகுமார் IPS எழுதியுள்ள நூலிலும் குறிப்பிட்டுள்ளார். இந்திய காவல்பணியின் நடக்கும் சதிவேலைகள், இந்திய கட்சி அரசியலை விடவும் கேவலமானது என்பது உங்களுக்குப் போகப்போகத் தெரியும்.

பெண்ணாகரம் பகுதியில் மூன்று மாத காலம் வீரப்பன், M-1 இருவருக்குமிடையே போக்குவரத்து நடந்துள்ளது. அந்தப் பகுதியில் உள்ள ஒரு மலைவாழ் சமூகத்தைச் சேர்ந்த இளைஞர் ஒருவர் மூலம்தான் தேவராஜ் வீரப்பனைச் சந்திக்க முடிந்தது.

சின்னாற்றுக் காட்டுப்பகுதியில் குறிப்பிட்ட இடத்தில் காத்திருக்கும் அந்த மலைவாழ் சமூக இளைஞர் M-1 வீரப்பன் சந்திப்புக்குப் பிறகு அங்கிருந்து தனியாகக் காட்டுக்குள் சென்று விடுவார். அல்லது வீரப்பனோடே சென்று விடுவார்.

அந்த ஆளைக் கண்டுபிடித்து அவனைத்தன் பக்கம் இழுக்கவோ, அல்லது அவனைக் கண்காணித்து மேற்கொண்டு என்னென்ன நடவடிக்கைகளை வீரப்பன் மேற்கொள்கிறார் என்பதைக் கவனிக்கவும் துரைப்பாண்டியன் முயற்சி செய்கிறார்.

இதற்காக பெண்ணாகரம் பகுதியில் உள்ள மலைவாழ் பழங்குடியினர் குடியிருப்புகளைத் தேடினார். வாக்காளர் அட்டைகளுக்காக எடுக்கப்பட்டிருந்த அத்தனை பேரின் புகைப்படங்களையும், எல்காட் நிறுவனத்திலிருந்து வாங்கிவந்தார்.

ஈரோடு கலர் லேப்களில், அவற்றையெல்லாம் பிரிண்ட் போட்டனர். பவானியில் உள்ள லாட்ஜ் ஒன்றில் ரூம் போட்டு ஒருவாரம் முழுவதும், அந்த போட்டோவில் இருந்து ஒவ்வொரு முகமாக *M-1*ஐ வைத்துத் தேடினார். ஆனாலும், அந்த இளைஞரை அடையாளம் கண்டுபிடிக்கவே முடியவில்லை.

பின்னர், *M-1* மூலமாகவே அந்த இளைஞர் பற்றிய தகவல்களைப் பெற துரைப்பாண்டியன் முயல்கிறார். அந்த இளைஞருக்குப் புதிதாகத் திருமணம் நடந்துள்ளது என்ற ஒருசெய்தி மட்டுமே *M-1* மூலமாகத் தெரிந்து கொள்ளமுடிந்தது. மற்றபடி அந்த இளைஞரின் ஊர், பெயர், உறவினர்கள், நண்பர்கள் பற்றிய எந்தத் தகவலையும் அந்த ஆதிவாசி இளைஞரிடம் இருந்து *M-1* தெரிந்து கொள்ளவே முடியவில்லை.

இதையடுத்து, பெண்ணாகரம் சுற்றுப்பகுதியில் உள்ள மலைவாழ் மக்கள் குடியிருப்புகளை நோக்கி துரைப்பாண்டியன் டீம் படையெடுத்து. அங்குள்ள பழங்குடிகளின் வீடுகளில் புதிதாகத் திருமணம் ஆனோர் அனைவருக்கும் தனி ரேஷன் கார்டு கொடுக்கிறோம் என்ற பெயரில் போட்டோ எடுத்தனர். புதிதாகத் திருமணமானவர்களைப் பற்றிய விவரங்களை எல்லாம் சேகரித்தனர். அப்போதும், அந்த பழங்குடி இளைஞர் துரைப்பாண்டியனின் தூண்டிலில் சிக்கவில்லை.

வழக்கம்போலவே, பழங்குடிகளுடன் வீரப்பன் தொடர்பில் இருந்திருந்தால், இந்த இடத்திலும் அவர் வீழ்ந்திருக்க வாய்ப்பில்லை. தேவராஜின் ஊரின் பெயரான கோரப்பள்ளம் என்பதே அவருடைய குணத்தைக் காட்டுகிறது. கோரம் என்பது அச்சம் தருவதாகும், கோரப்பள்ளம் என்ற ஊரைச்சேர்ந்த தேவராஜ், சூழ்ச்சி மிகுந்த ஆளாக இருந்துள்ளார். நாகரீகமற்ற, படிப்பறிவில்லாத, காட்டில் வாழும் ஆதிவாசிகள் யாருமே வீரப்பனைக் காட்டிக் கொடுக்கவில்லை. சாதிக்காரன், உறவினர், படித்தவர் என்ற பெருமைகளுக்குறிய தேவராஜ் அந்த வேலையை செய்துள்ளார்.

பெண்ணாகரத்திற்கு வடக்கிலுள்ள கிருஷ்ணாபுரம் வழியாக சின்னாற்று காட்டுக்கு M-1 அழைத்துச் செல்லும் அந்த முப்பது வயதுக்கு உட்பட்ட ஆதிவாசி இளைஞரை துரைப்பாண்டியனால் கடைசிவரை யாரென்று கண்டுபிடிக்கவே முடியவில்லை. முதலில் இந்த இளைஞரை இந்தச் சங்கிலித் தொடரிலிருந்து கழட்டி விடவேண்டும். அப்போதுதான் தன்னுடைய திட்டம் பலிக்கும் என்று முடிவு செய்த துரைப்பாண்டியன் அதற்கான வேலையில் இறங்கினார்.

அதற்கான வேலையை M-1 மூலமாகவே செய்ய முடிவெடுத்தார். "அண்ணா நான் ஒவ்வொரு தடவையும் சின்னத்துப் பள்ளத்திலே வந்து இந்த இருளப் பையனுக்காகக் காத்திருக்க வேண்டியிருக்கு. நல்லா போதையை போட்டுட்டுப் படுத்துக்கிறான். சொன்ன நேரத்துக்கு வாறதில்லை. அப்பப்போ அந்தப்பக்கம் போகும் ஆளுங்களெல்லாம் என்னைச் சந்தேகமா பார்க்கறாங்க..." என்று சொல்ல வைக்கிறார்.

இதற்காகவே தினமும், பெண்ணாகரத்திலிருந்து அஞ் செட்டி செல்லும் சாலையில் அதிரடிப்படை போலீசார் சிலரை நடமாடவிடுகிறார். நான்கைந்து நாள்கள் முன்பிருந்தே நடைப்பயிற்சிக்குப் போவது போல போலீசார் தினமும் அந்த வழியாகப் சென்று வந்துள்ளனர். இதை வீரப்பனும் கவனித்துள்ளார்.

"இந்த குடிகாரப்பயலும் ஒத்துவர மாட்டான் போலத்தான் தெரியுது. உனக்கு தெரிஞ்ச நம்ம ஆள் யாராவது இருந்தா சொல்லு..." என்று வீரப்பன் கேட்டுள்ளார். துரைப்பாண்டியன் சொல்லி அனுப்பியபடியே "ஊஞ்சகொரை இருசார் வீட்டுச் சரவணனைக் கூட்டிட்டு வரட்டுமா..." என்று M-1 சொல்லியுள்ளார்.

"எப்பா நல்ல ஆளா பாருன்னு சொன்னா கொள்ளிக்கட்டையை எடுத்து தலையைச் சொரியச் சொல்லரையேப்பா..." என்று சொன்ன வீரப்பன், அந்த ஆளைத் தவிர்க்கிறார்.

"அடுத்தமுறை உனக்கு வேற தாவிலிருந்து தகவல் வரும் போ..." என்று M-1-ஐ கிருஷ்ணாபுரம் காட்டிலிருந்து வெளியே அனுப்புகிறார் வீரப்பன்.

இந்த ஆள் கொள்ளிக்கட்டையில்லை மனித வெடிகுண்டு என்பது வீரப்பனுக்குத் தெரியவில்லை!

***

வீரப்பன் குழுவினர் பயணம் செய்ய பயன்படுத்தியதாகச் சொல்லப்படும் டெம்போ டிராவலர் வேன், முன்பு அதிரடிப்படை ஐ.ஜி-யாக இருந்த பாலச்சந்தர் தனது சொந்த பயன்பாட்டுக்கு வைத்திருந்தார். கனமான, உயரமான உடலமைப்பைக் கொண்ட அவருக்கு, மற்ற வண்டிகள் பயணம் செய்ய ஏற்றதாக இல்லை. புதுக்கோட்டை மாவட்ட காவல்துறைக்குச் சொந்தமான இந்த வண்டியை, பாலச்சந்தர் தனது வசதிக்கு ஏற்றவாறு வடிவமைத்து, பயன்படுத்தி வந்துள்ளார். இந்த வண்டிக்கு ஆம்புலென்ஸ் என ஸ்டிக்கர் ஒட்டி, வீரப்பன் இலங்கைக்கு தப்பிச் செல்ல வசதியாக இந்த வண்டியை நாங்கள் வடிவமைத்தோம் என விஜயகுமார் கதை எழுதியுள்ளார். வீரப்பன் கொல்லப்பட்ட பிறகு, இந்த வண்டி, புதுக்கோட்டை மாவட்ட காவல் கண்காணிப்பாளர் அலுவலகத்தில், பயன்படுத்த முடியாத வண்டிகளுடன் சேர்த்து நிறுத்தப்பட்டிருந்தபோது எடுத்த படம்.

33

இளைஞர்களைக் கவர்ந்த துரைப்பாண்டியன்

துரைப்பாண்டியன்

M-1 என்ற அடையாளத்துடன் இருந்த தேவராஜ் துரைப்பாண்டியனின் நம்பிக்கை வளையத்துக்குள் வந்து விட்டார். இந்த நேரத்தில், பாண்டிக் கண்ணன் கோவிந்தபாடி, கோரப்பள்ளம் பகுதியில் தன்னுடைய நடமாட்டத்தைக் குறைத்துக் கொண்டார். செங்கப்பாடியில் தனியாக இருந்த செந்திலுடன், பாண்டிக்கண்ணன் இணைந்து கொள்கிறார். உள்ளூர் இளைஞர்களுடன் இருவரும் நெருங்கிப் பழகி வந்துள்ளனர்.

இரவு நேரங்களில் டெம்போ, மினி வேன்களில் உள்ளூர் இளைஞர்களைக் கூட்டிக்கொண்டு கொளத்தூர், மேட்டூருக்கு வந்துள்ளனர். அவர்களுக்கு உணவகங்களில் சாப்பிடவும், இரண்டாம் காட்சி திரைப்படம் பார்க்கவும் இருவரும் ஏற்பாடு செய்து கொடுத்தனர். இதன் மூலம், செந்திலுக்கும், பாண்டிக்கண்ணனுக்கும் செங்கப்பாடியில் இருந்த இளைஞர்களுடன் நெருக்கம் அதிகமானது.

அதுபோலவே மலைப் பகுதியை ஒட்டியுள்ள சிற்றூர்களில் இருக்கும் இளைஞர்கள் விளையாடுவதற்கு ஏற்ப வாலிபால் விளையாட்டுக் குழு, கிரிக்கெட் குழு, கபடி குழு எனப் பல விளையாட்டு குழுக்களைத் துரைப்பாண்டியன் ஏற்படுத்திக் கொடுத்தார். இதன் மூலம் இருபதாண்டு

கொளத்தூர் பகுதி கிராமங்களில் நடந்த விளையாட்டுபோட்டிகளில் கலந்துகொண்ட காவல்துறை அதிகாரிகள்

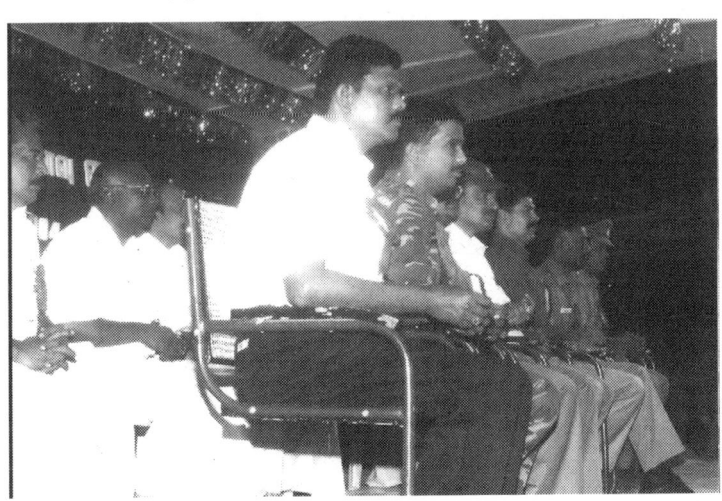

துரைப்பாண்டியன் நடத்திய விளையாட்டு போட்டி பரிசளிப்பு விழாவில் விஜயகுமார் உள்ளிட்ட காவல்துறை அதிகாரிகள்.

காலம் போலீசாரை தங்களின் எதிரிகளாகப் பாவித்து வந்த செங்கப்பாடி, கோவிந்தபாடி, கருங்கல்லூர் சுற்றுப்பகுதி மக்கள் போலீசாரில் சில நல்லவர்களும் இருக்கின்றனர் என நினைக்கத் தொடங்கினர்.

இது துரைப்பாண்டியனுக்குக் கிடைத்த முதல் வெற்றி. துரைப்பாண்டியன் ஏற்படுத்திக் கொடுத்த விளையாட்டுக் குழுக்கள் இன்னும் பல ஊர்களில் தொடர்ந்து இயங்கிக் கொண்டுள்ளன.

செங்கப்பாடியைச் சுற்றிய காட்டுப்பகுதியில் தங்கியிருந்த வீரப்பனுடன் கோவிந்தன், சந்திர கவுடா, சேதுமணி என மூவர் மட்டுமே இருந்தனர். அந்த நேரத்தில் தனக்கு இன்னும் நான்கு ஆள்கள் தேவை என்று சொல்லி, செங்கப்பாடியில் இருக்கும் தன்னுடைய பழைய கூட்டாளிகள் சிலரை மீண்டும் தன்னுடன் சேர்க்கும் முயற்சியில் ஈடுபட்டார். குறிப்பாக, கோவிந்தபாடியான் சின்னராசு, காமராஜ்பேட்டை கோவிந்தன் போன்றவர்களைத் தன்னுடைய கூட்டத்திற்கு மீண்டும் கொண்டுவர முயற்சித்தார். பத்து ஆண்டுகள் சிறையிலிருந்து தங்கள் மீதிருந்த வழக்குகளை முடித்துக்கொண்டு வெளியே வந்து, திருமணம் செய்து குடும்பத்துடன் வெளியூர்களில் வாழ்ந்த இருவருமே மீண்டும் வீரப்பனுடன் சேர விரும்பவில்லை.

இதையடுத்து, உள்ளூரிலிருந்த சில புதிய இளைஞர்களைச் சேர்க்க முயன்றார். துரைப்பாண்டியன் முயற்சியால், பாண்டிக்கண்ணன், செந்தில் இருவருடனும் நெருக்கமாக இருந்த உள்ளூர் இளைஞர்கள், மீண்டும் வீரப்பன் பக்கம் போக மறுத்து விட்டனர். இதிலும் வீரப்பனுக்குத் தோல்வியே கிடைத்தது.

இந்த நிலையில், அரியலூர், பெரம்பலூர் மாவட்ட முந்திரிக் காடுகளில் மறைந்து வாழ்ந்து கொண்டிருந்த சில புரட்சிகர இயக்க ஆள்களுடன் தொடர்புகொண்டு, அவர்கள் மூலம் ஆள்களைச் சேர்க்கும் வேலையில் வீரப்பன் இறங்கினார். இதற்காக, அந்தப்பகுதியில் செல்வாக்குள்ளவராக இருந்த புலவர் கலியபெருமாளைச் சந்திக்க வீரப்பன் தன்னுடைய ஆள் ஒருவரை அனுப்ப ஏற்பாடு செய்தார்.

புலவர் கலியபெருமாளைச் சந்திக்க ஆள் அனுப்புவதற்கு வீரப்பன் முயற்சி செய்து வந்த நேரத்திலேயே செங்கப்பாடி செங்கல் சூளையில் வேலையிலிருந்த செந்திலும், பாண்டிக்கண்ணனும் சேர்ந்து மாதையனைக் கொண்டுவந்து

துரைப்பாண்டியனிடம் விட்டு விட்டனர். ஏற்கனவே துரைப்பாண்டியனுடன் தொடர்பில் இருந்த கோரப்பள்ளம் தேவராஜுக்கும், துரைப்பாண்டியனின் கண்காணிப்பிற்குள் கொண்டு வரப்பட்ட மாத்துப்பரி மாதையனுக்கும் உள்ள உறவு பற்றிக் கூறவேண்டும்.

சேலம் மாவட்டம், கோவிந்தபாடி அருகிலுள்ள கோரப்பள்ளத்தில் இருக்கும் தேவராஜின் பெரியப்பா மகள் சின்னப்பொண்ணு என்பவரைச் செங்கப்பாடியில் இருக்கும் மாத்துப்பரி மாதையனின் தம்பி ஐயந்துரை என்பவருக்குத் திருமணம் செய்து கொடுத்துள்ளனர். மாதையனுக்கும் தேவராஜுக்கும் மாமன், மச்சினன் உறவு. துரைப்பாண்டியனிடம் சிக்கிய மாதையன், தேவராஜ் இருவருமே நெடிய மூளைச் சலவைக்குப் பின்னர், அதிரடிப்படையின் கையாளாக மாறினார்.

"அமைதியான வழியில், வீரப்பனைத் தமிழக அரசிடம் சரணடைய வைக்கும் முயற்சியாகவே உங்களை நாங்கள் இந்த உளவு வேலைக்குப் பயன்படுத்துகிறோம். எந்த நேரத்திலும், நாங்கள் துப்பாக்கியை எடுத்துக் கொண்டு வீரப்பனைப் பிடிக்க வரமாட்டோம். அவருடைய உயிருக்கு எந்த விதமான பாதிப்பையும் நாங்கள் ஏற்படுத்த மாட்டோம். ஆனால், எக்காரணம் கொண்டும் வீரப்பன் கர்நாடக போலீசாரிடம் சிக்கி விடக்கூடாது. அதை நீங்கள் கவனமாகப் பார்த்துக் கொள்ளுங்கள்.

வீரப்பன் தமிழ்நாடு போலீசாரிடம் சரணடையலாம் என்ற மனநிலைக்குக் கொண்டுவர எங்கள் உயர்அதிகாரிகள் சில வேலைகளைச் செய்துகொண்டு இருக்கின்றனர். சரியான நேரம் வரும்போது வீரப்பன் எங்களிடம் சரணடைவார். அதுவரை நாம் வீரப்பனைப் பத்திரமாகப் பார்த்துக் கொள்ளவேண்டும் என்பதுதான் நமக்குள் இருக்கும் ஒப்பந்தம்" என்று அவர்களிடம் துரைப்பாண்டியன் சொல்கிறார்.

ஏற்கனவே பல விவகாரங்களில் சொன்னபடி நடந்து, அப்பகுதி மக்களின் நன்மதிப்பைப் பெற்றிருந்த துரைப்பாண்டியனிடம் தேவராஜும், மாதையனும் நம்பிக்கை வைத்தனர். இதனடிப்படையில், வீரப்பன்

தங்களைச் சந்திப்பது, பேசுவது, போவது, வருவது எல்லாமே துரைப்பாண்டியனுக்குத் தெரியவேண்டும். ஆனால், போலீசார் மேற்கொண்டுள்ள எந்த வேலையும் வீரப்பனுக்குத் தெரியக்கூடாது. போலீசாரால் வீரப்பனுக்கோ அல்லது மாதையன் வகையறாவைச் சேர்ந்த யாருக்கும் எந்த தீங்கும் ஏற்படாது என்று இரு தரப்புக்கும் இடையே ஒப்பந்தம் போடப்பட்டது.

செங்கப்பாடிக்கு தெற்கில் உள்ள காடுகளில் தங்கியிருந்த வீரப்பனுக்கு மாதையன் வீட்டிலிருந்து சாப்பாடு, உணவுப்பொருள்கள் கொண்டுபோய் கொடுக்கப்பட்டன. மாத்துப்பரி மாதையனின் குடும்பத்தார் வீரப்பனுக்குச் சாப்பாடு கொண்டுபோய் கொடுத்து வந்தது செங்கப்பாடியில் உள்ள எல்லோருக்குமே தெரிந்த ஒன்று.

அதிலும் குறிப்பாக மாதையனின் அக்கா மகனான மயில்சாமி என்பவர் தன்னுடைய பழைய *TVS-50* மொபெட்டில் சாப்பாடு எடுத்துப் போவதை வழக்கமாக வைத்திருந்தார். (இந்த மயில்சாமிதான் தும்கல் காட்டிலுள்ள தங்கான் என்பவரின் மகள் ருக்மணியைத் திருமணம் செய்தவர்). துரைப்பாண்டியனின் ஏற்பாட்டில், அந்த மொபெட்டின் சைலென்சர் கழற்றப்பட்டு, சத்தம் அதிகமாக வரும் வகையில் அந்த வண்டியை மயில்சாமி கிட்டத்தட்ட ஆறுமாதம் இந்தக் காடுகளில் ஓட்டியுள்ளார்.

மாதேஸ்வரன் மலையை ஒட்டிய பல காட்டுப்பகுதிகளிலும், கட்டிட வேலை செய்து வந்த தேவராஜ், தன்னிடம் வேலை செய்யும் ஆள்களுக்குத் தேவையான உணவுப் பொருள்கள் வாங்கிக்கொண்டு போவது போலவே வீரப்பனுக்குத் தேவையான பொருள்களையும் வாங்கிக் கொண்டுபோய் சப்ளை செய்துள்ளார்.

இதைக் கொஞ்சம் கொஞ்சமாக மோப்பம் பிடித்த கர்நாடக அதிரடிப்படையின் உளவுப்பிரிவுக் காவலர் நாகராஜ், வீரப்பன்-மாத்துப்பரி மாதையன், அவருடைய தம்பி ஐயந்துரையின் நடவடிக்கைகள் குறித்து கர்நாடக அதிரடிப்படை எஸ்.பி. மதுக்கூர் செட்டியிடம் சொல்கிறார். மாதையனையும், ஐயந்துரையையும் தூக்கக் கர்நாடக

அதிரடிப்படையினர் செங்கப்பாடிக்கு கிளம்பிய நேரத்தில், இதைத் தெரிந்துகொண்ட உளவுப்பிரிவுக் காவலர் செந்தில், எஸ்.ஐ.துரைப்பாண்டியனுக்குச் இந்தச் செய்தியைத் தெரிவித்தார்.

மாத்துப்பரி மாதையன், ஐயந்துரை மீது கர்நாடக அதிரடிப்படையினர் கை வைத்து விட்டால் இந்தத் திட்டம் இத்தோடு முடிந்துவிடும் எனப் பயந்த துரைப்பாண்டியன், எஸ்.பி.சண்முகவேல் மூலமாக இந்தச் செய்தியை (மைக் *Lion*) விஜயகுமாருக்குச் சொல்கிறார். அவரது துரிதமான நடவடிக்கையால், மாதையன், ஐயந்துரையைக் கைது செய்ய வேண்டாம் என்று சொல்லாமல், செங்கப்பாடி, கோவிந்தபாடி பகுதியில் கர்நாடக அதிரடிப்படையின் தரப்பில் மேற்கொண்டுவரும் அனைத்து நடவடிக்கைகளையும் கைவிடுமாறு (மைக் *Tiger*) ஜோதிபிரகாஷ் மிர்ஜிக்குச் சொல்லப்பட்டது.

இதைத் தொடர்ந்து, கர்நாடக தரப்பில் நடந்து வந்த அனைத்து நடவடிக்கைகளும் நிறுத்தப்பட்டன. இது மட்டும் நடந்திருந்தால், வீரப்பனைத் தமிழக போலீசார் இன்னும்கூடப் பிடித்திருக்க முடியாது.

இந்த நேரத்தில்தான் பெண்ணாகரம் காட்டில் தொடர்பாளராக இருந்த பழங்குடி இளைஞரைக் கழற்றிவிட்டு வேறு ஆளைக் கொண்டுவர *M-1* மூலம் துரைப்பாண்டியன் முயற்சி செய்தார். வீரப்பனும் அதை ஏற்றுக்கொண்டு வேறு ஒருவரைத் தொடர்பாளராகக் கொண்டுவர ஏற்பாடு செய்தார். செங்கப்பாடி பகுதியில் வீரப்பனுக்குத் தேவையான எல்லா உதவியையும் செய்து கொடுத்துக் கொண்டிருக்கும் மாத்துப்பரி மாதையனின் தம்பி ஐயந்துரை என்பவரை, புதிய தொடர்பாளராகக் கொண்டுவர வீரப்பன் முடிவு செய்தார். அவர் மூலமே அடுத்த தகவல் *M-1* க்கு வந்தது.

இதன் மூலம், வீரப்பனின் முதல் தொடர்பாளர், இரண்டாம் தொடர்பாளர் என இருவருமே துரைப்பாண்டியனின் நேரடிக் கட்டுப்பாட்டில் உள்ளவர்களாக அமைந்தனர்.

இந்த நேரத்தில் கர்நாடக மாநிலம், செங்கப்பாடிக்கு தெற்கில் இருக்கும் பொரசல்நத்தம் காட்டுப்பகுதியில் வீரப்பன் தங்கியிருந்தார். வெளியிலுள்ள ஆதரவாளர்கள் யாரையாவது சந்திக்க வேண்டும் என்றால், அதை மாத்துப்பரி மாதையன் அல்லது அவரது தம்பி ஐயந்துரையிடம் சொல்லி விடுவார்.

அந்தச் செய்தி அங்கிருந்து கோவிந்தபாடியில் இருக்கும் அவர்களின் மைத்துனர் தேவராஜுக்கு வந்து விடும். தேவராஜ் மூலம் வீரப்பன் சந்திக்க விரும்பும் ஆளுக்கு அந்தச் செய்தி போய்ச்சேரும். வீரப்பன் வரச்சொல்லியிருக்கும் குறிப்பிட்ட அந்த நாளில் தன்னுடைய வீட்டிலிருந்து மாலை மூன்று மணிக்குக் கிளம்பும் தேவராஜ் பேருந்து மூலமாகவே கொளத்தூர், மேட்டூர் தருமபுரி வழியாக மாலை ஆறு மணிக்கு நல்லாம்பட்டிக்குச் சென்று விடுவார். இருட்டும்வரை நல்லாம்பட்டி பேருந்து நிறுத்தத்தில் காத்திருப்பார். சந்திக்க வேண்டியவர்களை சந்தித்து, அவர்களை கூட்டிக்கொண்டு பேருந்து மூலம் பெண்ணாகரம் வந்து சேர்வார்.

அதேநேரம், மாலை ஐந்து மணிக்கு செங்கப்பாடியில் இருந்து மோட்டார் சைக்கிளில் கிளம்பும் ஐயந்துரை, காவிரி ஆற்று ஓரமாகவே மாறுகொட்டாய்க்கு வந்து, அங்கிருந்து பரிசல் மூலம் காவிரி ஆற்றைக் கடந்து ஒகேனக்கல் வருவார். மீண்டும் அங்கிருந்து பேருந்து மூலம் பெண்ணாகரம் வந்து சேருவார்.

இந்த வழியிலும் தினமும் ஏராளமான சுற்றுலாப் பயணிகள் வந்து போவதால் ஐயந்துரை மீது யாருக்கும் சந்தேகம் வராது. அப்படியே யாரவது கேட்டாலும், தும்கல்லில் உள்ள மயில்சாமி மாமனார் வீட்டுக்கு ஒரு வேலையாகப் போகிறேன் எற்று சொல்லி விடுவார். கோரப்பள்ளம் தேவராஜும், ஐயந்துரையும் இரவு ஏழு அல்லது ஏழரை மணிவாக்கில் பெண்ணாகரம் பேருந்து நிலையத்தில் சந்தித்துக் கொள்வர். அங்கிருந்து தும்கல் காட்டுப்பகுதியில் உள்ள மயில்சாமியின் மாமனார் காட்டுக்கு இருவரும் சேர்ந்தே வீரப்பன் அழைத்து வரச்சொல்லும் ஆளையும் அழைத்துக் கொண்டு போவர்.

மயில்சாமியின் மாமனார் தங்கானின் வீட்டில் வீரப்பனைச்

சந்திக்க வந்துள்ள ஆளை விட்டுவிட்டு, அங்கிருந்து குடைச் சீத்தா மரங்கள் நிறைந்துள்ள அந்தக் காட்டுப்பகுதியில் வீரப்பன் அடையாளம் சொல்லியுள்ள இடத்திற்குப் போகும் ஐயந்துரை, அங்கே நின்று கொண்டு மெதுவாகச் சீக்கியடிப்பார். ஐயந்துரையின் சீக்கிச் சத்தம் கேட்டதும், பதிலுக்கு வீரப்பன் தரப்பிலிருந்து சீக்கிச் சத்தம் வரும். கையில் வைத்திருக்கும் டார்ச் லைட் மூலம் இருதரப்பும் சிக்னல் கொடுத்து, ஒருவருடைய கருத்தை இன்னொருவர் தெரிந்து கொள்வர்.

இரு தரப்பிலும் பிரச்சனையில்லை என்பது உறுதியானால், வீரப்பன் ஐயந்துரையைச் சந்திப்பார். பின்னர் அங்கிருந்து தங்கானின் வீட்டுக்கு வரும் வீரப்பன் குழுவினருக்கு அந்த வீட்டிலேயே இரவுச் சாப்பாடு தயாராக இருக்கும். சாப்பிட்டு முடித்தபின் சந்தித்துப் பேசவேண்டிய ஆளை மட்டும் பக்கத்தில் இருக்கும் காட்டுக்குள் அழைத்துச் சென்று பேச வேண்டியதைப் பேசுவர். வீரப்பனுக்கு பிடித்தமான ஆப்பிள், திராட்சை, பேரீச்சை, பிஸ்கட், மளிகைப் பொருள்கள் எல்லாம் தங்கானின் முதல் மகன் முருகேசன் வாங்கிக்கொண்டு வந்திருப்பார். அவற்றையெல்லாம் மூட்டைக் கட்டிக்கொள்ளும் வீரப்பன் குழுவினர் நள்ளிரவு நேரத்திலோ அல்லது விடியற்காலை நேரத்தில் அங்கிருந்து கிளம்பி விடுவர்.

அன்று பகல் பொழுதில் காவிரி ஆற்றுக்குக் கிழக்கில் உள்ள சின்னாறு அல்லது சிகரல்ஹள்ளி காட்டுப் பகுதியிலேயே தங்கியிருப்பர். மறுநாள் மாலை இருட்டிய பிறகு காவிரியைக் கடந்து, செங்கப்பாடியை ஒட்டியுள்ள கர்நாடகா மாநில வனப்பகுதிக்குச் சென்று விடுவர். முதல்நாள் இரவு, கர்நாடக மாநிலக் காட்டிலிருந்து வீரப்பன் குழுவினர் கிளம்பி காவிரி ஆற்றைக் கடந்து தமிழ்நாட்டுக் காடுகளுக்குப் போவது, தும்கல் காட்டுக்குச் சென்று வெளி ஆள்களைச் சந்தித்து விட்டுத் திரும்பவும் காவிரியைக் கடந்து கர்நாடகக் காடுகளுக்குப் போவது வரையிலான நடவடிக்கைகளைக் காவலர் செந்தில் கண்காணித்து வந்துள்ளார்.

2004 மார்ச் மாதவாக்கில் செங்கப்பாடியின் தெற்கிலிருந்த பஞ்சமலைப் பகுதியில் வீரப்பன் முகாமிட்டுத்

செங்கப்பாடி
ஊர்ப்பிரமுகர்கள் பூபாலன், சக்திவேல், முருகேசன்.

தங்கியிருந்தார். வீரப்பன் எங்கே போகிறார், என்ன செய்கிறார், எப்போது திரும்பி வருகிறார் என்பது உள்ளிட்ட அவருடைய நடவடிக்கைகள் முழுவதும் துரைப்பாண்டியன், அவருடைய காவலர்கள் பாண்டிக்கண்ணன், செந்தில் மூவருக்கும் தெரிந்தே நடந்துள்ளன. வீரப்பன் பஞ்சமலைப் பகுதியில் தங்கியிருப்பதைக் கர்நாடக அதிரடிப் படையினரும் கண்டுபிடித்து விட்டனர்.

அதனால், செங்கப்பாடிக்கும், பாலாற்றுக்கும் இடையில் ஐந்து இடங்களில் நிரந்தர முகாம்களை அமைத்தனர். செங்கப்பாடி-பாலாறு சாலைக்கு மேற்கில் தங்கியுள்ள வீரப்பன் தண்ணீர் வேண்டுமானால், சாலையைக் கடந்து கிழக்கில் உள்ள காவிரி யாற்றுக்கு வரவேண்டும். அதனால், சந்தேகப்படும் இடங்களில் எல்லாம் நூறு அடி தொலைவுக்கும் நான்கு பேர் என்ற அளவில் அதிரடிப் படை போலீசாரை நிறுத்தியும் கண்காணித்தனர். ஆனாலும், இந்தக் காவலையெல்லாம் மீறியே, வீரப்பன் ஆள்கள் காவிரி ஆற்றுக்கு வந்து தண்ணீர் எடுத்துக்கொண்டுதான் சென்றுள்ளனர்.

வீரப்பனின் அப்போதைய வெளியுலகத் தொடர்புகள் காவிரி

ஆற்றுக்கு கிழக்கில் உள்ளன என்பதைத் தெரிந்து கொண்ட கர்நாடகப் போலீசார் செங்கப்பாடி முதல் அடிப்பாலாறு வரையிலும் உள்ள காடுகளில் மாடு மேய்ப்போர், மீன் பிடிப்போர் பயன்படுத்தி வந்த முந்நூற்றுக்கும் அதிகமான பரிசல்களை லாரியில் ஏற்றி வந்து செங்கப்பாடிப் பள்ளிக்கூடத்தில் போட்டு விட்டனர்.

இதனால், ஆற்றின் இரு பக்கமும் இருந்த மாட்டுப்பட்டிகளில் இருந்து கறக்கப்படும் பசும்பால், அன்றாடம் சந்தைக்குக் கொண்டுபோகும் காய்கறி, ஆற்று மீன்கள் என அன்றாடம் கிடைக்கும் பொருள்களை வெளியில் கொண்டுபோக முடியாத நிலை ஏற்பட்டது. அன்றாடம் செங்கப்பாடியில் இருந்து அக்கரையில் உள்ள முழுவடைக் காட்டுக்கும், காட்டிலிருந்து வீட்டுக்கும் பரிசலில் போகும் மக்கள் ஆற்றைக் கடந்து போகமுடியாத நிலை வந்தது. சுமார் இரண்டு மாதங்கள் போன பின்னர், செங்கப்பாடி சக்திவேல், முருகேசன், பூபாலன் உள்ளிட்ட ஊர்க்கவுண்டர்கள் சாம்ராஜ்நகர் மாவட்ட காவல்துறைக் கண்காணிப்பாளராகவும், அதிரடிப்படை உளவுப்பிரிவு அதிகாரியாகவும் இருந்த மதுக்கூர் செட்டியைச் சந்தித்தனர்.

"நீங்க எடுத்துக்கிட்டு வந்திருக்கும் பரிசலில்தான் வீரப்பன் காவிரி ஆற்றைக் கடந்து போகவேண்டும். பரிசல் இல்லாமல் அவனால் போகமுடியாது என்ற நிலை இருந்திருந்தால், இந்நேரம் வீரப்பன் இந்த காட்டைவிட்டே போயிருப்பான் அல்லது போலீசாரிடம் சிக்கியிருப்பான். இரண்டுமே நடக்கவில்லை என்றால், வீரப்பன் பரிசல் இல்லாமலும் காவிரி ஆற்றைத் தாண்டிப் போய் விட்டு வருகிறான் என்பது தெரிகிறது. அப்படியிருக்க நீங்கள் பரிசலை எல்லாம் பிடித்து வைத்திருப்பதில் என்ன பயன்?..." என்று கேட்டுள்ளனர்.

இதே நேரத்தில், பரிசல் இல்லாமல் போய் ஒருவேளை வீரப்பன் வேறு காட்டுக்குச் சென்று விட்டால் என்ன செய்வது, இப்போதுள்ள தொடர்பு துண்டிக்கப்பட்டு விடுமே என்று பயந்த துரைப்பாண்டியனும், தமிழ்நாடு அதிரடிப்படை உயர் அதிகாரிகள் மூலம், பரிசல்களை விடச்சொல்லியும் கர்நாடக அதிரடிப்படையினருக்கு நெருக்குதல் கொடுத்துள்ளார். இந்த இருபக்க நெருக்குதலினால் இரண்டு

மாதப் போராட்டத்துக்குப் பின்னர் கர்நாடகக் காவல்துறை ஒரு வழியாக வீரப்பனின் பரிசல் போக்குவரத்துக்கு வசதியாக உள்ளூர் பொதுமக்களின் பரிசல்களைத் திருப்பிக் கொடுத்து விட்டனர்.

***

34

துரைப்பாண்டியை உளவு பார்த்த ஏ.டி.ஜி.பி.

சேலம் மாவட்டம், மல்லூர் காவல் நிலைய எல்லையில் கோழிப்பண்ணை உரிமையாளர் ஒருவரின் மகன் கடத்தப்பட்டார். அவரை விடுவிக்கப் பத்து இலட்சம் ரூபாய் பணம் கேட்டு பண்ணை உரிமையாளருக்கு மிரட்டல் விடுத்தனர். போலீஸ் விசாரணையில் பண்ணை உரிமையாளரின் தொழில் முறைக் கூட்டாளிகள் சிலரே அந்தச் சிறுவனைக் கடத்தியுள்ளது தெரியவந்தது.

சேலம் மாவட்டக் கண்காணிப்பாளர் பொன். மாணிக்கவேல் இந்தக் கடத்தல் கும்பலைப் பிடிக்கத் தனிப்படை ஒன்றை அமைத்தார். இதில் துரைப்பாண்டியனுக்கு முக்கியமான பொறுப்பு வழங்கப்பட்டது. கடத்தல் கும்பல் திருச்சி மாவட்டம், லாலா பேட்டை என்ற ஊருக்கு அருகில் உள்ள பண்ணை வீட்டில் பதுங்கி இருந்தனர். காவிரிக் கரையோரம் கிழிந்துபோன லுங்கி, பனியனுடன் வாழைப்பழம் விற்பவனாக நின்றார் துரைப்பாண்டியன். மாலை ஆறு மணிக்கு M-1 இடமிருந்து அழைப்பு வந்தது.

உடனே பொன்.மாணிக்கவேலைத் தொடர்பு கொண்ட துரைப்பாண்டியன், "சார்... அவசரமாக எஸ்.டி.எப். வேலைக்காகப் போகிறேன். நாளை காலை ஆறு மணிக்கெல்லாம் இந்த இடத்துக்கு வந்திடுவேன். இப்போ நான் விட்ட வேலையை, காலையிலிருந்து தொடருவேன் சார்..." என்று சொல்லிப் பொன் மாணிக்கவேலிடம் அனுமதி வாங்கிக்கொண்டு ஈரோட்டுக்குக் கிளம்பத் தயாரானார்.

M-1 வீரப்பனைச் சந்தித்தது, வீரப்பன் M-1 க்கு கொடுத்துள்ள வேலை, அந்த வேலையை முடித்துக்கொண்டு M-1 திரும்பவும் காட்டுக்குள் போகும் நாள், அவர்கள் சந்திக்கும் இடம் சந்திக்கும் இடம் குறித்த செய்தியை

நேரில் சொல்ல வேண்டும். அதற்காக நானும், M-1 இருவரும் உங்களைச் சந்திக்க வருகிறோம் என்று ஏ.டி.ஜி.பி. விஜயகுமாருக்குத் தகவல் சொல்கிறார். அவரது அனுமதி கிடைத்ததும் ஈரோட்டுக்குப் பேருந்து ஏறினார்.

ஈரோடு போகும் முன்பாகவே எஸ்.பி-1 (செந்தாமரைக்கண்ணன்) துரைப்பாண்டியன் லைனுக்கு வந்தார்.

"ஈரோடு ஜி.எச். பஸ் ஸ்டாப்பிலே இறங்கிக்கோ... எதிர்ப்பக்கம் ஆம்புலன்ஸ் வண்டிகள் வரிசையாக நிற்கும். அதில் கடைசியா நம்ம வண்டியும் இருக்கும். அந்த வண்டியில் ஏறிக்கிட்டு 'ஹனி ஹோம்'க்கு வா..." என்றார்.

"நன்றி சார்... நான் பவானி போய்விட்டு அங்கிருந்து M-1-ஐ கூட்டிக்கிட்டு பைக்கிலேயே வந்திடுவேன் சார். அதுதான் எங்களுக்கு சேப்டி சார்..." என்று துரைப்பாண்டியன் சொன்னார்.

"சாரி... துரை. இது ADG ஆடர்.." என்று எஸ்.பி-யிடமிருந்து பதில் வந்தது.

வேறு வழியில்லை, ஈரோடு அரசு மருத்துவமனை முன்பாக பேருந்தை விட்டு துரைப்பாண்டியன் இறங்கினார். அங்கிருந்த அதிரடிப்படையின் டெம்போ டிராவலர் வேனில் ஏறினார். வண்டியை ஏ.டி.ஜி.பி. விஜயகுமாரின் கார் ஓட்டுநர் சரவணன் ஓட்டிக் கொண்டு வந்திருந்தார்.

"நான் வண்டியை எடுத்துக்கிட்டு போகிறேன். நீ வேற வண்டியைப் புடிச்சு கேம்புக்கு வந்திரு சரவணா..." என்று சொல்லிக் கொண்டே ஓட்டுநர் இருக்கைக்குப் போனார், வண்டியை எடுத்தார்.

"எஸ்.பி-1, சார் என்னையும் உங்களோடு வரச்சொன்னார்..." என்றார் சரவணன்.

"ADG சார் என்னை மட்டும்தான் வரச்சொன்னார்..." என்று சொன்ன துரைப்பாண்டியன், இந்த வண்டிக்குக் கியர் சிஸ்டம் எப்படி உள்ளது என்பதை கை சைகையின் மூலம் சரவணனிடம் கேட்டார். சரவணன் சொன்ன கை அசைவுகளை வைத்து முதல் கியரை போட்டு வண்டியைக் கிளப்பினார்.

விஜயகுமாரின்
டிரைவர் சரவணன்

துரைப்பாண்டியனுக்கு ஜீப் மட்டுமே ஓட்டத் தெரியும், மற்ற வண்டிகளை ஓட்டிப் பழக்கமில்லை. அதனால், ஒவ்வொரு முறை ஏ.டி.ஜி.பி. விஜயகுமாரைச் சந்திக்க போகும்போதும் புதுப்புது வண்டியைக் கொடுத்து அனுப்பினார்.

துரைப்பாண்டியனால் அந்த வண்டியை ஓட்டமுடியாத நிலை ஏற்படவேண்டும். அப்போது சரவணனையே வண்டி ஓட்டச் சொல்லுவார். வண்டியை ஓட்டிக்கொண்டு போகும் சரவணன் எந்த இடத்தில், M-1 வண்டியில் ஏற்றுகிறார். அவரும், துரைப்பாண்டியனும் என்ன பேசுகின்றனர். திரும்பவும் M-1ஐ எங்கே கொண்டுபோய் இறக்கி விடுகிறார் என்பதைக் கண்காணிக்க வேண்டும். இதன் மூலம், M-1 யார் என்பதைத் தன்னுடைய சோர்ஸ் மூலம் அறிந்துகொள்ள ஏ.டி.ஜி.பி. விஜயகுமார் திட்டம் போட்டார்.

ஒவ்வொரு கட்டத்திலும் எப்படியாவது ஒரு வகையில், இந்தச் சிக்கலில் இருந்து துரைப்பாண்டியன் தப்பித்து வந்தார். தன்னுடன் இருக்கும் M-1 யார் என்பதை கடைசிவரை வேறு யாருக்குமே அடையாளம் காட்டாமல் காப்பாற்றி வந்தார்.

விஜயகுமாரின் டிரைவர் சரவணனை அங்கேயே விட்டு விட்டு வண்டியைக் கிளப்பிக்கொண்டு பவானி போனார். போகும்போதே ஈரோடு பேருந்து நிலையத்திலிருந்த ஓர் ஆட்டோ மொபைல் ஷோரூமில் ஒரு ஹெல்மெட் வாங்கினார். பவானிக்குப் போகும்போது இரவு ஒன்பது மணியானது. பவானியில் இருந்து ஆப்பக்கூடல் போகும் வழியில் ஆள் நடமாட்டம் இல்லாத இடத்தில் M-1 காத்திருந்தார். அவரை வண்டியில் ஏற்றிக்கொண்டு ஆப்பக்கூடல் நோக்கிச் சென்றார். "ஹனி ஹோம்" என்ற குறியீடு ஆப்பக்கூடலில் உள்ள சக்தி சுகர் நிறுவனத்தின் ஆய்வு மாளிகையைக் குறிப்பதாகும்.

இதற்கு முன்பாகவே, துரைபாண்டியன், டிரைவர் சரவணனைக் கழற்றி விட்டுப் போகும் செய்தி விஜயகுமாருக்குத் தெரிகிறது. அதனால், துரைப்பாண்டியன் போகும் வழியிலேயே எஸ்.பி-1 (செந்தாமரைக் கண்ணன்) லைனில் வந்தார். "துரைப்பாண்டியன் நீ நேரா ஹெட் குவாட்டர்சுக்கே வந்திரு..." என்று சொன்னார்.

இதுவரையில் வீரப்பனுடன் நேரடித் தொடர்பிலிருக்கும் *M-1* என்ற அந்த நபரை பாண்டிக்கண்ணன், துரைப்பாண்டியன் இருவருக்கு மட்டுமே தெரியும். *M-1* யார் என்பதைத் தன்னுடைய விசுவாசிகளுக்கு அடையாளம் காட்டவேண்டும். அவர்கள் மூலம் *M-1* ஐக் கண்காணித்து அவருடைய தொடர்புகளைத் தெரிந்து கொள்ளவேண்டும். அதற்கடுத்து துரைப்பாண்டியனுக்கே தெரியாமலே, ஊடறுத்துத் தாக்குதல் நடத்த விஜயகுமாரும், செந்தாமரைக்கண்ணனும் திட்டம் போட்டனர். இது துரைப்பாண்டியனுக்குப் போகப் போகத்தான் புரிந்தது.

அத்தாணி பக்கம் போகும்போதே லேசாக மழைத்தூறல் விழுந்தது. தூக்கநாயக்கன்பாளையம் வழியாகப் போவது சரியாக இருக்காது என துரைப்பாண்டியன் நினைத்தார். அதனால், கவுந்தப்பாடி வழியாக வண்டியைத் திருப்பினார். கவுந்தப்பாடி தாண்டி கோபி போகும் வழியில் சாலையில் இலேசான வளைவு வந்தது. அந்த இடத்தில் வாழை மரத்தின் மட்டைகள் சிதறிக்கிடந்தன. அதன்மேலே ஏறிய டெம்போ டிராவலர் வண்டியின் நான்கு டயர்களும் கிரிப் இல்லாமல் வழுக்கிக்கொண்டு போனது. தார் ரோட்டிலிருந்து வண்டி மண் ரோட்டுக்குப் போன பின்னரே நின்றது. காவல்துறையில் பணியாற்றுவது என்பதே சவாலான வேலை. அதிலும், இரகசியங்களை வெளியே விடாமல் பணியாற்றுவது என்பது உயிரைப் பணயம் வைத்துப் போராட வேண்டியுள்ளது என்பதைத் துரைப்பாண்டியன் உணர்ந்தார்.

இந்தத் திட்டத்தின் முதல்படியாக *A.D.G.P.* விஜயகுமாரின் வண்டி ஓட்டுநர் சரவணனைத் தன்னுடன் வண்டியில் அனுப்பி *M-1* யார் என்பதைத் தெரிந்துகொள்ள முயற்சி செய்துள்ளனர். ஆனால், துரைப்பாண்டியன் சரவணனை

ஈரோட்டிலேயே விட்டுவிட்டு வந்து விட்டார். வெளியாள்கள் யாருக்கும் தெரியாத வகையில் இரகசியமாக ஆப்பக்கூடல் சக்தி சுகர்ஸ் ஆய்வு மாளிகையில் நடக்க வேண்டிய சந்திப்பை இப்போது சத்தியமங்கலத்துக்கு மாற்றியுள்ளார். இதன் மூலம், அதிரடிப்படையின் தலைமை அலுவலகத்தில் உள்ள தன்னுடைய விசுவாசிகளுக்கு *M-1* யார் என்பதை அடையாளம் காட்டவேண்டும் என விஜயகுமார் திட்டம் போட்டுள்ளார்.

இதை முன்கூட்டியே உணர்ந்த துரைப்பாண்டியன், ஏற்கனவே ஈரோட்டில் வாங்கிக்கொண்டு வந்திருந்த ஹெல்மெட்டை *M-1* தலையில் போட்டுவிட்டார். சத்தியமங்கலத்தில் இருக்கும் எஸ்.டி.எப். ஹெட் குவாட்டர்சுக்குள் *M-1* ஐக் கூட்டிக்கொண்டு போனார். ஏ.டி.ஜி.பி.விஜயகுமார் எதிர்பார்த்தது போல இந்த முறையும் *M-1* என்பவர் யார் என்பதை செந்தாமரைக்கண்ணன் உள்ளிட்ட உயர் அதிகாரிகள்கூட அடையாளம் கண்டுபிடிக்க முடியவில்லை.

அடுத்தமுறை பெண்ணாகரம் அருகில் உள்ள தும்கல் காட்டில் *M-1* வீரப்பனைச் சந்திக்கச் செல்லும் இடத்தை நாம் முன் கூட்டியே பார்க்க வேண்டும் என்று ஏ.டி.ஜி.பி.விஜயகுமார் சொல்கிறார்.

"சார் நீங்க தப்பா நினைக்கக் கூடாது. உங்களுக்கும், எனக்கும் தெரிந்திருக்கும் வரைக்கும்தான் ஒன்றை இரகசியம் என்று சொல்லமுடியும். மூன்றாவதாக இன்னொருவருக்கும் அது தெரிந்தால் அது இரகசியமாக இருக்காது. நம்ம டீமில் இருக்கும் எல்லோருமே புத்திசாலிகள்தான். ஆனால், வீரப்பன் நம்மைவிடவும் புத்திசாலி. வீரப்பன் வந்துபோகும் இடமென்று தெரிஞ்சா நம்ம ஆளுங்க நிச்சயமா சும்மா இருக்கமாட்டாங்க. எதாவது ஒரு ஆபரேஷனுக்கு திட்டம் போடுவாங்க. அந்த இடத்துக்கு ஐ.எஸ். விங் ஆளுங்க போவாங்க. ஆபரேஷன் டீம் ஆளுங்க போவாங்க. அந்த இடத்தை நோட்டமிடுவாங்க. அங்கிருக்கும் ஆளுங்க எல்லோரையும் கண்காணிப்பாங்க. இதையெல்லாம் அங்கிருக்கும் உள்ளூர் மக்களுக்கும் தெரியும். அடுத்தநாளே இந்தச் செய்தி வீரப்பன் கவனத்துக்குப் போயிரும். வீரப்பன்

அந்தப் பக்கமே வரமாட்டான். அதனாலேதான் 15 வருசமா அவனைப் பிடிக்க முடியல.

இந்த ஆபரேஷன் முடிகிற வரைக்கும் என்னோடு இருக்கும் M-1-ஐயும், வீரப்பனுக்கும், M-1-க்கும் சந்திப்பு நடக்கும் இடத்தையும் நான் வேற யாருக்கும் காட்டமாட்டேன்" என்று தீர்க்கமாகக் கூறிவிட்டார். ஆனால் விஜயகுமார் விடவில்லை.

இந்த ஆபரேஷனை எப்படியெல்லாம் கொண்டு போகலாம், எங்கெங்கெல்லாம் சிக்கல்வரும், எந்த இடத்திலெல்லாம் யார் யாரைத் துணைக்கு வைத்துக் கொள்ளவேண்டும், காட்டை ஒட்டிய எல்லைப்பகுதியில் தான் மேற்கொண்ட நடவடிக்கைகள் என கிட்டத்தட்ட இரண்டு மணி நேரம் துரைப்பாண்டியனுடன் பேசினார்.

"இந்த ஆபரேஷனைப் பொறுத்த வரையில், பீல்டில் நின்று வேலை செய்யும் கான்ஸ்டபிள் இல்லையின்னா எஸ்.ஐ. இந்த இரண்டுபேர் மட்டும்தான் ஜெயிப்பாங்க. இவர்களைத் தவிர எவ்வளவு பெரிய அதிகாரியாக இருந்தாலும் அவர்களாலே ஜெயிக்க முடியாது சார். ஏன்னா வீரப்பன், அவனுடைய நடவடிக்கைகள், இங்கிருக்கும் காடு, அதில் வாழும் மக்கள் இதைப் பற்றிய டோபோகிராபி (சொல்விளக்கம்:- Topography- இடக்கிடப்பியல். சொல்லாய்வு அறிஞர் ப.அருளி) கீழே பீல்டில் நின்று வேலை செய்கின்ற எங்களை மாதிரியான ஆள்களுக்குத்தான் தெரியும். கெஸ்ட் ஹவுஸில் உட்கார்ந்திருக்கும் உங்களை மாதிரியான அதிகாரிகளுக்குத் தெரியாது" என்று துரைப்பாண்டியன் அழுத்தம் திருத்தமாகச் சொன்னார்.

ஆனாலும், விஜயகுமாரின் பிடிவாதம் தளரவில்லை. தும்கல் காட்டில் வீரப்பன், M-1 சந்திக்கும் இடத்தை உன்னைத் தவிர வேறு யாராவது ஒருவருக்குக் காட்டு என்று ஒற்றைக்காலில் நின்றார்.

இந்த இடத்திலேயே ஆபரேஷன் வெற்றிபெறும் என்ற நம்பிக்கை துரைப்பாண்டியனின் மனதில் கொஞ்சம் கொஞ்சமாகக் குறைந்தது. துரைப்பாண்டியனுக்குத் தெரியாமலே ஆபரேஷனை நடத்த விஜயகுமார் முயற்சி செய்கிறார் என்பதும் கண்கூடாகத் தெரிந்தது.

"சரி சார், எஸ்.பி-1, எஸ்.பி-2, சண்முகவேல் இரண்டு பேரையும் என்னோடு அனுப்புங்க. அந்த லொக்கேஷனை போய்ப் பார்த்துட்டு வருகிறோம்..." என்றார் துரைப்பாண்டியன்.

இந்த இடத்திலெல்லாம், மூத்த ஐ.பி.எஸ் அதிகாரியான விஜயகுமாரையே இயக்கியவர் என்ற பெருமை செந்தாமரைக் கண்ணனையே சேரும். சொல்லப்போனால், இந்த நடவடிக்கை முடியும் வரையிலும் விஜயகுமாரே, செந்தாமரைக்கண்ணன் சொல்படிதான் நடந்துள்ளார்.

அதிரடிப்படைக் காவலர் குமரேசன்

"மறுநாள் இரவு எட்டு மணிக்கு மேச்சேரி காவல் நிலையத்துக்குப் பக்கமாக செந்தாமரைக்கண்ணன், சண்முகவேல் இருவரையும் ஒரு வேனில் வந்து நிற்கச் சொன்னார். அந்த இடத்துக்குப் போன பின்னர், ஓட்டுநர் சீட்டிலிருந்த ஓட்டுநர் சரவணனை இறங்கச் சொன்னார். தான் கொண்டு வந்திருந்த மோட்டார் சைக்கிளை சரவணனிடம் கொடுத்தார்.

"நீ மேட்டூர் கேம்புக்கு போ சரவணா..." என்று சொல்லிவிட்டு வேனின் பின்பக்கம் திரும்பிப் பார்த்தார். எஸ்.பி-1, எஸ்.பி-2, என இருவர் மட்டுமே அந்த வண்டியிலிருந்தனர்.

வண்டியை எடுத்துக்கொண்டு தருமபுரி போகும் வழியில் சென்றார். மீண்டும் வழியை மாற்றி தொப்பையாறு போகும் சாலைக்கு வந்தார். அங்கிருந்து பெண்ணாகரம் சென்ற பின்னர் தும்கல் காட்டில் கொண்டுபோய் வண்டியை நிறுத்தினார். கீழே இறங்கும் போது எஸ்.பி-1, எஸ்.பி-2, இருவருக்கும் பின்னால் குமரேசன் என்ற காவலரும் இறங்கினார்.

இந்தக் குமரேசன் மூலமாகத்தான் M-1 தும்கல் காட்டுக்குப் போவது, அங்கே யாரைச் சந்திக்கிறார், சந்திப்பு எந்த இடத்தில் நடக்கிறது, அந்த இடத்தில் எப்படி வீரப்பனை மடக்கித் தாக்குவது என்ற திட்டங்களை செந்தாமரைக்கண்ணன் முன்னெடுத்தனர். நேரத்துக்குத் தக்கபடி துரைப்பாண்டியனுக்குத் தெரியாமலே வீரப்பன் ஆபரேஷனை நடத்தி முடிக்கவும் விஜயகுமாரும், செந்தாமரைக்கண்ணனும் முடிவு செய்தனர்.

இந்த இடத்திலிருந்து துரைப்பாண்டியனை உளவு பார்த்த சாதனைக்காகவே ஆபரேஷன் கக்கூனில் குமரேசனுக்கு ஒரு கட்டப் பதவி உயர்வும் வழங்கப்பட்டுள்ளது!

***

35

தோல்வியில் முடித்த விஜயகுமாரின் முயற்சி

எஸ்.பி. செந்தாமரைக்கண்ணன்

வீரப்பன் ஒரு பக்கம் நக்சல் அமைப்பினருடன் தொடர்பு ஏற்படுத்தி தன்னுடைய பலத்தைப் பெருக்க முயன்றார். அதற்காகத் தனது வெளியுலகத் தொடர்பாளராக உள்ள M-1 மூலமாக பல்வேறு வேலைகளைச் செய்து வந்தார். நக்சல் அமைப்பினருடன் சேர்ந்து விட்டால் வீரப்பனுக்குப் பலம் கூடிவிடும். அதற்கு முன்பாகவே ஆபரேஷனை முடிக்க வேண்டும் என்று விஜயகுமாரும், செந்தாமரைக்கண்ணனும் அவசரப்பட்டனர்.

துரைப்பாண்டியன் இதற்கு எதிர்ப்பு தெரிவித்தார். "இப்போதைய சூழ்நிலையில் வீரப்பன் போகும் போக்கிலேயே விட்டு விடவேண்டும். அவருக்கு உதவி செய்து கொண்டிருக்கும் ஆள்களுக்கும்கூட நாம் வீரப்பனைப் பிடிக்கப் போகிறோம் என்பது தெரியக்கூடாது. அப்படித் தெரிந்தால், உள்ளுக்குள் ஏற்படும் பயத்தில் அவர்கள் ஊரை விட்டே ஓடிவிடுவர் அல்லது அவர்களுக்குப் பயத்தினால் ஏற்படும் தடுமாற்றங்களைக் கொண்டே வீரப்பன், போலீஸ் இவர்களைப் பின் தொடர்கின்றனர் என்பதைக் கண்டுபிடித்து விடுவார்.

பைனல் ஆபரேஷன் என்பது எந்த இடம், எந்த நாள் என்று நாம் திட்டமிட முடியாது. திட்டமிடவும் கூடாது. இதுவரை போலீசார் போட்ட திட்டங்கள்

அனைத்தையுமே வீரப்பன் முறியடித்துள்ளார். காரணம் அவருடைய தொடர்பாளர்களிடம் ஏற்படும் மாற்றத்தைக் கொண்டே போலீசாரின் நடவடிக்கைகளை வீரப்பன் தெரிந்து கொள்கிறார். நமக்கு நெருங்கிய சோர்ஸ் ஆக உள்ள *M-1*-க்கு கூடத் தெரியாத வகையில், தெரியாத நேரத்தில் அதிரடியாகத் திட்டமிட்டுத் தாக்குதல் நடத்தவேண்டும் என்று துரைப்பாண்டியன் திட்டமிட்டார். வீரப்பனுக்குக் கொஞ்சமும் சந்தேகமே வராத வகையில் காய்களை நகர்த்திக் கொண்டிருந்தார்.

இந்த நேரத்தில், துரைப்பாண்டிக்குத் தெரியாமலே வீரப்பனின் கணக்கை முடிக்க, விஜயகுமார் ஒரு பக்கம் திட்டமிட்டார். நடக்கப்போகும் இந்த ஆபரேஷனில் துரைப்பாண்டியனைப் பின்னுக்குத் தள்ளிவிட்டு தன்னை முன்னிலைக்குக் கொண்டுவரக் கண்காணிப்பாளர் செந்தாமரைக்கண்ணன் இன்னொரு பக்கம் திட்டமிட்டார். இருவரும் ஒருவருக்கு ஒருவர் குழிபறித்துக் கொண்ட கதைகளையும் கொஞ்சம் பார்ப்போம்.

2004 ஜூன் மாதத்தில் மூன்று முறை *M-1* வீரப்பனைச் சந்தித்துள்ளார். அப்போது, அல்சர் பாதிப்பில் இருந்த சந்திர கவுடாவுக்குத் தேவையான மருந்து, மாத்திரைகளைத் துரைப்பாண்டியன் வாங்கிக் கொடுத்துள்ளார். ஒவ்வொரு முறை *M-1* காட்டுக்குள் போகும்போதும் கையில் பிடித்துக் கொண்டுபோக எவரெடி டார்ச் லைட் ஒன்றும் வாங்கிக் கொடுக்கிறார். அதைப் பார்த்த சேதுமணி, சந்திர கவுடா, சேத்துக்குழி கோவிந்தன் என மூவரும் "இது நல்லா இருக்குது...." என்று சொல்லி அந்த லைட்டை *M-1* இடமிருந்து வாங்கிக் கொண்டனர்.

விஜயகுமார், செந்தாமரைக்கண்ணன் உடன் நடந்த ஆலோசனைக் கூட்டத்தில் துரைப்பாண்டியன் இந்த டார்ச் லைட் வாங்கிக் கொடுத்த செய்தியைச் சொல்கிறார். இதை வைத்து விஜயகுமார் இன்னொரு ஆபரேஷனைத் தொடங்குகிறார் வீரப்பன் குழுவினர், *M-1* சந்திப்பை முடித்துக்கொண்டு போகும்போது வழிமறித்து தாக்குதல் நடத்த செந்தாமரைக்கண்ணனே களம் இறங்கினார்.

ஜூன் மாத இறுதியில் ஒருநாள் பெண்ணாகரத்தை அடுத்துள்ள தும்கல் காட்டுப்பகுதியில் M-1 மட்டும் வீரப்பனைச் சந்திக்கச் செல்கிறார். அப்போது, பாண்டிக்கண்ணன் M-1 பின் தொடர்ந்து போவது என்றும், அதைத் தொடர்ந்து துரைப்பாண்டியனைக் கண்காணிப்பது என்றும் முடிவு செய்திருந்தனர். கடைசி நேரத்தில் திட்டத்தை மாற்றிய விஜயகுமார், செந்தாமரைக்கண்ணனையும் அவர்களுடன் அனுப்பினார். கடைசியாக தும்கல் காட்டுக்குள் வீரப்பனைச் சந்திக்கச் சென்ற M-1 கையில் ஒரு புதிய வெளிநாட்டு டார்ச் லைட்டை கொடுக்கச் சொல்லி செந்தாமரைக்கண்ணன் கொடுத்துள்ளார்.

"சார் இந்த லைட் வழக்கமாக நம் ஊரில் உள்ளது போல இல்லாமல், கொஞ்சம் வித்தியாசமாக இருக்கிறது. இதைப் பார்த்தால் கேங்குக்கு (வீரப்பன் குழுவினர்) சந்தேகம் வர வாய்ப்புள்ளது..." என்று துரைப்பாண்டியன் சொன்னார்.

"யாருக்கும் சந்தேகம் வராது, குடுத்தனுப்புய்யா..." என்றார் செந்தாமரைக்கண்ணன்.

இது தேவையில்லாத சிக்கலைக் கொடுக்கும் எனத் துரைப்பாண்டியன் நினைக்கிறார். ஆனாலும், உயர் அதிகாரியின் உத்தரவைத் தட்ட முடியாமல், அதை வாங்கி M-1 கையில் கொடுத்து அனுப்பினார்.

வீரப்பன் சந்திப்பு நிகழவுள்ள இடத்துக்கு ஆயிரம் மீட்டர் தொலைவில் தங்கிக்கொண்டு அங்கே நடக்கும் நிகழ்வுகளைக் கண்காணிக்க வந்திருந்த துரைப்பாண்டியன் கல் மறைவு ஒன்றில் பதுங்கியிருந்தார். அந்த நேரத்தில் செந்தாமரைக்கண்ணன் ஒரு போட்டோகிராபர், வயர்லஸ் ஆப்ரேட்டர் அவர்கள் கூடவே ஆறு காவலர்களையும் அழைத்துக் கொண்டு அந்த இடத்துக்கு வந்தார்.

"ஆபரேஷன் ஸ்டார்ட்..." என்று சொன்னதும், போட்டோகிராபர், பையிலிருந்த ஒரு கிட் வயர்லஸ் ஆப்ரேட்டர் கைக்குப் போகிறது. அவர் ஓர் ஆண்டனாவை எடுத்து அதை வெளியில் இழுத்து நீட்டி, ஒரு காவலர் கையில் கொடுத்து தன் கையில் வைத்திருந்த ஒரு ரேடியோவுடன் இணைத்தார்.

ரேடியோ உயிர் பெற்றது. M-1 கையில் கொண்டுபோன வெளிநாட்டு டார்ச் லைட்டில் இருந்து டிரான்ஸ் மீட்டர், ஜி.பி.எஸ். மூலம் கிடைக்கும் ஒலி அலைகளைப் பெற்றது. உடனே, அந்த டார்ச் லைட்டுக்கும், ரேடியோ இருக்கும் இடத்துக்குமான இடைவெளி முந்நூறு மீட்டர் எனக் காட்டியது.

"என்ன காரியம் செஞ்சிருக்கிறீங்க சார்... தேவராஜ் உள்ளே இருக்கிறான். அவனுக்கு முன்னாலேயே நம்ம கான்ஸ்டபிள் பாண்டிக்கண்ணனும் உள்ளே போயிருக்கிறான். நீங்க எப்படி கேங்கை மட்டும் அட்டாக் பண்ணமுடியும்...? என்று துரைப்பாண்டியன் சொல்லிக் கொண்டிருக்கும் போதே, "நீ பேசக் கூடாது..." என்ற உத்தரவுடன், தன் கை அசைவுகள் மூலம் தன்னுடன் வந்திருந்த காவலர்களுக்கு அடுத்த நகர்வுக்கான கட்டளைகளைப் பிறப்பித்தார் செந்தாமரைக்கண்ணன்.

அந்த உத்தரவுகளுக்கு ஏற்ப நான்கு வீரர்கள் துப்பாக்கியுடன் தரையில் குனிந்து உட்கார்ந்தபடி M-1 போன காட்டுப்பாதை வழியே காட்டுக்குள் முன்னேறினர். அவர்களுக்குப் பின்னே ஆண்டனாவும், ரேடியோவும் நின்றன. அதன் பின்னர் செந்தாமரைக்கண்ணனும் அரைக்கால் ட்ரவுசருடன் நின்றார். அவருக்கு வலதும், இடதுமாக, மெய்ப் பாதுகாவலர்கள் இருவர் துப்பாக்கியுடன் நின்றனர்.

இனிமேல் என்ன குளறுபடி நடக்கப் போகிறதோ...? M-1, பாண்டிக்கண்ணன் இருவரும் என்ன ஆகப்போகிறார்களோ...? என்ற பதற்றத்தில் துரைப்பாண்டியன் நின்றார்.

அந்த வரிசையில் கடைசியாகப் போட்டோகிராபர் வந்தார். இவர்கள் நகர்ந்து கொண்டே போகப்போக M-1 கையில் உள்ள ஜி.பி.எஸ். மூலம் கிடைக்கும் கதிர் வீச்சின் மூலம் தூரத்தின் அளவு வெகுவாகக் குறைவதும், பின்னர் சற்று கூடுவதுமாக இருந்தது.

"இப்போது நாம் உள்ள இடத்திலிருந்து நூறு மீட்டர் தொலைவில்தான் கேங் உள்ளது. கேங்கைப் பார்த்தால் போதும், எதைப்பற்றியும் கவலைப்படக் கூடாது. ஒரே ரவுண்டில் அத்தனை பேரையும் காலி பண்ணனும்"

என்று சொன்ன செந்தாமரைக்கண்ணன் தானும் ஒரு கிளாக் 17 பிஸ்டலை எடுத்துக் கொண்டார். கூடவே துரைப்பாண்டியனையும் அலார்ட்டாக இருக்கச் சொல்கிறார்.

கிட்டத்தட்ட ஒரு கிலோமீட்டர் தொலைவுக்குத் தரையிலிருந்த மண், கல், நெருஞ்சி முள்களை எல்லாம் நெஞ்சில் தேய்த்துக் கொண்டு செந்தாமரைக்கண்ணன் தலைமையிலான கமாண்டோ படையினர் முன்னேறிச் சென்றனர். கடைசியாக வந்து கொண்டிருந்த போட்டோகிராபரைக் கூப்பிட்டு ஆண்டானவை பிடிக்கச் சொன்னார். ஆண்டனா பிடித்திருந்த வீரரை வேறு வேலைக்குப் போகுமாறு செந்தாமரைக் கண்ணன் உத்தர விட்டார். அப்போது, போட்டோகிராபர் ஆண்டனாவை நெருங்க ரேடியோவின் அலறல் அதிகமானது.

இதைப் பார்த்துவிட்டு "கேங் பக்கத்தில் வருகிறது, "அலார்ட் அலார்ட்...." என்ற செந்தாமரைக்கண்ணன் காட்டையே குறி வைத்துப் பார்த்துக் கொண்டிருந்தார். அந்தப்பக்கம் எந்த அசைவும் இல்லாமல் காடு அமைதியாக இருந்தது.

"எனக்குத் தெரிந்த வரையில் இன்றைக்கு "கேங்" இந்தப் பக்கம் வர வாய்ப்பில்லை சார்... நமக்கு டிரான்ஸ் மீட்டர் சிக்னல் தவறாக வழி காட்டுகிறது" என்று துரைப்பாண்டியன் சொன்னார். அதைக் கேட்கும் மனநிலையில் செந்தாமரைக்கண்ணன் இல்லை.

கடைசியாக வந்து கொண்டிருந்த போட்டோகிராபர் பக்கத்தில் வந்து ஆண்டனாவைப் பிடித்துள்ளார். அதன் பிறகு, ரேடியோவின் அலறல் ஒரே சீராக இருந்தது. அதன் பின்னர் விசாரித்ததில், செந்தாமரைக்கண்ணன் போட்டோகிராபரிடம் கொடுத்திருந்த இன்னொரு ட்ரான்ஸ் மீட்டர் கருவி எதிர்பாராத விதமாக ஆன் ஆகி விட்டது. அதிலிருந்து வந்த சிக்னல்தான் இந்தக் குழப்பத்துக்குக் காரணம் என்று தெரிந்தது.

அதற்குப் பிறகு நீண்ட நேரம் ட்ரான்ஸ் மீட்டர் இணைப்புக் கிடைக்கவேயில்லை. விடியற்காலை நேரம் வீரப்பனுடனான சந்திப்பை முடித்துக் கொண்டு M-1 காட்டிலிருந்து திரும்பி வந்தபோதும் ரேடியோ அலார்ட்

கொடுத்தது. மீண்டும் போலீசார் பாறை மீது ஏறிப் படுத்துக் கொண்டு, காட்டிலிருந்து வரும் வழியைக் குறி பார்த்துக் காத்திருந்தனர்.

M-1 மட்டும் கொண்டு போயிருந்த டார்ச் லைட்டைக் கையில் பிடித்துக்கொண்டு திரும்பி வந்துள்ளார். பின்னர், *M-1*-ஐ அழைத்துக் கொண்டு மேட்டூருக்கு வந்த துரைப்பாண்டியன் அவரிடம் விசாரித்துள்ளார். "கடந்த மூன்று முறையுமே துரைப்பாண்டியன் வாங்கிக் கொடுத்த டார்ச் லைட்டை வீரப்பன் கேங் வாங்கிக்கொண்டு போயுள்ளனர். இந்த முறை நீங்கள் கொடுத்த லைட்டை "வேண்டான்னு சொல்லிட்டாங்க..." என்று சொன்னார். அந்த டார்ச் லைட்டுக்குள் ட்ரான்ஸ் மீட்டர் இருந்தது *M-1*-க்கும் தெரியாது.

ஒவ்வொரு முறையும், வீரப்பன் குழுவினர் தும்கல் காட்டில் *M-1* உடனான சந்திப்பை முடித்துவிட்டு பெண்ணாகரம் அருகிலுள்ள கிருஷ்ணாபுரம் காட்டு வழியாக சின்னாற்றை கடந்து ஒகேனக்கல் நோக்கிச் செல்வதை வழக்கமாக வைத்திருந்தனர். இந்த முறை, மேற்கே போகாமல் தும்கல்லில் இருந்து வடக்கில் இருக்கும் குமரன் தாங்கல் மலைப் பகுதிக்குச் சென்று விட்டனர். இதனால், செந்தாமரைக்கண்ணன் திட்டமிட்ட வழிமறித்துத் தாக்கும் ஆபரேஷன் தோல்வியில் முடிந்தது.

இந்த நடவடிக்கைக்குப் பிறகு, செங்கப்பாடியை ஒட்டிய கர்நாடகக் காடுகளில் தங்கியிருந்து வீரப்பன் தன்னுடைய வெளி வேலைகளுக்காகத்தான் தும்கல் காட்டுப்பகுதிக்கு வந்துபோவது ஏ.டி.ஜி.பி. விஜயகுமாருக்குத் தெரிந்தது. அவரது ஆலோசனைப்படி, காவிரியின் மேற்குப் பக்கத்தில் இருந்து வீரப்பன் குழுவினர் எந்த வழியாக வருகின்றனர் என்பதைக் கண்காணிக்க செந்தாமரைக்கண்ணன் இன்னொரு டீமைத் தயார் செய்தார்.

செங்கப்பாடியின் தெற்கு அல்லது வடக்கு என எந்தப் பக்கம் இருந்து வந்தாலும் காவிரி ஆற்றைக் கடந்தது வீரப்பன் குழுவினர் சிகரல்ஹல்லி காட்டுக்கு வருவர். அங்கிருந்து, ஒகேனக்கல் அருகிலுள்ள முண்டச்சிப்பள்ளம் என்ற இடத்துக்கு வந்து சிறிது நேரம் தங்கி, ஓய்வெடுப்பர்.

பின்னர் அங்கிருந்து ஓர் ஓடை வழியாக பெண்ணாகரம் - ஒகேனக்கல் சாலையைக் கடந்து வடக்குப் பக்கம் உள்ள கிருஷ்ணாபுரம் காட்டுக்குப் போகின்றனர் என்பதை இந்த டீம் கண்டுபிடித்தது.

உடனடியாக அதிநவீன குளோஸ்டு சர்க்யூட் கேமராக்களைக் கொண்டு வந்தனர். தற்போது ஒகேனக்கல் கூட்டுக் குடிநீர்த் திட்ட நீரேற்று நிலையம் அமைந்துள்ள இடத்துக்கு அருகில் வீரப்பன் குழு சாலையைக் கடக்கும் இடத்தில் கேமராக்களைப் பொருத்தி வைத்து உளவு பார்த்தனர்.

உளவுத்துறை சொன்னது போலவே, வீரப்பன் கேங் அந்த வழியாகத்தான் தும்கல் காட்டுக்குப் போகின்றனர். அங்கே தாங்கள் சந்திக்க வேண்டிய ஆள்களைச் சந்தித்துவிட்டு, மீண்டும் செங்கப்பாடி காட்டுக்கு சென்றுள்ளனர். இந்தக் காட்சிகள் தெளிவாகப் பதிவாகியிருந்தன. ஏ.டி.ஜி.பி. விஜயகுமார் உத்தரவுப்படி துரைப்பாண்டியனுக்குத் தெரியாமலே இந்த இடத்தில் இன்னோர் ஆபரேஷன் தொடங்கினர்.

துரைப்பாண்டியனின் தகவலாளிகள் மூலம் வீரப்பன் தும்கல் காட்டுக்குச் செல்லும் நாளை அவர் மூலமாகவே செந்தாமரைக்கண்ணன் தெரிந்து கொள்கிறார். துரைப்பாண்டியன் சொல்லும் நாளில், கேங் அந்த வழியாக தும்கல் காட்டுக்குப் போகும் என்பது உறுதியானது. அன்று மதியத்திலிருந்து, கேமரா இருந்த இடத்திலிருந்து இருநூறு மீட்டர் தொலைவில் எஸ்.பி. சம்பத்குமார் தலைமையில் இருபது கமாண்டாக்கள் காட்டுக்குள் பதுங்கியிருந்தனர். குளோஸ்டு சர்க்யூட் கேமராவில் பதிவாகும் காட்சிகளை ஒகேனக்கல்லில் உள்ள பழைய முதலைப் பண்ணை அருகிலிருந்த வனத்துறை அலுவலகத்திலிருந்து ஏ.டி.ஜி.பி. விஜயகுமாரும், செந்தாமரைக்கண்ணனும் பார்த்துக் கொண்டிருந்தனர்

எதிர்பார்த்தபடியே மாலை ஆறு மணிக்கு வீரப்பன் உள்ளிட்ட நால்வரும் முண்டச்சிப்பள்ளம் வழியாகத் தெற்கிலிருந்து நடந்து வந்தனர். வனத்துறை அலுவலகத்தில்

அமைக்கப்பட்டிருந்த மானிட்டரில் இந்தக் காட்சிகள் தெளிவாகத் தெரிந்தன.

செந்தாமரைக்கண்ணன் மைக்கைக் கையில் எடுத்தார்.

***

36

அதிரடிப்படையினர் வந்ததை அறிந்த வீரப்பன்

அதிரடிப்படையினர் வைத்திருந்த கண்காணிப்பு கேமராவுக்கு இருபது அடி பக்கமாக வந்த வீரப்பன் அந்த இடத்திலேயே நின்றார். சேத்துக்குழி கோவிந்தனைப் பக்கத்தில் கூப்பிட்டு என்னவோ கேட்கிறார். தன் கைக் கடிகாரத்தைப் பார்த்த கோவிந்தன் ஏதோ பதில் சொல்கிறார். பிறகு, வீரப்பன் உள்ளிட்ட நால்வரும் அவர்களுக்குப் பக்கத்தில் வலது பக்கம் செல்லும் ஒரு கொடித்தடத்தில் (சொல் விளக்கம்:-ஒற்றையடிப் பாதை) ஏறிச் சென்று விட்டனர்.

மறுநாள் காலை அல்லது மாலை அந்த வழியாக வீரப்பன் குழு திரும்பவும் வருவர் என அதிரடிப்படை காத்திருந்தது. அன்று மட்டுமில்லை அடுத்த மூன்று மாதமும் வீரப்பன் அந்த வழியாக வரவேயில்லை. துரைப்பாண்டியனுக்குத் தெரியாமலே வீரப்பனின் கதையை முடிக்கும் திட்டத்தில் இந்த முறையும் எஸ்.பி. செந்தாமரைக்கண்ணன் தோல்வியைச் சந்தித்தார்.

"உன்னை நம்பிப் பயனில்லை..." என்று சொன்ன விஜயகுமார் மூன்றாவது முறையாக ஆபரேஷனை அவரே திட்டமிட்டு நடத்த முடிவு செய்தார்.

அடுத்த சில நாள்களில், தும்கல் காட்டில் உள்ள தங்கான் வீட்டில் வீரப்பன், *M-1* சந்திப்பு நடக்க இருந்தது. அந்த வீட்டைத் செந்தாமரைக்கண்ணனின் கார் ஓட்டுநரும், பின்னாளில் பதவி உயர்வு பெற்ற குமரேசன் என்ற காவலர் மூலமாக *A.D.G.P.* கே.விஜயகுமார் தெரிந்து கொள்கிறார்.

தட்டக்கரை முகாமிலிருந்த எஸ்.பி. சம்பத்குமார் தலைமையில் இருபது வீரர்கள் டெம்போ டிராவலர் வண்டியில் பெண்ணாகரம் வந்து சேர்ந்தனர். விஜயகுமாரின்

மெய்க்காவல் படையைச் சேர்ந்த நான்கு வீரர்களுடன் ஒரு TATA SPACIO வண்டியில் பெண்ணாகரத்திலிருந்து தும்கல் காட்டை நோக்கிக் கிளம்பினர்.

விஜயகுமாரின் வண்டி தும்கல் காட்டுப்பகுதியைக் கடந்து கோடுபட்டிக்கு முன்பாகவே சாலையோரம் நின்று விட்டது. குமரேசன் வழிகாட்டுதலுடன் வீரப்பன் M-1 சந்திப்பு நடக்க இருந்த வீட்டுக்குக் கிழக்கில் உள்ள பாப்பான் மெட்டுக் கரட்டுக்குச் சென்று சம்பத்குமார் டீம் கமாண்டோக்கள் பதுங்கினர்.

இந்த இடத்தில் வீரப்பனின் புத்திசாலித்தனம் வேறு வகையில் வேலை செய்துள்ளது. இதற்கு முன்பெல்லாம், காவிரி ஆற்றுக்கு மேற்கில் உள்ள மாதேஸ்வரன் மலைப்பகுதியிலிருந்து புறப்பட்டு, பெண்ணாகரம் காட்டுக்கு வந்து சேருவார். அங்கே M-1-ஐச் சந்தித்து விட்டு, மீண்டும் மாதேஸ்வரன் மலைக் காட்டுக்கே திரும்பிப் போவார்.

ஆனால், இந்தமுறை மாதேஸ்வரன் மலை காட்டுக்குப் போகாமல் சின்னாற்றுக்கு வடக்கிலுள்ள குமரன் தாங்கல் காட்டுக்குச் சென்று விட்டார். அதனால்தான், ஏற்கனவே செந்தாமரைக்கண்ணன் டார்ச் லைட்டில் டிரான்ஸ் மீட்டர் வைத்து கொடுத்த திட்டமும் தோல்வியில் முடிந்தது.

குமரன் தாங்கல் காட்டிலிருந்து வீரப்பன் கிளம்பி வந்து சின்னாற்று பள்ளத்தில் கீழே இறங்குவதற்காகக் காத்திருந்தார். இந்த நேரத்தில்தான் விஜயகுமார் தலைமையிலான நான்கு வீரர்கள் வந்த வண்டி கோடுபட்டிக் காட்டோரம் நின்றதையும், சம்பத்குமார் டீமை இறக்கி விட்டு ஒரு வேன் பெண்ணாகரம் நோக்கித் திரும்பிச் சென்றதையும் வீரப்பன் கரட்டின் மேலிருந்தே பார்த்து விட்டார்.

இதனால் ஏற்பட்ட சந்தேகத்தினால் அன்று தேவராஜைச் சந்திக்க வராமல் நின்று கொண்டார். ஒருவேளை வந்திருந்தாலும், வீரப்பன் குழுவினரைச் சுட்டுக் கொல்லக்கூடிய அளவுக்குக் குறுகிய தொலைவுக்கு சம்பத்குமாரின் வீரர்களால் நெருங்கிப் போக முடியாது. இந்த இடத்தில், விஜயகுமாரின் மூன்றாம் ஆபரேஷனும் தோல்வியில் முடிந்தது.

தன்னை நம்பாமல் செந்தாமரைக்கண்ணனும், விஜயகுமாரும் போட்டிப் போட்டுக்கொண்டு குறுக்கு ஆபரேஷன் நடவடிக்கை மேற்கொள்வது துரைப்பாண்டியனுக்கு மிகப் பெரிய தலைவலியை உருவாக்கியது. தன்னை நம்பிவரும் M-1 இதில் நேரடியாகப் பாதிக்கப்படவும், அவருடைய உயிருக்கு ஆபத்து ஏற்படும் நிலையும் உருவாகும். அதனால், இந்த விளையாட்டில் இருந்து அவர் விலகிக்கொள்ளவும் முடிவு செய்தார். வழக்கமாகத் தன்னுடன் வரும் எம்-1 தலையில் இனி ஹெல்மெட்டைப் போடத் தேவையில்லை என முடிவு செய்கிறார்.

துரைப்பாண்டியன், எம்-1 இருவரும் சென்ற வேன் மேட்டூர் அணையின் 16 கண் பாலத்தின் மேல் சென்று கொண்டிருந்தது. விஜயகுமாரின் ஓட்டுநரான சரவணனே இப்போது வண்டியோட்டிக் கொண்டிருக்கிறார். வழியிலேயே எம்-1-ஐ இறக்கிவிட நினைத்த துரைப்பாண்டியன், வண்டியை நிறுத்தச் சொல்கிறார். தன் சட்டைப்பையில் கை விட்டுப் பார்க்கிறார். ஐம்பது, நூறு எனச் சில்லறை நோட்டுகள் மட்டுமே இருந்தன.

ஓட்டுநர் சீட்டிலிருந்த சரவணனைப் பார்த்து "சரவணா உன்கிட்டே பணம் எவ்வளவு இருக்குது...? என்று கேட்கிறார்.

வண்டியின் உள்பக்க லைட்டைப் போட்ட சரவணன் ஒரு ஐநூறு ரூபாய் நோட்டை எடுத்துக் கொடுக்கிறார். அதை வாங்கிய துரைப்பாண்டியன் எம்-1 என்ற குறியீட்டைக் கொண்ட தேவராஜிடம் கொடுக்கிறார். இதை வைத்தே இந்த நபர் எம்-1 என்பதை சரவணன் கண்டுபிடித்து விடுகிறார். துரைப்பாண்டியன், பாண்டிக்கண்ணன் இருவரையும் கடந்து எம்-1 ஐ அடையாளம் தெரிந்த மூன்றாவது நபர் சரவணன் மட்டுமே.

விஜயகுமாரின் ஆபரேஷன் தோல்வியில் முடிந்த மறுநாள் காலை அவர் மேட்டூருக்கு வந்தார். குறிப்பிட்ட இடத்துக்கு வருவதாகச் சொல்லியிருந்த வீரப்பன் வராமல் போனதற்கான காரணம் குறித்து எஸ்.பி. சண்முகவேல், எஸ்.பி. செந்தாமரைக்கண்ணன், எஸ்.பி. சம்பத்குமார் உள்ளிட்ட அதிகாரிகளிடம் கலந்தாய்வு நடத்தினார்.

ஆளாளுக்கு ஒரு காரணத்தைச் சொல்லி நேரத்தைக் கடத்திக் கொண்டிருந்தனர். சோர்ந்து போயிருந்த துரைப்பாண்டியனுக்கு மீண்டும் வேகம் பிறக்கிறது.

"நேற்று இரவு சம்பத்குமார் சார் டீம் தும்கல் அருகிலுள்ள ஏரிக்கரையில் வண்டியில் போய் இறங்கியதையும், A.D.G.P. சார் வண்டி கோடுபட்டி பக்கம் போனதையும் வீரப்பன் தொலைவிலிருந்தே பார்த்து விட்டான். அதனால்தான் குறிப்பிட்ட இடத்துக்கு வரவில்லை. அநேகமாக நேற்று இரவு நம்முடைய டீம் எம்-1-ஐப் பின்தொடர்ந்து அங்கே போனது வீரப்பனுக்குத் தெரிந்திருக்கும். இதை நாம் இப்படியே விட்டு விட்டால், அடுத்த சில நாளில் எம்-1 வீரப்பனைச் சந்திக்கும்போது போலீசாரைக் கூட்டிக்கொண்டு வந்த ஆள்காட்டி என்ற பட்டத்துடன் சுட்டுக் கொல்லப்படுவார் அல்லது இனிமேல் வீரப்பன் எம்-1 ஐச் சந்திக்காமலே போகவும் வாய்ப்புள்ளது.

இந்த இரண்டையும் உடைத்து எம்-1-க்கும், நேற்று நடந்த போலீசாரின் தேடுதல் வேட்டைக்கும் தொடர்பில்லை; நேற்று போலீசார் வேறு ஏதோ வேலைக்காக வந்துள்ளனர் என்று வீரப்பன் தெரிந்து கொள்ள ஏற்பாடு செய்யவேண்டும். அதற்காக நாம் இப்போது தும்கல் காட்டுப்பகுதியில் ஓர் ஆபரேஷன் நடத்த வேண்டும்" என்றார்.

"நேற்று இரவே போலீசார் போனதைப் பார்த்த வீரப்பன் இன்னும் அந்த இடத்தில் இருப்பானா...?" என்று மற்ற அதிகாரிகள் துரைப்பாண்டியனிடம் குறுக்குக் கேள்விகள் கேட்டனர்.

"இந்த ஆபரேஷன் எம்-1-க்கும், போலீசாருக்கும் தொடர்பில்லை என்பதைக் காட்டுவதற்காக மட்டும்தான் நடத்தப்படுகிறது. வீரப்பனைப் பிடிப்பதற்காக இல்லை" என்றார் துரைப்பாண்டியன்.

அவரிடம் ஏதோ சந்தேகம் கேட்கவந்த எஸ்.பி. சண்முகவேல் பக்கம் விஜயகுமார் தன் கையை உயர்த்திக் காட்டினார். சைகையால் அவரை அமைதியாக இருக்கச் சொன்னார். தன் கையில் இருந்த வில்ஸ் சிகரெட்டின் நுனியில் இருந்த சாம்பலை ஆஸ்ட்ரேயில் தட்டிக்கொண்டே

துரைப்பாண்டியன் பக்கம் கையைக் காட்டி அவரை மேற்கொண்டு பேசச்சொன்னார்.

"நாளைக்கு மதியம் கோடுபட்டிக் காட்டிலிருந்து ஒகேனக்கல் வரைக்கும் ஆபரேஷன் நடத்தவேண்டும். இரவு நமது டீம் ஒகேனக்கல் காட்டிலேயே தங்கவேண்டும். அடுத்தநாளே, கோவை மாவட்டம் மேட்டுப்பாளையம் பகுதியிலும் ஓர் ஆபரேஷன் நடத்தவேண்டும். முதல்நாள் பெண்ணாகரம் காட்டில் நடந்த ஆபரேஷன் மலைவாழ் மக்கள் கொடுத்த தகவலின் பேரில் நடந்தது என்று செய்தி வரவேண்டும்.

இரண்டாவது நாள் மேட்டுப்பாளையத்தில் நடந்த ஆபரேஷன் அங்கிருந்த வனத்துறையினர் கொடுத்த தகவலின் பேரில் நடந்தது போலச் செய்திகள் வெளியே வரவேண்டும். இந்தச் செய்திகள் ரேடியோவில் வந்தால் இன்னும் நல்லது. ஒருநாள் வித்தியாசத்தில் இரண்டு இடத்திலும் ஆபரேஷன் நடத்தினால் மட்டுமே, இது போலீசார் வழக்கமாகச் செய்யும் ஒரு தேடுதல் நடவடிக்கையாகவே அமையும். வீரப்பனுக்கு மட்டுமல்ல வேறு யாருக்குமே நாம் எம்-1-ஐப் பின் தொடர்ந்து காட்டுக்குப் போனோம் என்ற சந்தேகம் வராது..." என்றார்.

இதைத் தொடர்ந்து, நெருப்பூர் காவல் நிலைய உதவி ஆய்வாளரும் ஏஞ்சல் டீமின் தலைவருமான துரைப்பாண்டியனின் தம்பி பொன். ஆறுமுகம் தலைமையிலான முப்பது வீரர்கள் தும்கல் காட்டுக்குள் தேடுதல் வேட்டை மேற்கொண்டனர். வடக்கிலுள்ள தாசம்பட்டியில் இருந்து தேடுதல் வேட்டை தொடங்கியது, சின்னாற்றுப் பள்ளத்தில் வீரப்பன் நடமாட்டம் உள்ளதாக அங்குள்ள ஆதிவாசிகள் மூலம் தங்களுக்குத் தகவல் கிடைத்ததாகவும் ஒரு பொய்ச் செய்தியைப் பரப்பினர்.

அதேநேரத்தில், மறுநாள் கோவை மாவட்டம், சிறுமுகை, நெல்லித்துறை, பில்லூர் அணைக் காடுகளில் போலீசார் தீவிரத் தேடுதல் வேட்டையில் ஈடுபட்டதாக வானொலி செய்தியில் ஒலிபரப்பட்டது.

துரைப்பாண்டியன் நினைத்தது போலவே, சிலநாள்கள்

இடைவெளியில் வீரப்பனிடமிருந்து எம்-1-க்கு மீண்டும் தொடர்பு வந்தது.

ஆனாலும், சேத்துக்குழி கோவிந்தனுக்கு தேவராஜ் மீது சந்தேகம் ஏற்பட்டது. இதனால், அடுத்தமுறை காட்டுக்குள் போன எம்-1 நெஞ்சில் துப்பாக்கியை வைத்த சேத்துக்குழி கோவிந்தன், "எத்தனை நாளா இந்த வேலையைப் பார்க்கிறே....?" என்று கேட்டார்.

இப்படி நடக்கலாம் என்று முன்கூட்டியே தெரிந்திருந்த எம்-1 "அண்ணா தப்பா நினைக்க வேண்டாம். போன வருசம் ஆவணி மாசம் நீங்க என்னை கொம்புத்தூக்கியில் வந்து பார்த்தபோதே என் குடும்பமே கூண்டோடு அழிஞ்சு போச்சுன்னு எனக்குத் தெரியும். இந்தக் காட்டச்சுத்தியும் போலீஸ் நிக்கறாங்க. எங்க ஊரைச் சுத்தியும் போலீஸ் இருக்காங்க. எப்படியும் நான் ஒருநாள் போலீசில் சிக்கத்தான் போறேன். உங்களுக்கு செஞ்ச வேலைகளைப் பற்றிய உண்மை தெரிஞ்சா அவங்களும் என்னைக் கொல்லத்தான் போறாங்க.

இல்ல, போலீசுக்கு நான் செய்யும் வேலை தெருஞ்சு, அவங்க சந்தேகப்பட்டு என்னைப் பின்தொடர்ந்து வந்து ஏதாவது சிக்கல் வந்தாலும் வரலாம். அப்படி என்மேலே சந்தேகம் வந்தா, நீங்களும் என்னைக் கொல்லத்தான் போறீங்க. எப்பயோ உங்களாலே நான் சாகிறது உறுதி.

நான் செத்த பின்னாலே பொண்டாட்டி பிள்ளைகளும் உயிரோட இருக்க மாட்டாங்க. அவங்களும் பூச்சி மருந்தை வாங்கிக் குடிச்சுட்டு சாகப்போறாங்க. எப்படியும் என் குடும்பமே உங்களாலேதான் அழியப்போவுதுன்னு உங்களை மொத முறையா சந்திக்கும்போதே உறுதியாத் தெரியும்.

போலீசில் இருக்கிற கண்ட சாதிக்காரன் கையிலே அடிபட்டு சாகறதைவிடவும், என்னுடைய சொந்த சாதிக்காரன் உங்க கையில் சாகறதே நல்லதுன்னு நெனைக்கிறேன். அதனாலே நீயே என்னைக் கொன்னாலும் சரியண்ணா, இல்ல அண்ணன் (வீரப்பன்) கையிலே கட்டையைக் குடுத்து இடச்சொன்னாலும் சரியண்ணா. எப்படியோ நான், என் சாதிக்காரன் கையிலே சாகறதையே பெருமையா நினைக்கிறேன்" என்று கோவிந்தன் கையிலிருந்த

துப்பாக்கியை வீரப்பனிடம் கொடுக்குமாறு எம்-1 சொன்னார்.

தனது பேச்சின் மூலம் எப்படிப்பட்டவரையும் இழுக்கும் ஆற்றலுள்ள எம்-1-இன் இந்த அசராத பேச்சு வீரப்பனை ஒரு நிமிடம் தடுமாற வைத்தது. "டேய்... கோவிந்தா சும்மா இருப்பா..." என்று சொன்னவர் "இவன் நம்மாளு அப்படிச் செய்ய மாட்டான்" என்று தேவராஜின் நெஞ்சிலிருந்த கோவிந்தனின் துப்பாக்கியைக் கீழே இறக்கி வைத்தார்.

"இல்லண்ணா... என் மேலே சந்தேகம் வந்துட்டுது. இனிமேல் என்னை விட்டுருங்க, நானாவது நிம்மதியா பொண்டாட்டி புள்ளைகளோட ஆந்திரா கல்லுக் காட்டு (இப்பகுதி மக்கள், கருங்கல் குவாரியை கல்லுக்காடு என்றே சொல்லுவர்) வேலைக்குப் போய் பொழச்சுக்கிறேன்.." என்று சொன்ன எம்-1, வீரப்பன் காலுக்கு கீழே உட்கார்ந்து தேம்பித் தேம்பி அழுதார்.

"டேய் தேவராஜு நான் உன்னை நம்பறேண்டா..." என்று சொன்ன வீரப்பன் தேவராஜின் தோளில் தட்டிக்கொடுத்து அமைதிப்படுத்தினார். மேற்கொண்டு தேவராஜுக்கு சில வேலைகளையும் கொடுத்தார்.

இதுதான் தேவராஜ், வீரப்பனுக்குச் செய்யும் இறுதி வேலை என்பது துரைப்பாண்டியனுக்கு மட்டும் தெரியும்.

***

37

வெள்ளைத்துரை வருகை

வீரப்பனைப் பிடிக்கவேண்டும் என்ற நோக்கத்தில் பல ஆண்டுகளாகக் காட்டில் அலைந்து திரிந்த காவல்துறை அதிகாரிகளும் இருந்தனர். அவர்களுக்குள் யார் இந்த வேலையை முந்திச் செய்வது என்ற போட்டியும் இருந்தது. அதேபோல நமக்குக் கிடைக்காத வாய்ப்பு இன்னொருவனுக்குக் கிடைக்கக் கூடாது என்ற பொறாமையும் இருந்தது.

வீரப்பனுடனான தொடர்பு M-1-க்கு வந்ததுமே, அவரை அதிரடிப்படையில் பணியாற்றும் அதிகாரிகளுக்கும் மற்ற காவலர்களுக்கும் அடையாளம் தெரியக்கூடாது. அப்படித் தெரிந்தால், வழக்கம்போல இந்த நடவடிக்கையும் தோல்வியில் முடியலாம் என துரைப்பாண்டியன் நினைத்தார். அதனால், கொளத்தூரிலிருந்து M-1-ஐ தன்னுடன் கூட்டிக்கொண்டு தங்களின் உயர் அதிகாரிகளைச் சந்திக்கும் போதும், சந்தித்துவிட்டுத் திரும்பி வரும்போதும், இருவருமே ஹெல்மெட் போட்டுக்கொண்டு போவதை வழக்கமாகக் கொண்டிருந்தனர்.

அதிரடிப்படை வீரர்கள், காவல்துறையினர் அதிகமாக நடமாடும் இடங்களில் இவர்கள் தங்களின் சந்திப்புகளை வைத்துக் கொள்ளவில்லை. ஈரோடு மாவட்டம், ஆப்பக்கூடலில் உள்ள சக்தி சுகர்ஸ் நிறுவனத்தின் ஆய்வு மாளிகையில் இரவு பதினோரு மணிக்கு மேல்தான் பெரும்பாலான சந்திப்புகள் நடந்துள்ளன.

இதே ஆய்வு மாளிகையின் மற்றொரு கட்டிடத்தில் செந்தாமரைக்கண்ணன் தன் குடும்பத்துடன் தங்கியிருந்தார். அதனால், இந்த இடமும் சரியாக வராது என்ற நிலையில் அடுத்து சேலம் புறநகர்ப் பகுதியில் உள்ள பர்ன் அண்டு

ஸ்டேண்டர்டு நிறுவனத்தின் ஆய்வு மாளிகையைத் துரைப்பாண்டியன் தேர்வு செய்தார். இறுதிவரை தேவராஜ், விஜயகுமார், செந்தாமரைக்கண்ணன், சண்முகவேல் ஆகியோருடனான சந்திப்புகள் இங்குதான் நடந்துள்ளன.

மூத்த காவல்துறை அலுவலரும், ஏ.டி.ஜி.பி.யுமான விஜயகுமார் ஒரு கட்டத்துக்கு மேல் துரைப்பாண்டியனையும், பாண்டிக்கண்ணனையும் முன்னிலைப்படுத்தியே இந்த செயற்பாட்டை (ஆபரேஷனை) தொடரக்கூடாது இதில், தனக்கும் பங்குள்ளது என்று சொல்லிக் கொள்ளும் அளவுக்கு ஏதாவது வேலைகளைச் செய்யவேண்டும் என்று நினைத்தார்.

சேலம் மாவட்டத்தில், பல ஆண்டுகளாகப் பணியாற்றி வரும் துரைப்பாண்டியன் அப்போது கொளத்தூர் காவல் நிலைய உதவி ஆய்வாளராக இருந்தார். நேரடியாக மக்களிடம் தொடர்புடையவர். திறமையான, நேர்மையான காவல்துறை அதிகாரி என்று பெயர் பெற்றவர். இன்ஸ்பெக்டர் பொறுப்பில் உள்ள அதிகாரி ஒருவர் இருக்கவேண்டிய காவல் நிலையத்தை எஸ்.ஐ.ஆக இருக்கும் துரைப்பாண்டியன் பொறுப்பிலேயே விட்டிருந்தார் சேலம் எஸ்.பி.பொன்.மாணிக்கவேல். அந்த அளவுக்குச் சிறப்பாகச் செயல்பட்டவர் துரைப்பாண்டியன்.

வீரப்பன் ஆபரேஷனின் துரைப்பாண்டியன் பங்கெடுத்தது வெளியே தெரிந்தால் அது அவருக்கான வெற்றியாகவே அமையும். இதில், விஜயகுமாரோ, செந்தாமரைக்கண்ணனோ தங்களுக்கும் பங்குள்ளது என்று சொல்லிக் கொள்ளமுடியாது. இவர்கள் இருவரும் அப்படிச் சொன்னாலும் சேலம் மாவட்டத்தில் உள்ள பொதுமக்கள் யாருமே நம்பமாட்டார்கள். விஜயகுமார் என்ன கதை சொன்னாலும், துரைப்பாண்டியனைப் பற்றி நன்கு அறிந்துள்ள செய்தியாளர்கள், பொதுமக்களும் அதை ஏற்கமாட்டார்கள்.

அதனால், விஜயகுமார் சென்னை மாநகர காவல் ஆணையாளராக இருந்த நேரத்தில், அயோத்திக்குப்பம் வீரமணி என்ற ரவுடியைச் சுட்டுக்கொன்ற வெள்ளைத்துரை என்ற உதவி ஆய்வாளரை அழைத்து வருகிறார். இந்த வெள்ளைத்துரை முரட்டுத்தமானவர். “செய்...” என்று விஜயகுமார் சொல்லும் வேலையைச் செய்யக்கூடியவர்.

அதில் வரும் பின்விளைவுகளைப் பற்றி யோசிக்காதவர். துரைப்பாண்டியனைப் போலச் சிறந்த நிர்வாக ஆளுமை கொண்டவர் என்றோ, சமூக அக்கறையுள்ளவர் என்றோ சொல்லமுடியாது. சூழலுக்குத் தக்க முடிவெடுக்கும் ஆற்றல் கொண்டவரும் இல்லை.

வீரப்பன் ஆபரேஷனில் வெள்ளைத்துரையும் சேர்த்துவிட்டு, அதில் வெற்றி பெற்றால் அது வெள்ளைத்துரைக்கான வெற்றியாக அமையாது. மக்கள் நெருக்கம் மிக்க சென்னையில், முழுக்க முழுக்க நகரச்சூழலில் வாழ்ந்த வெள்ளைத்துரையைக் கொண்டுவந்து, காட்டுப் பகுதியில் ஓர் அதிரடி நடவடிக்கையில் இறக்கி அதில் வெற்றிபெற வைத்ததற்கு நான்தான் முழுக் காரணம் என்று விஜயகுமாரால் சொல்லிக்கொள்ளவும் முடியும். அதை உலகமும் ஒப்புக்கொள்ளும் என அவர் கணக்கிட்டார். அதை சாத்தியப்படுத்தியும் காட்டிவிட்டார்.

துரைப்பாண்டியனுக்கும், பாண்டிக்கண்ணனுக்கும் உள்ள மற்றொரு பெரிய சிக்கல், அவர்கள் இந்த நடவடிக்கையில் எந்த இடத்திலும் தாங்கள் நேரடியாக ஈடுபட்டதுபோல வெளியில் காட்டிக்கொள்ள முடியாது. அப்படிக் காட்டிக் கொண்டால், அவருடன் நெருக்கமாக இருக்கும் M-1-னுக்கு அது ஆபத்தாக முடியலாம் என்றும் பயந்தனர். இது உண்மையும் கூட.

வீரப்பன் தன்னை முதன்முறையாகச் சந்தித்த தகவலை தேவராஜ், சொல்லும்போதே, "நான் உங்களுடன் தொடர்பில் இருக்கும் செய்தி வெளியில் தெரிந்தால், எங்க சாதிக்காரப் பசங்க என்னை கொன்னு போடுவாங்க சார். இந்த விவகாரத்தில், நான் தலையிட்டுள்ளது வெளியே தெரிந்தால், நானும், பொண்டாட்டியும் பூச்சி மருந்தை வாங்கிக் குடிச்சிட்டு சாகவேண்டியதுதான்..." என்று கூறியுள்ளார்.

அதனால், துரைப்பாண்டியனும், பாண்டிக்கண்ணனும் எந்த இடத்திலும் தங்களுடைய பெயரோ அல்லது முகமோ வெளியில் தெரியக்கூடாது என்பதில் மிகமிகக் கவனமாக இருந்தனர். இன்றளவும் இருக்கின்றனர்.

கொளத்தூர் காவல் நிலைய உதவி ஆய்வாளராக இருக்கும் துரைப்பாண்டியனை அந்தப் பகுதியில் உள்ள பொதுமக்கள் அனைவருக்கும் நன்றாகத் தெரியும். அதனால், இவரால் நேரடியாக இந்த நடவடிக்கையில் ஈடுபட முடியவில்லை. அதனால்தான், தனக்கு நம்பிக்கையான பாண்டிக்கண்ணனை மட்டுமே முன்னிறுத்தி வேலை செய்தார்.

இதைத் தனக்குச் சாதகமாகப் பயன்படுத்திய விஜயகுமார், 2004 ஆகஸ்டு மாதத்தில், வெள்ளைத்துரையை சத்தியமங்கலத்துக்கு அழைத்து வந்தார். அவர், வெளியில் எங்கும் செல்லாமல் அதிரடிப்படை முகாமிலும், சக்தி சுகர்ஸில் உள்ள செந்தாமரைக்கண்ணனின் வீட்டுக்கு எதிரில் இருந்த அறையிலுமே தங்கியிருந்தார். அதே நேரத்தில், துரைப்பாண்டியன் நிர்வாகத் திறன்மிக்க சேலம் எஸ்.பி.பொன்.மாணிக்கவேலின் கட்டுப்பாட்டில் பகல் முழுவதும் அங்கே வேலை செய்துவிட்டு, இரவு எட்டு மணிக்கு மேல் அதிரடிப்படையின் வேலைகளைச் செய்து கொண்டிருந்தார்.

இந்த நேரத்தில், ஒருநாள் இரவு பத்து மணிக்குத் துரைப்பாண்டியனை விஜயகுமார் அழைத்தார். அந்தியூருக்கும், அம்மாப்பேட்டைக்கும் இடையில் உள்ள பூதப்பாடி பிரிவு ரோட்டிற்கு அருகில் இவர்கள் வழக்கமாகச் சந்திக்கும் வாய்க்கால் பாலத்துக்குத் துரைப்பாண்டியை வரச்சொன்னார். கொளத்தூரில் இருந்து மோட்டார் சைக்கிளில் துரைப்பாண்டியன் அங்கு சென்றார். சாலையோரத்தில் வண்டியை நிறுத்தி விட்டு. அங்கே விஜயகுமார் காத்துக் கொண்டிருந்தார். தன்னுடன் அழைத்து வந்திருந்த வெள்ளைத்துரையைத் துரைப்பாண்டியனுக்கு அறிமுகம் செய்து வைத்தார். இந்த நிமிடத்திலிருந்து உன்னுடைய நடவடிக்கையில் வெள்ளைத்துரையும் உடன் இருப்பான்" என்று விஜயகுமார் சொன்னார்.

"மன்னிக்கணும் சார், எனக்கு இதில் உடன்பாடு இல்லை..." என துரைப்பாண்டியனிடமிருந்து முகத்திலடித்தது போலப் பதில் வந்தது.

"ஏன்...?" என்று கேட்ட விஜயகுமாரிடம், "என்னாலேயே இந்த ஆபரேஷனில் நேரடியாக ஈடுபட முடியும். அதில் ஏதாவது சிக்கல் வந்தால், பாண்டிக்கண்ணனை அனுப்பலாம். அதுவும் தேவையில்லை என்றால், ஏற்கனவே நம்முடைய டீமில் வின்சென்ட், ராஜேஷ்கண்ணா, டேவிட், ஆறுமுகம் என அனுபவம் உள்ள நிறைய பேர் இருக்காங்க. அவங்களில் ஒருத்தருக்கு இந்த வாய்ப்புபைக் குடுக்கலாம். அவங்களுக்கெல்லாம் இந்தக் காட்டைப் பற்றின டோபோகிராபி முழுமையாகத் தெரியும். அவர்களால் மட்டுமே அந்த இடத்தில் எதிர்பாராமல் ஏற்படும் சிக்கலைத் தீர்க்கவும், எதிர்கொள்ளவும் முடியும். அவர்களை எல்லாம் விட்டுவிட்டு, இந்த விவகாரத்தில் எதுவுமே தெரியாத வெள்ளைத்துரையைக் கொண்டுவந்து உள்ளே போடுவதில் எனக்கு உடன்பாடு இல்லை..." என்று துரைப்பாண்டியன் சொன்னார்.

வெள்ளைத்துரையை இந்த நடவடிக்கையில் இறக்கினால் மட்டுமே, என்ன நடக்கிறது என்பது குறித்து தனக்கு முன்கூட்டியே தகவல் வரும். ஆபரேஷன் முடிவில் தனக்குப் பெயரும், முக்கியத்துவமும் கிடைக்கும் என்று கணக்குப் போட்டு வைத்திருந்த ADGP விஜயகுமார் அந்த முயற்சியில் இருந்து பின்வாங்கவேயில்லை.

கிட்டத்தட்ட இரண்டு மணிநேரம் விஜயகுமாருக்கும் துரைப்பாண்டியனுக்கும் இடையில் மோதலுடனான பேச்சுவார்த்தை நீடித்தது. விஜயகுமார் அவர் நிலையிலிருந்து இறங்கி வரவில்லை. சாதாரண உதவி ஆய்வாளர் நிலையிலிருந்த துரைப்பாண்டியன் காவல்துறையின் மிக உயர்ந்த நிலையில் இருந்த விஜயகுமாருடன் போராடி வெற்றி பெற முடியவில்லை.

அதனால், வீரப்பனின் வேட்டைக்கான இறுதிக் கட்ட நடவடிக்கையில் வெள்ளைத்துரையும் இணைக்கப்பட்டார். இந்த இடத்திலிருந்து துரைப்பாண்டியனுக்கும், விஜயகுமாருக்கும் இடையே பலமான கருத்து மோதலுடனே ஆபரேஷன் நடவடிக்கை தொடர்ந்தது.

வீரப்பனுக்கு ஆள்கள் தேவைப்பட்டனர். மாவோயிஸ்டு இயக்கத்தைச் சேர்ந்த தோழர்களைக் காட்டுக்குள் கொண்டுவர வேண்டும் என நினைத்தார். அதற்காக புலவர் கலியபெருமாளை நேரில் சந்தித்துப் பேசினார். தும்கல் காட்டில் புலவரும், வீரப்பனும் மூன்று முறை சந்தித்துப் பேசினர். மூன்றாவது சந்திப்பில் மாவோயிஸ்டு இயக்கத்தைச் சேர்ந்த, சுந்தரமூர்த்தியை வீரப்பனிடம் புலவர் அறிமுகம் செய்து வைத்தார்.

எஸ்.எம். என்கிற சுந்தரமூர்த்தி அடுத்தடுத்து இரண்டு சந்திப்புகளில் வீரப்பனைச் சந்தித்துப் பேசினார். வீரப்பனுடன் நக்சல் இயக்கம் இணைய முடிவெடுத்தது. அதற்கு முன்பாக நக்சல் இயக்கத்தினருக்கும் தேவையான ஆயுதங்களைக் காட்டுக்குள் கொண்டு வரவேண்டும். அதற்குப் பிறகு, ஆள்கள் வரவேண்டும் என வீரப்பன் விரும்பினார். *M-1* முன்னிலையில் நடக்கும் இந்தப் பேச்சுவார்த்தைகள் எல்லாம் துரைப்பாண்டியனுக்கும் தெரிந்துதான் நடந்தன.

வெள்ளைத்துரையை வலுக்கட்டாயமாக உள்ளே கொண்டு வந்து விட்ட பிறகு, வீரப்பன், எம்-1 சந்திப்பு நடக்கும் இடம், நாள் இரண்டையும் முன்கூட்டியே விஜயகுமாருக்கு சொல்வதைத் துரைப்பாண்டியன் நிறுத்தி விட்டார். சந்திப்பு நடந்து முடிந்த பின்னரே விஜயகுமாருக்குத் தகவல் கொடுத்து வந்தார். ஏற்கனவே தோல்வியில் முடிந்த பல நடவடிக்கைகள் போலேவே இதுவும் போய்விடக்கூடாது என நினைக்கிறார்.

வீரப்பனுக்கு மிக மிகப் பிடித்தது மூன்று, *1*-வேட்டை, *2*-துப்பாக்கி, *3*-பால், தயிர். இந்த மூன்றின் பெயரைக் கேட்டாலே வீரப்பனின் உடலில் புது இரத்தம் பாயும். இதை மையமாகக் கொண்டுதான் வீரப்பனுக்குத் தேவையான ஆயுதங்களை தம்முடைய ஆள்கள் மூலம் உள்ளே அனுப்பலாம் என்று துரைப்பாண்டியன் முடிவு செய்தார்.

இதற்கு முன்னோட்டமாக "அண்ணா என் கூடப் படிச்ச ஒரு பாய் பையன் ராமநாதபுரத்தில் இருக்கான். அவனுக்கும் விடுதலைப் புலிகளுக்கும் கூடத் தொடர்பு இருக்குதுன்னு சொன்னான். அவனைத் தேடிக் கண்டுபுடிச்சாக்

கூட உங்களுக்குத் தேவையான ஆயுதம் வாங்கலாம்.." என்று மேலோட்டமாக எம்-1 மூலம் வீரப்பனிடம் சொல்லியுள்ளார்.

இந்த யோசனையை வீரப்பன் ஏற்கவில்லை. "ஆயுதம் மட்டும் வேணும்னா நான் எப்போதே தேவையானதை எல்லாம் வாங்கியிருப்பேன். எனக்கு ஆளுங்கதான் முதலில் வேண்டும்" என்று எம்-1 சொன்ன திட்டத்தை வீரப்பன் நிராகரித்தார்.

அதன் பிறகுதான் நக்சல் தலைவர் எஸ்.எம். என்கிற சுந்தரமூர்த்தியுடன் வீரப்பன் தொடர்பு எடுத்துக்கொண்டார். அவர் மூலம் புதிய ஆயுதங்களையும், ஆள்களையும் காட்டுக்குள் கொண்டுவரும் முயற்சியில் இருந்தார் என்பது தெரிகிறது.

எஸ்.எம்-ஐக் குறி வைத்தது அதிரடிப்படை. இதற்கான வழி வகைகளையும் துரைப்பாண்டியனே முன்னெடுத்தார்.

***

38

வெறுங்கையுடன் திரும்பிய வெள்ளைத்துரை

வெள்ளைத்துரை

அடுத்த சந்திப்பிற்காக தும்கல் காட்டுக்குள் போன எம்-1, எஸ்.எம். இருவரும் விடியற்காலை நேரம் வெளியே வந்து சேர்ந்தனர். பெண்ணாகரத்தில் இருவரும் பிரிந்து ஆளுக்கு ஒரு பக்கம் பேருந்தில் ஏறினர். சுந்தரமூர்த்தி எந்த பஸ்ஸில் ஏறினார் என்ற செய்தியை தெரிந்த துரைப்பாண்டியன், அதை செந்தாமரைக்கண்ணனுக்கு அனுப்பினார்.

நூறுகிலோ எடையுள்ள பருத்த உடம்பைத் தூக்கிக் கொண்டு தருமபுரி பேருந்தில் ஏறிய எஸ்.எம். என்கிற சுந்தரமூர்த்தியைப் போகும் வழியில் காத்திருந்த செந்தாமரைக்கண்ணன் குழுவினர் மடக்கிப் பிடித்தனர். ஆப்பக்கூடலில் உள்ள சக்தி சுகர்ஸ் ஆய்வு மாளிகைக்குக் கொண்டு செல்லப்பட்ட சுந்தரமூர்த்தி, அங்கு சுட்டுக் கொல்லப்படப் போவதாக மிரட்டப்பட்டார். சிலநாள்கள் வெளியே தெரியாமல் சிறை வைக்கப்படுகிறார்.

மாவோயிஸ்டு இயக்கத்தை சேர்ந்த எல்லோருக்குமே கியூ பிராஞ்ச் போலீசாரின் நடவடிக்கைகளைப் பற்றி மட்டுமே தெரியும். அவர்கள் மற்ற போலீசாரைப்போல யாரையும், அடிக்கவோ, சித்தரவதைகளுக்கு உட்படுத்தவோ மாட்டனர்.

ஆனால், இப்போது தன்னைப் பிடித்துள்ளது தமிழ்நாடு சிறப்பு அதிரடிப்படை, இது கியூ பிரிவுப் போலீசைப்

போன்றதல்ல. தன்னைச் சுட்டுக்கொன்று போட்டாலும் யாருக்கும் தெரியாது என்ற உண்மை சுந்தரமூர்த்திக்குப் புரிந்தது அல்லது புரிய வைத்தனர்.

செந்தாமரைக்கண்ணன் நல்ல பேச்சாற்றல் மிக்கவர், கல்லூரி விரிவுரையாளராக இருந்தவர். எதிரிலிருக்கும் ஆளின் மனநிலை எப்படியிருக்கும் என்ற உளவியலை அறிந்தவர். சுந்தரமூர்த்தியின் எண்ண ஓட்டங்களை கணக்கிட்டார்.

"மக்களுக்காகப் போராடும் ஒரு போராளியாக வாழ்ந்து கொண்டிருக்கும் உன்னை வீரப்பன் கூட்டாளியாக்கி காட்டுக்குள் வைத்துச் சுட்டுக் கொல்வோம் அல்லது கொள்ளைக்காரனின் கூட்டாளி என்று உன்னைக் கைது செய்து நீதிமன்றத்துக்குக் கொண்டுபோகப் போகிறோம். மக்களுக்காகப் போராடும் மாவோயிஸ்டு என்ற உங்களின் போலி முகத்திரை கிழியப்போகிறது" என்று அவரை மிரட்டினார்.

"இந்த விவகாரத்தில் நீ எங்களுக்கு ஒத்துழைப்பு கொடுத்தால், உனக்குத் தேவையான உதவிகள் அனைத்தும் செய்யப்படும். உனக்கு எல்லா வகையிலும் அதிரடிப்படைத் துணையாக இருக்கும். எங்களுக்குத் தேவை நீயல்ல, வீரப்பன் மட்டுமே. உன்னைப் பற்றி எங்களுக்குக் கவலையில்லை. உன்னைக் கைது செய்யவும் மாட்டோம். உன்னைத் தேடிக் கொண்டிருக்கும் கியூ பிராஞ்ச் போலீசாரிடம் ஒப்டைக்கவும் மாட்டோம்" என்று செந்தாமரைக்கண்ணன் உறுதி கொடுத்தார்.

பெரும்பாலான காவல்துறை அதிகாரிகள் தங்கள் வேலை முடிந்ததும், உதவி செய்தவர்களைக் கழற்றிவிடும் வழக்கம் கொண்டவர்கள். ஆனால், செந்தாமரைக்கண்ணன் எந்த சூழ்நிலையிலும் தான் சொன்ன சொல்லைக் காப்பாற்றக் கூடியவர் என்று பெயர் பெற்றவர். அந்த வகையில் பெரும்பாலான தலைமறைவு இயக்கத்தினர் அவர்மீது மரியாதையும், நம்பிக்கையும் கொண்டிருந்தனர்.

நீண்ட காலமாகவே தலைமறைவு வாழ்க்கையில் வெறுப்படைந்திருந்த சுந்தரமூர்த்திக்கு பெருத்த, கனமான உடலும் தொல்லையாக இருந்தது. அப்போது

வீரப்பனைச் சந்திப்பதற்காக பெண்ணாகரம் காட்டுக்குள் நடப்பதற்குக்கூட அவர் மிகுந்த சிரமப்பட்டார். மோசமாக பாதிக்கப்பட்ட உடல்நிலையுடன், கொஞ்சம் மனத் தடுமாற்றத்திலும் இருந்தார். மிகச்சிறந்த இராஜதந்திரியான செந்தாமரைக்கண்ணன் அதைப் பயன்படுத்தி, சுந்தரமூர்த்தியைத் தன்னுடைய கட்டுப்பாட்டுக்குள் கொண்டு வந்தார்.

ஏற்கனவே தலைமறைவு வாழ்க்கையில் வெறுத்துப்போய் இருந்தவருக்குப் பல்வேறு வகையான வசதிகளைப் போலீசார் செய்து கொடுத்தனர். போலீசாரின் பல்வேறு விதமான நெருக்குதலுக்குப் பின்னர் சுந்தரமூர்த்தியும் அதிரடிப்படையின் உளவாளியாக மாறினார்.

"எங்களுக்குத் தேவை வீரப்பன் மட்டுமே, அந்த டாஸ்க்கை முடித்தால் போதும். உன்னைப் பற்றி எங்களுக்குக் கவலையில்லை. உன்னைக் கைது செய்ய மாட்டோம்..." என்று தரப்பட்ட உறுதிமொழியை அடுத்து மாவோயிஸ்டு அமைப்பின் பொறுப்பாளரான சுந்தரமூர்த்திக்கும், அதிரடிப்படைக்கும் உடன்பாடு ஏற்பட்டது.

இந்த இடத்தில், துரைப்பாண்டியன் ஒரு புதுத் திட்டத்தை அரங்கேற்றினார். "நான் தலைமறைவு இயக்கத்தில் இருப்பவன். என்னை கியூ பிரிவு போலீசார் கண்காணித்துக் கொண்டுள்ளனர். இந்தக் காட்டுப்பகுதிக்கு மற்றவர்களைப் போல் என்னால் சுதந்திரமாக வரமுடியாது. உங்களுக்குத் தேவையான அனைத்தையும், தேவராஜ் மூலமே சொல்லி அனுப்புங்கள். நீங்கள் கேட்பதை எல்லாம் நானும், தேவராஜ் மூலமாகவே கொடுத்து அனுப்புவேன். உங்களுக்கு ஏதாவது சந்தேகம் என்று நினைத்தால் மட்டும், என்னை நேரில் வரச்சொல்லுங்கள்..." என்று ஒரு கதையை எஸ்.எம். வாயாலேயே வீரப்பனிடம் சொல்ல வைத்தார்.

இதன் பின்னரே, துரைப்பாண்டியன் ஆலோசனையின்படி எஸ்.எம். மூலமாக முதல் முறை இரண்டு ஏ.கே-47 துப்பாக்கிகள் வீரப்பனுக்குக் கொடுத்து அனுப்பப்பட்டன. அடுத்து ஆறு கையெறி குண்டுகளுடன் கொஞ்சம் துப்பாக்கித் தோட்டாக்களும் வீரப்பனுக்குப் போய்ச்சேர்ந்தன.

இதன்மூலம், வீரப்பனுக்கு, சுந்தரமூர்த்தி மீது அசைக்க முடியாத நம்பிக்கை ஏற்பட்டது. அடுத்து களத்தில் நின்று போராடுவதற்குத் தேவையான ஆள்களைக் காட்டுக்குள் கூட்டிக்கொண்டு வந்து விடுமாறு வீரப்பன் கேட்டுள்ளார். இதற்கான வேலைகளையும் எஸ்.எம். தொடங்கினார்.

அதற்கான நேரமும் வந்தது. பெண்ணாகரத்தின் வடக்கிலுள்ள கிருஷ்ணாபுரத்தை ஒட்டிய காட்டுப்பகுதிக்குத் தான் வருவதாகவும், அன்று எஸ்.எம்.-ஐ சந்தித்து அவர் அனுப்பி வைக்கும் ஆளைக் கூட்டிக்கொண்டு வருமாறு எம்-1-க்குச் செய்தி அனுப்பினார் வீரப்பன். இந்த இடத்தில்தான் எஸ்.எம் என்கிற அந்த நபருக்கு மிஸ்டர் எக்ஸ் என்ற பெயரைச் சூட்டினார் ஏ.டி.ஜி.பி. விஜயகுமார். இதைத் தன்னுடைய வீரப்பன் சேசிங் த பிரிகன்ட் நூலிலும் குறிப்பிடுகிறார்.

மிஸ்டர் எக்ஸ்-ஐத் தன்னுடைய கட்டுப்பாட்டில் வைத்துக் கொண்டு, துரைப்பாண்டியனை இந்த நடவடிக்கையிலிருந்து முற்றிலுமாக கழற்றிவிட்டு, சென்னையிலிருந்து அழைத்து வரப்பட்ட உதவி காவல் ஆய்வாளர் வெள்ளைத்துரையைச் சுந்தரமூர்த்தி அனுப்பிய ஆள் என்ற அடையாளத்துடன் காட்டுக்குள் அனுப்ப விஜயகுமார் முயற்சி செய்தார்.

"முடியாது, எனக்கு நம்பிக்கையானவர்கள் துரைப்பாண்டியனும், பாண்டிக்கண்ணனும்தான். இவர்கள் இருவரை விட்டால் வேறு யாரையும் நான் காட்டுக்குள் கூட்டிக்கொண்டு போகமாட்டேன்..." என்று M-1 அடம் பிடித்தார்.

போலீஸ் இனத்துக்கே உரிய புத்தி இது. இதற்கு விஜயகுமாரும் விலக்கில்லை என்பதைத் தெரிந்துகொண்ட துரைப்பாண்டியன், "சார் ஒருத்தன் அயோக்கியனாகக்கூட இருக்கலாம் அல்லது கீழ் நிலையிலுள்ள தொழிலாளியாக இருக்கலாம். அவன் மீது ஒருவனுக்கு நம்பிக்கை வந்து விட்டால், கடைசிவரை அவனைத்தான் நம்புவான். அவனை விடவும் நான் புத்திசாலி, நீ என்னைத்தான் நம்பவேண்டும் என்று சொல்வதோ, அவனைவிட நான் அதிகம் படித்தவன், பெரிய பதவியில் உள்ளவன் அதனால் நீ என்னை நம்பு என்று சொல்வது உகந்தது அல்ல" என்று சொன்னார்.

ஆனால், விஜயகுமார் விடுவதாக இல்லை. வெள்ளைத்துரை துப்பாக்கியுடன் காட்டுக்குள் போகவேண்டும். இரண்டொரு நாள்கள் வீரப்பனுடன் காட்டுக்குள் தங்கியிருந்து, சரியான நேரத்தில் வீரப்பனையும், அவனது குழுவையும் துப்பாக்கியால் சுட்டுக்கொன்று விட்டு வெளியே வரவேண்டும் என்ற திட்டத்தின்படி வெள்ளைத்துரையைக் காட்டுக்குள் அனுப்பவேண்டும் என்று ஏ.டி.ஜி.பி.விஜயகுமார் ஒற்றைக் காலில் நின்றார்.

"ஏற்கனவே இதுபோல பலமுறை நடந்த அனைத்து முயற்சிகளும் தோல்வியில்தான் முடிந்துள்ளன. இந்த முயற்சியிலும் வெள்ளைத்துரையால் வெற்றி பெறவே முடியாது. வீரப்பன் குழுவினர் எப்படி இருப்பர்...? அங்கே எந்த மாதிரியான சூழல் இருக்கும்...? போகும் வழியிலேயே, M-1 உடன் வரும் ஆள்களை, வீரப்பன் ஆள்கள் சோதனையிடுவர். அப்போது, இவன் கொண்டுபோகும் ஆயுதங்களை வீரப்பன் ஆள்கள் கைப்பற்றிவிடுவர். அதற்குப் பிறகு வெள்ளைத்துரையால் என்ன செய்யமுடியும்...? என்பதைப் பற்றியெல்லாம் துரைப்பாண்டியன் மிகத் தெளிவாக விவரித்துச் சொன்னார். உங்கள் திட்டப்படி, வெள்ளைத்துரை உள்ளே போனால், அவன் பிணமாக வருவான். கூடவே நம்முடைய சோர்ஸ் M-1 ன்னும் சேர்ந்து கொலையாக வேண்டிய சூழல் வரும் சார்..." என்றார்.

ஆனால், விஜயகுமார் அதையெல்லாம் ஏற்கும் மனநிலையில் இல்லை.

இரவு பத்து மணிக்கு ஏ.டி.ஜி.பி. விஜயகுமாருக்கும் துரைப்பாண்டியனுக்கும் தொடங்கிய இந்த முட்டல், மோதல் ஒரு மணி நேரம் நீடிக்கிறது. ஒரு கட்டத்தில் செந்தாமரைக்கண்ணன்கூட, "வெள்ளைத்துரையை துப்பாக்கியுடன் காட்டுக்குள் அனுப்புவதென்பது விபரீதமான முடிவு" என்றே சொன்னார். ஆனாலும், விஜயகுமாரின் நிலையில் மாற்றம் ஏற்படவில்லை.

உள்ளூர் சினிமா பார்க்கும் நமக்கு இருக்கும் ஹீரோயிசத்தை விடவும், ஹாலிவுட் படமாகப் பார்த்த விஜயகுமாருக்குக் கொஞ்சம் கூடுதலாகவே இருந்தது.

அது வீரப்பன் காட்டில் எடுபடாது என்பது அவருக்குத் தெரியவில்லை.

வேறு வழியே இல்லாத நிலையில், எம்-1-ஐ மட்டும் தனியாக அழைத்துக் கொண்டு போன துரைப்பாண்டியன் அவரிடம் பேசினார்.

"உங்களையும், பாண்டிக்கண்ணன் சாரையும் விட்டால் வேறு யாரையும் நான் கூட்டிக்கிட்டுப் போகமாட்டேன்" என்று தேவராஜ் அடம் பிடித்தார். இந்தப் பேச்சு வார்த்தையும் ஒரு மணிநேரம் தொடர்ந்தது.

"என்னால் இந்த நேரத்தில், ADGP-யின் உத்தரவை மீறமுடியாது. இப்போ நடப்பது நடக்கட்டும், அடுத்து என்ன செய்யவேண்டும் என்பதை நான் முடிவு செய்து கொள்கிறேன். ஒருவேளை, நீ கூட்டிக்கொண்டு போனது போலீஸ் என கேங்குக்குத் தெரிந்து விட்டால் உன்னாலே ஊரில் இருக்க முடியாது. அதுக்குத்தான் நீ பயப்படுறே, அந்த பயத்தை விடு.

அப்படிப்பட்ட நிலை வந்தால், நான் உன்னைக் கைவிடமாட்டேன். என்னுடைய தோட்டத்தை உனக்குத் தாரேன். உன் குடும்பத்தோட எங்க ஊருக்கே வந்திரு. என் அப்பா அம்மாவோட நீ எங்க ஊரிலேயே தங்கிக்கோ. இங்கே இருக்கிறது மாதிரி அங்கேயும் உனக்கு ஒரு தொழில் ஏற்பாடு செஞ்சு குடுக்கிறேன். என் குடும்பத்திலுள்ள எல்லோரையும் உனக்கும் தெரியும். அவங்களோடவே நீயும் தங்கி வாழலாம். ஏற்கனவே சொன்னதை இப்போதும் சொல்லறேன். உன்னை என் குடும்பத்தில் ஒருத்தனாத்தான் பார்த்துக்கிட்டிருக்கேன். நீ, இருந்தாலும், இல்லாமல் போனாலும் நான் உன் குடும்பத்தைக் கைவிடமாட்டேன். அதேமாதிரி, நான் இல்லாமல் போனாலும்கூட என்னுடைய குடும்பத்தினர் உன்னைக் கைவிட மாட்டாங்க. இப்போ நீ வெள்ளைத்துரையைக் காட்டுக்குள் கூட்டிக்கொண்டு போ, உள்ளே போனாலும்கூட அவனாலும், ஒன்னும் செய்யமுடியாது. ரெண்டு நாளில் பேசாமல் திரும்பி வந்திருவான்...." என்று துரைப்பாண்டியன் சொன்னார்.

விஜயகுமாருக்கும், துரைப்பாண்டியனுக்கும் இடையே நடந்த பஞ்சாயத்து முடியவே இரவு பதினோரு மணி ஆனது.

அதற்குப் பிறகு, *M-1* இடம் பேசி, அவரைச் சமாதானம் செய்ய இன்னும் ஒரு மணி நேரம் ஆனது. இது எல்லாம் முடிவதற்குள் வீரப்பன் வரச்சொல்லியிருந்த சந்திப்புக்கான நேரம் முடிந்து இரண்டு மணிநேரம் கடந்து விட்டது.

தமிழ்நாடு காவல்துறை கூடுதல் இயக்குநர் விஜயகுமார் *IPS*, கண்காணிப்பாளர் செந்தாமரைக்கண்ணன் இருவரின் ஆலோசனைப்படி, *Glock-17, 25-K* என்ற இரண்டு ரிவால்வர், ஒரு கையெறிகுண்டு சகிதமாக வெள்ளைத்துரை, வீரப்பனை வீழ்த்தப் புறப்பட்டார்.

வீரப்பனைச் சந்தித்து, அவனுடனே தங்கியிருந்து, நேரம் வரும்போது வீரப்பன் ஆள்கள்மீது தாக்குதல் நடத்தி, வீரப்பனையும் அவனது கேங்கையும் அழித்து விட்டு வெற்றிகரமாகத் திரும்பி வரும் நோக்கில் வெள்ளைத்துரையை எம்-1 உடன் சின்னாற்றுக் காட்டுக்குள் வாழ்த்தி அனுப்பினார் விஜயகுமார்.

விஜயகுமார் கொடுத்த இரண்டு கைத் துப்பாக்கிகளையும் எப்படிப் பாதுகாப்பாகக் கொண்டுபோவது என்பது கூடத் தெரியாமல் வெள்ளைத்துரை விழித்துக் கொண்டிருந்தார். வழக்கம்போல, ஒரு துப்பாக்கியை முன்வயிற்றிலும், மற்றொன்றை இடுப்புப் பக்கமும் வெள்ளைத்துரை செருகினார்.

இதைப்பார்த்துக் கடுப்பான துரைப்பாண்டியன், தன் இடுப்பிலிருந்த பெல்ட்டை அவிழ்த்தார். அதிலிருந்த பிஸ்டல் பௌச்சுடன், செந்தாமரைக்கண்ணனிடம் இருந்த பிஸ்டல் பௌச்சையும் வாங்கினார். இரண்டையும் அந்தப் பெல்டில் பொருத்தினார். அந்த பௌச் இரண்டும் வெள்ளைத்துரையின் முதுகுப்பக்கம் வருவது போல, வெள்ளைத்துரையின் முதுகில் மாட்டினார். பிறகு, அந்தப் பௌச்களில் இரண்டு கைத் துப்பாக்கிகளையையும் துரைப்பாண்டியனே செருகி விட்டார்.

விஜயகுமார் காலில் விழுந்து ஆசீர்வாதம் வாங்கிய வெள்ளைத்துரை போருக்குக் கிளம்பினார். ஒரு பாதுகாப்புக்காக எம்-1, வெள்ளைத்துரை இருவரையும் பின்தொடர்ந்து, பாண்டிக்கண்ணனையும் நிதானமாகப் போகுமாறு சொல்லித் துரைப்பாண்டியன் அனுப்பினார்.

குறிப்பிட்ட இடைவெளியில் ஆடு, மாடுகள் மேய்க்கப்போகும் பட்டிக்காரன் போலவே கையில் குச்சி, உடலெல்லாம் இழுத்துப் போர்த்திய கம்பளியுடன் பாண்டிக்கண்ணன் M-1, வெள்ளைத்துரை இருவரையும் பின்தொடர்ந்து காட்டுக்குள் சென்றார்.

உண்மையிலேயே பாண்டிக்கண்ணன் அந்தப் பக்கத்தில் உள்ள மடத்துக்கார நாயக்கர் ஒருவரின் ஆட்டுப்பட்டியில் ஒரு மாதமாக ஆடு, மாடுகளை மேய்த்துக் கொண்டு இருந்தார். அதனால், எந்தநேரம் வேண்டுமானாலும் காட்டுக்குள் போய்விட்டு வருவார். அங்குள்ள யாருக்கும் சந்தேகம் வராது.

வெள்ளைத்துரை, எம்-1 இருவரும் வீரப்பன் சொன்ன இடத்தில், இரவு இரண்டு மணிக்கு போய்ச் சேர்ந்தனர். காட்டுக்குள் அங்கொன்றும் இங்கொன்றுமாய்ச் சில இடங்களில் டார்ச் லைட் வெளிச்சம் போலத்தெரிந்தாலும், அது வீரப்பன் குழுவினரின் சிக்னல் அல்ல என்பது தெரிந்தது. இருமல், தொண்டையைச் செருமுதல், மெல்லிய சத்தத்தில் சீக்கியடித்தல் எனத் தனக்குத் தெரிந்த எல்லா விதமானச் சத்தத்தையும் எம்-1 பயன்படுத்தினார். ஆனால், வீரப்பன் பக்கமிருந்து பதிலே வரவில்லை.

ஒரு மணி நேரம் அங்கே காத்திருந்தும் தொடர்பு கிடைக்காமல் போனதால், இரவு மூன்று மணியளவில் அந்த இடத்தை விட்டு திரும்பி வரும்போது வெள்ளைத்துரை "தனக்குத் தண்ணீர் தாகமெடுக்கிறது..." என்கிறார்.

ஒரு ஆட்டுப்பட்டிக்குப் போன எம்-1 ஆட்டு மந்தைக்கு நடுவிலிருந்த குச்சுக்குள் படுத்திருந்த பட்டிக்காரனிடம் குடிக்கத் தண்ணீர் கேட்டார். பட்டிக்கு பக்கத்திலிருந்த ஊஞ்ச மரத்தில் தண்ணீர் பாட்டில் இருப்பதாகச் சொன்ன அந்தப் பட்டிக்காரர் "யாரப்பா நீங்க...? இந்த நேரத்தில் எங்கே போறீங்க...?" என்று கேட்டார்.

"பத்து நாளைக்கு முன்னே வந்தோமே.... காட்டுலாக்கா அதிகாரிங்கப்பா, உனக்கு ஞாபகம் இல்லையாய்யா...?" என்று சொன்ன எம்-1, தண்ணீர் புட்டியை எடுத்து வெள்ளைத்துரையிடம் கொடுத்துள்ளார். வெள்ளைத்துரை தண்ணீர் குடித்து முடித்ததும், விடுவிடுவென அங்கிருந்து

அவரைக் காட்டை விட்டு வெளியே கூட்டிக் கொண்டுவந்து விடுகிறார்.

இந்த ஆபரேஷன் தோல்வியைடைந்ததால் வெறுப்படைந்த விஜயகுமார், அதற்கான காரணம் குறித்து இரண்டு நாள்கள் தீவிர விசாரணை நடத்தினார். அப்போது, வெள்ளைத்துரை "என்னை அழைத்துக் கொண்டுபோன எம்-1, ஆட்டுப்பட்டியிலிருந்த ஆள்களுடன் ஏற்கனவே அறிமுகம் ஆனது போலவே பேசினான். அவன்மீது எனக்குச் சந்தேகம் உள்ளது" என்று போட்டுக் கொடுத்தார்.

இதையடுத்து துரைப்பாண்டியனைக் கூப்பிட்ட விஜயகுமார், "என்னய்யா உன்னுடைய சோர்ஸ் எம்-1 எங்கோ சிலிப் ஆகிறான். அவன் சொல்லுவதெல்லாம் உண்மைதானா...? நம்ம எல்லோரையும் அவன் முட்டாளாக்கப் பார்க்கிறான். அவனை எங்களிடம் விடு நாங்க பார்த்துக்கிறோம்..." என்று கூறினார்.

"சார்.... எம்-1 சொல்லுவதை எல்லாம் நான் நம்பமாட்டேன், அவன் சொல்லும் எல்லாத்தையும் அப்படியே நம்புற அளவுக்கு நான் முட்டாள் இல்லை. ஆனால், இதுவரைக்கும் என்கிட்டே எம்-1 பொய் சொல்லவில்லை என்பது உறுதி.

நீங்க தயவுசெய்து நிலைமையைப் புரிஞ்சுக்கோங்க சார். நீங்க கூட்டிக்கொண்டு வந்திருக்கும் வெள்ளைத்துரைக்கு இந்தக் காடு, இங்குள்ள மக்கள், அவர்கள் பேசும் மொழி, பழக்க வழக்கம் எதுவுமே தெரியாது. எதுவுமே தெரியாத ஒருத்தனாலே இங்குள்ள டோபோகிராபியை எப்படிப் புரிஞ்சுக்க முடியும்...? இராத்திரி நேரத்தில் யாராவது காட்டுக்குள்ளே வீரப்பன் ஆபரேஷனுக்கு போய்விட்டு, தண்ணீர் கேப்பாங்களா சார்...?

எஸ்.பி. அசோக்குமார் சாரிடம் ட்ரெய்னிங் எடுத்த எஸ்.டி.எப்பில் இருக்கும் என்டையர் டீமையும் கூப்பிடுங்க சார், ஆபரேஷனில் இருக்கும்போது தண்ணீர் தாகம் எடுத்தால் என்ன செய்வீங்கன்னு கேட்டுப்பாருங்க. ஒரு பயலும் ஆட்டுப்பட்டியில் போய்த் தண்ணீர் வேணுன்னு கேட்கமாட்டான்.

தவிர்க்கவே முடியாமல் போனாலும் கூட தன்னுடைய யூரினைப் பிடித்து குடிச்சுட்டு வருவானே தவிர, உயிர் போனாலும் இன்னொரு இடத்தில் போய் தண்ணீர் வாங்கிக் குடிக்க மாட்டான். வெள்ளைத்துரை தண்ணீர் கேட்காமலிருந்தால், எம்-1 அந்த ஆட்டுப்பட்டிக்குப் போகவேண்டிய அவசியம் இருக்காது.

அந்தப் பட்டிக்காரனிடம் நான் போலீஸ் என்றும் சொல்லவும் முடியாது, வீரப்பனைச் சந்திக்க வந்தவன் என்றும் சொல்ல முடியாது. இக்கட்டான அந்த இடத்திலிருந்து தப்பிக்க எம்-1 ஏதோ ஒரு பொய்யைச் சொல்லியுள்ளான். இதை பெரிய பிரச்சனையாக அவன் (வெள்ளைத்துரை) பார்க்கலாம். ஆனால், நீங்க பார்க்கக்கூடாது..." என்று சற்றுக் கடுப்புடன் கூறினார்.

குறிப்பாகத் தேவராஜ், வீரப்பனைச் சந்தித்து விட்டு வெற்றிகரமாகத் திரும்பி வரும் நேரங்களில் நம்முடைய சோர்ஸ் என்று ஏ.டி.ஜி.பி. விஜயகுமார் சொல்வார். ஆனால், தோல்வியில் முடியும் நேரத்தில் "என்னய்யா துரைப்பாண்டி உன்னுடைய சோர்ஸ் பெயிலாகிட்டுது போல இருக்கிறது" என்று கிண்டலடிப்பார்.

இந்த இருவருக்கும் இடையில், தானும் ஏதாவது வேலை செய்ததுபோல இருக்கவேண்டும் என்று நினைக்கும் செந்தாமரைக்கண்ணன் அவரும் குறுக்கே சில அண்டர் கிரவுண்டு பாலிட்டிக்ஸ் வேலைகளைச் செய்துள்ளார்.

அதிரடிப்படையில் இருந்த திறமையான ஆள்கள் என்று பெயர் எடுத்தவர்களையும், அசோக்குமார், துரைப்பாண்டியனுக்கு ஆதரவாக இருந்தவர்களையும் கூப்பிட்டு, அவர்களால் செய்யமுடியாத ஒரு வேலையைச் செந்தாமரைக்கண்ணன் கொடுப்பார். அதில் அவர்கள் தோல்வி அடைந்ததும், அவர்களுக்கு பனிஷ்மெண்ட் கொடுத்து வெளியேற்றுவதுபோல வெளியில் தள்ளிவிடுவார்.

அடுத்த 15 நாள்களில் நீ ராமநாதபுரத்தில் ஜாயின் பண்ணவேண்டும் என ஆர்டர் கொடுத்து அனுப்புவார். பின்னர், 12 நாள்கள் கழித்து அவர்களை நேரில் வரச் சொல்லுவார். அவர்களிடம் விசாரணை மேற்கொள்வார்,

எஸ்.பி.சண்முகவேல்

தனக்கு விசுவாசமாக இருப்பார் எனத்தெரியும் ஆள்களைச் சத்தமில்லாமல் உள்ளே கொண்டுவந்து, தன்னுடைய அணியில் சேர்க்கும் வேலையைச் செய்வார்.

செந்தாமரைக்கண்ணனின் டிரைவராக இருந்து பதவி உயர்வு பெற்ற குமரேசன் கூட டி.எஸ்.பி. ஹுசைன் அணியில் இருந்தவரே. அவரையும் இந்த டெக்னிக் மூலமேதான் செந்தாமரைக்கண்ணன் தன் பக்கம் கொண்டு வந்தார்.

விஜயகுமார், செந்தாமரைக்கண்ணன் என இரண்டு பெரும் ராஜதந்திரிகள் மத்தியில் வேறு யாராலுமே எதிர்நீச்சல் அடிக்கமுடியாது என்ற நிலை ஏற்பட்டது. அதனால், பாண்டிக்கண்ணனுக்கும், துரைப்பாண்டியனுக்கும் ஆதரவாக இருக்க வேண்டியவரும், வீரப்பன் வேட்டையைச் சரியான திசையில் கொண்டுசெல்லக் காரணமாக இருந்த எஸ்.பி-2 சண்முகவேல் இந்தப் போட்டியில் இருந்து விலகி விட்டார்.

வீரப்பன் ஆபரேஷன் முடிந்த பின்னர் ஒட்டுமொத்த தமிழ்நாடு போலீசாரும் வெற்றிக்களிப்பில் மிதந்தபோது, அதிரடிப்படையில் உண்மையாக உழைத்தவர்களுக்கு ஒன்றும் கிடைக்காமல் போனதைக் கண்டு கண்ணீர் விட்டு அழுதவர் எஸ்.பி.சண்முகவேல்.

***

39

வழக்குரைஞர் ஹரிபாபு

மாவோயிஸ்டு இயக்கத்தின் தொடர்பாளரும், வீரப்பன் மரணம் குறித்து உண்மை அறியும் குழுவைத் தலைமை தாங்கி நடத்தியவருமான சேலம் வழக்குரைஞர் ஹரிபாபுவைச் சந்தித்தேன். பேச்சின் தொடக்கத்திலேயே "நீங்க என்ன நோக்கத்திற்காக இப்போது வீரப்பன் மரணம் தொடர்பாக ஆய்வு செய்ய விரும்புகிறீர்கள்...? உண்மை அறியும் குழுவின் நடவடிக்கைகளிலிருந்து நீங்கள் என்ன தெரிந்து கொள்ள விரும்புகிறீர்கள்...?" என்று கேட்டார்.

தற்போது தன்னை (அவரை) இந்திய உளவுத்துறை (RAW) கண்காணித்து வருவதாகச் சொன்னார். தன்னுடைய செல்போன், நான் கொண்டு போயிருந்த செல்போன் எண்களைக் கொண்டே நாம் இருவரும் பேசிக்கொள்ளும் உரையாடலை "ரா" அமைப்பினர் எடுத்து விடுவர் என்றார்.

ஹரிபாபு வழக்குரைஞர்

என்னுடைய இரண்டு செல்பேசிகள் நான் கொண்டுபோயிருந்த கேமரா பை போன்றவற்றை அவருடைய வீட்டின் கீழ்த் தளத்திலேயே வைத்துவிட்டு என்னை மட்டும் அவருடைய வீட்டு மொட்டை மாடிக்கு அழைத்துச் சென்றார். தமிழ்நாடு மாவோயிஸ்டு இயக்கம், வீரப்பனுடனான தொடர்புகள் குறித்து அவருடன் பேசியதிலிருந்து சில முக்கியமான செய்திகளைத் தெரிந்துகொள்ள முடிந்தது.

வீரப்பனின் அண்ணன் கூசமாதையனின் மகன் மணி சேலம் சட்டக் கல்லூரியில் படித்தவர். அவரது பக்கத்து வகுப்பில்

ஹரிபாபுவும் படித்துள்ளார். அந்த வகையில் இருவருக்கும் நல்ல அறிமுகம் இருந்துள்ளது. 2000-ஆம், ஆண்டில் கன்னட நடிகர் இராஜ்குமார் கடத்திய வீரப்பன் சத்தியமங்கலம் அருகிலுள்ள சிக்கரசம்பாளையம் காட்டில் தங்கியிருந்தார். அப்போது, வழக்குரைஞராக இருந்த மணியை வீரப்பன் சந்தித்துள்ளார்.

அப்போது, "நான் மாவோயிஸ்டு இயக்கத்தினரைச் சந்திக்கவேண்டும்..." என்று வீரப்பன் கேட்டுள்ளார். இதைத் தொடர்ந்து, வக்கீல் மணி ஹரிபாபுவைச் சந்திக்கிறார். அதன்பிறகு, வீரப்பன் - ஹரிபாபு சந்திப்பு நடந்துள்ளது.

ஒரு நாள் வீரப்பனுடன் காட்டில் தங்கியிருந்த ஹரிபாபு வெளியே வந்ததும், அதற்கான வேலைகளில் ஈடுபட்டுள்ளார். அப்போது, மக்கள் யுத்தக்குழு என்ற தமிழ்நாடு மாவோயிஸ்டு இயக்கத்தின் தலைமைப் பொறுப்பாளராக இருந்த இரவீந்திரனைச் சந்தித்துப் பேசியுள்ளார். அவரும், வீரப்பனுடன் தங்கள் குழுவை இணைப்பது குறித்து கட்சியின் மத்தியக் குழு பொறுப்பாளர்களுடன் கலந்து பேசி முடிவெடுப்பதாகச் சொல்கிறார்.

இதற்கிடையே 10.01.2001 அன்று தருமபுரி மாவட்டம், மாரண்டஹள்ளி அருகே உள்ள பெருங்காட்டுக் கொட்டாய் என்ற இடத்தில் பதுங்கியிருந்த இரவீந்திரனை, தமிழ்நாடு போலீஸார் சுட்டுக்கொன்றுவிட்டனர். அதே ஆண்டு, சென்னையில் வழக்குரைஞர் தொழில் செய்து வந்த வீரப்பனின் அண்ணன் கூசமாதையனின் மகன் மணி, ஒருநாள் நள்ளிரவு, கோடம்பாக்கம் நெடுஞ்சாலையில் நடந்த சாலை விபத்தில் பலியானார். இதனால், வீரப்பன்-மாவோயிஸ்டு இயக்கத்தினர் சந்திப்பு கைக் கூடாமலே போய்விட்டது.

இந்த நேரத்தில்தான் வீரப்பனே, புலவர் கலியபெருமாள் மூலம் மாவோயிஸ்டு இயக்கத்தினரைச் சந்திக்க முடிவெடுக்கிறார். புலவர் மூலமாகத் தமிழ்நாடு மாவோயிஸ்டு இயக்கப்பொறுப்பாளர் இராமையன்பட்டி சுந்தரமூர்த்தியைச் சந்திக்கிறார். அவருடன் மதுரையைச் சேர்ந்த விவேக் உள்ளிட்ட மேலும் சில தோழர்கள் காட்டுக்குள் சென்று வீரப்பனைச் சந்தித்துள்ளனர். சுந்தரமூர்த்தி மூலமாக

இரண்டு ஏ.கே.- 47 துப்பாக்கிகள், கையெறி குண்டுகள், சில வகையான வெடி மருந்துகள் தவிர அன்றாடத் தேவைகளுக்கான மின்னணு பொருள்கள் எனப் பலவற்றை வீரப்பன் வாங்கியுள்ளார் என்பதையும் ஹரிபாபுவும் உறுதிப்படுத்தினார்.

"தமிழ்நாட்டு மாவோயிஸ்டு அமைப்பின் மேலிடத் தொடர்பாளர்கள் மூலம் சுந்தரமூர்த்தி இவற்றையெல்லாம் வாங்கிக்கொண்டு வந்து வீரப்பனுக்குக் கொடுத்தாரா...? இல்லை தமிழக அதிரடிப்படை போலீசாரிடம் இருந்து வாங்கிக் கொண்டுபோய் வீரப்பனுக்குக் கொடுத்தாரா...? என்பது எனக்குத் தெரியாது" என்றார் ஹரிபாபு.

"தருமபுரி மாவட்டம், பெண்ணாகரம் அருகில் உள்ள ஓர் இடத்தில் தோழர் சுந்தரமூர்த்தியும், வீரப்பனும் வழக்கமாகச் சந்தித்துள்ளனர். கடைசி முறை தோழர் சந்திக்கச் சென்றபோது, அந்த இடத்திலிருந்த ஒரு மரத்தில் வீரப்பன் வைத்திருந்த ஒரு கடிதம் இருந்துள்ளது. அந்த கடிதத்தில், "நான் முக்கியமான வேலையாக வெளியில் செல்கிறேன். இரண்டு மாதங்களுக்குப் பிறகு திரும்பி வந்து உங்களைத் தொடர்பு கொள்கிறேன்" என்று இருந்துள்ளது. "இந்தக் கடிதத்தை எடுத்துக்கொண்ட சுந்தரமூர்த்தி தானும் ஒரு பதில் கடிதம் எழுதி அந்த மரத்தில் வைத்துவிட்டு வந்து விட்டார். தோழர் எஸ்.எம். திரும்ப அந்த இடத்துக்குப் போவதற்கு முன்பாகவே வீரப்பன் சுட்டுக் கொல்லப்பட்டு விட்டார்.

இந்தச் செய்தி அப்போது முக்கியப் பொறுப்பிலிருந்த இயக்கத் தோழர்கள் பலருக்கும் தெரியும். மாவோயிஸ்டு இயக்கத்தினருடன் வீரப்பன் இணைத்து பணியாற்ற முடிவு செய்த பின்னர், அவரையும், அவருடன் இருந்தவர்களையும் ஆந்திர மாநிலத்தில் உள்ள காட்டுப்பகுதிக்கு அழைத்துக் கொண்டு போகவே அமைப்பு முடிவு செய்தது.

அதற்கு வீரப்பன் உடன்படவில்லை. இது தவிர, மலைவாழ் மக்களுடனான தொடர்பைக் கை விடவேண்டும் என்று அமைப்பு வேண்டுகோள் வைத்தது, வீரப்பன் அதை ஏற்றுக் கொள்ளவில்லை. இதையடுத்து வீரப்பன் கொஞ்சம் அவசரப்பட்டு சில முடிவுகளை எடுத்துள்ளார்.

அதன் விளைவாகத்தான், அவருக்கு இந்த மோசமான நிலை ஏற்பட்டுள்ளது" என்றார் ஹரிபாபு.

கோட்டையூர் அம்மாசி என்பவரிடம் போலீசார் சயனைடு கலந்த மாவு உருண்டையைக் கொடுத்துள்ளனர். அவர் அதை வீரப்பனுக்குக் கொடுக்கப் பயந்து கொண்டு மரப் பொந்தில் வைத்திருந்தார். வீரப்பன் இறந்த ஒரு மாதத்துக்குப் பிறகு அதை முத்துலட்சுமியிடம் கொடுத்ததாக உண்மை அறியும் குழு அறிக்கையில் கூறியுள்ளீர்கள். நான் சில மாதங்கள் முன்பாக அம்மாசியைச் சந்தித்துப் பேசும்போது, "சயனைடு விஷம் கலந்த அந்த மாவு உருண்டை போலீசார் என்னிடம் கொடுக்கவில்லை. வக்கீல் ஹரிபாபுதான் என்னிடம் கொடுத்தார்..." என்று சொன்னார்.

"வீரப்பன் உறவினர்கள் யாராவது வந்து உங்களைச் சந்தித்தார்களா...? வீரப்பன் கொல்லப்பட்ட விவகாரத்தில் நீங்கள் தலையிட்டு உண்மையைக் கண்டறிய வேண்டும் என்று கேட்டுக் கொண்டார்களா...? வீரப்பன் கொல்லப்பட்டதில் உள்ள உண்மையைக் கண்டுபிடிக்க வேண்டிய எண்ணம் உங்களுக்கு எப்படி ஏற்பட்டது...? செங்கப்பாடியில் இருக்கும் அம்மாசியை நீங்கள் எப்படிச் சந்தித்தீர்கள்...? அம்மாசியிடம் விஷம் கலந்த மாவு உருண்டை இருப்பது உங்களுக்கு எப்படித் தெரியும்...? என்று வழக்குரைஞர் ஹரிபாபுவிடம் கேட்டேன்.

"முதலில் அம்மாசி என்னை முத்துலட்சுமி மூலமாக சந்திக்க வந்தார் என்றார். உடனடியாக "இல்லை.. நான் உண்மை அறியும் குழு அமைத்துள்ள செய்தியைத் தெரிந்து கொண்ட அம்மாசி சேலம் வந்து என்னுடைய அலுவலகத்தில் என்னைச் சந்தித்தார்" என்றார்.

பிறகு மாவோயிஸ்டு இயக்கத்துக்கும் வீரப்பன் குழுவினருக்கும் இடையே ஏற்பட்ட இந்தத் தொடர்பின் வெளிப்பாடாகத்தான், வீரப்பன் மரணத்தில் மர்மம் உள்ளது என்பதைத் தெளிவுபடுத்த வேண்டும் என அமைப்பின் உயர்மட்டப் பொறுப்பிலிருந்த சுந்தரமூர்த்தி என்னைக் கேட்டுக் கொண்டார். அதன் அடிப்படையில்தான் உண்மை அறியும் குழுவை அமைத்தேன். கட்சியின் மத்திய குழுவில் இருந்த சேஷையா, இராஜானந்தம்

போன்றவர்கள் ஆந்திராவிலிருந்து இங்கே வந்தனர். கட்சியின் வேண்டுகோளுக்கு இணங்கியே நான் உண்மை அறியும் குழுவை அமைத்தேன்" என்றார்.

வழக்குரைஞர் ஹரிபாபுவை சந்தித்த பின்னர், பேராசிரியர்கள், வழக்குரைஞர்கள், எழுத்தாளர்கள், ஊடகத்துறையினர் எனப் பலரையும் கொண்டு அமைக்கப்பட்ட உண்மை அறியும் குழு வீரப்பனின் மரணம் தொடர்பான உண்மையை வெளிக் கொண்டு வருவதற்குப் பதிலாக உண்மையைக் குழி தோண்டி புதைக்கவே பயன்பட்டுள்ளது என்ற அச்சம் சந்தேகத்துக்கு இடமின்றி உறுதியானது.

2004-ஆம் ஆண்டு காலகட்டத்தில் பொருளாதார வசதிகளில் மிகவும் பின்தங்கிய நிலையிலிருந்த ஹரிபாபு இவ்வளவு பேரைத் திரட்டி அவர்களுக்குப் போக்குவரத்து, தங்குமிடம், உணவு போன்ற செலவினங்களைச் செய்து முடிக்க ஒரு பெரும் தொகை செலவாகியிருக்கும். அவ்வளவு பணம் அந்தக் காலகட்டத்தில் ஹரிபாபுவிடம் இல்லை. இதை அவரும் ஒத்துக்கொண்டார்.

அதேநேரத்தில், வீரப்பன் மரணத்துக்குப் பின்னர் வழக்குரைஞர் ஹரிபாபுவின் பொருளாதாரம் மிகவும் மேம்பட்ட நிலைக்கு வந்தது. தனி அலுவலகம் அமைத்தார், தனியார் தங்கும் விடுதி ஒன்றில் நண்பர்களுடன் தாக்குவதற்காக இரண்டு அறைகளை வாடகைக்கு எடுத்துப் பயன்படுத்தினார். பயணம் செய்யச் சொகுசு மகிழுந்து வாங்கினார். 1.50 லட்சம் மதிப்புடைய ஆப்பிள் நிறுவனத்தின் லேப்-டாப் கையிலிருந்தது. எந்த நேரமும் பத்துக்கும் குறையாத நண்பர்கள் காரில் சுற்றிக்கொண்டிருந்தார். இவற்றுக்கெல்லாம் பணம் எங்கிருந்து வந்தது என்ற கேள்வி பலருக்கும் எழுந்தது.

ஹரிபாபு நீதி மன்றத்துக்குச் சென்று வாதாடும் வழக்குரைஞரும் இல்லை. இவருடைய வழக்குகளைக்கூட ஷாகீர் என்பவரே நடத்தி வந்துள்ளார். இதுதவிர அவர் வேறு தொழில் செய்து வருபவரும் இல்லை. அப்படியானால், அதிரடிப்படை போலீசாருக்கு ஆதரவாக ஹரிபாபு உண்மை அறியும் குழு அமைத்து அதன் விசாரணை என்ற பெயரில் ஒரு பொய்யான அறிக்கையை வெளியிட்டதற்கு கை மாறாக யாரோ ஒருவரிடம் இருந்து ஒரு தொகை பெற்றுள்ளார்.

எஸ். எம். என்கிற சுந்தரமூர்த்தியைத்தான் செந்தாமரைக்கண்ணன் கைது செய்கிறார். பின்னர் ஆப்பக்கூடல்

சக்தி சுகர்ஸ் ஆய்வு மாளிகையில் வைத்து மிரட்டப்படுகிறார், பின்னர் மூளைச் சலவை செய்யப்படுகிறார். கொஞ்சம் கொஞ்சமாக மனம் மாறுகிறார், காவல்துறையின் உளவாளியாகிறார். போராளி என்ற பெயரில், அதிரடிப்படை வீரர் பாண்டிக்கண்ணை காட்டுக்குள் அனுப்பவும் காரணமாக இருக்கிறார். இந்த சுந்தரமூர்த்தி சேலம் வழக்குரைஞர் ஹரிபாபுவுக்கு நெருங்கிய நண்பர். இவரே வீரப்பன் கொலை பற்றிய உண்மை அறியும் குழுவை அமைக்கக் காரணமாக இருந்துள்ளார்.

இவர் வீரப்பனைக் காட்டிக் கொடுத்தற்காக அதிரடிப்படையினரிடம் பெற்ற பெரும் தொகையில் ஒரு பகுதியை ஹரிபாவுவிடம் கொடுத்துள்ளார். அதை வைத்தே ஹரிபாபு உண்மை அறியும் குழு என்ற ஒரு குழுவை ஏற்படுத்தியுள்ளார். இவர்கள் கள ஆய்வு செய்தது போலவும், அதில் வீரப்பன் விஷம் வைத்துக் கொல்லப்பட்டது தெரிந்ததாகவும் நடக்காத ஒரு செய்தியை நடந்ததாகக் கதை எழுதியுள்ளனர். இதை உலகம் நம்பவேண்டும் என்பதற்காக நீதிமன்றத்துக்கும் வழக்காக எடுத்துக்கொண்டு சென்றுள்ளார். இதன்மூலம், ஒட்டு மொத்த தமிழ்நாடு மக்களை மட்டுமல்ல... உண்மையை அறியும் குழுவிலிருந்த சமூக அக்கறையுள்ள அத்தனை பேரையும் முட்டாளாக்கியுள்ளார்.

மக்கள் யுத்தக்குழுவின் தலைவரான சுந்தரமூர்த்தி, பெண்ணாகரம் அருகிலுள்ள தும்கல்லில் உள்ள தங்கான் காட்டில் வீரப்பனை நான்கு முறை சந்தித்து பேசியது. சுந்தரமூர்த்தி மூலமாக சில ஆயுதங்கள் வீரப்பனுக்குப் போய்ச் சேர்ந்துள்ளன. சுந்தரமூர்த்தியுடன் மூன்று சந்திப்பு அதன் பின்னர் மக்கள் யுத்தக் குழுவின் மற்ற இரு தோழர்கள் வீரப்பனைச் சந்தித்தது, அத்தனை சந்திப்புகளுமே கோரப்பள்ளம் தேவராஜ் மூலமாகத்தான் நடந்துள்ளது என்பதும் வழக்குரைஞர் ஹரிபாபுவுக்கும் தெரியும்.

ஆனால், உண்மை அறியும் குழுவின் அறிக்கையில் எந்த இடத்திலும் இந்தச் செய்திகளைத் துளிகூட வெளிக்காட்டவில்லை. மேலே சொல்லப்பட்ட செய்தி பற்றி யாரிடமும் விசாரிக்கவும் இல்லை. செங்கப்பாடியில் உள்ள மாத்துப்பரி மாதையன் குடும்பத்தினர்தான் விஷம் வைத்து வீரப்பன் உள்ளிட்ட நால்வரையும் கொன்றுள்ளனர் என்று முழுக்க முழுக்க பொய்யான ஒரு செய்தியை

உண்மையாக்கியுள்ளார். அதைவிடக் கொடுமை, உண்மையை வெளியே கொண்டுவரும் வழியையும் சுத்தமாகப் பூசி, மெழுகி அடைத்துள்ளார் ஹரிபாபு.

"பெண்ணாகரம் அருகிலுள்ள தும்கல் காட்டில் நடந்த சுந்தரமூர்த்தி, வீரப்பனுடனான சந்திப்பு. சந்திப்புக்குக் காரணமாக இருந்த கோரப்பள்ளம் தேவராஜ் போன்ற செய்திகளை நீங்கள் ஏன் உண்மை அறியும் குழுவின் அறிக்கையில் கொண்டு வரவில்லை" என்று நான் ஹரிபாபுவிடம் கேட்டேன்.

"அப்போதைய சூழலில் கட்சியின் நிலைப்பாட்டிலிருந்த சில குழப்பங்களால்தான் இந்தச் செய்திகளை வெளியில் சொல்ல முடியவில்லை..." என்றார்.

ஹரிபாபுவின் வீட்டிலிருந்து நானும், ஜூனியர் விகடன் குழுமத்தின் புகைப்பட கலைஞர் சேலம் விஜயகுமாரும் அவரிடமிருந்து விடைபெற்றுக்கொண்டு கிளம்பும் தருணத்தில், "தோழர் உங்களுக்கு ஓர் உண்மையைச்

மாவோயிஸ்டு பொறுப்பாளர்கள் எஸ்.எம். என்கிற சுந்தரமூர்த்தி & விவேக்

சொல்லட்டுமா...? என்றவர், விஜயகுமாரின் சேசிங் தே பிரிகன்ட் வீரப்பன் நூலில் சொல்லப்பட்டுள்ள ரெட் என்ற கேரக்டர் நான்தான் தோழர்..." என்றார். இதன் மூலம், விஜயகுமாரிடமும் ஹரிபாபு தொடர்பில் இருந்துள்ளார் என்பது தெரிகிறது.

2002 இல் தருமபுரி மாவட்டம், ஜோகிப்பட்டியில் நடந்த நக்சல் போராளிகளுக்கான பயிற்சியில் கலந்துகொண்டு கைதானவர்களுள் திருவண்ணாமலை விநாயகமும் ஒருவர். இவர், நக்சல் அமைப்பின் நுண்ணறிவுப் பிரிவிலிருந்தவர். 2004-ஆண்டு இறுதியில் போலீஸ் கட்டுப்பாட்டுக்குள் எஸ்.எம் சென்று விட்டதாகவும், அவரது நடவடிக்கையில் நம்பிக்கையில்லை எனச் சேலம் சிறையிலிருந்து கட்சியின் மத்திய குழுவுக்குக் கடிதம் எழுதியிருக்கிறார்.

"இப்போதும், சுந்தரமூர்த்தி உளவுத்துறையின் கட்டுப்பாட்டில்தான்" இருக்கிறார்" என்கிறார்.

தருமபுரி, சேலம் பகுதியில் உள்ள சுந்தரமூர்த்தியின் நெருங்கிய தொடர்பில் உள்ள பலரையும் சந்தித்துப் பேசினேன். "சென்னை புழல் சிறையில் இருக்கும் சுந்தரமூர்த்தி, நான் சந்தித்த எல்லோரிடமும் தொடர்பில் இருக்கிறார். சிறைக்குப் போனதிலிருந்து செல்போன் பயன்படுத்தி வருகிறார். நீண்ட நாள்களாக ஒரே எண்ணில் பேசியும் வருகிறார்" என்று சொல்கின்றனர். இதுவும், விநாயகம் சொல்வதை உறுதிப்படுத்துவது போலவே உள்ளது.

அதுபோலவே உண்மை அறியும் குழுவில் இடம் பெற்றிருந்த பலரையும், சுந்தரமூர்த்தியே "நீங்களும் உண்மை அறியும் குழுவில் சேரவேண்டும்" எனக் சொல்லியுள்ளார். இதை எழுத்தாளரும் திரைப்பட இயக்குநருமான ருத்ரனும் ஒப்புக்கொள்கிறார். "கட்சியின் விருப்பபடியே, நான் உண்மை அறியும் குழுவில் இணைத்து பணியாற்றினேன். ஹரிபாபு உங்களைக் கூப்பிடுவார், நீங்களும் உண்மை அறியும் குழுவில் சேரவேண்டும் என சுந்தரமூர்த்திதான் எனக்குச் சொன்னார்" என்கிறார்.

***

40

மாவோயிஸ்ட் விவேக்

விநாயகம்

வீரப்பன் கொல்லப் படுவதற்கு சிலநாள்கள் முன்புவரை வீரப்பனுடன் தொடர்பிலிருந்த தமிழ் நாடு மாவோயிஸ்ட்டுகள் இயக்கத்தின் மாநில பொறுப்பாளரான எஸ்.எம். என்கிற சுந்தரமூர்த்தியைச் சந்தித்துப் பேசவேண்டும்; கடைசி நேரத்தில் வீரப்பன் என்ன மனநிலையில் இருந்தார். வீரப்பனைச் சந்திக்க முதலில் அவர்களை அழைத்துச் சென்ற காவல்துறை உளவாளியான கோரப்பள்ளம் தேவராஜ் கடைசிவரை அவர்களின் தொடர்பிலிருந்தாரா....? தும்கல் பகுதியில் உள்ள அந்தக் காட்டுக்குக் கடைசியாக எப்போது சென்றீர்கள்...? இறுதி நாளன்று என்ன நடந்தது போன்ற கேள்விகளுக்கு அவரிடம் விடை காணும் முயற்சியில் இறங்கினேன்.

தருமபுரி அருகே நடந்த இரயில் கவிழ்ப்பு முயற்சி வழக்கில் சிறைத் தண்டனை பெற்றுள்ள எஸ்.எம். அப்போது சென்னை புழல் சிறையில் அடைக்கப்பட்டிருந்தார். அவரை நான் நேரடியாகச் சந்தித்துப்பேச இயலாது என்ற நிலையில், அவருடன் அமைப்புப் பணிகளில் தொடர்புடையவரான சேலம் வழக்குரைஞர் ஒருவரைச் சந்தித்தேன்.

பழம்பெரும் புரட்சியாளரான புலவர் கலியபெருமாள். அவருடைய உதவியாளர் அரூர் வேடியப்பன், எஸ்.எம்.

விவேக்

என்கிற சுந்தரமூர்த்தி போன்றவர்கள் வீரப்பனைச் சந்தித்தது. ஆந்திர மாநிலத்தில் உள்ள தங்கள் அமைப்பினருடன் வீரப்பனைக் கொண்டுபோய் சேர்க்கும் முயற்சியில் சுந்தரமூர்த்தி ஈடுபட்டது. வீரப்பன் நக்சல் இளைஞர்களுக்குப் பயிற்சியளிக்க முன்வந்தது. இருவருக்கும் இடையில் நடந்த ஆயுதப் பரிமாற்றம். இவர்களின் சந்திப்பு 2004 ஆகஸ்டு மாதம் தொடங்கி, எந்தக் காலகட்டம் வரை நடந்தது என்பது குறித்து, சில விளக்கங்கள் எனக்குத் தேவைப்படுகின்றன.

வீரப்பனின் இறுதிக்காலத்தில் சுந்தரமூர்த்தியுடன், மாவோயிஸ்ட்டு இயக்கத்தைச் சேர்ந்த இன்னொரு தோழரும் வீரப்பனைச் சந்தித்துப் பேசியுள்ளார். இரண்டு முறை சுந்தரமூர்த்தியுடன் சென்ற அந்தத் தோழர் அதன் பின்னர் ஒரு முறை தனியாகவே வீரப்பனைச் சென்று சந்தித்துள்ளார். அவர் யார் என்பது குறித்து, சில விளக்கங்களை சுந்தரமூர்த்தியிடமிருந்து தெரிந்து எனக்குத் தெரிவிக்குமாறு அவரிடம் கேட்டுக்கொண்டேன்.

எனக்காக அவர் சென்னை சிறையிலிருந்த சுந்தரமூர்த்தியைச் சந்திக்கப் போகும் முன்பாகப் பேசினார். "தோழரைச் சந்தித்துவிட்டு வந்ததும் உங்களுடன் போனில் பேசுகிறேன்..." என்றும் சொன்னார்.

ஆனால், சுந்தரமூர்த்தியை சந்தித்துவிட்டு வந்து இரண்டு நாள்கள் வரைக்கும் என்னோடு பேசவில்லை. பிறகு, நானே தொடர்புகொண்டு பேசினேன். சுந்தரமூர்த்தி சந்திப்பு பற்றி எதிலும் பிடிகொடுக்காமல் பேசினார். சுந்தரமூர்த்தியை சந்திக்கப்போகும் முன்பாக அவரிடம் இருந்த உற்சாகம் சந்திப்பிற்குப் பிறகு வெகுவாகக் குறைந்திருந்தது. பிறகே நேராக அவருடைய வீட்டுக்குச் சென்றேன்.

"தோழர் சுந்தரமூர்த்தி வீரப்பனைச் சந்தித்தது உண்மை. அவருடைய மரணம் நிகழ்வதற்கு சில நாள்கள் முன்பாக அவர்களின் சந்திப்பு நடந்துள்ளது. இந்தச் செய்தி இதுவரை வெளியே யாருக்கும் தெரியவில்லை. தோழர் சுந்தரமூர்த்தி வீரப்பனைச் சந்திக்கச் சென்றது, அவருடைய அமைப்புடன் பேசியது எல்லாமே கட்சித் தலைமையின் அனுமதியுடன்தான் நடந்துள்ளது. கட்சியின் உயர்மட்டக் குழு மேற்கொண்ட இந்த நடவடிக்கைகளை வெளியே இருக்கும் உறுப்பினர்கள் யாருக்கும் தெரியாது.

இனிமேல், இதைப்பற்றி வெளிப்படையாக அறிவிக்கவேண்டும் என்றாலும், அதைக் கட்சியின் தலைமைதான் அறிவிக்க வேண்டும். வீரப்பன் சந்திப்பு குறித்து நான் உங்களுடன் பேசவேண்டும் என்றாலும், இந்த செய்தியை உங்கள் மூலமாக வெளிப்படையாக அறிவிக்க வேண்டும் என்றாலும்கூட நான் கட்சியின் தலைமையில் அனுமதி வாங்கவேண்டும். அனுமதி வாங்கிக்கொண்டு அதன் பின்னர் உங்களைத் தொடர்பு கொள்கிறேன்" என சுந்தரமூர்த்தி கூறியதாகத் தெரிவித்தார்.

"தோழர் சுந்தரமூர்த்தியுடன் வீரப்பனைச் சென்று சந்தித்த மற்றொரு தோழர் வேறு ஒரு வழக்கில் கைதாகி சிறையில் உள்ளார். அவர் அடுத்த மாதம் 18-ஆம் தேதி விடுதலையாகிறார். வேறு வழக்குகளில் தோழர் சுந்தரமூர்த்தியுடன் தொடர்புடைய அவர் நீதிமன்றத்துக்கு வரும்போது அவரிடமும் கலந்து பேசுவதாக சுந்தரமூர்த்தி சொன்னார். நானும், அந்தத் தோழரிடம் கலந்து பேசிய பிறகே இந்தச் சந்திப்பு குறித்து மேற்கொண்டு உங்களிடம் பேசமுடியும்" எனவும் அந்த வழக்குரைஞர் சொன்னார்.

அவர் கூறியபடி 2018 ஜூன் மாதம் 18ஆம் தேதி சிறையிலிருந்து வெளியே வருபவர் தமிழக மாவோயிஸ்டு அமைப்பின் பொறுப்பாளர்களில் ஒருவரான மதுரை விவேக் என்பது எனக்குத் தெரியும். இவரும் சுந்தரமூர்த்தியும் சேர்ந்தே ஒருமுறை வீரப்பனைச் சந்தித்துள்ளனர். விவேக்கிடம் பேசினால் ஓரளவு உண்மை நிலவரம் தெரியும் என நினைத்தேன்.

எனக்கும் அவருக்குமான அறிமுகம் இல்லாத நிலையில் அவரிடம் பேச ஏற்ற சூழல் அமையவில்லை. விவேக் அவ்வப்போது சேலம் மாவட்டம், ஆத்தூரிலுள்ள அவருடைய நண்பரும் தமிழக வாழ்வுரிமைக் கட்சியின் நிர்வாகியுமான ராஜலிங்கம் என்பவரின் வீட்டுக்கு வந்து செல்வார் என்பது தெரிந்தது. அவரைச் சந்தித்துப் பேசினால் மட்டுமே மாவோயிஸ்டு இயக்கம் வீரப்பனைச் சந்தித்தது உண்மைதானா...? என்பதை உறுதியாக அறிய முடியும் என நினைத்தேன். ஒருநாள் ராஜலிங்கத்திடம் பேசும்போது, "நான் விவேக்கைச் சந்திக்கவேண்டும் தோழர்" என்றேன். அவரும், "அடுத்த முறை அவர் வரும்போது அவசியம் உங்களுக்குச் சொல்கிறேன்" என்றார்.

5.5.19 அன்று விவேக் தன்னுடைய வீட்டுக்கு வந்திருப்பதாக ராஜலிங்கம் சொன்னதைத் தொடர்ந்து அவருடைய வீட்டிற்குச் சென்றேன். வீரப்பன் மற்றும் மாவோயிஸ்டு இயக்கத்தின் சந்திப்பு, தொடர்புகள் குறித்து விவேக் கொஞ்சம் வெளிப்படையாகவே பேசினார்.

"ஆரம்ப காலத்தில் எங்கள் அமைப்பு வீரப்பனை ஒரு கிரிமினல் குற்றவாளியாகத்தான் கருதியது. போதிய அரசியல் தெளிவு இல்லாத தனிநபர் அமைப்பாக இருந்த வீரப்பனை நாங்களும், எங்கள் அமைப்பும் மக்களுக்கு எதிரான சக்தி என்ற கண்ணோட்டத்தில்தான் பார்த்தோம்.

காலப்போக்கில், ஒருசில தமிழ்த் தேசிய விடுதலைக்குழுக்கள் வீரப்பனுடன் சேர்ந்து சிலகாலம் காட்டுக்குள் இருந்து விட்டு, பிறகு பிரிந்து வந்தன. இந்த நேரத்தில் அவருக்கு ஓரளவு அரசியல் தெளிவும், சமூக அக்கறையும் வந்திருக்கும் என்று நினைத்தோம். வீரப்பனைப் போன்ற அரசுக்கு எதிராகத் தொடர்ந்து போராடிவரும் ஆள்களுடன் தொடர்பு வைத்துக் கொள்வதில் தவறில்லை என்ற முடிவுக்கு எங்கள் கட்சியின் தலைமையும் வந்தது.

அப்போதும்கூட எங்கள் அமைப்பு வீரப்பனைத் தேடிச்செல்லவில்லை. வீரப்பன்தான் எங்கள் அமைப்பின் தொடர்புக்கு வந்தார். கட்சியின் மத்தியக் குழு ஒப்புதலுடன் வீரப்பனுடன் பேச்சுவார்த்தை நடந்தது. இதுநாள்

வரையில் உங்களுடைய செயல்பாடுகள் எப்படியிருந்தன என்பதில் எங்களுக்குக் கவலையில்லை. இனிமேல் எப்படி இருக்கவேண்டும் என்பது குறித்துத்தான் வீரப்பனுடன் பேசினோம்.

முதலில் தன்னுடைய தனிப்பட்ட கொள்கைகளை விட்டு விட்டு வீரப்பன் எங்களுடைய அமைப்பிற்குள் வரவேண்டும். அடுத்ததாகக் கட்சியின் கொள்கைகளை ஏற்று வீரப்பன் குழுவினர் செயல்படவேண்டும், காடுகளில் அவருடைய சொந்த விருப்பு, வெறுப்புகளை எந்த இடத்திலும் வெளிப்படுத்தக் கூடாது. காடுகளில் உள்ள நேரத்தில் அவர் யாரைச் சந்திக்கலாம், யாருடன் தொடர்பு வைக்கலாம், யார் மூலமாகப் பொருள்களை வாங்கலாம் என்பது குறித்து வீரப்பன் முடிவுசெய்து கொள்ளலாம். அதேநேரத்தில், வெளியுலகத் தொடர்புடைய ஆள்களுடன் அவர் நேரடியாகத் தொடர்பு கொள்ளக்கூடாது, யாரைச் சந்திக்க வேண்டும், எதற்காகச் சந்திக்க வேண்டும், எப்போது சந்திக்கவேண்டும், எங்கே சந்திக்கவேண்டும் என்பதை பற்றி எல்லாம் கட்சிதான் முடிவு செய்யும்.

அரசியல் ரீதியான போராட்டமாக இருந்தாலும் சரி, ஆயுதப் போராட்டமாக இருந்தாலும் சரி. நாம் என்ன செய்யவேண்டும், எப்போது செய்யவேண்டும் என்பதையும் நீங்கள் தனி ஆளாக முடிவு செய்யமுடியாது. எல்லோரும் விவாதித்து கட்சியின் தலைமை உத்தரவுப்படியே செய்யவேண்டும். இதையெல்லாம் நீங்கள் ஏற்றுக்கொண்டு எங்களுடன் இணைவதாக இருந்தால் அடுத்ததாக நாம் என்ன செய்யலாம் என்பதைப் பற்றிப் பேசலாம் என்று சொன்னோம். வீரப்பனும் அதை ஏற்றுக்கொண்டார்.

எல்லாவற்றைக் காட்டிலும் நாங்கள் முக்கியமாகச் சொன்னது. "காட்டுக்குள் இருக்கும் உங்கள் குழுவினரின் வெளியுலகத் தொடர்புகள் (அவருடைய உறவினர்கள், நண்பர்கள் தவிர) வேறு யாரையெல்லாம் சந்திக்க வேண்டும், யார் மூலமாகச் சந்திக்க வேண்டும் என்பதை அமைப்புதான் முடிவுசெய்யும். நீங்களாகவே முடிவு செய்யமுடியாது. மிக முக்கியமாக, நீங்கள் இப்போது எங்களைத் தொடர்பு கொண்டுள்ளோரின் நடவடிக்கைகள் சந்தேகமாக உள்ளன.

அவர்களுக்கும், அரசின் சில ஏஜெண்டுகளுக்கும் நேரடியாகத் தொடர்பு இருக்கும் என்று நாங்கள் சந்தேகிக்கிறோம். இவர்களின் தொடர்புகளை எல்லாம் நீங்கள் முதலில் கை விடவேண்டும். எதிர்காலத்தில் எங்களுடைய கட்டமைப்பின் கீழ்தான் நீங்கள் இயங்க வேண்டும். இதுபோன்ற ஏஜெண்டுகள் மூலமாக நீங்கள் இயங்கக்கூடாது" என்றும் சொன்னோம்.

நீங்க சொல்வது சரிதான். நான் தற்போது தொடர்பு வைத்துள்ள ஆள்களுக்கும் போலீசுக்கும் தொடர்பு இருக்கும் என்ற சந்தேகம் எனக்கும் இருக்கிறது. ஆனால், தற்போதைய சூழ்நிலையில் எனக்கு வேறு வழியில்லாத காரணத்தினால்தான் இவர்களுடன் தொடர்பில் இருக்கிறேன். எனக்குக் கண் பார்வையில் குறைபாடும் உள்ளது. நல்ல ஒரு மருத்துவரைக் கூட்டிக் கொண்டு வந்து காட்டுக்குள்ளேயே வைத்து எனக்குச் சிகிச்சை கொடுக்கவேண்டும். அதற்கு நீங்கள் ஏற்பாடு செய்யமுடியுமா...?" என்று கேட்டார்.

உங்களுக்கு ஏற்பட்டுள்ள கண் புரையைச் சரி செய்யவேண்டும் என்றால், அதற்கு அறுவை சிகிச்சை செய்வதுதான் ஒரே வழி. அந்தச் சிகிச்சைக்குப் பிறகும் ஒருமாதம்வரை வெயில், காற்று, தூசு, புகை படாமல் கண் பாதுகாப்பாக இருக்கவேண்டும். இந்த வேலைகளை எல்லாம் காட்டுக்குள் மருத்துவரை அழைத்து வந்து செய்வதற்குச் சாத்தியமில்லை என்பதைத் தெளிவாக எடுத்துக் கூறினோம்.

தமிழ்நாட்டில் உங்களைப் பற்றி யாருக்கும் தெரியாத பல இடங்கள் உள்ளன. அங்குள்ள மிகப்பெரிய மருத்துவமனைகளில் நீங்கள் சிகிச்சை எடுத்துக் கொள்ளலாம். இல்லையென்றால் ஆந்திரா, கர்நாடகம், கேரளா போன்ற மற்ற மாநிலங்களில் உள்ள பெரிய நகரங்களுக்கும்கூட நாங்கள் கூட்டிக்கொண்டு போகிறோம். அதுகூட உங்களுக்குப் பாதுகாப்பாக இருக்காது என நீங்கள் நினைத்தால் இந்தியாவிற்கு வெளியில் உள்ள நாடுகளில்கூட உங்களைப் பாதுகாப்பாக அழைத்துக்கொண்டு போய் சிகிச்சைக்கு ஏற்பாடு செய்ய எங்களால் முடியுமென்றும் சொன்னோம்.

ஆனால், வீரப்பன் அதற்கு ஒப்புக் கொள்ளவில்லை. தமிழ்நாடு போலீசாரைப் பார்த்து ரொம்பவும் பயப்பட்டார். காட்டைவிட்டு வெளியே வந்தால் ஒரேநாளில் என்னைப் போலீசார் பிடித்து விடுவார்கள் என்று சொன்னார். இந்தக் காட்டை விட்டு நான் வெளியே வரவேண்டும் என்றால் பிணமாகத்தான் வருவேன் என்று உறுதியாகச் சொல்லி விட்டார். அடுத்ததாகத் தன்னுடன் பயணம் செய்யக் கொஞ்சம் நம்பிக்கையான ஆள்கள் வேண்டும் என்ற கோரிக்கையைத்தான் வீரப்பன் எங்களிடம் முன்வைத்தார்.

வீரப்பன் உடனான எங்கள் அமைப்பின் இரண்டு, மூன்று சந்திப்புகளிலுமே எஸ்.எம். என்கிற சுந்தரமூர்த்திதான் முக்கியப் பங்கு வகித்தார். இந்தச் சந்திப்புகளின்போது வீரப்பன் அமைப்புடன் இணைவது குறித்தும், அடுத்தாக எங்கள் அமைப்பைச் சேர்ந்த தோழர்களை உள்ளே அனுப்புவது என இரண்டு விவகாரங்கள் பற்றி மட்டும்தான் பேசப்பட்டன. இதைத் தவிர வீரப்பனுக்கு ஆயுதம் வாங்கிக் கொடுப்பது, வெடிகுண்டுகள் கொண்டுபோய்க் கொடுப்பது போன்ற விவகாரங்கள் எதுவுமே பேசப்படவில்லை" என்றார்.

வழக்கமாகவே வீரப்பன் கர்நாடக மாநில எல்லையில் அடர்ந்த காடுகளுக்குள் இருந்தவர். அந்தக் காடுகளை யெல்லாம் விட்டுவிட்டுத் தருமபுரி மாவட்டத்தின் ஒரு கிராமத்தில் காடுகளை ஒட்டிய ஒரு சிறிய நிலப்பகுதியில் தான் தங்கியிருந்தார். அந்த இடத்தில்தான் எங்களின் சந்திப்புகள் நடந்தன. அந்த நேரத்தில், அவருடைய உணவுத் தேவைகள், ஆள்கள் தேவை எனப் பல அவசியத் தேவைகளைக்கூட பூர்த்தி செய்யமுடியாத நிலையில் இருந்தார்.

வீரப்பனைச் சுற்றியிருந்த நிலையைப் பார்க்கும்போது அவர் இறுதிக்கட்டத்தில் இருக்கிறார் என்பது தெரிந்தது. அவர் சென்று வந்த பாதை, எங்களைச் சந்திக்க அந்த இடத்தை நோக்கி நடந்துவந்த முறையைப் பார்க்கும்போது அந்த இடத்திலேயே பல நாள்களாகத் தங்கியுள்ளார் என்பதும் தெரிந்தது. அந்த இடத்தில் நாற்பது போலீசார் இருந்தாலே வீரப்பனைச் சுற்றி வளைத்துப் பிடித்திருக்கலாம். அவ்வளவு பாதுகாப்பு இல்லாத இடத்தில்தான் இருந்தார்.

என்னுடைய கணக்குப்படி அந்தக் கட்டத்தில் எங்களுடைய சந்திப்பு உள்ளிட்ட வீரப்பனுடைய நடவடிக்கைகள் அனைத்துமே போலீசாருக்குத் தெரிந்தேதான் நடந்துள்ளன. எங்களுடைய முக்கியமான கோரிக்கைகளில் ஒன்று நீங்கள் இப்போது வைத்துள்ள இந்தத் தொடர்புகளை முதலில் மாற்றியமைக்க வேண்டும் என்பதை வலியுறுத்திச் சொன்னோம். அதை ஏற்றுக்கொண்டார். "இனிமேல் இந்த ஆள்கள் மூலமாக நாம் சந்தித்துக் கொள்ளவேண்டாம். குறிப்பிட்ட நாளன்று, குறிப்பிட்ட இடத்துக்கு நீங்களே வந்து விடுங்கள். நானும் அந்த இடத்துக்கு வந்து விடுகிறேன்" என்று தோழர் சுந்தரமூர்த்தியிடம் சொல்லிவிட்டு சென்றுள்ளனர்.

வீரப்பன் சொன்னபடி சொன்ன நாளில் அந்த இடத்துக்கு எங்கள் தோழர் சென்றார். அங்கே வீரப்பன் எழுதிய ஒரு கடிதம் மட்டுமே இருந்துள்ளது. அவசர வேலையாக தாங்கள் சத்தியமங்கலம் காடுகளுக்குப் போவதாகவும், இரண்டு மாதத்தில் திரும்பி வந்து உங்களுக்குச் செய்தி அனுப்புகிறேன் என்று அந்தக் கடிதத்தில் எழுதியிருந்தது. அந்தக்கடிதம் எங்கள் அமைப்பின் கைக்குக் கிடைக்கும் போதெல்லாம் வீரப்பனின் கதை முடிந்து விட்டது" என்றார்.

"வீரப்பனுடனான சந்திப்பு குறித்து உங்கள் அமைப்பு ஏன் இதுவரை வெளிப்படையாக அறிவிக்கவில்லை" என்று கேட்டேன்.

"இரு அமைப்புகளும் இணைந்துச் செயல்படுவது குறித்து எங்கள் அமைப்பின் சார்பில் இரண்டு சந்திப்புகளில் மட்டுமே பேசினோம். நாங்கள் சொன்ன செய்திகளை அவர் உள்வாங்கிக் கொண்டார். எங்களுடன் இணைவதற்கும் விருப்பம் தெரிவித்தார். ஆனால், அவருக்கும் எங்களுக்கும் எந்தவிதமான உடன்பாடும் ஏற்படவில்லை. அவர் எங்களிடம் இணையவும் இல்லை. இந்த நிலையிலேயே அவர் கொலை செய்யப்பட்டு விட்டார். இதை எங்கள் அமைப்பு வெளிப்படையாக அறிவிப்பதில் நடைமுறையில் பல சிக்கல்கள் இருந்தன. தவிர எங்களுக்கும் வீரப்பனுக்கும் தொடர்பு ஏற்பட்டது என்று வெளியுலகிற்குச் சொல்லவேண்டிய அளவுக்கு அவசியமும் இல்லை.

அதுவுமில்லாமல் வீரப்பன் அவருடைய சொந்த ஊரில் அவருடைய உறவினர்கள் மூலமாகவே விஷம் வைத்துக் கொல்லப்பட்டார் என்று உண்மை அறியும் குழுவினர் தெரிவித்த காரணத்தால் கதை வேறு மாதிரியாகச் சென்றுள்ளது என அமைப்பு முடிவுசெய்தது. அதனால், இந்த விவகாரத்தை அப்படியே விட்டுவிட்டது.

விஜயகுமார் தன்னுடைய நூலில் எங்கள் அமைப்பைப் பற்றி எதாவது சொல்லுவார். தேவைப்பட்டால் அதற்குப் பதில் சொல்லுவோம் என நினைத்திருந்தோம். அவரும் எங்கள் அமைப்பைப் பற்றி எதுவும் சொல்லவில்லை. அதனால், நாங்களும் அதை அப்படியே விட்டு விட்டோம்" என்றார்.

***

41

விபத்தில் சிக்கிய துரைப்பாண்டியன்

2004ஆம் ஆண்டு, அக்டோபர் மாதம் 12-ஆம் தேதி மதியம் இரண்டு மணி. சேலம்-தருமபுரி சாலையில், மாமாங்கத்தை அடுத்துள்ள "பர்ன் அன்ட் ஸ்டேண்டர்டு" நிறுவனத்தின் ஆய்வு மாளிகை. வீரப்பன் வாழ்க்கையை முடிக்கப் போகும் இறுதிக் கட்ட கலந்தாய்வுக் கூட்டம் இங்கு நடந்தது.

ஏ.டி.ஜி.பி. விஜயகுமார், எஸ்.பி-1செந்தாமரைக்கண்ணன், எஸ்.பி.-2 சண்முகவேல், மாவோயிஸ்ட் இயக்கத்தின் தலைவரான எம்.எஸ். சுந்தரமூர்த்தி, துரைப்பாண்டியன், எம்-1 உள்ளிட்ட ஆறு பேர் மட்டுமே இந்தக் கூட்டத்தில் கலந்து கொண்டனர்.

இவர்கள் சந்தித்துப் பேசும் இடத்திலிருந்து இரண்டு அறைகளுக்கு அடுத்த இன்னொரு அறையில் STF இன் டெக்னிக்கல் விங் காவலர்கள் மறைந்திருந்தனர். இங்கே நடக்கும் உரையாடல்களைப் பதிவு செய்யும் வசதியுடன் கூடிய ட்ரான்ஸ் மீட்டர்களைப் பொருத்தி, அதை ஒரு குழு பதிவு செய்து கொண்டிருந்தது.

"வீரப்பன் தந்திரம் மிக்கவன், டி.சி.எப்.ஸ்ரீநிவாஸ், எஸ்.பி ஹரிகிருஷ்ணா, எஸ்.பி கோபாலகிருஷ்ணன் என எல்லோரையுமே ஏமாற்றி, காட்டுக்குள் வரவைத்தே அவர்கள்மீது தாக்குதல் நடத்தியுள்ளான். அதுபோலவே, அவனை நாமும் திட்டம் போட்டு ஏமாற்றி அவனுடைய வழியிலேயே விட்டுத்தான் பிடிக்க முடியும்.

இப்போது, நக்சல் அமைப்புடன் தொடர்பு வைத்துள்ளான். அவர்கள் மூலமாகத் தன்னுடைய குழுவுக்குப் புதிய ஆள்களையும், ஆயுதங்களையும் கொண்டுவரும் முயற்சியில் இருக்கிறான். இதை நான் பக்கத்திலிருந்தே

கண்காணித்து வருகிறேன். அவனுடைய நோக்கத்துக்குத் தடை ஏற்படாத வகையில் நான் கண்காணிப்பைத் தொடர்ந்து கொண்டிருக்கிறேன்.

வீரப்பனுடன் தொடர்பிலுள்ள நம்முடைய ஆள் மூலமாக நான் பல திட்டங்களைச் சொல்லி விட்டேன். ஆனால், வீரப்பன் எதையும் ஏற்றுக் கொள்ளவில்லை. அவன் சொல்லும் வேலையைச் செய்யும் ஆள்களை மட்டுமே நம்புகிறான். அவனுக்கு ஆலோசனை சொல்லும் யாரையும் நம்புவதில்லை. மீண்டும், மீண்டும் அதை வலியுறுத்தினால், அவர்களுடைய தொடர்பையே வீரப்பன் துண்டித்து விடுகிறான். அதனால், வீரப்பன் போக்கிலேயே போகவேண்டும். வீரப்பன் சொல்லும் வேலையை மட்டும் நம்முடைய ஆள் செய்யவேண்டும். நான் இதுவரை போட்ட கணக்கு எல்லாமே சரியாக இருந்தது.

என்னுடைய கணக்குப்படி அடுத்த இரண்டு அல்லது மூன்றாவது சந்திப்பில் நமக்குச் சாதகமான சூழல் உருவாகும். அந்த இடத்தில் வீரப்பன் கதை முடிவுக்கு வரும். அதற்கான வேலைகள் நடந்து கொண்டுள்ளன. இப்போதும், என்னால் வீரப்பனை உயிருடன் பிடிக்க முடியும் என நம்புகிறேன். வீரப்பனை கொன்று பிடிப்பதை விடவும், உயிருடன் பிடிப்பதே தமிழ்நாடு காவல்துறைக்குப் பெருமையாக இருக்கும் என நினைக்கிறேன்" என்கிறார் துரைப்பாண்டியன்.

"வேண்டாம், உன்னுடைய வேலை ஒரு வருஷமா நீண்டு கொண்டே போகிறது. அவ்வளவு காலம் பொறுத்திருக்கத் தேவையில்லை. இரண்டு துப்பாக்கியைக் கொடுத்து வெள்ளைத்துரையைக் காட்டுக்குள் அனுப்பு. நக்சல் போராளியாக அவன் இரண்டு நாள்கள் வீரப்பனுடன் தங்கியிருக்கட்டும். கேங் எதிர்பாராத நேரத்தில் நான்கு பேரையும் சுட்டுத் தள்ளிவிட்டு அவன் சினிமா ஹீரோ போலக் காட்டிலிருந்து வந்துவிடுவான்" என்றார் விஜயகுமார்.

வீரப்பனைச் சந்திக்கச் செல்லும் எம்-1 பேசினார். "பாண்டிக்கண்ணன், துரைப்பாண்டி இந்த இரண்டு பேரைத் தவிர வேற யாரையும் நம்பி, நான் காட்டுக்குள்ளே அவங்களைக் கூட்டிப் போகமாட்டேன் சார்..." என்று திட்டவட்டமாகச் சொல்லி விடுகிறார்.

ஆனால், விஜயகுமார் அதை அனுமதிக்கவில்லை. "துரைப்பாண்டியைப் பார்த்தால் போலீஸ்காரன் என்பதை வீரப்பன் எளிதில் கண்டுபிடித்து விடுவான். அவனே பலமுறை வீரப்பன் கேங் இருக்கும் இடத்தைப் போய் பார்த்துவிட்டு வந்துள்ளான். பாண்டிக்கண்ணனும் பலமுறை காட்டுக்குள்ளே போயிருக்கான். வீரப்பன் கேங்கைப் பக்கத்திலிருந்து பார்த்திருக்கிறான். அவங்க ரெண்டு பேரையும் வீரப்பன் கேங்கில் இருப்பவர்களுக்கு அடையாளம் தெரிய வாய்ப்புள்ளது. அதனால், நீ வெள்ளைத்துரையைக் கூட்டிக்கொண்டு போ..." என்று M-1-க்கு நெருக்குதல் கொடுத்தார்.

முட்டல், மோதலுடன் போன இந்த ஆலோசனைக் கூட்டம் மாலை ஐந்து மணிவரை நடந்தது.

இறுதியில், ஏ.டி.ஜி.பி. விஜயகுமாரின் திட்டத்தைவிடவும், துரைப்பாண்டியன் திட்டம் பலமானது. துரைப்பாண்டியன் வழியில் போனால் மட்டுமே இந்த நடவடிக்கையை வெற்றிகரமாக முடிக்கமுடியும் என்று எஸ்.பி-2, சண்முகவேல், எஸ்.பி-1 செந்தாமரைக்கண்ணன் இருவரும் வலியுறுத்திக் கூறினர். வேறு வழியில்லாமல், துரைப்பாண்டியின் திட்டத்துக்கு விஜயகுமார் ஒப்புதல் கொடுத்தார்.

கூட்டம் நிறைவு பெற்ற பின்னர், எல்லோரும் தேநீர் குடித்தனர். பிறகு, அங்கிருந்த எம்-1 இன் தோளில் கையைப் போட்டபடி தனியே அழைத்துக் கொண்டுபோன விஜயகுமார் ஒரு சிகரெட்டை எடுத்துப் பற்ற வைத்தார். சிறிது நேரம் எம்-1, அவரது குடும்ப விவகாரங்களைப் பற்றிப் பேசினார். மெதுவாக தன் பேச்சை வீரப்பனுக்கு எதிரான நடவடிக்கைக்குக் கொண்டு வந்தார்.

"வீரப்பனிடமிருந்து உனக்குத் தகவல் வந்ததுமே அந்தத் தகவலை நீ துரைப்பாண்டிக்குச் சொல்லி, அவன் எங்களுக்குச் சொல்வதற்குத் தேவையில்லாத நேரம் வீணாகிறது. அதனால், இனிமேல் உனக்குத் தகவல் வந்ததுமே நீ நேராக என்னிடமோ இல்லை செந்தாமரைக்கண்ணனிடமோ சொல்லிவிடு. நாங்க துரைப்பாண்டிக்குச் சொல்லி விடுகிறோம்..." என்று சொல்கிறார்.

கலந்தாய்வை முடித்துக்கொண்டு எம்-1ஐத் தனது மோட்டார் சைக்கிளில் ஏற்றிக்கொண்டு துரைப்பாண்டியன் சேலம் புதிய பேருந்து நிலையத்துக்குச் சென்று கொண்டிருந்தார். போகும்வழியில் "இனிமேல் நேரடியாக எங்களுக்கே தகவல் சொல்லு..." என்று விஜயகுமார் சொன்னதை எம்-1, துரைப்பாண்டியனிடம் கூறினார்.

காவல்துறையில் உள்ள பெரும்பாலான அதிகாரிகள் பதவி, புகழ் போன்ற போதைக்கு அடிமையாகும் குணம் கொண்டவர்களே. இதற்கு ஏ.டி.ஜி.பி.விஜயகுமாரும் விதிவிலக்கல்ல. கீழ் நிலையில் உள்ளவர்கள் எவ்வளவுதான் கடுமையாக உழைத்து, வேலை செய்தாலும் அதன் பலனை எல்லாம் உயர்அதிகாரிகள் பிடுங்கிக் கொள்ளத் திட்டமிடுவதைப் பார்த்து எரிச்சல் அடைந்த துரைப்பாண்டியன் வாழ்நாளில் முதன் முறையாக, தான் காக்கிச்சட்டை போட்டதையே அவமானமாகக் கருதினார். தாங்க இயலாத அளவு மன உளைச்சலுக்கு ஆளானார்.

உச்சக்கட்டக் கடுப்பில் புதிய பேருந்து நிலையம் சென்று அங்கிருந்து எம்-1-ஐப் பேருந்தில் ஏற்றி மேட்டூருக்கு அனுப்பினார். எம்-1 போட்டுக்கொண்டு வந்த தலைக் கவசத்தை பள்ளப்பட்டி காவல் நிலையத்தில் வைக்கப் போனார். (மேட்டூர் செல்லும் பேருந்தில் ஹெல்மெட்டை கையில் பிடித்துக்கொண்டுபோகும் ஆள்களை கண்காணிக்க ஏடிஜிபி விஜயகுமார் ஏற்பாடு செய்திருந்தார்.)

அப்போது, தன்னுடைய நண்பரும் அதிரடிப்படையின் உளவுப்பிரிவில் உதவி ஆய்வாளராக இருந்த வின்சென்ட், துரைப்பாண்டியனின் கைப் பேசியில் தொடர்புக்கு வந்தார்.

"அதிரடிப்படையிலிருந்த திறமையான பல ஆள்களையும் பின்னுக்குத் தள்ளிவிட்டு, தொடர்பே இல்லாத வெள்ளைத்துரையை இந்த நடவடிக்கையில் கொண்டுவந்து ஏ.டி.ஜி.பி. போட்டுள்ளார். இது சண்முகவேல் உள்ளிட்ட பல அதிகாரிகளுக்குப் பிடிக்கவில்லை. ஆனாலும், இதை விஜயகுமாரிடம் நேரடியாகச் சொல்ல அவர்களுக்குத் துணிவில்லை" என்று வின்சென்டிடம் சொல்லி துரைப்பாண்டியன் வருத்தப்பட்டார். விஜயகுமாரால் ஏற்படும்

நெருக்குதல் குறித்து அவரிடம் மனம் வெதும்பிப் பேசினார்.

"டேய்... தொரைப்பாண்டி, அவங்களெல்லாம் உன்னைவிடப் பெரிய அதிகாரியா இருக்கலாம். ஆனால் யாருமே உன்னுடைய பக்கத்தில் நிற்கக்கூடத் தகுதி இல்லாதவங்கடா, அவங்களைப்போய் உன்னோடு ஒப்பிட்டுப் பேசலாமாடா, நீ போய் நடக்கிற வேலையைப் பாருடா. நீதாண்டா மாப்ளே இந்த நடவடிக்கையில் ஜெயிக்கப்போறே..." என்று கொஞ்சம் ஆறுதல் சொன்னார்.

தனக்குத் துணையாக இருக்க வேண்டிய உயர்அதிகாரிகளின் கீழ்த்தரமான நடவடிக்கைகளால் துரைப்பாண்டியன் வெறுப்படைந்தார். கடந்த காலங்களில் பெயர், புகழுக்காக நடந்த தவறுகள் இப்போதும் நடக்கின்றன. இந்தமுறை வீரப்பனைப் பிடிக்க முடியுமா...? இந்த ஆபரேஷனில் இருந்து வீரப்பன் தப்பினால் அதற்கான பழி என் மீதுதான் விழும். A.D.G.P. விஜயகுமார் செய்யும் தவறுக்கு நான் தண்டனை ஏற்பதா...? என மனதில் ஆயிரம் கேள்விகள் எழுந்தன.

குழப்பமான மன நிலையில், உயர்அதிகாரிகள் மீது உச்சக்கட்ட கடுப்பில் ஹீரோ ஹோண்டா மோட்டார் சைக்கிளில் கொளத்தூர் நோக்கிச் சென்று கொண்டிருந்தார். சேலம் நகரைக் கடந்து பெங்களூர் பை பாஸில் ஏறினார். கை அவருடைய கட்டுப்பாட்டையும் மீறி வண்டியின் ஆக்ஸிலேட்டரை முறுக்கியது.

சேலத்திலிருந்து ஓமலூர் செல்லும் சாலையில் அரபிக் கல்லூரி என்ற இடம் உள்ளது. இந்த இடம் உயரமான மேட்டில் உள்ளது. மேடு ஏறியதும், சாலை இடதுபக்கம் கொஞ்சம் வளைந்து செல்கின்றது. கிழக்கிலிருந்து செல்லும் வண்டிகள் எல்லாமே மெதுவான வேகத்தில் மேற்கு நோக்கிச் சென்று கொண்டிருந்தன. அதேவழியில், மோட்டார் சைக்கிளில் சென்ற துரைப்பாண்டியன் தனக்கு முன் மெதுவாகச் சென்று கொண்டிருந்த அனைத்து வண்டிகளையும் முந்திக்கொண்டு போனார்.

அவருடைய மன ஓட்டத்துக்கு மோட்டார் சைக்கிளால் ஈடு கொடுக்க முடியவில்லை. வெளியில் யாரிடமும்

சொல்லி ஆறுதலடைய முடியாத மன நிலையிலிருந்தார். உலகமே வியந்து பார்க்கும் ஒரு வேலையை முடிக்கப்போகும் நிலையில், உயர்அதிகாரிகளால் தனக்கு ஏற்படும் சிக்கல்களை நினைத்து அவர் மனம் குமுறியது.

அவருக்கு முன்பாகத் தனது சைலன்சரில் இருந்து கரும்புகையைக் கக்கிக்கொண்டு ஒரு சரக்கு லாரி போனது. வலது பக்கமாகச் சென்று அந்த லாரியை முந்தப் பார்த்தார். அந்த லாரிக்கு முன்பாக ஓர் ஆட்டோவும் பலமிழந்த நிலையில் ஊர்ந்து கொண்டிருந்தது. இது துரைப்பாண்டியனுக்குத் தெரியவில்லை அல்லது அவர் கவனிக்கவில்லை.

வீரப்பன், விஜயகுமார் இருவரின் முகம் மட்டுமே துரைப்பாண்டியனின் கண்களில் மாறி மாறித் தெரிந்தன. எதிர்பாராத வகையில் லாரியின் ஓட்டுநரும் வலது பக்கம் ஏறி தனது லாரிக்கு முன்பாக செல்லும் ஆட்டோவை முந்தப் பார்த்தார். இந்த இரண்டு நிகழ்வுகளும் கண்ணிமைக்கும் நேரத்தில் நடந்து விட்டன. அடுத்து என்ன செய்வது என முடிவெடுப்பதற்குள் சாலை வளைவில் எதிரே ஒரு பேருந்து அசுர வேகத்தில் வந்தது.

கூடுதல் வேகத்தில் சென்ற துரைப்பாண்டியனின் மோட்டார் சைக்கிளின் வேகத்தைக் குறைக்கிறார். நிலை தடுமாறிய வண்டியின் பின் சக்கரம் வலது பக்கம் இழுத்துக்கொண்டு போனது. மோட்டார் சைக்கிளின் முன்பக்கம், இடதுபக்கமாகத் திரும்பி லாரியில் பக்கவாட்டில் உரசுகிறது.

நிலை தடுமாறிய துரைப்பாண்டியன் மோட்டார் சைக்கிளுடன் கீழே சாய்கிறார். மோட்டார் சைக்கிள் லாரியின் பின்பக்க டயருக்கு அடியில் சிக்குகிறது. லாரியின் சைலென்சரில் துரைப்பாண்டியனின் முதுகுப்பக்க *T* சர்ட் சிக்கிக் கொண்டது. அதனால் தலைகீழாகத் தொங்கிய துரைப்பாண்டியனை லாரி நூறடி தொலைவுக்கு இழுத்துக் கொண்டுபோனது.

துரைப்பாண்டியனின் உள்ளங்கையும், முகமும் தரையில் தேய்ந்தன. அவர் போட்டிருந்த ஹெல்மெட்டும் கழன்றது.

அடையாளம் தெரியாத அளவுக்கு அவருடைய முகம் சிதைந்தது. பக்கத்திலிருந்தவர்கள் போட்ட சத்தத்தில் லாரியை நிறுத்தி விட்டு ஓட்டுநர் இறங்கி ஓடி விடுகிறார். தலையில் ஹெல்மெட் இருந்த காரணத்தால் துரைப்பாண்டியன் உயிர் பிழைத்தார்.

சேலம் மாநகரக் காவல்துறைக்கும், சேலம் மாவட்ட காவல் துறைக்குமான எல்லை அரபிக் கல்லூரிக்கு முன்புள்ளது. முன்பு இந்த இடத்தில் இருபகுதிக் காவல்துறையின் சோதனைச் சாவடிகளும் இருந்தன. அந்த இடத்தில் பாதுகாப்புப் பணியிலிருந்த தங்கமணி என்ற ஓமலூர் காவல் நிலைய பெண் உதவி ஆய்வாளரும், காவலர்களும் ஓடி வந்தனர். சீருடை இல்லாமல் சாலையில் அடிபட்டுக்கிடந்த துரைப்பாண்டியனை தூக்கி ஓரமாகப் படுக்க வைத்தனர்.

அந்த வழியாகச் சேலம் நோக்கி வந்த ஒரு சரக்கு ஆட்டோவில் போட்டு, சேலம் அரசு மருத்துவமனைக்குக் கொண்டுபோகச் சொல்லி அனுப்பியுள்ளனர். (ஓமலூர் காவல் நிலைய வழக்கு Cr.no:-632/2004).

கொளத்தூர் காவல் நிலைய உதவி ஆய்வாளரான துரைப்பாண்டியன் அப்போது ஓட்டிக்கொண்டு போனது சேலம் மாவட்ட காவல்துறையின் சார்பில் அவருக்குக் கொடுக்கப்பட்ட மோட்டார் சைக்கிள். அந்த வண்டியை அதிரடிப்படையின் உளவு வேலைக்கும் பயன்படுத்தி வந்தார். அதனால், அந்த வண்டிக்கு G எனத் தொடங்கும் அரசின் பதிவு எண்ணைப் போடாமல் போலியாக ஒரு பதிவு எண்ணைப் போட்டிருந்தார். இதனால், அங்கிருந்த போலீசாரால் இவரை அடையாளம் கண்டுபிடிக்க முடியாமல் போனது.

குட்டி யானையில் மருத்துவமனைக்குப் போகும் வழியிலேயே, "வீரப்பன் தப்பிச்சிட்டான், வீரப்பனைப் பிடிக்கவேண்டும், வீரப்பனைப் பிடிக்க முடியாது. என்னைக் கொன்னுருங்க..." என்று வார்த்தைக்கு வார்த்தை தொடர்பில்லாமல் துரைப்பாண்டியன் முனகியுள்ளார்.

இதைக் கேட்ட ஆட்டோ ஓட்டுநர் இவன் வீரப்பன் ஆளாக இருக்கலாம், G.H.க்குப் போனால், அங்குள்ள

புறக்காவல் நிலையப் போலீசார் வந்து நம்மை விசாரிப்பர் என்று பயப்பட்டார்.

சேலம் நகருக்குப் போகும் வழியில் குரங்குசாவடியிலிருந்த பாரத் மருத்துவமனையில் துரைப்பாண்டியனைச் சிகிச்சைக்குச் சேர்த்தார். அம்மருத்துவமனை இப்போது, கோகுலம் மல்டி ஸ்பெஷாலிட்டி ஹாஸ்பிடல் என்ற பெயரில் செயல்படுகிறது. சாலை விபத்தில் அடிபட்டுக் கிடந்தவரை ஓமலூர் போலீசார் தன்னுடைய வண்டியில் ஏற்றி அனுப்பியதாகக் கூறி மருத்துவமனையில் சேர்த்தார். அவருடைய மோட்டார் சைக்கிளில் இருந்து எடுத்து வந்த கைப் பையையும் மருத்துவர்களிடம் ஒப்படைத்து விட்டுச் சென்று விட்டார்.

ஸ்ட்ரெச்சரில் கிடத்தப்பட்டிருந்த துரைப்பாண்டியனின் உடல் நிலையும், நினைவாற்றலும் எந்த அளவில் உள்ளன என்பதை ஆய்வு செய்யும் வகையில் "உங்க பேரென்ன...?, எந்த ஊர்...? என்ன வேலை செய்யறீங்க...?" என்று மருத்துவர்கள் விசாரித்தனர்.

மருத்துவர்களின் கேள்விக்குப் பதில் சொல்லாமல் "வீரப்பன் தப்பிச்சிட்டான், வீரப்பன் தப்பிச்சிட்டான்... என்னைக் கொன்னுருங்க..." என்றே துரைப்பாண்டியன் உளறினார். ஆளைப்பார்த்தால் போலீஸ் மாதிரி தெரிகிறது. ஆனால், ஜீன்ஸ், T சர்ட்டில் இருக்கிறார். இவர் போலீசா...? இல்லை, வீரப்பன் ஆளா...? என்று மருத்துவர்களுக்குச் சந்தேகம் வந்தது. ஆனாலும் சிகிச்சையைத் தொடர்ந்தனர். உடலில் இருந்த காயங்களுக்கு மருந்திட துரைப்பாண்டியனின் உடைகளைக் களைந்தனர்.

துரைப்பாண்டியன் இடுப்பின் பின்பக்கம் Glock-17 பிஸ்டல் இருந்தது. மருத்துவர்களின் குழப்பம் அதிகமானது, கூடவே பயமும் சூழ்ந்தது.

***

42

கட்டிலில் துரைப்பாண்டியன்; காட்டில் ஆபரேஷன்

ஆட்டோ ஓட்டுநர் கொடுத்த கைப் பையை வாங்கிய ஒரு மருத்துவ உதவியாளர் அதைத் திறந்து பார்த்தார். உள்ளே *NOKIA 3300* செல்போன் இருந்தது. அதில் பதிவு செய்யப்பட்டிருந்த எண்களைப் பார்த்தார். ஆல்பர்ட் *PP* என்ற பெயருடன் மேட்டூர் அதிரடிப் படை தலைமைக்காவலரின் பக்கத்து வீட்டுத் தரை வழித்தொலைபேசி எண் முதலில் இருந்தது.

அந்த எண்ணுக்குப் பேசிய மருத்துவர்கள், துரைப்பாண்டியனின் செல்போன் எண்ணைச் சொல்லி, “யார் இவர்...”? என்று விசாரித்துள்ளனர்.

“இந்த எண் யாருடையது என்று எனக்குத் தெரியவில்லை...” என்று சொன்ன ஆல்பர்ட், அடிபட்டுக் கிடப்பவரின் உருவ அமைப்பை விசாரித்துத் தெரிந்து கொண்டார்.

“நாங்கள் தமிழ்நாடு சிறப்பு அதிரடிப்படையில் பணியாற்றுகிறோம். எங்கள் வீரர்தான் யாரோ ஒருவர் அடிபட்டுள்ளார். தயவுசெய்து அவருக்குத் தேவையான சிகிச்சையைக் கொடுங்கள். அடுத்த பத்து நிமிடத்தில் அவர் யார் என்பதைக் கண்டுபிடித்துச் சொல்கிறேன்...” என்றார்.

உடனடியாக மேட்டூர் எஸ்.டி.எப். கட்டுப்பாட்டு அறையிலிருந்த மைக்கில் துரைப்பாண்டியனின் செல்போன் நம்பரைச் சொல்லி, “இந்த நெம்பர் யாருடையது...?” என்று விசாரித்தார். இதைக்கேட்ட அதிரடிப்படை மேட்டூர் முகாம் கண்காணிப்பாளர் சண்முகவேல் *(S.P-2)* அது துரைப்பண்டியனின் செல்போன் நெம்பர் என்று தெரிந்து கொண்டார்.

உடனடியாகச் சேலம் மாவட்ட எஸ்.பியாக இருந்த பொன்.மாணிக்கவேலுக்கு, துரைப்பாண்டியன் விபத்துக்குள்ளான செய்தியைச் சொன்னார்.

திண்டுக்கல் நீதிமன்ற விசாரணைக்காகச் சென்றிருந்த பொன்.மாணிக்கவேல் அங்கிருந்தபடியே மருத்துவர்களுடன் பேசுகிறார். அடுத்த பத்து நிமிடத்தில் ஓமலூர் டி.எஸ்.பி. மருத்துவமனைக்கு வந்தார். துரைப்பாண்டியனுக்குத் தேவையான உயர்மருத்துவச் சிகிச்சைக்கு ஏற்பாடு செய்யப்பட்டது.

விபத்து நடந்த இரு நாள்களுக்குப் பிறகு, 14ஆம் தேதி மாலை நினைவு திரும்பிய துரைப்பாண்டியன் என்ன நடந்தது என்பதை நினைவுபடுத்திப் பார்த்தார். சேலத்தில், கலந்தாய்வு நடந்தது. அதன் பின்னர் மேட்டூருக்குத் திரும்பியது. வலது பக்கம் ஏறி லாரியை முந்தியது என ஒவ்வொன்றாக நினைவுக்கு வந்தன. அடுத்த சில மணி நேரங்களில் அவருக்கு சுயநினைவு முற்றிலுமாகத் திரும்பியது. மருத்துவமனையில் இருந்தபடியே தன்னுடைய நடவடிக்கையைத் தொடர்ந்தார்.

இதற்குமுன் ஒருவாரமாக நடைபெற்ற நிகழ்வுகளின் பிளாஷ்பேக்:-

வீரப்பன் தனக்குப் புதிய ஆள்களும், ஆயுதமும் வேண்டும் என்ற கோரிக்கையை மாவோயிஸ்டு இயக்கத்தின் சுந்தரமூர்த்தியிடம் சொன்னார். முதலில் மாவோயிஸ்டு அமைப்பின் மேல்மட்ட பொறுப்பாளர்களுடன் பேசி முடிவெடுத்துவந்த சுந்தரமூர்த்தியை, துரைப்பாண்டியன் திட்டப்படி அதிரடிப்படை போலீசார் கைது செய்து விட்டனர்.

எஸ்.பி.செந்தாமரைக்கண்ணன் கட்டுப்பாட்டில் சக்தி சுகர்ஸ் நிறுவனத்தின் ஆய்வு மாளிகையில் எஸ்.எம். என்கிற சுந்தரமூர்த்தி சிறை வைக்கப்பட்டிருந்தார். எஸ்.எம். அமைப்பு வேலையாக தலைமறைவாக இருப்பது போன்ற தோற்றத்தில் இயக்கப் பொறுப்பாளர்களிடம் அவ்வப்போது தொடர்புகொண்டு பேசவும் அனுமதி வழங்கப்பட்டது.

எஸ்.டி.எப். போலீஸ் பிடியில் இருந்து தன்னைக் காப்பாற்றிக்கொள்ளவும், வீரப்பனைக் காட்டிக் கொடுக்கவும் சுந்தரமூர்த்தி முடிவு செய்கிறார். வீரப்பன்

விருப்பப்படி முதலில் இரண்டு ஏ.கே -47 துப்பாக்கிகள் தும்கல் காட்டிலிருந்த வீரப்பனுக்குக் கொண்டு போய் கொடுக்கப்பட்டன. இந்தக் காட்சியைத்தான் ஆட்டுப்பட்டியிலிருந்த கார்பெண்டர் கணேசன் பார்த்தாகச் சொன்னார்.

"போராளி இயக்கத்தைச் சேர்ந்தவர்களுக்குத் துப்பாக்கியை விடவும் கிரேனெட் *(GRENADE)* குண்டுகளே பாதுகாப்பானவை. துப்பாக்கியைத் தோளில் மாட்டியிருக்கும் ஒருவர் அதை எடுத்து, இரண்டு கையிலும் பிடித்து, தோட்டாவை மெகசினில் இருந்து பயரிங் பாக்ஸுக்குக் கொண்டுபோக வேண்டும். அதற்குப் பிறகு, ஹேமர் லாக் ரிலீஸ் செய்யவேண்டும். பிறகு, பாதுகாப்பான இடத்தில் பதுங்கவேண்டும். எதிரில் இருக்கும் ஆளைக் குறி பார்க்கவேண்டும். எதிரில் இருக்கும் ஆள் ஆடாமல் நிற்கவேண்டும். அதற்குப் பின்னரே துப்பாக்கியால் சுடமுடியும். இதை மிகமிக விரைவாகச் செய்தாலும் 20 முதல் 25 விநாடிகள் ஓடிவிடும்.

இதைத்தவிர 4-கிலோ எடை கொண்ட துப்பாக்கியையும், ஒருகிலோ எடையுள்ள தோட்டகள் அடங்கிய மேகஜினையும் தூக்கிக்கொண்டு நடக்கவேண்டும். ஆனால், கிரேனெட் குண்டு இருநூறு கிராம் எடைமட்டுமே கொண்டவை. அதை எடுத்துக்கொண்டு போவதும் எளிது.

கிரேனெட் குண்டு வைத்திருப்பவர் அதை எடுப்பதற்கு ஒரு விநாடியும், சேப்டி பின் கழற்ற ஒரு விநாடியும் போதும். இரண்டாவது விநாடி முடிவதற்குள்ளாகவே எதிரி இருக்குமிடத்தை நோக்கிக் குண்டை வீசிவிடலாம். கிரேனெட் குண்டு வீசுவதை எதிரி பார்த்துவிட்டால் போதும். பயத்தில் தன்னைப் பாதுகாத்துக் கொள்ள முயற்சி செய்வான். நம்மை நோக்கி எதிரியால் சுடவே முடியாது. அவன் ஓடி, ஒளிந்து பதுங்குவதற்கு முன்பாகவே குண்டு வெடித்துவிடும்.

நம்முடைய தோழர்கள் தயாரித்து வைத்துள்ள குண்டுகள் எல்லாமே வெடிக்கும் இடத்தில் நூறு அடி சுற்றளவில் உள்ள எல்லோரையும் படுகாயமடையச் செய்யும். அந்த இடத்தில் இருக்கும் யாருமே அடுத்த ஐந்து நிமிடத்துக்கு

நம்மை நோக்கி முன்னேறி வரமாட்டார்கள். அதற்குள் நாம் பாதுகாப்பான இடத்துக்குப் போய்விடலாம். அல்லது பின் வாங்கி ஓடிவிடலாம். காடுகளில் உள்ள போராளிகளுக்குத் துப்பாக்கியை விடவும் கையெறி குண்டுகளே மிகவும் பாதுகாப்பானவை" என்று வீரப்பனிடம் சுந்தரமூர்த்தி சொன்னார்.

இதை வீரப்பன் உள்ளிட்ட அவருடைய ஆள்கள் நால்வருமே ஏற்றுக் கொண்டனர். அவர்களிடமும் கொஞ்சம் கையெறி குண்டுகளை சுந்தரமூர்த்தி கொடுத்தார். "இதில் உள்ள இன்னொரு முக்கியமான பிரச்சனை ஒரேநேரத்தில் பல குண்டுகளைத் தயார் நிலையில் வைத்திருக்கக் கூடாது. அது நமக்கு ஆபத்தானது. உங்களுக்குத் தேவைப்படும்போது மட்டுமே வீசுவதற்கு ஏற்ற குண்டுகளைத் தயார் செய்து கொள்ளவேண்டும்.

இதை எப்படித் தயாரிக்க வேண்டும் என்பதை ஒரு முறை நீங்கள் பார்த்தால் போதும். ஒருமணி நேரத்தில் நீங்களே நூறு குண்டுகளைத் தயார் செய்துவிடலாம். அதைப்பற்றிய விவரங்களைச் சொல்லிக்கொடுக்க ஒரு தோழர் வருவார். இதைப் பற்றிய விளக்கமெல்லாம் அவர்தான் சொல்லுவார்" என்று சொல்லிவிட்டு வந்தார்.

இந்தச் சந்திப்பின் போது சுந்தரமூர்த்தியும், M-1 என்ற குறியீட்டைக் கொண்ட தேவராஜ் இருவர் மட்டுமே இருந்துள்ளனர்.

வீரப்பன் எதிர்பார்த்தபடியே துப்பாக்கிகளும், கையெறி குண்டுகளும் வந்துவிட்டன. தன்னுடன் இணைந்து நிற்க ஆள்கள் மட்டுமே தேவை. அந்த ஆள்களை மூன்று நாளில் கூட்டிக்கொண்டு வருவதாக சுந்தரமூர்த்தி சொல்லிவிட்டுப் போனார்.

எஸ்.பி.-1 செந்தாமரைக்கண்ணன் கட்டுப்பாட்டிலிருந்த சுந்தரமூர்த்தி மூன்றாம் நாள் என்னால் இன்றைக்கு வர முடியாது. நான் தங்கியிருக்கும் போடி மலைப்பகுதியில் போலீஸ் நடமாட்டம் அதிகமாக உள்ளது என்று பொய் சொல்லச் சொன்னார்.

சுந்தரமூர்த்தி செல்போனில் சொன்னதை கேட்டுக் கொண்டு போன தேவராஜ் வீரப்பனை சந்தித்தார். சுந்தரமூர்த்தி சொன்னதை அப்படியே வீரப்பனிடம் சொன்னார்.

கூடவே அடுத்து, "எந்த நாள் நாம் சந்திக்கலாம் என்பதையும் நீங்களே சொல்லுங்க அண்ணா. அன்னைக்குத் தோழர் வர்றேன்னு சொல்லியிருக்கிறார்" என்றும் வீரப்பனிடம் கேட்டார்.

தும்கல் காட்டிலிருந்து மயிலைமலைக் காட்டுக்கு போய் விட்டுத் திரும்பி வருவதற்கு வசதியாக, "அக்டோபர் 14 ஆம் தேதி தோழரைக் கூட்டிக்கிட்டு வா..." என்றார்.

இந்தச் சந்திப்பில் என்ன பேசவேண்டும், எப்படிப் பேச வேண்டும் என்பதைப் பற்றிய ஆலோசனைக் கூட்டம் சேலம் புறநகர் பகுதியில் உள்ள பர்ன் அன்ட் ஸ்டேண்டர்டு ஆய்வு மாளிகையில் நடந்தது.

அந்தக் கூட்டத்தில் எடுக்கப்பட்ட முடிவின்படி 14 ஆம் தேதி சுந்தரமூர்த்தியும், எம்-1 தேவராஜும், வீரப்பனைச் சந்திக்கச் சென்றனர். அன்றைக்குப் புது ஆள்கள் வருவார்கள் என்ற நம்பிக்கையில் வீரப்பன் இருந்தார்.

ஆனால், சுந்தரமூர்த்தி மட்டுமே தும்கல் காட்டுக்குச் சென்றார், வீரப்பனைச் சந்தித்தார். "இப்போது தோழர்கள் இருக்கும் பகுதிகளில் போலீஸ் நெருக்கடிகள் அதிகமாக இருக்கின்றன. அடுத்த சந்திப்பின்போது நிச்சயம் புதிய தோழர்கள் வருவார்கள். அவர்களுடன் கையெறி குண்டுகளைத் தயாரிக்கும் தோழர் ஒருவரும் வருவார். அவர் உங்களுக்கு அந்த டெக்னிக் எல்லாம் சொல்லிக் கொடுப்பார். ஆனால், அவர் உங்களோடு காட்டுக்குள் வரமாட்டார். இந்த வேலையை முடித்துவிட்டு ஆந்திராவுக்குப் போகவேண்டும். அவரை நீங்கள் சீக்கிரமாக அனுப்பிவிடவும். என்னைப் போலீஸ் தீவிரமாகத் தேடி வருகின்றனர். என்னுடைய உருவ அமைப்பு போலீசாருக்குத் தெரியும். அதனால், என்னை அடையாளம் காண எளிதாக இருக்கும். அதனால், அடுத்த சந்திப்புக்கு நான் வரமாட்டேன். நான் அனுப்ப வேண்டிய

தோழர்களை, தேவராஜ் மூலமாகவே உங்களிடம் அனுப்பி வைக்கிறேன்" என்று சொல்லிவிட்டுப் போகிறார்.

தும்கல் காட்டில் வீரப்பனைச் சந்தித்துவிட்டு பெண்ணாகரம் வந்த சுந்தரமூர்த்தியை, செந்தாமரைக் கண்ணனின் கார் ஓட்டுநர் குமரேசன் காரில் ஏற்றினர். ஆப்பக்கூடல் சக்தி சுகர்ஸ் நிறுவனத்தின் ஆய்வு மாளிகையில் கொண்டுபோய், மீண்டும் சிறை வைத்தார். இதையெல்லாம் மருத்துவமனையில் இருந்தபடியே துரைப்பாண்டியன் கவனித்து, வழிநடத்தி வந்தார்.

துரைப்பாண்டியன், எம்-1 இருவருக்கும் நம்பிக்கைக்கு உரிய பாண்டிக்கண்ணன் உளவுப்பிரிவுக் காவலர் மட்டுமில்லை. வெடிகுண்டு நிபுணரும்கூட. வெடிகுண்டுகளை உருவாக்குவதிலும், அதை மாற்றியமைப்பதிலும் பாண்டிக்கண்ணன் தனித்தன்மை வாய்ந்தவர். அமெரிக்கத் தயாரிப்பு வெடிகுண்டையும் சத்தமில்லாமல் பிரித்து மேய்ந்து விடுவார். இப்போதும், அந்த வேலைகளைச் செய்து வருகிறார்.

ஏற்கனவே வீரப்பனிடம் கொஞ்சம் கையெறி குண்டுகள் சுந்தரமூர்த்தி மூலமாக கொடுக்கப்பட்டுள்ளன. அந்தக் குண்டுகளை எப்படி இயக்கவேண்டும் என்பதைப் பற்றி பாண்டிக்கண்ணன் வீரப்பனுக்குச் சொல்லிக் கொடுப்பதாக ஏற்பாடுகள் செய்யப்பட்டன. அதற்காக ஐந்து குண்டுகளை ஒரு பையில் எடுத்துக்கொண்டார்.

2004 அக்டோபர் 17, மாலை மூன்று மணிக்கு மேட்டூரிலிருந்து பாண்டிக்கண்ணன், *M-1* என்ற குறியீட்டைக் கொண்ட கோரப்பள்ளம் தேவராஜ் இருவரும் கிளம்பினர். ஆறு மணிக்கெல்லாம் பெண்ணாகரம் பி.டி.ஓ. அலுவலகப் பேருந்து நிறுத்தத்தில் இறங்கினர். வழக்கம்போலவே, இருவரும் தும்கல் போகும் தார்ரோட்டில் நடந்தனர். இரவு எட்டு மணிக்குத் தங்கான் வீட்டை அடைந்தனர். தேவராஜைப் பார்த்த அந்த வீட்டுப் பெண் கும்பிட்டார்.

மிகக்குறைந்த சத்தத்தில், "அரை மணி நேரத்துக்கு முன்னமே வந்துட்டாங்க, அந்தப் பள்ளத்தாண்ட இருக்காங்க. உங்களை வரச்சொன்னாங்க..." என்றார்.

வீட்டின்முன் எரிந்து கொண்டிருந்த மண்ணெண்ணெய் விளக்கை எடுத்து வீட்டினுள் வைத்தார். தூரத்திலிருந்து யாராவது பார்த்தால் வீட்டு வாசலில் புது ஆள்களின் நடமாட்டம் தெரியும். அதனால், விளக்கு வீட்டுக்குள்ளே போனது.

வீட்டுக்கு மேற்கிலிருந்த சின்னாற்று காட்டுக்குள் சென்ற எம்-1 "அண்ணா அண்ணா..." என்கிறார். சத்தம் கேட்டு சந்திர கவுடா முதலில் வந்தார். அடுத்து, சேதுமணி, கோவிந்தன், வீரப்பன் என நால்வரும் அங்கு வந்தனர்.

தங்கான் வீட்டு வாசலில் இருந்த அடுப்பில் வீரப்பனுக்குப் பிடித்த நாட்டுக் கோழி இறைச்சி வெந்து கொண்டிருந்தது. வீரப்பன் உள்ளிட்ட ஐந்துபேரும் வீட்டுக்கு வந்தனர். வெளியே கட்டிலில் உட்கார்ந்திருந்த பாண்டிக்கண்ணனை "இவர்தான் அண்ணன் அனுப்பிய தோழர்.." என தேவராஜ் அறிமுகம் செய்தார்.

வீரப்பனும், பாண்டிக்கண்ணனும் கை குலுக்கினர். பிறகு, கோவிந்தன். எம்-1 வாங்கிப் போயிருந்த அல்சர் மாத்திரையைச் சந்திர கவுடாவிடம் கொடுத்தார். பீடிக்கட்டை சேதுமணியிடம் கொடுத்தார். வீட்டுக்குப் பின்பக்கம் புகைக்கப் போன சேதுமணி அங்கிருந்தபடியே யாராவது வருகிறார்களா...? என்ற கண்காணிப்பையும் மேற்கொண்டார்.

"பெரியகுளம் பகுதியில் போலீஸ் நடமாட்டம் எப்படி இருக்கிறது" என்று பாண்டிக்கண்ணனிடம் வீரப்பன் கேட்டார். "இங்கிருக்கும் அளவுக்கு இல்லை. கியூ பிரஞ்சு போலீஸ் மட்டுமே அங்கே இருக்கின்றனர்" என்றார்.

"தோழர் எஸ்.எம். நாளைக்குக் கொஞ்சம் பேரைச் சந்திக்கப் போறார். அவங்களை எல்லாம் கூட்டிக்கொண்டு இங்கே வரணுன்னு சொல்லிக்கிட்டிருந்தார். மற்ற செய்திகளெல்லாம் நீங்களே தோழரை நேரில் சந்திக்கும் போது பேசிக்குங்க. இப்போ நான் அஞ்சு டம்மி கிரேனெட் எடுத்திட்டு வந்திருக்கேன். அதை எப்படிப் போட்டு வெடிகுண்டா மாத்தணுன்னு உங்களுக்குச் சொல்லிக் குடுத்திட்டுப் போகணும்" என்றார்.

"சாப்பிட்ட பின்னாலே காட்டுக்கு உள்ளாற போயிறலாம். நாளைக்குப் பகலில் செஞ்சி பார்த்திருவோம்" என்றார் சேத்துக்குழி கோவிந்தன்.

"பத்து நிமிஷ வேலைதான் தோழர், இங்கேயே சொல்லிக் குடுத்திட்டு நான் ராத்திரியே கிளம்பணும். அப்பத்தான் வெள்ளனா ஆந்திராவுக்குப் போக முடியும். எனக்கு அங்கே கொஞ்சம், முக்கிய வேலை இருக்குது தோழர்" என்கிறார் பாண்டிக்கண்ணன்.

கிரேனெட் குண்டுகளை அந்த இடத்திலேயே அசெம்பல் செய்து பார்ப்பதற்கு சேத்துக்குழி கோவிந்தனுக்கு விருப்பமில்லை. ஆனால், வீரப்பன், "இந்த வேலைக்கு எதுக்கு ஒரு நாள் தேவையில்லாம இங்க தங்கியிருக்கணும். மழை வேற வசவசன்னு பேஞ்சுக்கிட்டு இருக்குது. நாமளும், சீக்கரம் அக்கரைக்குப் (கர்நாடக மாநிலம்) போகணும். அவரும் வந்த வேலையை முடிச்சுட்டு ஊருக்குப் போய்ச் சேரட்டும்" என்றார்.

"சரி, இங்கேயே பார்த்துருவோம். வாங்க..." என்ற வீரப்பன் அந்தக் கூரை வீட்டினுள் செல்கிறார். பாண்டிக்கண்ணன், கோவிந்தன் இருவரும் அவரைப் பின் தொடர்ந்தனர்.

வீட்டின் நடுவே மண்ணெண்ணெய் விளக்கு எரிந்தது. பாண்டிக்கண்ணன் அதை எடுத்து ஓரமாக வைத்தார். வீரப்பனும் பாண்டிக்கண்ணனும் எதிரெதிரே உட்கார்ந்தனர். சேத்துக்குழி கோவிந்தன் தன் இடுப்பில் மாட்டியிருந்த டார்ச் லைட்டை எடுத்துத் தலைக்கு மேலே தூக்கிப் பிடித்தார்.

கீழே உட்கார்ந்த பாண்டிக்கண்ணன் பையிலிருந்து பிரித்துப் போட்ட கையெறி குண்டுகளின் உதிரிப் பாகங்களை எடுத்தார். பாடி, டைனமெட், ஜெலட்டின், லாக், லிவர் என ஒவ்வொரு பாகமாக அதன் பெயரைச் சொல்லி இணைத்தார்.

வீரப்பன், கோவிந்தன் இருவரும் அதனை வியப்புடன் பார்த்தனர். இரண்டு நிமிடத்தில் குண்டு தயாரானது. அவர் சொன்னபடியே வீரப்பனும் செய்கிறார். இரண்டாவது குண்டும் தயாரானது. அடுத்து கோவிந்தனிடம் "நீங்க

ஒன்னைப் போட்டுப்பாருங்க... தோழர்" என்றார் பாண்டிக்கண்ணன்.

கோவிந்தன் வெளியிலிருந்த சந்திரகவுடாவைக் கூப்பிட்டார். டார்ச் லைட்டை அவரிடம் கொடுத்தார். இலேசான சிரிப்புடன் ஒவ்வொரு பாகமாக இணைத்தார். மூன்றாம் குண்டும் தயார். இதையெல்லாம் வீரப்பன் கூர்ந்து கவனித்தார். "சேதுவையும் கூப்பிடு அவனும் ஒன்றைச் செய்யட்டும்..." என்றார் வீரப்பன். சேது அடுத்து சந்திரகவுடா. இப்போது ஆளுக்கு ஒரு கையெறி குண்டைத் தயார் செய்து முடித்திருந்தனர்.

"இந்தக் குண்டுகளை ஆன் கண்டிஷனில் கையில் வைத்திருப்பதும் ஆபத்து. நம்முடைய தோழர்கள் கையில் வைத்திருந்தபோதே குண்டு வெடித்துள்ளது, பலர் உயிரிழந்தும் போயிருக்கின்றனர். உங்களுக்கு ஒரு கிரேனெட் ஆன் கண்டிஷனில் இருந்தாலே போதும். மீதியெல்லாம் டம்மியாக்கி வச்சுக்கலாம். இப்போ நீங்களே இதைத் தனித்தனியா கழற்றிக்கலாம். அதுக்கு இந்த லிவரை கீழே தள்ளணும். இனி தூக்கிப் போட்டாலும் குண்டு வெடிக்காது. நீங்க பாதுகாப்பா எவ்வளவு தூரம் வேணுன்னாலும் எடுத்துக்கிட்டுப் போகலாம்".

அடுத்த குண்டை வீரப்பன் இடது கையில் வைத்த பாண்டிக்கண்ணன் குண்டின் லிவரை கீழே தள்ளச் சொன்னார். வீரப்பன் அந்த கையெறி குண்டின் லிவரை வலது கையால் தொட்ட விநாடியில் **180** டெசிபில் சத்தத்தில் அந்த குண்டு வெடித்தது. ஒரு விநாடி நேரத்தில் ஆயிரம் சதுரடி சுற்றளவில் பரவும், வீரியம் மிக்க நைட்ரேட் புகை அந்தக் குண்டிலிருந்து வெளியேறியது. ஐந்துபேரின் மூக்கு, வாய், கண், காது என அத்தனை துவாரங்களிலும் வெண் புகை ஏறியது.

எல்லோருக்குமே தும்மல் வந்தது, கண் கிறுகிறுத்தது, பார்வை போனது. காதுகளில் கிர்... என்ற சத்தம் மட்டுமே கேட்டது. தலை ஆயிரம் துண்டுகளாக வெடித்துச் சிதறியது போல இருந்தது.

வட்டம் போட்டு உட்கார்ந்திருந்த வீரப்பன், சேதுமணி, கோவிந்தன், பாண்டிக்கண்ணன் உள்ளிட்ட நால்வரும் நினைவிழந்து சுருண்டு விழுந்தனர். நின்ற நிலையில் டார்ச் லைட்டைக் கையில் வைத்திருந்த சந்திரகவுடா வீட்டை விட்டு வெளியே போக முயற்சித்தார். முடியவில்லை, இரண்டு நொடியில் அவரும் மயங்கி விழுந்தார். கண்ணிமைக்கும் நேரத்தில் எல்லாம் நடந்து முடிந்து விட்டது.

வீடு முழுவதும் புகையால் மூடியிருந்தது. வீட்டு உரிமையாளர் தங்கான், அவருடைய மனைவி, மகன் முருகேசன் மூவரும் உண்மையிலேயே பதற்றமடைந்தனர். எம்-1 மட்டும் பதற்றம் அடைந்தது போல நடித்தார். என்ன நடந்தது...?, என்ன செய்வது...? ஒருவருக்குமே வழி தெரியவில்லை. வீட்டுக்குப் பக்கத்து வரப்பின் மீது ஏறி நின்றனர்.

வடக்குப் பக்கம் இருந்த பாப்பான் மெட்டு கரட்டில் ஓர் இன்ஸ்பெக்டருடன் எட்டு அதிரடிப்படை வீரர்கள் காத்திருந்தனர். குண்டு வெடித்த சத்தம் கேட்டதும் அந்த வீட்டை நோக்கி ஓடிவந்தனர். நின்று கொண்டிருந்த நால்வரையும் வளைத்துப் பிடித்தனர்.

"இங்கே நடந்தது எதுவும் வெளியே தெரியக்கூடாது. உங்களுக்கு எந்த பாதிப்பும் வராது. விஷயம் வெளியே தெரிஞ்சா அட்ரஸ் இல்லாமாப் போயிருவீங்க..." என்று எச்சரித்தனர். நால்வரையும் தனியே உட்கார வைத்தனர்.

பத்து நிமிடங்கள் போனது, வீட்டைச் சூழ்ந்திருந்த புகை மூட்டம் கலைந்தது. மாஸ்க் அணிந்த நால்வர் உள்ளே சென்றனர். மயங்கிக் கிடந்த ஐந்து பேரையும் வெளியே கொண்டுவந்து போட்டனர். வீரப்பன் உள்ளிட்ட நால்வரின் கைகளைப் பின்புறமாகக் கட்டினர், கால்களும் கட்டப்பட்டன. ஒருவர் மட்டும் அங்கிருந்து, மீண்டும் பாப்பான் மெட்டுக் கரட்டுக்குச் சென்றார். அணைத்திருந்த வாக்கிக்கு உயிர் கொடுத்தார்.

"ஆபரேஷன் சக்சஸ்" என்றார். தங்கான் வீடு உள்ள இடம் மூன்று பக்கமும் சிறிய மலை குன்றுகளால் சூழப்பட்ட

பகுதி. இங்கிருந்து இப்போதும் கூட செல்போன் தொடர்பு கிடைக்காது.

1965இல் வீரப்பனின் யானை வேட்டையும், 1978இல் மனித வேட்டையும் தொடங்கின. இதுவரை எந்த வேட்டையிலுமே வீரப்பன் தோல்வி கண்டதில்லை. நூற்றுக்கணக்கான போலீசார் சுற்றி நின்றபோதும் அந்த அரணுக்குள்ளிருந்து அவர் தப்பி வந்திருக்கிறார். வீரப்பன் தலைமையேற்று நடத்திய எந்தத் தாக்குதலிலும் அவருடைய கூட்டாளிகள் ஒருவருக்குக் கூடக் காயமே ஏற்பட்டதில்லை. அந்த அளவுக்கு நுட்பமாகத் திட்டமிடக் கூடியவர். அதைவிடவும் நுட்பமான இன்னொரு வீரனிடம் தோற்கிறார்.

கோடுபட்டி பக்கமிருந்து ஒரு வேன் வந்தது. பெரிய தும்கல் ஏரிக்கரை பஸ் ஸ்டாப்பில் நின்றது. விஜயகுமார், செந்தாமரைக்கண்ணன் இருவரும் இறங்கினர். சீருடை இல்லாத இரு வீரர்கள் வரவேற்றனர். ஊஞ்ச மரங்கள் நிறைந்த வழியில் நால்வரும் கால் மணிநேரம் நடந்தனர். தங்கான் வீட்டை அடைந்தனர். மயங்கிக் கிடந்த வீரப்பனைப் பார்த்தனர்.

17 ஆண்டுகளாக இருமாநில காவல்துறையால் தேடப்பட்ட வீரப்பன் பிடிபட்டு விட்டார். விஜயகுமார் இரண்டாம் முறை அதிரடிப்படைக்கு வந்த நோக்கம் நிறைவேறியது. 54 ஆண்டுகள் பத்து மாதம் வாழ்ந்த வீரப்பன் கதை இருபது நிமிடங்களுக்கு முன்பாகவே முடிந்து விட்டது. கை, கால்கள் கட்டப்பட்ட நிலையிலேயே வீரப்பன் உள்ளிட்ட நால்வரும் பக்கத்திலிருந்த சின்னாற்றுக் காட்டுக்குள் தூக்கிக் கொண்டுபோய் போடப்பட்டனர்.

துரிஞ்சி மரத்துப் பிரிவிலிருந்து ஒரு மோட்டார் சைக்கிள் வந்தது. அதில் வந்த இரண்டு பேருக்கு நடுவில் பாண்டிக்கண்ணன் உட்கார வைக்கப்பட்டார். மெயின் ரோட்டுக்குக் கொண்டுவந்த பாண்டிக்கண்ணனை அங்கிருந்த செந்தாமரைக்கண்ணனின் காரில் ஏற்றினர். மேட்டூர் அரசு மருத்துவமனைக்குக் கொண்டு செல்லப்பட்டார். அங்கே சிகிச்சை கொடுக்கப்பட்டு மறுநாள் இரவு முகாமுக்குத் திரும்பினார்.

சுயநினைவு இல்லாமல் கிடந்த வீரப்பன் உள்ளிட்ட நால்வரையும் அடுத்த நாள் என்ன செய்யவேண்டும். எப்படிச் செய்யவேண்டும் என்று உத்தரவுகளை பிறப்பித்தார். நள்ளிரவு 12.00 மணிக்கு தும்கல் காட்டிலிருந்து கிளம்பினார். உயிரைக் கொடுத்து வீரப்பனை வீழ்த்திய சாதனையாளர்களின் வரலாற்றை மறைக்க வேண்டும். அதேநேரத்தில், "பண்ணாரி மாரியம்மனுக்கு என் தலை மயிரைக் காணிக்கையாகக் கொடுத்தே வீரப்பனை வீழ்த்தினேன்" என்ற கக்கூன் நாடகத்துக்கு திரைக்கதை அமைக்கும் வேலையில் இறங்கினார் கே.விஜயகுமார் IPS.

கை, கால்கள் கட்டப்பட்ட நிலையில் தங்கான் வீட்டை ஒட்டியே இருக்கும் காட்டுக்குள் வீரப்பன் உள்ளிட்ட நால்வரும் கொண்டுபோய் போடப்பட்டனர். குளோரோபாம், நைட்ரேட் தனிமங்கள் அடங்கிய கையெறி குண்டுகள் (Grenade) வெடித்ததில் ஏற்பட்ட தாக்கத்தில் மயங்கிக் கிடந்த வீரப்பன் குழுவினருக்கு மறுநாள் காலையில்தான் நினைவு திரும்பின. ஆனாலும் அவர்களுக்கு நடந்ததையும், நடப்பதையும் நினைவுக்குக் கொண்டுவர முடியவில்லை.

பத்து ஆண்டுகளுக்கும் மேலாக வீரப்பனைத் தேடி அலைந்த அந்த இன்ஸ்பெக்டருக்கும், அவருடன் இருந்த காவலர்களுக்கும் வெறி தீர வீரப்பன் உள்ளிட்ட நால்வரையும் அடித்தனர், உதைத்தனர். அதையெல்லாம் உணர்ந்துகொள்ளும் நிலையில் நால்வருமில்லை.

வீரப்பன், சேத்துக்குழி கோவிந்தன் இருவரின் முகத்துக்கு மிக அருகிலேயே குண்டு வெடித்தது. அந்தக் குண்டிலிருந்து தீப்பிழம்பாய் வெளியேறிய நெருப்பு கனல் இருவரின் முகத்தில் இருந்த மீசை, நெஞ்சில் இருந்த முடிகளை எல்லாம் இலேசாகக் கருக்கி விட்டன. சுருண்டு, கருகிய முடிகளை எப்படி மறைப்பது எனத் திட்டமிட்டனர்.

***

43

பச்சினம்பட்டியில் நடந்தது என்ன...?

பச்சினம்பட்டி

வீரப்பனுக்குக் கண் பார்வையில் குறைபாடு ஏற்பட்டது, அதற்காக மருத்துவமனைக்குச் சென்று சிகிச்சை பெற வேண்டிய நிலைக்கு வந்தான். நாங்கள் இதையெல்லாம் டிரேடர் என்று உளவாளி (எம்-1 என்று அழைக்கப்பட்ட தேவராஜ்) மூலமாகக் கண்காணித்தோம். இந்த நிலையில், வீரப்பன் இலங்கைக்குத் தப்பிச் செல்லவும் முடிவெடுத்தான். அதற்காக மிஸ்டர் எக்ஸ் என்பவரைச் சந்திக்க விரும்பினான். டிரேடரும், மிஸ்டர் எக்ஸ் இருவரும் சந்தித்துப் பேசிய இடத்தில், எங்கள் வீரர்கள் பதுங்கியிருந்தனர். சந்திப்பு முடிந்து மிஸ்டர் எக்ஸ் கிளம்பிப் போகும் வழியில் அவரைக் கைது செய்தோம்.

"உன்னையும், உன் குடும்பத்தையும் ஒழித்து விடுவோம்" என்று மிரட்டினோம், "உனக்கும், வீரப்பனுக்கும் உள்ள

தொடர்பு குறித்து வெளியே சொல்லப்போகிறோம்" என்றோம். அவரது எதிர்காலத்தை நினைத்து பயந்த மிஸ்டர் எக்ஸ் (மாவோயிஸ்டு இயக்கத்தைச் சேர்ந்த சுந்தரமூர்த்தி) எங்களுக்கு உதவி செய்வதாகச் சொன்னார்.

"மிஸ்டர் எக்ஸ் அரசியல் செல்வாக்கு மிக்கவர், விடுதலைப் புலிகளிடமும் தொடர்பு உள்ளவர். அவர் மூலமாக, "திருச்சி பக்கத்தில் உள்ள ஒரு மருத்துவமனையில் கண் அறுவை சிகிச்சைக்கு ஏற்பாடு செய்து வைத்திருக்கிறேன். அங்கே சிகிச்சை எடுத்துக்கொண்டு அப்படியே கடல் வழியாக இலங்கையில் கொண்டுபோய் விடுதலைப் புலிகளின் கட்டுப்பாட்டுப் பகுதியில் உங்களை விட்டுவிடுகிறேன்" எனச் சொல்ல வைத்தோம். அதை வீரப்பனும் நம்பினான். அதன்படியே வீரப்பனை காட்டைவிட்டு வெளியே கூட்டிக் கொண்டுவந்து பச்சினம்பட்டியில் வைத்துச் சுட்டுக்கொன்றோம்" என விஜயகுமார் கதை கட்டியுள்ளார்.

பழ.நெடுமாறன், கொளத்தூர் மணி அண்ணன் என ஒருசிலர் மட்டுமே விடுதலைப் புலிகள் இயக்கத்துடன் நேரடித் தொடர்பில் உள்ளோர். தமிழீழக் காட்டுக்கு வீரப்பன் தப்பிச்செல்ல முயற்சி செய்ததாக விஜயகுமார் விடும் கதை பற்றி நான் கொளத்தூர் மணி அண்ணனிடம் பேசினேன்.

"2002 ஆம் ஆண்டில் நான் வீரப்பனைச் சந்தித்தபோது, அவரும் ஈழம் செல்ல விரும்புவதாகச் சொன்னார். அதற்குச் சாத்தியமில்லை என்றால், தன்னிடம் உள்ள பலகோடி ரூபாய் பணத்தில் ஒரு பகுதியைப் புலிகளுக்குக் கொடுக்கவும் விரும்பினார். ஆனால், புலிகள் தரப்பிலிருந்து வீரப்பன் விரும்பிய இந்த இரண்டையுமே நிராகரித்துவிட்டனர். இது வீரப்பனுக்கும் தெரியும்" என்றார்.

கொளத்தூர் மணி அண்ணனுக்கும், வீரப்பனுக்கும் இடையே நடந்த இந்தச் செய்தி விஜயகுமாருக்குத் தெரிந்திருக்க வாய்ப்பில்லை. அதனால், பொருத்தமே இல்லாத ஒரு பொய்யைச் சொல்லியுள்ளார்.

தமிழ்நாடு விடுதலைப் படையினருடன் காட்டுக்குச் சென்று பின்னர் அதிரடிப்படைக்கு ஆதரவான நிலைக்குப்

போனவர் ஜெயங்கொண்டம் செல்வம். வீரப்பன் வரலாறு முடியும்வரை இவர் செந்தாமரைக்கண்ணனின் நேரடிக் கட்டுப்பாட்டிலிருந்தவர். அடிக்கடி ஆப்பக்கூடல் சக்தி சுகர்ஸ் ஓய்வு மாளிகைக்குச் சென்று வந்தவர்.

கர்நாடக முன்னாள் அமைச்சர் நாகப்பாவை வீரப்பன் கடத்திய நேரத்தில் அரியலூர் மாவட்டத்தில் இருந்த சுப.இளவரசன், அவருடைய ஆதரவாளர்கள் பலரைப் பற்றியும், இளவரசனின் தொடர்புகள் பற்றி செந்தாமரைக் கண்ணனுக்குத் தகவல் கொடுத்தவர். இவர் மூலம்தான் இளவரசன் கைது செய்யப்பட்டார். இந்தச் செல்வம், வீரப்பன் கொல்லப்பட்டதாக அறிவிக்கப்பட்டதற்கு முதல்நாள் (அக்டோபர் 17) இரவு சக்தி சுகர்ஸ் ஓய்வு மாளிகையில் இருந்துள்ளார்.

என்னிடம் செல்வம் பேசும் போது, "சக்தி சுகர்ஸ் கேம்பஸில் இருந்த ஒரு பங்களாவில் செந்தாமரைக்கண்ணன் தங்கியிருந்தார். அவருடைய அறைக்கு எதிரில் இரண்டு அறைகள் இருக்கும். ஒன்றில், வெள்ளைத்துரை, சரவணன், குமரேசன் மூன்று பேரும் இருந்தனர். நானும் அவங்களுடனே தங்கியிருப்பேன்.

நாங்கள் இருந்த அறைக்குப் பக்கத்திலிருந்த இன்னொரு அறை இருந்துச்சு. அதில், யாரோ ஆள் இருந்தாங்க. எந்த நேரமும் அந்த அறை மூடியே இருக்கும், உள்ளே டி.வி. வசதியெல்லாம் இருந்துச்சு. அதிலிருந்தவருக்கு நேரத்துக்கு சாப்பாடு, டீ, காபி எல்லாம் கொண்டுபோய்க் கொடுப்பாங்க. யார் உள்ளே இருந்தாங்க என்பது தெரியவில்லை.

ஜெயங்கொண்டம் செல்வம்

அக்டோபர் 17-ஆம் தேதி மதியமே செந்தாமரைக்கண்ணன் வெளியே போயிட்டார். 18ஆம் தேதி அதிகாலை மூன்று மணிக்குத்தான் திரும்பி வந்தார்.

வரும்போதே உற்சாகமாக இருந்தார், வந்ததும் படுத்துக் கொண்டார். ஒரு ஆள் ஆயின்மென்ட் எடுத்து வந்து செந்தாமரைக்கண்ணனின் கை, கால்களில் எல்லாம் தேய்த்து, உடல் முழுக்க மசாஜ் செய்து விட்டார். அரை மணி நேரத்துக்குப் பிறகு, சுடு தண்ணீர் கொண்டுவந்து குளித்தார்.

அதற்குபின் வெளியில் வந்து உட்கார்ந்தார், என்னைப் பக்கத்தில் கூப்பிட்ட செந்தாமரைக்கண்ணன் "எங்க வேலை நேத்தே முடிஞ்சுட்டுது. உன்னையும் சேர்த்துப் போடச்சொல்லி எங்க ஆப்பீசர்ஸ் சொல்லறாங்க. உனக்குக் கல்யாணம் ஆகிட்டுது. குழந்தை எல்லாம் இருக்கு. அதனாலே நான்தான் வேண்டான்னு சொல்லியிருக்கிறேன். நீ ஊர்ப் பக்கம் போயி பொளைச்சுக்கோ..." என்று சொன்னார்.

அங்கிருந்த சரவணனிடம் ஆயிரம் ரூபாய் பணம் கொடுக்கச் சொன்னார். பக்கத்திலிருந்த குமரேசனைக் கூப்பிட்டு "செல்வத்தைக் கொண்டுபோய் பஸ் ஸ்டாண்டில் விட்டுட்டு வந்திரு..."ன்னு சொன்னார். நான் அங்கிருந்து கிளம்பும்போது, வீரப்பன் பயணம் செய்ததாகச் சொல்லப்பட்ட வெள்ளை ஆம்புலன்ஸ் பங்களா முன்பாக நின்றது. அதைக் காக்கித் துணி போட்டு மூடியிருந்தனர். குமரேசன் மோட்டார் சைக்கிளில் என்னை கோபி பேருந்து நிலையத்தில் கொண்டுவந்து விட்டு விட்டுப் போனார்.

கோபியிலிருந்து திருப்பூர் போனேன், அங்கிருந்த எங்க ஊர் பசங்களைப் பார்த்திட்டு இரவு ஏழு மணிக்குத திருச்சிக்குக் கிளம்பினேன். 11.30 மணிக்குத் திருச்சி பஸ் ஸ்டேண்டில் இருக்கும்போது வீரப்பன் சுட்டுக் கொல்லப்பட்டதாக ஜெயா டி.வி. செய்தியில் சொன்னாங்க.

சக்தி சுகர்ஸ் பங்களாவில் நான் தங்கியிருந்த அறைக்குப் பக்கத்து அறையில் வீரப்பன் உள்ளிட்ட நால்வரையும் கொண்டுவந்து வைத்துள்ளனர் என்று நான் நினைத்துக் கொண்டிருந்தேன்" என்றார். (செல்வம் தங்கிய அறைக்குப் பக்கத்து அறையில் இருந்தவர் மாவோயிஸ்ட் சுந்தரமூர்த்தி)

மதுரையைச் சேர்ந்த தலைமைக் காவலர் காளிதாஸ். முன்பு, டி.எஸ்.பி. ஹுசேன் தலைமையிலான ஜமால் கோட்டா பிரிவிலிருந்தவர். 1994-இல் டி.எஸ்.பி.

சிதம்பரநாதன் கடத்தப்பட்டபோது நடந்த தாக்குதல், 1998-இல் நெற்றிக்கண் ஆசிரியர் மணி கடத்தப்பட்டபோது நடந்த தாக்குதல், இஸ்லாமிய இளைஞர் நால்வரை அனுப்பி வீரப்பனை உளவு பார்த்தது போன்ற பல நடவடிக்கையில் நேரடியாக ஈடுபட்டவர்.

வீரப்பன் என்கவுன்டர் நடந்தபோது செந்தாமரைக்கண்ணன் அணியில் இருந்தார். இவரை அக்டோபர் 18-ஆம் தேதி காலை ஒன்பது மணிக்கு ஆப்பக்கூடல் கெஸ்ட் ஹவுசுக்குச் செந்தாமரைக்கண்ணன் வரச்சொன்னார். எட்டரை மணிக்கு ஆப்பக்கூடல் வந்தவரிடம், "உனக்கு முக்கியமான வேலை உள்ளது. உனக்கு வேண்டிய ரெண்டு கமோண்டாக்களைக் கூட்டிக்கிட்டு மதியம் இங்கே வா... ஒருத்தனுக்கு லாரி ஓட்டத் தெரிஞ்சிருக்கணும்" என்றார்.

காலை பத்து மணிக்கு காளிதாஸ் பண்ணாரி மாரியம்மன் கோயிலுக்குச் சாமி கும்பிடச் சென்றார். திடீரென எஸ்.பி. செந்தாமரைக்கண்ணனும் அங்கே வந்தார். மாரியம்மனுக்கு சிறப்புப் பூஜை செய்யப்பட்டது. ஏ.டி.ஜி.பி. விஜயகுமாருக்காகப் பிரசாதத்தைச் செந்தாமரைக்கண்ணனே எடுத்துக்கொண்டு போனார்.

மதியம் ஒரு மணிக்குக் காளிதாஸ் ஆப்பக்கூடல் சக்தி சுகர்ஸ் கெஸ்ட் ஹவுசுக்குப் போனார். அவருடன் விஜயன், இருளப்பன் என்ற இரு அதிரடிப்படை வீரர்கள் இருந்தனர். செந்தாமரைக்கண்ணனைச் சந்திக்கிறார், பாதி லோடுடன் இருந்த கரும்பு லாரியில் காளிதாஸின் மோட்டார் சைக்கிளை ஏற்றச்சொன்னார். இந்த வண்டியை எடுத்துக்கிட்டு தருமபுரி பை பாஸில் இருக்கும் அதியமான்கோட்டைப் பிரிவில் போய் நிற்கச் சொல்கிறார்.

காளிதாஸுக்கு எஸ்.எல்.ஆர் ரைபிள் ஒன்றையும், ஒரு வாக்கியும் கொடுத்தார். காளிதாஸ் ஏற்கனவே கிளாக்-17 பிஸ்டல் வைத்திருப்பவர். இருளப்பனுக்கு லாரி ஓட்டத்தெரியும். ஆனாலும், கரும்பு லோடு ஓட்ட கொஞ்சம் சிரமப்பட்டுள்ளார். மதியம் இரண்டு மணிக்கு ஆப்பக்கூடலில் இருந்து வண்டியை எடுத்த காளிதாஸ் மூன்று மணிக்கு

உதவி ஆய்வாளர் காளிதாஸ்

மேட்டூர் வந்து சேர்ந்தார். மேட்டூர் மலைப்பாதையில் இருளப்பன் கரும்பு பாரத்துடன் இருந்த லாரியை ஓட்டச் சிரமப்பட்டார்.

அப்போதுதான் வீரப்பன் பயணம் செய்யப் பயன்படுத்தப்பட்டதாகச் சொல்லப்பட்ட S.K.S *Hospital* ஆம்புலன்ஸ் மேட்டூர் மலைப்பாதையில் காளிதாஸ் சென்ற வண்டியை முந்திக்கொண்டு போனது. அதற்குப் பின்னால் படுதா போர்த்திய லாரி வந்தது. அதில் எஸ்.பி.சம்பத்குமாரின் போர்த் கோர் டீம் வீரர்கள் சிலர் ஏ,கே-47 துப்பாக்கிகளுடன் இருந்தனர்.

ஏழு மணிவரை அதியமான் கோட்டையிலிருந்த காளிதாஸுக்கு அங்கிருந்து கிளம்பி பழைய தருமபுரி பிரிவு ரோட்டில் நிற்கச் சொல்லி உத்தரவு வந்தது. காளிதாஸுடன் இருந்தவர்கள் பழைய தருமபுரியில் உள்ள பாப்பாரப்பட்டி பிரிவிலிருந்த டிபன் கடையில் சாப்பிட்டனர். ஒன்பது மணிக்கு அங்கிருந்து கிளம்பி பாடிக்கு அடுத்துள்ள செவன்த் டே பள்ளிக்கு முன்பாக நிற்கச் சொல்லி உத்தரவு வந்தது.

காளிதாஸ் அங்கே போனபோது, செந்தாமரைக்கண்ணனும் இருந்தார். அவருடன் 1987 முதல் வீரப்பன் வேட்டையில் ஈடுபட்ட டி.எஸ்.பி.ஹுசைன் தலைமையிலான 12 வீரர்களும் இருந்தனர்.

அடுத்த சில நிமிடங்களில் ஏ.டி.ஜி.பி.விஜயகுமார் வந்து சேர்ந்தார். அவருடன் சார்லஸ் என்ற உதவி ஆய்வாளர் கையில் ஒரு லீடிங் செயினுடன் வந்தார். காளிதாஸ் கொண்டுவந்த கரும்பு லாரி பாப்பாரப்பட்டியில் இருந்து தருமபுரி நோக்கிச் செல்வது போல திருப்பி நிறுத்தப்பட்டது. செவன்த் டே பள்ளிக் கட்டிடத்துக்கு சற்றுக் கிழக்கில், பாதி லாரி தார் ரோட்டிலும், மீதி மண் ரோட்டிலுமாக நின்றது.

DSP ஹுசைன்

அந்த லாரிக்குப் பின்பக்கம், பாப்பாரப்பட்டி செல்லும் வழியில் மணல் மூட்டைகளுடன் இருந்த ஒரு லாரி நிறுத்தப்பட்டது. அந்த லாரியைப் போக்குவரத்துக்கு இடையூறு இல்லாமல் சாலையிலிருந்து சற்று உள்ளே தள்ளியே நிறுத்தினர். அந்த லாரியிலிருந்தும், எதிரிலுள்ள பள்ளிக்கூடத்தின் மேலிருந்தும் ஆம்புலன்ஸ் மீது தாக்குதல் நடத்த வசதியாக நிறுத்தினர்.

10.40 மணி முதல் கிழக்கிலிருந்து வரும் வண்டிகள் காட்டுக்கொட்டாய் ராமசாமி வீட்டு முன்பாகவே நிறுத்தப்பட்டன. கரும்பு பாரம் ஏற்றப்பட்ட லாரிக்கு முன்பாக காளிதாஸ் நிறுத்தப்பட்டார். மேற்கிலிருந்து ஏதாவது வண்டி வந்தால் அதைக் கண்காணிக்கும் பொறுப்பு அவருக்கு வழங்கப்பட்டது.

டி.எஸ்.பி. ஹுசைன் ஆறு வீரர்களை செவன்த் டே பள்ளியின் மொட்டை மாடியில் நிறுத்தினார். ஆறு வீரர்களைப் பாதுகாப்புக்காக மணல் மூட்டைகள் அடுக்கியிருந்த லாரியின் உள்ளே நிற்கவைத்தார்.

10.50 க்கு வீரப்பன், சேத்துக்குழி கோவிந்தன் உள்ளிட்ட நால்வரின் உடல்கள் ஏற்றப்பட்ட ஆம்புலன்சை சரவணன் ஓட்டிக்கொண்டு வந்தார். முதல் லாரியைப் பார்த்ததுமே அவர் வண்டியை நிறுத்தியிருக்க வேண்டும். ஆனால், குழப்பத்தில் நிறுத்த வேண்டிய இடத்தில் நிறுத்தாமல் வந்து விட்டார்.

கரும்பு லாரியின் முன்பாக நின்ற காளிதாஸைப் பார்த்ததும் வண்டியை நிறுத்தி விட்டு "நாலு பேர் உள்ளே இருக்காங்க..."

உதவி ஆய்வாளர்
வெள்ளைத்துரை

என்று சொல்லிக்கொண்டே செவன்த் டே பள்ளி வாசலுக்கு ஓடினார்.

ஆம்புலன்ஸ் வண்டியின் இடது பக்கமிருந்து இறங்கிய வெள்ளைத்துரை கையில் வைத்திருந்த *STUN GRENADE* கையெறி குண்டை நின்று கொண்டிருந்த காளிதாஸின் காலில் போட்டுவிட்டு ஓடினார்.

காலுக்குக் கீழே குண்டு விழுந்ததைப் பார்த்த காளிதாஸ் பள்ளிக்கூட வாசலில் நின்ற செந்தாமரைக் கண்ணன் இருந்த பகுதிக்கு அலறியடித்து ஓடினார். ரோட்டில் போடப்பட்ட குண்டு ஐந்து விநாடி நேரத்தில் மிகப்பெரிய அதிர்வுடன் வெடித்தது. ஆம்புலன்ஸ் வேனுக்குள் போடவேண்டிய குண்டை வெளியே போட்ட வெள்ளைத்துரையை "இடியட்" என்று ஆங்கிலத்தில் திட்டினர் *A.D.G.P.*விஜயகுமார்.

அதற்குப் பிறகே ஆம்புலன்ஸ் வண்டிமீது தாக்குதல் நடத்த செந்தாமரைக்கண்ணன் உத்தரவிட்டார். முதல் கட்டமாக 400 தோட்டாக்கள் அடித்து முடிந்தபின், செந்தாமரைக்கண்ணனிடம் இருந்து "ஸ்டாப்" என்ற உத்தரவு வந்தது. (தருமபுரி *P.S. Town. Cr.Number-1221/2004*)

வேனைச் சுற்றிலும் புகை மூட்டமாக இருந்தது, சும்மா கொண்டுவந்து நிறுத்திய வேனை எதற்காகச் சுடச்சொன்னார் என்பது *D.S.P* ஹுசைனுக்கும் புரியவில்லை. அடுத்து என்ன செய்வது என எதுவுமே அங்கிருந்த யாருக்கும் தெரியவில்லை. ஐந்து நிமிடங்கள் போனபிறகு பள்ளியின் மாடியிலிருந்து இறங்கிவந்த டி.எஸ்.பி. ஹுசைன், செந்தாமரைக்கண்ணனிடம் போனார்.

ஹுசைனிடம் ஒரு *STUN GRENADE* குண்டைக் கொடுத்தார்.

வீரப்பனை அடையாளம் கண்ட முத்துசாமி

அதைக் கொண்டுபோய் ஆம்புலன்ஸ் வண்டியின் பின்பக்கக் கதவைத் திறந்து உள்ளே போட்டார். அந்தக் குண்டும் வெடித்தது. ஐந்து நிமிடத்துக்குப் பிறகே சாலையிலிருந்த புகை மூட்டம் குறைந்தது. வெற்றிக்களிப்புடன் நின்ற விஜயகுமார், செந்தாமரைக்கண்ணன் இருவரும் டி.எஸ்.பி. ஹுசைனிடம் வேனைத் திறந்து "*A-1* இருக்கானா...?" என்று பார்க்கும்படிக் கூறினர்.

ஆம்புலன்ஸ் வேனில் ஓட்டுநருக்கு பின்பக்கம் இருந்த முதல் சீட்டில் ஓட்டுநருக்கு நேர் பின்பக்கம் வீரப்பன் இருக்கிறார். அவருக்கு இடது பக்கம் தனி சீட்டில் சந்திரகவுடா இருந்தார். வீரப்பனுக்குப் பின்பக்கம், இடது பக்க சீட்டில் சேத்துக்குழி கோவிந்தன் அவருக்கு வலது பக்கம் இருந்த தனி சீட்டில் சேதுமணி என நால்வரும் உயிரிழந்து கிடந்தனர்.

ஒரு தாக்குதலில் இருந்த தப்பிக்கவோ, அல்லது அவர்கள் எதிர்த் தாக்குதல் நடத்தவே முயற்சி செய்ததற்கான அறிகுறிகள் எதுவுமில்லை. நால்வரும், உட்கார்ந்த நிலையிலேயே உயிரிழந்து கிடந்தனர்.

அடர்ந்த மீசை இல்லாமலிருந்த வீரப்பனைப் பார்த்த டி.எஸ்.பி. ஹுசைனுக்கு அடையாளம் தெரியவில்லை. வேனை விட்டு வெளியே வந்தவர் "*A-1* இல்லே சார்...." என்றார்.

அடுத்து டார்ச் லைட்டை எடுத்துக்கொண்டு உள்ளே போன காளிதாஸ் ஒவ்வொரு முகமாக லைட் அடித்துப் பார்க்கிறார். அடர்ந்த மீசையில்லாமல் இருந்த வீரப்பனை

அடையாளம் கண்டுகொண்டார். A-1 இருப்பதாகச் சொல்கிறார்.

இருந்தாலும் சந்தேகம் வேண்டாம் என்று 1993 இல் வீரப்பனால் கொல்லப்பட்ட நெருப்பூர் சின்னப்பொண்ணுவின் மகனான முத்துசாமி என்ற அதிரடிப்படை கமாண்டோ பள்ளிக்கூடத்தின் மேலே இருந்தார். அவரை வரச்சொன்ன செந்தாமரைக்கண்ணன் வேனுக்குள் போய்ப் பார்க்கச் சொன்னார்.

சீட்டில் உட்கார்ந்தபடியே நால்வரும் இறந்து கிடந்தை உறுதிசெய்த பிறகே, விஜயகுமாரின் உத்தரவுப்படி வீரப்பன் உள்ளிட்ட நால்வரின் உடலும் ஆம்புலன்சில் இருந்து இறக்கப்பட்டன. காலிலிருந்த செருப்பைக் கழற்றி விட்டு ஆம்புலன்சில் ஏறிய காளிதாஸ் ஒவ்வோர் உடலையும் வெளியே இழுத்துக் கொண்டுவந்து கொடுத்தார்.

கீழே இருந்த வீரர்கள் நால்வரின் உடல்களை வாங்கி செந்தாமரைக்கண்ணன் பயன்படுத்திய சிவப்பு நிற ஆம்னி வேனில் ஏற்றினர். வீரப்பன் உள்ளிட்ட அனைவருக்கும் புதிய உடைகளைப் போட்டு விட்டிருந்தனர். தாடியுடன் இருந்த சேதுமணி, முறுக்கு மீசையுடன் இருந்த சேத்துக்குழி கோவிந்தன், அடர்ந்த மீசையுடன் இருந்த வீரப்பன் என

மூவருக்கும் மீசையை சிறிதாக்கிச் சவரம் செய்திருந்தனர்.

பாண்டிக்கண்ணன் கொடுத்த கையெறி குண்டு வெடித்ததில், வீரப்பன் உள்ளிட்டவர்களின் மீசை, தலைமுடி, உடைகள் எல்லாம் லேசாகக் கருகியிருந்தன. அதை மாற்றவே இந்த வேலைகளைச் செய்துள்ளனர்.

டி.எஸ்.பி திருநாவுக்கரசு பொறுப்பில் வீரப்பன் உடல் தருமபுரி அரசு மருத்துவமனைக்கு அனுப்பப்பட்டது. வீரப்பன் சுட்டுக்கொல்லப்பட்ட இடத்தில் ஒரு துளி ரத்தம் கூட இல்லையே என்ற கேள்வி வரும். இந்த சந்தேகத்தை அழிப்பதற்காகப் பக்கத்தில் நின்று கொண்டிருந்த கரும்பு பாரம் ஏற்றிய லாரியின் டீசல் டேங்க் உடைத்து விடப்பட்டது. லாரி, ஆம்புலன்ஸ் என இரண்டு வண்டிகளும் நின்ற இடங்களிளெல்லாம் டீசல் சிந்தின.

அதனால், ஆம்புலன்ஸ் வேனிலிருந்து கீழே வழிந்த ரத்தம் கரைந்து விட்டது எனக் கதை கட்டப்பட்டது.

***

44

வீரப்பன் வரலாற்றின் பின்னிணைப்பு...

19ஆம் தேதி அதிகாலை 2.40 மணிக்கு குமுதம் ரிப்போர்ட்டர் வாரமிருமுறை இதழின் செய்தியாளர் கதிரவன் தருமபுரி அரசு மருத்துவமனைக்குச் செல்கிறார். பிணவறையில் வைக்கப்பட்டிருந்த வீரப்பன் உள்ளிட்ட நால்வரின் உடல்களையும் புகைப்படம் எடுத்துள்ளார். அதில், வீரப்பனின் நெஞ்சின் மீது அவரது இரண்டு கைகளும் வைக்கப்பட்டுள்ளன. அதில், வீரப்பனின் வலதுகை ஆள்காட்டி விரல் மற்றும் இடதுகை பெருவிரல் என இரண்டு விரலின் உட்பகுதிகள் கருகியிருப்பதை அந்தப் படங்களில் நீங்கள் பார்க்க முடியும். (பார்க்க - வண்ணப்படங்கள் பக்கம் 5) வீரப்பன் இரண்டு கையிலும் கையெறி குண்டைப் பிடித்திருக்கும்போது அந்தக் குண்டு வெடித்துள்ளது. அதனால் ஏற்பட்ட நெருப்புச் சூடும், கரி மருந்தும் அவருடைய விரல்களின் மேல்தோலில் தீய்ந்து போய் ஒட்டியிருக்கும் காட்சி பதிவாகியுள்ளது.

முதல் கட்டமாகப் புகைப்படம் எடுத்த செய்தியாளர்களை அங்கிருந்து வெளியே அனுப்பிய பிறகு பல சிறப்பு அதிரடிப்படை காவல்துறை அதிகாரிகள், வீரப்பன் உடலை வந்து பார்வையிட்டுச் சென்றுள்ளனர்.

அதன் பிறகு, சென்னை, பெங்களூரில் இருந்து பல செய்தியாளர்களும் வந்துள்ளனர். இதையடுத்து, அதிகாலை மூன்று மணிக்கு மீண்டும் ஒரு முறை செய்தியாளர்கள் புகைப்படம் எடுக்க போலீஸ் அதிகாரிகள் அனுமதி கொடுத்துள்ளனர். அப்போது எடுத்துள்ள புகைப்படத்தில் வீரப்பனின் வலது கை முழுமையாகவும், இடதுகை மணிக்கட்டுக்குக் கீழே உள்ள பகுதி கருப்புத் துணிக்குள் மறைத்தும் வைக்கப்பட்டன. இது போலீசாரால் திட்டமிட்டு மறைக்கப்பட்டது என்று நான் சொல்லத் தேவையில்லை. (பார்க்க - வண்ணப்படங்கள் பக்கம் 6)

வீரப்பன், கோவிந்தன் உள்ளிட்ட நால்வரின் படம்

பச்சினம்பட்டியில் வீரப்பன் குழுவினர் வந்த ஆம்புலன்ஸ்மீது துப்பாக்கிச் சூடு நடத்துவதற்கு முன்பாக செந்தாமரைக்கண்ணன் 'சரணடைந்து விடுங்கள்' என எச்சரித்ததாகவும், அதற்குப் பிறகு சேத்துக்குழி கோவிந்தன் இலக்கில்லாமல் துப்பாக்கியால் சுட்டதாகவும், அதன் பிறகே அவர்கள்மீது துப்பாக்கிச்சூடு நடத்த நான் உத்தரவிட்டேன். ஆம்புலன்ஸ் வேனிலிருந்து வீரப்பன் குழுவினரைக் கீழே இறக்கும்போது அவர்களுக்கு உயிர் இருந்தது. அவர்களை உடனடியாக மருத்துவமனைக்குக் கொண்டு செல்லச் சொன்னேன். ஆனால் போகும் வழியிலேயே அவர்கள் உயிரிழந்தனர் என ஏ.டி.ஜி.பி.விஜயகுமார் தனது நூலில் எழுதியுள்ளார்.

2017 டிசம்பரில் தருமபுரி மாவட்ட காவல்துறையின் சார்பில் காவல்துறையின் சாதனை விளக்கக் கண்காட்சி நடைபெற்றது. இந்தக் கண்காட்சிக்கு சேலம் தினகரன் நாளிதளின் புகைப்படக் கலைஞர் நாராயணன் அவர்களும் சென்றுள்ளார்.

"கண்காட்சியில் வைக்கப்பட்டுள்ள படங்களில் கோவிந்தன் ஆம்புலன்ஸ் வேனுக்குள் உயிரிழந்து கிடக்கும் படம் உள்ளது. நீங்களும் போய்ப் பாருங்கள்" என்றார். உடனடியாக நான் தருமபுரி சென்றேன். நான் போவதற்கு முதல் நாளே அந்தக் கண்காட்சி நிறைவு பெற்று விட்டது.

ஜூனியர் விகடன் செய்தியாளர் வடிவேலிடம் விசாரித்ததில், அவருக்குத் தெரிந்த நண்பர்கள் எடுத்திருந்த புகைப்படங்களை வாங்கிக் கொடுத்தார். வீரப்பன் ஆபரேஷன்

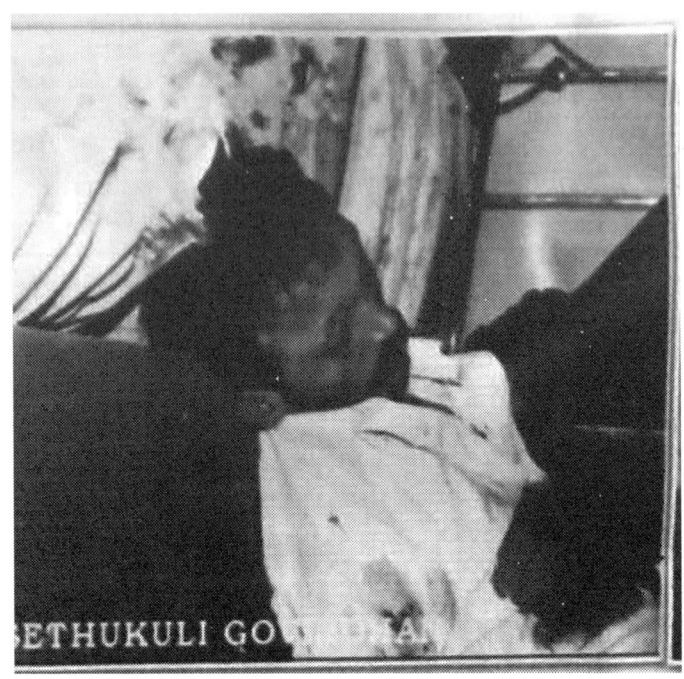

சேத்துக்குழி கோவிந்தன்

தொடர்பான புகைப்படங்கள் அடங்கிய தொகுப்பில், வீரப்பன் உள்ளிட்ட நால்வரும், ஆம்புலன்ஸ் வேனுக்குள் சுட்டுக் கொல்லப்பட்டுக் கிடக்கும் காட்சிகள் அடங்கிய புகைப்படங்கள் வெளியாகியுள்ளன.

இதில், சேத்துக்குழி கோவிந்தன் உயிரிழந்து கிடப்பதும், அவருடைய தலைக்குப் பின்பக்கம் டெம்போ டிராவலர் வேனின் சீட், அதையொட்டித் தொங்கும் ஸ்கிரீன் துணி மற்றும் பக்கவாட்டு ஜன்னல் கம்பிகள் தெரியும் காட்சிகள் பதிவாகியுள்ளன. அதில், ஜன்னல் கண்ணாடி உடையாமல் இருக்கிறது. கோவிந்தன் நெஞ்சுக்கும் கொஞ்சம் கீழே மேல் வயிற்றில் துப்பாக்கியை வைத்து சுட்டுள்ளதும், அதிலிருந்து ரத்தம் வெளியாகி வயிற்றுப்பகுதி முழுவதும் பரவியுள்ளதைக் காண முடிந்தது.

பச்சினம்பட்டியில் தாக்குதலுக்கு உள்ளான ஆம்புலன்ஸ் வேனில் சேத்துக்குழி கோவிந்தன் உட்கார்ந்துகொண்டு

இருந்ததாகச் சொல்லப்படும், இரண்டாவது வரிசை இருக்கையின் இடதுபக்கம் உள்ள கண்ணாடி வழியாக பல குண்டுகள் உள்ளே சென்று அந்தக் கண்ணாடியின் ஒரு பகுதி உடைந்து கீழே விழுந்து விட்டது. (வண்ணப்படம் பக்கம் 4)

அப்படியானால், ஆம்புலன்ஸ் வேனின்மீது துப்பாகிச்சூடு நடத்தும் முன்பாகவே கோவிந்தன் கொல்லப்பட்ட நிலையில் படம் எடுக்கப்பட்டுள்ளது தெரிகிறது.

வீரப்பன் வாழ்ந்ததும் வீழ்ந்ததும் நூல்களை அடுத்தடுத்து மூன்று தொகுதிகளாக வெளியிட்டுள்ளேன். இந்நூல்களைப் படித்த நாமக்கல் மாவட்டம், இராசிபுரத்தை சேர்ந்த தீபராஜன் என்ற நண்பர் 18.02.2021 அன்று சில படங்களை வாட்ஸ் அப் மூலம் அனுப்பியிருந்தார். அதில், பின்குறிப்பாக, "இன்று நான் கோவை போலீஸ் அகாடமிக்கு சென்றிருந்தேன். அங்கே மலையூர் மம்பட்டியான் என்கிற ஐயந்துரை, வீரப்பன் ஆகியோர் பயன்படுத்திய ஆயுதங்களைக் கண்காட்சிக்கு வைத்திருந்தனர். அதன் படங்களை உங்களுக்கு அனுப்பியுள்ளேன்" என்று குறிப்பிட்டிருந்தார்.

அந்தப் படங்களில் வீரப்பன் பயன்படுத்திய ஆயுதங்களின் பட்டியலில் இரண்டு *A.K-47* துப்பாக்கிகள் இருந்தன. 2000 நான் வீரப்பனை கடைசியாக சந்தித்தேன். அப்போது அவரிடம் *SLR* துப்பாக்கிகளே இருந்தான. அதன்பிறகும் வீரப்பனோடு நெருங்கிய தொடர்பில் இருந்த பலரையும் சந்துள்ளேன். எல்லோருமே அவரிடம் *A.K-47* துப்பாக்கி இருந்ததைப் பார்க்கவில்லை என்கின்றனர்.

2002இல் சுப.இளவரசன், வீரப்பனைச் சந்தித்தபோது ஒரு *A.K-47* துப்பாக்கி கொடுத்துள்ளார் என ஒருசிலர் சொல்கின்றனர். அந்தத் துப்பாக்கிக்கு பயரிங் பின் இல்லை என்றும் கூறுகின்றனர். பயரிங் பின் இல்லாத அந்தத் துப்பாக்கியை வீரப்பன் பயன்படுத்த முடியாது. பாதுகாப்பாக எங்காவது ஒரிடத்தில் பதுக்கி வைத்திருப்பார். ஆனால், பாதுகாப்புக்காக கையில் வைத்திருக்க வாய்ப்பில்லை.

அப்படியானால், கோவை போலீஸ் அகாடமில் வைக்கப் பட்டிருக்கும் இரண்டு *A.K-47* துப்பாக்கிகளும், மாவோயிஸ்டு

கோவை போலீஸ் அகாடமில் கண்காட்சிக்கு வைக்கப்பட்டுள்ள வீரப்பன் பயன்படுத்திய ஆயுதங்கள்

அமைப்பை சேர்ந்த எஸ்.எம். என்கிற சுந்தரமூர்த்தி மூலமாக அதிரடிப்படையினர் காட்டுக்குள் அனுப்பிய துப்பாக்கிகளாகத்தான் இருக்கும். இந்த துப்பாக்கிகளை சுந்தரமூர்த்தியும், M-1 என்கிற தேவராஜுமே தும்கல் காட்டில் இருந்த வீரப்பனிடம் கொண்டு போய் கொடுத்துள்ளனர்.

தீபராஜன் எனக்கு படம் அனுப்புவதற்கு இரண்டு ஆண்டுகளுக்கு முன்பாகவே பெண்ணாகரத்தில் நான் சந்தித்துப் பேசிய கார்பெண்டர் கணேசன், "தன்னுடைய ஆட்டுப்பட்டியில் படுத்திருந்தபோது, துப்பாக்கியை சாக்கில் சுற்றி இரண்டுபேர் எடுத்துக்கொண்டு தங்கான் பெரியப்பா காட்டுக்குச் சென்றதைப் பார்த்தேன்" என்று சொன்னார். நான் எதிர்பார்த்திராத ஒரு முக்கிய ஆதாரத்தை நண்பர் தீபராஜன் எனக்கு கொடுத்து உதவியுள்ளார்.

ஐ.பி.எஸ். படித்து முடித்த மூத்த காவல்துறை அதிகாரியான கே.விஜயகுமார் சொல்வதை நாம் உண்மையென்றே நம்புவோம். வீரப்பனுடைய குழுவினர்மீது துப்பாக்கிச்சூடு நடந்ததும் அவர்களுக்கு உயிர் இருந்து, அவர்களைக் காப்பாற்ற இவர் முயற்சி செய்தது, செந்தாமரைக்கண்ணனின் ஆம்னி காரில் ஏற்றி அனுப்பினார் என்று சொல்வது எல்லாம் சரியாக இருந்தாலும்,

உயிருக்குப் போராடும் ஒருவரைக் காப்பாற்றும் முன்பாக அதை போட்டோ எடுத்திருக்கவும் வாய்ப்பில்லை. அப்படியே உண்மையாக நடந்த நிகழ்வுகளைப் போட்டோ எடுத்திருந்தால் அதை அடுத்தநாள் நடந்த பத்திரிகையாளர் சந்திப்பில் விஜயகுமார் வெளியிட்டிருக்கலாம். இது காலங்காலமாக இருக்கும் நடைமுறை இதுதான்.

இதெல்லாம் செய்யாதது அவர் வீரப்பன் சுட்டுக் கொல்லப்பட்டதாகச் சொல்லப்படும் நிகழ்வில் உள்ள உண்மையை மறைக்கவே செய்யப்பட்ட வேலைகள் ஆகும். அதையும் மீறி ஒரு புகைப்படம் எப்படியோ வெளியில் வந்து விட்டது. இந்தப் படத்தை சாதாரணமாக நீங்கள் பார்க்கும்போதே, கோவிந்தனின் நெற்றிப்பகுதியில் உள்ள தலைமுடியை கையில் பிடித்து அவருடைய தலையை நிமிர்த்தி உட்காரவைத்து நெஞ்சில் சுடப்பட்டுள்ளார் என்பதைத் தெளிவாக உணர்ந்து கொள்ளமுடியும்.

இந்த நடவடிக்கையில் ஈடுபட்ட டி.எஸ்.பி. ஹுசைனிடம் பேசும்போது, "ஆம்புலன்ஸ் வண்டிக்குள் பயன்படுத்தப்படாத மூன்று *STUN GRENADE* குண்டுகள் இருந்தன. அமெரிக்கத் தயாரிப்புக் குண்டுகள் எப்படி வீரப்பனிடம் வந்தன என்ற சந்தேகம் எனக்கு இருந்தது" என்று சொன்னார். (பாண்டிக்கண்ணன் கொண்டுபோன நான்கு அல்லது ஐந்து கையெறிகுண்டுகளில் வெடித்தது ஒன்று போக மீதிக்குண்டுகள்தான் இவை)

மதுரையில் *Q* பிராஞ்ச் உதவி ஆய்வாளராக இருக்கும் காளிதாஸ் வீரப்பனுடன் நடந்த பல சண்டைகளில் நேரடியாக ஈடுபட்டவர். 11 ஆண்டுகள் அதிரடிப்படையில் வேலை செய்துள்ளார். வெள்ளைத்துரை வேனிலிருந்து இறங்கி ஓடும்போது இவருடைய காலின்மீது குண்டைப் போட்டுவிட்டு ஓடியதை உறுதிப்படுத்தினார். (ஆனால், விஜயகுமார் அந்தக் குண்டை இரகசிய வழியில் வேனுக்குள் போட்டதாக எழுதியுள்ளார். அப்படி மூடப்பட்ட வேனுக்கும் குண்டைப் போட்டிருந்தால், குண்டுவெடித்த சத்தம் வெளியில் தொலை தூரத்துக்குக் கேட்டிருக்காது. காட்டுக்கொட்டாய் ராமசாமி, ஆசிரியர் கணேசன் இருவருமே முதலில் குண்டு வெடிச் சத்தம்

கேட்டது. அதன் பிறகே பட்டாசு வெடித்ததுபோல சத்தம் கேட்டது என்று சொல்கின்றனர்).

எஸ்.பி.சம்பத்குமார் தலைமையிலான போர்த் கோர் டீமில் இருந்த உதவி ஆய்வாளர் வின்சென்டை நான் சந்தித்துப் பேசினேன். தும்கல் காட்டுப்பகுதியில் தங்கான் வீடு இருக்கும் பாப்பான் மெட்டு கரட்டுக்கு வின்செண்ட் டீமும் ஒரு முறை சென்றுள்ளது. "எங்களுக்கு அங்கு யார் வருவார்கள், என்பதும் தெரியாது. யாரையும் சுடவேண்டும் என்ற உத்தரவும் இல்லை. குறிப்பிட்ட வீட்டிலிருந்து ஒரு பயர் சவுண்ட் கேட்கும். அதற்குப் பிறகு நாங்கள் அந்த இடத்துக்குப் போகவேண்டும் என்பதுதான் எங்களுக்குக் கொடுத்த அசைன்மெண்ட். அன்றைக்கு எந்த சவுண்டும் வரவில்லை. அதனால், நாங்கள் திரும்பிவிட்டோம்.

வீரப்பன் என்கவுன்டர் நடப்பதற்கு ஐந்து நாள்கள் முன்பாகவே ஐந்து யமாகா 100 CC மோட்டார் சைக்கிள் வேண்டும் என்று சொல்லியிருந்தனர். கோவையிலிருந்து ஐந்து மோட்டார் சைக்கிள்களைக் கொண்டுபோய் பெண்ணாகரத்தில் வைத்திருந்தேன். ஆனால், எதையும் பயன்படுத்தவில்லை" என்றார். (துரிஞ்சி மரத்துப் பிரிவிலிருந்து தங்கான் காட்டுக்குப் போகும் வழியில் மோட்டார் சைக்கிள் அல்லது டிராக்டர் மட்டுமே போகமுடியும். முதலில், வீரப்பன் உள்ளிட்ட நால்வரையும் பைக்கில் கொண்டுவந்து துரிஞ்சி மரத்துப் பிரிவுக்குப் பக்கமாக ஆம்புலன்ஸ் வேனில் ஏற்ற முடிவு செய்துள்ளனர். பிறகு, இந்த வேலைக்கு டிராக்டரைப் பயன்படுத்தியுள்ளனர். அதனால் வின்சென்ட் கொண்டுபோயிருந்த மோட்டார் சைக்கிள்களைப் பயன்படுத்தவில்லை)

தங்கான் வீட்டிற்குள் வீரப்பன் கையில் பாண்டிக்கண்ணன் கொடுத்த கையெறிகுண்டு வெடித்ததும் பாண்டிக்கண்ணன் உள்ளிட்ட ஐந்துபேருமே மயக்கமடைந்தனர். வீரப்பன் உள்ளிட்ட அவருடைய கூட்டாளிகள் நால்வரின் கைகளும் கட்டப்பட்ட நிலையில் பக்கத்திலிருந்த சின்னாற்றுக் காட்டுக்குள் தூக்கிக் கொண்டுபோய் போடப்பட்டனர்.

வீரப்பன் கையில் வைக்கப்பட்ட செறிவூட்டப்பட்ட

STUN GRENADE குண்டு வெடித்ததில் வீரப்பன், சேத்துக்குழி கோவிந்தன் இருவரின் முகம், மற்றும் நெஞ்சு பகுதியிலிருந்த முடிகள் கருகிவிட்டது. கை காலெல்லாம் வெடிமருந்து துகள்கள் ஒட்டிக்கொண்டு இருந்துள்ளன. அதற்காக இருவரின் உடலையும் முழுமையாக ஷேவ் செய்து, தண்ணீரில் கழுவியுள்ளனர். இதைத் தருமபுரி அரசு மருத்துவமனையில் உடற்கூறு ஆய்வின்போது, "எங்களுக்குச் சவரம் செய்யவேண்டிய வேலையில்லாமல் போய்விட்டது" என்று உடனிருந்த மருத்துவ உதவியாளர்கள் கூறினர்.

குண்டுவெடிப்பு நடந்த வீட்டு உரிமையாளரான தங்கான் மகன் முருகேசனைச் சந்தித்தேன். "அப்போ நான் பெண்ணாகரத்தில் ஒரு பைனான்ஸ் கம்பெனியில் வேலை செஞ்சுக்கிட்டு இருந்தேன். வாரத்துக்கு ஒரு நாள் வீட்டுக்குப் போவேன். எனக்கு அங்கே நடந்த எதுவும் தெரியாது" என்றார்.

அவரோடு இரண்டு மணிநேரம் பேசியதில், "ஒருநாள் நான் வீட்டில் இருக்கும்போது வீரப்பனும், அவங்க ஆளுங்க மூன்று பேரும் வந்தாங்க. இனிமேல் இந்த வேலையெல்லாம் வேண்டான்னு எங்க அப்பாகிட்டே சொல்லிட்டு வந்துட்டேன். அதுக்குப் பிறகு, நானும் வீட்டுக்குப் போறதையே விட்டுட்டேன். அங்கே என்ன நடந்தது என்பது தெரியாது" என்றார்.

துரிஞ்சி மரத்துப் பிரிவிலிருந்து தங்கான் காட்டுக்குப் போகும் வழியில் இருக்கும் அவருடைய அண்ணனான கந்தன் "சாப்புட்டு முடுச்சுட்டு வாசலில் படுத்திருந்தேன். நாய் கத்துச்சு, இங்கிருந்து பார்த்தேன். நாலு பேர் கட்டிலைத் தூக்கிட்டு தங்கான் காட்டுப் பக்கம் போனாங்க. கொஞ்ச நேரத்துக்கு பொறவு ஒரு டிரக் போச்சு. மாட்டுப் பட்டியில் சாணி அள்ளிக்கிட்டுப் போறாங்கன்னு நெனச்சுகிட்டு இருந்தேன்" என்கிறார். (அவர் கட்டில் என்று சொன்னது ஆம்புலன்சில் வைக்கப்பட்டிருக்கும் ஸ்டெச்சராக இருக்கலாம்)

தும்கல் காட்டில் மயங்கிய நிலையில் பிடிபட்ட வீரப்பனை ஒரு நாள் வைத்திருந்தது, அவரை சித்திரவதைகள் செய்தது, பிறகு ஆம்புலன்சில் ஏற்றியது, சுட்டுக் கொன்றது

போன்ற வேலைகளைச் செய்த அதிகாரி யார் என்பதை என்னால் இன்னும் கண்டுபிடிக்க முடியவில்லை. தும்கல் காட்டுப்பகுதியிலிருந்து உயிரிழந்த நால்வரின் உடலை ஆம்புலன்ஸ் வேனில் கொண்டுவந்த வேலையை மட்டுமே வெள்ளைத்துரையும், சரவணனும் செய்துள்ளனர்.

அந்தக் காலகட்டங்களில் பெண்ணாகரம், பாப்பாரப்பட்டி பகுதியில் செல்போன் சேவை இல்லை. இவர்கள் ஆம்புலன்சில் வருவதை உறுதிப்படுத்தவும், அந்தத் தகவலை விஜயகுமாருக்கு இரகசியமாகச் சொல்லவும் குமரேசன் என்ற காவலரை பாப்பாரப்பட்டிக்கு மேற்கில் உள்ள மண்ணேரி என்ற இடத்தில் நிற்க வைத்துள்ளனர். உயரமான மேட்டுப்பகுதியிலிருந்த அந்த இடத்தில் தருமபுரி நகரில் செல்போன் டவரின் நெட்வொர்க் கிடைக்கும். இங்கிருந்துதான் குமரேசன் "தபால் அனுப்பியாச்சு" என்ற செய்தியை விஜயகுமாருக்குச் சொல்லியுள்ளார்.

அநேகமாக விஜயகுமாரின் உத்தரவுக்காக அந்த இடத்தில் ஆம்புலன்ஸ் வண்டி சில நிமிடங்கள் நின்றிருக்க வேண்டும். அந்த நேரத்தில், வெள்ளைத்துரை தன் மனைவிக்கும் போன் போட்டு வீரப்பன் கதை முடிந்துவிட்டது என்று சொல்லியுள்ளார். இதை வெள்ளைத்துரையின் மனைவி ஜூனியர் விகடன் இதழுக்கு வழங்கிய நேர்காணலில் அன்று "இரவு சன் தொலைக்காட்சியில் மெட்டி ஒலி தொடர் முடியும் நேரத்தில் (இரவு மணி 9.00-9.30) தன் கணவர் கூப்பிட்டு வீரப்பன் கதையை முடித்து விட்டோம்" என்று சொன்னதாகக் குறிப்பிட்டுள்ளார்.

மண்ணேரி என்ற இடத்தில் வெள்ளை ஆம்புலன்ஸ் வண்டி நின்றதாக அந்தப் பகுதி மக்கள் சொன்னதாகக் காட்டுக் கொட்டாய் ராமசாமியும் என்னிடம் சொன்னார்.

வீரப்பன் இறுதி நடவடிக்கையில் பின்னப்பட்ட ஒரு கண்ணிக்கும், இன்னொரு கண்ணிக்கும் தொடர்பு இல்லாமலே துரைப்பாண்டியன் கொண்டு சென்றுள்ளார். அதே நுட்பத்தைப் பயன்படுத்திய விஜயகுமாரும், செந்தாமரைக்கண்ணனும் வீரப்பன் மயங்கிய பின்னர் யார் எந்த வேலையைச் செய்தனர் என்பதை இன்னோர் ஆளுக்குத்

தெரியாத வகையில் தொடர்புகளைத் துண்டித்துக் கொண்டே சென்றுள்ளனர்.

எதிர்காலத்தில் இந்த நடவடிக்கையை முன்னின்று செய்த ஒருவரே, நான்தான் இதைச் செய்தேன் என்று சொன்னாலும் கூட அதை உலகம் நம்பாது. ஏனெனில் அந்த செயலுக்கு முன்னும், பின்னும் நடந்த எதுவுமே அவருக்குத் தெரியாது. உண்மையை எப்படிக் குழிதோண்டிப் புதைப்பது என்பதை இந்த நடவடிக்கையில் விஜயகுமார் மிக மிக அருமையாகச் செய்துள்ளார்.

பாப்பான் மெட்டுக் கரட்டில் காத்திருந்து வீரப்பன் உள்ளிட்ட நால்வரின் கையையும் கட்டிப்போட்டு ஒரு நாள் தன்னுடைய பொறுப்பில் வைத்திருந்து, அடுத்த நாள் அவர்களைச் சுட்டுக்கொன்றிருப்பார் என நான் சந்தேகப்படும் ஓர் இன்ஸ்பெக்டர் இன்னும் காவல் துறையில் பணியில் இருக்கிறார். இவர் வீரப்பனைப் பிடிப்பதில் மிகத் தீவிரமாக இருந்தவர். ஆசனூர், தாளவாடி பகுதியில் நீண்டநாள்கள் பணியாற்றிய இவர் 1996 சொர்க்கம் மலைப்பகுதியில் வீரப்பன் நடத்திய தாக்குதலில் இறந்த செந்தில்குமாரின் நெருங்கிய நண்பர்.

வீரப்பன் நெற்றியில் சுட்டு செந்தில்குமாரைக் கொன்றதைப் போலவே இவரும் வீரப்பனை நெற்றியில் சுட்டுத்தான் கொன்றுள்ளார் என்று அதிரடிப்படையில் பணியாற்றிய சில வீரர்கள் சொல்கின்றனர். ஏ.டி.ஜி.பி. விஜயகுமாரது தீவிர விசுவாசியான இவரை வீரப்பன் ஆப்ரேசனில் ஏதாவது ஒரு மிக முக்கியமான வேலைக்குப் பயன்படுத்தியிருப்பார். ஆனால், 18ஆம் தேதி இரவு நடந்த எந்த நிகழ்விலும் இவருடைய பெயர் வெளியே வரவில்லை. நள்ளிரவு நேரத்திலேயே தருமபுரிக்கு வந்து, வீரப்பன் உடலைப் பார்த்து விட்டுச் சென்ற அதிகாரிகள் பட்டியலிலும் இவர் இல்லை.

மறுநாள் காலை தருமபுரி ஆயுதப்படை திடலில் நடந்த அதிரடிப்படை வீரர்களின் வெற்றிவிழா கொண்டாட்டத்துக்கே இவர் வந்துள்ளார். என்னோடு நட்பில் இருக்கும் இந்த அதிகாரி வாயைத் திறந்தால்

__பத்திரிக்கை குறிப்பு__

வீரப்பன், வயது 53/2004, த/பெ கூசே முனுசாமி, கோபிநத்தம், கொள்ளேகால் தாலுக்கா, கர்நாடகா எண்பதுகள் 1987 -ம் வருடம் முதல் வனப் பகுதியில் வேட்டையாடி தனது வாழ்க்கையை தொடங்கினான். பின்பு சில கூட்டாளிகளை சேர்த்து யானையை வேட்டையாடி தந்தங்களை கடத்தி வாழ்க்கை நடத்தி வந்தான். பின்பு கூட்டாளிகளை அதிகப்படுத்தி சந்தன மரங்களை வெட்டிக் கடத்தி வந்தான். பின்பு ஏப்ரல் 93 ம் வருடம் திரு. கோபாலகிருஷ்ணன், காவல் கண்காணிப்பாளர் தலைமையில் தமிழ் நாடு காவல் துறையினர் வீரப்பன் அவனது கூட்டாளிகளை தேடும் பொருட்டு சுரக்காய் மடுவு என்ற மலைப்பகுதியில் வாகனத்தில் செல்லும் போது வெடிகுண்டு வைத்து அதில் சுமார் 22 பேர் கொல்லப்பட்டார்கள் அதில் திரு. கோபால கிருஷ்ணன், காவல் கண்காணிப்பாளர் அவர்கள் பலத்த காயம் ஏற்பட்டு உயிர் தப்பினார். பின்பு ஏப்ரல் 93 அன்று தமிழ் நாடு சிறப்பு இலக்கப் படை திரு. வால்டர் தேவாரம் அவர்கள் தலைமையில் ஏற்படுத்தப்பட்டது. தற்சமயம் சிறப்பு இலக்கப் படைக்கு திரு. கி. விஜய் குமார், இ.கா.ப. அவர்கள் தலைமையில் 752 அதிகாரிகளும், காவலர்களும் பணிபுரிகின்றனர். அதில் பல்வேறு காலகட்டங்களில் பல கூட்டாளிகள் அதிரடிப் படையினரால் கொல்லப்பட்டார்கள். குறிப்பாக கண்ட வெள்ளையன், ஜம்பு, பாதேஷ், அய்யன்துரை, அர்ஜுனன், ரங்கசாமி, பொன்னுசாமி, கொளந்தான் ஆகியோர் கொல்லப்பட்டனர். 1995 -ம் வருடம் ஈரோடு மாவட்டம் ஆசனூர் வனப்பகுதி அரேபாளையம் பக்கம் தமிழ் நாடு சிறப்பு இலக்குப் படை காவல் கண்காணிப்பாளர் திரு. தமிழ் செல்வன் அவர்கள் தலைமையில் வீரப்பன் தேடுதல் வேட்டையில் ஈடுபட்டிருக்கும் போது மறைந்திருந்து துப்பாக்கியால் சுட்டான். இதில் காவலர் திரு. செல்வராஜ் இறந்தார். மற்றவர்கள் காயமடைந்தனர். இதன் பிறகு இவன் TNKT தீவிரவாதிகளை வைத்து வெள்ளிதிருப்பூர் காவல் நிலையத்தை தாக்கி ஆயுதங்களை திருடிச் சென்றான். பின்பு TNLA ஆட்களை வைத்து பிரபல கன்னட நடிகர் திரு. ராஜ்குமார் அவர்களை கடத்தினான். பின் TVI என்ற அமைப்பை வைத்து கர்நாடகா முன்னாள் அமைச்சர் திரு. நாகப்பாவை கடத்திச் சென்று சுட்டுக் கொன்றான். அதற்கு முன் கெத்தேசால் என்ற மலை கிராமத்தில் அப்பாவி மலைச் சாதி மக்கள் 6 பேரை வெட்டிக் கொன்றான். பின்பு மஞ்சகும்மா பட்டியில் ஆடு, மாடு மேய்க்கும் அப்பாவிகள் 7 பேரை வெட்டிக் கொன்றான்.

தருமபுரியில் விஜயகுமார் வழங்கிய பிரஸ் ரிலீஸ்

மட்டுமே வெற்றிடமாக உள்ள வீரப்பன் கொலை செய்யப்பட்ட நேரத்தில் நடந்த உண்மைகள் வெளியே வரும். எனக்கு அந்த நம்பிக்கை உள்ளது, அதற்காக, சிலகாலம் காத்திருக்கவேண்டும்.

வீரப்பன் ஆபரேஷனை வெற்றிகரமாகக் கொண்டுபோன துரைப்பாண்டியனிடம் பேசினேன். *"18* ஆம் தேதி நான்

இந்த போல் பாலிஞ்சூரில் ஊர் பொதுமக்கள் 6 பேரை வெட்டிக் கொன்றான். ஆக மொத்தம் இவன் இதுவரையிலும் தமிழ் நாட்டைச் சேர்ந்த 9 காவல் துறையினரையும், B.S.F. ஐ சேர்ந்த ஒருவரையும், வன இலாக்காவைச் சேர்ந்த ஒருவரையும், 25 மலைச் சாதியினரையும், 52 பொது மக்களையும் கொன்றுள்ளான். கர்நாடகாவில் 22 காவல் துறையினரையும், 4 வனத் துறையினரையும், 24 அப்பாவி பொது மக்களையும் ஆக மொத்தம் 134 பேர்களை கொலை செய்துள்ளான். இவன் மேல் இதுவரையில் மொத்தம் தமிழ் நாட்டில் 106 வழக்குகளும், கர்நாடகாவில் 70 வழக்குகளும் மொத்தம் 176 வழக்குகள் நிலுவையில் உள்ளன. இவனுடன் கடைசியாக சேத்துக்குளி கோவிந்தன், த/பெ அம்மாவாசை, மேட்டூர் தாலுக்கா, சேலம் மாவட்டம், சந்திர கவுடர், த/பெ சிவணப்ப கவுண்டர், சக்கரசம் பாளையம், ஈரோடு மாவட்டம் மற்றும் சேதுமணி, த/பெ பால்ராஜ், சாத்தப்பாடி அஞ்சல், உடையார் பாளையம் தாலுக்கா, பெரம்பலூர் மாவட்டம் ஆகியோர் உடன் இருந்தனர். இவர்களை தமிழ் நாடு சிறப்பு இலக்குப் படையினர் தர்மபுரி மாவட்டம், பாப்பாரபட்டி அருகில் 18.10.2004 அன்று சுட்டுக் கொன்றனர்.

நேற்று 18.10.2004 நுண்ணறிவு பிரிவின் மூலம் காவல் துறை கூடுதல் இயக்குநர் அவர்களுக்குக் கிடைத்த தகவலின் பேரில் தமிழ் நாடு சிறப்பு இலக்குப் படை காவல் கண்காணிப்பாளர்கள் திரு. செந்தாமரை கண்ணன், திரு. சண்முகவேல், திரு. சின்னசாமி ஆகியோர் தலைமையில் மூன்று தனிப் படை அமைத்து உத்தரவு படியே மூன்று இடங்களில் வாகன சோதனையில் அமர்த்தப்பட்டனர். இவர்களில் திரு. செந்தாமரை கண்ணன் அவர்களின் படையினர் இந்த சாதனையை திறம்பட செய்து முடித்தனர்.

காவல் உதவி ஆய்வாளர்கள் திரு. வெள்ளதுரை, திரு. துரை பாண்டியன் மற்றும் காவலர்கள் திரு. குமரேசன், திரு. சரவணன், திரு. பாண்டி கண்ணன் ஆகியோர்களின் நுண்ணறிவுத் துறை பணி இந்த பெருமைக்கு ஒரு பாலமாக அமைந்தது என்பது குறிப்பிடத்தக்கது.

சிறப்பு இலக்குப் படையினருக்கும் வீரப்பன் கும்பலுக்கும் நடந்த துப்பாக்கிச் சண்டையில் உயிரிழந்த சேதுமணியின் இடது முன் கையில் வரையப்பட்டிருந்த மாங்காய் படம் மற்றும் PMK என்ற ஆங்கில எழுத்து ஆகியவை பற்றி ஏற்கனவே சிறப்பு இலக்குப் படை நுண்ணறிவுத் தகவல் மூலம் கிடைத்த துப்பு சரியாக இருந்தது.

ஹாஸ்பிடலில் இருந்தேன். சாயங்காலம் நாலு மணிக்கு மேட்டூரிலிருந்து சரவணன் போன் பண்ணினான். "சார் ஒரு ஸ்ட்ரெச்சர் வேணும்"ன்னு கேட்டான். "சேலத்துக்கு வந்தால் நான் ஏற்பாடு செஞ்சி கொடுக்கிறேன். மேட்டூரில் என்னால் அரேஞ்ச் பண்ண முடியாது"ன்னு சொல்லிட்டேன்.

இரவு 11.00 மணிக்கு எஸ்.பி.பொன்.மாணிக்கவேல் சார் போன் பண்ணினார். "துரை... வீரப்பன் ஆபரேஷன்

முடிஞ்சுருச்சுன்னு இன்பர்மேஷன் வந்திருக்கு. லொக்கேஷன் எங்கே....” என்றார்.

“சார் பெண்ணாகரம் டூ தருமபுரி”ன்னு சொன்னேன். **19**ஆம் தேதி பிரஸ் ரிலீஸ் கொடுக்கும்போது நான் ஹாஸ்பிடலில் இருந்தேன். அன்னைக்கு ஏ.டி.ஜி.பி. குடுத்த பிரஸ் ரிலீசில் என்னுடைய பெயரும், பாண்டிக்கண்ணன் பெயரும் இருந்தன. அதற்கு அடுத்த கட்டத்துக்குப் போகும்போது அவங்கவங்க வேலையைப் பார்க்கப் போயிட்டாங்க. காக்கிச் சட்டைப் போட்ட ஒவ்வொருத்தனுக்கும் ஆயிரம் வேலைகள் இருக்கு. முடிஞ்சு போன ஒன்னையே பேசிக்கிட்டு இருப்பதில் சமுதாயத்துக்கு எந்தப்பயனும் இல்லை. நானும், வீரப்பன் ஆபரேஷன் என்ற வேலையை விட்டுவிட்டு அடுத்த வேலைக்கு வந்துவிட்டேன்” என்றார்.

M-1 என்ற குறியீட்டைக் கொண்ட தேவராஜின் மனைவி லதாவுக்குப் பிறந்த பெண் குழந்தைக்குப் பாண்டிக்கண்ணனே சர்க்கரைத் தண்ணீர் ஊற்றினார். அதற்கு நன்றிக் கடனாகவே தேவராஜ் வீரப்பனைக் காட்டிக் கொடுத்தார் என்று முன்பகுதியில் சொல்லியிருந்தேன். பாண்டிக்கண்ணன் சர்க்கரைத் தண்ணீர் ஊற்றிய அந்தக் குழந்தை கனிமொழி **2016** இல் புற்றுநோய்த் தாக்குதலுக்கு ஆளானார்.

துரைப்பாண்டியன் ஏற்பாட்டில் சென்னை அடையாறு கேன்சர் சென்டரில் இரண்டு ஆண்டுகள் கனிமொழிக்கு தீவிர சிகிச்சை கொடுக்கப்பட்டது. **16** கட்டமாக ஹீமோதெரபி கொடுக்கப்பட்டும் முழுமையாகக் குணப்படுத்த முடியவில்லை.

2018 அக்டோபர் **20**-ம் நாள் கனிமொழி இறந்துவிட்டார். (அதாவது வீரப்பனின் **14**வது நினைவு நாளுக்கு இரண்டு நாள்கள் கழித்து) இந்தக் குழந்தைக்காக மட்டும் துரைப்பாண்டியன் **18** லட்சம் ரூபாய் செலவு செய்துள்ளார்.

2017 ஆகஸ்டு மாதத்தில் *M-1* மகள் கனிமொழிக்குச் சிகிச்சை கொடுத்து வருவது குறித்து விஜயகுமார் *IPS*க்கு வாட்ஸ் அப் மூலம் துரைப்பாண்டியன் தகவல் அனுப்பியுள்ளார். இதைப் பார்த்த கக்கூன் நாயகன்

விஜயகுமார், தேவராஜ் வங்கிக் கணக்குக்கு 10,000 ரூபாய் பணம் அனுப்பியுள்ளார். விஜயகுமார் சொன்னதன் பேரில், அப்போது, சென்னை மாநகர காவல்துறை இணை ஆணையராக இருந்த சாரங்கனும் கொஞ்சம் பணம் கொடுத்துள்ளார். (இந்தப் பணத்தை விஜயகுமாரிடம் இருந்து வாங்குவதற்காக துரைப்பாண்டியன் செய்தி அனுப்பவில்லை. உங்களால் கண்டு கொள்ளப்படாமல் விடப்பட்ட தேவராஜை, நான் கைவிடவில்லை என்பதை காட்டுவதற்காகவே அனுப்பியுள்ளார்).

கக்கூன் நடவடிக்கை முடிந்த பிறகு, இன்றுவரை விஜயகுமாரை, எந்த இடத்திலும் துரைப்பாண்டியன்

தேவராஜ் குடும்பத்தினர் கொளத்தூர் மணி அண்ணனுடன்

சந்திக்கவேயில்லை என்பது குறிப்பிடத்தக்கது. எதிர்காலத்தில் சந்திக்கப்போவதும் இல்லை என்கிறார்.

கொளத்தூர் காவல் நிலையத்திலிருந்து பணி மாறுதல் பெற்றுச் செல்லும்போது துரைப்பாண்டியன் வைத்திருந்த தனக்குச் சொந்தமான ஹீரோ ஹோண்டோ மோட்டார் சைக்கிளை விற்று 16,000 ரூபாயை M-1 என்றும் டிரேடர் என்றும் சொல்லப்படும் தேவராஜுக்குக் கொடுத்துள்ளார்.

அன்றிலிருந்து இன்றுவரை தான் வாங்கும் ஊதியத்தின் பெரும்பகுதியை *M-1* குடும்பத்துக்குக் கொடுத்து உதவி வருகிறார்.

இதைப்பற்றிப் பேசும்போது, "தமிழ்நாடு காவல்துறையை நம்பி வந்த ஒருவர் எந்தக் காலத்திலும் பாதிப்புக்கு உள்ளாகக் கூடாது. அதற்காக என்னால் இயன்ற அளவுக்குப் போராடிக் கொண்டு இருக்கிறேன். எந்த சூழ்நிலையிலும், நான் *M-1* ஐக் கைவிட மாட்டேன்" என்கிறார் துரைப்பாண்டியன்.

வீரப்பன் புலவர் கலியபெருமாள் சந்திப்புக்குத் துணையாக இருந்த கொளத்தூர் மணி அண்ணனிடம் பேசினேன். "ஒரு முறை கோரப்பள்ளம் தேவராஜ் மூலமாக நான் வீரப்பனைச் சந்தித்துப் பேசினேன். அப்போது, புலவரைச் சந்திக்க வேண்டுமென்று சொன்னார். அதற்கான ஏற்பாடுகளைச் செய்து கொடுத்தேன்.

அந்தச் சந்திப்பின்போது அவர் பெண்ணாடம் பகுதியிலுள்ள சில ஆள்களைப் பற்றி விசாரித்தார். "நீங்க ஒண்ணும் செய்யவேண்டாம். பேசாமல் அமைதியாக இருங்கள். கொஞ்சம் சூழ்நிலை சரியான பின்னர் வெளியே வரலாம். இப்போது உங்களிடம் தேவையான அளவுக்குப் பணமும் இருக்குது. கொஞ்சம் காசைச் செலவு பண்ணினால் உங்க மீதான வழக்கிலிருந்து வெளியே வந்திடலாம்" என்று சொல்லிவிட்டு வந்தேன்.

அந்தச் சந்திப்பின்போது வேறு முக்கியமான விசயங்களை நாங்கள் பேசிக் கொள்ளவில்லை. சத்தியா நகருக்கும் கோவிந்தபாடிக்கும் இடையில் வடபக்கம் இருக்கும் கரட்டுக்கு அந்தப்பக்கம்தான் நாங்கள் சந்தித்துப் பேசினோம்.

இந்தச் சந்திப்பு நடந்த ஒரு மாதத்துக்குப் பிறகு டி.எஸ்.பி.ராமலிங்கம் என்னைச் சந்தித்தார். "பனை மரத்துக் கோம்பையில் நீங்க வீரப்பனைச் சந்தித்தபோது என்ன பேசுனீங்க அண்ணா...?" என்று கேட்டார். அப்பத்தான் நாங்க சந்தித்த இடம் பனை மரத்துக் கோம்பையின்னு எனக்குத் தெரிந்தது. அப்போ, எங்க நடவடிக்கையை போலீசார் கண்காணித்து கொண்டுதான் இருந்துள்ளனர் என்பதும் பின்னாளில்தான் தெரிந்தது.

தும்கல் காட்டிலிருந்தும் ஒருமுறை வீரப்பன் ஆள் அனுப்பியிருந்தார். அப்போது, தேவராஜ் வரவில்லை. வீரப்பனுடைய ஊரைச் சேர்ந்த அவருடைய உறவினர்தான் வந்திருந்தார். (அநேகமாக அது ஐயந்துரையாக இருக்கலாம் என்கிறார்) தும்கல் பேருந்து நிறுத்தத்திலிருந்து மேற்குப் பக்கம் நடந்துபோய் காட்டுக்குள் சந்தித்துப்பேசினோம்.

அப்போது, என்னுடைய குடும்பத்தினரிடம் தொடர்பு வைத்துக் கொள்ளவேண்டாம். என்னை ஒரு முறை ஊட்டிக்கு வரச்சொல்லி என் மனைவி தகவல் குடுத்தா. நான் அந்த இடத்தைப் போய் பார்த்துட்டும் வந்துட்டேன். அந்த இடத்தைப் பார்த்துட்டு, அங்கிருந்த மக்களிடம் விசாரித்தபோதுதான் என்னைப் பிடிக்கச் சதி நடக்குதுன்னு தெருஞ்சுக்கிட்டேன். அதுக்குப் பிறகு அவங்களைச் சந்திக்கிறதையே விட்டுட்டேன் என்று வீரப்பன் சொன்னார். இந்த சந்திப்பின்போதும் கூட இதைத்தவிர வேறு எந்த முக்கியமான விசயமும் சொல்லவில்லை" என்கிறார்.

எம்-1 என்று அழைக்கப்பட்ட கோரப்பள்ளம் தேவராஜின் மகள் கனிமொழி இறந்து போன நிகழ்வுக்கு நானும், கொளத்தூர் மணி அண்ணனும் சென்றிருந்தோம். அப்போது, அவருடைய முதல் மகள் விருப்பத்தின் பேரின் மணி அண்ணனுடன் சேர்ந்து ஒரு புகைப்படம் எடுத்துக் கொடுக்கச் சொன்னார். அதை நானும் எனது செல்போனில் புகைப்படமாக எடுத்துக் கொடுத்தேன்.

வீரப்பன் ஆபரேஷனுக்கு தன் உயிரையும் பணயம் வைத்த தேவராஜுக்கு அரசு அறிவித்த ஒருகோடி ரூபாய் பரிசைக் கொடுத்திருக்க வேண்டும். வீரப்பன் ஆபரேஷனுக்கு மூளையாக இருந்து களப்பணியாற்றிய துரைப்பாண்டியன், அவருக்கு உறுதுணையாக நின்ற பாண்டிக்கண்ணனுக்கு துறை ரீதியான உயரிய விருதுகளுடன் உரிய பதவி உயர்வினையும் பெற்றுத் தந்திருக்க வேண்டும்.

ஆனால் *ADGP* விஜயகுமார் அதைச் செய்யவில்லை. தனக்கும், தன்னுடன் நடித்த அதிகாரிகளுக்கு எல்லாம் சென்னை அண்ணா நகரில் பலகோடி ரூபாய் மதிப்பில் இலவச வீட்டு மனைகளை வாங்கிக்கொண்டார்.

எம்-1 என்ற நபரின் பெயரையும், அவரின் புகைப்படத்தையும் வெளியிட வேண்டாம் என்று பாண்டிக்கண்ணனுடன் வேலை செய்த இந்த விவகாரம் பற்றி முழுமையாகத் தெரிந்த எல்லா காவலர்களுமே என்னிடம் வேண்டுகோளாக வைத்தனர். தேவராஜின் புகைப்படத்தை வெளியிடுவதில் எனக்கும் மனப்பூர்வமான விருப்பம் இல்லைதான்.

ஆனாலும், ஒரு செய்தியாளராக இந்தச் செய்தியைச் சொல்லவேண்டிய கடமை எனக்கு உள்ளது. காவல்துறையின் பக்கம் என்ன நடந்தது என்ற உண்மையைத் தெரிந்து கொள்ளும் உரிமை இந்த நாட்டிலுள்ள எல்லா குடிமக்களுக்கும் உள்ளது. அந்த அடிப்படையிலேயே, எம்-1 என்கிற தேவராஜைப் பற்றிய அனைத்து செய்திகளையும் நான் ஒளிவுமறைவின்றி இந்நூலில் எழுதியிருக்கிறேன்.

தேவராஜை நீங்கள் துரோகியாகப் பார்த்தாலும் சரி, காவல் துறைக்கு உதவிய தியாகியாகப் பார்த்தாலும் சரி அதை இந்த நூலைப் படிக்கும் ஒவ்வொருவரின் சொந்தக் கருத்துக்கே விட்டுவிடுகிறேன்.

தமிழக வரலாற்றின் ஒரு குறியீடாக இருப்பவர் வீரப்பன், அவருடைய வாழ்வின் முடிவுரையில், விஜயகுமார், செந்தாமரைக்கண்ணன், வெள்ளைத்துரை, சரவணன், குமேரசன் என்ற பெயர்கள் எழுதுவதற்கு எவ்விதத்திலும் தகுதியானவை அல்ல.

உண்மையைப் பதிவு செய்யாமல்விடும்போது; பொய், வரலாறாக மாறுகிறது. அதுதான் வீரப்பன் வீழ்த்தப்பட்டதன் பின்னணியில் அரங்கேறியுள்ளது. அதை நான் இந்த நூலின் வாயிலாக உடைத்துள்ளேன்.

அக்டோபர் 12 ஆம் தேதியன்று நடந்த சாலை விபத்தில் உதவி ஆய்வாளர் துரைப்பாண்டியன் அடிபடாமல் போயிருந்தால், தும்கல் காட்டில் பாண்டிக்கண்ணன் கையெறிகுண்டை வெடிக்க வைக்கும்போது அவரும் பக்கத்தில் இருந்திருப்பார். மயங்கி விழுந்த வீரப்பன் உள்ளிட்ட நால்வரையும் கைது செய்து கொண்டுவந்து நீதிமன்றத்தில் நிறுத்தியிருப்பார். சட்டம் அவர்களுக்கான

தண்டனையைக் கொடுத்திருக்கும். துரைப்பாண்டியனுக்கு ஏற்பட்ட விபத்தே வீரப்பன் உயிரையும் எடுத்து விட்டது.

வீரப்பன் என்ற பெயர் எவ்வளவு முக்கியமானதோ, அதே அளவு பொன்.துரைப்பாண்டியன் என்ற பெயரும் முக்கியமானது. ஏனெனில், இவ்வரலாற்றில் இருவருமே நாயகர்கள்.

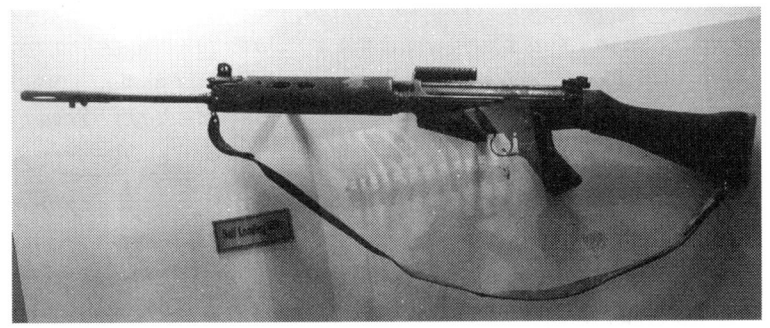

***

29-ஆம் பகுதியில், கத்திரிமலையிலுள்ள கரும்பாறை என்ற இடத்துக்குச் சென்ற கத்திரிப்பட்டி செல்வம் என்பவரை வீரப்பன் குழுவினர் சந்தித்தனர் என்பதை படித்திருப்பீர்கள். செல்வம் கால் சட்டைப்பையில் வைத்திருந்த பட்டு நூல் கையிற்றை வங்கிய வீரப்பன், அறுந்து போயிருந்த தனது துப்பாக்கி பெல்ட்டை கட்டுவதற்காக அதை வைத்துக்கொண்டார் என்று சொல்லியிருப்பார்.

இப்போது கோயம்புத்தூர் போலீஸ் மியூசியத்தில் வைக்கப்பட்டுள்ள வீரப்பன் பயன்படுத்திய ஆயுதங்களில், SLR துப்பாக்கியை தோளில் தாங்கும், கட்டைப்பகுதியில், பெல்ட் அருந்துபோயுள்ளதும், அதை பட்டுநூல் கயிற்றில் கட்டப்பட்டுள்ளதையும் இந்தப் படத்தில் பார்க்கமுடியும்.

\

வீரப்பன் சிறு வயது முதலே காடுகளில் வாழ்ந்தவர் என்றாலும் 1986 வரை அவர் அடிக்கடி காட்டை விட்டு வெளியே வருவார். சேலம், தருமபுரி, ஈரோடு, கோவை, பெங்களூர், மைசூர், பாலக்காடு, திருவனந்தபுரம், திருச்சூர் போன்ற ஊர்களுக்கு அடிக்கடிச் சென்று வந்துள்ளார். 1986 பூதிபடுகா பங்களாவிலிருந்து தப்பிய பின்னர், அவர் காட்டைவிட்டு வெளியே வரவேயில்லை. அதற்குப் பின்னர் அவருடைய திருமணம்கூட காட்டுக்குள்ளேயே நடந்துள்ளது.

காட்டில் வாழும் பழங்குடி மக்கள்கூட இரவு நேரத்தில், பாதுகாப்பாக வீட்டில் படுத்துத் தூங்குவதையே வழக்கமாகக் கொண்டுள்ளனர். வனத்துறையினர், வன ஆய்வாளர்கள், வேட்டைத் தடுப்புக் காவலர்கள் எனக் காட்டிலேயே பெரும்பாலான நேரம் வாழுகின்றவர்கள்கூட மழைக் காலங்களில் பாதுகாப்பான இடங்களுக்கு வந்து விடுவர். ஆனால், எதற்குமே ஊர்ப்பக்கமும், வீடுகளுக்கும் வராமல் வீரப்பனால் எப்படி காட்டில் வாழ முடியும் என்ற கேள்விகள் நாட்டிலுள்ள பலருக்கும் உள்ளன.

அதுபோலவே வீரப்பன், அவருடைய குழுவினர் அன்றாடம் என்னென்ன வேலைகளைச் செய்தனர்...? ஒவ்வொரு நாளும் காட்டுக்குள் நடந்து கொண்டே இருந்தனரா...? இரவு எப்படித் தூங்குகின்றனர்...? மழைக் காலங்களில் என்ன செய்வார்கள்...? எனப் பல்வேறு கேள்விகள் எழும். இவற்றையெல்லாம் பற்றிச் சில செய்திகளைச் சுருக்கமாக பார்ப்போம்.

காலை முதல் இரவுவரை:- காட்டில் அதிகாலை ஐந்து மணிக்கே வெளிச்சம் வந்துவிடும். பனி அல்லது குளிர் காலமாக இருந்தால் ஆறு மணிவரை எல்லோரும்

படுத்திருப்பர். ஏழு மணிக்குள் காலைக் கடன்களை முடித்து, பல் விளக்கி, முகம் கழுவி முடித்து விடுவர்.

ஊரிலிருந்து ஐந்து கிலோமீட்டர் வரையில் உள்ள காடுகளில் தங்கும்போது, நீர் நிலைகளுக்குப் பக்கத்தில் வீரப்பன் தங்கமாட்டார். தண்ணீர் இருக்கும் இடத்தில் இருந்து ஒரு கிலோ மீட்டர் தொலைவுக்கு அந்தப்பக்கமே தங்குவார். அப்படிப்பட்ட நேரங்களில், தண்ணீர் உள்ள இடத்துக்குச் சென்று தண்ணீர் எடுத்து சற்றுத் தொலைவுக்கு

வீரப்பன் கட்டிய பெருமாள் கோயில்

வந்து, மக்கள் வராத இடத்தில் முகம், கை, கால்களைக் கழுவிக்கொண்டு வருவர். ஓடைகளில் குளிக்கும்போது தவிர, எந்தச் சூழ்நிலையிலும், காட்டிலுள்ள தண்ணீருக்குள் கால் வைக்கவோ, அசுத்தப்படுத்த மாட்டார்கள். பல் விளக்கும்போது வெளியாகும் எச்சிலைக்கூட சிறு மண் குழியில் துப்பி மூடிவிடுவர். வீரப்பன் பெரும்பாலும் சுடுதண்ணீரில்தான் குளிப்பார்.

இந்த வேலைகளை எல்லாம் முடித்துக்கொண்டு குடம் அல்லது கேன்களில் தண்ணீர் எடுத்துக் கொண்டுவந்து தேநீர்

தயாரிக்கும் வேலை ஒரு பக்கம் நடக்கும். அந்த நேரத்தில் வீரப்பன் இறை வணக்கம் செய்வார். கிழக்கு, மேற்கு, தெற்கு, வடக்கு என குறிப்பிட்ட திசையில் நின்று வணங்கவேண்டும் என்ற கட்டுப்பாடு எல்லாம் இல்லை. அவருக்குப் பிடித்தமான திசையில் நின்று வழிபாடு செய்வார்.

முனியப்பன், மாரியம்மன் எனத் தமிழர்களின் தொன்றுதொட்ட தெய்வங்களின்மீது அதிக நம்பிக்கைக் கொண்டவர். சிவனை மட்டுமே வழிபடும் சைவம், பெருமாளை மட்டுமே வழிபடும் வைணவம் போன்ற கோட்பாடுகள் எல்லாம் அவருக்குத் தெரியாது. மாதேஸ்வரன் மலையில் இருக்கும் சிவனையும் கும்பிடுவார். செங்கப்பாடிக்கு வடக்கிலுள்ள ஆலாம்பாடியிலுள்ள பெருமாளையும் கும்பிடுவார். ஆனாலும், பெருமாள்மீது தீவிர ஈடுபாடு கொண்டவர்.

வீரப்பன் பெயர் தங்கிய கல்தூண்

வீரப்பன் வீடு இருந்த பொன்னாச்சி மணியக்காரரர் காட்டில் அவருடைய வீட்டுக்கு முன்பாக ஒரு பெருமாள் கோயிலை வீரப்பன் கட்டியுள்ளார். இந்தக் கோயிலுக்கு **1979** இல் குடமுழுக்கு விழாவும் நடத்தியுள்ளார். சிமெண்டு, செங்கல் கொண்டு கட்டடப்பட்ட கோயிலாக இருந்தாலும் உள்ளே

சிற்பியைக் கொண்டு செதுக்கிய சிலையை வைக்காமல், கிராமத்தில் வாழும் மக்கள் வைத்து வழிபாடு செய்வது போன்ற ஆற்று நீரில் அடித்துக் கொண்டுவந்து போட்டுள்ள நெகுநெகுப்பான கூழாங்கற்களையே சாமியாக வைத்துள்ளார்.

1987 ரேஞ்சர் சிதம்பரம் கொலை, 1989 கார்டு மோகனையா கொலை, பர்கூர் வனத்துறை ஊழியர்கள் சுப்பிரமணியம், பழனிசாமி கொலை என வீரப்பன் அரசு அதிகாரிகளைத் தொடர்ந்து கொலை செய்துகொண்டே போனார். இதையடுத்து, மாதேஸ்வரன் மலைக் காவல்நிலைய உதவி ஆய்வாளராக வந்த தினேஷ் வீரப்பன் காட்டிலிருந்த அவருடைய வீடு, தண்ணீர் தொட்டி, கிணற்று மோட்டார், மோட்டார் அறை, ஆடு, மாடுகள் கட்டப் பயன்படுத்திய கூரைச்சாலைகள் என அனைத்தையும் பிரித்து எடுத்துப் போட்டுவிட்டார். அப்போது, வீரப்பன் கட்டிய கோயிலின் கதவு, உண்டியல் எனக் கண்ணில்பட்டதை எல்லாம் உடைத்துப் போட்டு விட்டுப்போய் விட்டார். அதன் பின்னர், வீரப்பன் வீடு இருந்த அந்த நிலத்தை அரசு பறிமுதல் செய்து விட்டது.

அன்றாட வாழ்க்கை முறை:- காட்டுக்குள் உள்ள ஊர்களிலிருந்து மூன்றுமுதல் ஐந்து கிலோமீட்டர் தொலைவுவரை மக்கள் வருவர். ஆடு மேய்ப்போர், விறகு எடுக்க வருவோர் இரண்டு முதல் மூன்று கிலோமீட்டரில் நின்றுவிடுவர். மாடு மேய்ப்போர், சுண்டைக்காய்ப் பறிக்க வரும் பெண்கள் எல்லாம் ஐந்து கிலோமீட்டர் தூரம்வரை காட்டுக்குள்ளே வருவர். கடுக்காய், பூச்சைக்காய் பறிக்க வருவோர், ஈச்சம்புல் அறுக்க வருவோர், தேன் எடுப்போர், கற்பாசி எடுப்போர் முயல், உடும்பு வேட்டைக்கு வருவோர் எல்லாம் பத்து கிலோமீட்டர் வரையிலும் உள்ளே வருவர்.

முதல் ஐந்து கிலோமீட்டரில் வீரப்பன் அதிகமாகத் தங்கமாட்டார். தங்கவேண்டிய சூழல் வந்தால், காலை ஆறு மணிமுதல் ஒன்பது மணிக்குள்ளாகச் சமையல் வேலைகளை முடித்துக் கொள்ளவேண்டும். இந்தப்பக்கம் ஆள்கள் வரும்போது கூடவே ஊர் நாய்களும் வரும். இந்த நாய்கள் புது ஆள்களைப் பார்த்தால் குரைத்துச் சத்தம்

போட்டுவிடும். அதுபோலவே, ஊர்ப் பகுதியில் வாழும் காக்கைகள் காட்டுக்குள் போகும்போது துப்பாக்கியுடன் இருக்கும் ஆள்களைப் பார்த்தால் தலைக்குமேல் வட்ட மடித்துக்கொண்டு கத்தத் தொடங்கிவிடும். ஒரு காக்கை கத்தினாலே அக்கம் பக்கம் இருக்கும் எல்லாக் காக்கைகளும் அந்த இடத்துக்கு வந்துவிடும். இது தேவையில்லாத சிக்கலைக் கொடுக்கும்.

இந்த மாதிரியான இடங்களில் அவசியம் தங்கவேண்டிய வேலை இருந்தாலும், வீரப்பன் தங்கிய இடத்திலிருந்து வெளியே தலை காட்டமாட்டார்கள். தேவையில்லாமல், ஒருவரோடு ஒருவர் பேசிக்கொள்ளவும் மாட்டனர். காலை ஒன்பது மணியிலிருந்து மாலை ஐந்து மணிவரை இந்தக் கட்டுப்பாடுகள் இருக்கும். ஊர் மக்கள் எல்லோரும் திரும்பிய பின்னரே அந்த இடத்தை விட்டு வெளியே வருவர். வெளியிலிருந்து பார்த்தால் தெரியாத மறைவான ஓரிடத்தில் வைத்துச் சமையல் செய்து முடிப்பர். இருட்டிய பிறகு அடுப்பை மூடிவிட்டால் அடுத்த நாள் காலை ஆறு மணிக்கு முன்பாக அடுப்பைப் பொருத்தவே முடியாது.

முதல் ஐந்து கிலோமீட்டருக்கு மேலே உள்ள இடங்களில் பகலில் நடமாடலாம், பேசலாம், சமையல் செய்யலாம். வேட்டைக்கும் கூடப் போகலாம். தேவைப்பட்டால் நாட்டு துப்பாக்கியில் மான், கடத்தி போன்ற விலங்குகளைச் சுடலாம். பகலில் சமைக்கலாம், அடிக்கடி தேநீர் தயாரிக்கலாம். வழக்கமான எந்த வேலைக்கும் தடையில்லை. ஆனால், வீரப்பன் ஆள்கள் தங்கியுள்ள இடத்தின் நுழைவாயிலில் ஓர் ஆள் காவல் இருப்பார். நான்கு மணி நேரத்திற்கு என ஆள் மாறி ஆள் காவல் இருப்பர். அந்த மாதிரியான இடங்களில் ஒரு வாரம் வரையிலும்கூட வீரப்பன் தங்கியிருப்பர். சுற்றுப்பகுதியைச் சேர்ந்த புதிய ஆள்கள் யாராவது அந்த இடத்துக்கு வந்தனர் என்றால் மட்டுமே இடம் மாறுவர்.

வறட்சி, மழை, பனிக் காலங்களில் தேவையான அளவுக்கு உணவுப் பொருள்களை எல்லாம் வாங்கிக்கொண்டு பத்து கிலோமீட்டர் தொலைவிற்கும் அப்பால் உள்ள காடுகளுக்குச் சென்று விடுவர். இதுபோன்ற இடங்களில்

மக்கள் நடமாட்டமே இருக்காது. ஓர் ஊரிலிருந்து இன்னோர் ஊருக்குப் போகும் பழங்குடி மக்கள் யாராவது காட்டு வழியாக நடந்து வருவர். அவர்களும்கூட பள்ளங்கள் உள்ள பகுதியிலும், வழித்தடம் போகும் கணவாய் வழியாகவே நடந்து போவர். அடர்ந்த காடுகளுக்குள் வரமாட்டார்கள். இதுபோன்ற இடங்களில் ஒரு மாதம் வரையிலும்கூட வீரப்பன் தங்கியிருக்கிறார்.

மக்கள் தொடர்பு:- மேலே கூறப்பட்ட இடங்களில் வீரப்பன் தங்கியிருக்கும்போது ஏதாவது ஒரு வேலையாகக் காட்டுக்குள் வந்துபோகும் மக்களைச் சந்தித்திருப்பார். அவர்களுக்கு ஏதாவது ஒரு விதத்தில் வீரப்பன் உதவியும் செய்திருப்பார். வீரப்பன் சந்தித்தவரின் பெயர், குடும்பம், தொழில், அவருடைய உறவினர்கள், வசதி வாய்ப்புகள், வழக்கமாகக் காட்டுப்பகுதியில் எங்கெல்லாம் போவார். இந்தக் காட்டுப்பகுதிக்கு வேறு யார் யாரெல்லாம் வருகிறார்கள். அடிக்கடி இங்கே வருவோர் யார்...? என்பதை எல்லாம் ஏற்கனவே விசாரித்து வைத்திருப்பார்.

முக்கியமாக, அதிரடிப்படைப் போலீசார் எங்கே தங்கியுள்ளனர். இந்தப் பக்கம் எப்போது வந்தனர்...? எங்கே தங்கினர்...? உங்கள் ஊரில் யார் யாருடன் தொடர்பில் இருக்கின்றனர்...? இந்தப் பகுதியில் செல்வாக்குள்ள நபர்கள் யார் குடியிருக்கின்றனர்...? அரசியல்வாதிகள் யார் யாரெல்லாம் இடம் வாங்கிப் போட்டுள்ளனர்...? காட்டை ஒட்டியுள்ள வீடுகள், அந்த வீட்டின் உரிமையாளர் பெயர், அவருடைய குண நலன்கள், அவருடைய தொடர்பாளர்கள் என அந்தப் பகுதியைப் பற்றிய முழு விவரங்களையும் விசாரித்துத் தெரிந்து கொள்வார்.

சந்திப்பு நடக்கும்போதே, தனக்கு ஏதாவது உணவுப்பொருள் தேவையென்றால், அந்த நபர் மூலம் பொருளை வாங்க முயற்சி செய்வார். தேவையில்லை என்றால், அவருக்குக் கொஞ்சம் பணம் கொடுத்து அனுப்பிவிடுவார். வீரப்பனை சந்தித்து விட்டுப்போன அந்த நபர், காவல்துறைக்குத் தகவல் சொல்கிறாரா...? உள்ளூரில் யாரிடமாவது இதைப்பற்றி வாய் விடுகிறாரா..? என்பதைப் பற்றிக் கவனிப்பார். அடுத்த நாள்

போலீசோ, உள்ளூர் ஆள்களோ அந்தப் பக்கம் வந்தால், முதல் நாள் சந்தித்த நபரை மீண்டும் வீரப்பன் சந்திக்க மாட்டார்.

வீரப்பனைச் சந்தித்தது பற்றி அந்த நபர் வெளியில் யாரிடமும் சொல்லாமல் இருந்தால், மீண்டும், ஓர் ஆண்டுக்கு பிறகோ, மூன்று நான்கு ஆண்டுகளுக்குப் பிறகோ அந்தப் பக்கம் போகும்போது, தான் முன்பு சந்தித்த அந்த நபரை மீண்டும் சந்திப்பார். அவர் மூலமாகத் தனக்குத் தேவையான பொருள்களை வாங்குவார். அவர் கொஞ்சம் விவரமான ஆளாக இருந்தால் அவரை வெளியில் அனுப்பித் தனக்கு வேண்டிய வேலைகளைச் செய்வார் அல்லது அவருடைய நெருங்கிய நண்பர் அல்லது உறவினர் யாராவது இருந்தால், அவர்கள் மூலமாகத் தனது வெளியுலகத் தொடர்பாளர்களைத் தொடர்புகொள்வார்.

1997 ஆண்டின் இறுதியில், சத்தியமங்கலம் அருகிலுள்ள சிக்கரசம்பாளையம் பகுதியைச் சேர்ந்த ராம்பயலூர் என்ற ஊரிலிருந்து பெரிய பொன்னன் என்பவர் என்னை சந்திக்க வந்தார். அவருக்கும் வீரப்பனுக்கும் எவ்வளவு நாளாகத் தொடர்பு உள்ளது என்று கேட்டபோது, 25 ஆண்டுகளுக்கு முன்பிருந்தே இருவருக்கும் அறிமுகம் இருப்பது தெரிந்தது.

உணவுப் பொருள்கள் கொள்முதல்:- 1994 இறுதி வரையிலும் வீரப்பனிடம் பத்துக்கும் குறையாத ஆள்கள் இருந்தனர். அவர்களில் இரண்டு பேரைக் காட்டிலிருந்து பக்கத்தில் உள்ள நகரத்துக்கு அனுப்பி வைப்பார். அவர்கள் குழுவுக்குத் தேவையான பொருள்களை வாங்கி, லாரி அல்லது டெம்போவில் போட்டுக் காட்டை ஒட்டிய பகுதிக்குக் கொண்டுவந்து சேர்ப்பர். பிறகு, மலையிலுள்ள பழங்குடி மக்கள் ஊருக்குப் போகும் வழியில் அந்தப் பொருளை எல்லாம் இறக்கி, அங்கிருந்து காட்டுக்குள் எடுத்துக்கொண்டு போவதை வழக்கமாக வைத்திருந்தனர்.

வீரப்பன் ஆள்கள் எண்ணிக்கை குறைந்ததும், காட்டை ஒட்டியுள்ள ஊர்களைச் சேர்ந்தோர், காட்டுக்குள் வரும் மக்கள் மூலம் உணவுப் பொருள்களை வாங்கத் தொடங்கினார். வீரப்பன் குழுவினர் சந்திக்கக் கூடிய

ஆள்களுக்குத் தக்கபடியே பொருள்களை வாங்கியுள்ளனர். ஒரு சிலர் வீரப்பன் கேட்டதை எல்லாம் வாங்கிக் கொடுத்துவிட்டு, மீண்டும் எங்கள் வீட்டுக்கு வரவேண்டாம். போலீஸ் தொந்தரவு அதிகமாக உள்ளது என்று கையெடுத்துக் கும்பிட்டு அனுப்பியுள்ளனர். அப்படிப்பட்ட இடங்களுக்கு வீரப்பன் மறுபடியும் போனதில்லை.

முக்கிய உணவுப் பொருள்கள்:- வீரப்பனுக்கு மட்டுமில்லை, அவர் பிறந்த செங்கப்பாடியைச் (கன்னடத்தில் கோபிநத்தம்) சுற்றியுள்ள ஊர்களில் உள்ள மக்களெல்லாம் இப்போதும்கூட ராகிக் களியை விரும்பிச் சாப்பிட்டு வருகின்றனர். காலை நேரம் பெண்கள் அவசரமாக உணவு தயாரிக்கவேண்டும் என்பதால், அரிசியை பயன்படுத்தினாலும், இரவு உணவுக்குக் கட்டாயமாக களி இருந்தே ஆகவேண்டும்.

இருமாநில எல்லையில் உள்ள மலைப்பகுதிகளில் மழை நீரை நம்பியே அங்குள்ள மக்கள் விவசாயம் செய்கின்றனர். அதனால் மூன்று மாதங்களில் விளைச்சல் கொடுக்கக்கூடிய ராகி, கம்பு, சோளம், திணை, சாமை, வரகு, அவரை, மொச்சை, பாசிப்பயிர், தட்டைப்பயிர் என உணவுக்குத் தேவையான தானியங்களைத் தங்கள் நிலத்தில் பயிரிடுகின்றனர். உணவுப் பொருள்களை சொந்தமாக விளைவிக்க முடியாமல் கடையில் பொருள் வாங்கிவந்து சமைப்பதை இப்பகுதி மக்கள் இழிவாகவே கருதுகின்றனர்.

அதனால், வீரப்பனும் அவருடன் இருந்த அனைவருக்குமே களி விரும்பி உண்ணும் உணவாகும். தவிர அரிசி உணவாக இருந்தால், அதற்கு சாம்பார் வைக்க ஏராளமான பொருள்கள் தேவைப்படும். ஆனால், களிக்கு அப்படியில்லை. பயிர்வகைகளைக் கொண்ட கூட்டு, துவையல், மான் கறி வத்தல் (உப்புக்கண்டம்) என ஏதாவது ஒன்றைத் தொட்டுக் கொண்டு சாப்பிட்டு விடலாம்.

காடு, மலைகளில் நடப்பதற்கும், அடுத்தவேளை உணவு எப்போது கிடைக்கும் என்று நிரந்தரம் இல்லாத நிலையில் ராகிக்களி கொஞ்சநேரம் பசியைத் தாங்கும். ஒரு நாள் செய்ததை மறு நாளும் வைத்து உண்ணவும் முடியும்.

பொறுமையாக இரண்டொரு நாள்கள் தங்கிச்செல்லும் இடங்களில், ஊரை ஒட்டியுள்ள இடங்களில் இருக்கும்போது மட்டுமே அரிசி உணவைச் செய்வர்.

ராகி மாவு, அரிசி, பருப்பு, வெங்காயம், மிளகாய், புளி, உப்பு, சர்க்கரை, டீத்தூள் இவற்றுடன் சில மசாலாப் பொடிப் பொட்டலங்களை எப்போதும் கையில் வைத்திருப்பர். இதைக் கொண்டு தயாரிக்கப்படும் உணவைத்தான் உண்டாக வேண்டும். காய்கறி, பால், தயிர் என்பதெல்லாம் எப்போதாவது ஒரு முறைதான். நகரப் பகுதிக்குப் பக்கமாக வரும்போது, ஆப்பிள், ஆரஞ்சு, திராட்சை, பேரீச்சை போன்ற பழங்கள், குளுகோஸ் டப்பாக்கள், பிஸ்கட் போன்றவையெல்லாம் வாங்குவர்.

மருத்துவ உதவிகள்:- பெரும்பாலான நோய்களுக்குக் காட்டிலுள்ள மூலிகைகளையே பயன்படுத்திக் கொள்வர். அவசரத் தேவைக்கு குரோசின், மெட்டாசின், அவில், டோலோபர் 650 போன்ற மாத்திரைகளும், ஊசி மூலம் செலுத்தும் மருந்து, சிரஞ்சுகளும் இருக்கும். வீரப்பன், சேத்துக்குழி கோவிந்தன் இருவருமே ஊசி போடுவர். இயற்கையான காற்றோட்டமுள்ள இடத்தில் இருப்பதால் உடல்நலக் குறைவு என்பதே இவர்களுக்கு இல்லை.

உடைகள்:- 1975 இல் இருந்தே வீரப்பனும், அவருடன் இருப்பவர்களும் காக்கி பேண்ட், சட்டை அணிவதை வழக்கமாகக் கொண்டிருந்தனர். 1993க்கு முன்புவரை காக்கிச் சீருடையுடன், லுங்கி, வெள்ளை வேட்டி, அல்லது வேறு நிற பேண்ட், சட்டை என வேறு ஒரு மாற்று உடையும் வைத்திருந்தனர். வெளியூர் போகும்போது துணி மாற்றிக்கொண்டு போவது வழக்கம். 1990க்குப் பிறகு கருப்பு, பச்சை, நீலம் எனப் பல அடர் வண்ணங்களில் பேண்டு, சட்டை அணிந்து வந்தனர்.

போலீஸ் நெருக்குதல் அதிகமான பிறகு, கூடுதலான பொருள்களைத் தூக்கிக்கொண்டு போவதில் சிரமம் ஏற்பட்டது. அதன் பிறகு, போட்டிருக்கும் உடை, ஒரு லுங்கி, துண்டு, பனியன், ஜட்டி, பேஸ்ட், பிரஸ், ஊசி, நூல், மருந்து,

மாத்திரை, கொஞ்சம் பணம் இவற்றுடன் ஒவ்வொருவரும் பயன்படுத்த ஒன்று இரண்டு போர்வைகளும் இருக்கும். இடம் விட்டு இடம்மாறும்போது இந்தப் போர்வையிலேயே அங்கிருக்கும் பொருள்களைப் போட்டு மூட்டைக் கட்டி எடுத்துக்கொண்டு போவர். இது இல்லாமல். கொஞ்சம் பணமும், துப்பாக்கிக்குத் தேவையான தோட்டாக்கள் எல்லாம் ஒரு பையில் இருக்கும். இதற்காகப் பேருந்து நடத்துநர்கள் பயன்படுத்தும் தோலினால் செய்யப்பட்ட பையைப் பயன்படுத்தி வந்தனர். இந்தப் பை எந்த இடத்தில் கிடைக்கும், என்ன விலை என்ற விவரமெல்லாம் வீரப்பனுக்குத் தெரியும்.

வானொலி:- வீரப்பன் குழுவினரிடம், எப்போதும் கையிலிருக்கும் இரண்டு பொருள்களில் முதலில் இருப்பது துப்பாக்கி. இரண்டாவதாக வருவது வானொலி. காட்டுக்குள் இருக்கும் அவர்களுக்கு வெளியுலகத் தொடர்பே இந்த வானொலிதான்.

அதிகாலை 5.30 தென்கிழக்கு ஆசிய நாடுகளில் வாழும் தமிழர்களுக்காக புது டெல்லியிலிருந்து ஆல் இந்தியா ரேடியோ வழங்கும் செய்தியைக் கோவிந்தன் கேட்பார். அடுத்து, 6.40 மணிக்குச் சென்னை வானொலியின் செய்திகள் எல்லோருமே கேட்டுவிடுவர். 7.15 மணிக்கு ஆகாசவாணி, மதியம் 12.40 மணிக்கு மீண்டும் ஆகாசவாணி, 2.15 திருச்சி வானொலியின் மாநிலச் செய்திகள், மாலை 6.30 மணிக்கு சென்னை வானொலி மாநிலச் செய்தி, 7.15 ஆகாசவாணி இரவு 7.30 மணிக்கு வெரிதாஸ் வானொலியின் செய்திகள், இறுதியாக இரவு 9.15 மணிக்கு லண்டன் பி.பி.சி-யின் தமிழோசை என அனைத்துச் செய்திகளையும் கேட்டு விடுவர். கிடைக்கும் நேரங்களில் வார, மாத இதழ்களை வாங்கிப் படிப்பதும் உண்டு.

டார்ச் லைட்:- ஒவ்வொருவரிடமும், ஒரு லைட்டும் அதற்குத் தேவையான ஒரு செட் பேட்டரி செல்களும் கைவசம் இருக்கும். இரவு நேரங்களில் நடக்கும்போது, காலுக்கு மட்டும் வெளிச்சம் வரும் வகையில் கீழே பார்த்துப் பிடித்தபடி நடந்து செல்வர். சேத்துக்குழி கோவிந்தன்

எப்போதுமே துணியில் தைக்கப்பட்ட ஒரு பைக்குள்தான் லைட்டை வைத்திருப்பார். எப்போதுமே அந்தப் பை, அவரது தோளில் தொங்கிக் கொண்டிருக்கும்.

துப்பாக்கி:- உயிரைவிடவும் மேலானது, எந்த நேரமும் வீரப்பன் கையிலேயே இருக்கும். படுத்துத் தூங்கும்போது கூட நெஞ்சின்மேல் தான் வைத்திருப்பார். மிகமிகப் பாதுகாப்பான இடம் எனத் தெரியும் இடங்களில், குளிக்கும்போது சில நிமிடங்கள் வீரப்பன் துப்பாக்கி இல்லாமல் இருப்பார். மீதி நேரமெல்லாம் அவர் கையில் துப்பாக்கி இல்லாமல் இருந்ததில்லை. வீரப்பனுக்குச் சொந்தமாக துப்பாக்கித் தயாரிக்கவும் தெரியும்.

வேட்டை:- வீரப்பனுக்குப் பிடித்த முக்கியமானது இரண்டு. அதில், ஒன்று வேட்டை. இன்னொன்று துப்பாக்கி. இந்த இரண்டையும் பற்றி எப்போது பேசினாலும் சலிப்படையவே மாட்டார். ஒரு மான் அல்லது கடத்தியை அடித்தால், அதன் கறி முழுவதையும் வீணாக்காமல் பயன்படுத்தவேண்டும் என்று நினைப்பார். உணவுப் பொருள் வீணாவதை வீரப்பன் எப்போதுமே விரும்ப மாட்டார். மீதமிருக்கும் கறியை உப்புக்கண்டம் போட்டு பத்திரப்படுத்தும் வேலைகளையெல்லாம் சேத்துக்குழி கோவிந்தன் பார்த்துக் கொள்வார்.

மழைக் காலங்கள்:- மழைக் காலங்களில் உள்ள முக்கியமான பிரச்சனை வறண்ட விறகு கிடைக்காது என்பது மட்டுமே. மலைப்பகுதியில் உள்ள சில பள்ளங்கள், பாறை அடுக்குகள், பெரிய மரம் உள்ள இடங்களில் எவ்வளவு மழை பெய்தாலும் நனையாமல் இருக்க முடியும். எறும்புகள் எப்படி மழைக் காலத்துக்குத் தேவையான உணவுகளை வெயில் காலங்களிலேயே சேகரித்து வைத்துக் கொள்கின்றனவோ அதுபோலவே வீரப்பனும் தனக்குத் தேவையான பொருள்களை எல்லாம் முன்பாகவே சேகரித்து வைத்துக்கொள்வார்.

சத்தமில்லாமல் அமைதியாக இருக்கும் காடுகளில் மழை வருவதற்கான அறிகுறி பத்து நிமிடங்களுக்கு முன்பாகவே

தெரிந்துவிடும். அதற்குப் பிறகே, டெண்ட் அடிக்கும் வேலையை தொடங்குவர். கொஞ்சம் மேடாக உள்ள இடம் அல்லது, மழை பெய்யும்போது வெள்ளம் வராத பகுதியாகப் பார்த்து அந்த இடத்தில் டெண்ட் அடிப்பர். அப்போதும் டென்டுக்கு உள்ளே பட்டையாக உள்ள சில கற்களை எடுத்து வைத்துக் கொள்வர். அதன்மீது தாங்கள் வைத்திருக்கும் மூட்டைகளைப் பாதுகாப்பாக வைத்து விடுவர்.

வீரப்பன் நடனமாட அமைக்கப்பட்ட மேடை

கிழக்குத் தொடர்ச்சி மலையில் உள்ள அனைத்துக் காடுகளிலும் கற்கள் இருக்கும். நீலகிரி மாவட்டம் கேரளா மற்றும் கர்நாடகாவில் உள்ள குடகு, குண்டல்பேட்டைக் காடுகளில் கற்கள் இருக்காது. இந்த மாதிரியான இடங்களில் வறண்ட கட்டைகளை எடுத்து, அதைத் தரையில் வைத்துக் கொள்வர். இந்த மாதிரியான நேரங்களில் கொஞ்சம் காய்ந்த விறகுகளைச் சேகரித்து வைத்துக் கொள்வார்கள். பகல் நேரங்களில் அடுப்பு பொருத்துவதைத் தவிர்ப்பர். அதேபோல, மழை இல்லாத நேரங்களில், காலை எட்டு மணிக்குமேல் கூடாரத்தை அவிழ்த்து, மடித்து வைத்து விடுவது வழக்கம். எங்காவது தூரமான ஓர் இடத்திலிருந்து பார்த்தாலும்கூடக் கூடாரம் காட்டிக் கொடுத்துவிடும்.

நானும், வீரப்பனுடன் நடந்து சென்று கொண்டிருக்கும் நேரங்களில்கூட பல முறை மழை வந்துள்ளது. இந்த மாதிரியான நேரங்களில், நின்ற இடத்திலேயே கொஞ்சம் உயரமான இடத்துக்குப் போவோம். ஆளுக்கு இரண்டு அல்லது மூன்று பட்டையான ஓர் அடி உயரமுள்ள கற்களை எடுத்து வைத்துக் கொள்வோம். ஒரு கல்லின்மீது நாம் குத்த வைத்து உட்கார்ந்து கொள்ளவேண்டும். இன்னொரு கல்லின்மீது நம் கையில் வைத்துள்ள பொருளைப் பத்திரமாக வைத்து கீழே விழாமல் பிடித்துக்கொள்ள வேண்டும். நான்கு, ஐந்து பேர் இதுபோல வட்டமாக உட்கார்ந்து கொண்ட பின்னர், பெரிய பிளாஸ்டிக் சீட்டை எடுத்துத் தலைக்கு மேலே போட்டுக் கொள்ளவேண்டும்.

ஒவ்வொருவருக்கும், இடையே பிளாஸ்டிக் சீட்டில் குழியாக உள்ள பகுதியில் சேரும் தண்ணீரைக் கீழே தள்ளிக்கொண்டு இருக்கவேண்டும். பத்து நிமிடங்களுக்கு மேலே இதுபோலவே உட்கார்ந்து கொண்டு இருந்தால், கால் விறைத்துப்போகும். அவ்வப்போது, காலை மாற்றி, மாற்றி வைத்து அசைத்துக் கொண்டே இருக்கவேண்டும். கல்லில் உட்காராமல் இருந்தால், கால் நரம்புகள் இழுத்து பிடித்துக் கொள்ளும், எழுந்து நடக்க முடியாத நிலை வரும்.

வெயில் காலங்கள்:- காடுகள் பெரும்பாலும் வறண்டு போயிருக்கும். பகல் நேரங்களில் நடப்பதைத் தவிர்ப்பர். எல்லா இடங்களிலும் தண்ணீர் கிடைக்காது. அதனால், தண்ணீர் உள்ள குறிப்பிட்ட சில இடங்களில் மட்டுமே வாரக் கணக்கில் முகாமிட்டுத் தங்குவர்.

கலை உணர்வு:- இளம் வயதிலேயே திரைப்படத்தால் ஈர்க்கப்பட்டவர். அதனால், திரைப்பட நடிகாராகவேண்டும் என்ற கனவில் இருந்தார். செங்கப்பாடியில் நடந்த "வாழப்பிறந்தவன்" என்ற சமூக நாடகம் ஒன்றில் வீரப்பன் கதாநாயகனாக நடித்துள்ளார். அவருடைய நண்பரான முனியன் டாக்டர் வேடம் ஏற்று நடித்துள்ளார். இந்த நாடகத்தை மதுரையை சேர்ந்த முருகேசன் என்பவரே இயக்கியுள்ளார்.

1970-களிலேயே முனியன் பி.யூ.சி. வரை படித்தவர். *16 mm* சினிமா, டி.வி, டெக், வீடியோ கேசட், ஆடியோ பிளேயர், ரெக்கார்டர் என புதிய பொருள்களை வாங்கி வருவார்.

செங்கப்பாடி மாரியம்மன் கோயிலுக்கு முன்பக்கம் இருக்கும் இவருடைய வீட்டின்முன் உள்ள ஹாலில் இரவு நேரங்களில் திரைப்படம் ஓடிக்கொண்டிருக்கும். சென்னை, பெங்களூர் போன்ற ஊர்களுக்கு வீரப்பன் போகவேண்டும் என்றால், அவருடன் முனியனும் போவார். நவீன தொழில் நுட்பங்களை இவரே செங்கப்பாடிக்கு அறிமுகம் செய்து வைத்தவர்.

வீரப்பனுக்கு மாரியாத்தா ஆட்டம் ஆடுவதில் அளவு கடந்த இன்பம் கொண்டவர். தாரை, தப்பட்டை, மேள, தாளம், நாயனம், ஒத்து எனப் பத்து இசைக்கருவிகள் முழங்கும். இசைக் கருவிகளிலிருந்து நாலாங்கால், எட்டாங்கால், ரூபகம், காவடிச்சிந்து, கோயில் சிந்து, களிப்பிரட்டி, சுத்துக்கும்மி, எருத்தாண்டி, சேமம், ஒத்தைச் செம்பை, ரெட்டைச் செம்பை என ஐம்பதுக்கும் அதிகமான இசை வடிவங்கள் ஒலித்துக் கொண்டேயிருக்கும்.

ஓர் இசை வடிவத்துக்கு ஐந்து நிமிட நேரம் என்ற கணக்கில் இரண்டு மணி நேரம் வரை வரிசையாக இசைக் கருவிகள் தொடர்ந்து ஒலிக்கும். அந்த இசைக்கு ஏற்ப இளைஞர்கள் ஆட்டம் போடுவர். இசைக் கலைஞர்களுக்கும், இசைக்கு ஏற்ப ஆட்டமாடும் இளைஞர்களுக்கும் கடும் போட்டி நிலவும். இந்தப் போட்டியில் பெரும்பாலும் வீரப்பனே வெற்றி பெறுவார்.

வீரப்பன் தன்னுடைய மணியக்காரரர் தோட்டத்தில் உள்ள வீட்டுக்கு முன்பிருந்த இடத்தில் மாரியாத்தா ஆட்டம் ஆடுவதற்காகவே ஒரு மேடை அமைத்திருந்தார். நாற்பதடி நீள, அகலத்தில் மூன்றடி உயரத்தில் அமைக்கப்பட்ட அந்த மேடையில் அவருடைய கூட்டாளிகளுடன் சேர்ந்து ஆட்டம் போட்டும் வந்துள்ளார். கடந்த நான்கு ஆண்டுகளுக்கு முன்புதான், அந்த மேடையின் ஓரத்தில் பதித்திருந்த கற்களைப் பிரித்து எடுத்துள்ளனர்.

***

தருமபுரியில்...

18.10.2004 அன்று இரவு 12-மணிக்கு தருமபுரி அரசு மருத்துவக் கல்லூரி மருத்துவமனைக்கு வீரப்பன், சேத்துக்குழி கோவிந்தன், சந்திர கவுடா, சேதுமணி ஆகிய நால்வரின் உடல்களும் கொண்டுவரப்பட்டன. மறுநாள் காலை 11.00 மணிக்கெல்லாம் நால்வரின் உடல்களும் உடற்கூறு ஆய்வு செய்யப்பட்டு முடிக்கப்பட்டது. வீரப்பன் குழுவினரின் உடல்கள் அரசு மருத்துவமனையில் இருப்பதைத் தெரிந்த சுற்றுப்பகுதி பொதுமக்கள், காலை எட்டு மணியிலிருந்தே மருதுவமனை முன் குவிந்தனர். பத்து மணிக்கெல்லாம் சேலம்-தருமபுரி சாலையில் போக்குவரத்து நெரிசல் ஆரம்பமானது. அடுத்த ஒரு மணி நேரத்தில், போக்குவரத்து நிறுத்தப்பட்டது.

சேலம் சரக டி.ஐ.ஜி. தமிழ்ச்செல்வன் தலைமையில் நான்கு மாவட்ட போலீசார் பாதுகாப்பு பணிக்காக வரவழைக்கப் பட்டனர். கர்நாடக அதிரடிப்படை வீரர்கள் பெங்களூர், மாதேஸ்வரன்மலை, திம்பம், புளுஞ்சூர், ராமாபுரம், கொள்ளேகால், சாம்ராஜ்நகர் முகாம்களில் இருந்தும், தமிழ்நாடு அதிரடிப்படை வீரர்கள் சத்தியமங்கலம், தளவாடி, ஆசனூர், பர்கூர், கோவை, மேட்டூர் எனப் பல இடங்களில் இருந்து தொடர்ந்து வந்துகொண்டே இருந்தனர்.

போலீசாரால் கைப்பற்றப்பட்ட உடல்கள் மருத்துவமனையில் இருக்கும்போது, பொதுமக்கள் பார்வையிட போலீசார் அனுமதிக்கமாட்டார்கள். ஆனால், அதிரடிப்படை வீரர்களும், பெங்களூர், சென்னை, மும்பை, டெல்லி என இந்தியாவின் பல பகுதிகளிலிருந்து செய்தியாளர்களும் தொடர்ந்து வீரப்பன் உடலைப் பார்க்க வந்துகொண்டே இருந்தனர். இதனால், காலை 11.00 மணி முதல், மாலை ஆறு மணி வரை நால்வரின் உடலும் பொதுமக்கள் பார்வைக்கும் அனுமதிக்கப்பட்டது.

திரண்டுவரும் பொதுமக்கள், தங்களின் சாதனையை பார்வையிடத்தான் வந்துள்ளனர் என போலீசார் நினைத்தனர். ஆனால், வந்திருந்த பொதுமக்கள் அனைவருமே, வீரப்பனின் உடலுக்கு அஞ்சலி செலுத்தவும், இதுவரை யாருமே பார்த்திராத வீரப்பன் முகத்தை நாம் பார்த்துவிடவேண்டும் என்ற ஆர்வத்திலுமே வந்தனர்.

"உளவுத்துறை போலீசாரின் கணக்குப்படி, வீரப்பன் உடலைப் பார்வையிட்டுச் சென்ற பொதுமக்களின் எண்ணிக்கை ஐம்பதாயிரம்" என்கிறார் தருமபுரியின் மூத்த செய்தியாளர் சக்கரவர்த்தி.

"முதலில் ஆண்கள் கூட்டம் அதிகமாக இருந்தது. மதியத்துக்குப் பிறகு, கையிலும், வயிற்றிலும் குழந்தையை ஏந்திக்கொண்டு வந்திருந்த பெண்களின் எண்ணிக்கை அதிகமானது. இதனால், போலீசார் பெண்களுக்கு எனத் தனி வரிசை அமைத்துக் கொடுத்தனர், ஒரு பட்டேலியன் பெண் போலீசாரும் காவலுக்கு வந்தனர். வீரப்பன் உடலைப் பார்வையிட்ட பெண்களில் எண்ணிக்கை இருபதாயிரத்துகும் மேல் இருக்கும்" என்கிறார் சேலத்தின் மூத்த செய்தியாளர் வை.கதிரவன்.

பெண்களை தாயாகவும், சகோதரியாகவும் நேசித்த வீரப்பன் தன் உடலைப் பார்வையிட இவ்வளவு பெண்கள் வருவார்கள் என நினைத்துக் கூடப்பார்த்திருக்க மாட்டார்.

*****

வீரப்பனின் வேட்டை முறைகள்

முசுகொந்தி கூட்டம் கூட்டமாக வசிப்பவை. இவை இரவில் தங்குமிடங்களில் மரங்களின் கீழே அவற்றின் மலங்கள் கிடக்கும். இதை அடையாளமாக வைத்து, பகலில் காட்டுக்குள் செல்லும் வீரப்பன், இரவு நேரங்களில் முசுக்கொந்திகள் தங்கும் மரங்களைப் பார்த்து விட்டுத் திரும்புவார்.

இரவு பத்து மணிக்குமேல், அந்த மரத்துக்குக் கீழே சத்தமில்லாமல் நடந்து செல்வார். மரத்தின்மேலே இருக்கும் குரங்குகளுக்கு, கீழே மனிதன் இருபது தெரியக்கூடாது. சத்தமில்லாமல் செல்லும் வீரப்பன், சிறுத்தை உறுமுவது போல உறுமி, தனது கைகளால் தரையில் கிடைக்கும் சருகுகளை, கலைத்து சத்தம் ஏற்படுத்துவார். பிறகு, சிறுத்தை போலவே உறுமிக்கொண்டு, மண், சிறுகற்களை வாரி இலைகளின் மேலே வீசுவார்.

வேட்டைக்கு வந்து நிற்கும், சிறுத்தை, புலி, செந்நாய் உள்ளிட்ட விலங்குகள் எல்லாமே கால்களால் நிலத்தை புரண்டி, மண்ணை வாரி அடிக்கும் வழக்கம் கொண்டவை. வீரப்பனும் அதுபோலவே மண்ணையும், மணலையும் வாரி காய்ந்து கிடக்கும் சருகுகளின் மீது வீசுவார். சிறுத்தையோ, புலியே மரத்துக்குக்

கீழே நிற்பதாக நினைத்துக்கொள்ளும் முசுக்கொந்திகள், பயத்தில், மரத்திலிருந்தபடியே கத்திக்கொண்டு, சிறுநீர் கழிக்கும். சில இளம் முசுக்கொந்திகள், பயத்தில் மலம் கழிப்பதும் உண்டு.

உயிர் பயத்தில் கத்தி, ஆர்ப்பாட்டம் செய்து ஒரு கிளையிலிருந்து, தனது கைக்கு எட்டிய இன்னொரு கிளைக்குத் தாவும். ஆனால், மரத்தை விட்டு வேறு மரத்துக்குப் போகாது. பெரும்பாலான குரங்குகள், ஒன்றை ஒன்று கட்டிப்பிடித்துக் கொள்ளும். ஆறு, ஏழு குரங்குகள்கூட கட்டிப் பிடித்தபடியே கத்திக்கொண்டிருக்கும். இப்படி உயிர்பயத்தில் இருக்கும் நேரத்தில், மரத்தின் மீது வீரப்பன், டார்ச் லைட் அடித்துப் பார்ப்பார். குரங்குகள் கூட்டமாக இருக்கும் இடத்தைப் பார்த்து, ஒரு தோட்டாவை அடிப்பார். ஒரே அடியில், நான்கைந்து முசுக்கொந்திகள் குண்டடிபட்டுக் கீழேவிழும். அரை மணி நேரத்தில் நாற்பது, ஐம்பது முசுக்கொந்திகள் வரை சுட்டுப் பிடித்து விடுவார்.

வழக்கமாக வீரப்பனுடன் வேட்டைக்குச் செல்லும் நண்பர்கள், கையோடு சாக்குப்பைகள், மூங்கில் கூடைகளை எடுத்துச் செல்வர். அந்தக் கூடைகளில், அடிபட்ட முசுக்கொந்திகளை எடுத்துப் போட்டுக்கொண்டு ஊர் திரும்புவர். ஊருக்குள் வசிக்கும் மக்களுக்கு முசுக்கொந்திகளை விற்பனை செய்வார்கள். கறி சாப்பிடும் மக்களின் விருப்பத்திற்கேற்ப புள்ளிமான், கடமான், முசுக்கொந்தி, கேளையாடு (நீலகிரி வரையாடு), காட்டுப்பன்றி போன்ற விலங்குகளை வேட்டையாடி வந்து விற்பனை செய்துள்ளார்.

மான், முசுக்கொந்தி வேட்டைகளை விட்டுவிட்டு, யானை வேட்டை, சந்தனக்கட்டை கடத்தல், ஆள் கடத்தல் என மாற்று பணிகளுக்கு வீரப்பன் சென்ற பின்னர், உணவுக்காக மட்டுமே முசுக்கொந்தி வேட்டைக்குப் போவார். கூட்டம் கூட்டமாக இருக்கும் முசுக்கொந்திகளுக்குத் தெரியாமல், அவைகளுக்குப் பக்கமாகச் சென்று ஒரு மறைவிடத்தில் பதுங்குவார்.

பிறகு, வழிதவறி வந்த முசுக்கொந்தி குட்டிபோல கத்துவார். சத்தத்தைக் கேட்ட முசுக்கொந்திகள், தங்கள் கூட்டத்திலிருந்து ஒரு குட்டி பிரிந்துபோய் விட்டது என்ற எண்ணத்தில், யார் குட்டியைத் தவற விட்டது என விசாரணை நடக்கும். எந்தக் குட்டியும் தொலைந்து போகவில்லை என்பது தெரிந்ததும், வேறு குடும்பத்தைச் சேர்ந்த குட்டி நம்முடைய கூட்டத்துக்கு வந்துவிட்டதோ...? என்ற சந்தேகத்தில், அந்தக் கூட்டத்தை வழி நடத்தும் பலமான ஆண் மந்தி ஒன்று, சத்தம் வந்த பக்கம் மெதுவாக வந்து பார்க்கும்.

அப்போதும், வீரப்பன் தலையை வெளியே காட்டாமல், கத்திக் கொண்டேயிருப்பார். வேறு குடும்பத்தைச் சேர்ந்த முசுக்கொந்தியை தேடிக்கொண்டு வரும் குழுவின் தலைவர், வீரப்பனுக்குப் பக்கமாக வந்த பின், அதை சுட்டுப் பிடித்து விடுவார். வழக்கமாக, வீரப்பன் பதுங்கிக்கொண்டு, சத்தம் எழுப்பத்தொடங்கிய 15 நிமிடங்கள் முதல், 30 நிமிடங்களுக்குள்ளாக இந்த வேட்டையை முடித்து விடுவார். இதுபோலவே, புள்ளிமான், கடமான், காட்டுப்பன்றி என எல்லா உயிர்களையும், வீரப்பன், கத்திக் கூப்பிட்டு, வேட்டையாடிப் பிடிப்பார்.

யானை வேட்டை

காட்டில் வாழும் விழங்குகளிலேயே நுட்பமான அறிவைக் கொண்டவை யானைகள். யானைகள் பெரும்பாலும் கூட்டம் கூடமாகவே வாழும். வீரப்பன் வாழ்ந்த காடுகளில் முன்னூறு யானைகளை உள்ளடக்கிய பெரும் கூட்டத்திலிருந்து, மூன்று யானைகளை கொண்ட சிறு குழுக்கள் வரை, பல யானைக் குடும்பங்கள் உள்ளன. பெரும்பாலன யானைகள் மனிதன் உள்ளிட்ட வேறு இந்த விலங்கிற்கும் தொல்லை கொடுக்காது. மனிதனைப் பார்த்தால் விலகிப்போய்விடும்.

இளம் குட்டிகளை வைத்துள்ள தாய் யானைக்கு பக்கத்தில் மனிதர்கள் போனால், தன் குட்டியைப் பிடிக்க வந்ததாக நினைத்து மனிதனைத் தாக்கும். யானை வேட்டைக்காரர்களின் துப்பாக்கிக் குண்டில் அடிவாங்கிய யானை அல்லது வேறு ஒரு யானை துப்பாகிக் குண்டுக்குப் பலியானதைப் பார்த்த மேற்றொரு யானையாக இருந்தால் மனிதனைத் தாக்கும்.

இதுதவிர, தந்தமில்லாத ஆண் யானையான மக்னா வகையைச் சேந்தவை, யானைகள் கூட்டத்தில் சேர்ந்து வாழாமல், தனித்து வாழும். இவை பெரும்பாலும் மன அழுத்தத்திலேயே இருக்கும். இந்த யானைகள் ஊர் பகுதிக்கு வந்து, உணவை உண்டுவிட்டுச் செல்லும். அப்போது, மனிதர்களின் தாக்குதலுக்கும், பட்டாசுகள், வாணவெடிகள் வெடித்து விரட்டப்படும் நிலை உருவாகும். இதுபோன்ற தாக்குதலுக்கு உள்ளாகும் யானைகள், தற்காப்புக்காக மனிதர்களைத் தாக்கும் நிலைக்கு வந்துவிடும். காலப்போக்கில், காட்டு ஓரங்களில் வாழ்ந்துகொண்டு மனிதர்களையும், ஆடு, மாடு, எருமை என ஊர் வாழ் விலங்குகளைக் கண்டால் அடித்து, மிதித்துக் கொல்லும்.

துப்பாக்கிக்கு பயன்படும் வெடிமருந்து, பட்டாசிலும், தீப்பெட்டியிலும் உள்ள பாஸ்பரஸ் போன்ற நச்சு பொருள்களின் வாடை அடித்தாலே யானைகள் வேகமாக, இருக்கும்

இடத்தைவிட்டு வெளியேறிவிடும். நெருப்பு, புகை யானைகளுக்குப் பிடிக்காது. கேமராவின் ஷட்டர் அடிக்கும் சத்தம், துப்பாக்கியின் விசையை இழுத்து, தோட்டாவை பேரலுக்கு ஏற்றிவிடும் சத்தம், ஒரு குழாயின் உள்ளே இன்னொரு இரும்பு கம்பி உரசும்போது ஏற்படும் சத்தம் போன்றவை யானைகளுக்குப் பிடிக்காது. இதுபோன்ற சத்தங்களைக் கேட்டால் யானைகள் அலறியடித்து ஓடிவிடும். காடுகளில் சுற்றிப் பழக்கப்பட்டவர்கள், யானைகள் இருக்கும் இடத்தில் எதிராராமல் நுழைந்து விட்டால், மனித வாடை யானைகளுக்கு அடிக்காத இடத்தில் நின்றுகொண்டு, தங்களின் கால் தொடையைத் தட்டினாலும்கூட, அந்தச் சத்தம் கேட்டு யானைகள் அந்த இடத்திலிருந்து ஓடிவிடும்.

காட்டில் கிடக்கும் நூறு கிராம் எடைகொண்ட ஒரு சிறு கல்லை எடுத்து, பட்டையான ஒரு கல்லைக் கீழே வைத்து, அதன் மேலே நூறு கிராம் எடைகொண்ட கல்லால் லேசாகத் தட்டினால், அந்தக் கற்களில் ஏற்படும் ஒலி வெண்கலப் பாத்திரத்தில் வரும் ஒலியைப்போல கண்ணீர் என ஒலிக்கும். இந்தச் சத்தம் கேட்டாலும் யானைகள் இருக்கும் இடத்தைவிட்டு வேகமாக ஓடிவிடும். இப்படிச் சத்தம் வரும்போது ஆள் பக்கத்தில் இருப்பது தெரியக்கூடாது. மனித வடை யானையின் நுகர்வுக்குக் கிடைக்காமல் இருக்கவேண்டும். இதுபோன்ற பல நுட்பங்களைக் கற்று வைத்துள்ள வீரப்பன், ஐம்பது யானைகள் இருக்கும் குழுவுக்குள் சென்று, பாலமன தந்தம் உள்ள ஆண் யானையை அடித்து, எடுத்துவரும் அளவுக்குத் திறமையானவர்.

காடுகளில் வாழ்ந்த வீரப்பன், முசுக்கொந்தி, கடமான், புள்ளிமான், கேளையாடு, உடும்பு, காட்டுக்கோழி, மீன் போன்றவற்றின் மாமிசங்களை விரும்பி உண்பர். முயல், காட்டுப்பன்றி போன்றவற்றை உண்ணமாட்டார். முயல் நீர் அருந்தாத உயிரினம். அது மனிதனின் உடலில் உள்ள மறைமுக நோய்களையெல்லாம் கிளறிவிட்டு விடும். அதனால் முயல்கறியை உண்ணமாட்டார். காட்டுப்பன்றி, காட்டில் உயிரிழந்து கிடக்கும் மற்ற விலங்குகளின் கறியை உண்ணும். அதனால், அதையும் வீரப்பன் குழுவினர் சாப்பிட மாட்டர்கள்.

காட்டுக்குள் இவ்வளவு விலங்குகளை வீரப்பன் வேட்டையாடி உண்டுவந்தாலும், உங்களுக்குப் பிடித்த மாமிசம் எது என்ற எனது கேள்விக்கு பதில் சொல்லும்போது, “வெள்ளாடு, நாட்டுக்கோழி இந்த இரண்டின் சுவைக்கு நிகரான வேறு கறிகள் கிடையாது” என்று சொன்னார்.

***

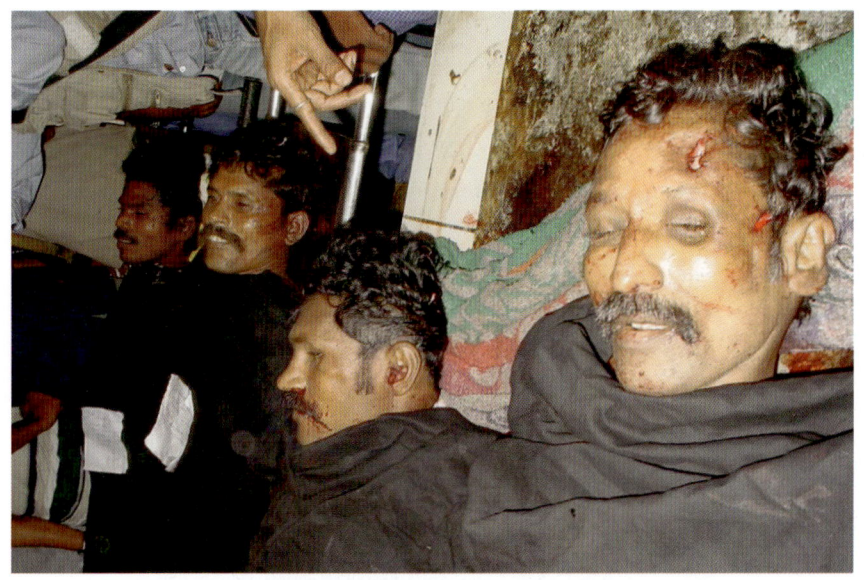

கருப்பு துணியில் மூடப்பட்ட உடல்கள்

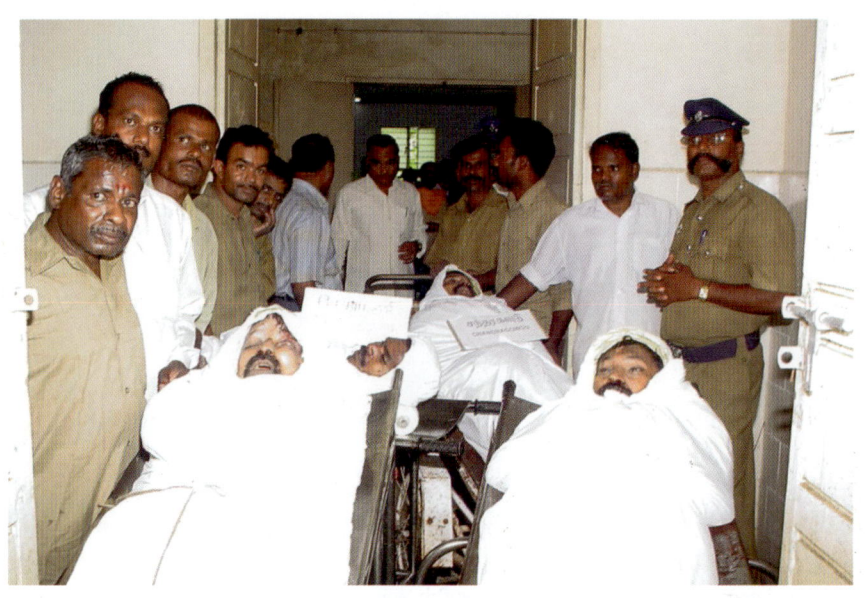

வெள்ளைத்துணியில் சுற்றப்பட்ட உடல்கள்

தங்கான் காட்டுக்குப் போகும் வழியிலுள்ள நிலங்கள்

வனத்துறைக்கு சொந்தமான நிலத்தில் தங்கான் வீட்டுக்குப் போகும் பாதை

நான்கு பக்கமும் காடுகள் சூழ்ந்த தங்கானின் நிலம்

வீரப்பன் வீழத்தப்பட்ட, தங்கானின் வீடு இடிந்து கிடக்கிறது.

தங்கான் வீட்டுக்கு அருகிலுள்ள பாப்பான் மெட்டு கரட்டிலிருந்து பெரிய தும்கல் ஊரும், சுற்றுப்புறமும்.

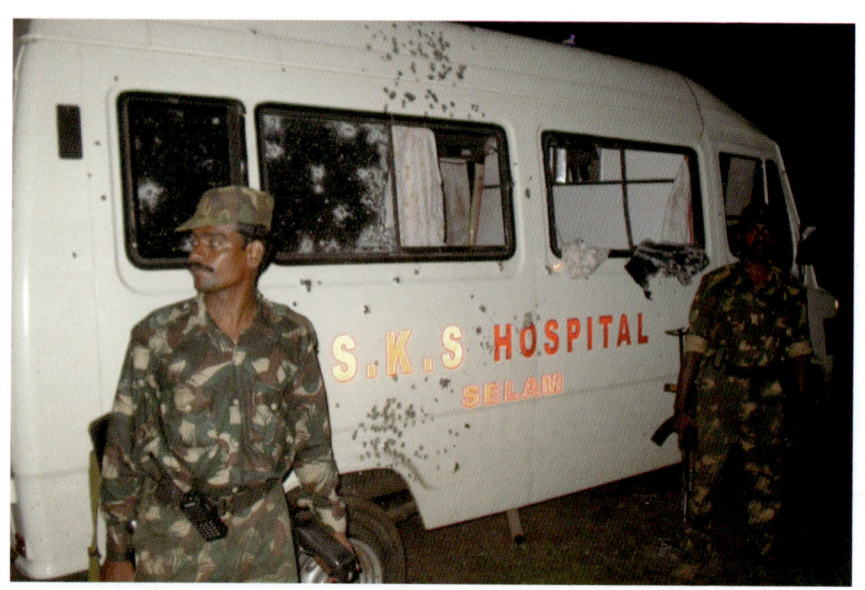

ஓட்டுநருக்குப் பின்பக்கம் வீரப்பன், அதன் பின் இருக்கையில் கோவிந்தன்

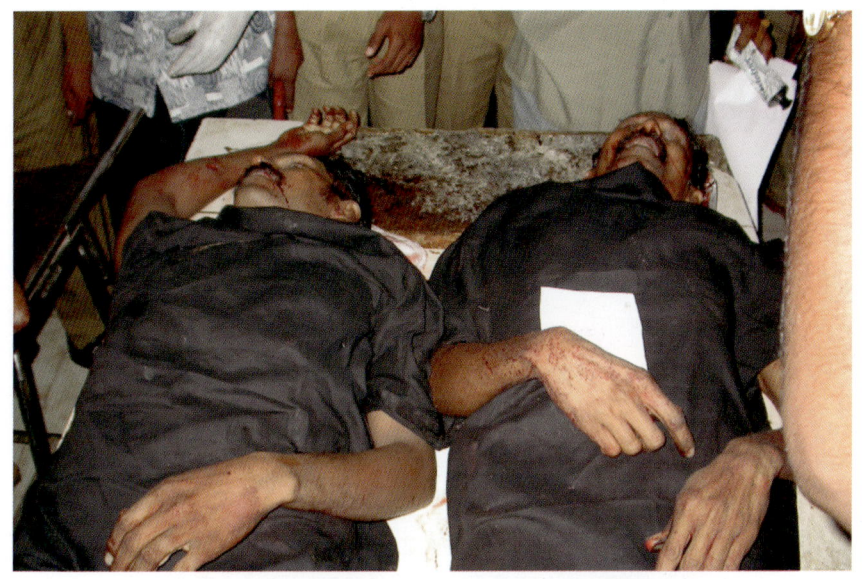

இரவு 02.40 எடுக்கப்பட்ட புகைப்படம்

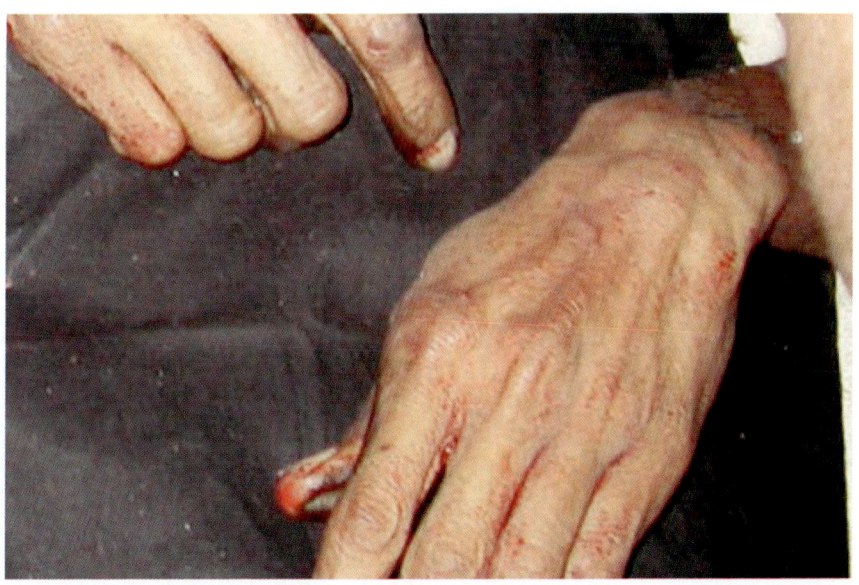

இரண்டு கைகளிலும் உள்ள பெருவிரல், ஆள்காட்டி விரல்களில் நெருப்புச் சூடு.

03.40 எடுக்கப்பட்ட படத்தில் கை கறுப்புத் துணிக்குள் வைக்கப்பட்டுள்ளது

வீரப்பன்

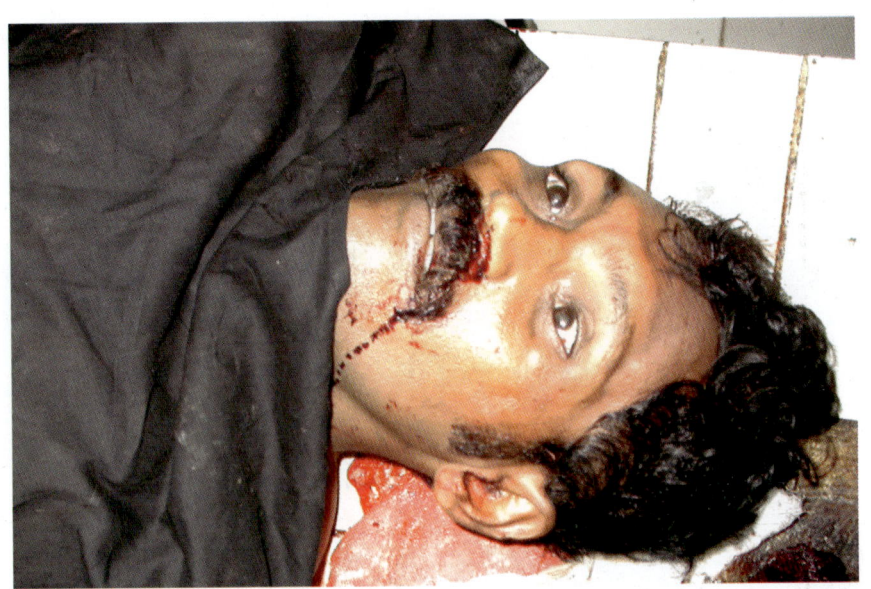

சேத்துக்குழி கோவிந்தன்

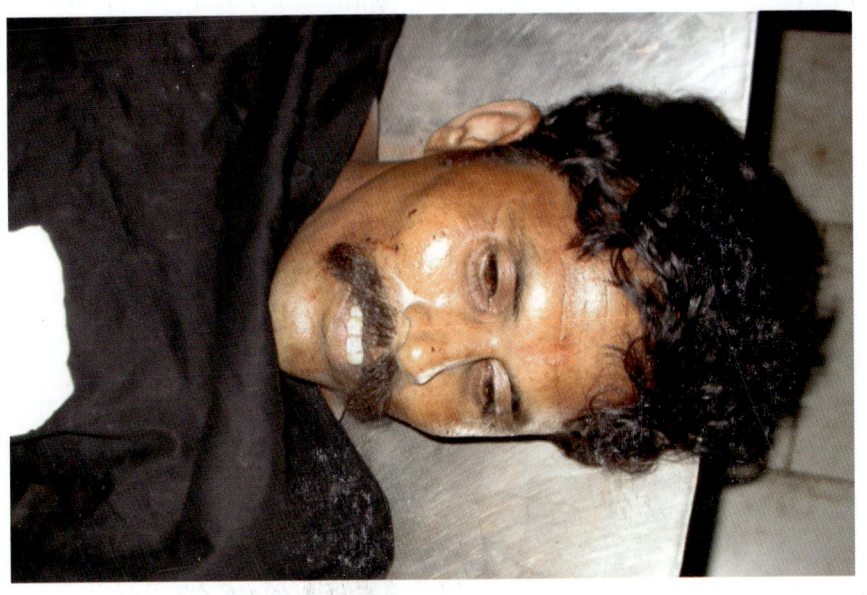

சந்திர கவுடா

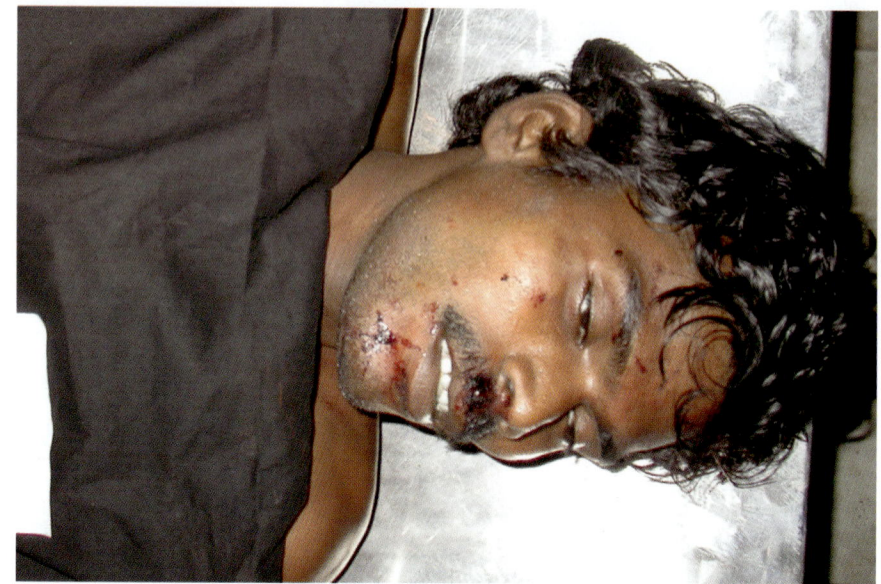

சேதுமணி

செவன்த் டே பள்ளி முன் மக்கள் கூட்டம்

வீரப்பன் உடலைப் பார்வையிட வந்த மக்கள் வரிசை

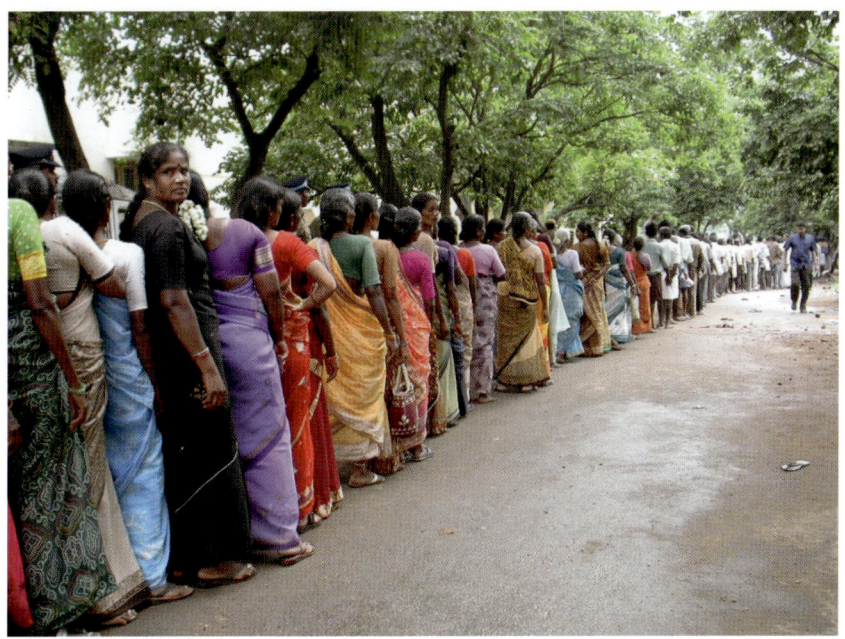

வீரப்பன் உடலைப் பார்வையிட வந்த மக்கள் வரிசை

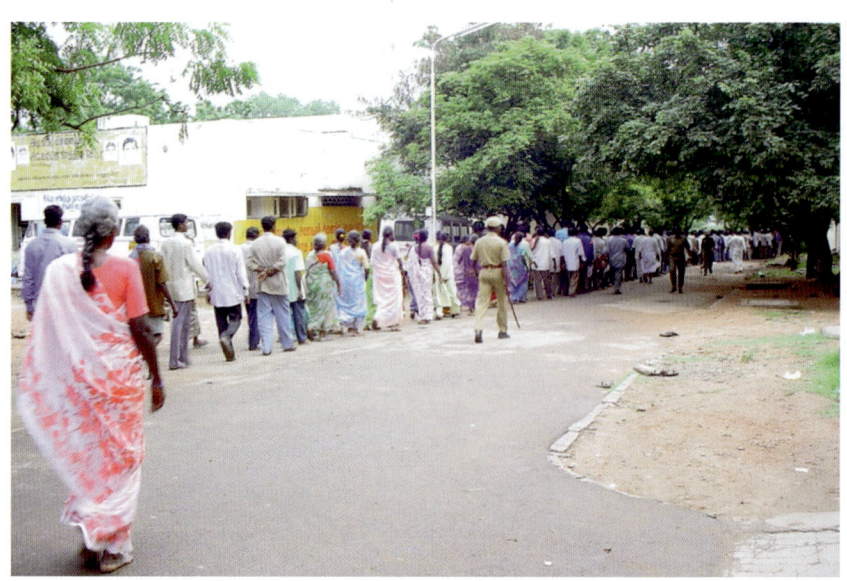

வீரப்பன் உடலைப் பார்வையிட வந்த மக்கள் வரிசை

வீரப்பன் உடலைப் பார்வையிட வந்த மக்கள் வரிசை

வீரப்பன் உடலைக் காண திரண்டுவந்த மக்கள் கூட்டம்

வீரப்பன் உடலைப் பார்வையிட வந்த மக்கள் வரிசை

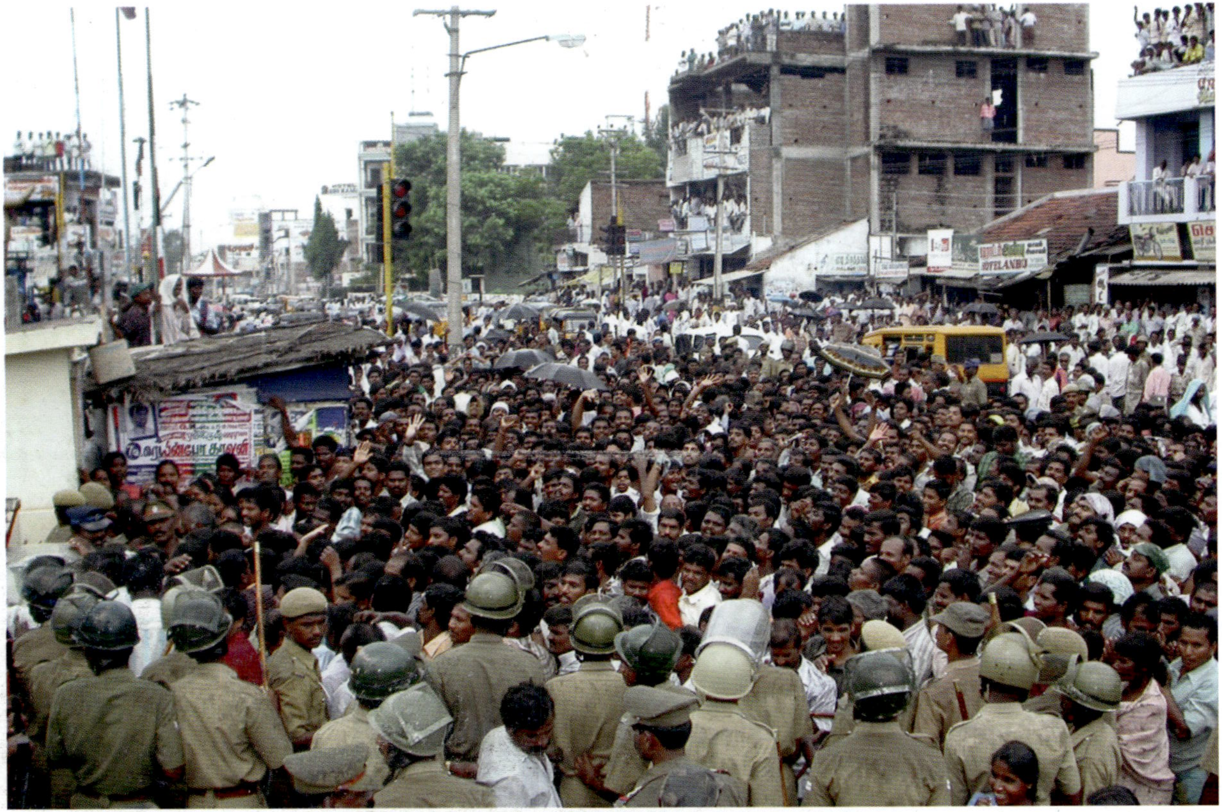

வீரப்பன் உடலைப் பார்வையிட காத்திருந்தவர்கள்

வீரப்பன் உடலை பார்வையிட மருத்துவமனை முன் காத்திருந்த மக்கள்.

படங்கள் உதவி : வை.கதிரவன் G.லட்சுமிநாராயணன்